'अत्यंत प्रतिभावान इतिहासकार'

– मॅक्स हेस्टिंग्ज

'डॅलरिंपल इतिहासकाराप्रमाणे संशोधन करतो, मानववंश शास्त्रज्ञाप्रमाणे विचार करतो आणि कादंबरीकाराप्रमाणे लिहितो.'

– माया जेसनॉफ

'ओघवत्या भाषेत इतिहासाचे अचूक वर्णन करू शकणारे गाढे अभ्यासक दुर्मीळच!

– सलमान रश्दी

रिटर्न ऑफ अ किंग

अफगाणिस्तानसाठीचं युद्ध

विल्यम डॅलरिंपल

अनुवाद

अंजनी नरवणे

आणि

सुनीति काणे

मेहता पब्लिशिंग हाऊस

✆ +91 020-24476924 / 24460313 / Mob. No. 9545000513
Email : production@mehtapublishinghouse.com
Website : www.mehtapublishinghouse.com

- *या पुस्तकातील लेखकाची मते, घटना, वर्णने ही त्या लेखकाची असून, त्याच्याशी प्रकाशक सहमत असतीलच असे नाही.*

RETURN OF A KING by WILLIAM DALRYMPLE

This translation of Return of a King, First Edition is publishd by Mehta Publishing House by arrangement with Bloomsbury Publishing Plc.
Translated into Marathi Language by Anjani Narvane / Suneeti Kane

रिटर्न ऑफ अ किंग / अनुवादित कादंबरी

अनुवाद : अंजनी नरवणे / सुनीति काणे

Email : author@mehtapublishinghouse.com

मराठी अनुवादाचे व प्रकाशनाचे हक्क : मेहता पब्लिशिंग हाऊस, पुणे.

प्रकाशक : सुनील अनिल मेहता, मेहता पब्लिशिंग हाऊस,
१९४१, सदाशिव पेठ, माडीवाले कॉलनी, पुणे - ३०.

मुद्रक : ट्रिनिटी ॲकॅडमी फॉर कॉर्पोरेट ट्रेनिंग लिमिटेड

मुखपृष्ठ : मेहता पब्लिशिंग हाऊस

प्रथमावृत्ती : नोव्हेंबर, २०१८

किंमत : ₹ ५९५

P Book ISBN 9789353171377
E Book ISBN 9789353171421
E Books available on : amazonkindle Apple Books Google Play Books

---

प्रस्तावना

१८४३ साली, पहिल्या इंग्रज-अफगाण युद्धाच्या युद्धभूमीवरून परत आल्यावर त्वरितच, लष्कराचे धर्मगुरू रेव्हरंड जी. एच. ग्लेग यांनी या विनाशकारी, अनर्थकारक लष्करी मोहिमेच्या आठवणींची बखर लिहिली. या मोहिमेतून सहीसलामत वाचलेल्या मूठभर लोकांमध्ये रेव्हरंड ग्लेग यांचा समावेश होता. त्यांनी नमूद केलं होतं की, 'कोणत्याही सूज्ञ हेतूविना सुरू केलेलं हे युद्ध उतावीळ आक्रमकता आणि भ्याडपणा यांच्या विचित्र मिश्रणातून लढलं गेलं. यातना आणि विनाश वाट्याला आल्यानंतर ते थांबवण्यात आलं. हे युद्ध चालू करायचा आदेश देणारं सरकार आणि ते लढणारी प्रचंड सेना या दोहोंनाही या युद्धामुळे कोणतीही यशश्री लाभली नाही. या युद्धामुळे एकही राजनैतिक किंवा लष्करी फायदा झाला नाही. अखेरीस आम्ही तो देश सोडला; पण ती माघार लष्कराच्या पराभवासमान होती.'

ग्लेगचा मुद्दा योग्यच होता! १८३९ च्या वसंत ऋतूत ब्रिटिशांनी प्रथमच अफगाणिस्तानवर स्वारी केली होती. जवळजवळ २०,००० ब्रिटिश आणि ईस्ट-इंडिया कंपनीच्या सैनिकांनी खिंडींमधून प्रवेश करून अफगाणिस्तानच्या राजसिंहासनावर अफगाणिस्तानचे संस्थापक अहमदशाह अब्दाली यांचा नातू शहाशुजा उल मुल्क याला पुनश्च प्रस्थापित केलं. अफगाणिस्तानात प्रवेश करतेवेळी ब्रिटिशांना काहीच विरोध झाला नाही; परंतु दोन वर्षांनी वेगवेगळ्या टोळ्यांच्या लोकांनी धर्मयुद्धाच्या ललकारीला जोरदार प्रतिसाद दिला आणि अफगाणिस्तानात बंड भडकलं. पहिलं ब्रिटिश-अफगाण युद्ध एकोणिसाव्या शतकातलं ब्रिटिशांच्या दृष्टीनं अत्यंत अपमानास्पद, विनाशकारी युद्ध ठरलं. त्या काळी सर्वांत बलाढ्य लष्कर असलेला देश समजल्या जाणाऱ्या ब्रिटिश राष्ट्राचं संपूर्ण सैन्य, फारशी युद्धसामग्री हाती नसलेल्या अफगाणी

टोळ्यांनी नेस्तनाबूत करून नष्ट केलं!

१८४२ साली काबूल सोडून केलेलं पलायन, ही व्हिक्टोरियाकालीन ब्रिटिशांच्या दृष्टीनं इशारा देणारी आपत्ती ठरली. साम्राज्याच्या औद्धत्यपूर्ण महत्त्वाकांक्षेचं ते भव्य प्रतीक मानल गेलं आणि एका शतकानंतर डंकर्कला जे घडलं, त्यासदृश ते संकटांशी निधड्या छातीनं लढणं समजलं गेलं. विल्यम बार्नस् वुलन्स याचं नावाजलेलं तैलचित्र 'द लास्ट स्टँड ऑफ द 44th foot' – त्या काळात अत्यंत गाजलं. त्यात, लक्तरं झालेल्या कपड्यातले अत्यंत निग्रही सैनिक गंडामक टेकडीच्या माथ्यावर उभे राहिले आहेत. त्यांच्या हाती थोड्याशाच संगिनी आहेत आणि पश्तुन टोळीवाले चहूबाजूंनी त्यांना वेढा घालत आहेत. त्याचप्रमाणे या युद्धात बचावलेल्या मूठभर लोकांपैकी एक अशा डॉ. ब्रायडन यांचं लेडी बटलर यांनी काढलेलं 'द लास्ट रेग्नंट' हे तैलचित्रसुद्धा खूप गाजलं. या तैलचित्रात डॉ. ब्रायडन त्यांच्या शेवटचे श्वास मोजणाऱ्या घोड्यावरून जलालाबाद किल्ल्याच्या भिंतीपाशी पोहोचलेले दिसत आहेत.

२००६ सालच्या हिवाळ्यात, अफगाणिस्तानातलं पाश्चिमात्यांचं सर्वांत नूतन साहस अपयशाकडे वाटचाल करू लागलं असता आणि वार्ताहर 'नवं गंडामक' जवळ आल्याचं भविष्य वर्तवू लागले असता मला ब्रिटिशांच्या या जुन्या इतिहासाबद्दल लिहावंसं वाटू लागलं. या वेळीसुद्धा ब्रिटिश-अफगाण युद्धाप्रमाणेच, पाश्चिमात्यांनी अफगाणिस्तानवर सहज विजय मिळवून आपलं प्यादं असलेला राज्यकर्ता नेमला होता; पण त्यानंतर मात्र त्यांना भरपूर विरोधाला सामोरं जावं लागलं होतं. पुन्हा एकदा इतिहासाचीच पुनरावृत्ती घडत होती.

प्राथमिक संशोधन करतेवेळी मी युद्धाशी संलग्न असलेल्या अनेक जागी जाऊन आलो. हेरातमधील सूफी समाधी 'गाझा गाघ' येथील शहाशुजाचा शत्रू दोस्त मोहम्मद खान याच्या थडग्याला मी वंदन केलं. मी कंदाहारला पोहोचलो, तेव्हा मला विमानतळावरून न्यायला आलेल्या गाडीच्या मागच्या खिडकीतून बंदुकीची गोळी आत घुसली. गावाबाहेर मी बाबा वालीच्या समाधीपाशी उभा होतो, तेव्हा अफगाण नदी ओलांडून येणाऱ्या अमेरिकी सैनिकाला गावठी बॉम्बनंच उडवून देण्यात आलं. त्या वेळेप्रमाणेच आताही ही नदी जेते आणि विरोधक यांच्या टापूमधली दुभाजक रेषा मानली जाते. एकेकाळी शहाशुजाचं आश्रयस्थान असलेला काबूलमधला बालाहिसार किल्ला पाहण्याची परवानगी मी मिळवू शकलो. आता तेथे अफगाण सेनेच्या हेरखात्याचं मुख्यालय आहे. १८४२ सालच्या नासधूस झालेल्या ब्रिटिश तोफा आणि १९८० सालचे सोव्हिएत टी-७२ रणगाडे यांच्या कचरापट्टीत बसून हेरखातं सेनेच्या अग्रस्थानाकडून आलेल्या अहवालांची पाहणी करतं.

मी जसजसं जवळून, बारकाईनं पाहू लागलो तसतसं मला आताच्या नवसाम्राज्यवादी मोहिमेत आणि ब्रिटिश-अफगाण प्रथम युद्धात खूप साधर्म्य दिसू लागलं. १८३९ सालचं युद्ध, प्रत्यक्षात अस्तित्वातच नसलेल्या धोक्याबद्दलच्या बनावट बातमीच्या आधारे लढलं गेलं होतं. काबूलला रशियातून केवळ एकच राजदूत आलेला होता; परंतु अत्यंत महत्त्वाकांक्षी आणि युद्धपिपासू गटानं ही बातमी अत्यंत भडक रंगात, अतिशय वाढवून सादर केली आणि रशियाचं मोठं आक्रमण ओढवणार आहे अशी हूल उठवून घबराट निर्माण केली. रशियाबद्दल प्रचंड भीती बाळगणारा, इराणी वकिलातीतला ब्रिटिश वकील जॉन मॅकनील यानं तेहरानहून पत्र पाठवलं, 'जो आपल्या बाजूनं उभा राहत नाही, तो आपल्या विरोधात आहे, असं आपण जाहीर केलं पाहिजे... आपण अफगाणिस्तानवर ताबा मिळवला पाहिजे.' अशा प्रकारे अजिबात गरज नसलेल्या, महागड्या आणि पूर्णपणे टाळता येण्याजोग्या युद्धाला प्रारंभ करण्यात आला.

या दोन आक्रमणांमधलं साम्य ही केवळ दंतकथा नव्हे! ते सिद्ध करून देता येतं! मला समजलं की, शहाशुजा हा हमीद करझाईंप्रमाणेच पोपलझाई या उपजमातीचा (टोळीचा) सदस्य होता. शहाशुजाचे प्रमुख प्रतिस्पर्धी-विरोधक घिलझाई टोळीचे सदस्य होते. आजसुद्धा करझाईंचे विरोधक असलेले तालिबानी सैनिक आणि तालिबान्यांचा नेता मुल्ला ओमर हे घिलझाई टोळीचे सदस्य आहेत. मुल्ला ओमर हा घिलझाईंच्या होटक या नेता-जमातीचा वंशज आहे. १८४१ साली खोर्द काबूल येथे ब्रिटिश सेनेची कत्तल घडवणारा सेनानी मोहम्मद शहा खान हादेखील होटक जमातीचा वंशज होता. आज २०० वर्षांनंतरसुद्धा तीच टोळी वैरं, त्याच जागी, तशाच लढाया लढत आहेत. फक्त आता नवी निशाणं आहेत, नवीन राजकीय निष्ठा आहेत आणि नवी राजकीय प्यादी हलवली जात आहेत. त्या वेळचीच शहरं तीच भाषा बोलणाऱ्या पाश्चात्त्य आक्रमकांनी वेढलेली आहेत आणि त्या वेळच्याच खिंडींमधून आणि टेकड्यांच्या रांगांवरून अफगाणी विरोधक त्यांच्यावर हल्ले चढवत आहेत!

माझं संशोधन सुरू होतं, तेव्हा मला प्रकर्षानं जाणवलं की, आज संपादकीयांमध्ये जे नैतिक प्रश्न चघळले जात आहेत, तेच प्रश्न पहिल्या अफगाण युद्धसंदर्भातील पत्रव्यवहारात चघळले जात होते. उदाहरणार्थ १८४० साली एका ब्रिटिश शासकीय अधिकाऱ्यानं प्रश्न उपस्थित केला होता : 'आपण मानवतेच्या दृष्टीनं कार्य करून सामाजिक आणि स्त्रीवादी सुधारणा घडवाव्या आणि बदफैली स्त्रियांना दगडांनी ठेचून मारण्यासारख्या परंपरा कायद्यानं बंद कराव्या की जनतेत अस्थिरता न माजवता केवळ देशावर राज्य करण्यावर लक्ष केंद्रित करावं? आपली मित्रराष्ट्रं त्यांच्या शत्रूंना उकळू-भाजू लागली तर आपण मध्ये पडून हस्तक्षेप करावा की

नाही? आपण 'ब्लास्फेमी कायदा' (ईश्वराची निंदानालस्ती करणाऱ्याला शासन देणारा कायदा) बदलावा की पाश्चिमात्य राजकीय व्यवस्था इथे आणून रुजवावी?' आद्य 'ग्रेट गेम स्पायमास्टर' सर क्लाउड वेड् यांनी १८३९च्या आक्रमणापूर्वी सावधगिरीची सूचना दिली होती, 'आपण फाजील आत्मविश्वासानं आपल्या स्वत:च्या संस्था आणि कार्यपद्धतींकडे पाहत असतो आणि त्या सर्वोत्तम आहेत असं गृहीत धरून त्या गोष्टी नव्या अपरिचित देशांमध्ये रुजवू पाहतो. अशा प्रकारची ढवळाढवळ केली तर त्यामुळे नेहमीच कडाक्याचे विवाद उद्भवतात आणि कधीकधी अत्यंत हिंसक प्रतिक्रियासुद्धा घडू शकते. या गोष्टी टाळण्याची सावधगिरी आपण राखली पाहिजे.'

राजनीतीआणि भौगोलिक रचना यांच्या परस्पर-संबंधांचा प्रभाव या दोन्ही (१८३९-४२ व सध्याच्या) युद्धांवर स्पष्टपणे पडलेला जाणवतो. काबूल कोहिस्तानच्या ताजिक वंशियांच्या आणि दुसऱ्या बाजूनं प्रक्षुब्ध घिलझाई टोळ्यांच्या मधोमध स्थित आहे. १८४१ साली अफगाणांनी ब्रिटिशांविरुद्ध बंड पुकारलं, त्यामागचं कारण केवळ ब्रिटिशांचं कमकुवत नेतृत्व एवढंच नव्हतं; ब्रिटिश राजदूत विल्यम मॅक्नॅघटन आणि शहाशुजा यांच्यातील राजकीय नातं नष्ट झालं, हेसुद्धा अत्यंत महत्त्वाचं कारण होतं. सद्य परिस्थितीतील सावळ्या गोंधळामागेसुद्धा तसंच कारण नव्यानं जाणवतं आहे. अध्यक्ष हमीद करझाई आणि ISAF (इंटरनॅशनल सिक्युरिटी असिस्टन्स फोर्स) यांच्यातला तणाव हे अस्थिरतेमागचं प्रमुख कारण आहे. त्या काळी तणावामागचं कारण ब्रिटिश राजदूत मॅक्नॅघटन होते तर आता अमेरिकेचे प्रमुख राजदूत रिचर्ड हॉलब्रुक हे या घसरत्या संबंधांमागचं कारण आहे.

मी २०१० साली काबूलला गेलो होतो, तेव्हा ब्रिटनचे प्रमुख प्रतिनिधी, सर शेरार्ड कॉपर कोल्स यांनी हॉलब्रुकचं वर्णन करताना म्हटलं होतं, 'स्वत:चं काचसामानाचं दुकान स्वत:समवेत वागवत फिरणारा तो बैल आहे! (बुल इन द चायना शॉप या अर्थी).' १७४ वर्षांपूर्वी मॅक्नॅघटन अशाच प्रकारे वागले होते. शेरार्ड यांनी 'केबल्स फ्रॉम काबूल' या पुस्तकात पाश्चिमात्यांच्या अफगाणिस्तानच्या सद्य उपस्थितीचं आणि त्यातील अपयशाचं विश्लेषण केलं आहे. ते विश्लेषण आणि १८४० साली ब्रिटिशांच्या हातून घडलेल्या घोडचुका यामध्ये भरपूर साम्य आढळतं. उदा. 'तेथून बाहेर कसं पडता येईल, याचा पुरेसा विचार न करता त्यांनी उतावीळपणे आक्रमण केलं, पुढं कोणती आव्हानं उभी ठाकू शकतील, याकडे हेतुपुरस्सर दुर्लक्ष केलं; आपली उद्दिष्टं वारंवार बदलली; कोणताही व्यवहार्य, सुसूत्र आराखडा आखला नाही; आरंभीच्या यशानंतर उद्दिष्टांमध्ये भरमसाट वाढ केली; राजनैतिक आणि लष्करी अधिकाऱ्यांमध्ये सुसूत्रता राखू शकेल असं सामंजस्य नव्हतं; आपल्या जवळची सामग्री आणि लक्ष दुसरीकडे वळवलं (त्या काळी अफू-

युद्धाकडे आणि सद्यकाळात इराककडे) आणि तेसुद्धा नेमक्या महत्त्वाच्या लष्करी टप्प्यावर; स्थानिक सहयोगी सहाय्यकर्त्यांची निवड सूज्ञपणे केली नाही; राजकीय नेतृत्व कमकुवत होतं.'

याखेरीज, अफगाणिस्तानातील दारिद्र्यामुळे, तेथे अंकुश राखण्याचा खर्च भरून काढण्यासाठी स्थानिक जनतेवर कर लादून ती रक्कम गोळा करणं अशक्यप्राय असतं. त्याउलट, अशा दुर्गम भागावर नियंत्रण ठेवण्याच्या अफाट खर्चापायी, जेत्यांची तिजोरी रिकामी होते. आज अफगाणिस्तानात अमेरिका दरवर्षी १०० अब्ज डॉलर्स खर्च करते आहे. अमेरिका इजिप्तला लष्करासाठी आणि विकासासाठी जेवढी मदत करत आहे, तेवढी रक्कम हेलमंडमधील दोन जिल्ह्यांमध्ये मरीन बटॅलियन ठेवण्यासाठी अफगाणिस्तानात खर्ची पडत आहे. तेथून आपले सैनिक माघारी वळवण्याचा निर्णय, त्या वेळेप्रमाणे आतासुद्धा, अफगाणिस्तानातील परिस्थितीवर अवलंबून न ठेवता आपल्या देशातील आर्थिक परिस्थिती आणि तेथील राजकारण यावर अवलंबून ठेवला जात आहे.

अफगाण जनतेच्या दृष्टीने, १८४२ सालचा ब्रिटिशांचा पराभव परकीय आक्रमणापासून मिळवलेल्या स्वातंत्र्याचं आणि पुन्हा कोणत्याही परकीय सत्तेचं जू न स्वीकारण्याच्या अफगाणांच्या दृढ निश्चयाचं प्रतीक समजला जाऊ लागला आहे. काबूलमधील परदेशी वकिलातींच्या विभागाचं नाव आजसुद्धा १८४२ साली ब्रिटिशांना पराजित करणाऱ्या नेत्याच्या नावावरून दिलं गेलं आहे : दोस्त मोहम्मदचा मुलगा, वझीर अकबर खान! १८४२ सालचं ब्रिटिशांचं युद्ध अणि सध्याचं युद्ध यातील आणखी एक साम्यस्थळसुद्धा लक्षात घेण्याजोगं आहे. १८४२ साली गंडामकमध्ये केवळ थॉमस सूटर जिवंत राहिला होता आणि त्यानं आपल्या देहाभोवती त्याच्या तुकडीचा झेंडा गुंडाळून घेतला होता. इतक्या रंगीबेरंगी कापडातला माणूस कुणी बडी आसामी असणार अशा समजुतीनं खंडणी मिळवण्यासाठी त्याला अफगाणांनी पळवून नेलं होतं. त्या थॉमस सूटरची स्मृती जागवण्यासाठी, अफगाणिस्तानातील एका प्रमुख नाटो (NATO) लष्करी छावणीचं नामांकन 'कॅंप सूटर' ठेवण्यात आलं आहे.

आपणा पाश्चिमात्यांना या इतिहासाचा विसर पडला असेल; परंतु परकीय अमलाबद्दल तीव्र तिरस्कार निर्माण करणाऱ्या या इतिहासाचा, अफगाणांना अजिबात विसर पडलेला नाही; अफगाणिस्तानातून प्रवास करताना माझ्या लक्षात आलं की, १८४२ सालच्या नाट्यात भाग घेणाऱ्या सर्वांची नावं अफगाणांच्या स्मृतीत आजही पक्की जिवंत आहेत. जणू तो संघर्ष दोनशे वर्षांपूर्वी नव्हे तर दोन वर्षांपूवीच घडला असावा! विशेषत: शहाशुजा आजही मूर्तिमंत देशद्रोहाचं प्रतीक मानला जातो. २००१ साली तालिबाननं त्यांच्या तरुणांना आवाहन केलं, 'तुम्हाला शहाशुजाचं

वंशज म्हणून ओळखलं जायला हवंय की दोस्त मोहम्मदचा वंशज म्हणून ओळख हवीय?' सत्तेवर आल्यानंतर, मुल्ला ओमरनं स्वत:ला हेतुपुरस्सर दोस्त मोहम्मदचा आदर्श ठेवून घडवलं. दोस्त मोहम्मदनं केलं होतं; हुबेहूब तसंच त्यानं कंदाहारच्या पवित्र समाधीवरचं प्रेषित मोहम्मदचं महावस्त्र स्वत:भोवती लपेटून घेतलं. त्याचा आदर्श आमीर अल मुमीतिन याप्रमाणेच मुल्ला ओमरनंसुद्धा स्वत:ला निष्ठावंतांचा नेता म्हणून घोषित केलं. हे कृत्य म्हणजे पहिल्या अफगाण युद्धाचं तंतोतंत अनुकरण करणारं नवनाट्य होतं आणि ती सूचकता सर्व अफगाणांच्या त्वरित लक्षात आली.

इतिहासाची कधी तंतोतंत पुनरावृत्ती घडत नसते, १८४० साली अफगाणिस्तानात जे घडलं त्यात आणि आता तिथं जे घडतंय त्यात काही महत्त्वाचे फरक नि:संशयपणे आहेत. सर्व विरोधकांना स्वीकारार्ह असलेल्या दोस्त मोहम्मदप्रमाणे मुल्ला ओमर काही सर्व अफगाणांना आपला न्याय्य आणि स्वीकारार्ह नेता वाटत नाही. मुल्ला ओमर त्यांना वझीर अकबर खानही वाटत नाही. १८४२ साली सर्व टोळ्या दोस्त मोहम्मद आणि वझीर अकबर खान यांच्या पाठीशी उभ्या होत्या. तसा एकजुटीचा अभंग पाठिंबा मुल्ला ओमरला लाभलेला नाही. त्या काळी परंपरावादी टोळ्यांनी ब्रिटिश सडोझाई सत्तेविरुद्ध बंडाचं रणशिंग फुंकलं आणि ती सत्ता नेस्तनाबूत केली. त्यात, आणि अफगाणिस्तानच्या विभिन्न धार्मिक संस्कृतींवर, परदेशातून आयात केलेली कडवी वाहाबी मूल्यं माथी मारू पाहणारा इख्वानी बंडखोर तालिबान्यांचा प्रयत्न, यामध्ये भरपूर भिन्नता आहे! सर्वांत महत्त्वाचा फरक म्हणजे शहाशुजा-ब्रिटिशांचा अंमल आणि करझाईंचा सर्वसमावेशक लोकशाही स्थापन करण्याचा प्रयत्न, यात जमीन-अस्मानाचा फरक आहे. करझाईंच्या लोकशाही तत्त्वांवर निवडून आलेल्या सरकारात भरपूर दोष आहेत, भ्रष्टाचार आहे. तरीही शहाशुजाच्या अमलापेक्षा करझाईंच्या सरकारला सर्वसमावेशक प्रतिनिधित्वामुळे खूपच जास्त मान्यता लाभलेली आहे.

तरीसुद्धा या देशाची भौगोलिक रचना, आर्थिक व्यवस्था, धार्मिक आकांक्षा आणि सामाजिक आयुष्याचा पोत लक्षात घेता, १७० वर्षांपूर्वीच्या इतिहासातून आपण खूपच धडे शिकू शकतो. तो इतिहास आपल्याला खूपच धोक्याच्या सूचना देऊ शकतो. ब्रिटिशांनी १८४२ साली केलेल्या चुकांपासून आज बोध घेण्याची वेळ अद्याप टळून गेली नाही. तसा बोध आपण घेतला नाही, तर आधीच्या तीन युद्धांप्रमाणे आजही आपल्याला अपमानास्पद पराजय स्वीकारून इथून पोबारा करणं भाग पडेल आणि अफगाणिस्तानला पुन्हा टोळी-वैरांच्या गोंधळात सोडून काढता पाय घ्यावा लागेल. आपल्याला तसं करण्याची वेळ आली, तर जे सरकार उलथून पाडण्यासाठी आपण आक्रमण केलं, तेच सरकार अफगाणिस्तानवर पुन्हा वर्चस्व

मिळवताना नजरेस पडेल!

१८४२ नंतर तीस वर्षांनी ब्रिटननं पुन्हा एकदा दुसरं ब्रिटिश-अफगाण युद्ध सुरू करण्याची घोडचूक केली. तत्पूर्वी, पहिल्या अफगाण युद्धात भाग घेऊन ओलीस म्हणून पकडल्या गेलेल्या जॉर्ज लॉरेन्स यानं 'लंडन टाइम्स'मध्ये लेख लिहिला होता, 'आज नवी पिढी उदयाला आली आहे आणि भूतकाळातील चुकांवरून बोध घेण्याऐवजी पुन्हा एकदा ती पिढी आपल्याला त्या अस्थिर आणि असमाधानी देशाच्या समस्यांमध्ये गुंतवून गर्तेत नेण्यास उत्सुक दिसते आहे! जरी लष्करी दुर्घटना टाळता आली तरी आणि आता केलेलं आक्रमण लष्करीदृष्ट्या कितीही यशस्वी झालं तरी राजकीयदृष्ट्या ते कुचकामीच ठरेल यात अणुमात्रही संशय नाही!... (पहिल्या युद्धात) पळ काढताना वाट्याला आलेल्या दुर्घटनांकडे पुढील पिढ्यांनी नेहमी 'धोक्याचा कंदील' या दृष्टीनं पाहायला हवं आणि पुढील पिढीच्या मुत्सद्दी नेत्यांनी, १८३९-४२ मध्ये फसलेल्या धोरणांची पुनरावृत्ती न करण्याची खबरदारी घ्यायलाच हवी.'

धोरणात्मक दृष्टीनं अत्यंत महत्त्वाच्या या मध्यवर्ती देशाच्या इतिहासाबद्दल फारच थोडं चांगलं, वास्तव लिखाण आढळतं. जे आढळतं ते इंग्रजी लेख किंवा लंडनमधील 'इंडिया ऑफिस'चे दस्तावेज यांवरच आधारित असतं. त्या विषयावरील खास शैक्षणिक प्रकाशनांमध्येसुद्धा, पहिल्या ब्रिटिश-अफगाण युद्धाबद्दल कोणतंही लिखाण आढळत नाही. एकोणिसाव्या शतकाच्या प्रारंभापासून लिखित अशा अफगाणी दस्तावेजांचा उपयोग करून त्या काळच्या अफगाण बंडाळीचा वृत्तान्त शोधण्याचा प्रयत्न कुणीही केलेला दिसत नाही.

'रिटर्न ऑफ अ किंग'मध्ये पहिल्या इंग्रज-अफगाण युद्धाचा अहवाल मांडताना वेगवेगळ्या मूळ संशोधनांचा मागोवा घेण्यात आला आहे. या युद्धाच्या सर्व बाजूंवर प्रकाश पाडणारी मूळ संशोधनं अभ्यासण्यात आली आहेत. अनेक नवे अहवाल, पत्रं, युद्धात भाग घेणाऱ्या ब्रिटिशांच्या रोजनिशी, तेथील लष्करी अंमल आणि पीछेहाटीबद्दलचे अहवाल गेल्या अनेक वर्षांत ब्रिटनमधील विविध परगण्यांच्या गृहखात्यातील दस्तावेजातून प्रकाशनाद्वारे उजेडात येत आहेत. ते ब्रिटिश लायब्ररी आणि चेल्सीमधील नॅशनल आर्मी म्यूझिअम येथून मी मिळवले आहेत.

इथे दिल्लीमध्ये गेली चार वर्षं मी १८३९ ते १८४२ वर्षांमधील ब्रिटिशांच्या अफगाणिस्तानवरच्या अमलाबाबतचे असंख्य अहवाल इंडियन नॅशनल अर्काइव्हजमधून हस्तगत केले आहेत. लॉर्ड ऑकलंडचं कलकत्त्यामधलं सरकार आणि त्याचं लष्कर यांचा या संदर्भातला सर्व पत्रव्यवहार मला त्यातून शोधून काढता आला. या संग्रामातील महत्त्वाची व्यक्ती होती ॲलेक्झांडर बर्नस. त्यांनी लिहिलेली आणि पूर्वी प्रसिद्ध न झालेली काही मौल्यवान खासगी पत्रं माझ्या हाती लागली आहेत.

ब्रिटिशांनी अफगाणिस्तानात केलेल्या अत्याचारांबद्दल लष्करी अन्वेषण करण्यात आलं होतं. त्याबद्दलची माहिती आताच्या 'विकिलीक्स'चं व्हिक्टोरियाकालीन प्रतिरूपच वाटतंय. काही शिपायांवरचे लष्करी खटले हृदयद्रावक आहेत. हे अभागी शिपाई अफगाणांनी गुलाम बनवले होते. ते तेथून निसटून जाण्यात यशस्वी झाले आणि अखेरीस ते आपल्या लष्करी तुकड्यांमध्ये परतले, तेव्हा त्यांच्यावर लष्करातून फरारी झाल्याचा आरोप करण्यात आला. इंडियन नॅशनल अर्काइव्हजमध्ये, यापूर्वी प्रकाशित न झालेला आणि इंग्रजीत अनुवादित न झालेला या युद्धाबाबतचा फारसी भाषेतला अहवाल मला सापडला. हा माणूस एका ब्रिटिश अधिकाऱ्याचा मदतनीस होता. त्याचं नाव होतं मुन्शी अब्दुल करीम आणि त्याच्या अहवालाचं नाव आहे 'मुहरबा काबूल वा कंदाहार.' मुन्शी अब्दुल करीम म्हणतो की, त्यानं १८५०च्या सुरुवातीला या युद्धाचा इतिहास लिहिण्याचा प्रकल्प हाती घेतला. 'वृद्धापकाळी वाट्याला येणारा एकाकीपणा दूर करणं आणि आपल्या मुलांना व नातवंडांना जगातील अद्‌भुत घटनांबाबत माहिती देणं हा त्यामागचा हेतू होता,' असं त्यानं नमूद केलं आहे; परंतु त्यानं पुढे जी पुस्ती जोडलीय की, 'या घटना भारतालासुद्धा लागू पडू शकतात' ही १८५७ च्या बंडाची धोक्याची सूचनाच म्हणता येईल. खरोखरच असं बंड १८५७ साली उद्‌भवलं आणि १८४२ सालच्या पीछेहाटीच्या वेळी ज्या तुकड्यांमधील शिपायांना मागे सोडून त्यांच्या ब्रिटिश अधिकाऱ्यांनी पळ काढला होता, त्या तुकड्यांमध्ये या बंडाला प्रारंभ झाला.

पाकिस्तानातील लाहोरमधील पंजाब अर्काइव्हजमध्ये मला लुधियानातील ब्रिटिश एजंट सर क्लाउड वेड् यांनी लिहिलेला आणि यापूर्वी कधीही उजेडात न आलेला अहवाल सापडला. या अहवालातून वेड्‌ला बातम्या पुरवणारे सर्वदूरचे हस्तक - पंजाब, हिमालय, हिंदुकुश ते थेट बुखारा या प्रदीर्घ टापूतले वेड्‌चे बातमी पुरवणारे हस्तक - आपल्याला समजतात. शहाशुजाची लुधियानामधील हद्दपारी आणि काबूलचं सिंहासन परत मिळवण्याचे त्याचे प्रयत्न, या संदर्भातली सर्व माहिती आपल्याला पंजाब अर्काइव्हजमध्ये आढळते.

झारच्या पदरी असलेला काउंट पेट्रोव्हस्की हा सम्राटाचा वैयक्तिक स्नेही होता. ब्रिटिशांची मध्य आशियातील चढाई रशियनांनी रोखावी असा त्यानं सम्राटापाशी आग्रह धरला. रशियाच्या स्टेपी सरहद्दीवरील ओरेनबर्ग येथील छावणीचा तो गव्हर्नर होता. त्यानं सम्राटाजवळचं वजन खर्ची घालून मध्य आशियातील खानाटेसवर आक्रमण करण्याची योजना आखली होती. यातील विरोधाभास असा की, ब्रिटिशांनी ॲलेक्झांडर बर्नस हा आपला हेर रशियात तेव्हा अस्तित्वातच नसलेल्या लष्करी आक्रमणाची माहिती काढायला धाडेतोपर्यंत रशियानं मध्य आशियावर चढाई करण्याचा विचारही मनी आणला नव्हता! बर्नसने आपल्या प्रवासाबद्दल लिहिलेलं

पुस्तक अत्यंत लोकप्रिय झालं आणि त्याचं फ्रेंच भाषेत भाषांतर होऊन पेट्रोव्हस्कीच्या नजरेस पडल्यानंतरच त्यानं रशियन बाजूनं हेरगिरी आरंभली. लंडनमध्ये या आशंकेनं घबराट निर्माण होऊन पुढचं सारं रामायण घडलं. हे सारे रशियन अहवाल मला पंजाब अर्काइव्हजमध्ये सापडले.

ब्रिटिशांनी त्या वेळी हिमालयापार तरुण भाषातज्ज्ञांची रवानगी केली होती. त्यांनी हेरगिरी करून लंडन आणि कलकत्त्याला बातम्या पुरवाव्यात, असा त्यांचा त्यामागील हेतू होता. या भाषातज्ज्ञांना सवाई ठरेल असा माणूस पेट्रोव्हस्कीला ओरेनबर्गमध्ये आढळला. आयव्हान व्हिटकेव्हिच हा पोलिश सरदार होता. झारला उलथून पाडण्याच्या कटात सहभागी झाल्याकारणाने त्याला मृत्युदंडाची सजा ठोठावली गेली होती; परंतु ऐनवेळी ती घटवून त्याऐवजी त्याला कोसॅक स्टेपीन (कोसॅक लोकांची वस्ती असलेली गवताळ कुरणं) येथे हद्दपार करण्यात आलं होतं. आताच्या उझबेकिस्तान, कझाकस्तान आणि ताजिकिस्तान येथील तुर्की संस्कृतीच्या तो त्याच्या समकालीन लिओ टॉलस्टॉयप्रमाणेच प्रेमात पडला. याची रवानगी बर्नसवर कुरघोडी करण्यासाठी करण्यात आली होती. १८३८ सालच्या नाताळमध्ये हे दोघे भोजनासाठी एकत्र आले. आयव्हाननं बर्नसवर कुरघोडी केली आणि रशियातर्फे दोस्त मोहम्मदशी मैत्रीचा करार केला. (यामुळे ब्रिटिशांची घबराट होऊन) पहिल्या अफगाण युद्धाला प्रारंभ झाला. हे युद्ध सुरू झाल्यावर आयव्हान व्हिटकेव्हिचनं सेंट पीटर्सबर्गमधील हॉटेल कक्षात आत्महत्या केली. त्यानं मेंदूत गोळी झाडून घेण्यापूर्वी हेरगिरीबाबतची कागदपत्रं नष्ट करून टाकली असल्याचं सर्वांनी गृहीत धरलं होतं; परंतु त्याच्या हेरगिरीचे काही अहवाल अजून शिल्लक राहिले आहेत. त्यात बर्नसबद्दल आणि बुखारातील इंग्रजांच्या हेरवर्तुळाबद्दल सविस्तर माहिती आढळते. हे अहवाल इथे इंग्रजीत मिळाले आहेत.

परंतु त्याहूनही महत्त्वाचे ठरणारे अफगाण अहवाल मला काबूलमध्ये आढळले. २००९ साली कर्झनच्या काळातील जळून नष्ट झालेल्या ब्रिटिश वकिलातीजवळच्या रोरी स्टुअर्टच्या मातीच्या किल्ल्यात वास्तव्य करत असताना मी अफगाण नॅशनल अर्काइव्हजमध्ये संशोधन प्रारंभलं. हे संग्रहालय काबूलच्या मध्यवर्ती भागातील आश्चर्यकारकरीत्या अभंग राहिलेल्या एकोणिसाव्या शतकाच्या उत्तरार्धात ऑटोमन धर्तीवर बांधण्यात आलेल्या एका सुंदर राजवाड्यात स्थित आहे. यात शहाशुजा आणि दोस्त मोहम्मद यांच्या काळातील फार थोडं लिखाण उपलब्ध होतं; त्यामुळे मी निराश झालो होतो; परंतु तेथील कागदपत्रं धांडोळत असताना माझी जवान शिर रसिख या तरुण अफगाण इतिहासकाराशी मैत्री जुळली. तो फुलब्राइट स्कॉलर होता. त्यानं एकदा दुपारच्या भोजनसमयी वापरलेली (सेकंड हँड) पुस्तकं विकणाऱ्या पुस्तक विक्रेत्याशी माझी ओळख करून दिली. जुन्या काबूलमधील जोवी शिर

भागात त्याचं लहानसं दुकान होतं; परंतु या पुस्तक विक्रेत्यानं १९७० आणि १९८० साली परदेशात निघून गेलेल्या अनेक अफगाण सरदार कुटुंबांची खासगी ग्रंथसंपदा विकत घेतली होती. अवघ्या तासाभरात मला तेथे पूर्वी कुणीही न वापरलेले पहिल्या अफगाण युद्धाची माहिती देणारे फारसी भाषेतले आठ ग्रंथ सापडले. ब्रिटिशांचा पराभव झाल्यावर लिहिले गेलेले हे ग्रंथ बरेचदा भारतातील फारसी छापखान्यांमध्ये स्थानिक भारतीयांसाठी १८५७च्या बंडापूर्वी छापण्यात आले होते.

यामध्ये मला दोन अभिजात महाकाव्ये सापडली : 'अकबरनामा' ऊर्फ वझीर अकबर खानचा इतिहास आणि 'जंगनामे' ऊर्फ युद्धाचा इतिहास. अकबरनामा मौलाना हमीद काश्मिरीनं लिहिला आहे तर जंगनामेचे लेखक आहेत मोहम्मद घुलाम कोहिस्तानी घुलामी. हे दोन्ही ग्रंथ 'द साँग ऑफ रोलंड' आणि 'ले मॉर्ते डी आर्थर' यांची अफगाण प्रतिकृती वाटतात. हे ग्रंथ १८४० साली अफगाण बंडखोरांची स्तुती करण्यासाठीच लिहिण्यात आले असावेत. अफगाण विजयाबाबत लिहिण्यात आलेल्या असंख्य महाकाव्यांपैकी ही दोन पुस्तकंच आजवर वाचली गेली असावीत. बाकीचे ग्रंथ भाटांनी आणि गायकांनी मौखिक मार्गे पुढील पिढ्यांपर्यंत पोहोचवले. अफगाणांनी ब्रिटिशांना पराजित करून आपलं स्वातंत्र्य पुन्हा प्राप्त करून घेतलं हा त्यांच्या दृष्टीनं एक अपूर्व चमत्कारच होता. त्यांच्या दृष्टीनं तो विजय ट्राफल्गार, वॉटर्लू आणि बॅटल ऑफ ब्रिटन यांच्या एकत्रीकरणाइतका अपूर्व होता.

'जंगनामे'ची एकमेव प्रत १९५१ साली पखान येथे सापडली. त्यातील प्रारंभीची पानं गहाळ झाली होती आणि बहुधा चारीकर येथील ब्रिटिश मुख्यालयातून लुटलेल्या ईस्ट इंडिया कंपनीच्या कागदावर ती लिहिण्यात आली होती. कोहिस्तानी उठावाचा मध्यवर्ती सूत्रधार, नाकसबंदी सूफी पीर मीर मस्जिद याच्या प्रचंड कामगिरीवर हे काव्य केंद्रित करण्यात आलं आहे. या हस्तलिखितानुसार तो या उठावाचा केंद्रबिंदू होता. 'अकबरनामा'सुद्धा १९५१ साली सापडला. तो पेशावरमध्ये सापडला आणि त्यात वझीर अकबरखानचे पोवाडे गायले गेले आहेत! मौलाना काश्मिरी लिहितो –

'या पुस्तकाद्वारे थोर रुस्तमप्रमाणेच अकबरचं नाव कल्पान्तापर्यंत स्मरणात ठेवलं जाईल. हे महाकाव्य पूर्णत्वास गेल्यामुळे ते जगातील वेगवेगळ्या देशांपर्यंत जाईल आणि थोरामोठ्यांच्या जमावापर्यंत पोहोचेल. वसंतातील झुळूक बागाबागांमध्ये पोहोचते, तद्वत काबूलपासून हे महाकाव्य जगभरातील थोरांपर्यंत पोहोचेल.'

पश्चिम अफगाणिस्तानातील हेरात येथील जनतेच्या दृष्टिकोनातून या बंडाचा परामर्श घेणारं 'अयन अल् वकाई' हे पुस्तक यानंतर काही काळानं लिहिण्यात आलं आहे. तारिक-इ-सुलतानी म्हणजेच सुलतानांचा इतिहास आणि सिराज-उल्-तवारिख

इतिहासांचा दीप, ही पुस्तकं एकोणिसाव्या शतकाच्या उत्तरार्धात लिहिण्यात आली आणि अफगाणिस्तानातील राजांबद्दल अधिकृत माहिती देणारे ते ग्रंथ आहेत. या पुस्तकांत दोस्त मोहम्मदच्या वंशजांचा दृष्टिकोन मांडण्यात आला आहे. अमिनुल्लाखान लोगारी हा बंडखोरांच्या नेत्यांपैकी महत्त्वाचा नेता होता. त्यानं लिहिलेली काही पत्रं काबूलमधील राष्ट्रीय संग्रहालयात जपून ठेवण्यात आली होती. तालिबान्यांनी ती लुटून नेली. ती पत्रं त्याच्या वारसांनी अलीकडेच 'पादशाह-ए-खिदमतगुझारी-ये सादिकाने घाझी नायब अमिनुल्लाखान लोगारी' या शीर्षकानं छापली आहेत.

मिर्झा अता मोहम्मद यानं कडवट; पण चतुर असं नवाय मारेक ऊर्फ युद्धगीत हे पुस्तक शिकारपूरच्या अधिकाऱ्याच्या दृष्टिकोनातून लिहिलं आहे. यानं शहाशुजाच्या पदरी काम सुरू केलं; परंतु कालांतरानं, शहाशुजा पाखंडी ब्रिटिशांचा आधार घेताना पाहून त्याचा भ्रमनिरास झाला आणि तो उठाव करणाऱ्यांबाबत सहानुभूती राखू लागला. त्याचा दृष्टिकोन या पुस्तकात प्रतिबिंबित झाला आहे. त्याच्या फारसी भाषेची शैली बटबटीत, खेडवळ मुघल आहे; परंतु त्याचं लिखाण कोणत्याही तत्कालीन लेखकापेक्षा अधिक खुसखुशीत आहे. या पुस्तकात ब्रिटिशांच्या चुकांबाबत विषारी वक्तव्यं आहेत. हे पुस्तक लिहिण्याचं काम मिर्झा अता मोहम्मदवर शिकारपूरच्या पहिल्या कलेक्टरनं- ई. बी. ईस्टविक्‌नं सोपवलं होतं; त्यामुळे प्रास्ताविकात मिर्झा आपल्या आश्रयदात्याला काहीशा आशंकेनं विनंती करतो : 'सत्य नेहमीच कटू भासतं. तरीसुद्धा या घटनांमधील बऱ्या-वाइटाचं वर्णन करताना मी खूप काळजी घेतली आहे आणि सत्ताधीशांचा रोष ओढवू नये अशी मी आशा करतो.' तो पुढे पुण्यात्म्याप्रमाणे म्हणतो : 'या नश्वर जगातली सुख-दुःखं क्षणभंगुर असतात. जग हे एक स्वप्न आहे - त्याबद्दल कितीही कल्पना केली, तरी ते नाहीसं होतं आणि कालांतरानं तुम्हीसुद्धा नष्ट होता!'

यामधील सर्वांत माहितीपूर्ण पुस्तक आहे शहाशुजा यानं स्वतः लिहिलेल्या मनमोहक आणि सहानुभूतीपूर्ण आठवणी. 'वाकीयत-इ-शहाशुजा' हे पुस्तक त्यानं लुधियानात हद्दपारी भोगताना युद्धपूर्वकाळात लिहिलं होतं आणि १८४२ साली त्याचा खून झाल्यानंतर त्याच्या एका अनुयायानं त्याची सुधारित आवृत्ती तयार केली. शहाशुजा प्रास्ताविकातच नमूद करतो : 'अंतर्ज्ञानी विद्वानांना ठाऊक आहे की, सर्व मोठे राजे त्यांच्या कारकिर्दीतल्या घटना आणि यशस्वी लष्करी मोहिमा शब्दबद्ध करून ठेवतात. काहीजण स्वतःच त्या शब्दबद्ध करतात; परंतु बहुतांशी हे काम लेखनकौशल्य असलेल्या लेखकांवर आणि इतिहासकारांवर सोपवलं जातं; म्हणजे हे मोत्यासारखं लिखाण सरत्या काळाचं मोलाचं स्मृतिचिन्ह ठरेल; त्यामुळे या दयाळू देवाच्या दरबारातील नम्र सेवकानं, सुलतान शुजा-अल-मुल्क-शाह दुर्रानीनं ठरवलं की, सतराव्या वर्षी राज्यसत्तेवर आल्यापासूनच्या त्याच्या राजवटीतील

युद्धांचा अहवाल नमूद करायला हवा, म्हणजे खुरासानमधील इतिहासकारांना या घटनांमधील सत्य वृत्तान्त उपलब्ध होईल आणि विचारी वाचक त्यापासून बोध घेऊ शकतील.' या स्मृतिचित्रांमध्ये आपल्याला अफगाण बाजूच्या एका प्रमुख भिडूच्या आशा-आकांक्षांचं आणि आशंकांचं प्रतिबिंब आढळतं. साहित्यात ही मोलाची भर पडली आहे.

ही सर्व पुस्तकं जरी भाषा जाणणाऱ्या अफगाण इतिहासकारांना ज्ञात असली, तरी कोणत्याही इंग्लिश भाषेतील युद्ध-इतिहासात त्यांचा वापर झाला नाही, ही आश्चर्याची बाब आहे. त्यातल्या कोणत्याही पुस्तकाचा इंग्रजीत अनुवाद झालेला नाही, ही आणखी आश्चर्यजनक गोष्ट आहे. 'वाकीयत-इ-शहाशुजा'च्या काही प्रकरणांचा संक्षिप्त अनुवाद १८४० साली कलकत्त्यातील एका मासिकात प्रकाशित झाला होता आणि 'सिराज-उल-तवारिख'चा पूर्ण अनुवाद सध्या कोलंबिया विश्वविद्यालयात रॉबर्ट मॅक्चेस्नी यांच्याद्वारे केला जात आहे. तो वाचण्याची त्यांनी मला मोठ्या औदार्यानं परवानगी दिली होती.

ही भरपूर माहिती तपशीलवारपणे देणारी अफगाण पुस्तकं ब्रिटिश पुस्तकांपेक्षा आपल्याला खूपच जास्त आणि सखोल माहिती पुरवत आहेत. ब्रिटिश अहवालांमध्ये त्यांच्या स्वत:च्या लष्करातील विविध गटांबद्दल भरपूर माहिती आढळते; परंतु अफगाण बाजूच्या वेगवेगळ्या स्पर्धक गटांमधील तणावांबद्दल ही पुस्तकं कोणतीच माहिती पुरवत नाहीत. अफगाण अहवालांवरून पूर्णत: स्पष्ट होतं की, अफगाणी उठाव करणाऱ्यांमध्ये भरपूर गटबाजी आणि अंतर्गत वैरं होती. वेगवेगळ्या नेत्यांच्या आधिपत्याखाली असलेले अफगाण गट वेगवेगळ्या ठिकाणी तळ ठोकून राहत असत आणि त्यांच्या हालचालींमध्ये फारच कमी सुसूत्रता आढळत असे. त्याखेरीज, प्रतिस्पर्धी गटांची उद्दिष्टं विभिन्न असत आणि त्या कारणानं या टोळ्या आपल्या हिताला योग्य ठरेल अशी संधानं बांधत असत. या बंडखोरांपैकी अनेकजण प्रारंभी केवळ ब्रिटिशांना हाकलून देऊ इच्छित होते. शहाशुजाला आपला राजा म्हणून स्वीकारायला ते राजी होते. खोर्द काबूल खिंडीत ब्रिटिश सेना नष्ट होण्याच्या मार्गाला लावल्यावर हे शहाशुजाचे समर्थक शहाशुजाच्या पाठीशी उभे राहिले होते. शहाशुजाला दगलबाजीनं त्याच्याच मानसपुत्रानं ठार केलं नसतं तर तो अफगाणिस्तानचा राजा म्हणून प्रदीर्घ काळ टिकून राहिला असता. १९८० साली सोव्हिएत सैन्य निघून गेल्यानंतर नजिबुल्ला अपेक्षेपेक्षा प्रचंड दीर्घकाळ टिकून राहिला, त्याप्रमाणेच शहाशुजासुद्धा राजा म्हणून टिकून राहू शकला असता.

ब्रिटिशांनी लिहिलेल्या अहवालांपेक्षा बंडखोर अफगाणांच्या अहवालांमधली नाट्यमय पात्रं काहीशी वेगळी होती. मीर मस्जिद आणि त्याचे कोहिस्तानी सैनिक तसेच अमिनुल्लाखान आणि त्याचे लोगारी सैनिक बंडखोर अफगाणांच्या अहवालांमध्ये

ब्रिटिश अहवालांपेक्षा अधिक ठळकपणे दिसतात. युद्धानंतर सत्तेवर आलेल्या बरकझाई टोळ्यांनी लिहिलेल्या अहवालांमध्ये या दोन नेत्यांऐवजी आणि कोहिस्तानी लोगारी टोळ्यांऐवजी फक्त बरकझाई सत्ताधीशांचाच उदो उदो आढळतो. वस्तुत: बरकझाईंची प्रमुख भूमिका फक्त बंडाच्या अखेरच्या टप्प्यावर दिसून आली होती.

त्याहूनही महत्त्वाची गोष्ट म्हणजे या अफगाण अहवालांमुळे अफगाण बंडखोरांचे नेते त्यांच्या खऱ्याखुऱ्या ठळक रूपात; त्यांच्या भावना, विचार आणि प्रेरणांसह दृष्टीस पडतात. याउलट ब्रिटिश अहवालांमध्ये त्यांचं वर्णन केवळ दाढीवाल्या, धर्मांध भोंदूंची कुमक याच स्वरूपात सामोरं येतं. या नव्या अफगाण माहितीमुळे आपल्याला स्पष्टपणे उमगतं की, कोणत्या कारणास्तव वेगवेगळे अफगाण नेते त्यातले बरेचसे शहाशुजाचे इमानी समर्थक आपलं जीवित धोक्यात घालून ब्रिटिश ईस्ट इंडिया कंपनीच्या अजेय समजल्या जाणाऱ्या सेनेच्या विरोधात लढायला उद्युक्त झाले! अफगाण अहवालांतून यामागची कारणं उजेडात येतात. आदरणीय अमिनुल्ला खान लोगारीचा एका कनिष्ठ ब्रिटिश अधिकाऱ्यानं अपमान केला आणि ब्रिटिश सरकारला वाढीव कर द्यायला नकार दिल्याच्या गुन्ह्यास्तव त्याच्या मालकीच्या जमिनी ब्रिटिशांनी जप्त केल्या. तापट अब्दुल्लाखान अचकझाईच्या रखेलीवर अलेक्झांडर बर्नसनं अत्याचार केला आणि तिची सुटका करायचा प्रयत्न करणाऱ्या अब्दुल्लाखानची बर्नसनं टर उडवली. मीर मस्जिदी ब्रिटिशांना शरण जायला निघाला असताना, सर्व वचनं धाब्यावर बसवून ब्रिटिशांनी त्याच्या किल्ल्यावर हल्ला चढवला आणि त्याच्या कुटुंबीयांची कत्तल केली. त्यानंतर त्याचा किल्ला ताब्यात घेऊन ब्रिटिशांनी तेथे ब्रिटिश जिल्हा सरकारचं मुख्यालय स्थापन केलं. त्याच्या जमिनी ब्रिटिशांनी त्याच्या शत्रूंमध्ये वाटून टाकल्या. या अफगाण अहवालांमध्ये सर्वांत ठळकपणे रेखाटण्यात आलंय अत्यंत उमद्या, सुसंस्कृत आणि गूढगहन अकबर खानचं शब्दचित्र. अकबरखानला हेलेनिस्टिक काळातील (इ.स.पू ३२३ ते रोमन साम्राज्याचा उदय या दरम्यानचा काळ) गांधार धर्तीची मूर्तिकला प्रिय होती. त्याला काबूलमध्ये पाश्चिमात्य शिक्षणपद्धत रुजवण्याची इच्छा होती. बंडखोर नेत्यांपैकी तो सर्वांत साहसी आणि हिंमतवान नेता समजला जात होता. 'अकबरनामा' या ग्रंथात त्याच्या विवाहशय्येच्या सुखकारिकतेचंसुद्धा वर्णन करण्यात आलं आहे. हे सर्व वर्णन वाचताना ब्रिटिशांनी 'दगलबाज मुसंडा' अशी उभी केलेली प्रतिमा वितळून जाऊन त्या जागी अत्यंत लोकप्रिय अशा आकर्षक, धाडसी व्यक्तिमत्त्वाचं चित्र उभं राहतं.

रॉबी बर्नस या ॲलेक्झांडर बर्नसच्या चुलतभावानं म्हटलंय, 'या अफगाण लिखाणामुळे आपल्याला इतरांच्या नजरेनं आपली प्रतिमा पाहता येते.' अफगाण महाकाव्य लिहिणारे कवी म्हणतात की, बर्नस हा ब्रिटिशांचा प्रमुख दूत पाश्चिमात्य

अहवालांनी रंगवल्यासारखा रसिक आणि साहसी नसून तो हातोहात फसवणारा जादूगार, स्तुती करून दगा देणारा विश्वासघातकी आणि काबूलमधील सरदारांमध्ये भ्रष्टाचार फैलावणारा पापकर्मी होता. एका सरदारानं दोस्त मोहम्मदला सांगितलं होतं की, बर्नस बाहेरून मानव वाटला तरी आतून तो मूर्तिमंत सैतान आहे. अफगाणांच्या म्हणण्याप्रमाणे पाश्चिमात्यांची सेना त्यांची निष्ठुरता, स्त्रीदाक्षिण्यासारख्या नीतिमूल्यांचा संपूर्ण अभाव आणि सामान्य जनतेच्या मृत्यूंबद्दलची त्यांची बेदरकारी या दुर्गुणांबद्दल कुप्रसिद्ध होती. दोस्त मोहम्मदनं अकबरखानला अकबरनामामध्ये धोक्याची सूचना दिली आहे, 'त्यांच्या विद्वेषापोटी आणि दुष्टाव्यापोटी ते घरं जाळून टाकतात आणि भिंती पेटवून देतात.' तो पुढे म्हणतो –

'त्यांना विरोध करणाऱ्यांवर जरब बसवून ते त्यांचं बळ सिद्ध करतात. त्यांच्या रीतीपद्धतीप्रमाणे ते लोकांना कैद करून टाकतात. म्हणजे त्यायोगे कुणीही त्यांच्याशी बरोबरी करू पाहणार नाही.'

याखेरीज अफगाण अहवालांमध्ये आपल्याला सततची तक्रार आढळते की, ब्रिटिशांना स्त्रियांबद्दल अजिबात आदर वाटत नाही. ते जातील तेथे स्त्रियांवर अत्याचार करून त्यांची बेअब्रू करतात आणि 'दिवस-रात्र त्यांच्या वासनेचं वारू मोकाट सोडतात.' अफगाण साहित्यात ब्रिटिशांचं वर्णन 'दगलबाज आणि स्त्रियांवर अत्याचार करणारे अतिरेकी' अशा शब्दांत केलं गेलं आहे. अफगाणांनी आपल्याकडे अशा दृष्टीनं पाहावं हे आपल्याला अपेक्षित नव्हतं!

सर्व अफगाण साहित्यातली मध्यवर्ती मूर्ती आहे खुद्द शहाशुजाची. त्याच्या स्वतःच्या आणि त्याच्या समर्थकांच्या लिखाणानुसार तो अत्यंत सुसंस्कृत आणि बुद्धिमान असून भूतकालीन टिमरुड वंशीय राजांचा आदर्श दृष्टीपुढे ठेवून त्यानं स्वतःला घडवलं होतं. त्यानं 'वाकियत'मध्ये रेखाटलेलं स्वतःचं चित्र सत्य असल्याचा दुजोरा इतर लेखकांनी दिला आहे. त्या लिखाणाद्वारे शहाशुजाची प्रतिमा अत्यंत निग्रही, शूर, अविचल आणि दैवाला धीरोदात्तपणे सामोरी जाणारी व्यक्ती अशा स्वरूपात समोर येते. गर्विष्ठ ब्रिटिश अधिकाऱ्यांनी तुच्छतेनं भ्रष्टाचारी आणि अक्षम, अकार्यक्षम अशी त्याची रेखाटलेली प्रतिमा आणि अफगाण साहित्यातून रेखाटलेली त्याची उमदी प्रतिमा यात जमीन-अस्मानची तफावत आहे. ब्रिटिशांनी या दुर्राणी साम्राज्याच्या वारसाला प्रथम पुन्हा सिंहासनावर प्रस्थापित केलं आणि त्यानंतर त्याला तुच्छतेनं बाजूला सारलं. अफगाणिस्तानात गेली १७० वर्षे बरकझाईंनी शहाशुजाबद्दल संपूर्ण अपप्रचार करून त्याचं दुर्बल, कठपुतळी राजा असं जे चित्र रेखाटलं आहे, त्यापेक्षा तो संपूर्णतः भिन्न होता हे वास्तव या लिखाणाद्वारे उजेडात आलं आहे. शहाशुजानं त्याच्या सभोवताली अत्यंत सुसंस्कृत असं पर्शियन जग उभारलं होतं. शाहला पश्तु भाषा अवगत असल्याचं कोणतंही चिन्ह दिसलेलं नाही

आणि त्यानं लेखनासाठी ती भाषा अजिबातच वापरलेली नाही. त्याच्या पूर्वीच्या मुघल राजांप्रमाणे तो जगला. फिरती राजवट असलेलं आयुष्य तो जगला आणि त्या काळी इराण, मध्य आशिया, चीन आणि हिंदुस्तानच्या मध्यवर्ती जागी असलेल्या देशावर स्वामित्व निर्माण करणारा अखेरचा टिमरुड वंशीय राजा या स्वरूपात तो आपल्याला दिसतो. त्या काळची त्याची राजवट हा महत्त्वाचा मध्यवर्ती केंद्रबिंदू होता - आताच्या डोंगराळ टापूसारखं त्याचं राज्य नगण्य नव्हतं.

मागे वळून पाहता, शहाशुजाची राजवट एका युगाची अखेर आणि नव्या युगाचा प्रारंभ ठरते. पहिल्या ब्रिटिश-अफगाण युद्धात ब्रिटिशांच्या वाट्याला अत्यंत खर्चिक पराजय आलेला असला, तरी त्याचे महत्त्वाचे दीर्घकाळ टिकलेले परिणामसुद्धा घडले. ब्रिटिशांच्या दृष्टीनं, अफगाणिस्तान ही स्थिर अशी सीमा ठरली. अवघ्या काही वर्षांतच ब्रिटिशांनी सिख खालसांचा पंजाब आणि सिंधच्या अमीरांच्या आधिपत्याखालचा दक्षिण सिंधूनदीलगतचा भाग ताब्यात घेतला; परंतु या युद्धात महत्त्वाचा धडासुद्धा ते शिकले आणि पेशावर ही ब्रिटिश राज्याची वायव्य परिसीमा राखायला हवी ही खूणगाठ त्यांनी बांधली.

अफगाणांच्या दृष्टीनं, या युद्धानंतर त्यांचं राज्य संपूर्णपणे बदललं : परत आल्यावर दोस्त मोहम्मदनं ब्रिटिशांनी सुरू केलेल्या सुधारणा स्वीकारल्या आणि त्यायोगे त्याला युद्धपूर्वकाळातील विखुरलेल्या अफगाण टोळ्यांना एकत्र आणून एकसंध अफगाणिस्तान स्थापन करण्यात यश लाभलं. शहाशुजा आणि त्याच्या समकालिनांनी 'अफगाणिस्तान' हा शब्द कधीही वापरला नाही. त्याच्या दृष्टीनं ते काबूलचं राज्य होतं आणि ते दुर्राणी साम्राज्याचा अंतिम तुकडा होतं. त्याच्या काबूल राज्याचं स्थान 'खुरासान' या टापूत असल्याचं त्यानं नमूद केलं आहे आणि तरीही एका पिढीतच 'अफगाणिस्तान' हा शब्द देशातील आणि देशाबाहेरील नकाशांवर रूढ झाला. त्या टापूत राहणारे लोक स्वत:ला अफगाण म्हणवू लागले. शहाशुजाची काबूलच्या राज्यावर पुनर्स्थापना आणि त्यात ब्रिटिशांना आलेलं अपयश, यामुळे अखेरीस सडोझाई राजवंशाची सत्ता नष्ट झाली आणि त्यांनी स्थापन केलेल्या दुर्राणी साम्राज्याची शेवटची स्मृतीसुद्धा लोप पावली. अशा प्रकारे या पहिल्या ब्रिटिश-अफगाण युद्धामुळे अफगाण राज्याच्या नूतन सीमारेषा नक्की ठरल्या आणि 'अफगाणिस्तान' या देशाची संकल्पना कायमस्वरूपी स्थिर झाली.

अनुक्रमणिका

अफगाणिस्तानचे आक्रमण १८३९-४२

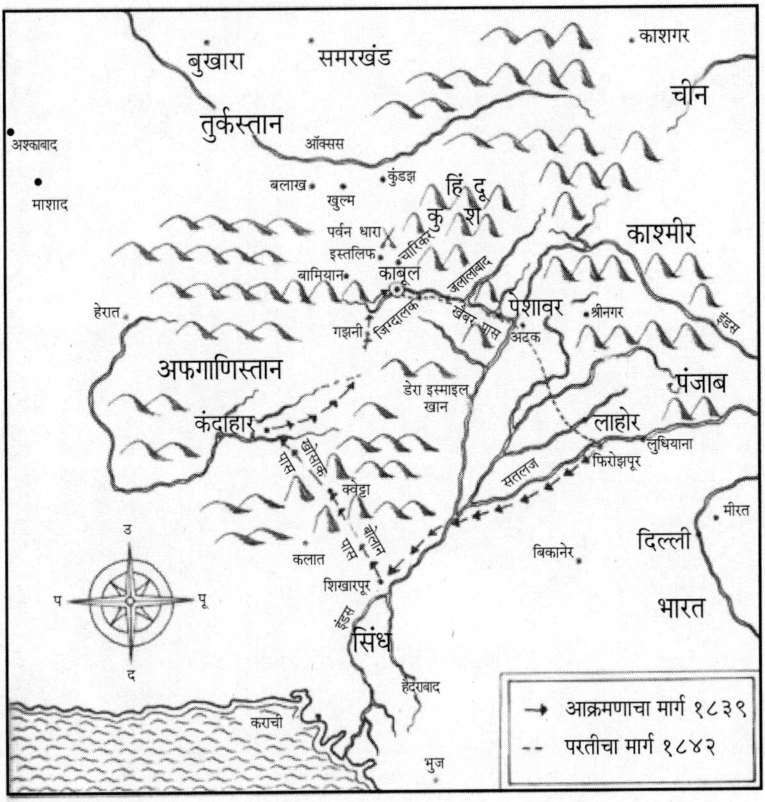

इथं राज्य करणं सोपं नाही!

१८०९चं वर्ष शहाशुजा उल्-मुल्कसाठी चांगलं उजाडलं होतं. मार्च महिना सुरू झाला होता – अफगाणिस्तानात थोडाच काळ टिकणाऱ्या वसंत ऋतूची सुरुवात. कितीतरी महिने कंबरेइतक्या बर्फात गोठून गेलेल्या जमिनीत हळूहळू चैतन्य येऊ लागलं होतं. गोड वासाची छोटी छोटी इस्तालिफ (आयरिस)ची फुलं गोठलेल्या जमिनीतून डोकं वर काढायला धडपडू लागली होती. देवदारांच्या बुंध्यावरचं गोठलेलं दव वितळून खाली ओघळू लागलं होतं. घिलझाईंच्या भटक्या टोळ्यांतले लोक जाडजूड शेपट्या असलेल्या त्यांच्या मेंढ्यांना हिवाळ्यातल्या त्यांच्या बंदिस्त कोंडवाड्यातून बाहेर काढत होते, बकरीची लव वापरून केलेले त्यांचे तंबू उखडून काढत होते. त्यांच्या मेंढ्यांच्या कळपांना वसंत ऋतूसाठी, उंचावरच्या कुरणांमध्ये उगवणाऱ्या नव्या गवतात चरायला घेऊन जाण्याच्या पहिल्या प्रवासाची तयारी करत होते. बर्फ वितळून झाडांमध्ये नवं चैतन्य खेळू लागण्याच्या या दिवसांत त्याला दोन चांगल्या बातम्या समजल्या. अडचणींनी गांजलेल्या त्याच्या राज्यकारभाराच्या कारकिर्दीत चांगल्या बातम्या क्वचितच यायच्या.

पहिली बातमी होती घराण्याच्या संपत्तीतल्या दोन वस्तू परत मिळाल्या असल्याची. जगातला सर्वांत मोठा हिरा कोह-इ-नूर - कोहिनूर, (प्रकाशाचा पर्वत) एका दशकाहून जास्त काळापासून नाहीसा झाला होता; परंतु हा संपूर्ण काळ इतका अस्थैर्याचा गेला होता की, तो शोधण्याचा प्रयत्नही केला गेला नव्हता. अफगाणिस्तानच्या सिंहासनावर त्याच्या पूर्वी असलेल्या त्याच्या मोठ्या भावानं - शहा झमाननं - तो शत्रूच्या ताब्यात सापडून त्याला आंधळं केलं गेलं, त्याच्या आधी ते रत्न कोठेतरी लपवून ठेवलं होतं, असा समज होता. हिंदुस्तानातून आणलेलं एक असंच खूप मोठ्या आकाराचं 'फख्राज' (पुष्कराज?) नावाचं माणिकही घराण्यातलं अत्यंत

मूल्यवान असं दुसरं रत्न होतं, तेही तेव्हाच नाहीसं झालं होतं.

तेव्हा मग शहाशुजानं त्याच्या आंधळ्या भावाला बोलावून घेतलं आणि त्यांच्या वडिलांच्या या प्रसिद्ध रत्नांबद्दल विचारलं की, ती कुठे लपवली होती, हे त्यालाच माहीत होतं, हे खरं होतं का? शहा झमाननं सांगितलं की, नऊ वर्षांपूर्वी तो कैद केला गेला, त्यापूर्वी त्यानं 'फख्राज' खैबर खिंडीजवळच्या ओढ्यातल्या एका खडकाखाली लपवला होता. नंतर, ज्या किल्ल्याच्या कोठडीतून त्याला पकडून बंदिवान केलं गेलं, त्या कोठडीच्या भिंतीच्या एका मोठ्या फटीतून आत त्यानं कोह-इ-नूर सरकवून लपवला होता. दरबारातल्या एका बखरकारानं नंतर लिहून ठेवलं की, 'शहाशुजानं ताबडतोब त्याची अत्यंत विश्वासातली काही माणसं ती दोन रत्नं शोधून आणायला पाठवली आणि सर्वतोपरी प्रयत्न करून ती शोधून आणायला सांगितलं. कोहिनूर त्यांना एका शिनवारी शेखकडे सापडला. तो शेख इतका अनभिज्ञ होता. तो त्याचा उपयोग कामाच्या कागदांवर वजन ठेवायला करत होता आणि फख्राज त्यांना तालिब जातीच्या एका विद्यार्थ्याकडे सापडला. तो ओढ्यावर कपडे धुवायला गेला असताना त्याला तो सापडला होता. त्यांनी दोन्ही रत्नं ताब्यात घेतली आणि परत आणून राजाकडे सुपूर्द केली.

दुसरी चांगली बातमी पूर्वी शत्रुत्वानं वागत आलेल्या एका शेजाऱ्याकडून वकील येत असल्याची होती, जिचा शहाला जास्त चांगला उपयोग होण्यासारखा होता. फक्त चोवीस वर्षांचा असलेला शुजा राज्य करायला लागून आता सात वर्षं झाली होती. त्याची उपजत मनोवृत्ती वाचन-मनन करण्याची होती. लढाया आणि स्वाऱ्या करण्यापेक्षा काव्यात आणि गाढ अभ्यासात त्याला जास्त रुची होती; परंतु नशीब असं की, अजून मिसरूड फुटत असलेल्या तरुण वयातच दूरपर्यंत पसरलेलं दुर्राणी साम्राज्य वारसाहक्कानं त्याच्याकडे आलं होतं. त्याचे आजोबा अहमदशहा अब्दाली यांनी स्थापन केलेलं हे साम्राज्य, आशियातली तीन साम्राज्यं कोसळली, त्यांमधून उभं राहिलं होतं – उत्तरेकडचं उझबेक लोकांचं, दक्षिणेतलं मुघल लोकांचं आणि पश्चिमेकडच्या पर्शियामधल्या सफाविद लोकांचं. त्या काळी ते आत्ताच्या इराणमधल्या निशापूरपासून, अफगाणिस्तान-बलुचिस्तान, पंजाब, सिंध आणि काश्मीरमधून, मुघलांच्या दिल्लीच्या जणू दाराशी जाऊन पोहोचलं होतं! परंतु आता त्याच्या आजोबांच्या मृत्यूनंतर केवळ तीस वर्षांतच या दुर्राणी साम्राज्याचेच तुकडे पडू लागले होते.

खरं म्हणजे यात फार आश्चर्य वाटण्यासारखं काही नव्हतं. अफगाणिस्तानचा किंवा गेली दोन हजार वर्षं अफगाणी लोक ज्याला 'खुरासन' म्हणत आले आहेत, त्या देशाच्या खूप प्राचीन इतिहासापासूनच शासकीय किंवा राजकीय ऐक्याचे केवळ काही तासच या प्रदेशाला मिळाले आहेत. बहुतेक काळ वादात पडलेल्या

डोंगरांच्या तुटक रांगा, पूर येणारे सपाट प्रदेश आणि वाळवंट, या सर्वांच्या मधला प्रदेश असंच याचं स्वरूप राहिलं होतं. शेजारी देशांपासून तो वेगळा पडला होता. कधीतरी क्वचितच हे सर्व प्रांत एकत्र येऊन थोडंफार व्यवस्थित, सुसूत्र चालणारं असं राज्य होत असे. एरवी तर हे भाग एकमेकांशी वैर ठेवून युद्ध करणारी राज्यंच असत.

ही सर्व परिस्थिती त्याच्या प्रगती न होण्याला कारणीभूत ठरली होती. भौगोलिक स्थान आणि देशांतर्गत प्रदेशाचा भूगोल, विशेषत: प्रचंड हिंदुकुश पर्वताचं खडकाळ स्वरूप, त्याच्या बर्फाच्छादित डोंगरांच्या माथ्यांपासून खालच्या बाजूचे मोठाले उंच-सखल, दगडधोंड्यांनी विखुरलेले उतार, त्या देशाचे एखाद्या प्रचंड बरगड्यांच्या पिंजऱ्याच्या हाडांचे भाग असावेत, तसे भाग करतात.

त्यात आणि शिवाय अफगाणिस्तानचा समाज, वेगवेगळ्या टोळ्या, त्यांच्या धार्मिक भिन्नता, वेगवेगळ्या भाषा यांनी विभागलेला आहे. ताजिक, उझबेक, हजारा, दुर्राणी, घिलझाई या घराण्यांमधल्या स्पर्धा, शिया आणि सुन्नी यांमधले मतभेद, वेगवेगळे वंश आणि टोळ्या यांमध्ये ठिकठिकाणी पडणारी फूट आणि विशेषत: नात्यातल्याच लोकांमध्येही रक्तपातापर्यंत जाणाऱ्या वैराच्या लढाया. या लढाया पिढ्यान्‌पिढ्या चालू असतात आणि सरकारी न्यायतंत्र त्यामध्ये काहीही करू शकत नाही. बऱ्याच ठिकाणी या अंतर्गत लढाया, इंग्लंडमधल्या वेगवेगळ्या विभागांतल्या क्रिकेटच्या सामन्यांसारख्या राष्ट्रीय घटनाच होऊन जातात आणि खूपदा प्रचंड प्रमाणावर खूनही होत असतात. एका प्रवाशाने पुढील हकिगत लिहिली आहे : 'एकदा भांडणे मिटवण्याच्या मिषाने शहाशुजाच्या एका सरदाराने, आपापसांत वैर असलेल्या त्याच्या सुमारे साठ जवळच्या नातेवाइकांना जेवायला बोलावले. त्या घराच्या खाली आधीच बंदुकीच्या दारूची पोती पसरून ठेवली होती. जेवण चालू असताना काहीतरी बहाणा करून तो बाहेर गेला आणि त्या सर्व नातेवाइकांना त्याने स्फोट घडवून उडवून दिले!' अशा देशावर राज्य करणे कौशल्य, लष्करी डावपेचाचे ज्ञान आणि भरपूर संपत्ती असेल तरच शक्य आहे.

त्यामुळे इ. स. १८०९च्या सुरुवातीला पंजाबमधल्या बातम्या पुरवणाऱ्यांनी दुसरी चांगली बातमी आणली की, ईस्ट इंडिया कंपनीचे दूत दिल्लीहून निघून उत्तरेकडे त्याच्याशी मैत्रीकराराची बोलणी करण्यासाठी येत आहेत, तेव्हा साहजिकच शहाशुजाला आनंद झाला. नजीकच्या भूतकाळात दुर्राणींसाठी ईस्ट इंडिया कंपनी हा मोठा प्रश्न झाला होता, कारण हिंदुस्तानच्या सपाट प्रदेशावर दरोडे घालून, लुटून आणलेली संपत्ती, हा अफगाणी लोकांना कमाईचा मोठा मार्ग होता, तो कंपनीच्या कुशल आणि शिस्तबद्ध सैन्यामुळे अशक्य झाला होता. आता असे दिसत होते की, कंपनी अफगाणी लोकांशी मैत्री करू इच्छित होती. शहाशुजाच्या बातमीदारांनी त्याला कळवले की, कंपनीच्या वकिलातीच्या लोकांनी सिंधू नदी

ओलांडली होती आणि तो हिवाळ्यात जेथून राज्यकारभार बघत असे, त्या पेशावरच्या दिशेने ते लोक येत होते. या घटनेमुळे हल्ले करणे, धरपकड होणे आणि शिक्षा वाटावेत असे खडतर प्रवास, यातून तर जरा सुटका होणार होतीच; पण एक बलिष्ठ मित्र त्याला मिळणार होता, ज्याची त्याला खूप गरज होती. यापूर्वी ब्रिटिशांचा वकील अफगाणिस्तानला कधीच आला नव्हता. या दोन प्रजा एकमेकांना जवळजवळ अनोळखीच होत्या; त्यामुळे त्यांचा वकील येथे येण्यात नावीन्यही होते. शहाशुजाने त्याच्या आठवणींमध्ये लिहिले आहे – 'सुसंस्कृत व उत्तम रीतिरिवाजांचे जाणकार म्हणून ज्यांचे नाव होते, अशाच आमच्या दरबारातील लोकांकडे आम्ही त्यांना जाऊन भेटण्याची कामगिरी सोपवली आणि त्यांना हुकूम दिला की, त्यांचे चांगले आदरातिथ्य करावे आणि व्यवस्थित, नम्रतेने व सावधपणे वागावे.'

शहाशुजाला मिळालेल्या माहितीवरून ब्रिटिश लोक खूपच मोठाले आणि किमती नजराणे घेऊन येत होते – 'सोन्याचे हौदे असलेले हत्ती, उंच छत्र असलेली पालखी, सोन्याने नक्षीकाम केलेल्या बंदुका, पूर्वी कधी बघितली नव्हती, अशी सहा काडतुसांची आधुनिक पिस्तुले, भिंतींवर लावण्याची किमती घड्याळे, दुर्बिणी, उत्तम दर्जाचे आरसे, हिरेजडित दिवे, रोम व चीनहून आणलेली सोन्याने नक्षीकाम केलेली चिनीमातीची मोठाली भांडी व सुरया, झाडाच्या आकाराचा मेणबत्त्यांचा स्टँड आणि इतर अनेक सुंदर, किमती व अवर्णनीय शोभिवंत वस्तू. पुढे बऱ्याच वर्षांनी शुजाला विशेष आवडलेली एक भेटवस्तू त्याला आठवली – 'एक मोठी पेटी, ज्यातून तऱ्हेतऱ्हेचे आवाज, सूर, संगीत आणि अत्यंत कर्णमधुर गायन ऐकू येत होते' – वकिलातीचे लोक अफगाणिस्तानात तिथला पहिला ऑर्गन घेऊन आले होते!

शहाशुजाला देणग्या घेऊन येणाऱ्या या ब्रिटिशांबद्दल संशय आला होता का, याबद्दल त्याने काहीही लिहिलेले नाही; परंतु मध्यम वय उलटून गेल्यावर त्याने या आठवणी लिहिल्या, तोपर्यंत एवढे मात्र त्याच्या चांगले लक्षात आले होते की, तो करणार असलेल्या मैत्रीकराराने त्याचे स्वतःचे आयुष्य आणि अफगाणिस्तानचेही आयुष्य कायमचे बदलणार होते.

ब्रिटिश वकिलातीचे हे लोक पहिल्या प्रथम अफगाणिस्तानला पाठवण्यात आले, त्याचे खरे कारण हिंदुस्तान आणि हिंदुकुशच्या खिंडींपासून खूप दूर होते. शहाशुजा, दुर्राणी साम्राज्य किंवा हिंदुस्तानातील राजेरजवाड्यांचे गुंतागुंतीचे राजकारण या सगळ्यांमध्ये त्याचे मूळ नव्हतेच. ते कारण उत्तर-पूर्व प्रशियात आणि निएमान

नदीच्या मध्यावर तरंगणाऱ्या तराफ्यावर सापडले असते.

अठरा महिन्यांपूर्वी, तेव्हा सत्तेच्या अगदी शिखरावर असलेल्या नेपोलियनने, येथे रशियाचा बादशहा दुसरा अलेक्झांडर याची शांतीचा तह करण्यासाठी भेट घेतली होती. १४ जून १८०७ रोजी फ्राइडलंडच्या लढाईत नेपोलियनच्या बंदूकधारी सैन्याने २५,००० रशियन सैनिकांना रणांगणात ठार करून रशियाचा पराभव केला होता. हा फार मोठा पराभव होता; परंतु उरलेले रशियन सैन्य त्यांच्या सरहद्दीपर्यंत सुखरूप माघार घेऊ शकले होते. आता नागमोडी वळणे घेत वाहणाऱ्या निएमान नदीच्या एका जवळजवळ गोलाकार वळणाच्या दोन बाजूंना दोन्ही सैन्ये एकमेकांना सामोरी उभी होती. रशियाच्या सैन्यात आणखी दोन पलटणींची नव्याने भर घातली गेली होती; त्याशिवाय आणखी २००,००० सैनिक बाल्टिक सामुद्रधुनीच्या किनाऱ्यावर तयार होते.

जेव्हा रशियनांना कळवण्यात आले की, नेपोलियनला फक्त शांतीचाच नव्हे, तर मैत्रीचा करार करायचा होता तेव्हा हा तिढा तेव्हा सुटला. ७ जुलैला, खूप मोठ्या आकाराच्या 'एन' या अक्षराने सुशोभित केलेल्या पांढऱ्या शुभ्र मंडपाने आच्छादलेल्या बोटीवर दोन बादशहा प्रत्यक्ष भेटले आणि त्यांनी तहाबद्दल बोलणी केली. हा तह पुढे 'पीस ऑफ टिलसिट' नावाने ओळखला जाऊ लागला.

तहातील बहुतेक कलमे युद्ध आणि शांतता यांबद्दलच होती. टॉलस्टॉयच्या पहिल्या मोठ्या कादंबरीच्या पहिल्या खंडाचे नावच 'बिफोर टिलसिट' (टिलसिट पूर्वी) आहे, ते काही उगीच नव्हे! तहामध्ये बरीच चर्चा फ्रेंच लोकांनी काबीज केलेल्या युरोपच्या भवितव्याविषयी – विशेषत: प्रशियाच्या भवितव्याविषयी होती. या भेटीला बोलावण्यात न आलेला प्रशियाचा राजा नदीकाठी चिंतामग्न अवस्थेत, या बैठकीनंतर त्याचे राज्य त्याला परत मिळेल की नाही हे समजण्याची वाट बघत येरझारा घालत होता; परंतु जाहीर करण्यात आलेल्या अटींमध्ये नेपोलियनने कित्येक जास्तीची गुप्त कलमे घातली होती, जी तेव्हा सांगण्यात आली नव्हती. या कलमांमध्ये ब्रिटिशांच्या संपत्तीच्या मूळ स्रोतावर फ्रेंच-रशियन संयुक्त हल्ला करण्याची पायाभूत कलमे होती आणि हा स्रोत म्हणजे अर्थातच इंग्लंड या शत्रूच्या मालकीचा सर्वांत श्रीमंत देश हिंदुस्तान होता!

हिंदुस्तान ताब्यात घेऊन ब्रिटिशांची संपत्ती खूप कमी करून त्यांची वाढती आर्थिक सत्ता नष्ट करण्याच्या तीव्र इच्छेनं फार वर्षांपासून नेपोलियन ग्रासलेला होता. त्याच्या आधी होऊन गेलेल्या कितीतरी फ्रेंच युद्धमोहिमा आखणाऱ्यांनाही याच विचाराने ग्रासले होते. नऊ वर्षांपूर्वी जवळजवळ त्याच वेळी १ जुलै १७९८ रोजी नेपोलियनने त्याचे सैन्य अलेक्झांड्रियाला उतरवले होते आणि तेथून आत कैरोवर हल्ला केला होता. त्याने लिहिले होते – 'इजिप्तमधून हिंदुस्तानवर हल्ला

करून सुएझमधून जाणारा जुना मार्ग आपण पुन्हा सुरू करू.' कैरोहून त्याने म्हैसूरच्या टिपू सुलतानला पत्र लिहिले होते, जे इंग्रजांशी लढण्यासाठी मदत मागणाऱ्या टिपू सुलतानच्या विनंतीपत्राला उत्तर होते – "मी 'रेड सी'च्या किनाऱ्यापर्यंत येऊन पोहोचलो असल्याचे तुम्हाला कळवले आहेच. माझ्याबरोबर माझे अजिंक्य सैन्य आहे आणि इंग्लंडच्या पोलादी जू खालून तुम्हाला सोडवण्याची माझी व माझ्या सैन्याची बलवत्तर इच्छा आहे. परमेश्वराने तुमची शक्ती वाढवावी आणि तुमच्या शत्रूंचा नाश करावा!"

परंतु १ ऑगस्टला नाईलवरील लढाईत ॲडमिरल नेल्सनने फ्रेंच नौदलाचे जवळजवळ संपूर्ण आरमार बुडवून टाकले; त्यामुळे हिंदुस्तानवर हल्ला करण्यासाठी सुरक्षित तळ म्हणून इजिप्तचा उपयोग करण्याचा सुरुवातीचा बेत पूर्णच फसला; त्यामुळे नाइलाजाने त्याला त्याचा मूळ बेत बदलावा लागला; परंतु ब्रिटिशांच्या आर्थिक सत्तेचा मूळ स्त्रोत ताब्यात घेऊन त्यांना कमजोर करण्याच्या त्याच्या ध्येयापासून मात्र तो मुळीच हटला नाही. स्पेनला जसे इंका आणि ॲझटेक लोकांचे सोने लॅटिन अमेरिकेतून एके काळी मिळत होते, तसा हिंदुस्तान हा ब्रिटिशांच्या आर्थिक समृद्धीसाठी कारण होता.

म्हणून मग नेपोलियनने पर्शिया व अफगाणिस्तानमधून हिंदुस्तानवर हल्ला करण्याचा बेत आखला. पर्शियाला वकिलाशी तह करूनही झाला होता की, 'जमिनीवरून जाऊन इंग्लंडच्या ताब्यातील हिंदुस्तानवर हल्ला करण्याचा फ्रान्सच्या बादशहांचा मनसुबा ठरला, तर पर्शियाचे बादशहा जे फ्रान्सच्या बादशहांचे इमानदार सन्मित्र आहेत, ते त्यांना वाट करून देतील.'

टिलसिट येथे झालेल्या तहातील गुप्त कलमे अशी होती : नेपोलियन अलेक्झांडर द ग्रेटचे अनुकरण करून त्याच्या अजिंक्य सेनेतील ५०,००० फ्रेंच सैनिक घेऊन पर्शियातून जाऊन हिंदुस्तानवर हल्ला करेल, त्याच वेळी रशिया अफगाणिस्तानमधून दक्षिणेकडे येण्यास निघेल. जनरल गार्डेन याला पर्शियाच्या शहाशी बोलणी करून, कुठल्या बंदरांमध्ये जहाजे नांगरता येतील आणि २०,००० सैनिकांना रसद, कुमक, पाणी इ. कसे मिळेल, हे ठरवण्यासाठी आणि हल्ला करण्यासाठी कोठून जाणे शक्य होईल याचे नकाशे तयार करण्यासाठी तिकडे पाठवण्यात आले.* इकडे नेपोलियनचा सेंट पीटर्सबर्गमधील वकील जनरल

---

* मॉस्कोहून परत येताना पकडल्या गेलेल्या नेपोलियनच्या सामानात एक फाइल भरून अहवाल, नकाशे, रस्ते होते; जे जनरल गार्डेनने बादशहाच्या सांगण्यावरून तयार केले होते, ज्यांचा उपयोग रशियाचा पराभव झाल्यानंतरही करण्याचा नेपोलियनचा बेत होता – नॅशनल आर्काइव्हज ऑफ इंडिया, परदेशातील गुप्त तह, १९ ऑगस्ट १८२५,

कॉलेनकोर्ट याला रशियन सरकारशी बोलणी करण्यास सांगण्यात आले. नेपोलियनने लिहिले आहे, 'हा प्रयत्न जितका अतिरंजित वाटेल, तितकीच तो पार पाडण्याच्या प्रयत्नांची इंग्रजांना भीती वाटेल. (आणि फ्रान्स व रशिया मिळून काय नाही करू शकणार?) हिंदुस्तानातील इंग्रज भेदरून जातील. लंडनमध्ये गोंधळ पसरेल आणि चाळीस हजारांच्या फ्रेंच सैन्याला कॉन्स्टन्टिनोपलमधून पुढे जायला पर्शियाने वाट करून दिल्यावर आणि कॉकेससमधून येऊन चाळीस हजार सैनिक त्यांना मिळाल्यावर, आशिया खंडाला भेदरवून टाकून जिंकून घेण्यास नक्कीच पुरेसे होतील.

ब्रिटिश हेरांनी या गुप्त कलमांमधील शब्दन्‌शब्द केवळ सहा आठवड्यांत मिळवला आणि ती सर्व माहिती ताबडतोब हिंदुस्तानात पाठवली. या माहितीबरोबरच गव्हर्नर जनरल लॉर्ड मिंटोला सूचना पाठवल्या गेल्या की, हिंदुस्तान व पर्शियाच्या मधल्या भागात येणाऱ्या सर्व देशांना त्यांना असलेल्या धोक्याबद्दल सावध करावे आणि फ्रान्स किंवा रशिया आणि फ्रान्स मिळून, यांचा प्रतिकार करण्यासाठी इंग्रजांबरोबर मैत्रीकरार करावा. वेगवेगळ्या वकिलातींनाही महत्त्वाच्या हालचालींची माहिती गोळा करण्याच्या सूचना दिल्या गेल्या, जेणेकरून या सर्व प्रदेशात ब्रिटिशांच्या ताब्यात नसलेल्या प्रदेशांमधील हालचालींची माहिती मिळेल. अशा हल्ल्यासाठी निघत असलेल्या सैन्याबद्दल फ्रेंच बंदरांमध्ये हालचाल दिसली, तर हिंदुस्तानात पाठवण्यासाठी इंग्लंडमध्ये सैन्य व इतर सामग्रीही तयार ठेवण्यात आली.

लॉर्ड मिंटोंनी नेपोलियनच्या बेताला अतिरंजित मानले नाही. 'पर्शियामधून येऊन हिंदुस्तानवर हल्ला करणे हे फ्रान्सवर सध्या राज्य करणाऱ्या माणसाची धमक व चिकाटी पाहता अशक्य नाही' – नेपोलियनच्या बेतांना प्रत्युत्तर देण्याची तयारी करत असताना त्याने लिहिले, 'पर्शियामध्ये फ्रेंच लोकांनी मोठ्या चातुर्याने आणि मेहनतीने हिंदुस्तानातील दरबारांमध्ये कारस्थाने वाढविण्याचे काम चालवले आहे.'

अखेर मिंटोने चार वेगवेगळ्या वकिलाती नेपोलियनच्या सैन्याच्या वाटेत येणाऱ्या चार देशांमध्ये मोठमोठाले नजराणे घेऊन पाठवण्याचे व तेथील राजांना आपल्या बाजूचे करून घेण्याचे ठरवले. पर्शियाच्या फत्ते अली शहा काजरकडे तेहरानला त्यांच्या नव्या फ्रेंच मित्राच्या विश्वासघातकीपणाबद्दल सांगण्यासाठी एकाला पाठवले. दुसऱ्याला लाहोरला रणजितसिंग आणि शीख लोकांशी दोस्तीचा करार करण्यास पाठवले, तिसऱ्याला सिंधमधील अमीरांकडे पाठवले आणि शहाशुजा आणि त्याचे अफगाणी लोक यांच्याशी मैत्री करण्याचे काम ईस्ट इंडिया कंपनीत झपाट्याने प्रगती करत असलेल्या तरुण माउंट स्टुअर्ट एल्फिन्स्टनकडे सोपवले.

एल्फिन्स्टन हा स्कॉटलंडच्या सखल प्रदेशात वाढलेला होता आणि लहानपणी

त्याला फ्रेंच जीवनपद्धतीचे आकर्षण वाटत असे. त्याचे वडील एडिंबरोच्या किल्ल्याचे गव्हर्नर होते. त्या किल्ल्यात युद्धात पकडले गेलेले फ्रेंच सैनिक ठेवलेले होते, त्यांच्याबरोबर तो वाढला होता आणि त्यांची क्रांतिगीतेही शिकला होता. त्याचे कुरळे सोनेरी केस त्याने त्या फ्रेंच लोकांच्या आदर्शांना सहानुभूती दाखवण्यासाठी जॅकोबिन शैलीत पाठीवर लांब वाढवलेही होते! आणि मग खूपच लहान वयात, चौदाव्या वर्षी या सगळ्यात तो फार अडकू नये, म्हणून त्याला हिंदुस्तानात पाठवण्यात आले. तेथे तो पर्शियन, संस्कृत व हिंदुस्तानी भाषा छान शिकला आणि लवकरच तो एक महत्त्वाकांक्षी राजनीतिज्ञ, प्रचंड वाचन असलेला इतिहासतज्ज्ञ आणि विद्वान म्हणून गणला जाऊ लागला.

त्याला पहिल्या नोकरीच्या ठिकाणी पुण्याला पाठवण्यात आले, तेव्हा फक्त त्याची पुस्तके वाहून नेण्यासाठी एक हत्ती होता! त्या पुस्तकांमध्ये पर्शियन कवींचे खंड, होमर, होरेस, हिरोडोटस्, थिओक्रिटस, सँफो, प्लेटो, बिओवुल्फ, मॅकिअॅव्हेली, व्होल्टेर, होरेस वॉलपोल, ड्रायडेन, बेकन, बॉसवेल आणि थॉमस जेफर्सन यांची पुस्तके होती. तेव्हापासून एल्फिन्स्टन हा आर्थर वेल्स्ले – जो पुढे ड्यूक ऑफ वेलिंग्टन झाला, याच्या बरोबर मध्य हिंदुस्तानातील मराठ्यांच्या बरोबर झालेल्या लढायांमध्ये लढला होता. समान मानवी हक्कांविषयीचे आदर्श विचार त्याने केव्हाच सोडून दिले होते. त्याने लिहिले, 'काबूलचा राजा अहंकारी व ताठर वृत्तीचा असल्याचे माहीत होते आणि युरोपियन राष्ट्रांविषयी त्याचे मत चांगले नसल्याचेही ऐकले होते. म्हणून असे ठरवण्यात आले की, ही कामगिरी खूप शानदार पद्धतीने पार पाडली पाहिजे.'

पाश्चिमात्य देशाकडून अफगाणिस्तानला जाणारा पहिला वकील ईस्ट इंडिया कंपनीच्या दिल्ली ऑफिसमधून १३ ऑक्टोबर १८०८ रोजी निघाला. त्याच्याबरोबर २०० घोडदळ, ४००० पायदळ, बारा हत्ती आणि सहाशेच्या वर उंट होते. हे सर्व डोळे दिपवणारे तर होतेच; परंतु आपण होऊन अफगाणिस्तानला भेट देण्याच्या या प्रयत्नातून हेही स्वच्छ दिसत होते की, ब्रिटिशांचा हेतू शहाशुजाशी केवळ मैत्रीसाठी मैत्री करणे नसून त्यांच्या साम्राज्यशाहीच्या प्रतिस्पर्ध्यांना दूर सारण्यात यश मिळवणे हा होता. अफगाणी लोकांकडे बघण्याची पाश्चिमात्यांची दृष्टी, पाश्चिमात्य राजकारणाच्या बुद्धिबळाच्या पटावरच्या प्याद्यांकडे बघावे तशी होती – स्वत:च्या मर्जीप्रमाणे त्यांना सांभाळायचे किंवा बळी द्यायचा हा जो पायंडा पडला, त्याची पुनरावृत्ती पुढे अनेक वेगवेगळ्या शक्तिमान राष्ट्रांनी पुढील वर्षांमध्ये आणि दशकांमध्ये बरेचदा केली – आणि प्रत्येक वेळी अफगाणी लोकांनी हे दाखवून दिले की, त्यांच्या भौगोलिकदृष्ट्या त्रासदायक असलेल्या प्रदेशाचे रक्षण करण्याची त्यांची कुवत, त्यांच्यावर कुरघोडी करू बघणाऱ्यांची कल्पना होती त्यापेक्षा खूप

जास्त परिणामकारक होती.

शहाशुजाचे आजोबा अहमदशहा अब्दाली याने १७४७ मध्ये हल्लीच्या अफगाणिस्तान देशाची स्थापना केली अशी सर्वसाधारण समजूत आहे. पर्शियन लुटारू नादिरशहा याने साठ वर्षांपूर्वी दिल्लीच्या लाल किल्ल्यामधून मोंगलांच्या खजिन्याची आणि रत्नांची जी प्रचंड लूट केली होती, ती नादिरशहाचा खून झाल्यानंतर एका तासातच अहमदशहाने ताब्यात घेतली होती आणि त्याच्या शक्ती व संपत्तीचे मूळ कारण हा खजिना होता.*

या संपत्तीचा उपयोग अहमदशहाने त्याचे प्रचंड व अत्यंत समर्थ घोडदळ तयार करण्यासाठी केला आणि तो क्वचितच कुठली लढाई हरला; परंतु शेवटी कुठल्याही सैन्यापेक्षा अडेल आणि नाठाळ शत्रूने त्याला हरवले. कुष्ठरोग किंवा कॅन्सरसारख्या चेहऱ्यावर झालेल्या आजाराने त्याचा बळी घेतला. उत्तर हिंदुस्तानातल्या सखल प्रदेशावर ओळीने आठ वेळा हल्ले केल्यावर त्याची सत्ता सार्वभौम झाली असताना, त्याने मराठ्यांच्या प्रचंड घोडदळाचा १७६१मध्ये पानिपतच्या लढाईत दारुण पराभव केला, तेव्हा त्या आजाराने त्याचे नाक नष्ट झाल्यामुळे नाकाच्या जागी हिरेजडित वस्तू बसवलेली होती. त्याच्या सैन्याची संख्या १,२०,००० झाली आणि साम्राज्य आणखी विस्तृत झाले, तेव्हाच दुखणेही वाढत मेंदूपर्यंत पोहोचले. मग छाती, घसा आणि हातपाय सर्वच निकामी झाले. तो उपचारांसाठी सुफी प्रार्थनास्थळी गेला; परंतु कशाचाही उपयोग झाला नाही. १७७२ मध्ये बरे होण्याची आशा सोडून देऊन त्याने अंथरूण धरले आणि एका अफगाण लेखकाने वर्णन केल्याप्रमाणे 'खजुराच्या झाडाची पाने आणि फळे गळून जमिनीवर पडावीत तसे त्याचे झाले आणि तो जेथून आला होता, तेथे परत गेला!' नव्याने स्थापन झालेल्या दुर्राणी साम्राज्याचे दुर्दैव असे की, साम्राज्याच्या सीमा निश्चित करून, राज्यकारभाराची नीट व्यवस्था लावून किंवा नव्याने जिंकलेले भाग नीटपणे ताब्यात घेऊन होण्यापूर्वीच साम्राज्याचा संस्थापक मरण पावला.

अहमदशहाचा लहान मुलगा तैमूरशहा याने वडिलांनी त्याला दिलेल्या साम्राज्याचा आतला मुख्य भाग नीटपणे चालवला. त्याने देशाची राजधानी कंदाहारहून काबूलला नेली, ज्यामुळे अस्वस्थ पश्तूनच्या आतल्या भागापासून तो दूर राहिला आणि

* नादिरशहाने लुटलेल्या खजिन्यातील जे शिल्लक आहे, ते आजही तेहेरानच्या बँकमेलीच्या तिजोऱ्यांमध्ये आहे, त्यात कोहिनूरची 'बहीण' 'दरियानूर' म्हणजे प्रकाशाचा सागर आहे.

पर्शियाहून नादिरशहाच्या सैन्याबरोबर अफगाणिस्तानला पहिल्या प्रथम राहायला आलेल्या 'किझिलबाश' या शिया पंथीयांना बादशहाचे रक्षक म्हणून नेमले. किझिलबाश लोकांसारखा त्याचा साडोझाइ वंशही पर्शियन बोलणारा आणि सांस्कृतिकदृष्ट्या पर्शियन होता आणि रॉबर्ट बायरनने ज्यांना 'ओरिएन्टल मेडिसी' असे नाव ठेवले होते, त्या तैमूरच्या तैमुरिड पूर्वजांना तो स्वत:चे सांस्कृतिक आदर्श समजत असे. आपल्या उच्च अभिरुचीचा त्याला अभिमान होता आणि शहाजहानचा काबूल येथील गव्हर्नर अली मर्दान खान याने काबूलमधील बाला हिसार किल्ल्यात प्रथम तयार केलेली बाग त्याने पुन्हा नव्याने वसवली. या त्याच्या कामात त्याच्या मुख्य बेगमने सांगितलेल्या माहितीमुळे त्याला प्रेरणा मिळाली. ती मुघल राजकन्या होती आणि दिल्लीच्या लाल किल्ल्यात वाढलेली होती. तिथले कारंजी असलेले चौक, छान सावली देणारी फळझाडे यांची वर्णने ती त्याला सांगत असे.

त्याच्या मुघल सासुरवाडीसारखाच तोही ऐश्वर्याचे झगमगते प्रदर्शन करण्यात वाकबगार होता. सिराज उल तवारिख या नंतर लिहिल्या गेलेल्या त्याच्या दरबाराच्या इतिहासात लिहिले आहे, 'तो आपल्या डोक्यावरच्या मंदीलात हिऱ्यांनी मढवलेली पिन लावत असे, खांद्यावरून पुढे येणाऱ्या रुंद पट्ट्यात रत्ने बसवलेली असत, त्याच्या अंगरख्यावरही रत्नांनी कशिदाकाम केलेले असे. उजव्या दंडावर कोहिनूर आणि डाव्या दंडावर फख्राज असे. बादशहा तैमूरशहाच्या घोड्याच्या कपाळावरही रत्नजडित अडकवणी असे. त्याची चण लहानखुरी होती म्हणून घोड्यावर चढण्यासाठी असलेली तिपाईही रत्नजडित होती. त्याच्या वडिलांच्या साम्राज्यापैकी पर्शियाचा प्रदेश त्याच्या ताब्यातून गेला, तरी अफगाणिस्तानचा मुख्य प्रदेश स्वत:कडे ठेवण्यासाठी त्याने खूप संघर्ष केला. १७७८-७९ मध्ये बंडाळी करणारे मुलतान शहर, जी त्याच्या वडिलांची जन्मभूमी होती, ती त्याने परत मिळवली व येताना कित्येक हजार बंडखोर शिखांची मुंडकी उंटांवर लादून आणली आणि विजयचिन्हे म्हणून त्यांचे प्रदर्शन मांडून ठेवले!

तैमूरला चोवीस मुलगे होते आणि तैमूरच्या मृत्यूनंतर या सर्वांमध्ये गादीचा वारस होण्यासाठी एकमेकांना कैद करणे, हातपाय तोडणे, खून करणे असे सर्व प्रकार सुरू झाले, त्याबरोबरच दुर्राणी साम्राज्याच्या अधिकाराचा ऱ्हास सुरू झाला. अखेरीस तैमूरशहाचा वारस म्हणून बादशहा झालेल्या शहा झमानच्या कारकिर्दीत साम्राज्य लयास गेले. १७९७ मध्ये शहा झमानने विचार केला की, त्याच्या वडिलांसारखा आणि आजोबांसारखा हिंदुस्तानवर मोठा हल्ला करण्याचा हुकूम देऊन भरपूर संपत्ती लुटून आणावी – संपत्तीची उणीव भासली की, ती भरून काढण्याची अफगाणी लोकांची पिढ्यान्‌पिढ्या हीच पद्धत होती. टिपू सुलतानकडून

बोलावणे आल्यावर त्याला आणखी प्रोत्साहन मिळाले आणि खैबरखिंड ओलांडून तो मुघलांच्या लाहोर येथील जुन्या पडझड झालेल्या किल्ल्यात आला. उत्तर हिंदुस्तानातील समृद्ध सपाट प्रदेशावर हल्ला करून लूट करण्याचा त्याचा विचार होता; परंतु १७९७ पर्यंत हिंदुस्तानात अत्यंत भीतिदायक असे परकीय लोक आत घुसले होते. हिंदुस्तान द ईस्ट इंडिया कंपनीच्या तावडीत सापडू लागला होता. कंपनीच्या अत्यंत आक्रमक मनोवृत्तीच्या गव्हर्नर जनरल लॉर्ड वेल्स्लेच्या हुकूमतीखाली (भावी ड्यूक ऑफ वेलिंग्टनचा मोठा भाऊ) कंपनी किनाऱ्यावरच्या वखारींमधून बाहेर पडून देशाचा आतला भाग भराभर काबीज करत होती. वेल्स्लेच्या हिंदुस्तानातील चढायांनी अखेरीस नेपोलियनने युरोपमध्ये मिळवला होता, त्याहूनही जास्त प्रदेश ताब्यात घेतला होता. अफगाणी लोकांसाठी एके काळी होता, तसा सहज लुटून नेता येईल असा हिंदुस्तान राहिला नव्हता आणि वेल्स्ले तर विशेषच चलाख शत्रू होता.

त्याने ठरवले की, शहा झमानशी सरळ लढाई करण्यापेक्षा राजकीय युक्त्यांनी त्याचे पुढे येणेच अशक्य करायचे. त्याने एक वकील पर्शियाला पाठवला, शस्त्रे देण्याचे व युद्धाची तंत्रे शिकवण्याचे कबूल केले आणि शहा झमानच्या सैन्याच्या पिछाडीच्या काहीही सुरक्षा नसलेल्या बाजूने त्याच्यावर हल्ला करण्यास त्यांना चिथावून दिले. १७९९ मध्ये झमानला माघार घेणे भाग पडले आणि तसे करताना त्याने एका तरुण, समर्थ, महत्त्वाकांक्षी शिखाकडे लाहोरचे गव्हर्नरपद सोपवले. केवळ एकोणीस वर्षांच्या रणजितसिंगच्या वागणुकीचे शहा झमानला कौतुक वाटले होते. त्याच्या कार्यक्षमतेची त्याच्या मनावर छाप पडली होती. माघार घेतेवेळच्या गोंधळात झेलम नदीच्या पात्रातील चिखलात अडकलेला काही तोफखाना वाचवण्यात रणजितसिंगने शहा झमानला मदत केली होती. पुढील वर्षांमध्ये शहा झमान त्याचे मोडकळीला आलेले साम्राज्य वाचवण्यासाठी हल्ले करत आणि माघार घेत राहिला, तेव्हा रणजितसिंग त्याच्या पूर्वीच्या बादशहाकडून हळूहळू, ज्यातून चांगले उत्पन्न मिळू शकेल, असे दुर्राणी साम्राज्याचे पूर्व बाजूचे जे प्रांत होते, ते काढून घेत गेला आणि पंजाबमधली प्रमुख सत्ता होऊन बसला.

मिर्झा अता महम्मद या शहाशुजाच्या काळातल्या, विशेष जाण असणाऱ्या लेखकाने लिहून ठेवले आहे की, 'खुरासनच्या अफगाणी लोकांची पूर्वीपासून अशी ख्याती आहे की, जेथे सत्तेचा दिवा तेजाने जळत असेल, तेथे हे पतंगांसारखे गोळा होतात आणि जेथे टेबलावर भरपूर, उत्तम अन्न ठेवलेले असेल, तेथे हे माश्यांसारखे गोळा होतात.' परंतु याच्या उलट बाजूही खरी होती. झमानने माघार घेतली, त्याला हिंदुस्तानात लूट करण्यापासून थांबवण्यात आले आणि शीख, ब्रिटिश व पर्शियन या सर्वांनी त्याला कोंडीत पकडले, तशी त्याची सत्ता कमीकमी होऊ लागली आणि

एकामागून एक त्याचे सरदार, त्याचे दूरच्या नात्यातले कुटुंबीय आणि सरतेशेवटी त्याचे सावत्र भाऊही त्याच्याविरुद्ध बंड करून उठले.

१८८०च्या बर्फाळलेल्या हिवाळ्यात सरतेशेवटी काबूलच्या लोकांनीही त्यांच्या या दुर्दैवी राजासाठी शहराचे दरवाजेच उघडले नाहीत, तेव्हा शहा झमानची बादशाही संपुष्टात आली. हिवाळ्यातल्या गारठलेल्या रात्री पापण्यांवर बर्फ साचत असताना बर्फाच्या वादळापासून बचाव करण्यासाठी जलालाबाद आणि खैबर यांच्यामधील एका किल्ल्यात त्याने आसरा घेतला. त्या रात्री तेथे त्याला आश्रय देणाऱ्या शिनवारी लोकांनीच त्याला कैद केले. गडाच्या दरवाजांना कुलुपे लावली; त्याच्या अंगरक्षकाचा खून केला आणि नंतर सुई तापवून त्या सुईने त्याला आंधळे केले! मिर्झा अताने लिहिले आहे, 'त्या टोकाने त्याच्या डोळ्यांच्या कपातील दृष्टीचे मद्य चट्दिशी सांडून गेले!'

स्वाभिमानी आणि वाचनाची आवड असलेला शुजा त्याच्या मोठ्या भावाला आंधळे करून गादीवरून काढून टाकण्यात आले, तेव्हा फक्त चौदा वर्षांचा होता. शुजा कुठल्याही परिस्थितीत शहा झमानची सदैव साथ देत असे; त्यामुळे नंतर झालेल्या बंडाळीत त्याला पकडण्यासाठी सैनिक पाठवण्यात आले; परंतु शोध घेणाऱ्या तुकड्यांना चकवून, बरोबर मोजके मित्र घेऊन तो पॉप्लर्स आणि सदैव हिरव्या राहणाऱ्या ओक वृक्षांच्यामध्ये, पायवाटा नसलेल्या प्रदेशातून, उंच खिंडींमधल्या बर्फातून, डोंगरांच्या कडेकपाऱ्यांमधून, जागा मिळेल तेथे झोपत, योग्य वेळेची वाट बघत राहिला. तो लहान मुलगा बुद्धिवान, मृदु स्वभावाचा आणि सुशिक्षित होता. भोवताली चाललेल्या वाढत्या हिंसेचा त्याला तिटकारा होता. संकटाच्या वेळी तो कवितांमध्ये मन:शांती शोधत असे. डोंगरांवरच्या एका खेड्यातून दुसऱ्या खेड्यात, त्याच्याशी एकनिष्ठ असणाऱ्या त्याच्या टोळीतील लोकांच्या संरक्षणाखाली हिंडत असतानाच्या त्या काळात त्याने लिहिले – 'संकटे सामोरी येतील, तेव्हाही आशा सोडू नको. काळे ढग लवकरच जातात आणि छान पाऊस पडतो.'

पहिला मोंगल (मुघल) बादशहा बाबर याच्यासारखेच शहाशुजानेही सुंदर आत्मचरित्र लिहिले आहे, ज्यात त्याने बेघर भटकत असताना सफेद कोहच्या उतारांवरच्या बर्फातून, उंचावर असलेल्या नीलमणीसारख्या निळ्या आणि पाचूसारख्या हिरव्या, शांत तळ्यांच्या काठाकाठांनी चालत असताना, त्याचा जन्मसिद्ध हक्क परत मिळवण्यासाठीच्या योग्य क्षणाची वाट पाहत राहण्याच्या दिवसांबद्दल लिहिले आहे. त्याने लिहिले –

'दैवानं आमचे खूप हाल केले आणि दु:ख दिलं; परंतु आम्ही त्यांना तोंड देण्यासाठी शक्ती मिळावी अशी प्रार्थना केली. कारण विजयाची आणि राज्यपदाची देणगी देणंही देवाच्याच हातात असतं. त्याच्या आशीर्वादाने आम्ही विचार केला

की, सिंहासनावर बसल्या क्षणापासून आम्ही आमच्या प्रजेशी इतक्या न्यायाने व दयाळूपणे वागू की, आमच्या छत्रछायेखाली त्यांनी सुखात राहावे. राज्यपद लोकांचे रक्षण करण्यासाठी आणि दुर्बलांना जुलुमातून सोडवण्यासाठी असते.'

तीन वर्षांनंतर १८०३ मध्ये जेव्हा पंथा-पंथांमध्ये दंगली झाल्या, तेव्हा त्याला ही संधी मिळाली. शहाशुजाने लिहिले आहे – 'काबूलच्या लोकांना माझा भाऊ झमान याच्या कारकिर्दीतील समजूतदारपणा व औदार्य आठवले आणि राज्य बळकावून बसलेल्याची आणि त्याच्या गुंडगिरी करणाऱ्या सैन्याची मग्रुरी व अरेरावी यांच्याशी त्यांनी त्याची तुलना केली. त्यांना आता वीट आला आणि बदल घडवून आणण्यासाठी त्यांनी पंथीय धार्मिक भेदांचे कारण उभे केले. सुन्नी व शियांमधील भांडणाने पुन्हा उसळी घेतली आणि लवकरच काबूलच्या रस्त्यांवर दंगेधोपे सुरू झाले.

शिया पंथीय किझिलबाश आणि त्यांचे सुन्नी पंथीय अफगाणी शेजारी यांमध्ये लढाया सुरू झाल्या. एका सुन्नी लेखकाने लिहिले आहे –

> 'एका किझिलबाश गुंड माणसाने काबूलमध्ये राहणाऱ्या एका लहान सुन्नी मुलाला फूस लावून स्वतःच्या घरी नेले. त्याने त्याच्यासारख्या आणखी काही विकृत मनाच्या बालभोगींना त्या घृणास्पद घाणेरड्या कृत्यात भाग घ्यायला बोलावले आणि त्या असहाय्य मुलावर तऱ्हतऱ्हेने घाणेरडे विकृत लैंगिक अत्याचार केले. बरेच दिवस गुंगीची द्रव्ये व दारू घ्यायला लावून अशी भयंकर कृत्ये करायला लावल्यावर एक दिवस त्यांनी त्याला बाहेर रस्त्यावर ढकलून दिले. तो मुलगा घरी गेला आणि त्याने त्याच्या वडिलांना झाल्या प्रकाराबद्दल सांगितले. वडिलांनी न्याय मागायचे ठरवले. मुलाच्या कुटुंबातील सर्वजण शुक्रवारी पुल-इ-खिश्ती मशिदीत जमले. त्यांनी पाय व डोकी उघडी टाकली आणि कपड्यांचे खिसे उलटे करून बाहेर काढून ठेवले. त्यांनी त्या मुलाला प्रार्थनास्थळाखाली उभे केले आणि मशिदीतील प्रमुख इमामाकडे अन्यायाची दाद मागितली. इमामने किझिलबाश लोकांविरुद्ध युद्ध पुकारले.

विशेष गंभीर स्वरूपातील अफगाण तंटे बहुधा जवळच्या नात्यातील वैमनस्यांतूनच होतात. या भांडणामध्ये गादी बळकावून बसणारा, शहाशुजाशी पटत नसणारा त्याचा सावत्र भाऊ शहा महमौदच होता. त्याने जेव्हा त्याचे अंगरक्षक व राज्यकारभार बघणारे वरिष्ठ अधिकारी असणाऱ्या बलिष्ठ किझिलबाश मंडळींना शिक्षा करण्याचे नाकारले, तेव्हा संतापलेले सुन्नी टोळ्यांमधील लोक भोवतालच्या टेकड्यांवरून

उतरून काबूलमध्ये गोळा झाले आणि कडेला भिंती बांधून बंदिस्त केलेल्या किझिलबाश लोकांच्या जागेभोवती त्यांनी गराडा घातला. तेव्हा जो गोंधळ माजला, त्यात सुन्नी पुराणमतवाद्यांचा पुढारी म्हणून पेशावरहून शहाशुजा येऊन पोहोचला. त्याने एका भावाला शहा झमानला सोडवले आणि त्याच्याऐवजी शहा महमौदला कैदेत टाकले. शहा झमानविरुद्ध ज्यांनी बंड केले होते, त्या सर्वांना त्याने माफ केले. फक्त एकच अपवाद होता, शिनवारी प्रमुखाची टोळी, ज्याने शहा झमानला आंधळा केले. महम्मद खान दुर्राणीने लिहिले आहे – ''शहाशुजाच्या अधिकाऱ्यांनी दोषी मनुष्य आणि त्याचे अनुयायी सर्वांना कैद केले आणि त्यांचा किल्ला पाडून जमीनदोस्त केला, सर्व सामानाची लूट केली आणि गुन्हेगाराला शुजाच्या दरबारात आणले. मग त्याच्या पापांची शिक्षा म्हणून त्याच्या तोंडात बंदुकीची दारू भरून, आग लावली व त्याला उडवून टाकले. त्याच्या अनुयायांना तुरुंगात टाकून त्यांचे असे अनन्वित हाल केले की, जे 'आम्ही इतके निर्भय आहोत की कुठलेही, कसेही हाल सहन करू शकण्याची आमच्यात हिंमत आहे' असे म्हणत असत, त्यांना धडा मिळाला. शेवटी, गुन्हेगाराची पत्नी व मुले यांना तोफेला बांधून उडवून टाकण्यात आले.''

या सर्व यादवीत व भाऊबंदकीमध्ये दुर्राणी अफगाणिस्तानात अराजक पसरले. एके काळी शिक्षण आणि कला इतक्या उच्च दर्जाच्या होत्या की, काही महान मोंगल बादशहांना हिंदुस्तानपेक्षा हा देश खूप जास्त सुसंस्कृत आहे असे वाटत असे. त्या देशाची झपाट्याने अधोगती होऊन युद्धांमुळे तुकडेतुकडे होऊन मागे पडलेला देश असे अलीकडच्या वर्षांच्या इतिहासात त्याचे रूप झाले. शहाशुजाचे राज्यच एव्हाना त्याच्या वडिलांच्या काळातल्या देशाच्या तुलनेत सावलीसारखे झाले होते. हेरतमधील गौहर शाद या उत्तम विश्वविद्यालयातही विद्यार्थी कमी झाले होते. उत्तम शिक्षण केंद्र म्हणून असलेली संस्थेची कीर्ती खूप कमी झाली होती. कवी, कलाकार, स्थापत्यविशारद, हस्ताक्षर विशारद, अत्यंत लहान आकाराची उत्तम चित्रे काढणारे (मिनिचर), सुंदर फरशा तयार करणारे असे सर्वजण ज्याबद्दल टिमुरिडच्या काळात खुरासनची कीर्ती होती ते दक्षिण-पूर्वेला लाहोर, मुलतान व हिंदुस्तानातील शहरांकडे किंवा पश्चिमेला पर्शियाकडे स्थलांतर करू लागलेच होते. अफगाणी लोकांना अजूनही ते स्वत: सुसंस्कृत वाटत होते. मिर्झा अता या त्या काळच्या चांगल्या लेखकाने लिहिलेले वर्णन बाबराच्या लेखनासारखे वाटते. तो अफगाणिस्तानबद्दल लिहिताना मोठ्या अभिमानाने, 'ज्यांना पांढरी रोटी आणि सुशिक्षित भाषाही माहीत नाही, त्या दळभद्री सिंध्यांपेक्षा आम्ही किती सुसंस्कृत आहोत!' असे लिहितो! आणखी एका ठिकाणी तो त्याच्या देशाबद्दल, 'जेथे ४४ वेगवेगळ्या जातीची द्राक्षे पिकतात आणि शिवाय सफरचंदे, डाळिंबे, पेअर्स,

ह्बार्ब, मलबेरी, मधुर कलिंगडे, खरबुजे, पीच, ॲप्रिकॉटस् अशी सगळी फळे आणि बर्फाचे गार पाणी जे हिंदुस्तानात कोठेही मिळत नाही' असे वर्णन करतो. 'हिंदुस्तानी लोकांना चांगला पोशाख आणि रुचकर जेवण-खाण काय असतं ते कळतच नाही! त्यांची ती तिखटजाळ डाळ आणि चिवट पोळ्या यांच्यापासून वाचव बाबा देवा मला!' असेही त्याने लिहिले आहे.

असे लिहिले असले, तरी खरी परिस्थिती अशी होती की, उच्च दर्जाच्या टिमुरिड संस्कृतीचे आणि शानदार सुसंस्कृत पर्शियन संस्कृतीचे दिवस झपाट्याने नाहीसे होत चालले होते. त्या काळात केल्या गेलेल्या अफगाणी मिनिएचर पेंटिंग्जपैकी जवळजवळ काहीच शिल्लक नाही. त्या उलट, त्याच काळात पंजाबमध्ये पहाडी कलाकार हिंदुस्तानी कलेच्या उत्तमोत्तम चित्रांची निर्मिती करत होते. एके काळी उत्तम असलेले हेरत शहर गचाळ आणि घाणेरडे झाले होते. वरचेवर उद्भवणाऱ्या कॉलऱ्याच्या साथीमुळे लोकांच्या आठवणीतच शहराची वस्ती एक लाखावरून चाळीस हजारांवर आली होती. अनेक संस्थांचे कारभार अतिशय खालच्या दर्जाला गेल्यामुळे दुर्राणी साम्राज्य डळमळून कोसळायच्या बेतात होते आणि लहानसे सैन्य एक दिवसात जितके अंतर कापू शकेल तेवढ्याच भागात शुजाची सत्ता राहिली होती. असा गोंधळ आणि अस्थिरता असल्यामुळे व्यापारी काफिल्यांना अडचणी निर्माण होऊ लागल्या. मध्यवर्ती सत्तेची कोणी अधिकृत माणसे नसल्यामुळे कुठल्याही टोळ्यांच्या म्होरक्यांकडून मध्य आशियातील शहरांमधून आणि शहरांकडे जाणारे व्यापाऱ्यांचे मोठाले तांडे अडवले जात. त्यांच्याकडून कर घेतला जाई किंवा चक्क लुटले जात; त्यामुळे अफगाणिस्तानची राजकीय अर्थव्यवस्था अत्यंत धोक्यात आली. कारण अफगाण राज्याचा उत्पन्न मिळवण्याचा जो मार्ग होता, त्याच्या नाड्याच आवळल्या गेल्या.

अजूनही अफगाणिस्तान त्या संपूर्ण प्रदेशाला चांगले उत्पन्न देणाऱ्या तीन वस्तू पुरवू शकण्याच्या स्थितीत होता – फळे, घोडे आणि लोकर. काश्मीरमधील मागांवर अजूनही आशियातल्या सर्वोत्तम शाली बनत असत आणि त्यांच्या वसंत ऋतूत फुलणाऱ्या झाडांवरचे केशरही सर्वोत्तम असे. मुलतानची रंगीबेरंगी नक्षीची कापडे प्रसिद्ध होती. वर्षे चांगली जातील तेव्हा अफगाणिस्तानच्या व्यापारी मार्गांवरून जाणाऱ्या व्यापारी काफिल्यांमधून मध्य आशियातून हिंदुस्तानात रेशीम, उंट आणि मसाले नेले जात असत आणि कापूस, इंडिगो (नीळ), चहा, तंबाखू, हशीश आणि अफू असा माल परत नेला जात असे, तेव्हा कर वसूल करता येत असे; परंतु झमान आणि शुजाच्या कारकिर्दीतील अस्थिर राजकीय वातावरणात धोकादायक झालेल्या अफगाणिस्तानच्या व्यापारी रस्त्यांनी जाण्याचा धोका पत्करणारे काफिलेवाले कमीकमी होऊ लागले. पूर्वीच्या पिढ्यांना वाटणाऱ्या भरवशाच्या वातावरणाऐवजी

आता स्वत:चा देश दरिद्री होऊन खलास होणार असे वाटणाऱ्या अफगाणी लोकांची संख्या वाढू लागली होती. शहाशुजाच्या वारसांपैकी एकजण म्हणाला होता – "हा देश फक्त माणसे आणि दगडधोंडे सोडून फारसे काही निर्माणच करत नाही!"

कर आणि जकात यांचे उत्पन्न अगदी कमी झाल्यामुळे शुजाचा सगळा भर त्याच्या आंधळ्या भावाची शहा झमानची निष्ठा आणि त्याची स्वत:ची कर्तबगार पत्नी वफा बेगम हिचा सल्ला यांवर होता. राज्याच्या कारभाराची खरी सूत्रे तिच्या हाती होती असेही अनेकांना वाटत असे. याखेरीज, झपाट्याने कमी होत चाललेला मुघल रत्नांचा कुटुंबाच्या मालकीचा खजिना हा एक आधार होता.

आणि म्हणून, शहाशुजासाठी ईस्ट इंडिया कंपनीबरोबर होऊ घातलेला मैत्री करार अत्यंत महत्त्वाचा होता. त्याला आशा होती की, त्याच्या मोडून पडत चाललेल्या साम्राज्याचे उत्पन्न वाढवण्यासाठी आणि त्या साम्राज्यात एकजूट आणण्यासाठी या कराराचा उपयोग होईल. बऱ्याच काळानंतर ब्रिटिशांनी एका सत्ताधीशाखाली सर्व अफगाणी लोकांना खरोखरच एकत्र आणले खरे; पण शुजाच्या बेतापेक्षा जरा वेगळ्या तऱ्हेने.

१८०८च्या ऑक्टोबरच्या अखेरीस कंपनीच्या मालकीच्या प्रदेशाच्या बाहेर, सुसाट वारा वाहत असलेल्या वैराण थरच्या वाळवंटातून एल्फिन्स्टन आणि त्याच्या बरोबर घेतलेले त्याच्या वकिलातीतले इतर लोक शेखावतीतून बिकानेरकडे चालले होते. ब्रिटिशांसाठी हा प्रदेश अगदी नवा होता.

घोडे, उंट आणि हत्तीही बरोबर असलेली वकिलातीचा दोन मैल लांबीचा तांडा थोड्याच वेळात वाळूच्या टेकड्यांमध्ये पोहोचला. सुरुवातीच्या टेकड्या झुडुपांच्या आत झाकल्या गेलेल्या होत्या; पण नंतर ज्या टेकड्या निव्वळ वाळूच्या होत्या – एकामागून एक, समुद्राच्या लाटा याव्यात तशा आणि त्यांच्या पृष्ठभागांवर वाऱ्याने वाहत आलेल्या बर्फाने व्हाव्या तशा खुणा झालेल्या. रस्त्यावरून जराही खाली उतरले, तर घोड्यांचे पाय गुडघ्यांच्या वरपर्यंत वाळूत रुतू लागले. दोन आठवडे अशी खडतर रखडपट्टी केल्यावर अत्यंत ओसाड, उजाड असा भाग आला आणि मग शेवटी बिकानेरच्या भिंती आणि मनोरे दिसले – त्या ओसाड वाळवंटाच्या मध्येच असलेले मोठे आणि सुंदर शहर.

बिकानेरच्या पलीकडे शुजाच्या दुर्राणी राज्याच्या सीमा होत्या. थोड्याच वेळात एल्फिन्स्टनच्या लोकांना पहिल्यांदा अफगाणी लोक दिसले – उंटांवरून दीडशे सैनिक त्या ओसाड वाळवंटातून हळूहळू त्यांच्या दिशेने येत होते. प्रत्येक उंटावर

दोन पुरुष होते आणि प्रत्येकाजवळ एक लांब चमकणारी मॅचलॉक बंदूक होती. दुर्राणींचे मजबूत आधिपत्य असलेले डेरा इस्माइल खान गाव सोडल्यावर एल्फिन्स्टनसाठी शुजाने पाठवलेले एक स्वागताचे पत्र आणि मानपानाचा पोशाख घेऊन शंभर घोडेस्वार त्या सर्वांचे स्वागत करण्यासाठी आले. 'त्या सगळ्यांनी पर्शियन लोकांसारखे रंगीबेरंगी कपडे, बूट आणि मेंढीच्या कातडीच्या बसक्या टोप्या घातल्या होत्या.' फेब्रुवारी संपतासंपता वकिलातीचे लोक 'कोहात'च्या पुढे पोहोचले होते. लांब अंतरावर बर्फाच्छादित पांढरी शिखरे असलेला स्पिन गढ दिसत होता. खालच्या टेकड्यांवर कोट-गढ्या-किल्ले दिसत होते आणि त्यांच्या आसपास बरेच लुटारू लोक; परंतु आमचे सामान पहाऱ्यात बंदोबस्तात ठेवलेले असल्याने त्यांना त्याच्यावर हल्ला करणे शक्य नव्हते, त्यामुळे त्या लुटारूंच्या टोळ्यांना निराश मनाने आमचे उंट जाताना बघत बसावे लागले.'

येथील खोरी मात्र अगदी निर्धोक आणि छान दिसत होती – टेकड्यांसारखी धोकादायक नाही. वकिलातीचे लोक दोन्ही बाजूंना पॉप्लर आणि मलबेरीची झाडे असलेल्या सरळ रस्त्यांवरून जात होते. वाटेत ओढे येत होते, ज्यांच्यावर मुघल पद्धतीच्या विटांच्या पातळ कमानी होत्या आणि बारा महिने हिरवी राहणारी टॅमारिस्कची झाडे सावली देत होती. अधूनमधून त्यांना शिकारीला निघालेले लोक दिसायचे. त्यांच्या मनगटांवर बहिरी ससाणा असायचा आणि पायांजवळून शिकारी कुत्रा येत असायचा. कधी तित्तर, लाव असे पक्षी पकडायला निघालेले कंपू दिसायचे. थोड्याच वेळात ब्रिटिश दूतांना दुतर्फा कडेने भिंती बांधून बंदिस्त केलेल्या बागा दिसल्या, त्यात त्यांच्या ओळखीची खूप झाडे होती. 'जंगलात उगवणारी रासबेरीची आणि ब्लॅकबेरीची झुडुपं, प्लमची आणि पीचेसची झाडं, वीपिंग विलोज आणि मोठाली पानं असलेले, दाट सावली असलेले 'प्लेन' नावाचे वृक्ष, पक्ष्यांचे आवाज ऐकूनही घरची आठवण आली. काहीजणांना थ्रश आणि ब्लॅकबर्ड या त्यांच्या देशात गाणाऱ्या पक्ष्यांचे आवाज ऐकल्यासारखं किंवा ते दिसल्यासारखं वाटलं.'

त्या काळात पेशावर हे खूप मोठे, भरपूर वस्ती असलेले आणि श्रीमंत शहर होते. दुर्राणी अफगाणिस्तानची हिवाळ्यातली राजधानी आणि पश्तून संस्कृतीचं प्रमुख केंद्र होतं. गेल्या शतकात होऊन गेलेले दोन फार मोठे पश्तून कवी पेशावरमध्येच राहत असत. एल्फिन्स्टनने त्या दोघांच्या कविता वाचल्या होत्या. फ्रंटियर प्रांताचा रूमी म्हणता येईल, असा पश्तून भाषेतला महान सुफी कवी रेहमनबाबा यांनी लिहिलं होतं, "फुलझाडं लावा म्हणजे तुमच्या भोवताली बाग होईल. काटेरी झाडं नका लावू, तुमच्याच पायांना बोचतील, आपण सर्वजण एकच आहोत – जो दुसऱ्याचा छळ करेल तो स्वतःही जखमी होतो." परंतु ऐहिक

जगातल्या विचारांच्या खुशहाल खान खट्टकच्या कविता आधुनिक संस्कृतीचे विचार असणाऱ्या एल्फिन्स्टनला जास्त आवडत असत. खुशहाल हा मुघल बादशहा औरंगजेबाच्या विरुद्ध बंड करणाऱ्या टोळीचा प्रमुख होता आणि हिंदुकुशच्या खिंडीमध्ये त्याचा पाठलाग करणाऱ्या औरंगजेबाच्या सैन्याला हुलकावण्या देत निसटला होता. एल्फिन्स्टनच्या डायरीत त्याने खुशहालची तुलना मध्य युगातला स्वातंत्र्ययोद्धा विल्यम वॉलेस याच्याशी केली आहे, 'जो कधी राजाच्या सैनिकांचा धुव्वा उडवे, तर कधी जवळजवळ अगदी एकाकी असा डोंगरदऱ्यांमध्ये भटकत राही.' परंतु वॉलेस कवी नव्हता. खुशहाल खान चांगला कवीही होता –

> 'आदम खेलच्या मुली गोऱ्या-गुलाबी आहेत,
> सडपातळ कटी अन् पुष्ट वक्षस्थळांच्या;
>
> पर्वतांवर मी घारींसारखा उडत असतो,
> सुंदर तितरांचा वेध घेतो;
>
> खुशहाल म्हणतो, प्रेमाच्या कहाण्या अग्नीसारख्या असतात;
> ज्वाला लपलेली असली तरी धूर तर दिसतोच.

किंवा मग अगदी मोजक्या, स्पष्ट शब्दांत –अ

> नदीच्या पलीकडे एक मुलगा आहे, पार्श्वभाग पीचसारखा असलेला,
> पण- अरेरे! मला पोहता येत नाही!

दिल्लीहून निघाल्यापासून सहा महिन्यांनी वकिलातीचा मोर्चा पेशावरमध्ये पोहोचला. प्रशस्त आवार असलेल्या, मुख्य बाजारपेठेपाशी आतल्या बाजूला असलेल्या एका मोठ्या घरात त्यांची राहण्याची व्यवस्था केली गेली. एल्फिन्स्टनच्या आधुनिक स्कॉटिश सांस्कृतिक पद्धतीने झालेल्या शिक्षणाने जशी अफगाण कवितेबद्दलची त्याची मते बनली होती, तशीच शहाशुजाशी प्रथम भेट जेव्हा ठरली तेव्हा एल्फिन्स्टनच्या वाचनामुळे त्याच्या मनात दुर्राणी बादशहाबद्दलही कल्पनेनेच मते तयार झाली होती. पेशावरला जाताजाता टसिटसने लिहिलेली रोमन साम्राज्याची प्रथम जर्मन टोळ्यांशी गाठ पडली, त्याची हकिकत तो वाचत होता. त्याच्या डायरीत त्याने त्या प्रसंगाची तुलना सध्याच्या त्याच्या परिस्थितीशी केली – अफगाणी लोक जंगली जर्मन टोळ्यांसारखे असतील असे त्याला वाटले आणि अधोगतीला गेलेले पर्शियन त्याला मनाने ढिल्या आणि क्षीण झालेल्या रोमन लोकांप्रमाणे वाटले. त्याला जेव्हा शहाशुजाच्या भेटीसाठी नेण्यात आले, तेव्हा त्याची डोंगरातल्या असंस्कृत जंगली टोळ्यांच्या प्रमुखासारख्या माणसाशी भेट

होण्याची अपेक्षा होती. प्रत्यक्षात सुसंस्कृत शुजा किती वेगळा होता हे पाहून त्याला अत्यंत आश्चर्य वाटले. त्याने लिहिले –

> 'काबूलचा राजा हा तपकिरी गहू-वर्णाचा, दाट काळी दाढी असलेला देखणा पुरुष होता. त्याच्या चेहऱ्यावर रुबाबदार, सुखद भाव होते. आवाज स्वच्छ, मोकळा आणि बोलण्याची पद्धत राजेशाही होती. आम्हाला प्रथम वाटले की, त्याने रत्नांचे चिलखत घातले आहे; परंतु बारकाईने पाहिल्यावर आमची चूक आमच्या लक्षात आली. त्याने हिरवा अंगरखा घातला होता त्यावर सोन्याची आणि रत्नांची मोठाली फुले होती. अंगरख्यावर छातीवर येतील असे हिरे बसवलेले दोन चपट्या फुलांच्या आकाराचे चिलखतासारखे जाकीट होते. तसेच मांड्यांवर दागिने होते. दंडांवर पाचूंची रुंद कडी होती आणि ठिकठिकाणी आणखी रत्ने होती. एका कड्यामध्ये कोह-इ-नूर बसवलेला होता. पूर्वेकडील एखादा बादशहा इतका सभ्य, सुसंस्कृत आणि रुबाबदार गौरवपूर्ण पद्धतीने वागणारा असू शकतो, हे खरंच वाटत नव्हतं. आम्हाला खूश करण्यासाठी मात्र तो उत्सुक वाटला.

परंतु अफगाण व ब्रिटिश लोकांच्या पहिल्या भेटीचे याहून जास्त चांगले आणि जास्त माहितीपूर्ण वर्णन एल्फिन्स्टनने नव्हे, तर त्याच्या बरोबरच्या लोकांपैकी एका कनिष्ठ हुद्द्यावरच्या माणसाने केले आहे. हा विल्यम फ्रेसर, इन्व्हर्नेस येथील होता आणि पर्शियन स्कॉलर होता. स्कॉटलंडच्या डोंगराळ प्रदेशात राहणाऱ्या त्याच्या आई-वडिलांना त्याने लिहिलेल्या पत्रातून शहाशुजाने केलेल्या स्वागताने तो किती चकित झाला होता हे तर दिसून येतेच; परंतु शहाशुजाची कारकीर्द ऐन भरात असताना उपलब्ध असलेले हे वर्णन अत्यंत बारकाईने आणि स्पष्ट निरीक्षण करून लिहिलेले आहे. पेशावरच्या रस्त्यांवरून पिळलेल्या रेशमी दोऱ्यांनी समोरच्या काजांमधून बांधलेले, कंबरेच्या पट्ट्याशी तलवार लटकवण्यासाठी केलेले लटकवणे असलेले, पक्ष्यांच्या शेपट्यांसारखी टोके असलेले कोट घातलेल्या ब्रिटिश अधिकाऱ्यांना शानदार मिरवणुकीने नेण्यात आले, त्याचे वर्णन फ्रेसरने केले आहे. लांब सैल अंगरखे आणि मेंढीच्या कातडीच्या काळ्या टोप्या घातलेल्या अफगाणी लोकांच्या गर्दीतून ते गेले. त्यांच्या स्त्रियांपैकी काहींनी पायापर्यंत लांब असे पांढरे बुरखे घेतलेले होते. शेतात काम करणाऱ्या स्त्रियांनी तसे बुरखे घेतले नव्हते. हे दृश्य ब्रिटिश लोकांसाठी नवे होते.

काबूलप्रमाणेच 'बाला हिसार' या पेशावरच्या मोठ्या किल्ल्याच्या बाहेरच्या

आवारातून ब्रिटिशांना आत बोलावण्यात आले. राजाचे हत्ती आणि एक पाळलेला वाघ यांच्या समोरून ते दरबार हॉलसमोरच्या मुख्य चौकात पोहोचले. तो वाघ खरोखर राजवाड्याच्या आवारातील सर्वोत्तम वस्तू म्हणता येईल असा होता. 'मध्यभागी तीन कारंजी वेगवेगळ्या पातळ्यांवर उडत होती, त्यातून उडणारे पाण्याचे बारीक तुषार बरेच उंच उडत होते. चौकाच्या शेवटच्या टोकाला एक दुमजली इमारत होती, ज्यावर सायप्रसच्या झाडांची चित्रे रंगवली होती. वरचा मजला उघडा होता, त्याला आधार देणारे खांब होते, मध्यावर घुमटाकार छत होते. सोनेरी रंगाने रंगवलेल्या त्या घुमटाखाली उंचावर बरेच कोन असलेले सिंहासन होते, ज्यावर शहा बसला होता. आशियातल्या राजांच्या पद्धतीप्रमाणे दोन बाजूंना उभे असलेले नोकर चवऱ्या ढाळत होते. परीकथांमध्ये किंवा 'अरेबियन नाइटस्' वाचताना जे चित्र डोळ्यांसमोर आणतो, ते असेच असते हे पटले.' फ्रेसर पुढे लिहितो, 'आम्ही आत गेल्यावर प्रथम रिवाजाप्रमाणे आमच्या डोक्यावरील टोप्या काढून अभिवादन केले गेले आणि ओंजळीने पाणी पिण्यासाठी धरू तसे दोन्ही हात एकत्र धरून, ते आमच्या चेहऱ्याखाली समोर धरून काहीतरी पुटपुटले, जी प्रार्थना समजली जात असावी. मग आमच्या दाढ्यांवरून हात फिरवून त्यांनी प्रार्थना संपवली.

मग हॉलच्या दोन्ही बाजूंना उभ्या असलेल्या सशस्त्र सैनिकांपैकी निम्म्यांना तेथून जाण्याचा हुकूम देण्यात आला आणि ते धावत जात होते तेव्हा त्यांची चिलखते एकमेकांवर आपटून आवाज होत राहिला. चिलखते, शस्त्रे आणि पायांचा शक्य तेवढा मोठा आवाज त्यांनी केला. ते गेल्यावर दरबारातील एक अधिकारी एल्फिन्स्टन समोर उभा राहिला आणि राजाकडे बघून मोठ्या आवाजात म्हणाला – "हे अल्फिनिस्तान बहादूर फिरंगी वकील; देव त्यांना दुआ देवो!" मग "हे अस्तरजी बहादूर (मिस्टर स्ट्रॅची) असे करत ओळीने नावे सांगत गेला; परंतु आमच्या विचित्र नावांचे उच्चार करण्याचा त्याचा त्रास वाढत राहिला – उदा. कनिंगहॅम, मॅककार्टनी, फिजगेराल्ई अशी सर्व नावे संपत येईपर्यंत शेवटी तो तोंडाला येईल तसे म्हणू लागला!

जेव्हा वकिलातीतल्या सर्वांची नावे सांगून झाली, तेव्हा सर्वजण मुळीच न हलता, न बोलता मिनिटभर उभे राहिले, मग शहाशुजा खूप मोठ्याने, स्वच्छ आवाजात वरूनच 'खुश आमुदेद' (तुमचे स्वागत आहे) म्हणाला. शुजा मग त्या इमारतीसमोरच्या भागातल्या त्या उंच सोनेरी सिंहासनावरून उठला आणि दोन षंढ लोकांच्या मदतीने हॉलच्या कोपऱ्यात एका कमी उंचीच्या तख्तावर जाऊन बसला. वकिलातीचे लोक मग रंगवलेल्या सायप्रसच्या झाडांच्या रांगेमधून वर दरबार हॉलमध्ये गेले. 'वर प्रवेश केल्यावर हॉलच्या एका बाजूला खूप उंची गालिचे

अंथरलेले होते, त्यावर आम्ही ओळीने उभे राहिलो. प्रथम शहाने बोलून शांतता मोडली आणि "पादशहा ओ अंग्रेसीस्तान (हिज ब्रिटिश मॅजेस्टी) आणि त्यांचा देश, सर्व ठीक आहेत ना?" असे विचारले व पुढे म्हटले, "ब्रिटिशांचे त्याच्या देशाशी संबंध नेहमीच उत्तम राहिले आहेत आणि त्याला विश्वास होता की, ते नेहमी तसेच राहतील." यावर एल्फिन्स्टनने उत्तर दिले – "देवाची मर्जी असेल तर तसे होईल!"

मग गव्हर्नर जनरलचे पत्र शहाशुजाला देण्यात आले. एल्फिन्स्टनने त्याच्या येण्याची कारणे आणि त्यांच्या कामाचा हेतू सांगितला. "त्याला शहाने अत्यंत सौजन्यपूर्ण उत्तरे आणि स्तुती करणारी आश्वासने दिली." ब्रिटिश पाहुण्यांना मानवस्त्रे देण्यात आली. त्यानंतर ते उठले आणि ती मानवस्त्रे अंगावर पांघरून परत गेले.

त्या रात्री उशिरा फ्रेसरने बसून त्याच्या आई-वडिलांना शुजाबद्दल त्याचे काय मत झाले ते लिहिले – 'त्याच्या दिसण्या-वागण्यातल्या गंभीर रुबाबाचा माझ्यावर विशेष प्रभाव पडला. त्याची सत्ता, व्यक्तिमत्त्व आणि धीरगंभीर वागणे यातून त्याचा प्रभाव पडतो.' त्याने पुढे लिहिले –

> 'बादशहा गुडघ्यातून पाय मागे वळवून ताठ बसले होते, मागे टेकून नाही. दोन्ही हात मांड्यांच्या वरच्या भागावर ठेवून कोपरे बाहेर येतील असे. मनाने अत्यंत स्वतंत्र वृत्तीचे लोक साधारणत: अशा आसनात बसतात. अशा वृत्तीचे खुर्चीत बसणारे लोक अधिकाराने पुढे वाकून, इतरांच्या वरचढ होतात. मी फॉक्सना (चार्लस जेम्स) हाउस ऑफ कॉमन्समध्ये लाचखाऊ मंत्र्यांविरुद्ध त्वेषाने बोलण्यासाठी उठण्याच्या तयारीत असताना असे बसलेले बघितले आहे. आम्ही जेथे उभे होतो, तेथेच त्यांचे प्रजाजन त्यांना मुजरा करायला येतात तेव्हा उभे राहतात, जेथे जनतेच्या मागण्या पुऱ्या केल्या जातात, दिलेल्या न्यायाला त्यांची मंजुरी मिळते; पण तेथेच कदाचित जुलुमाला ताबडतोब वठणीवरही आणले जाते. माझे डोळे जमिनीवर माझ्या पायांकडे होते तेथे रक्ताचे डाग होते!

शहाशुजा सिंहासनावरून उतरून खालच्या दरबारातल्या सिंहासनावर आला, तेव्हा त्याला बघून फ्रेसरने तो पाच फूट सहा इंच उंच असावा असा अंदाज केला आणि लिहिले की, 'त्याच्या त्वचेचा रंग खूप गोरा होता; पण अगदी निस्तेज होता– लाल नव्हता. त्याची दाढी काळी कुळकुळीत आणि कात्रीने कापून जरा लहान केलेली

होती. भुवया उंच होत्या; पण कमानदार नव्हत्या, जरा वर वळलेल्या होत्या आणि कोपऱ्याशी पुन्हा जरा खाली आलेल्या. पापण्यांच्या केसांना आणि कडांना काजळ लावलेले होते आणि भुवया व दाढीही रंगवून काळी केलेली होती. त्याचा आवाज मोठा आणि कानांना मधुर गंभीर वाटणारा होता.

> त्याचा पोशाख उत्तम होता, मुकुट विचित्र व रत्नजडित होता– षटकोनी असावा आणि प्रत्येक कोनावर काळ्या बगळ्याच्या पिसांचा सुंदर गुच्छ खोवलेला होता. ही सार्वभौमत्वाची आणि परमेश्वराने पृथ्वीवर खास पाठवलेला माणूस असण्याची खूण होती. मुकुटाच्या आतली चौकट काळ्या मखमलीची असावी; परंतु सोने आणि ती पिसे यांमुळे ती दिसत नव्हती; त्यामुळे मी सर्व रत्ने नीट ओळखू शकलो नाही; परंतु पाचू, माणके आणि मोती बरेच होते आणि ते असामान्य आकाराचे व सुंदर होते.

शुजा आणि ब्रिटिश यांच्यामधील मैत्रीकराराबद्दलची बोलणी बरेच आठवडे चालली. शुजा ईस्ट इंडिया कंपनीशी मैत्रीकरार करण्यास उत्सुक होता. त्याच्या राज्याचा जो भाग नेपोलियनने पर्शियाला देण्याचे वचन दिले होते, त्याचे रक्षण करण्यासाठी त्याला विशेषकरून ब्रिटिशांची मदत हवी होती. पेशावरमध्ये चहूकडून येऊन पोहोचणाऱ्या वाईट बातम्यांनी त्याचे मन चिंतित होते. शुजाच्या दरबाराची ऐट आणि भपका जरी खूप होता, तरी त्याची सिंहासनावरची पकड ब्रिटिशांना वाटले होते त्यापेक्षा ढिली झाली होती. दरबारी भपका तसाच ठेवण्याच्या शहाच्या हटवादीपणामागे अतिशय बिकट स्थिती लपवण्याचा प्रयत्न होता.

अफगाणिस्तानच्या राजकारणाला नवीन प्रतिष्ठा मिळवून देण्याचे शुजाने जाहीर केले होते. यातूनच त्याच्यासमोर नवीन प्रश्न उभे राहिले. १८०३ मध्ये त्याच्या हाती प्रथम सत्ता आली. त्याने शहा झमानला तुरुंगातून सोडवले होते. चालत आलेल्या पद्धतीप्रमाणे त्याच्या पराभूत सावत्र भावाचे – शहा महमौदचे डोळे फोडून त्याला आंधळे करण्याचा त्याला तिटकारा वाटला. त्याच्या आठवणींमध्ये त्याने लिहिले आहे – "आम्हाला सूड घेण्यापेक्षा क्षमा करण्यात जास्त आनंद वाटतो. पवित्र कुराणमध्ये दया दाखवावी असे लिहिले आहे त्याला अनुसरून आणि आमच्या स्वत:च्या मृदु आणि क्षमाशील स्वभावाला अनुसरून; तसेच हे लक्षात घेऊन की, माणूस जातीचा स्वभाव हा निष्काळजीपणा व चुका यांचे मिश्रण असतो; आम्ही त्याची कारणमीमांसा नीट ऐकून घेतली आणि राजाच्या अधिकारात

त्याला क्षमा केली, ती या विश्वासाने की, पुन्हा असा स्वामीद्रोह होणार नाही.''

महमौदला बाला हिसारच्या डोंगरावर राजवाड्याच्या वरच्या मजल्यावर नजरकैदेत ठेवले गेले. या धोरणाचा भलताच वाईट परिणाम होऊन १८०८ मध्ये शहा महमौद तेथून निसटला आणि शुजाचे सर्वांत मोठे शत्रू – बराकझाई या प्रतिस्पर्धी वंशाच्या लोकांना जाऊन मिळाला! बराकझाई व साडोझाई या घराण्यांमधले वैर आधीच अतिशय कटु व रक्तरंजित होते आणि लवकरच यातून लढाई सुरू होणार होती, ज्यामुळे संपूर्ण देशात विध्वंस पसरणार होता, टोळ्या-टोळ्यांमध्ये आणखी तुकडे पडणार होते आणि शेजारच्या देशांना मध्ये पडायला भरपूर संधी मिळणार होती. थोड्याच काळात हा लढा एकोणिसाव्या शतकाच्या आरंभीच्या अफगाणिस्तानचा मुख्य लढा होणार होता.

बराकझाई घराण्याचा प्रमुख पायिंदाखान हा शुजाचे वडील तैमूरशहा यांचा वजीर होता. १७९३ मध्ये तैमूरच्या मृत्यूनंतर शहा झमानला गादी मिळवून देण्यात त्याने प्रमुख भूमिका बजावली होती. सुरुवातीच्या वर्षांमध्ये तो स्वामिनिष्ठ वजीर होता; परंतु सहा वर्षांनंतर त्या दोघांमध्ये मोठा बेबनाव झाला. काही महिन्यांनंतर शहाला समजले की, जुन्या सरदारांची बाजू घेऊन वजीर पायिंदाखान हा राजवाड्यात बंड घडवून आणण्याचा कट रचतो आहे. तेव्हा शहा झमानने ज्या वजिराने त्याला राज्य मिळवून दिले होते, त्याचा खून करण्याची चूक तर केलीच; पण त्या कटात सामील असलेल्या सर्व मुख्य लोकांनाही मारून टाकले. यांपैकी बहुतेक सर्वजण त्यांच्या त्यांच्या वंशांचे प्रमुख पुरुष होते. शहा झमानने आणखी चूक अशी केली की, वजिराच्या एकवीस मुलांपैकी एकालाही अभय देऊन निर्धास्त केले नाही. बराकझाईंपासून असलेला धोका संपवण्याऐवजी शहा झमानने मोठाच गोंधळ निर्माण केला. अफगाणिस्तानच्या दोन प्रमुख घराण्यांमध्ये रक्तरंजित लढा सुरू केल्याने त्याने अफगाणी राजकारणी वर्गामध्ये फूट पडली, जी लवकरच मोठी होत जाऊन यादवी युद्धाची खाई झाली.

वजिराचा सर्वांत मोठा मुलगा फत्तेखान हा आता बराकझाईंचा प्रमुख झाला. परंतु दिवस गेले तसतसे लक्षात आले की, बराकझाई मुलांमधला बराच धाकटा, पायिंदाखानच्या किझिलबाश जमातीच्या बायकोचा मुलगा दोस्त महम्मद खान हा सर्वांत निश्चयी आणि धोकादायक होता. तोच वजिराची गादी चालवणार हे दिसून येई. वयाच्या सातव्या वर्षी ज्याने भर दरबारात स्वत:च्या वडिलांची क्रूर हत्या पाहिली. त्या प्रसंगाच्या भयंकर आठवणीचा त्याच्या मनावर कायमचा परिणाम झाला. तो शहाशुजाचा सर्वांत कडवा शत्रू झाला. १८०९ मध्ये सतरा वर्षांचा झालेला दोस्त महम्मद निष्ठुर लढवय्या तर होताच, पण चाणाक्ष आणि विचार करून व्यूह रचणारा होता.

शहाशुजाच्या हाती १८०३ मध्ये सत्ता आली, तेव्हा त्याने विशेष वेगळे प्रयत्न करून बराकझाईंबरोबरचे रक्तपात होणारे वैर संपवून एकोपा करण्याचा प्रयत्न केला होता. सर्व बराकझाई भावांना क्षमा करून दरबारात बोलावून त्यांचे स्वागत केले. या नव्या मैत्रीवर शिक्कामोर्तब करण्यासाठी शुजाने त्यांच्या बहिणीशी, वफा बेगमशी लग्न केले होते. सुरुवातीला सगळे चांगले वाटले खरे; पण प्रत्यक्षात बराकझाई भाऊ आपल्या वडिलांच्या खुनाचा सूड घेण्याची वाट पाहत होते. शहा महमौद बाला हिसारमधून निसटल्याबरोबर फत्तेखान आणि दोस्त महम्मद ताबडतोब त्याच्या निशाणाखाली आले आणि बंडात सामील झाले.

एल्फिन्स्टनची वकिलात पेशावरमध्ये येऊन पोहोचल्यावर थोड्याच दिवसांत शहा महमौद आणि बराकझाई बंडखोर यांनी दक्षिण अफगाणिस्तानची राजधानी कंदहार ताब्यात घेतली. पुढे एक महिन्याने १७ एप्रिल १८०९ला एल्फिन्स्टन आणि शुजा त्यांच्या तहाच्या अटी पक्क्या करत होते, तेव्हा बंडखोरांनी काबूलच ताब्यात घेऊन शहाशुजावर पेशावरमध्ये हल्ला करण्याची तयारी सुरू केली. परिस्थिती आणखी अवघड झाली होती. कारण काश्मीरमध्येही बंड झालं होतं ते मोडण्यात शुजाच्या सैन्यापैकी बरंचसं सैन्य गुंतलेलं होतं. काबूल हातातून गेल्याच्या बातमीबरोबरच, काश्मीरच्या लढाईतही परिस्थिती ठीक नसल्याच्या बातम्या येऊ लागल्या. ज्या दोघा सरदारांना तिकडच्या हल्ल्याचं काम दिलं होतं, त्यांचं आपापसांत भांडण झालं होतं आणि त्यातला एक बंडखोरांना जाऊन मिळाला होता!

बादशहाचं लक्ष इतकं विचलित झालेलं असल्यामुळं एल्फिन्स्टन आणि त्याच्या बरोबरच्या लोकांचं आयतं फावलं. ते गुप्तपणे आतल्या बातम्या मिळवायचं काम करू लागले. अफगाणिस्तानमधल्या वेगवेगळ्या ठिकाणच्या व्यापाऱ्यांना आणि विद्वान मंडळींना भेटून, प्रश्न विचारून, भौगोलिक, व्यापार, वेगवेगळ्या वंशांच्या, टोळ्यांच्या चालीरिती इ. माहिती मिळवून एकत्र करू लागले. त्यासाठी चहूकडे दूत पाठवले गेले. उदा. मुल्ला नजीब नावाच्या माणसाला पन्नास रुपये देऊन काफिरस्तानमधील सियाहपोश लोकांची माहिती काढून आणायला पाठवले. हे लोक अलेक्झांडर द ग्रेटच्या सैन्यातल्या लोकांचे वंशज आहेत असे म्हणत असत. एल्फिन्स्टनच्या लक्षात आलं की, 'शहाशुजाच्या मुन्शीला (सचिव) अनेक विषयांचं खूप ज्ञान होतं. एकटा राहून खूप वाचन करण्याची आवड असलेला हा माणूस खरोखर अत्यंत बुद्धिवान होता आणि त्याला ज्ञान मिळवण्याची प्रचंड आसक्ती होती. त्याच्या देशात जेवढं शिकण्यासारखं होतं तेवढं नीतिशास्त्र आणि अध्यात्मशास्त्र त्याला चांगलं अवगत होतंच. त्याला गणितशास्त्राची अत्यंत आवड होती. हिंदू धर्मातील प्रचंड ज्ञानभांडाराचा शोध घेण्यासाठी तो संस्कृत

शिकत होता!' दरबारातील इतर बुद्धिवादी विचारवंतांना त्यांच्या देशातल्या सर्व विद्या आणि ज्ञान अवगत होतं. 'या मुल्लांपैकी काही विद्वान होते, काही व्यवहारचतुर होते, काही केवळ बुद्धिगम्य कारणांनी ईश्वराचं अस्तित्व मानणारे होते, काही सनातनी मुसलमान होते, तर काही सुफी गूढवादी होते.'

शहाशुजाने एल्फिन्स्टनला व त्याच्या बरोबरच्या लोकांना शाही बागांमध्ये जायला परवानगी दिली. लवकर उठून अभ्यास, शोध इ. कामं आटोपून दुपारी ते शहा झमान बागेत जात असत. तेथे फळझाडे इतकी जवळजवळ लावलेली होती की, 'दुपारी आतमध्ये त्यांना ऊन लागूच शकत नसे; त्यामुळे ते अगदी शीतल विश्रांतिस्थान होतं. दुपारची जेवणं झाल्यावर आम्ही समोरच्या एखाद्या व्हरांड्यात जाऊन बसत असू. तेथे गालिचे अंथरलेले होते. येथे भिंतीवर लिहिलेल्या अनेक पर्शियन कविता वाचण्यात आमचा वेळ जात असे. त्यातील बऱ्याचशा भाग्य आणि संपत्ती किती अस्थिर असतात या विषयावर होत्या – काही तर बादशहाच्या सध्याच्या परिस्थितीशी खूपच साम्य असणाऱ्या होत्या.'

येथे बसून एल्फिन्स्टन त्याची डायरी लिहीत असे आणि अफगाणी लोकांच्या स्वभावातल्या परस्परविरोधी अशा खूप गोष्टींचा अर्थ लावू बघत असे. त्याने लिहिले होते – 'सूडबुद्धी, मत्सर, लोभ, हटवादीपणा, लूट करण्याची वृत्ती हे त्यांचे अवगुण आहेत, तर स्वातंत्र्याची चाड, मित्रांशी एकनिष्ठता, आश्रितांसाठी दयाबुद्धी, अगत्यशील स्वभाव, शौर्य, कणखरपणा, काटकसरी स्वभाव, कष्टाळू वृत्ती आणि दूरदृष्टी हे त्यांचे गुण आहेत.'

धूर्त व चाणाक्ष एल्फिन्स्टनच्या हे लक्षात आले होते की, अफगाणिस्तानातली लढाई जिंकणे हे साधी सरळ लढाई जिंकण्यापेक्षा येथील वेगवेगळ्या वंशांमधील बदलत राहणाऱ्या नात्यांमधून मार्ग काढण्यात यशस्वी होण्यावर अवलंबून आहे. 'एखाद्या वंशाचा प्रमुख शत्रूला जाऊन मिळण्यावर बरेचदा जय मिळेल की नाही हे ठरते. तसे होते, तेव्हा बरेचसे सैन्य त्याच्या मागे जाते किंवा मग पळून जाते' – एल्फिन्स्टनने लिहिले आहे.*

शुजा आता त्याचे राज्य टिकून राहण्यासाठी वाटाघाटी करत होता. विल्यम फ्रेसरने घरी पाठवलेल्या पत्रातून, वकिलातीच्या सुरुवातीच्या आशावादाऐवजी चिंता निर्माण होऊ लागली होती, हे दिसून येते. त्याने बावीस एप्रिलला लिहिले,

---

* हिंदुस्तानातही नंतर साम्राज्यवाद्यांनी शस्त्रास्त्रांचा आणि पराक्रमाचा विजय असे भासवले, तरी प्लासी व बक्सरच्या लढायांमधील क्लाइव्हचे 'विजय' हे ब्रिटनमधील बँकर्स आणि हिंदुस्तानातील सत्तेची देवाणघेवाण करणारे यांच्यातील यशस्वी चर्चांचेच फलित होते.

'आमचा मित्र बिचारा शुजा-उल-मुल्कसाठी सध्याचे अहवाल फारच वाईट आहेत. काबूल आणि गझनी दोन्ही बंडखोरांनी काबीज केली आहेत असे म्हणतात. काश्मिरी सैन्याचाही पराजय झाला आहे असे ऐकले. शहरात सगळीकडे अशा अफवा आहेत; पण त्या विश्वासार्ह आणि खऱ्या असाव्यात; त्यामुळे हा इथला मनुष्य खरोखर आता बादशहा नाही आणि निदान काही काळ तरी त्याने दूर निघून जावे किंवा त्याने एक निर्णायक लढाई लढावी.'

आता ब्रिटिशांच्या लक्षात येऊ लागले होते की, अफगाणिस्तानवर राज्य करणे सोपे नव्हते. गेल्या दोन हजार वर्षांमध्ये हा देश अत्यंत अल्प काळ बलवान केंद्रीय सत्तेखाली गेला होता. वेगवेगळ्या वंशांच्या, घराण्यांच्या लोकांनी त्या वेळेस एका बादशहाची सत्ता मानली होती. एकसूत्र राजकीय पद्धत तर त्याहूनही कमी काळ होती. बऱ्याच अर्थांनी हा एक देश म्हणजे आपापसांत स्पर्धा करणाऱ्या प्रमुख घराण्यांची सारखी बदलत राहणारी रचना होती. ही घराणी एका 'मालिक'च्या अमलाखाली असत, त्यांच्यामध्ये स्वामिनिष्ठाही पूर्णपणे वैयक्तिक असे, जी गृहीत न धरता बोलणी करून मिळवावी लागे. घराण्यांच्या परंपरांमध्ये सर्वांना समान आणि स्वतंत्र हक्क असत. त्यांनी कधी कुठल्या सत्तेपुढे नमायचे ठरवले, तर ते त्यांच्या स्वतःच्या अटींवर असे. पैशाचे अमिष दाखवून कधीकधी सहकार्य मिळवणे शक्य असे; पण एकनिष्ठेची खात्री क्वचितच असे – प्रत्येक अफगाण सैनिक त्याच्या स्थानिक वरिष्ठाशी एकनिष्ठ असे, जो त्याला पोसत असे व पगार देत असे – दूरवर असलेल्या काबूल किंवा पेशावरमधल्या दुर्राणी शहांशी एकनिष्ठा नसे.

आणि तरी, घराण्यांचे प्रमुखही बरेचदा आज्ञापालनाची ग्वाही देऊ शकत नसत, कारण वांशिक श्रेष्ठताही खूप फसवी आणि सैलावलेली होती. एक म्हण होती की, 'प्रत्येक टेकडीमागे एक बादशहा बसलेला असतो.' (पुश्त-ए हर टेप्पे, येक पादिशाह नेशास्त) किंवा 'प्रत्येक माणूस हा खान असतो.' (हर सराये खान देह) अशा प्रदेशात सरकारच्या हातात एकसंध सत्ता कधीच नसे. निष्ठेसाठी स्पर्धा करणाऱ्या अनेकांपैकीच तेही एक असे. एक म्हण होती की, 'अफगाण अमीर मुंग्यांच्या वारुळावर झोपतो.' शहाशुजाची सत्ता चहूबाजूंनी खलास होत जाताना बघत असताना याचा अर्थ एल्फिन्स्टनच्या लक्षात आला. त्याने लिहिले, 'घराण्यांचे अंतर्गत कारभार त्यांचे हेतू इतके नीट पार पाडतात की, बादशहाच्या सरकारातील प्रचंड अंदाधुंदीनेही त्यांची कामे विस्कटत नाहीत किंवा त्यांच्या नागरिकांच्या आयुष्याला बाधा येत नाही.' अफगाणी लोकांना त्यांचे डोंगर म्हणजे 'याघिस्तान - बंडांचा देश' वाटत असे यात नवल नाही!

या टोळ्या किंवा घराण्यांपैकी बरेच शेजारच्या साम्राज्यांच्या रक्षणार्थ त्यांनी

दिलेल्या पैशांच्या मोबदल्यात मदत करत असत. उदा. मुघल साम्राज्य ऐन ताकदीच्या भरात असतानाही, दूरवरच्या दिल्ली-आग्रा येथील बादशहांच्या लक्षात येऊन चुकले होते की, अफगाण टोळी प्रमुखांकडून करवसुली करण्याचा प्रयत्नही करण्यात अर्थ नव्हता. त्याऐवजी मुघलांच्या मध्य आशियातल्या मूळ वतनांशी दळणवळण चालू ठेवण्यासाठी या अफगाण टोळ्यांच्या प्रमुखांना भरपूर वार्षिक मदत देणे, हा एकच मार्ग होता. औरंगजेबाच्या कारकिर्दीत अफगाण टोळ्यांच्या प्रमुखांना, मुघलांच्या खजिन्यातून वार्षिक ६००,००० रुपये त्यांची 'राजनिष्ठा' कायम ठेवण्यासाठी दिले जात. एकट्या आफ्रिदी टोळीलाच त्यातले १२५,००० रुपये दिले जात आणि तरीही अफगाणिस्तानवर मुघलांचा चाप कधी होता, तर कधी नव्हता. मोठा विजय मिळवून १७३९ मध्ये दिल्ली लुटून परत जाणाऱ्या नादिरशहाने खैबरच्या खिंडीतून सुरक्षितपणे जाण्यासाठी टोळीप्रमुखांना प्रचंड मोठाल्या रकमा जाताना व येताना दिल्या होत्या.* दुसरे पर्याय होते – अफगाणी लोकांनी लूट करणाऱ्या प्रमुखाचा अधिकार कबूल करावा म्हणून त्याने त्याला जी लूट मिळेल त्यातील चार पंचमांश भाग त्यांना देण्याची लालूच दाखवणे. असे अहमदशहा अब्दाली व तैमूर शहा या दोघांनीही केले होते; परंतु भरलेल्या खजिन्याच्या पेट्या नेहमीच नसल्यामुळे आणि देशातील वेगवेगळ्या टोळ्यांना लुटीची लालूच दाखवून एकत्र आणता येत नसल्यामुळे अफगाणिस्तानमध्ये जवळजवळ नेहमीच विभागलेल्या टोळ्या असत. त्यांच्यात फक्त त्यांच्या सैन्याला विजय मिळण्यापुरता एकोपा असे – राज्याचा कारभार यशस्वी झाला म्हणून कधीच नाही.

शहाशुजाच्या बाबतीत त्याच्या आजोबांच्या साम्राज्याचे आणि त्याचे असेच होणार असे दिसत होते. एल्फिन्स्टनच्या वकिलातीला येऊन दोन महिने झाले, तोपर्यंत मे १८०९ मध्ये येऊ घातलेल्या भयंकर अरिष्टाचे संपूर्ण चित्र स्पष्ट होऊ लागले होते. फ्रेसरने लिहिले –

> 'रस्ते अशांत आहेत. सर्व टोळ्या आणि त्यांचे प्रमुख यांच्यावर जे थोडे आधिपत्य होते, तेही गेल्यामुळे ते सर्व लूट, भांडणे, एकमेकांशी मारामाऱ्या करत आहेत. बादशहाचे काश्मीरमधले सैन्य पूर्णपणे खलास झाले आहे. १५,००० सैनिकांपैकी फक्त ३००० परत आले आहेत. बाकीचे मरण पावले किंवा शत्रूला तरी जाऊन मिळाले. इकडे शहाशुजा

* ब्रिटिश लोकांनी पुढे मुघलांचेच अनुकरण केले. ब्रिटिशांच्या एका अगदी रद्दी कवितेप्रमाणे – 'सिंध्यांना पिटून काढा, बलुचींशी मैत्री करा; पण पठाणांना पैसे द्या!'

> सर्व शक्ती एकवटून, सर्वतोपरी प्रयत्न करून शक्य त्या सर्व मार्गांनी पैसे गोळा करण्याचा प्रयत्न करत आहे – कोणाला प्रोत्साहन देऊन, कोणाचे मन वळवण्याचा प्रयत्न करून, वचने देऊन. दुसऱ्या विरुद्ध बाजूच्या सरदारांशी तो संगनमतही करतो, रिकामा खजिना, हार पत्करलेली, विखुरलेली सेना आणि स्वतंत्र वृत्तीचे स्वाभिमानी सरदार लाभलेला चिंतित बादशहा एका शूराला साजेसा त्याग करत जमेल तसं सावरायचा प्रयत्न करतो आहे.'

हताश, निराश होऊन शहाशुजानं खैबरच्या खिंडीतील टोळ्यांचं नवं सैन्य उभारून त्यांना युद्धकला शिकवण्यात मे महिना घालवला. काश्मीरमधल्या सैन्यापैकी थोडे थोडे परत येत राहिले. त्यांनी घोडे, शस्त्रे आणि अंगावरची वस्त्रेही गमावली होती. पेशावरमधील तणाव एवढा वाढला की, जेव्हा अशी अफवा उठली की, 'बंडखोरांशी ब्रिटिश लोक संगनमत करत आहेत आणि ब्रिटिशांना दिलेले घर लुटायचे हुकूम शुजाने दिले आहेत' तेव्हा वकिलातीचे लोक राहत होते त्या घराबाहेर संतप्त जमाव गोळा झाला. १२ जूनला वकिलातीची सुरक्षा धोक्यात आहे असे दिसले. परत जाण्याचे रस्तेही रोजच्या रोज जास्त धोकादायक होऊ लागले. तेव्हा एल्फिन्स्टनने आणि त्याच्या हाताखालच्या लोकांनी शहाशुजाचा निरोप घेऊन दक्षिण-पूर्व दिशेला दिल्ली व कलकत्त्याकडे प्रयाण केले.

इकडे शुजाने भक्कम भूमिका घेण्याची तयारी केली. 'शहाकडे चहूकडून भयंकर संकटांच्या बातम्या येत होत्या. द्वेष, अपकारबुद्धी आणि दुर्दैव यामुळे त्याचा राज्यकारभार नष्ट होताना तो असहाय्यपणे बघत होता, तरीही तो भीतीने गारठून न जाता भक्कम राहिला आणि उलट शहा महमौदच्या हल्ल्याला तोंड द्यायला सैन्य घेऊन निघाला' असे सुलतान महमौद दुर्राणीने 'तारिखे-इ-सुलतानी'मध्ये लिहिले आहे.

एका आठवड्याच्या आतच ब्रिटिश लोक सिंधू नदीच्या डाव्या किनाऱ्यावर आले. अट्टोक येथे अकबरने बांधलेल्या मोठ्या किल्ल्याच्या भिंतीच्या आधाराने त्यांनी तंबू ठोकले. उत्तर किनाऱ्यावरून घाईघाईने नदी ओलांडण्याची तयारी करणारा एक मोडकळीला आलेला शाही काफिला त्यांना दिसला. आंधळा शहा झमान आणि वफा बेगम साडोझाई जनानखान्याला सुरक्षित जागी पोहोचण्याचा प्रयत्न करत होते. फ्रेसरने लिहिले आहे, 'आम्हा सगळ्यांच्या मनावर त्या भेटीचा झालेला परिणाम वर्णन करणं अवघडही आहे आणि दुःखदही. आमच्यापैकी अनेकांना अश्रू आवरणे कठीण झाले. आंधळा बादशहा बसक्या आसनावर बसला होता. जरा लांबून त्याच्या डोळ्यांमध्ये काही दोष आहे असे समजले नसते. दोन्ही

डोळ्यांत एक/एक ठिपका पडल्यासारखा दिसत होता. डोळ्यांचा नितळपणा कमी झाला होता. आम्ही जाऊन बसल्यावर त्याने सामान्य परिस्थितीत करावे तसे आमचे स्वागत केले आणि एवढेच म्हटले की, शुजाच्या सध्याच्या दुर्दैवी परिस्थितीबद्दल त्याला वाईट वाटत होते; पण त्याला विश्वास होता की, खुदा त्याच्यावर पुन्हा मेहेरबान होईल.

शहा झमाननं सांगितलेल्या बातम्या अतिशय वाईट होत्या. शुजाचा सपशेल पराभव झाला होता. त्याचे सैन्य जलालाबादहून काबूलकडे चालले असताना त्याच्या सैन्यातील समोरची फळी निम्ला येथील मुघल गार्डन्समधल्या सायप्रस वृक्षांपर्यंत पोहोचली, तेव्हा दबा धरून बसलेल्या बंडखोरांनी रस्त्यातच त्यांच्यावर अचानक हल्ला केला. मोठ्याने ओरडत भाले आणि खैबरच्या अतिशय धारदार सुऱ्यांनी बंडखोरांनी त्यांना भोसकत, बंदुकांच्या दस्त्यांनी पिटून काढलं. भोसकलेली शरीरे दणादण कोसळली. मग बंडखोर घोड्यांवरून खाली उतरले आणि खाली पडलेल्या शरीरांना आणखी भोसकत, त्यांचे कोथळे बाहेर काढत; त्यांची लिंगे कापून ती त्या प्रेतांच्या तोंडात खुपसली! काही मिनिटांतच शुजाचा सेनाप्रमुख मृत्यू पावला आणि नव्याने भरती केलेले सैनिक पळून गेले. त्याच्या सरदारांपैकी बरेचजण फत्तेखान बराकझाईने देऊ केलेल्या लाचेच्या मोहाने त्याला जाऊन मिळाले. शहाशुजा स्वत: सैन्याच्या शेवटच्या भागात होता. या अचानक झालेल्या हल्ल्याबद्दल त्याला समजेपर्यंत सगळे संपले होते! त्याची नवी सेना विस्कळीत होऊन खलास झाली होती. नंतरच्या पळापळीच्या गोंधळात त्याचा अंगरक्षकही दिसेनासा झाला.

दिवस मावळता मावळता विजा चमकून, गडगडाट होऊन सैरावरा पळालेल्या सैन्यावर वादळी पाऊस बरसला, त्या आवाजात थकलेल्या घोड्यांच्या टापाही ऐकू येत नव्हत्या. 'मुसळधार पावसामुळे नदीला पूर आला. ती ओलांडणे जवळजवळ अशक्य झाले; परंतु परवरदिगारावर भरवसा टाकून शहाशुजा त्याच्या घोड्यासह त्या प्रवाहात उतरला. सुरुवातीला छातीएवढ्या पाण्यातून घोड्याने वाट काढली. काबूल नदीच्या किनाऱ्याजवळच्या पाण्याच्या तळाच्या जाड गोटे असलेल्या जमिनीतही त्या उमद्या घोड्याने तोल सांभाळला; परंतु शुजा प्रवाहाच्या मध्यावर पोहोचला तेव्हा मोठा लोंढा आला आणि तो घोड्यावरून घसरला! खूप धडपड करत तो आणि घोडा कसेबसे पलीकडच्या तीरावर पोहोचले; परंतु बाकीच्या सैन्याने नदी ओलांडायला नकार दिला. अशा तऱ्हेने सर्व दरबारी लोक आणि नोकरचाकर सोडून गेलेल्या परिस्थितीत त्याने एकट्यानेच रात्र घालवली. 'तारिखे-इ-सुलतानी'मध्ये हे वर्णन आले आहे. शहाने स्वत: या परिस्थितीबद्दल अगदी मोजक्या, वेचक शब्दांत लिहिले आहे, 'एखाद्या कोंदणात बसवलेल्या एकांड्या

रत्नासारखी आम्ही काहीही संरक्षणाशिवाय रात्र घालवली.'

ज्या बादशहाच्या वर्षाची सुरुवात इतकी चांगली झाली होती आणि ज्याने काही आठवड्यांपूर्वीच त्याच्या सार्वभौम सत्तेचे एवढ्या शानदार झगमगाटात प्रदर्शन केले होते, तोच आता त्याच्या अगदी तरुण वयात होता तसा एकाकी, पळून आलेल्या निर्वासितासारखा अफगाणिस्तानातल्या अंधाऱ्या प्रदेशातून रात्रीचा, चाचपडत निघाला होता.

अस्वस्थ मन

निम्ला येथील पराभवानंतर शहाशुजाला बराच काळ अपमानित अवस्थेत देशाबाहेर काढावा लागला. जगातील सर्वाधिक मूल्यवान रत्न त्यानं जवळ बाळगल्यामुळे त्याचं असं भटकणं अधिक धोकादायक होतं.

कित्येक महिने शुजा त्याच्या मित्रपक्षातील राजांच्या दरबारात त्यांना भेटत राहिला. शहा महमौद आणि बराकझाई लोकांना गादीवरून हटवून, त्याचे राज्य त्याला परत मिळावे म्हणून मदत मागत राहिला. त्याच्या दरबारात एके काळी राहणारा अट्टार महम्मद याने त्याला एका रात्री अट्टोकच्या मोठ्या किल्ल्यात राहण्यास बोलावले. सिंधू नदी पार करण्याच्या मोक्याच्या जागी हा किल्ला आहे. मिर्झा अताच्या लिहिण्याप्रमाणे :

> तेथे त्यांनी शहाशुजाला एका खासगी खान्यासाठी बोलावले. तेथे खान्याबरोबर खूप गोड कलिंगडे दिली आणि मग उगीच मजा म्हणून एकमेकांवर कलिंगडाच्या साली फेकायला सुरुवात केली; पण खेळाचे पर्यवसान उद्धटपणाने बोलण्यात आणि पाणउतारा करण्यात झाले आणि थोड्याच वेळात शहाशुजाला अटक करण्यात आली. आधी अट्टोकमध्ये ठेवून मग त्याला काश्मीरला पाठवण्यात आले आणि कडक पहाऱ्यात एका किल्ल्यात कैद करून ठेवण्यात आले. पुष्कळदा त्याच्या डोळ्यांसमोर धारदार चाकू धरला जाई. एकदा त्याच्या पहारेकऱ्याने त्याला हात बांधून सिंधू नदीच्या पात्रात उतरवले आणि धमकी दिली की, तो हिरा त्याने दिला नाही, तर त्याला तिथल्या तिथे ठार मारण्यात येईल.

इकडे वफा बेगम एकनिष्ठपणे त्याची सुटका करण्याचा प्रयत्न करत होती. तिच्या

नवऱ्याचा पराभव झाल्यानंतर ती लाहोरला येऊन पोहोचली होती. शिखांकडून कळलेल्या माहितीप्रमाणे तिने स्वत: स्वतंत्रपणे शीख महाराजा रणजितसिंगबरोबर बोलणी करून असे सांगितले होते की, त्याने तिच्या नवऱ्याला कैदेतून सोडवण्यास मदत केली, तर ती त्याला कोहिनूर देईल. रणजितसिंगने तिची मागणी कबूल केली. १८१३ च्या वसंत ऋतूत या शीख पुढाऱ्याने काश्मीरवर हल्ला करण्यासाठी सैन्य पाठवले. तेथील ज्या गव्हर्नरने शुजाला बंदिवान करून ठेवले होते, त्याचा पराभव करून त्यांनी शुजाला अंधार कोठडीतून सोडवले. पदच्युत शहाशुजाला रणजितसिंगने लाहोरला नेले, परंतु तेथे त्याला त्याच्या जनानखान्यापासून वेगळे आणि नजरकैदैत ठेवण्यात आले. त्याच्या पत्नीने केलेल्या वायद्याप्रमाणे तो हिरा देऊन टाक असे त्याला सांगण्यात आले. शुजाने त्याच्या आठवणींमध्ये लिहिले आहे की, 'आमच्या जनानखान्यातील स्त्रिया दुसऱ्या महालात ठेवण्यात आल्या होत्या. आम्हाला तेथे जाण्यास बंदी होती, ही मनस्वी चीड आणणारी बाब होती. तसेच, अन्न आणि पाणी मनाला येईल तेव्हा कमी किंवा बंद करण्यात येई, आमच्या नोकरांना शहरात त्यांची कामे करण्यास कधी जाऊ दिले जाई, कधी मनाई केली जाई. त्याच्या मते ही अफगाणी आदरातिथ्याच्या शिष्टाचारांची अतिशय वाईट पायमल्ली होती. हे वागणे हलक्या प्रतीचे, गावंढळ होते आणि त्याला कैदेत टाकणारा एक डोळ्याचा रणजितसिंग हलक्या मनाचा, जुलुमी, कुरूप व नीच स्वभावाचा होता.'

रणजितसिंगने हळूहळू त्याच्यावरचा दबाव वाढवला. शुजाची परिस्थिती अत्यंत दयनीय झाली. त्याला पिंजऱ्यात कोंडण्यात आले. त्याने स्वत:च लिहिल्याप्रमाणे, जोपर्यंत त्याने त्याची सर्वांत मूल्यवान वस्तू देऊन टाकण्याचे कबूल केले नाही, तोपर्यंत त्याच्यासमोर त्याच्या ज्येष्ठ पुत्राचे, तैमूर शहाचे अतिशय हाल करण्यात आले. १ जून १८१३ रोजी रणजितसिंग स्वत: शहराच्या मध्यभागी असलेल्या मुबारक हवेलीत आला आणि काही हाताखालच्या लोकांना बरोबर घेऊन शहाकडे गेला.*

---

* लाहोरच्या जुन्या भागात ही मुबारक हवेली अजूनही टिकून आहे, जेथे या पुस्तकासाठीच्या संशोधनाचे बरेचसे काम केले गेले, त्या अनारकली येथील पंजाब आर्काइव्हजपासून चालत पाच मिनिटांत जाण्याच्या अंतरावर आहे. शहाशुजाच्या वेळी होती, तशीच ही हवेली आजही आहे. बरेचसे चौक ओलांडल्यावर राहण्याची जागा येते, ज्यामध्ये लाकडी जाळ्या व कोरीव काम केलेल्या व्हरांड्यांमधून जाता येते. पहिल्या अफगाण युद्धानंतर ब्रिटिशांनी ती काबूलमधून हाकलून दिलेल्या किझिलबाश पुढाऱ्यांना दिली होती आणि ती आजही शिया लोकांच्या कारवायांचे केंद्र आहे तसेच शेवटच्या चौकात त्यांचा 'अझुरखाना' आजही आहे. मी शेवटचा तेथे गेलो होतो तेव्हा शियांची मुहर्रमची मिरवणूक हवेलीतून बाहेर पडली, तेव्हा बाहेर लगेच एक बॉम्बस्फोट झाला होता. आता या भागात कडक पोलीस बंदोबस्त असतो.

शुजाने त्याचे स्वागत केले.अ

> 'खूप सभ्य, मानाच्या वागणुकीने दोघे बसले, मग गप्प, गंभीर शांतता पसरली, जी जवळजवळ तासभर तशीच राहिली. नंतर रणजितसिंगची सहनशीलता संपत आली आणि त्याने त्याच्या बरोबरच्या लोकांपैकी एकाशी कुजबुजून ते का आले होते याची शहाला आठवण करून देण्यास सांगितले. काही उत्तर दिले गेले नाही; परंतु शहाने त्याच्या एका हिजड्याला डोळ्यांनी खुणावले. तो आत गेला आणि एक लहान गुंडाळी घेऊन आला, जी त्याने मधल्या गालिचावर दोन राजांपासून बरोबर सारख्या अंतरावर ठेवली. रणजितसिंगने त्याच्या हिजड्याला ती गुंडाळी उलगडण्यास सांगितले आणि जेव्हा तो हिरा समोर दिसला आणि ओळखला गेला, तेव्हा त्याची मूल्यवान लूट हातात पकडून धरून तो शीख ताबडतोब तेथून परत गेला.'

वफा बेगमने केलेल्या कराराचा मान शहाशुजाने ठेवला; पण त्यानंतर हवी ती वस्तू मिळाल्यावर शुजाला सोडून देण्याच्या वचनाला रणजितसिंग जागला नाही. शहाशुजाजवळच्या रत्नांनाच फक्त किंमत होती असे नाही शहाशुजा स्वत:ही, ज्याचा फायदा करून घेता येईल अशी मूल्यवान वस्तू होता. म्हणून महाराजाने त्याला नजरकैदेत ठेवले. त्याला अधूनमधून केव्हातरी पहारेकऱ्यांबरोबर फक्त शालिमार बागेत जाऊ दिले जात असे. शुजाने लिहिले, 'आम्ही केलेल्या तहाचे सर्रास उल्लंघन केले गेले. आता असे झाले होते की, आम्हाला जरा बाहेर फिरायला किंवा बगिच्यामध्ये किंवा मशिदीत जायचे असेल, तर आमच्यामागे सदोदित गुप्तहेर असत. त्यांच्याकडे आमचे लक्ष गेले आहे असे दाखवण्याइतकेही महत्त्व आम्ही त्यांना दिले नाही.'

निदान शुजाला लाहोरमधील कवींना त्याच्या मनोरंजनासाठी बोलावण्यास परवानगी मिळाली. त्या काळातला एक प्रसिद्ध कवी रुक्न-उल दिन लाहोरी 'मुकम्मल' (म्हणजे अनेक गुणसंपन्न) यांनी त्यांच्या आठवणींमध्ये शहाशुजाने त्याला मुबारक हवेलीवर बोलावले होते, त्याबद्दल लिहिले आहे. त्यांच्या कवितांमुळे जुन्या आठवणींनी शुजाचा कंठ दाटून आला. शुजाने त्यांच्या कवितांच्याच छंदात पुढील ओळी म्हटल्या – ''अहो वायुलहरींनो, माझ्या प्रियेच्या लांब केसांची तुम्ही काय अवस्था केलीत?

> माझी मन:शांती तुमच्यामुळे ढळली आहे!
> माझ्या मनाचा पक्षी माझ्या मायदेशाच्या आठवणीने शोक करत आहे!
> हा बुलबुल बागेपासून वियोग झाल्याचा शोक करत आहे!''

काही महिन्यांनंतर रणजितसिंगने शहाशुजाची उरलीसुरली संपत्ती लुटून घेण्याचे ठरवले. शुजाचा मेव्हणा, पण आता शत्रू झालेला फत्तेखान बराकझाई पेशावरमध्ये राज्यकारभारावर पकड घेण्याचा प्रयत्न करत होता, त्याच्यावर शिखांना हल्ला करायचा होता. या हल्ल्यात सामील होण्यास शुजाला बोलावण्यात आले. शुजाने लिहिले आहे – त्या वेळी आम्हाला घसादुखीचा अतिशय त्रास होत होता, तरीही आमच्या कुटुंबातील स्त्रियांची शालिमार बागेत राहण्याची व्यवस्था करून मग शिखांच्या मोहिमेत जबरदस्तीने सामील झालो.' अशा तऱ्हेने शुजाला लाहोरमधून फूस लावून बाहेर काढल्यावर आणि दूर नेल्यावर, एकाएकी काही कारण न देता हल्ला करण्याचा विचार रद्द करण्यात आला. फत्तेखान तेथून काबूलला परत गेला हे कारण देण्यात आले. परतीच्या प्रवासात मध्यरात्री सशस्त्र लुटारूंनी शुजाच्या शाही तंबूवर हल्ला करून लूट केली. शुजाच्या अफगाणी अंगरक्षकाने त्यांच्यापैकी एकाला पकडले तेव्हा त्याच्याकडून समजले की, रणजितसिंगच्या सांगण्यावरूनच त्यांनी हल्ला केला होता! शुजाने लिहिले आहे, 'आम्हाला हे अत्यंत भयंकर व आश्चर्यकारक वाटले. असंस्कृत, अज्ञानी, शीख कुत्र्यांच्या निर्दयी विश्वासघाताचा हा पुरावाच होता!' नंतर त्याने रणजितसिंगला लिहिले – 'ही कसली वर्तणूक म्हणायची? तुमचा जे काही करण्याचा विचार असेल, ते उघड करा ना! हे लुच्चेपणाचे हलक्या प्रतीचे हाल करणे बंद करा! ही शरमेची गोष्ट आहे!'

दुसऱ्या दिवशी संध्याकाळी चोरून नेलेल्या ट्रंका तंबूत परत आणून दिल्या गेल्या. 'बराच आवाज, आरडाओरडा करत आमच्याबरोबर दिल्या गेलेल्या शीख सहाय्यकाने त्या ट्रंका, पिशव्या व खजिन्याच्या पेट्या आम्हा समोर आणून ठेवल्या – सर्व रिकाम्या होत्या!' शुजाने अतिशय दु:खाने लिहिले –

> 'थोडे निरुपयोगी जुने कपडे सोडून सर्व काही गेले होते. त्या पेट्यांमध्ये उत्तम मोती, ऑटोमन आणि सिंधी बंदुका ज्यावर सोन्याचे पट्टे होते, रत्नजडित पिस्तुले, सोन्याची नाणी असलेल्या लाल व पांढऱ्या पेट्या, अतिशय मूल्यवान, तलम काश्मिरी लोकरीच्या व रेशमी शाली सर्व काही गेले होते! आणि त्या उलट्या काळजाच्या ढोंगी लोकांना आम्हाला असे सांगायला लाजही वाटली नाही की, 'तुमच्या मालकीच्या या वस्तू न घाबरता चोरांच्या तावडीतून सोडवून आम्ही परत आणल्या आहेत!

> बादशहांनी सर्व बरोबर आले आहे ना, काही चुकून राहिले नाही ना बघावे!' इतकी निर्लज्ज लूट आणि वर प्रामाणिकपणा दाखवण्याची धृष्टता! हे घृणास्पद आहे! अल्लाने आम्हाला अशा सर्वांपासून वाचवावे!'

रणजितसिंग स्वतःच या कारस्थानामागे होता, हे माहीत असल्याने शुजाने पुढे लिहिले,

> 'आम्ही चोरीला गेलेली आमची संपत्ती ही एक आभास किंवा दुःस्वप्न होते असा विचार करून ती मनातून काढून टाकली – अशा पुनःपुन्हा झालेल्या विश्वासघातानंतर या राक्षसांकडून काही मदत मिळण्याची आशा आम्ही ठेवली नाही; परंतु आमच्या स्त्रिया व प्रतिष्ठा लाहोरमध्ये ओलीस असल्यामुळे, मनातून किळस येत असूनही आम्हाला गप्प बसावे लागले. पुढील पाच महिने आम्ही कडक पहाऱ्यात घालवले, त्याची अत्यंत चीड येत असे – अतिशय गरम हवेत खूप घट्ट कपडे अंगात असले तर येईल तशी. उसळून वर येऊ पाहणाऱ्या पायांची बोटे जुलुमाच्या खडकांवर ठेचकाळत असत, परंतु दुःखी हृदयाला शांत करण्यासाठी छाती पिटून घेणे एवढेच आम्हाला करता येत असे!'

परंतु शहाशुजा हा दुसऱ्या कोणाच्या मर्जीखातर डांबून ठेवून घेणाऱ्यातला मनुष्य नव्हता. थोड्याच दिवसांत त्याने सुटका करून घ्यायचा मार्ग काढला. युद्धात पराभव झाल्यावर त्याने केले होते, तसेच याही वेळी त्याने प्रथम त्याच्या बरोबरच्या स्त्रियांच्या सुरक्षिततेची पक्की व्यवस्था करण्याचे, स्वतः निसटून जाण्यापूर्वी त्याच्या जनानखान्याला लाहोरमधून, कोणालाही कळू न देता बाहेर काढण्याचे ठरवले. घोड्यांचा व्यापारी असलेला एक पश्तुनी माणूस आणि वाणसामान विकायला त्याच्या जनानखान्यात येणारे लाहोरचे व्यापारी यांच्या मदतीने त्याने हे काम केले. 'सिराज उल-तवारिख 'मध्ये नंतर वर्णन केलेल्या त्या काळच्या चालीरीतींबद्दल लिहिले आहे –

> 'त्या काळच्या बड्या लोकांच्या घरी अशी पद्धत होती की, हिंदुस्तानी बायका त्यांच्या घरी काही ना काही विकण्यासाठी जात-येत असत. त्यांना शहाशुजा भेटला होता आणि त्यांच्याशी संगनमत करून त्याने बऱ्याच घोडागाड्या विकत घेतल्या होत्या. हिंदू पद्धतीप्रमाणे नदीवर अंघोळीला किंवा गावाबाहेर फिरायला जात असतील, तशा पद्धतीचे हिंदू

स्त्रियांचे कपडे घालून दर खेपेला दहा, असे करत चार खेपांमध्ये त्याच्या बरोबरच्या सर्व स्त्रिया सटकल्या. त्याने दिलेल्या हुकुमाप्रमाणे, त्याने ज्यांना पैसे देऊन हे काम सोपवले होते, त्या लोकांनी त्याच्या बायकांना ईस्ट इंडिया कंपनीच्या हद्दीच्या जरा बाहेर असलेल्या लुधियानाला नेऊन सोडले.

रणजितसिंगला जेव्हा समजले की, वफा बेगम आणि इतर स्त्रिया निसटून गेल्या, तेव्हा 'त्याने आश्चर्याने तोंडात बोट घातले व त्याला स्वत:च्या चुकीबद्दल खेद वाटला. त्याने पहारेकरी वाढवून चार हजार केले. शहरातील प्रत्येक गल्ली, सर्व प्रवेशद्वारे व हवेल्या – अगदी स्वयंपाकघरे व संडाससुद्धा, तसेच आमच्या झोपण्याच्या खोल्या – सर्वत्र पहारेकरी ठेवले. सैनिक तेल गरम करत आणि धमक्या देत असत की, 'तुमच्याजवळची रत्ने आम्हाला काढून द्या, नाहीतर या गरम तेलाने भाजून छळू!' लहर आली की, ते शुजाला चौकात बसवलेल्या एका लोखंडी पिंजऱ्यात ठेवून देत असत. 'जेथे जेथे मी जाईन, अगदी अंघोळीला गेलो, तरी ते माझ्यावर पहारा करत. जग माझ्यासाठी आणि माझ्याबरोबरच्या लोकांसाठी आक्रसत जात होते. लवकरच आम्हाला त्या अडाणी, हलक्या जातीच्या शीख लोकांच्या वागणुकीचा वीट आला.' शहा आणि त्याच्या लोकांनी 'जुलमी लोकांच्या टोळीपासून आमची सुटका कर' ही कुराणमधली प्रार्थना आळवण्यास सुरुवात केली.

'मध्यरात्री निराश होऊन अशी प्रार्थना म्हणण्यामुळे की काय, अल्लाने जणू अशी कल्पना मनात येईल असा मार्ग दाखवला. आम्ही रात्री झोपत होतो त्या खोलीच्या बरोबर खाली आमच्या कपड्यांची खोली होती, तेथे आमचे स्वामिनिष्ठ दरबारी नोकर राहत असत. आम्ही त्यांना सांगितले की, आमच्या पलंगाच्या बरोबर खालच्या जागेत, त्यांच्या खोलीतून वरच्या छतास त्यांनी खाली उतरता येईल एवढेच भोक करावे – नाहीतर पहारेकऱ्यांचे लक्ष गेले असते, तसेच त्या खालच्या खोलीतून, शेजारच्या सात घरांच्या खालून – जी सर्व आम्ही भाड्याने घेतली होती– भिंती खालून फोडून खालच्या जमिनीतून भुयार खणण्यास सांगितले. पुढच्या तीन महिन्यांत त्यांनी सात भिंतींमधून एकामागून एक खोदले, भुयाराचे दुसरे तोंड बाजाराजवळच्या एका गल्लीत निघाले.'*

---

* मुबारक हवेलीत एक मोठे तळघर किंवा तयखाना आहे, जो या काळातलाच असावा. तो असल्यामुळे असे निघून जाणे सुरुवातीला वाटते त्याहून सहज झाले असणार.

त्याच्या अंथरुणात एका स्वामिनिष्ठ सेवकाला झोपवून आणि भटक्या दरवेशासारखा अवतार धारण करून 'मी अंगभर व चेहऱ्यावर राख फासली, केस विसकटून बटा वाकड्यातिकड्या केल्या, त्यांवर काळा फेटा बांधला–' आणि शुजा दोन मदतनिसांबरोबर त्या भुयारातून निसटला. बेइमान पहारेकरी आणि देवानंच जणू आंधळे-बहिरे बनवले असतील, अशा दुष्ट माणसांमधून मार्ग काढत ते गावाबाहेर पडले.

> 'शेवटी एकदाचे आम्ही किल्ल्याच्या मुख्य गटाराशी पोहोचलो, जे त्या ऋतूत कोरडे होते. ते अरुंद, अंधारे होते, त्यातून पुढे जाणे अवघड होते; पण बाहेर पडण्याचा आमचा ठाम निश्चय होता. अल्लावर आणि त्याच्या प्रेषितावर भरवसा टाकून आम्ही स्वत:ला पुढे ढकलत राहिलो. खरचटत होते, रक्त येत होते; पण सरतेशेवटी आम्ही नदीकाठी बाहेर पडलो. तेथे आमचे नोकर दुसरे योग्य ते कपडे घेऊन आमची वाट पाहत होते, त्यांनी आधीच बोटवाल्याला दोन वल्ह्यांनी चालवता येईल अशा होडीसाठी पैसे देऊन ठेवले होते. आम्ही पटकन होडीत बसलो आणि नदीच्या पलीकडे पोहोचलो. एक क्षणही आम्हाला शारीरिक त्रास किंवा रस्त्यावरचे धोके जाणवले नाहीत – आम्ही कधी घोड्यावरून, कधी पायी, असे जात राहिलो. अन्न किंवा झोप यांचाही विचार आला नाही. अशा तऱ्हेने लाहोरमधून निर्वस्त्र अवस्थेत, कसेबसे तग धरून आम्ही सुटलो. आमच्याकडे काहीही सामान नव्हते, पैसे नव्हते, जेवण-खाणासाठी शिधाही नव्हता; त्यामुळे पुन्हा एकदा जवळजवळ निराश होऊन गेलो.

लाहोरमधून सुटका करून घेतल्यावर थोड्याच महिन्यांत शहाशुजाने आपले राज्य परत मिळवण्याचा पहिला प्रयत्न केला.

पंजाबच्या डोंगरांमधल्या, रणजितसिंगचे शत्रू असलेल्या असंतुष्ट राजांची बाजू घेऊन शुजाने बेत केला की, लहान सैन्य उभे करावे आणि काश्मीरवर अनपेक्षित हल्ला करून ते खोरे ताब्यात घ्यावे. बेत फार चलाखीचा होता आणि तेथून त्याचे गेलेले तख्त परत मिळवण्यासाठी सुरुवात करता आली असती; कारण विल्यम फ्रेसरने लिहिले आहे त्याप्रमाणे 'शुजाचा मृदु स्वभाव, मवाळ धोरण व उदार दृष्टिकोन यामुळे तो राजा म्हणून प्रजेचा आवडताही होता' शिवाय राजकीयदृष्ट्या ही वेळ अत्यंत योग्य होती – रणजितसिंगच्या शुजाला सोडवण्याच्या लढाईनंतर काश्मीरच्या खोऱ्यात बलवान असा एकही राज्यकर्ता नव्हता, बरेच लहान-मोठे

सत्ताधीश आपसांत भांडत होते; परंतु शुजाच्या वेगवेगळ्या चढायांच्या दरम्यान कायमच एका गोष्टीची उणीव राहिली – नेपोलियनच्या प्रसिद्ध वक्तव्याप्रमाणे सेनापतीसाठी अत्यंत महत्त्वाचे असे – चांगले नशीब!

शुजाने पैशांची व्यवस्था करण्याचा प्रयत्न केला. लाहोरच्या सावकारांकडे ठेवलेले १५०,००० रुपये परत आणण्यासाठी त्याने एका माणसाला पाठवले. तेव्हा त्याला पहिला फटका बसला. रणजितसिंगला हेरांकडून ही बातमी समजली, तेव्हा त्याने त्या माणसाला वाटेत गाठून ते पैसे काढून घेतले आणि स्वत:च्या खजिन्यात भरले! दुसरीकडून पैसे उभे करण्यात वेळ वाया गेला. शुजा जेथून हल्ला करणे शक्य होते, त्या सर्व मार्गांवर जास्त बंदोबस्त करण्यास काश्मीरच्या गव्हर्नरला वेळ मिळाला. वफा बेगम लुधियानाला जे जडजवाहीर आणू शकली होती, ते गहाण टाकून, त्या पैशांतून नवे सैनिक भरती करून त्यांना लढाईचे शिक्षण देईपर्यंत ही गुप्त बातमीही फुटली आणि मग हल्ला करता येण्यासारखे ऋतुमान राहिले नाही.

परंतु वसंत ऋतू येईपर्यंत वाट बघण्याचा सल्ला शुजाने धुडकावून लावला. हिवाळ्यातले पहिले बर्फ हिमालयाच्या शिखरांवर भुरभुर पडू लागले होते, तेव्हा तो त्याचे नवे सैन्य घेऊन निघाला. अगदी अनोळखी व संरक्षण नसलेल्या वेगळ्याच मार्गाने काश्मीर खोऱ्यात पोहोचण्याच्या प्रयत्नात त्याने पीर पांजालच्या डोंगरावरून सैन्य नेण्याचे ठरवले. तेथे श्रीनगरपासून थोड्या दिवसांच्याच अंतरावर, देवदार वृक्षांच्या शेंड्यांच्याही वर बर्फाळ वादळात उंच टेकड्यांमध्ये असताना, त्याचे सैन्य खिंडीच्या वरच्या टोकाच्या जरा खाली बर्फाच्या वादळात सापडले. 'परत फिरायला किंवा पुढे जायलाही रस्ताच नव्हता. थोड्याच दिवसांत अन्न-पाणीही संपले. बर्फामध्ये कसे जिवंत टिकून राहायचे हे माहीत नसलेले ते हिंदुस्तानी सैनिक थंडीने मरण पावू लागले' असे शुजाने नंतर याबद्दल लिहिले आहे. थोड्याच दिवसांत त्याचे ते लहान सैन्य जवळजवळ सगळेच नाहीसे झाले. फक्त शुजा आणि जिवंत राहिलेले मोजके लोक खिंडीतून वर जाऊ शकले आणि पुन्हा खालच्या प्रदेशात उतरले. ही बातमी कळल्यावर एका ब्रिटिश लेखकाने लिहिले, 'दुर्दैव जणू या राजपुत्राच्या पावलोपावली मागे येत होते. असे वाटत होते की, तो त्याच्या नशिबाशीच लढत होता. त्याच्यावर पुन:पुन्हा संकटे येत राहिली. फार थोड्यांना नशिबाचे इतके फटकारे सहन करावे लागतात.'

आता शुजाची परिस्थिती अतिशय बिकट होती. पुन्हा एकदा वेषांतर करून तो खूप लांबच्या आणि अवघड मार्गाने डोंगरांवरून त्याच्या उरलेल्या थोड्या लोकांबरोबर आला आणि शेवटी १८१६च्या पावसाळ्यात सुब्बाथु या ब्रिटिशांच्या सरहद्दीच्या ठाण्यावर पोहोचला. तेथे त्याला घेऊन जायला थोडे लोक आलेले होते.

त्यांनी त्याला लुधियानाला नेले, तेथे त्याच्या जनानखान्याने मुख्य बाजाराजवळील एका लहान हवेलीत आसरा घेतला होता. त्याने लिहिले, 'आता आम्ही आमच्या काळज्या विसरलो. ज्याने आम्हाला आमच्या शत्रूच्या तावडीतून सोडवले आणि रस्ता दिसत नसलेल्या बर्फातून मार्ग दाखवला आणि आता आमच्या माणसांमध्ये आणून सोडले, त्या परवरदिगार अल्लाचे आभार मानून आम्ही कित्येक दिवसांनी प्रथमच एक रात्र निर्धास्तपणे व आरामात घालवली.'

इ.स. १८१६ मध्ये लुधियाना हे कंपनीच्या वायव्य सरहद्दीवरचे ब्रिटिश सैन्याच्या ठाण्याचे शहर होते. तेथील ब्रिटिशांच्या राजप्रतिनिधीच्या वसतिस्थानावर फडकणारे युनियन जॅक हे कंपनीच्या मालकीच्या हिंदुस्तानातील जागेपासून ते थेट सेंट पीटर्सबर्गमधील वकिलातीपर्यंतचे शेवटच्या हद्दीवरचे निशाण होते.

शहाशुजा येथे येऊन पोहोचण्यापूर्वी लुधियाना हे मुख्यत: वेश्या व्यवसायासाठी बायका-मुली पुरवण्याचे मुख्य केंद्र झाले होते. पंजाबच्या डोंगराळ भागातील आणि काश्मीरमधील अत्यंत गोऱ्यापान मुली अतिशय सुरेख समजल्या जात असत. त्या शिखांच्या ताब्यातील पंजाबात व हिंदुस्तानात गुलाम बनत. शहाशुजा आल्यावर आणि त्याचा हद्दपार अवस्थेतला दरबार सुरू झाल्यावर हा गुलाम स्त्रियांचा व्यापार संपून लुधियाना हे राजकीय कारस्थाने आणि हेरगिरीचे मुख्य केंद्र बनू लागले. पुढील दशकांमध्ये ते शहर पंजाब, हिमालय आणि मध्य आशिया या भागांवर लक्ष ठेवण्याचे ब्रिटिशांचे मुख्य केंद्र झाले. तेथे खूपच साहसी, जोखीम पत्करणारी, फसवणूक करणारी, सैन्यातून फरार होणारी, पैशांसाठी लढणारी तसेच गुप्तपणे हेरगिरी करणारी अशी माणसे होती. अफगाणिस्तानातले फरार, रणजितसिंगच्या प्रदेशातले, वादात पडलेल्या काश्मीरच्या खोऱ्यातले आणि कंपनीच्या ताब्यात असलेले, अशा सर्व प्रदेशांमधल्या कट कारस्थाने रचणाऱ्या असंतुष्ट अशा लोकांची एकमेकांना भेटण्याची जागा झाली होती.

बोस्टनला जन्मलेले, हुक्का ओढणारे आणि पायजमा घालणारे सर डेव्हिड ऑक्टरलोनी लुधियानातील पहिले ब्रिटिश प्रतिनिधी होते. तेथून त्यांनी रणजितसिंगबरोबर कंपनीच्या मालकीच्या सीमा निश्चित केल्या. या सीमांवर ऑक्टरलोनीचा मित्र जेम्स स्किनर याच्या मालकीचे, पण नियमबाह्य असलेले घोडदळ सुरक्षेसाठी ठेवलेले होते. जेम्स स्किनर हा थाटात राहणारा, उत्साही, राजपूत-स्कॉटिश लढवय्या होता. त्याच्या घोडदळातील हासी व लुधियाना या दोन ठिकाणी असलेले 'यलो बॉईज' हे कंपनीचे वायव्य-सरहद्द प्रांताचे पहिले सैन्य झाले. जे कोणी खैबरकडून किंवा सतलज ओलांडून येईल, त्यांना ते प्रथम तोंड देत असत. त्यांचे

लाल फेटे, चांदीची किनार असलेले कंबरपट्टे, काळ्या ढाली आणि पिवळेधमक अंगरखे यांमुळे त्यांना बघितलेल्या एकाने लिहिले आहे की, 'मी बघितलेल्या घोडदळांपैकी सर्वांत रंगीबेरंगी पोशाखात रुबाबदार दिसणारे ते घोडेस्वार होते.'

वफा बेगमने १८१२ मध्ये ब्रिटिशांकडे आश्रय मागायला तिच्या हिजड्यांना पाठवले, तेव्हा पदच्युत झालेल्या शहाच्या कुटुंबाला आसरा देण्यावरून ऑक्टरलोनी व त्याचे सहकारी यांच्यात मतभेद झाला होता. नेपोलियनने हिंदुस्तानवर हल्ला करण्याचा बेत आखला होता तेव्हा कंपनीतर्फे रणजितसिंगबरोबर पहिला करार ज्याने केला होता, त्या दिल्लीतील प्रतिनिधीचे चार्लस् मेटकाफचे मत असा आसरा देण्याच्या ठाम विरुद्ध होते; कारण त्याच्या मते 'यामुळे एका बलवान मित्राशी त्यांच्या असलेल्या संबंधांवर ताण पडला असता आणि शिवाय कंपनीला काहीच विशेष फायदा होणार नव्हता. उलट यात गैरसोय, अडचण व खर्च भरपूर झाला असता, तेव्हा असा आसरा दिला न जाणे गरजेचे होते. बेगमच्या मोठ्या स्थानाला आणि दुर्दैवांना योग्य तो मान द्यावा; पण आसरा देण्याचे पत्करू नये.'

ऑक्टरलोनीला हे मुळीच कबूल नव्हते. त्याच्या स्वतःच्या अनुभवांवरून पराभूत आश्रित होणे कसे असते, हे त्याला ठाऊक होते. त्याचे वडील स्कॉटलंडच्या डोंगराळ भागात जन्मले होते, मॅसॅच्युसेटस्मध्ये जाऊन स्थायिक झाले होते. जेव्हा वॉशिंग्टनच्या देशभक्तांनी ब्रिटिशांना 'निरोप दिला,' तेव्हा ऑक्टरलोनी कुटुंबाला कॅनडाला पळून जाणे भाग पडले होते. तेथून ब्रिटनमार्गे येऊन डेव्हिड १७७७ मध्ये ईस्ट इंडिया कंपनीच्या सैन्यात दाखल झाला होता. त्याच्या बरोबरच्या बऱ्याच लोकांपेक्षा त्याला मुसलमान स्त्रियांना संरक्षण देण्याच्या रूढ पद्धतींबद्दल जास्त माहिती होती. दिल्लीत अशा अफवा होत्या की, त्याला चक्क तेरा हिंदुस्तानी बायका होत्या आणि तो जेव्हा दिल्लीमध्ये होता, तेव्हा तो त्या सर्व तेराजणींना लाल किल्ल्याच्या आवारात आणि नदीकाठी फेरफटका मारायलाही घेऊन जात असे. प्रत्येक बायको एका हत्तीवर आरूढ होत असे!

या प्रसंगी त्याच्या स्वभावाला अनुसरून स्त्री दाक्षिण्य दाखवून त्याने वफा बेगमला मदत करण्याचे ठरवले आणि मेटकाफला सांगितले की, सध्या वाईट दिवस आलेल्या बेगमला मदत न करण्यात निर्दयपणा आहे. त्याने लिहिले, 'कोणाचीही मदत नसलेली, कोणाची ओळख नसलेली ही परदेशी बेगम उच्च घराण्यातील स्त्री आहे, ती अत्यंत दुःखात आहे. माणुसकी व औदार्याबद्दल प्रसिद्ध असलेल्या आपल्या सरकारकडे ती संरक्षण मागत आहे. या सरकारचा प्रतिनिधी म्हणून आपल्या कीर्तीला शोभेल, असा न्याय देण्याची माझी अत्यंत इच्छा आहे.' मग दूरदृष्टी दाखवत त्याने असेही म्हटले की, 'इंग्लंडने फार पूर्वीपासून हद्दपार झालेल्या राजांना नेहमीच आश्रय व मदत दिली आहे आणि नंतर अत्यंत अनपेक्षितपणे

क्रांती होऊन त्यांना त्यांची सत्ता परत मिळाली आहे. शहाशुजाची सत्ता त्याला परत मिळण्याच्या शक्यतेपेक्षा त्या राजांच्या बाबतीत तशी शक्यता आणखी कमी होती. अशा राजांची कृतज्ञता नंतर टिकतेच असे नसले, तरीही ब्रिटिश सरकारच्या आश्रय व मदत देण्याने, कधी काळी आपल्याला जरूर पडेल अशा प्रदेशात आपल्याला एक मित्र असेल.'

वफा बेगम आणि तिच्या बरोबरच्या स्त्रिया लाहोरहून कशाबशा २ डिसेंबर १८१४ रोजी लुधियानाला पोहोचल्या. त्या दिवशी शहरात एकच ब्रिटिश अधिकारी होता. त्याने वरिष्ठांना बातमी कळवली की, कपडे, सर्व केस विस्कटलेले अशा अवस्थेत त्या येऊन पोहोचल्या होत्या आणि प्रवेश परवाने किंवा परवानगी काहीच नसताना ब्रिटिश हद्द ओलांडून आत आल्याबद्दल त्यांना भीती वाटत होती. त्याने लिहिले, 'मला वाटले की, त्यांना संरक्षण दिले जाईल असा निरोप त्यांना पाठवला तर त्यांची धास्ती कमी होईल. त्यांच्यासाठी उभ्या केलेल्या तंबूशिवाय जास्त चांगली राहण्याची जागा माझ्याकडे नव्हती, याबद्दल मी दिलगिरी व्यक्त केली. आम्ही स्वागत केल्याबद्दल त्यांनी कृतज्ञता व्यक्त केली; परंतु मला इतर कोणत्याही गोष्टीसाठी त्रास देण्यास नकार दिला. ब्रिटिश सरकारने त्यांना संरक्षण द्यावे एवढेच त्या मागणार किंवा घेणार होत्या.'

परंतु तिचे येथे स्वागत झाल्याचे कळल्यावर थोड्याच महिन्यांमध्ये बेगमच्या आधाराने राहणाऱ्या स्त्रियांची संख्या ९६ झाली, तेव्हा ऑक्टरलोनीने तिला शोधून दिलेल्या, मोडकळीस आलेल्या हवेलीत ती राहावयास आली. तिच्याकडे उपजीविकेसाठी काहीच उत्पन्न नसल्याने, ऑक्टरलोनीने सुरुवातीला तिचा खर्च स्वतःच्या खिशातून केला. नंतर त्याने सरकारकडून वर्षासन म्हणून तिला काही रक्कम मिळवून देण्याची व्यवस्था केली.

दोन वर्षांनंतर शुजाने त्याची माननीय महाराणी वफा बेगम हिच्याबरोबर राहावयास येण्याची व त्याचे मित्र असलेले ख्यातनाम इंग्रज यांना भेटण्याची इच्छा व्यक्त केली, तेव्हा पुन्हा एकदा मेटकाफच्या सबुरीने घेण्याच्या सांगण्याला डावलून ऑक्टरलोनीचे औदार्य व राजकीय धोरणातील दूरदृष्टी यांची सरशी झाली. त्याच्या हाताखाली काम करणारा विल्यम फ्रेसर याला सरहद्दीवर शुजाचे स्वागत करण्यास पाठवण्याची परवानगी त्याला मिळाली.

शहाशुजाला फ्रेसर या पूर्वी पेशावरमध्ये भेटला होता. त्यानंतरच्या काळात शहामध्ये खूपच फरक पडला होता असे फ्रेसरला जाणवले. सात वर्षांमध्ये पराजय, द्रोह, अपमान, शारीरिक हाल आणि तुरुंगवास या सर्वांचा परिणाम झाला होता. शुजा प्रकृतीने खालावला होता, मनाने उदास झाला होता आणि त्याच्याशी वागणे अवघड झाले होते. ऑक्टरलोनीच्या शब्दांत आता खरे म्हणजे तो 'पळून

येऊन भटकत राहणारा प्रतिष्ठित माणूस' होता. त्याच्या पूर्वीच्या मित्र देशांतील लोकांवर अवलंबून असलेला निर्वासित होता; पण तरीही तो मनोरुग्ण असल्यासारखा आग्रही होता की, बादशहा म्हणून असलेला त्याचा मान व दर्जा तसाच दिसला पाहिजे. फ्रेसरने मनाने मोडून पडलेला माणूस भेटेल अशी कल्पना केली असेल, तर त्याला फार आश्चर्य वाटणार होते! त्याने ऑक्टरलोनीला लिहिले, 'शहा काल सरहद्दीवर येऊन पोहोचला. हे मला समजल्यावर वाईट वाटले की, त्याच्या इच्छा, अपेक्षा अत्युच्च बादशाही पद्धतीच्या आहेत. त्याने तुमच्या मुन्शीला बोलावून सांगितले की, देशातील नागरिकांनी त्याच्यापासून अंतरावर राहिले पाहिजे, जसे बादशहांबरोबर ठेवण्याची पद्धत आहे. शेवटच्या मुघल बादशहांप्रमाणेच, साम्राज्य गेल्यावर त्याची महत्त्वाकांक्षा त्याच्या 'दरबारा'वर केंद्रित झाली आणि जसजशी त्याची सत्ता कमी होत गेली, तसतसा बादशहा म्हणून लोकांनी मान ठेवावा, हा त्याचा आग्रह वाढला; परंतु या सर्व वरकरणी देखाव्यापलीकडे विचार करता त्याची खरी अवस्था अतिशय वाईट होती.

> 'त्याच्याकडे पन्नासही सशस्त्र सैनिक नाहीत. मी त्याला शेवटचा पाहिला त्यानंतर आता तो खूप बेढब, लठ्ठ झाला आहे. चेहऱ्यावर एक जड, निर्जीव असा भाव आला आहे. त्याच्याबरोबर आलेल्यांपैकी बहुतेक सर्व त्याला सोडून गेले आहेत आणि जे शिल्लक आहेत, त्यांपैकी एकही काबूलमध्ये आपण गेलो होतो तेव्हा महत्त्वाचा असा लक्षात आला नव्हता, एकालाही मी पूर्वी बघितलेला नव्हता. माझ्या मनाला हे पाहून दुःख होत होते. दुर्भाग्य होणे यात विशेष काही नाही; पण त्याचा परिणाम म्हणून कृतघ्न होऊन साथ सोडून जाणे हे जे आहे, ते अत्यंत दुःखद वाटते. चांगल्या दिवसांनंतर वाईट दिवस येणे, याची आपण तयारी ठेवू शकतो आणि प्रत्येकाला असा अनुभव यावाही; परंतु तसा अनुभव आला म्हणजे येणारा एकाकीपणा आणि उपेक्षित वाटणं, यामुळे उत्तमातल्या उत्तम तत्त्वज्ञानाचा मूलभूत पायाही हलल्यासारखा वाटू लागतो.'

शुजाच्या बायका येऊन पोहोचल्यानंतर जवळजवळ दोन वर्षांनी इ.स. १८१६च्या सप्टेंबरअखेरीस शुजा लुधियानात येऊन पोहोचला. त्याने सुरुवातीलाच सांगून टाकले की, त्याच्यासाठी केलेली राहण्याची व्यवस्था त्याच्या गरजांसाठी अपुरी होती. एक बादशहा असल्याने आणि मैत्रीचा करार झालेला असल्याने ब्रिटिशांनी त्याला केवळ आश्रय आणि पेन्शनहून जास्त काही दिले पाहिजे. त्याला चांगले घर

मिळाले पाहिजे आणि त्या घराभोवतीच्या भिंती रस्त्याने हत्तीवरून जाणाऱ्या लोकांची दृष्टी त्याच्या स्त्रियांपर्यंत पोहोचणार नाही इतक्या उंच पाहिजेत. त्याने हेही स्पष्ट केले की, तो फार काळ या शहरात राहणार नव्हता. एका पत्रात ऑक्टरलोनीला त्याने लिहिले, 'येथे असे राहण्याने माझा काय फायदा होणार आहे?'

शहामध्ये खूप दोष होते; पण उमेदीचा अभाव किंवा स्वत:वर अविश्वास मात्र नव्हता. पराभवांनी नाउमेद होऊन नाही, तर नाइलाजाने त्याला देश सोडावा लागला. सुरुवातीच्या महिन्यांपासूनच तख्त परत मिळवण्यासाठी त्याने दुसरे सैन्य उभे करण्याचे बेत सुरू केले आणि 'खुरासनचे राज्य पुन्हा जिंकण्याची गोड स्वप्ने तो बघू लागला.' त्याच्या आठवणींमध्ये त्याने त्या होऊन गेलेल्या पूर्वीच्या बादशहांबद्दल लिहिले, ज्यांच्या उदाहरणांनी त्याला आश्वासन मिळे. त्यांनी राज्ये गमावली होती, परंतु नंतरच्या आयुष्यात त्याहूनही मोठी राज्ये परत मिळवली होती. 'अमीर तैमूर' (तैमूर लंग) या अलीकडच्या काळातल्या बादशहाला समरकंदमधून बारा वेळा हार पत्करून बाहेर जावे लागले, तर जुन्या काळच्या राजांपैकी आफ्रासियाबच्या काइ खुश्रोशी सत्तर लढाया झाल्या, त्याचा पुन:पुन्हा पराभव झाला; पण त्याने कधी हार मानली नाही. त्याचप्रमाणे मुघल बादशहा हुमायूनला हिंदुस्तानातील प्रांतांचे राज्य मिळाले, परंतु शेरशहाने त्याचा पराभव केला आणि त्याला पळून जाणे भाग पडून इराणच्या शहा अब्बास सफावीकडून मदतीची भीक मागावी लागली. खरोखर, अल्लाच्या मनात नसेल, तर कशातच यश मिळत नाही; परंतु त्याची इच्छा असेल, तर आपण नक्कीच यशस्वी होऊ.'

त्या काळात शहाशुजाची मन:स्थिती खूप दोलायमान असे. घटकेत फसवी, तर कधी निराशा दाटे. कधी तो स्वप्ने बघायचा की, बर्फाळ डोंगर व तिबेटच्या मार्गाने अफगाणिस्तानात शिरून त्याच्या शत्रूंना स्तंभित करावे – तर लगेचच त्याच्या या बेतांमधली अशक्य अव्यवहार्यता लक्षात येऊन तो अतिशय उदास होऊन जाई. लुधियानामधील एका अधिकाऱ्याने लिहिले आहे – 'शहाशुजाची मन:स्थिती अस्थिर व अस्वस्थ राहते आणि तो बरेचदा म्हणतो की, काही करत नसणे, काही काम नसणे हे त्याच्या नैसर्गिक स्वभावाच्या विरुद्ध आहे. त्याच अधिकाऱ्याने पुढे लिहिले,

> 'मी हे करत आहे आणि ते माझ्या कामाचाच भाग असेल की, शहाच्या अस्वस्थ मनाला शक्य तितके शांत करावे. ज्या गोष्टी करता येणे शक्य होणार नाही त्यांचा विचार करू नये, हे त्याला पटवून देण्यासाठी मला सुचतील ते मुद्दे मी मांडत राहतो. उदा. : त्याचे तख्त परत मिळवण्यासाठी ब्रिटिशांची मदत मिळणे, कलकत्त्याला जाण्याची इच्छा करणे किंवा

ब्रिटिशांच्या ताब्यातील दुसऱ्या कुठल्या ठिकाणी जाऊन राहावे असे फार तीव्रतेने वाटणे. मी शक्य तितक्या सौम्य शब्दांत शहाच्या सल्लागारांना सांगितलेही आहे की, मन अस्वस्थ असल्यामुळे असे विचार येतात आणि शहाच्या इच्छा अपेक्षांना काबूलखेरीज कुठल्याच ठिकाणी समाधान मिळणार नाही.'

तरी पण, त्याला तेथे येऊन एक वर्षच झाले होते, तोपर्यंत पक्के बेत करून तयार झाले होते आणि शहाच्या घोडदळात सामील होण्यासाठी बरेच घोडेस्वार लुधियानाला येऊन पोहोचत होते, अशा जरा चिंता वाटणाऱ्या बातम्या कलकत्त्याला पोहोचू लागल्या. तेथील सरकारने ऑक्टरलोनीला विनंतीपत्रे लिहिली की, 'शहाला पटवून द्यावे की, त्यांना जी आर्थिक मदत दिली जात आहे, ती घेऊन आपल्या कुटुंबाबरोबर शांतपणे लुधियानात राहावे.' परंतु सर्वांना हेही दिसत होते की, तसे कधीही होणार नव्हते.

हिवाळ्यात काश्मीरमधून काढलेल्या मोहिमेचा धुव्वा उडाल्यानंतर शुजाने खूप काळजीपूर्वक हल्ल्याची वेळ वगैरे ठरवली. इ.स. १८१७ मध्ये अफगाणिस्तानमधील दोन मुख्य घराणी बराकझाई आणि साडोझाई यांच्यात एकाएकी पुन्हा भांडण व लढाई सुरू झाली होती. या वेळी बराकझाईंनी एका साडोझाई शहाजादीचा अपमान केला होता. बराकझाई कुटुंबातील ज्येष्ठ भाऊ वजीर फत्तेखान आणि त्याचा लहान भाऊ दोस्त महम्मद यांना शहा महमौद आणि त्याचा मुलगा शहाजादा कामरान साडोझाई यांनी हेरत या पश्चिम अफगाणिस्तानमधील अतिशय सुंदर शहरावर हल्ला करायला पाठवले होते. त्या दोन्ही भावांनी मिळून अनपेक्षितपणे हल्ला करून टिमुरिडच्या या राजधानीचा ताबा तेथील बंडखोर गव्हर्नरकडून घ्यायचा होता. या गव्हर्नरचा बेत ते शहर पर्शियन लोकांच्या ताब्यात देण्याचा होता. हल्ला तर यशस्वी झाला, परंतु नंतर झालेल्या लुटीमध्ये दोस्त महम्मद आणि त्याच्या लोकांनी जनानखान्यात लूट केली आणि गव्हर्नरच्या बायकोच्या सलवारीवरून बांधलेला रत्नजडित कंबरपट्टा काढून घेतला! त्यांच्या हे लक्षात आले नाही की, गव्हर्नरची बायको, ही शहा महमौदची भाची होती!

एक आठवड्यानंतर शहाजादा कामरान जेव्हा हेरतला पोहोचला, तेव्हा जनानखान्यातून एक प्रतिनिधी मंडळ त्याला भेटायला आले आणि त्यांच्या झालेल्या अपमानाचा बदला घ्यावा अशी मागणी केली. शहा झमानप्रमाणेच कामरानलाही यापूर्वीच बराकझाईंच्या वाढत्या प्राबल्याची चिंता वाटू लागली होती. या मागणीमुळे साडोझाईंच्या जनानखान्याच्या अपमानाचा बदला घेण्याची जी संधी चालून आली, ती त्याने लगेचच घेण्याचे ठरवले.

हेरतला येऊन थोडे दिवस झाल्यावर शहाजादाने किल्ल्याबाहेरच्या शाही

बागेमध्ये एक मेजवानी देणार आहे असे सर्वांना कळवले आणि हेरत जिंकण्याबद्दल देत असलेल्या या मेजवानीसाठी फत्तेखानला आणि त्याच्या भावांना आमंत्रण दिले. मिर्झा अताने लिहिले आहे :

> 'फळझाडांच्या त्या बागेत नर्तिका आणि गायक-वादक सर्व जमले, मोठाल्या बश्या भरून कबाब आणि द्राक्षांच्या लाल मद्याच्या सुरया मोठ्या प्रमाणात तयार ठेवल्या गेल्या. नाच-गाण्याची पार्टी रंगू लागली. वजीर आणि त्याचे भाऊ बागेत आले. ते मद्याचे पेल्यावर पेले रिचवू लागले, कबाब फस्त करू लागले आणि हेरतमधील सुंदर तरुणींना नृत्य व गायन करताना बघून अगदी थक्क झाले. थोड्याच वेळात ते पार झिंगून गेले. शुद्ध न राहून त्यांची बुद्धी ताळ्यावर राहिली नाही. वजीर झिंगून पडला होता. शहाजादा कामरानने व्यवस्था करून ठेवल्याप्रमाणे त्याने खूण केल्याबरोबर पार्टीला आलेले बाकीचे लोक उठले, त्यांनी वजिराला पकडून त्याचे हातपाय बांधले आणि त्यांचे सुरे काढून त्यांची टोके त्याच्या डोळ्यांवर फिरवून त्याला आंधळे केले!

मग त्यांनी फत्तेखानाचे डोके भादरले आणि क्रूरपणे हाल हाल केले. काही वेळाने डोळे फुटलेल्या आणि रक्ताळलेल्या स्थितीत त्याला एका तंबूत नेण्यात आले व तेथे त्याला त्याच्या भावाला दोस्त महम्मदला शरणागती पत्करावी असे पत्र लिहिण्यास सांगितले. 'मी बिचारा आंधळा कैदी आहे आणि माझे सांगितलेले कोणी ऐकणार नाही' असे म्हणून त्याने पत्र लिहिण्याचे नाकारले, तेव्हा त्याचे हाल करणाऱ्या लोकांनी त्याला घेरले. अता महम्मद नावाच्या ज्या सरदाराने शुजाला कैद करून सिंधू नदीत बुडवून टाकण्याची धमकी दिली होती आणि ज्याच्या वडिलांवर फत्तेखानने बंडाचा कट करण्याचा आरोप करून त्यांचा जीव घेतला होता, तो पुढे आला आणि तो हे का करत आहे ते सांगून त्याचा कान कापला. दुसऱ्याने दुसरा आरोप करून दुसरा कान कापला, तिसऱ्याने नाक कापले. एक हात कापला गेला मग दुसरा. असे रक्त वाहत असताना प्रत्येकजण तो कोणत्या अपमानाचा बदला घेत होता, हे सांगत गेला; त्यामुळे हाल हाल होत मरणाऱ्या माणसाच्या सदसद्विवेकबुद्धीला 'आपण काही अपराध केलेला नाही' असे जे समाधान मिळू शकते, तेही त्याला मिळू शकले नाही. हे सर्व हालही वजिराने मुकाट्याने सहन केले; परंतु जेव्हा त्याची दाढी कापली गेली, तेव्हा मात्र त्याला रडू कोसळले. दोन्ही पाय कापून टाकल्यावर अता महम्मदने शेवटी त्याचा गळा कापला!

परंतु पूर्वीप्रमाणेच, शहा झमानने फत्तेखानचे वडील पायिंदाखानचा खून करून

बराकझाईंच्या प्रमुखाला मारून टाकणे एक गोष्ट होती आणि सर्व घराणे काबूत आणणे ही दुसरी. बरेचसे भाऊ बागेतल्या त्या पार्टीतून पळून जाऊ शकले आणि हेरतमधून कोणाकोणाशी लढत बाहेर पडले. दोघेजण आरामात 'हमाम' (स्टीम बाथ) घेत असताना, काय झाले आहे ते कळल्याबरोबर लगेच तेथून पळाले. बाहेरच्या बाजारातल्या व्यापाऱ्यांचे घोडे तेथे होते, ते घेऊन ते कंदाहारच्या दिशेने पळाले. नाद अलीच्या गढीत फत्तेखानची आई होती, तेथे ते आले आणि भावाच्या खुनाचा बदला घेण्याचा त्यांनी निश्चय केला. जरी फत्तेखानला मारला असला, तरी बाकीच्या वंशजांनी आता शहा महमौदविरुद्ध युद्ध पुकारले आणि त्याच्या अमलाखाली असलेल्या प्रदेशातल्या टोळ्यांच्या प्रमुखांना बंड करण्यास चिथवायला सुरुवात केली.

बंड पसरत चालले तसतसे वेगवेगळ्या टोळ्यांचे प्रमुख शहाशुजाला लुधियानात निरोप पाठवून बोलावू लागले आणि त्याने येऊन त्याचे तख्त परत मिळवावे, कायदा व सुव्यवस्था अमलात आणावी असे प्रोत्साहन देऊ लागले. शहाशुजा या क्षणाचीच वाट पाहत होता. वफा बेगमच्या मदतीने त्याने शस्त्रास्त्रे मिळवली आणि कुठल्यातरी भाडोत्री लोकांची सैनिक म्हणून भरती केली, त्यात स्वत:ला 'जनरल' म्हणवणारा जोसिआ हरलान नावाचा एक अमेरिकन भाडोत्री लढवय्याही होता. कॅप्टन रॉस नावाचा एक ब्रिटिश गुप्तहेर व त्याचे दोन हस्तक हे गुरख्यांच्या वेषात सर्व वेळ त्यांच्यावर पाळत ठेवून असूनही शुजा शिकारपूरच्या* सिंधी पेढीवर पोहोचला. जेथे पैशांची देवाण-घेवाण होत असे, तेथे त्याने हिंदू सावकारांकडून कर्ज मिळवले. लगेच सैन्य उभे केले, उत्तरेकडे कूच केले. काही आठवड्यांमध्येच त्याचे जुने ठाणे पेशावर परत घेण्यात यश मिळवले.

परंतु हे मोठे यश अल्पकालीन ठरले. शुजाचे अहंकारी वागणे आणि जुन्या दरबारी चालीरीती पाळल्याच पाहिजेत हा अट्टाहास त्या प्रदेशातील टोळ्यांच्या पुढाऱ्यांना मानवला नाही आणि ते दुरावले. फार घाई करून त्याने स्वत:च्या बादशाही इतमामाच्या कल्पनांचे जे प्रदर्शन सुरू केले, त्यामुळे ज्यांनी त्याला बोलावले होते ते टोळीप्रमुख आणि तो यांच्यात लढा सुरू झाला. अशा अत्यंत धोक्याच्या व महत्त्वाच्या वेळीच शहाच्या दारूगोळ्याच्या साठ्यावर नेमका एक बॉम्बगोळा पडला, प्रचंड स्फोट झाला, त्याचे अनेक सैनिक मरण पावले. शुजाला

---

* खूप पूर्वीपासून शिकारपूर येथील सिंधी सावकारी जमातीचे खास काम युद्धांसाठी कर्जे देणे आणि शस्त्रे विकणे हे होते आणि ती परंपरा आजही चालू आहे. या धंद्यातील आज विशेष प्रसिद्ध असलेले शिकारपुरी लोक म्हणजे हिंदुजा बंधू, जे अशाच इतर कामांबरोबर १९८०च्या दशकात राजीव गांधींच्या सरकारला बोफोर्स तोफेची वादग्रस्त विक्री करण्यात सामील होते, असे म्हटले जात असे.

नंतर आठवत असे – 'धुराचा प्रचंड लोट वर आकाशाकडे गेला आणि पाय, हात, पंजे, धड – सगळीकडे विखुरले गेले. शत्रूने हल्ला लावून धरला आणि आम्हाला खैबरच्या डोंगरांमध्ये आसरा शोधणे भाग पडले.'

पुन्हा एकदा शहाला माघार घ्यावी लागली – आता जास्तच बलिष्ठ झालेल्या बराकझाई भावांनी त्याला मागे हटवले. कंपनीच्या हद्दीत परत येण्याखेरीज त्याला गत्यंतर राहिले नाही. त्यात पुन्हा धोका लक्षात न घेता शिकारपूर आणि जयसलमेरच्या मधल्या भागातील पातळ कपचा उडणाऱ्या खडकांचे वाळवंट उन्हाळ्यात ओलांडून जात असताना वाळूचे वादळ झाले. त्यात आणखी काही सैनिक मारले गेले. सिंधमधल्या सावकारांचे कर्जही त्याला फेडता आले नाही – त्याला पुन्हा कधीही कर्ज न देण्याचे त्यांनी ठाम ठरवले. मिर्झा अताने म्हटले की, एका पर्शियन म्हणीप्रमाणे, 'ज्यांना कधी साप चावला असेल, ते पिळलेला दोर बघूनही घाबरतात!'

ऑक्टोबर १८१८ पर्यंत अजमेरच्या प्रसिद्ध सुफी दर्ग्याला जाऊन आणि मग मुघल बादशहा दुसरा अकबर याची दिल्लीत भेट घेऊन शहाशुजा पुढचा बेत आखायला लुधियानाला परत आला.

बराच काळ देशाबाहेर राहण्याशिवाय शहापुढे आता दुसरा पर्यायच नव्हता. आवडत होते म्हणून नव्हे, तर स्वीकारणे भाग होते म्हणून, अटळ म्हणून त्याने लुधियानामध्ये हद्दपारीतला दरबार चालू केला.

परंतु शहाच्या समारंभपूर्वक दरबार भरवण्यात तो काही तडजोड करायला तयार नव्हता. एखाद्या नाटकासारखा अगदी पूर्णपणे दरबार भरत असे. विशेष असे की, ऑक्टरलोनीच्या मध्यस्थीमुळे कंपनी सरकार हे नाटक सहन करायला तयार होते. एवढेच नव्हे, तर दरवर्षी त्यासाठी ५०,००० रुपयेही देत असे! शुजा त्याच्या परिवारासह जास्त मोठ्या हवेलीत राहायला गेला. लुधियानाच्या धूळभरल्या बाजारांमध्ये येणाऱ्या लोकांना रोज हे वैभवपूर्ण राजकीय नाटक बघायला मिळत असे. अमेरिकन भाडोत्री सैनिक जोसिआ हरलानने लिहिले– 'बादशहा जवळजवळ रोज लुधियानाच्या आसपास त्यांच्या दरबारी पोशाखात बघायला मिळतात. आधी एक मोठी मिरवणूक येते. कुंद हवेला आणि रिकाम्या रस्त्यांना मोठ्याने ओरडून बादशहा येत असल्याचे ती सांगत असते. जणू काही ते त्यांच्या आज्ञाधारक नागरिकांसमोर येत आहेत! आज्ञा ऐकायला कोणीही नसले, तरी स्वत:चे महत्त्व वाटणाऱ्या गंभीर सुश्राव्य आवाजात हे सांगितले जाते.'

हरलानने पुढे लिहिले आहे – 'पदभ्रष्ट बादशहाच्या भोवती एक विलक्षण, विचित्र दरबार भरत असे. शहाचे कौटुंबिक धर्मगुरू होते मुल्ला शकुर इशाकझाई.

एक बुटका लठ्ठ माणूस, ज्याच्या गोलपणाला साजेसा, कामानुसार घालण्याचा प्रचंड फेटा त्याच्या डोक्यावर असतो. त्यातून त्याचे रुपेरी, कुरळे, जाड, लांब केस त्याच्या खांद्यापर्यंत रुळत असतात. कान झाकण्यासाठी त्याचे केस लांब होते. लढाईत शौर्य न दाखवल्याबद्दल पूर्वी केव्हातरी शिक्षा म्हणून शहाने त्याचे कान कापले होते.' त्याच्यासारखे असे बरेच होते – निदान हरलाननं असं लिहिलं आहे की, घरातल्या कोणी काम बरोबर केले नाही, तर त्यांचे कान, जिभा, नाक, लिंग यापूर्वी वेगवेगळ्या वेळी कापले गेले होते; त्यामुळे या पदभ्रष्ट बादशहाच्या नोकरीत मुके, हिजडे, कान नसलेले असे बरेचजण होते.

बादशहाच्या पदरी असलेला मुख्य हिजडा एक आफ्रिकन मुसलमान होता. ख्वाजा मिका नावाच्या या दुर्दैवी माणसाला हिजडा केले होते. असे सांगितले जात असे की, वफा बेगम आणि बादशहाच्या इतर बायका होत्या, तेथे असलेला पडदा जोराचा वारा आल्याने उडाला होता, म्हणून शिक्षा अमलात आणणाऱ्याला हरलानच्या लिहिण्याप्रमाणे जरा दया आली म्हणून ख्वाजा मिकाच्या जननेंद्रियाचा फक्त खालचा भाग त्याने कापला होता! त्या मानाने एकदा त्याचे कान कापले होते ही शिक्षा कमी कडक होती आणि म्हणून की काय, मुल्ला शकुरप्रमाणे केसांनी कान न झाकता मुख्य हिजडा ख्वाजा मिकाने सर्व केस कापून टाकले होते आणि तो न घाबरता ही बादशहाची 'कृपा' सर्वांना दिसू देत असे!

शुजाला भेटायला येणाऱ्या लोकांवर त्याची बोलण्या-वागण्याची आकर्षक पद्धत, रुबाब यांची छाप पडे. उदाहरणार्थ, आशियात प्रथमच प्रवासाला आलेल्या गॉडफ्रे व्हिन याने लिहिले की, 'शुजाचा स्वभाव चांगला होता. एखाद्या राज्य गमावलेल्या बादशहापेक्षा स्थावर मालमत्ता गमावलेल्या उच्चवर्गीय गृहस्थासारखा तो वाटत असे.' शिवाय, शुजा त्याच्या काळाच्या खूपच पुढे होता, त्याच्यावर अवलंबून असलेल्या मुलांसाठी त्याने शाळा सुरू केली होती आणि १८३६ पर्यंत त्या शाळेत अंदाजे तीन हजार मुले शिकत होती. लुधियानातील एजन्सीच्या कागदपत्रांप्रमाणे लाहोरच्या सरकारी दप्तरांमध्ये संपूर्ण शाबूत असलेल्या कागदपत्रांत हरलानने लिहिले आहे की, इतर कुठल्याही बाबतीत तो पंजाबमधल्या इतर जास्त सुधारक प्रमुखांसारखा नव्हता. उदाहणार्थ, त्याच्या जनानखान्यातल्या गुलाम मुली शुजांच्या शिक्षांपासून सुटका व्हावी म्हणून किंवा कधीकधी ब्रिटिश ठाण्यांमधल्या देखण्या तरुण अधिकाऱ्यांकडून 'संरक्षण मिळवायला' पळून जात असत; त्यामुळे साहजिकच लुधियानातील ब्रिटिश ठाणी आणि हद्दपारीतला अफगाण दरबार यांमध्ये बरेचदा संबंध दुरावत असत.

१८२५ मध्ये ऑक्टरलोनी मरण पावला. त्यानंतर अशा प्रश्नांचा तडा लावण्यासाठी लुधियानाचा जो नवा ब्रिटिश प्रतिनिधी आला, त्याचे नाव होते कॅप्टन क्लॉड मार्टिन वेड्. त्याचा जन्म बंगालमध्ये झाला होता. त्याचा पर्शियन भाषेचा खूप अभ्यास होता. फ्रेंच धाडसी प्रवासी क्लॉड मार्टिनने वेड्च्या निष्कांचन वडिलांना आर्थिक मदत केली होती, म्हणून वडिलांनी क्लॉड मार्टिनला आपल्या मुलाचा धर्मपालक (गॉडफादर) करून त्याचेच नाव क्लॉडला ठेवले होते. या फ्रेंच संबंधांमुळे त्याला शीख रणजितसिंगच्या दरबाराशी संबंध ठेवण्याचे काम मिळाले. रणजितसिंगची ताकद त्याचे ८५,००० सैनिकांचे विशेष प्रशिक्षित शीख खालसा सैन्य होती. या सैन्याला विशेष प्रशिक्षण देणारे आणि त्यांचे अधिकारी असणारे मोजके लोक नेपोलियनच्या वेळी इकडे येऊन येथेच राहिलेले, युद्धांमध्ये विशेष अनुभवी असे फ्रेंच व इटालियन वंशांचे होते. या सगळ्यांनी स्थानिक मुलींशी लग्न केले होते आणि त्यांची अर्धपंजाबी अशी मोठाली कुटुंबे होती. पूर्वी नेपोलियनच्या सैन्यात असलेल्या या अधिकाऱ्यांकडून वेड्ला ब्रिटिश लोकांसाठी मध्य आशियातली माहिती समजण्याचा एक महत्त्वाचा स्रोत मिळाला.* वेड्ने त्यांच्याशी संधान बांधून खूप मैत्री केली आणि याचे कौतुक वाटणाऱ्या एका फ्रेंच प्रवाशाने असे वर्णन केले की, 'सरहद्दीचा जणू राजाच! अतिशय छान माणूस, खूप माहिती असलेला आणि हुशार, ज्याच्या सान्निध्यात असणे छानही वाटते आणि उपयोगाचेही असते.' परंतु वेड्ने स्वत: तिकडून पाठवलेले अहवाल जरा गुंतागुंतीचे चित्र उभे करतात. वेड्चे वागणे मैत्रीपूर्ण होते यात शंकाच नाही; परंतु तो धूर्त, जेवढ्यास तेवढे वागणारा, खोलात जाऊन विचार करणारा आणि सर्व लोक स्वत:पुरताच विचार करतात असे वाटण्याने उपेक्षा करणाराही होता. त्याच्या मनाविरुद्ध वागले, तर तो आपल्या प्रादेशिक हक्कांबद्दल जागृत होऊन टोचूनही बोलत असे. ब्रिटिशांचे शीख व अफगाणी लोकांशी असलेले संबंध सांभाळण्याची त्याची एकट्याची मक्तेदारी मोडण्याचा कोणी प्रयत्न केला, तर तो चांगलाच विरोध करत असे.

एल्फिन्स्टन पेशावर सोडून जाईपर्यंत त्याने बातमीपत्र लिहिण्याचे व खबऱ्यांचे जाळे पसरून ठेवण्याचे काम व्यवस्थित केले होते. मधल्या काळात नेपोलियनचा धोका टळल्यापासून हा खर्च आता जरुरीचा नाही असे समजून त्याच्याकडे दुर्लक्ष झाले होते. १८२३ मध्ये वेड् आलेल्या दिवसापासून त्याने ते काम पुन्हा सुरू केले. त्याचे स्वत:चे वार्ताहरांचे जाळेही पंजाब आणि अफगाणिस्तानमधून ते खिवा

* इ.स. १८२०च्या दशकात ईस्ट इंडिया कंपनीने यांपैकी जनरल क्लॉड ऑगस्ट कोर्ट या ऑफिसरने संपूर्ण अफगाणिस्तानातून जमिनीवरून केलेल्या प्रवासाचे वर्णन लिहिले होते, ती माहिती विकत घेण्यासाठी तब्बल ५०००/-रुपये दिले होते.

आणि बुखाराच्या पलीकडे पसरले. तो त्या देशातीलच खास पाठवलेल्या हुशार वार्ताहरांकडून माहिती मिळवत असे. ही माहिती मग एकत्र केली जाई, चाळून बघून तिचे पृथक्करण केले जाई आणि मग कलकत्त्याला त्याच्या वरिष्ठांकडे पाठवली जाई. त्या काळी बातमीदार, खबरे आणि गुप्तहेर यांची विभागणी अगदी पक्की हवाबंद नसे, तरीही वेड् हा नक्कीच पहिल्या दोन श्रेष्ठ गुप्तहेरांपैकी एक होता. ज्या कामाला पुढील पिढ्या 'द ग्रेट गेम' म्हणतात. साम्राज्यांमधील हेरगिरी आणि विजय यांची जी फार मोठी स्पर्धा ब्रिटन आणि रशियामध्ये त्यांची साम्राज्ये कोलमडून पडेपर्यंत चालू होती, तिची सुरुवात या काळात झाली होती.

या कामात वेड्चा मुख्य प्रतिस्पर्धी सर हेन्री पॉटिंगर नावाचा एक अँग्लो-आयरिश माणूस होता, जो चिकाटीने आणि शौर्याने काम करणारा होता. तो कच्छमधल्या भूज या गुजराती गावामधून, बॉम्बे प्रेसिडेन्सीच्या वतीने वेड्शी स्पर्धा करण्याचे काम करत असे आणि त्याचे लक्ष प्रामुख्याने सिंधू नदीचा समुद्राजवळचा प्रदेश, सिंध, बलुचिस्तान आणि सिस्तान या प्रदेशावर असे. तरुण वयात पॉटिंगरने स्वत: मुसलमान व्यापाऱ्याचा वेष घेऊन पर्शिया आणि सिंधमध्ये प्रवास केला होता. कंपनीतील इतर कोणाहीइतकाच हा प्रदेशही त्याला परिचयाचा असल्याने वेड्इतकाच तोही स्वत:च्या प्रादेशिक हक्कांबद्दल जागृत होता.

इकडे शहाशुजाच्या 'खोट्याखोट्या' दरबारात भाग घेण्याचे नाटक योग्य तऱ्हेने करताकरता वेड् त्याला माहिती पुरवणाऱ्या वाढत्या संख्येतील लोकांकडून मिळणारे माहितीचे आणि अफवांचे तुकडे गोळा करून ते जोडायचे काम करत होता. हिंदुस्तानी कारकून, व्यापारी, येणारे-जाणारे, भाडोत्री सैनिक आणि इंग्रजांबद्दल सहानुभूती असणारे सरदार अशा सर्वांना या कामात गोवून त्यांच्याकडून बातम्या, बाजारात उठणाऱ्या अफवा आणि कंड्या गोळा करत होता. कदाचित यांपैकी त्याचा सर्वांत उपयोगी वार्ताहर होता ब्रिटिश सैन्यातून पळून गेलेला एक विलक्षण माणूस. ज्याचे मूळ नाव होते जेम्स लुई. तो कंपनीच्या नोकरीतून पळाला होता आणि चार्लस् मॅस्सन हे नाव घेऊन काबूलमध्ये राहत होता.

मूळचा लंडनचा असलेला मॅस्सन हा अतिशय चौकस बुद्धीचा होता. इ.स. १८२६ मध्ये भरतपूरच्या लढाईत तो त्याच्या पलटणीतून पळाला आणि उत्तर हिंदुस्तानातून चालतचालत, सिंधू नदी ओलांडून, पायी चालत अफगाणिस्तानभर हिंडला होता. भटकत राहणाऱ्या दरवेशासारखा तो राहत होता. त्याच्याजवळ 'अलेक्झांडर द ग्रेटचे चरित्र' हे आर्रियनने लिहिलेले पुस्तक होते. त्या पुस्तकाचा अभ्यास करून अफगाणिस्तानच्या पुराणवस्तुशास्त्रात संशोधन करणारा तो पहिला पाश्चिमात्य झाला. अलेक्झांडर ज्या मार्गाने जेथे जेथे गेला होता, तेथे जाऊन त्याने शामली पठारावरील बाग्राम या अतिशय सुंदर बॅक्ट्रिअन ग्रीक शहराचे अवशेष

शोधून काढले, तर दुसरीकडे खूप काळजीपूर्वक व व्यवस्थित काम करून बौद्ध धर्मीयांचे स्तूप आणि कुशान राजांचे राजवाडे खोदकाम करून बाहेर काढले आणि कर्तव्याला स्मरून त्यातील महत्त्वाच्या वस्तू कलकत्त्याला नव्याने सुरू झालेल्या एशियाटिक सोसायटीला पाठवल्या. कसे ते माहीत नाही; पण मॅस्सन हा खरे म्हणजे सैन्यातून पळून गेलेला माणूस आहे, हे गुपित वेड्ला कळले! धमक्या देऊन त्याने त्याला अल्पकाळात गुप्तहेराचे काम करण्यास भाग पाडले. त्याने त्याच्यासमोर दोन गोष्टी मांडल्या, पळून गेलेला सैनिक म्हणून पकडला गेला तर मृत्युदंडाची शिक्षा आणि वेड्ला माहिती पुरवत राहिला, तर सम्राटांकडून माफीची शक्यता. अशा तऱ्हेने अफगाणिस्तानातून नियमित व अचूक माहिती सतत मिळत राहील, याची तजवीज वेड्ने केली!

भौगोलिक राजकारण झपाट्याने बदलत होते, त्याच काळात हे गुप्तहेरांचे जाळे वाढत गेले. नेपोलियनचा धोका आता संपला होता. त्याऐवजी इ.स. १८२० मध्ये कंपनीच्या तीक्ष्ण बुद्धी आणि नजर असलेल्या अधिकाऱ्यांचा मद्याचे घुटके घेताघेता रशिया हा चर्चा व चिंता करण्याचा विषय झाला होता.

१८१२ मध्ये नेपोलियनला निरोप दिल्यानंतर रशियनांनी त्यांची सरहद्द दक्षिणेला आणि पूर्वेकडे सरकवली होती. जवळजवळ तितक्याच चपळतेने कंपनीने त्यांची सरहद्द उत्तरेकडे आणि पश्चिमेला वाढवली होती. आरामखुर्च्यांमध्ये बसून लढायांचे बेत आखणाऱ्या लंडनमधल्या मुत्सद्द्यांना तरी अलीकडे फारच वाटू लागले होते की, असे होताहोता या दोन साम्राज्यांची एकमेकांशी टक्कर होऊन युद्ध सुरू होणार. लढाऊ वृत्तीचा लॉर्ड एलेनबरो हा कंपनीच्या व्यवस्थापन समितीचा नवा अध्यक्ष होता. शिवाय ड्यूक ऑफ वेलिंग्टनच्या मंत्रिमंडळात हिंदुस्तानची जबाबदारी सोपवली गेलेला मंत्रीही होता. या वाढत्या चिंतेचे सार्वजनिक धोरण म्हणून सर्वप्रथम रूपांतर त्यानेच केले होते. त्याने त्याच्या डायरीत लिहिले, 'आशियातले आपले धोरण एकाच मार्गाने गेले पाहिजे; रशियाची ताकद सीमित ठेवणे.' पुढे त्याने लिहिले, 'खिवाहून निघाल्यानंतर चार महिन्यांत शत्रू काबूलमध्ये पोहोचू शकेल. कंपनीच्या संचालकांना बरीच काळजी वाटते आहे; परंतु मला खात्री आहे की, आपल्याला रशियनांशी सिंधू नदीवर युद्ध करावे लागेल आणि बऱ्याच दिवसांपासून मला मनातून असे वाटत आहे की, मी तेथे त्यांच्याशी लढेन आणि मोठा विजय मिळवेन.'

एलेनबरो हा वॉरेन हेस्टिंगच्या कायदेसंबंधी वकिलाचा अतिशय हुशार मुलगा होता; परंतु त्याच्याशी वागणे अवघड जात असे आणि त्याचे रूप बघताक्षणी

आवडेल असे नव्हते. एका निरीक्षकाने लिहिले आहे की, त्याचे आधीच चांगले नसलेले रूप त्याच्या करड्या रंगाच्या लांब बटांमुळे इतके वाईट दिसे की, 'त्याच्याकडे नुसते बघितले तरी मला मळमळते' असे चौथा जॉर्ज म्हणाला होता, असे म्हणतात. त्याची पहिली बायको जेन डिग्बी सुंदर पण स्वच्छंदी स्वभावाची होती. ती जेव्हा त्याला सोडून गेली, तेव्हा त्याला अत्यंत अपमानित वाटले होते. त्याला सोडून गेल्यानंतर तिचे प्रेमी एकामागून एक बदलत गेले. पहिला होता ऑस्ट्रियाचा राजपुत्र श्वाईझेनबर्ग. त्याच्याशी तर एलेनबरोने द्वंद्वयुद्ध केले होते! त्यानंतर जेन डिग्बीचा प्रेमी होता बव्हेरियाचा राजा आणि पाठोपाठ ग्रीसचा राजा आणि मग अल्बेनियाचा एक जनरल. शेवटी तिने पालमायरामधील बदायुनी शेखशी लग्न केले आणि नंतर मग ती सुखात राहिली. या प्रकारामुळे एलेनबरोची सर्वत्र इतकी कुचेष्टा झाली की, त्याचा त्याच्या स्वभावावर कायमचा परिणाम झाला आणि म्हणून जणू त्याने स्वत:भोवती गर्वाचा आणि महत्त्वाकांक्षेचा कोश विणला; परंतु तो जरी उद्धटपणे वागत असला तरी तो उत्साही आणि हुशार होता आणि ब्रिटिश राजकारणी लोकांमध्ये रशियाच्या साम्राज्यवादाचा विरोधी म्हणून आपली कारकीर्द घडवणारा तो पहिलाच ठरला.

हिंदुस्तानातील ब्रिटिशांच्या अमलाखालील भागाला असलेला धोका जरी एलेनबरोने अतिरंजितपणे मांडला, तरी प्रत्यक्षात सेंट पीटर्सबर्गमध्ये हिंदुस्तानातील ब्रिटिश प्रदेशावर हल्ला करण्याचा काहीही बेत घाटत नव्हता. हे अगदी खरे होते की, रशियाने अलीकडे ऑटोमन टर्की आणि काजर पर्शियाबरोबरच्या वागणुकीत अत्यंत आक्रमक भूमिका घेतली होती. १८१२ मध्ये नेपोलियनने मास्कोहून माघार घेतल्यानंतर एका वर्षातच रशियाच्या तोफखान्याने फत्तेअली शहा कजारच्या पर्शियन सैन्याचा धुव्वा उडवला होता आणि अर्मेनिया व जॉर्जियामधील पूर्वेकडेचे ख्रिश्चन लोक स्वतंत्र करण्यात आले आहेत असे जाहीर केले होते. त्यानंतर रशियाने नव्या अर्मेनिया व अझरबैजानमधील बराच भाग स्वत:च्या ताब्यात घेतला होता, जो तोपर्यंत काउकॅससमधील पर्शियन साम्राज्य म्हणून ओळखला जात होता. तेहरानमधील ब्रिटिश वकिलाने लिहिले, 'हात-पाय बांधून पर्शियाला सेंट पीटर्सबर्गच्या दरबारात घेऊन जाण्यात आले!'

ऑटोमन आणि पर्शियाच्या नंतर झालेल्या अनेक पराभवांपैकी हा पहिला ठरला, जेथून पुढे रशियन सैन्याचे दक्षिणेकडे अथक आगेकूच सुरू झाले. परिस्थिती जास्त वाईट झाली, कारण पर्शिया या मित्रराष्ट्राच्या मदतीला ब्रिटिश आले नाहीत; त्यामुळे रशियनांना तोंड देताना ते एकटे पडले. नंतरच्या १८२६-२७च्या रूसो-पर्शियन लढाईत अनेक पराभव झेलल्यानंतर शिल्लक राहिलेले काउकॅसियन साम्राज्य पर्शियन लोकांनी गमावले, त्यात अझरबैजानकडे जाणाऱ्या रस्त्यातल्या

खिंडीही गेल्या.

त्याच वेळी रशिया ऑटोमन्सशीही युद्ध करत नसता, तर शरणागतीच्या अटी आणखी कडक झाल्या असत्या; परंतु रशिया टर्की लोकांचेही एकामागून एक इतके वाईट पराभव करत होता की, ड्यूक ऑफ वेलिंग्टनला वाटत होते, अशाने ऑटोमन साम्राज्य नष्ट होईल आणि त्यांची सत्ता राहणारच नाही. तेहरान व कॉन्स्टन्टिनोपल रशिया थोड्या दिवसांत काबीज करेल असेही आता वाटत होते. म्हणजे पर्शिया व तुर्कस्तान दोन्ही झारच्या संरक्षणाखालचे मोठाले प्रदेश होणार होते. चेचन्या आणि दाघेस्तान या दोन ठिकाणी रशियाने एकामागून एक दंडात्मक मोहिमा काढून तेथील लोकांचे हत्याकांड सुरू केले होते. या मोहिमांमध्ये ते खेडी उद्ध्वस्त करत, बायका-मुलांना मारून टाकत, जंगले तोडून टाकत आणि पिके नष्ट करून टाकत. आणखी दक्षिण बाजूला जेरुसलेममध्ये ब्रिटिश कौन्सिलच्या अहवालाप्रमाणे 'रशियन प्रतिनिधी' तेथे मोठ्या संख्येने गोळा होत होते आणि 'ती पवित्र जमीन' जिंकून घेण्याचे बेत आखत होते. रशियाचा हेतू ऑटोमन साम्राज्य नष्ट करून तेथे पुन्हा जुने बिझान्टाइन साम्राज्य उभे करण्याचा होता, हे या सर्व घडामोडींवरून शक्य वाटत होते. निदान परराष्ट्र धोरण सांभाळणाऱ्या ब्रिटनच्या पुढाऱ्यांना तसेच वाटत होते.

रशियाच्या या झपाट्याने होत चाललेल्या विजयांमुळे आणि त्यांच्या ताब्यात येणाऱ्या देशांमध्ये ते करत असलेल्या छळांच्या अहवालांमुळे लंडनमधील राजकीय पुढाऱ्यांना मोठाच धक्का बसला होता. नेपोलियनच्या मृत्युनंतर एक जागतिक सत्ता म्हणून ब्रिटनची प्रतिष्ठा टिकवून ठेवण्यासाठी ब्रिटिशांच्या ताब्यातल्या हिंदुस्तानच्या भागाची सुरक्षा अत्यंत महत्त्वाची झाली होती. १८२३ मध्ये रशियाचा परराष्ट्रमंत्री काउंट नेसेलरोड याने रणजितसिंगला लिहिलेले एक पत्र हिमालयात हिंडून संशोधन करणारा विल्यम मूरक्रॉफ्ट याने वाटेत पकडून मिळवले, तेव्हा त्या ब्रिटिश पुढाऱ्यांना वाटत असलेले भय खरेच होते असे दिसून आले. हे भय आणि त्यामुळे निर्माण झालेली अनाठायी भीती यांमुळे ब्रिटिश लोक व ब्रिटिश हिंदुस्तानातील वर्तमानपत्रे यांच्यात रशियाबद्दलच्या भीतीची एक लाटच निर्माण झाली. यातूनच स्वातंत्र्य व सुसंस्कृततेसाठी पुढे रानटी व जुलमी संकट उभे ठाकले आहे, असा विचार पुढे आला.

याला आणखी पुष्टी मिळाली ती कर्नल दे लेसी इव्हान्स याने लिहिलेल्या विवादास्पद आणि विनाकारण उत्तेजित करणाऱ्या 'ब्रिटिश मालकीच्या हिंदुस्तानवर हल्ला करण्यातली व्यवहार्यता' (ऑन द प्रॅक्टिकॅबिलिटी ऑफ ॲन इनव्हिजन ऑफ ब्रिटिश इंडिया) या पुस्तकाने. या पुस्तकात असे चित्र उभे केले होते की, ६०,००० रशियन सैनिक हिंदुकुश पर्वतावरून येऊन हेरत जिंकतील, मग खैबर

खिंडीच्या खालच्या भागात येऊन समोरचा सर्व प्रदेश पादाक्रांत करतील. वास्तविक, हा विचार त्या वेळी तितकाच दिवास्वप्नासारखा होता, जितका शहाशुजाचा तिबेटमधून काबूलवर हल्ला करण्याचा होता. त्यात दाखवलेला रशियाकडून असलेला धोका हीदेखील प्रचंड अतिशयोक्ती होती. प्रत्यक्षात मध्य आशियात जेमतेम मूठभर रशियन होते आणि काबूल तर सोडाच, पण बुखारापासून हजार मैलांच्या अंतरावरही एकसुद्धा रशियन नव्हता! तरीही लंडनच्या राजकीय वर्तुळात हे पुस्तक खूप लोकांनी वाचले. हा कर्नल हिंदुस्तानात कधीही आला नव्हता. त्याने इथे कधी प्रवास केला नव्हता; तरी त्याचे हे भीती उत्पन्न करणारे पुस्तक रशियाला घाबरणाऱ्या एका सबंध पिढीचे जणू बायबलच झाले. विशेषत: लॉर्ड एलेनबरोला ते फारच आवडले, कारण त्याच्या मूळच्या गैरसमजांना त्या पुस्तकाने पुष्टी मिळाली.

हे विवादास्पद पुस्तक वाचून झाल्याक्षणी, संध्याकाळी एलेनबरोने ड्यूक ऑफ वेलिंग्टनला पत्र लिहिले, 'रशिया पर्शियाला युद्धात हरवून किंवा त्यांच्यावर दबाव आणून सिंधू नदीकडे जाण्यास मार्ग मिळवेल.' दुसऱ्या दिवशी २९ ऑक्टोबर १८२८ रोजी त्याने दे लेसी इव्हान्सच्या पुस्तकाच्या प्रती तेहरान व बॉम्बेमधील त्याच्या सहकाऱ्यांना पाठवल्या. 'रशिया हल्ला करणार असल्यास धोक्याची आगाऊ सूचना देऊ शकेल, अशा प्रतिनिधीची बुखारा येथे नेमणूक करावी' या पुस्तकातील सूचनेची नोंद त्याने घेतली. त्यानुसार त्याने डायरीत लिहिले, 'काबूल, बोखारा आणि खिवा या शहरांबद्दल आपल्याला पूर्ण माहिती असली पाहिजे.'

नंतरच्या आठवड्यांमध्ये एलेनबरोने रशियाच्या पुढील हालचालींबद्दल ब्रिटन आधीच काय पावले उचलण्यास सुरुवात करू शकेल याचे बेत आखले. त्याने हिंदुस्तानच्या गव्हर्नर जनरलला लिहिले –

> 'आम्हाला हिंदुस्तानवर प्रत्यक्ष हल्ला होण्याची एवढी भीती वाटत नाही; पण रशियन उत्तर भारताच्या जवळ आले तर; त्याचा नैतिक परिणाम आपल्या प्रजेवर आणि ज्यांच्याशी आपले मैत्रीकरार आहेत त्या राजांवर काय होईल याची भीती वाटते; म्हणून ते सध्या जेथे आहेत, तेथून पुढे येण्यापासून त्यांना थांबवण्यासाठी पावले उचलणे आपल्या हिताचे आहे; परंतु अशी खबरदारी यशस्वी होणे हे ती ताबडतोब घेतली जाण्यावर आणि रशियन सरहद्दीवर जे काही होईल त्याबद्दल तुम्हाला सतत कळवत राहण्यावर अवलंबून आहे.'

एलेनबरोच्या या पत्राचे दूरगामी परिणाम होणार होते. असलेल्या धोक्याला

शह देण्याचा हा जो बेत होता तो धोका ब्रिटिशांच्या अतिरंजित कल्पनांच्या मानाने अगदी क्षुल्लक होता; परंतु मध्य आशियात हेरगिरीचा मोठा कार्यक्रम आखण्यास परवानगी दिल्याने ज्याला रशियन लोक नंतर 'टूर्नामेंट ऑफ शॅडोज' म्हणत असत, त्या 'द ग्रेट गेम'ला खूप मोठी चालना मिळाली आणि हिमालयाच्या प्रदेशात पूर्वी मुळीच नसलेली इंग्लंड-रशियामधली चुरशीची स्पर्धा सुरू झाली. तसेच त्यामुळे वेड् व पॉटिंगर आणि हिंदुस्तानच्या सरहद्दींवर पाळत ठेवणारे इतर या सर्वांच्या हातात प्रचंड पैसा आला. येथून पुढे सैन्यातले तरुण अधिकारी आणि राजकीय प्रतिनिधींना हिमालय, हिंदुकुश आणि पामीर या भागांत कधी वेष बदलून, तर कधी 'शिकारीला जायला' म्हणून पाठवण्यात येऊ लागले. त्यांनी तेथे राहणाऱ्या टोळ्यांच्या रूढी, रीतिरिवाज, भाषा शिकाव्यात, तेथील नद्या व खिंडींचे नकाशे काढावेत आणि डोंगर तसेच वाळवंट ओलांडून जाण्यासाठी येऊ शकणाऱ्या अडचणींची ओळख करून घ्यावी.

पुढील वर्षांमध्ये साम्राज्यांमध्ये सुरू झालेल्या या स्पर्धेपायी मृत्यू, लढाया, हल्ले आणि वसाहतवाद या सर्वांचे प्रमाण प्रचंड वाढले, ज्यामुळे अफगाणिस्तान व मध्य आशियातील शेकडो - हजारो लोकांची आयुष्ये कमालीची बदलली. तात्कालिक परिणाम म्हणून ब्रिटिशांसाठी शहाशुजाचे महत्त्व पूर्णपणे बदलले. आता तो काही अवास्तव कल्पना बाळगणारा माजी बादशहा नव्हता किंवा कर्तव्यापोटी सांभाळावा लागणारा पदभ्रष्ट मित्र नव्हता. त्याच्या जोरावर रशिया पुढे मुसंडी मारू शकणार होता; त्यामुळे आता तो राजकीयदृष्ट्या महत्त्वाचा मित्र झाला. अफगाणिस्तानचा बादशहा म्हणून ब्रिटिशांना हवासा झाला. एलेनबरोच्या पत्रामुळे दोन छुप्या गुप्तहेर कारवायाही ताबडतोब सुरू करण्यात आल्या.

एका कारवाईचा मुख्य लेफ्टनंट आर्थर कॉनोली होता. पायी चालत जाऊन मॉस्कोपासून ब्रिटिशांच्या ताब्यातील हिंदुस्तानात येता येणे कितपत शक्य आहे, हे पाहणे त्याचे काम होते. कॉनोली रशियाच्या हद्दीवरच्या ऑरेनबर्गपर्यंत चालत गेला, मग त्याने वेष पालटला आणि बुखाराला जाऊन अफगाणिस्तानमधून हेरत आणि सिंधू नदीपर्यंत आला. ठाम निश्चय केलेल्याला हा प्रवास करणे अगदी शक्य आहे असे दिसले. कॉनोलीची कल्पना होती त्याहून खूप सोपा होता हा प्रवास. आरामात चालत जाऊन परत यायला त्याला एक वर्षाहून थोडासाच जास्त वेळ लागला होता.

दुसरा प्रवास खूपच जास्त चलाखीचा आणि बरेच काही करण्याचा होता. हा प्रवास विरुद्ध दिशेला जाऊन सिंधू नदीविषयी माहिती काढण्यासाठी होता. एलेनबरोला विश्वास वाटत होता की, सिंधू नदी ही ब्रिटिशांना मध्य आशियात जाण्यासाठी प्रमुख दळणवळणाचा मार्ग होऊ शकेल. पूर्वी हिंदुस्तानच्या मुख्य भागात

पोहोचण्यासाठी ब्रिटिश व्यापाराला गंगेचा उपयोग झाला होता.

त्याच्या पिढीतल्या अनेकांप्रमाणे एलेनबरोला ठाम विश्वास होता की, व्यापार वाढवल्याने ज्या देशाशी व्यापार केला जातो तेथील संस्कृती सुधारते! 'आपल्या किनाऱ्यावरून परदेशी जाणाऱ्या तयार मालाच्या प्रत्येक गठ्ठ्यातून बुद्धी आणि लाभदायी विचार यांचं बीज कुठल्यातरी कमी प्रबुद्ध समाजातील लोकांपर्यंत पोहोचतंच. रशियाच्या आक्रमक धोरणाला तोंड देण्याचं काम प्रथमत: ब्रिटिश मालच करू शकेल – स्कॉटिश वीड आणि मँचेस्टरच्या कापडाचे गठ्ठे अल्बिऑनहून ज्ञान, समज आणि बुद्धी पसरवण्यास मदत करतील आणि सेंट पीटर्सबर्गच्या जुलूमशाहीला विरोध करण्याचा अफगाणिस्तानचा निश्चय जास्त पक्का करतील.' म्हणून त्याने ठरवले की, सिंधू नदीवर बोटीतून एक टीम पाठवायची, ज्यामध्ये वेष पालटलेले नकाशे काढणारे (ड्राफ्टमन), आकृत्या काढणारे (कार्टोग्राफर), आरमाराचे आणि सैन्याचे सर्वेक्षक असे लोक असतील; ते सर्व मिळून नेमकेपणाने, अचूक नदीच्या काठांचे नकाशे काढतील, पात्राची खोली मोजतील आणि नदीतून ब्रिटिश जहाजे आत येऊ शकतील का हेही तपासतील. त्याला आशा होती की, असे केल्याने मध्य आशियात ब्रिटिशांना व्यापारपेठ जिंकण्याची सुरुवात करता येईल; परंतु हा खरा हेतू लपवण्यासाठी त्या बोटीला वेगळेच रूप दिले. खुष्कीच्या मार्गाने नेण्यासाठी फार नाजूक अशा भेटवस्तू ब्रिटिशांतर्फे देणगी म्हणून रणजितसिंगना या बोटीतून पाठवण्यात येत आहेत असे सांगितले गेले.

उत्तम जातींच्या घोड्यांचे रणजितसिंग महाराजांना अगदी वेडच होते हे माहीत असल्याने, जड सामानाची वाहतूक करणाऱ्या गाड्यांना जोडण्यासाठी वापरले जाणारे सफोक प्रांतातले मोठाले सहा घोडे भेट म्हणून त्यांना पाठवण्याचे ठरले. ही जात हिंदुस्तानात पूर्वी कोणी पाहिली नव्हती. नंतर मग त्या घोड्यांबरोबर एक सोनेरी बग्गीही पाठवण्याचे ठरले – जर रणजितसिंग महाराजांनी घोडे रस्त्याने पाठवायला सांगितले तर असावी म्हणून! नंतर मग हा प्रवास आणखी पुढे नेण्याचे ठरले – एक ब्रिटिश हेरगिरी करणारा अधिकारी व्यापाऱ्याच्या पोशाखात लाहोरहून पुढे अफगाणिस्तानातून बुखाराला जाईल; ज्याचा कथित हेतू मध्य आशियात इंग्लिश माल विक्रीसाठी आणता येईल का हे बघण्याचा असेल. अर्थात या अधिकाऱ्याचे खरे काम जाताजाता गुप्तपणे टिपणे करण्याचे व नकाशे काढण्याचे असेल. मध्य आशियातील वाळवंटात अध्येमध्ये असणाऱ्या हिरवळीच्या गावांमध्ये रशियाचा किती प्रभाव आहे ते बघावे आणि कोसॅक सैनिकांना ऑक्ससवरून अफगाणिस्तानात येणे आणि तेथून हिंदुस्तानात येणे कितपत सोपे असेल याचा अंदाज घेऊन कळवणे, हा यामागचा हेतू होता.

या शेवटच्या कामाकरता अधिकाऱ्यांची निवड करताना एलेनबरोची पहिली

निवड होती विल्यम फ्रेसरचा दक्ष व धोरणी असा भाऊ जेम्स बेली फ्रेसर – जो कलाकार, लेखक व गुप्तहेरही होता. त्याने दहा वर्षांपूर्वी पर्शियात खूप प्रवास केला होता, शहाशी त्याची मैत्री झाली होती आणि तो उत्तम पर्शियन बोलत असे; परंतु या वेळी त्याच्या कुटुंबाची इनव्हर्नेस प्रांतातील मालमत्ता वाचवण्याच्या कामात तो अडकला होता. त्याच्या घराला जोडून पर्शियन राजपुत्रांना राहण्यासाठी घर बरेच मोठे करून घेताना त्याला कर्ज झाले होते. म्हणून मग एलेनबरोने त्याच्याऐवजी पॉटिंगरचा फार नाव नसलेला, परंतु महत्त्वाकांक्षी शिष्य ज्याने अलेक्झांडर डालरिंपलच्या १७८३ मध्ये काढलेल्या सुप्रसिद्ध नकाशानंतर, सिंधू नदीच्या मुखाचा पहिलाच नवा नकाशा काढल्याबद्दल बक्षीस मिळवले होते, त्या पंचवीस वर्षांच्या एका बहुभाषिक तरुणाची निवड केली.

या तरुण अधिकाऱ्याचे नाव होते अलेक्झांडर बर्नेस.

इ.स. १८३०च्या उन्हाळ्यात, सहा महिन्यांच्या सागरी प्रवासानंतर करडे ठिपके अंगावर असलेले सफोक प्रांतातले पाच घोडे बॉम्बेच्या (आताचे मुंबई) बंदरात येऊन पोहोचले. हे घोडे थोराड असतात आणि चार चाकी वाहनांना जोडण्यासाठी वापरले जातात. मूळ सहा घोड्यांपैकी एक घोडी प्रवासात मृत्यू पावली होती. पंधरा दिवसांनंतर मलबार हिलवरच्या हिरव्या कुरणांमध्ये चरून अंगात पुन्हा शक्ती आल्यावर त्या सोनेरी बग्गीबरोबर पुन्हा बोटींवर चढवून त्यांना सिंधू नदीच्या मुखाकडे पाठवून देण्यात आले.

जमिनीवर उतरायची परवानगी मिळेपर्यंत त्या बोटी वादळांमुळे खूप डचमळत होत्या. दोन बोटींच्या डोलकाठ्या मोडून गेल्या, ज्या बोटीवरून बर्नेस प्रवास करत होता, त्या बोटीचे शीड मध्ये फाटले. घोड्यांना लाटांमुळे बोट हिंदकळण्याची आता सवय झाली होती; त्यामुळे ती ठीक राहिली असावीत; परंतु ती सोनेरी गाडी खाऱ्या पाण्याने खराब झाली आणि अगदी पूर्ववत कधीच झाली नाही. दोनदा त्यांनी पुढचा प्रवास सुरू केला, परंतु सिंधच्या अमीरांनी बोटी पुढे न्यायला परवानगी नाकारल्यामुळे त्यांना परत यावे लागले.

अखेर १८३१च्या मार्चमध्ये रणजितसिंगकरवी अमीरांना तऱ्हेतऱ्हेने कठोर धमकी द्यायला लावल्यानंतर जरूर ती परवानगी मिळाली. तेथून मग लाहोरकडे जाण्यासाठी प्रवाहाविरुद्धचे सातशे मैलांचे अंतर कापायला हळूहळू सुरुवात झाली. काठांवरून मारल्या जाणाऱ्या गोळ्या चुकवत जेथून ते पुढे सरकत होते, त्या प्रदेशातला निसर्ग, लोक आणि राजकारण यांच्याबद्दल बर्नेस टिपणे करत होता. इकडे त्याच्याबरोबरचे लोक कोणाला समजू न देता दिशांचा अभ्यास, पात्राची रुंदी,

खोली, पात्राच्या प्रवाहाचा वेग इ. मोजून बारकाईने नकाशे काढत होते. त्यांच्या अपेक्षेपेक्षा सिंधूचे पात्र उथळ निघाले आणि त्यामुळे गंगेत नेता येत होती तशी गलबते सिंधू नदीतून आणण्याची एलेनबरोची कल्पना अशक्य ठरली; परंतु या प्रवासाने एवढे सिद्ध झाले की, सिंधू नदीतून लाहोरपर्यंत सपाट तळ असलेल्या बोटी नेणे शक्य होते. पडावांमधून तयार ब्रिटिश माल शिखांच्या राजधानीपर्यंत नेता आला असता, तेथून रावीच्या तटावर माल उतरवून तो अफगाणिस्तानच्या खिंडींमधून अफगाणिस्तानात आणि मग जमिनीवरून मध्य आशियात पायी नेता आला असता; यामध्ये अडथळे होते ते फक्त राजकीय.

या कामासाठी निवडला गेलेला तरुण उत्साही, हिंमतवान आणि हिकमती अलेक्झांडर बर्नेस उत्तर स्कॉटलंडमधील होता – मॉन्ट्रोझच्या प्रोव्होस्टचा चौथा मुलगा. (प्रोव्होस्ट मुख्य अधिकारी) त्याचा चेहरा रुंद होता, कपाळ मोठे होते, डोळे खोल होते आणि जिवणी हसरी, ज्यामुळे तो चौकस स्वभावाचा आणि विनोदबुद्धी असलेला वाटायचा – त्याचा चुलत भाऊ स्कॉटलंडचा राष्ट्रकवी रॉबी बर्न याच्याशी त्याचं बरचं साम्य होतं. मॉन्ट्रोझच्या कॉलेजमध्ये, जेथे त्याचे आणि त्याच्या भावांचे शिक्षण झाले, तेथे लोक बर्नेसला 'साहसी गोष्टी करण्यात सर्वांत पुढे असणारा' असेच ओळखत. शैक्षणिक प्रगती देदीप्यमान नव्हती. ग्रीक आणि लॅटिन लेखकांच्या अभ्यासामुळे त्याला 'अलेक्झांडर द ग्रेट'मध्ये अत्यंत रुची निर्माण झाली आणि त्यातून अफगाणिस्तानचा व सिंधू नदीचा ओढाही निर्माण झाला.

सोळाव्या वर्षी थोरल्या भावाबरोबर - जेम्सबरोबर त्याला हिंदुस्तानात पाठवून देण्यात आले होते. आता वयाच्या केवळ सव्विसाव्या वर्षी त्याने हिंदुस्तानात दहा वर्षे घालवली होती आणि आता तो अगदी व्याकरणशुद्ध पर्शियन व हिंदुस्तानी पूर्ण आत्मविश्वासाने बोलत असे. त्याची लेखनशैलीही त्याने छान विकसित केली होती आणि पूर्वीपासून असलेली इतिहासातली रुची वाढवली होती. 'ट्रॅन्झक्शन्स ऑफ द बॉम्बे जिओग्राफिकल सोसायटी'मध्ये आलेला त्याचा पहिला लेख 'ऑन द इंडस'मध्ये तत्कालीन राजकारणापेक्षा जुन्या उदाहणांवर भर होता. नंतरच्या ज्या अनेकांनी 'द ग्रेट गेम'मध्ये भाग घेतला, त्यांच्यासारखीच असलेली बर्नेसची तीव्र चाणाक्ष बुद्धी आणि बऱ्याच भाषांमधील कौशल्य यामुळे तुलनेने मध्यमवर्गीय पार्श्वभूमीतून, स्कॉटलंडच्या दूरच्या भागातून आलेला असूनही, जास्त श्रीमंत कुटुंबातल्या, मोठ्या लोकांशी जास्त जवळचे नातेसंबंध असलेल्या त्याच्या बरोबरच्या लोकांपेक्षा त्याला भराभर बढती मिळत गेली. त्याच्या बहुश्रुत भावाच्या शिफारशी आणि दोघेही भाऊ 'फ्री मेसन्स'मध्ये सक्रिय भाग घेत असल्याने त्यांच्या झालेल्या ओळखी यांचाही त्याला उपयोग झाला.

पाच फूट नऊ इंच उंची असलेला, सडपातळ पण सुदृढ बांध्याचा, गमत्या

स्वभावाचा अशा बर्नेसची महत्त्वाकांक्षा आणि ठामपणा असामान्य होते. अचानक उद्‌भवलेल्या कठीण प्रसंगी तो शांत राहू शकत असे. त्याच्या मित्रांना त्याच्या बुद्धिचापल्याचे कौतुक वाटे. एका मित्राने लिहिले की, तो तीक्ष्ण आणि तीव्र बुद्धीचा, त्वरित निर्णय घेणारा, स्पष्ट व उत्तम विचार खोलात जाऊन मांडू शकणारा होता. त्याच्या या प्रवासात त्याला त्याची हुशारी आणि विनोदबुद्धी वापरण्याची भरपूर संधी मिळाली. जेव्हा सरहद्द ओलांडून त्याने पंजाबमध्ये प्रवेश केला आणि रणजितसिंगच्या अधिकाऱ्यांना त्याने आणलेल्या, जड पावलांनी हळू चालणाऱ्या घोड्यांचे कमालीचे आश्चर्य वाटले, तेव्हा बर्नेसने लिहिले, 'गाडा ओढण्यासाठी असलेल्या जातीच्या घोड्याने जोरात पळावे, घोडदौड करावी आणि चपळ घोडा करतो ते सर्व करावे अशी अपेक्षा त्यांच्याकडून प्रथमच केली गेली असणार!'

बर्नेसचे आणि त्याने आणलेल्या भेटीचे १८ जुलै १८३१ रोजी लाहोरमध्ये खूप शानदार स्वागत झाले. एक घोडदळ आणि सैनिकांची एक पलटण आमच्या स्वागताला पाठवली गेली. 'त्यांनी आणलेली सुंदर बग्गी मिरवणुकीच्या सर्वांत पुढे होती.' त्याने वर्णन केले – 'आणि त्या ओझेवाहू घोड्यांच्या मागून महाराजांच्या अधिकाऱ्यांबरोबर आम्ही हत्तींवर बसलो होतो. शहराभोवतीच्या कोटाच्या भिंतींजवळून जाऊन राजवाड्याच्या प्रवेशद्वारातून आम्ही लाहोर शहरात प्रवेश केला. रस्त्यांच्या कडेने घोडदळ, तोफखाना दल, सैन्यदल उभे होते. आम्ही त्यांच्या जवळून जात असताना त्या सर्वांनी आम्हाला सलाम केले. लोकांची प्रचंड गर्दी होती. ते घरांच्या सज्जांमध्ये बसले होते आणि आदरपूर्वक शांतता पाळून वागत होते. जुन्या मुघल किल्ल्याच्या बाहेरच्या चौकामधून आम्हाला कमानी असलेल्या संगमरवरी स्वागतकक्षाशी – 'दिवाण-इ-खास'च्या प्रवेशद्वाराशी नेण्यात आले.' बर्नेसने पुढे लिहिले आहे, 'मी माझे बूट काढण्यासाठी वाकलेला असताना, एकाएकी एका छोट्या चणीच्या वयस्कर दिसणाऱ्या माणसाने मला हातांनी घट्ट मिठी मारली!'

ते 'पंजाबचे शेर' स्वतः रणजितसिंग होते! बर्नेसचा हात धरून ते त्याला दरबारात घेऊन गेले, 'आम्हा सर्वांना चांदीच्या खुर्च्यांवर बसवण्यात आले; समोर महाराज बसले.' रणजितसिंग सत्तेवर येऊन आता तीस वर्षे होऊन गेली होती. तीस वर्षांपूर्वी शहा झमानला झेलम नदीच्या चिखलातून त्याची तोफ काढायला त्यांनी मदत केली होती आणि रणजितसिंगच्या सक्त नजरकैदेतून शहरांच्या गटारांमधून शहाशुजा पळाला होता, त्यालाही आता तेरा वर्षे झाली होती. तेव्हापासून अफगाणिस्तानमधील आपसातील यादवीची संधी साधून या शीख नेत्याने सिंधू नदीच्या पूर्वेकडचा दुर्राणी साम्राज्याचा बराचसा भाग आपल्या राज्यात सामील करून घेतला होता आणि तेथे एक विशेष समृद्ध, बलवान, मध्यवर्ती सत्ताकेंद्रित

आणि चांगला राज्यकारभार चालणारे शीख राज्य प्रस्थापित केले होते. दाद द्यावी अशा त्याच्या सेनेला चांगले प्रशिक्षण तर त्याने दिले होतेच, त्याचबरोबर राज्यकारभाराची व्यवस्था जास्त आधुनिक केली होती, गुप्तहेरांचे मोठे मजबूत जाळे तयार केले होते, त्यांच्याकडून मिळालेली माहिती कधीकधी लुधियानामध्ये असलेल्या वेड्ला देण्यात येत असे.

ब्रिटिशांचे रणजितसिंगशी एकंदरीत चांगले संबंध होते; पण ते हेसुद्धा कधीच विसरले नाहीत की, लढाईच्या मैदानात कंपनीला टक्कर देऊ शकेल अशी सेवा हिंदुस्तानात फक्त रणजितसिंगचीच होती. १८३० पर्यंत कंपनीच्या बेंगॉल आर्मीपैकी निम्मे म्हणजे ३९,००० हून जास्त सैन्य कंपनीने पंजाबच्या सरहद्दीवर आणून ठेवले होते. म्हणूनच बर्नेसने रणजितसिंगशी उत्तम संबंध प्रस्थापित करणे महत्त्वाचे होते.

बर्नेस लाहोरला येऊन पोहोचण्याच्या दोनच महिने आधी फ्रेंच प्रवासी व्हिक्टर जॅकेमाँटने रणजितसिंगबद्दल जे लिहिले आहे, त्यातून त्याचे विशेष व्यक्तिमत्त्व स्पष्ट होते. त्याने वर्णन केल्याप्रमाणे रणजितसिंग एक धूर्त, हुशार व आकर्षक वागणूक असलेला बदमाश माणूस होता. त्याच्या सार्वजनिक रूपात तो अगदी कौतुक वाटेल असा होता. मात्र, खासगी जीवनात त्याची कीर्ती अगदी वाईट होती. 'रणजितसिंग हा इतका अनुभवी वस्ताद कोल्ह्यासारखा आहे की, त्याच्या तुलनेत आपल्या वकिलातीतले धूर्तात धूर्त लोकही अगदीच साधेभोळे म्हणावे लागतील.' जॅकेमाँटच्या रणजितसिंगशी झालेल्या बऱ्याच भेटींबद्दल त्याने लिहिले आहे. 'त्याचे संभाषण एखाद्या दुःस्वप्नासारखे असते. इतके प्रश्न विचारणारा मला भेटलेला हा पहिलाच हिंदुस्तानी माणूस असेल – उर्वरित देशात कोणालाच कशाचेच कुतूहल नसण्याची भरपाई हा माणूस त्याच्या कुतूहलबुद्धीने करतो. त्याने मला शेकडो-हजारो प्रश्न विचारले – हिंदुस्तानबद्दल, इंग्रजांबद्दल, युरोप, बोनापार्ट एकूण सर्व जग, नरक, स्वर्ग, आत्मा, परमेश्वर, सैतान आणि आणखी हजार गोष्टी'. रणजितसिंगला वाईट वाटायचे की, स्त्रिया 'आता त्याला त्याच्या बागेतल्या फुलांपेक्षा जास्त सुख देऊ शकत नसत!'

> त्याच्या या दुःखाचे आणखी कारण दाखवण्यासाठी काल त्याने भर दरबारात उघड्यावर आम्ही ज्या सुंदर पर्शियन गालिचावर बसलो होतो, तेथे भोवती काही हजार सैनिक उभे असताना, काय करावं? त्या म्हाताऱ्या पण विलासी, लंपट माणसाने त्याच्या जनानखान्यातून पाच तरुण मुलींना बोलावून घेतलं, त्यांना माझ्या समोर बसण्याचा हुकूम केला आणि हसतहसत मला त्यांच्याबद्दलचं माझं मत विचारलं. मी

अगदी मनापासून सांगितलं की, मला त्या खूप सुंदर आहेत असं वाटलं
– पण मला खरोखर जे वाटलं त्यातलं हे एक दशांशही नव्हतं.

जॅकेमाँटनं हेही लिहिलं की, 'महाराजांना घोड्यांचं जवळजवळ वेडच आहे. शेजारच्या एखाद्या राज्यातला एखादा घोडा त्याला हवा असेल आणि तो विकत द्यायला किंवा देऊन टाकायला त्या लोकांनी जर नाही म्हटलं, तर त्या घोड्यासाठी युद्ध पुकारून त्यानं कितीतरी खर्च आणि रक्तपात केलेला आहे! तो निर्लज्ज, नीच माणूस आहे, जो त्याच्या दुर्गुणांचं, आपल्या देशातला तिसरा हेन्री करत असे तसं खुलं प्रदर्शन करतो. रणजितनं बरेचदा लाहोरच्या सभ्य लोकांसमोर हत्तीवरून जाताना एखाद्या मुसलमान वेश्येबरोबर अभद्र, अश्लील चाळ्यांचं प्रदर्शन केलं आहे.'

जॅकेमाँटसारखाच बर्नेसवरही रणजितसिंगचा प्रभाव पडला होता आणि त्या दोघांची अगदी लवकरच चांगली मैत्री झाली. त्याने लिहिले, 'महाराजाचा शिष्टाचार आणि सौजन्यपूर्ण वागणुकीला काही सीमाच नव्हती. दीड तासांच्या आमच्या भेटीच्या अवधीत त्याने संभाषण अखंड चालू ठेवले. सिंधू नदीचे पाणी किती खोल आहे व त्यातून दळणवळणाची शक्यता आहे का, याविषयी त्याने विशेष चौकशी केली. त्यानंतर त्या सोनेरी बग्गीची आणि वाहनांना जोडण्यासाठीच्या घोड्यांची पाहणी झाली. 'ते घोडे बघून तो थक्कच झाला. त्यांची मोठी चण आणि रंग त्याला आवडला. तो म्हणाला की, हे तर छोट्या हत्तींसारखे आहेत. ते रांगेने त्याच्यासमोरून गेले, तेव्हा त्याने अनेक सरदारांना व अधिकाऱ्यांना त्यांचे कौतुक करायला बोलावले.' या भेटीच्या वस्तूंनी आणि त्यांच्याबरोबर आलेल्या लॉर्ड एलेनबरोच्या पत्राने त्याला खरोखर इतका आनंद झाला की, इंग्रजांशी नव्याने झालेल्या मैत्रीचा आनंद त्याच्या प्रजेला कळावा म्हणून पूर्वी कधीही न झालेली साठ बंदुकांची सलामी, प्रत्येक बंदूक एकवीस वेळा उडवून देण्याचा त्याने हुकूम दिला!

बर्नेससाठी रणजितसिंगने तब्बल दोन महिन्यांचे करमणुकीचे कार्यक्रम आखले. नृत्याचे कार्यक्रम होत असत, सैन्याच्या हालचालींची प्रदर्शने होत असत, हरणांच्या शिकारी होत असत. स्मारकांना भेटी दिल्या जात आणि बड्या खान्यांचे आयोजन होई. बर्नेसने रणजितसिंगचे घरी बनवलेले जळजळीत मद्यही पिऊन बघितले. कोरा मद्यार्क, मोत्यांचा चुरा, कस्तुरी, अफू, रस्सा, मसाले, साधारणपणे चांगला सराईत ब्रिटिश पिणाराही मद्याच्या दोन ग्लासांत आडवा होई. रणजितसिंगने शिफारस केली की, बर्नेसचा अमांश जाण्यासाठी त्याने हे प्यावे. बर्नेस आणि रणजित – एक स्कॉट; एक शीख हे जळजळीत जहाल मद्य पिण्याच्या आवडीने या दोघांची मैत्री झाली. बर्नेसने लिहिले, 'प्रत्येकच बाबतीत रणजित हा वेगळा, विलक्षण मनुष्य

आहे. त्याच्याकडे असलेल्या फ्रेंच अधिकाऱ्यांना मी बोलताना ऐकले आहे की, 'कॉन्स्टन्टिनोपल– पासून हिंदुस्तानपर्यंतच्या प्रदेशात त्याच्यासारखा दुसरा कोणी नाही.'

त्यांच्या निरोपाच्या खान्याच्या वेळी रणजितने बर्नेसला कोहिनूर दाखवण्याचे कबूल केले. बर्नेसने लिहिले, 'या रत्नापेक्षा वरचढ सुंदर असे रत्न असूच शकत नाही. कोहिनूर अति उत्तम दर्जाचा आहे, साधारण अर्ध्या अंड्याएवढा त्याचा आकार आहे. त्याचे वजन साडेतीन रुपये आहे* आणि अशा रत्नाची किंमत ठरवायची असेल, तर साडेतीन कोटी रुपये होतील.

नंतर रणजितने बर्नेसला दोन खूप सजवलेले घोडे देणगी म्हणून दिले. त्यांच्या अंगावर मूल्यवान काश्मिरी शाली, गळ्यात (ॲगेटच्या) गोमेदच्या माळा, कानांमागे बगळ्यांची पिसे होती. बर्नेस रणजितचे या देणगीसाठी आभार मानत असतानाच एक गाडी ओढणारा सफोकहून आणलेला घोडा तेथे शेवटचा दाखवायला आणला गेला. त्याच्या अंगावर सोन्याच्या जरीची झूल होती आणि अंगावर हत्तीवर असतो, तसा हौदा होता!

रणजितसारखाच बर्नेसच्या वागण्यातही खूप गोडवा होता असे उघड दिसते; त्यामुळे अत्यंत शत्रुत्वाचे, विरोधी वातावरणही तो शांत राहून निवळून टाकू शकत असे.

साधारणत: नेहमी शंकेखोर असणाऱ्या रणजितने बर्नेस निघाला तेव्हा गव्हर्नर जनरलला पत्र लिहून कळवले की, अतिशय सुंदर भाषेत गोड संभाषण करणाऱ्या बर्नेसला भेटून त्याला अतिशय आनंद झाला होता. गव्हर्नर जनरलने बर्नेसला त्याचा अफगाणिस्तानचा प्रवास चालू ठेवण्यास परवानगी दिली. अफगाणी लोकांनाही तो खूप आवडला. सिंधू नदीच्या अफगाणिस्तानच्या बाजूच्या तीरावर पाय ठेवल्यावर त्याला एका टोळीचा प्रमुख भेटला. त्याने बर्नेसला सांगितले की, त्याला व त्याच्या मित्रांना बर्नेसला भेटून कोंबडीच्या पंखांखाली असलेल्या अंड्यांइतके सुरक्षित वाटत आहे. बर्नेसनेही तशीच मैत्रीभावना दाखवली. मान्ट्रोसमध्ये असलेल्या त्याच्या आईला त्याने महिनाभराने लिहिले – 'मला पेशावर हे फार छान शहर वाटत होते, काबूलला येईपर्यंत! खरोखर हे नंदनवनच आहे. मी त्यांना आगबोटी, सैन्य, जहाजे, औषधे आणि युरोपमधल्या सर्व उत्तम गोष्टींबद्दल सांगतो आणि ते मला त्यांच्या देशातल्या चालीरीती, इतिहास, आपापसांत असलेले भेदभाव, व्यापार

---

* त्या काळच्या शुद्ध चांदीच्या रुपयाचे वजन किती असे, हे ठाऊक नाही.

इत्यादी सर्व गोष्टींबद्दल सांगतात.' त्याला हे लोक मनापासून आवडले. 'ते दयाळू आणि आतिथ्यशील आहेत. ख्रिश्चन लोकांबद्दल त्यांच्या मनात गैरसमज नाहीत आणि आपल्या देशाबद्दलही मुळीच नाहीत. ते जेव्हा मला विचारतात की, मला डुकराचे मांस आवडते का, तेव्हा मी अर्थातच शहारे देतो आणि म्हणतो की, फक्त समाजातून बाहेर फेकले गेलेले, वाळीत टाकले गेलेले लोकच असे भयंकर प्रकार खातात! देव मला क्षमा करो! कारण मला बेकन अतिशय आवडते आणि हे शब्द लिहितानाही माझ्या तोंडाला पाणी सुटते आहे!'

बर्नेसला काबूल आवडले, तेथील लोक आवडले, त्यांची काव्ये आवडली आणि निसर्गसौंदर्यही आवडले. तेथील राज्यकर्त्यांचे त्याला कौतुक वाटले. त्याचा बराकझाई यजमान दोस्त महम्मद खान 'काबूलच्या प्रदेशातील सर्वांत झपाट्याने वर येणारा मनुष्य याने त्याच्या अगत्याने केलेल्या स्वागताचे वर्णन करून नंतर त्याच्या संभाषणातील हुशारीची चमक, बाग बगिच्यांचे सौंदर्य आणि बाला हिसार या राजवाड्यातील फळझाडे या सर्वांबद्दल लिहिले. बर्नेसने दोस्त महम्मदला आणि अफगाणी लोकांना मोहित केले होते; तसेच त्यांनीही बर्नेसला मोहित केले होते.

लुधियानाचा अत्यंत हुशार गुप्तहेर क्लॉड वेड् या शहाशुजाच्या पालनकर्त्यावर मात्र बर्नेसच्या आकर्षक, गोड वागण्याचा काहीही परिणाम झाला नव्हता. त्याच्या प्रांतामध्ये दुसरे कोणी आलेले त्याला मुळीच आवडत नसे. एखादा दांडगा अफगाणी कुत्रा त्याला त्याच्या वाटणाऱ्या जमिनीच्या भागाची जितक्या ईर्षेने राखण करतो, तितक्याच ईर्षेने तो स्वतःच्या अखत्यारीची करत असे. गव्हर्नर जनरलला जास्त चांगला वाटणारा, अफगाणिस्तानबद्दलचा सल्लागार म्हणून काम करू पाहणारा जेमतेम विशी ओलांडलेला, उच्चभ्रू समाजात वर चढू बघणारा कोणीतरी त्याच्या पुढे जाईल, हे तो नक्कीच सहन करणार नव्हता. एलेनबरोने पाठवलेल्या निवेदनामुळे वेड्ची सत्ता तर वाढली होती. कंपनी हिमाचल प्रदेशातल्या गुप्त बातम्या मिळवण्याच्या कामात जेवढे पैसे घालण्यास तयार होती ते तो वाढवू शकत होता आणि वेड्ला पूर्वीपेक्षा जास्त माणसेही या कामासाठी घेण्याची परवानगी मिळाली होती; परंतु त्याच वेळी, त्याच्या हद्दीत पण त्याच्या हाताखाली नाही असे कामही त्या निवेदनामुळे त्याची स्पर्धा करत असलेल्या पॉटिंगरच्या भुजमधील लोकांना मिळाले होते आणि ती संस्था प्रतिस्पर्धी बॉम्बे प्रेसिडेन्सीमधून चालवली जात होती. एकूण वेड्ला बर्नेस हा त्याचे स्वतःचे महत्त्व टिकण्याच्या दृष्टीने मोठा धोका वाटू लागला. बर्नेसचे काबूलहून येणारे अहवाल संख्येने आणि गुणवत्तेने जसजसे वाढू लागले, तसतसे वेड्ने ते अहवाल लुधियानाहून पुढे जाण्यापूर्वी त्यांवर झोंबणाऱ्या आणि वडीलकी दाखवून उत्तेजन देणाऱ्या टिपण्या करून, काही चुका सापडल्या तर त्या जणू गमतीने सहज दाखवल्याप्रमाणे

दाखवून द्यायला सुरुवात केली.

त्याच्या हेही लक्षात आले की, तो म्हणजे प्रत्यक्षात अफगाणिस्तानला न जाता केवळ टेबलाशी बसून राहून अफगाणिस्तानवर अधिकारवाणीने सल्ला देणारा ठरला होता. जेव्हा वेड्च्या ऑफिसने त्या प्रांतातील ब्रिटिश हितांसंबंधी प्रकट केलेल्या मतांपेक्षा अगदी वेगळे निष्कर्ष बर्नेस काढू लागला, तेव्हा तर वेड्ला त्या तरुण तडफदार प्रतिस्पर्ध्याची प्रचंड चीड येऊ लागली. वेड्च्या मते उत्तर हिंदुस्तानात कंपनीचे रणजितसिंगशी असलेले मैत्रीपूर्ण संबंध हेच सर्वांत महत्त्वाचे आहेत. त्याची ठाम खात्री होती की, या प्रदेशातली सर्वांत बलवान सैन्याची शक्ती शिखांचीच होती. खरे तर १८२०च्या दशकात बराच काळ शीख दरबारात घालवल्यामुळे वेड्ला त्यांच्याबद्दल जास्त सहानुभूती वाटू लागली होती, याची त्याच्या वरिष्ठांना जाणीव झालीच होती – नव्हे, त्याबद्दल ते जरा अस्वस्थही होते. त्याला अफगाणिस्तानमध्ये कमी रुची होती, दोस्त महम्मदबद्दल जे ऐकले होते ते आवडत नव्हते आणि जर कधी जरूर पडली, तर आपला मित्र आणि शेजारी शहाशुजा यालाच ब्रिटनची काबूलमधली कठपुतळी म्हणून ठेवायचे असेच तो धरून चालला होता.

परंतु वेड्ची मते किंवा समजुती बदलत्या वस्तुस्थितीला धरून नव्हत्या. शहाशुजाचा तख्त परत मिळवण्याचा शेवटचा प्रयत्न फसला; त्यानंतर शहा महमौद मृत्यू पावला होता. अफगाणिस्तान जवळजवळ पूर्णपणेच बराकझाई बंधूंच्या हुकुमतीत आले. फक्त हेरतमध्ये शहा महमौदचा मुलगा शहजादा कामरान साडोझाई अमलाचे शेवटचे ठाणे धरून होता. असे असूनही वेड् बराकझाईंना शुजा समजायचा तसेच गादी बळकावून बसलेले, अतिशय महत्त्वाकांक्षी आणि तत्त्वनिष्ठा नसलेले असेच समजत असे.

बर्नेस या सगळ्याकडे नव्या दृष्टीने बघत असल्यामुळे त्याचा दृष्टिकोन वेगळा होता. गव्हर्नर जनरलला भेटायला लुधियानामधून जाताना वाटेत रणजितसिंगचा निरोप घेऊन पुन्हा अफगाणिस्तानकडे निघण्यापूर्वी तो शहाशुजाला रीतीप्रमाणे आदर दाखवण्यासाठी म्हणून भेटायला गेला होता; परंतु त्याचे शुजाबद्दल फार काही उत्तम मत झाले नव्हते. शुजा बर्नेसला म्हणाला होता की, ''जर माझे राज्य माझ्याकडे असते, तर एका इंग्रज माणसाला काबूलमध्ये भेटायला आणि युरोप व हिंदुस्तानमधला रस्ता खुला करायलाही मला खूप आनंद वाटला असता.'' बर्नेसची खात्री पटली नव्हती. त्याने एका अहवालात लिहिले, 'काबूलच्या तख्तावर आता पुन्हा आरूढ होण्याइतकी शक्ती शहाशुजाकडे आहे असे मला वाटत नाही आणि जरी त्याला ते परत मिळाले, तरी इतकी अवघड परिस्थिती हाताळण्याची, लोकांना न दुखावता त्यांना सांभाळण्याची क्षमता त्याच्यामध्ये आहे असेही वाटत नाही.

शुजा उल मुल्कची शारीरिक तंदुरुस्तीही बादशहाचे पद सांभाळण्यासाठी शंकास्पदच वाटते.' खूप लोकप्रिय झालेल्या त्याच्या 'ट्रॅव्हल्स इनटू बुखारा'मध्ये त्याच्या सर्व अहवालांचे मिळून प्रवासवर्णनात्मक पुस्तक लिहिले आहे –

> 'त्याची शिष्टाचार पाळून वागण्याची, बोलण्याची पद्धत अत्यंत उच्च दर्जाची आहे; परंतु त्याचे विचार मध्यम दर्जाच्या वर जात नाहीत. जर तसे नसते, तर तब्बल वीस वर्षे उलटली आणि तो पन्नास वर्षांचा होत आला तरी तो सत्तेवरून खाली येऊन देशोधडीला लागलेला तसेच देश आणि सत्ता परत मिळण्याची आशा नसलेला असा दिसला नसता. शेवटच्या बादशहांचा वृथा दुराभिमान आणि उद्धटपणा यांमुळे हे घराणे पूर्णपणे सत्तेवरून फेकले गेले आहे असे सर्वांचे मत आहे. त्यांना असे दूर व्हावे लागल्याबद्दल अफगाणी लोकांना त्यांच्याबद्दल सहानुभूतीही नाही. खरे तर पूर्णपणे स्थिरावण्याआधी आपली बादशाही हुकूमत गाजवण्याची आततायी घाई त्याने केली नसती, तर शुजाला त्याची सत्ता परत मिळाली असती. सत्तेवर येणाऱ्या माणसांबद्दल वाटणाऱ्या मत्सरावर अफगाणी लोकांचा ताबा राहत नाही. गेल्या तीस वर्षांत कुठल्या बादशहाला नैसर्गिक मृत्यू आला आहे? हे लोक सरकारी अमलाखाली तेव्हाच सुखी राहतात, जेव्हा ते शक्तिशाली निरंकुश सत्ताधीशाच्या अमलाखाली असतील किंवा मग त्यांची स्वतंत्र लहानलहान राज्ये बनतील.'

परंतु काबूलमध्ये बर्नेसला भेटलेला बादशहा, हा निरंकुश, बलिष्ठ सत्ताधीश होता. त्याच्या प्रवासांदरम्यान बर्नेसला सर्व बराकझाई भाऊ भेटले होते; परंतु त्यांच्यापैकी सर्वांत प्रभाव पाडणारा कोण, याबद्दल त्याच्या मनात अजिबात शंका नव्हती. त्याचे वय लहान असूनही, वडील भावांमध्ये त्याच्या उन्नतीबद्दल मत्सर असूनही, आता दोस्त महम्मद खान काबूल व गझनीचा एकमेव बादशहा होता. घराण्याचा प्रमुख ठरला जाण्याच्या मार्गावर होता. बर्नेसला त्याच्याबद्दल नि:संदिग्ध कौतुक वाटत होते. त्याने त्याच्या पुस्तकात लिहिले आहे –

> 'या देशात प्रवेश करण्याच्या आधीच दोस्त महम्मद खानची कीर्ती प्रवाशांपर्यंत पोहोचते. जी प्रतिष्ठा त्याने मिळवली आहे, तिच्यासाठी त्याच्याहून जास्त लायक कोणीच नाही. त्याच्या कामाकडे त्याचे संपूर्ण वेळ लक्ष असते. दरबारात तो रोज येतो. काम पूर्ण करण्याच्या त्याच्या या पद्धतीमुळे तो खूप लोकप्रिय आहे. त्याने व्यापाराला खूप उत्तेजन दिले

आहे. त्याच्या त्या न्यायनिवाडा करण्याच्या पद्धतीची समाजाच्या सर्व थरांतील लोक स्तुती करतात. जुलूम होत नाही म्हणून शेतकऱ्याला आनंद होतो. घरे सुरक्षित असल्याने नागरिकांना भ्रांत नसते. निर्णयांमध्ये संतुलन, इस्टेटीला संरक्षण मिळत असल्यामुळे व्यापाऱ्यांना आनंद असतो. सैनिकांना वेळच्या वेळी पगार मिळतो म्हणून ते आनंदी असतात. सत्तेवरच्या माणसाची याहून जास्त स्तुती होऊच शकत नाही. दोस्त महम्मद खान अजून चाळीस वर्षांचाही झालेला नाही. त्यांची आई पर्शियन होती (किझिलबाश). त्याचे शिक्षण त्या देशातील लोकांबरोबर झाले आहे; त्यामुळे त्याची आकलनशक्ती जास्त तल्लख झाली आहे. त्याच्या भावांपेक्षा त्याचा हा मोठा फायदा आहे. त्याची हुशारी, ज्ञान आणि चौकस बुद्धी दिसून येते, त्याचा प्रभाव पडतो. त्याची वागण्या-बोलण्याची, स्वागत करण्याची पद्धत यांचीही छाप पडते. अफगाणिस्तानमधला तो सर्वांत बलिष्ठ प्रमुख आहे. त्याच्या सर्व गुणांमुळे तो त्याच्या देशात याहूनही जास्त वरची जागा मिळवेल, यात शंकाच नाही.'

बर्नेसने लिहिले आहे की, लहानपणी दोस्त महम्मद उनाड, उन्मत्त आणि दुराचरणी होता असे त्याने ऐकले होते; परंतु हातात सत्ता आल्यावर तो पूर्णपणे बदलला. त्याने मद्य पिणे सोडले, तो लिहायला-वाचायला शिकला, धर्मनिष्ठ झाला, त्याचा पोशाख आणि राहणी साधी झाली. कोणीही त्याला भेटू शकत असे, कोणीही येऊन न्याय मागू शकत असे. बर्नेसला दोस्त महम्मद एक व्यक्ती म्हणून प्रभावी वाटला. एवढेच नव्हे, तर अफगाणिस्तानमध्ये ब्रिटनचे महत्त्व वाढवण्यासाठीही त्याला तोच योग्य व्यक्ती वाटला. त्याच्या मते साडोझाईंचे दिवस आता संपले होते. दोस्त महम्मदचे मत ब्रिटिशांबद्दल इतके चांगले होते की, 'फार जास्त सरकारी पैसे खर्च न करताही ब्रिटिशांना त्याच्याशी मैत्री करार करता येईल.'

कलकत्त्यातील अधिकाऱ्यांना वेड् सुचवत होता त्यापेक्षा हे धोरण अगदीच वेगळे होते; त्यामुळे वेड्समोर आता दोन पर्याय होते. वयाने लहान असलेला बर्नेस, जो या प्रदेशात कमी वर्षे राहिला होता; परंतु ज्याने स्वत: काबूल बघितले होते जे वेड्ने बघितले नव्हते – त्याचे मत स्वीकारणे किंवा मग या प्रदेशाचा तज्ज्ञ म्हणून वीस वर्षे त्याला असलेल्या अनुभवाचा अधिकार दाखवून शहाशुजा हाच ब्रिटिशांच्या फायद्याचा ठरेल असे म्हणत राहणे. त्याने दुसरा पर्याय निवडला. मे १८३२ मध्ये बर्नेस अजून काबूलमध्येच होता, तेव्हा त्याने लिहिले की, 'वेगवेगळ्या तुकड्यांमध्ये विभागले जाणे, लढाया यांचा लोकांना कंटाळा आला आहे. त्यांना

त्यांचे जुने (साडोझाई) सरकार पुन्हा स्थापन व्हावे असे वाटते आहे. शांतता प्रस्थापित करण्याचा तोच एक मार्ग दिसतो आहे.' प्रत्यक्ष काबूलमधून बर्नेस जे लिहीत होता, त्याच्या हे अगदीच विरुद्ध होते; परंतु कशा पद्धतीने सांगितल्यावर कलकत्त्यातील मंडळींना बरोबर पटेल हे वेड्ला माहीत होते; त्याने ते तसेच मांडले. बर्नेस काबूलहून उत्तरेकडे जाऊन हिंदुकुशच्या नकाशे नसलेल्या प्रांतात, शत्रुपक्षाच्या जवळच्या भागात जाऊन तेथील माहिती काढणार होता. तसा तो निघाल्यावरच वेड्ने पुढील पावले उचलली.

पश्चिम अफगाणिस्तानात घडत असलेल्या घटनांची वेड्ला मदत झाली. तेथील साडोझाई घराण्याचा अंमल असलेल्या शेवटच्या ठिकाणावर - हेरतवर, पर्शियन लोकांचा हल्ला होऊ घातला होता. १८२६-२७च्या रूसो-पर्शियन लढाईत ब्रिटिश लोक पर्शियाच्या मदतीला आले नव्हते; त्यामुळे पर्शियन लोकांना आता असे वाटत होते की, त्यांना मदत करण्यासाठी रशियाशी सरळ युद्ध करण्याचा धोका पत्करण्यास तेव्हा जे ब्रिटिश तयार झाले नव्हते, त्यांच्याशी पुन्हा मैत्री करण्यास जाण्यापेक्षा त्यांचा शत्रू असलेल्या रशियालाच जवळ करणे बरे. आता हेरत परत मिळवण्याचा पर्शियन्सचा बेत होता. कलकत्त्यातील युद्धांचा अभ्यास असणाऱ्या अधिकाऱ्यांना असा जबरदस्त संशय आला की, पर्शियाच्या नावाखाली ही रशियन लोकांचीच चाल होती, जी अफगाणिस्तानमध्ये एक तळ उभा करण्याच्या त्यांच्या जुन्या बेताचाच एक भाग होती. पाच वर्षांपूर्वी केलेल्या तहाच्या एक कलमानुसार पर्शियाने जर हेरत कधी ताब्यात घेतले, तर सेंट पीटर्सबर्गला तेथे वकिलात उभी करण्याचा हक्क असावा. खरे म्हणजे ही भीती अनाठायी होती – वास्तविक १८३२ मध्ये रशियन लोक पर्शियन शहाजादा अब्बास मिर्झा याला हेरतवर हल्ला करण्यापासून परावृत्त करण्याचा प्रयत्न करत होते. तरीही, वेड्ने आता ब्रिटिशांच्या या संशयाचा फायदा घेत गव्हर्नर जनरलला लिहिले की, 'या घटनांशी रशियाचा संबंध आहे, असेच लोकांचे मत होऊ लागले आहे.' आणि त्याने ठामपणे मत मांडले की, जर आपण काहीच केले नाही आणि शुजाला बादशहा म्हणून पुन्हा स्थापित केले नाही, तर रशिया हेरतवर ताबा मिळवेल आणि त्याचा उपयोग हिंदुस्तानवर हल्ला करण्यासाठी योग्य ठाणे म्हणून करेल.

या पत्राबरोबर वेड्ने गव्हर्नर जनरलसाठी शहाशुजाकडून स्वहस्ताक्षरात पर्शियन भाषेत इंग्रजांची, रशियाकडून अफगाणिस्तानमध्ये गडबड केल्यास त्यांना तोंड देण्यासाठी रीतसर मदत मागितली. त्याने लिहिले की, त्याचा जुना शत्रू रणजितसिंग याच्या बरोबरचे मतभेद त्याने मिटवले होते आणि त्याला आता अफगाणिस्तानला परत जाऊन रशिया-पर्शियाच्या मिळून असलेल्या धोक्याला तोंड देण्याच्या लढ्याचे

नेतृत्व करायचे होते. रणजितसिंग पेशावरवर हल्ला करून त्यांचे लक्ष विचलित करतील आणि तो त्याचे सैन्य दक्षिणेकडून नेऊन कंदाहारला वेढा घालेल. त्याने पुढे लिहिले, 'माझा देश ताब्यात घेणे ही गोष्ट सोपी आहे. मला खात्री आहे की, सहा लाख रुपये मिळाले तर मी माझा अधिकार अफगाणिस्तानात पुन्हा प्रस्थापित करू शकेन – अफगाणिस्तानचे लोक मी तेथे पोहोचावे म्हणून उत्सुक आहेत. ते सर्व माझ्या निशाणाखाली गोळा होतील, दुसऱ्या कोणालाही प्रमुख मानणार नाहीत – बराकझाई लोकांभोवती गोळा होणार नाहीत – मला अगदी दोन-तीन लाखांचे कर्ज मिळाले, तरी माझी नक्कीच अपेक्षा आहे की, इन्शाल्ला, माझा हेतू सफल होईल.'

१ डिसेंबर, १८३२ रोजी दिल्लीतील प्रतिनिधी म्हणून नेमणूक झालेल्या विल्यम फ्रेसरला शहरातल्या त्याच्या खबऱ्यांकडून माहिती मिळू लागली की, बाजारात अफगाणी लोक आले आहेत आणि ते खूप मोठ्या प्रमाणात शस्त्रास्त्रे आणि दारूगोळा विकत घेत आहेत. ही विक्री कायदेशीर आहे की नाही किंवा ती कशासाठी घेतली जात होती हे नीटसे कळत नव्हते, म्हणून फ्रेसरने त्यांना अटक केली आणि विकलेला माल ताब्यात घेतला. मग त्याने या लोकांचे काय करावे हे विचारण्यासाठी कलकत्त्याला पत्र लिहिले.

या पत्राला थेट गव्हर्नर जनरल लॉर्ड बेंटिंकच्या ऑफिसमधून फ्रेसरच्या प्रतिनिधी ऑफिसमध्ये उत्तर येऊन पोहोचले. त्यात लिहिले होते की, ते सांगत होते त्याप्रमाणे ते शहाशुजाचेच लोक होते; गव्हर्नर जनरलच्या संमतीने आणि मदतीने त्यांना चापाच्या बंदुका, युनिफॉर्मस, दारूगोळा, चकमकीचे दगड, काडतुसांच्या पिशव्या इ. विकत घेण्यासाठी दिल्लीला पाठवले होते. बऱ्याच दिवसांपासून शुजाचे राज्य परत मिळवण्याच्या लढाईसाठी हे सर्व ते घेत होते. प्रत्यक्ष बेंटिंकच्या गुप्त परवानगीनेच शहाशुजा अफगाणिस्तानवर सशस्त्र चढाई करण्याची तयारी करत होता.

दरम्यान, १८२८ पर्यंत गव्हर्नर जनरलने शहाशुजाने केलेल्या, भेटीला वेळ देण्याच्या विनंत्याही नाकारल्या होत्या. आता पर्शियाकडून हेरतला असलेला धोका आणि रशियनांना प्रतिकार करून पुढे येऊ न देण्याचा एलेनबरोचा निश्चय यांमुळे राजकीय गणिते बदलली होती. वरकरणी जरी ब्रिटिश नि:पक्षपाती असल्याचे दाखवत होते, तरी बेंटिंकने शहाशुजाला, कोणाला कळू न देता, स्वारी करायला मदत दिली जाईल असे कळवले. त्याचे चार महिन्यांचे पेन्शन आगाऊ दिले जाणार होते. तेही जे सगळे मिळून १६,०००/-रुपये होते.

आणि याच महिन्यात, बेंटिंककडून दोस्त महम्मद खानला मैत्रीपूर्ण खलिते पाठवले जात होते. बर्नेसचे चांगले स्वागत होत असल्याबद्दल त्यात आभार व्यक्त केलेले असत. ब्रिटिशांचे सरकार व दोस्त महम्मद खान यांच्यामध्ये मैत्री व ऐक्य प्रस्थापित व्हावे अशी तीव्र इच्छा व्यक्त केलेली असे. अगदी त्याच वेळी, शस्त्रे विकत घेणाऱ्या शुजाच्या लोकांना तुरुंगातून सोडून द्यावे, असे बेंटिंगचा नवा स्वकीय सचिव विल्यम मॅक्नॅघटेन गुप्तपणे फ्रेसरला कळवत होता. एवढेच नव्हे, तर त्या खरेदीवर दिल्लीच्या सरकारकडून कोणताही कर घेतला जाऊ नये असेही कळवून बराकझाई सरकारविरुद्ध होणार असलेल्या साडोझाईच्या हल्ल्याला गुप्तपणे मदतही करत होता!

या नव्या गुप्त कारस्थानाच्या मागे असलेला मॅक्नॅघटेन हा एक पुस्तकी ज्ञान असलेला भूतपूर्व न्यायाधीश होता. त्याला न्यायालयातून बढती देऊन कंपनीच्या व्यवस्थापन कारभारात आणले गेले होते. पूर्वी तो हैदराबाद येथील हेन्री रसेलचा* गोड बोलणाऱ्या, महत्त्वाकांक्षी अशा प्रतिनिधीचा, आवडता कनिष्ठ सहाय्यक होता. त्याच्या हुशारीचा सर्वांना आदर वाटत असे; परंतु अनेकांना त्याचा बढाईखोर, आढ्यताखोर गर्विष्ठपणा आवडत नसे. हा टेबलाशी बसून काम करत आलेला माणूस गव्हर्नर जनरलचा स्वकीय सचिव आणि प्रमुख सल्लागार या कामासाठी योग्य आहे का, असा प्रश्न काहींना पडत असे. याउलट, मॅक्नॅघटेनला स्वतःच्या कर्तृत्वाविषयी शंका नव्हती. उलट राजकारणी डावपेचात तो कुशल होता असे त्याला वाटत असे. तो खरोखर अफगाणिस्तानच्या जवळपासही कधी गेला नव्हता. त्याला जी काही माहिती होती, ती वेड्च्या अहवालांवरून मिळालेली होती, तरीही आपल्याला अफगाणिस्तानबद्दल खूप जास्त माहिती आहे अशी त्याची पोकळ समजूत होती. हेही शक्य आहे की, बर्नेसच्या झपाट्याने झालेल्या प्रगतीचा वेड्सारखाच मॅक्नॅघटेनलाही मत्सर वाटत असेल. तो रूढींप्रमाणे चालणारा खंदा अधिकारी असल्याने, रूढ रिवाजांप्रमाणे न वागता बर्नेस गव्हर्नर जनरल आणि लंडनमधील मंत्रिमंडळापर्यंत परस्पर आपले म्हणणे पोहोचवू शकत होता, हेही त्याला आवडत नसे. शिवाय वेड्ची आणि त्याची बऱ्याच वर्षांची ओळख होती, त्याला वेड् आवडत असे. त्याच्या निर्णयशक्तीवर त्याचा विश्वास होता तसेच त्याची काम करण्याची आणि विचार करण्याची रूढ पद्धतही त्याला आवडत असे.

आणि अशा तऱ्हेने हे परस्परविरोधी दुतोंडी स्वरूपाचे अफगाणिस्तानबद्दलचे

---

* हेन्री रसेलबद्दल जास्त माहिती २००२ मध्ये प्रकाशित झालेल्या माझ्या 'व्हाइट मुघलस' या पुस्तकात मिळेल.

ब्रिटिशांचे धोकादायक धोरण निर्माण झाले – एकीकडे बर्नेस दोस्त महम्मदशी आणि बराकझाईंशी मैत्रीपूर्ण संवाद करत होता आणि त्याच वेळी ब्रिटिश सरकारच दुसरीकडून गुप्तपणे त्याच्या विरुद्ध बंडाला मदत करत होते! पुढील काळात दिसून आले, त्याप्रमाणे ही दुटप्पी बेइमानी होती. यातून राजकीय संबंधांमध्ये आलेल्या मोठ्या संकटात सर्वचजण तोंडघशी पडणार होते!

इ.स. १८३३ च्या २८ जानेवारीला, शहाशुजा त्याच्या पूर्वीच्या प्रयत्नानंतर तब्बल दहा वर्षांनी, त्याच्या सैन्यासाठी दिल्लीतून नवी शस्त्रे आणि रोहिले लोकांचे लहान घोडदळ घेऊन लुधियानाहून निघाला. खुरासनचे तख्त परत मिळवण्याचा हा तिसरा प्रयत्न यशस्वी होईल असा त्याला विश्वास होता. त्याने त्याच्या आठवणींमध्ये लिहिले –

दु:खांचा जणू खजिनाच बक्षीस म्हणून मिळाला; पण या खजिन्याच्या चाव्या असतात अल्लातालाकडे!

> अरे शुजा, अंगात जीव आहे आणि एक घोडा आहे, तोपर्यंत
> घोड्यावर स्वार होऊनच राहा आणि घोड्याचा लगाम पकडून
> ठेवण्याची आशा कधीही सोडू नकोस!
>
> अरे शुजा, हृदय शंभर वेळा जरी दुभंगले,
> तरीही काम करत राहा!
>
> अल्लावर भरवसा ठेवून घोडा चालवत राहा;
> त्याला अशक्य असे काहीच नाही!

त्याच्या सैन्याला प्रशिक्षण देण्यास व त्यांचे नेतृत्व करण्यास त्याने भाडोत्री, पण खंबीर मनाचा विल्यम कँपबेल नावाचा एक अँग्लो-इंडियन नेमला. शुजाने पंजाब व सिंधच्या हद्दींवरच्या आर्थिक उलाढाली जेथे होत असत, त्या शिकारपूरलाच प्रथम जायचे ठरवले. त्याला युद्धासाठी जरूर होती तेवढ्या पैशांचा एक अगदी लहान हिस्सा ब्रिटिशांनी दिला होता. या वेळी अपयश येऊ नये, म्हणून गरज पडल्यास दयामाया न दाखवण्याचे धोरण त्याने स्वीकारले होते. त्यानुसार, सिंधला चाललेल्या व्यापाऱ्यांच्या एका तांड्यावर अचानक हल्ला करून त्यांचा माल आणि सामानवाहू उंट त्याने ताब्यात घेतले. आता देण्यासाठी पैसे हातात आले, तशी

त्याच्या सैनिकांची संख्या भराभर वाढू लागली.

पाठीमागून काही अंतर ठेवून येणाऱ्या वेड्ने शहाच्या प्रगतीचा आशादायक अहवाल पाठवला. त्याने लिहिले, 'शुजाकडे आता लढवय्ये वाटणारे तीन हजार सैनिक, घोडदळाच्या चार तुकड्या आणि दोन लाख रुपये आहेत.' त्याला विश्वास होता की, यावेळी शुजा जिंकेल. म्हणूनच बराकझाईंच्या लोकप्रियतेबद्दलच्या बर्नेसच्या कल्पनांची त्याने कोणाचेही नाव न घेता टर उडवली होती. त्याने पुढे लिहिले होते – 'अलीकडे अफगाणिस्तानमध्ये प्रवास करून आलेल्या लोकांची साधारणपणे अशी कल्पना झाली आहे की, अफगाणी लोकांचा पूर्वीचा बादशहा परत येण्याला विरोध नसला तरी उत्साहही नाही; परंतु हे लक्षात घेतले पाहिजे की, हे सर्व प्रवासी सध्या सत्तेवर असलेल्या बराकझाईंचे पाहुणे आणि जवळचे मित्र आहेत. शिवाय, बराकझाईंना त्यांची कीर्ती वाढेल अशी छाप त्यांच्यावर पाडायची असणारच!'

मे महिन्याच्या मध्यापर्यंत शुजा सिंधू नदी पार करून शिकारपूरला काही प्रतिकार न होता पोहोचला होता. तेथे गावातल्या पेढ्यांकडून सक्तीने पैसे वसूल करून त्यातून तो सैन्याला शिक्षण देऊ लागला. सहा महिन्यांनंतर ९ जानेवारी १८३४ रोजी कँपबेलच्या सैन्याने सिंधच्या अमीरांनी शुजाला अटक करण्यासाठी पाठवलेल्या बलुची टोळ्यांशी मुकाबला केला. ज्याने हे कदाचित प्रत्यक्ष पाहिले, त्या मिर्झा अताने लिहिले आहे –

> 'बलुची लोकांची एक टोळी हातात तलवारी घेऊन नाचत लढण्यासाठी आली, त्यांनी शुजाच्या बऱ्याच सैनिकांची मुंडकी छाटली. त्यांच्या भाषेत ते लढाईच्या घोषणा देत राहिले; शेवटी तेही मारले गेले. त्यांचे शौर्य कौतुकास्पद खरेच, परंतु दुर्दैवाने युद्धाच्या तंत्रांची त्यांना काहीच माहिती नव्हती! लढाई चालू असतानाच ते त्यांच्या घोड्यांवरून उतरले आणि पायी टेकडी चढत, आरडाओरडा करत, तलवारी नाचवत आले, ते टेकडीच्या वर पोहोचण्यापूर्वीच शत्रूच्या गोळ्यांनी मारले गेले! असे बरेच बलुची मारले गेले आणि त्यांचे अस्तित्वच लोप पावले.'

'त्यांचा पराभव झालेला ऐकल्यावर शुजाने हुकूम दिला की, त्यांच्यातल्या कोणालाही नदीपलीकडे जाऊ देऊ नये आणि सर्व बोटी ताब्यात घ्याव्यात. अशा तऱ्हेने बंदुका आणि नदी यांमध्ये सापडलेल्या बलुची लोकांची भंबेरी उडाली आणि परत जाऊन त्यांच्या प्रमुखाला तोंड दाखवण्याची छाती नसलेल्यांनी नदीत बुडून मरणे पत्करले. काही बलुचींनी होडीवाल्यांना त्यांना वाचवण्यासाठी खूप विनंती केली. काही

त्यांच्या घोड्यांच्या शेपटीला पकडून वाचू बघत होते – शेवटी घोडे आणि ते स्वत:ही वाहून गेले.'

त्यानंतर शुजाला आणखी यश मिळाले. आणखी एक महिन्यानंतर तो अखेर उत्तरेला निघाला, तेव्हा त्याच्या सैन्याची संख्या ३०,००० झाली होती आणि शहा उत्साहात होता. त्याने त्याच्या आठवणींमध्ये लिहिले – 'माझ्या सैन्याच्या प्रचंड संख्येचा विचार केला तेव्हा मला वाटले, कुठल्या बादशहाच्या निशाणाखाली आत्तापर्यंत एवढी माणसे होती? आणि कोण त्यांना तोंड देऊ शकेल?' सिंधचे अमीर त्याच्याशी लढण्यासाठी आणखी सैन्य उभे करू पाहत होते, त्यांना त्याने चुकीच्या आत्मविश्वासाने आव्हान देत लिहिले, 'अरे कुत्र्यांनो! धिक्कार असो तुमचा! अल्लाची मर्जी असेल तर मी तुम्हाला धडा शिकवून जगासमोर उदाहरण ठेवेन. वेड्या झालेल्या कुत्र्याला ताळ्यावर आणायचे, तर त्याच्या मानेभोवती दोर आवळावा लागतो. तुम्ही आमच्यावर हल्ला करण्यास येत असाल तर अगदी जरूर या. मी तुम्हाला घाबरत नाही. खुदा सर्व काही घडवून आणतो. जो जिंकेल, त्याच्या मालकीचा देश होईल!'

बोलन खिंडीतून शुजा त्याचे सैन्य घेऊन गेला, तसा ठरल्याप्रमाणे रणजितसिंग लाहोरहून वायव्य दिशेला निघाला आणि शीख खालसांच्या सैन्याने सिंधू नदी अट्टोकजवळ ओलांडून पेशावर काबीज करत लक्ष दुसरीकडे वळवण्याचे काम केले. बराकझाईंची सेना दोन ठिकाणी विभागली गेल्यामुळे कुठल्याच हल्ल्याला त्यांना परिणामकारक प्रतिकार करता येईना. सर्व काही ठरल्याप्रमाणे होत होते. विजयाच्या आनंदात उत्साह लपवता न येऊन शुजाने वेड्‌ला लिहिले, 'हे दूरदृष्टी नसलेले लोक विसरतात की, मला अल्लाचे खास संरक्षण आहे.' आणि पुढे आशा व्यक्त केली की, आता लवकरच बराकझाईंवर विजय मिळेल. 'अल्लाच्या मर्जीने, विजयाचा दरवाजा माझ्यासाठी उघडा राहील.' यात त्याने सिंधच्या अमीरांची टिंगलही केली.

अखेर १८३४ च्या मे महिन्यात शुजाचे सैन्य जेव्हा थेट कंदाहारच्या वाळवंटातल्या हरित भूमीत पोहोचले तेव्हा त्याचे आत्तापर्यंतचे चांगले नशीब त्याला दगा देऊ लागले. बराकझाईंना त्याच्या चढाईला तोंड देण्यास वेळ मिळाला होता. शुजा कंदाहारच्या कोटाच्या भिंतीपर्यंत पोहोचला तोपर्यंत आतमध्ये सर्व जरुरी वस्तूंचा साठा करून झाला होता. दीर्घकाळ वेढा पडला तरी तोंड देऊ शकेल इतका शहराचा बंदोबस्त केलेला होता. शिवाय असा वेढा घातल्यावर ज्या तऱ्हेचे युद्ध होते, त्याचा शुजाच्या सैनिकांना फारच थोडा अनुभव होता, पुरेसे प्रशिक्षण नव्हते; शहराचा कोट चढून जायला लागणारी सामग्री, बंदुका, तोफा इ. ही नव्हते. 'वेढा घातलेल्या सैन्याचा वेढा अयशस्वी झाला आणि

त्यांची खूपच प्राणहानी आणि इतर नुकसान झालं,' असे मिर्झा अताने लिहिले–

> 'त्यांनी रात्री शिड्या लावून कोटाच्या भिंती चढायचा प्रयत्न केला. त्यांनी अंधारात अगदी गुपचूप शिड्या भिंतींपर्यंत नेल्या व आतले पहारेकरी झोपल्यावर ते बेसावध होण्याची वाट पाहत थांबले. बेत असा की, ते झोपले की, शिड्या उभ्या करून, काहीही कल्पना नसेल तेव्हा त्या शहरावर एकदम जोरदार हल्ला करायचा; परंतु झाले भलतेच – शुजाच्या सैनिकांनाच झोपेने घेरले! उजाडले तेव्हा हल्ल्याची बातमी ऐकायला उतावीळ झालेल्या शहाला कोटाच्या आतून काहीच आरडाओरडा ऐकू आला नाही, तेव्हा सकाळी सैनिकांना उठवण्यासाठी उडवण्याची तोफ उडवली गेली. बाहेर वेढा घालून झोपून गेलेले सर्वजण एकदम दचकून जागे झाले; त्यांना सूर्य उगवताना दिसला आणि हेही दिसले की, भिंतींवरचे पहारेकरीही उठले होते आणि धोका असल्याचा ओरडा करत होते! परंतु शहा संतापेल या भीतीने त्यांनी तेव्हा शिड्या लावल्या आणि ते त्यावर चढले – त्यांना अर्थातच आतून गोळ्या घातल्या गेल्या. आयुष्याच्या शिडीवरून ते मृत्यूच्या खाईत पडले!

दोन महिन्यांनंतर वेढा तसाच होता, दोन्हीकडचे लोक तसेच थांबले होते. त्या वेळी अशी बातमी आली की, दोस्त महम्मद काबूलहून २०,००० बराकझाई सैन्य घेऊन कोटाच्या आत अडकलेल्या त्याच्या सावत्र भावांच्या मदतीला येत होता. शुजाचे सैन्य संख्येने जरी खूप जास्त होते – काही अंदाजांप्रमाणे त्याचे आता ८०,००० सैनिक होते – तरी त्याला काळजी वाटू लागली की, त्याच्या सेनेचा पाणीपुरवठा दोस्त महम्मद बंद करेल – म्हणून, तो जेथे शहराच्या भोवतीच्या भिंतींजवळ सुरक्षित होता, तेथून अर्घन्दाब नदीच्या कडेने पुरेसे पाणी असलेल्या बागा होत्या, तिकडे मागे सरकत गेला. हे ऐकल्यावर दोस्त महम्मद स्वत: तपास करायला पुढे गेला. मिर्झा अताने लिहिले आहे, 'जेव्हा दोस्तला या माघारीबद्दल समजले तेव्हा त्याने त्याच्या चांगल्या नशिबाला दुवा दिला आणि वेष पालटून अफवा खरी आहे का हे बघायला तो पुढे गेला.'

> पुढे गेल्यावर बघतो, तो शुजाचे सर्व सैनिक सावलीत इतस्तत: पसरून आराम करत होते – अशा समजुतीने की, काबूलचे सैन्य अजून बरेच मैल दूर आहे. दोस्तने मग त्याच्या सैन्यापैकी निवडक ३००० सैनिकांना बरोबर घेतले आणि झपाट्याने पुढे नेऊन, बागांमध्ये इतस्तत: पसरलेल्या

> शुजाच्या सैनिकांना काय होते आहे हे कळण्यापूर्वीच हल्ला केला. शेख शहा अघासीने दोस्त महम्मदच्या सांगण्यावरून थोड्याच दिवसांपूर्वी शहाशुजाच्या बाजूला येऊन मिळाल्याचे ढोंग केले होते. त्याने लढाई चालू असतानाच ते ढोंग सोडून देऊन 'शहाशुजा पळून गेला!' 'शहाशुजा पळून गेला!' असा आरडाओरडा करायला सुरुवात केली आणि उडालेल्या गोंधळात शहाच्या सैन्यात राहून त्यांच्याशीच लढण्यास सुरुवात केली. शुजाचे सैन्य हा पराभवाचा ओरडा ऐकून आणि शेखला त्यांच्यात राहूनच लूटमार करताना बघून अतिशय चकित होऊन गोंधळून गेले. बंदुकांच्या आणि तोफांच्या धुराचे लोट आभाळात जात होते. कँपबेल आणि त्याची पलटण यांनी चांगला लढा दिला; परंतु काबूलचे तरुण सैनिक निडरपणाने लढत राहिले. बंदुका व तोफा साठवलेल्या जागेवर हल्ला करून कँपबेलला जखमी करून कैद केले. सर्व तोफखाना, बंदुका ताब्यात घेतल्या. शुजाचे सैन्य आता खूप घाबरले. थोड्याच वेळात सर्वजण इकडेतिकडे पळाले. कोणी मैदानांमध्ये, कोणी टेकड्यांमध्ये पळून गेले. या संपूर्ण पराभवाकडे बघत शहाशुजालाही पळून जाण्याखेरीज गत्यंतर नव्हते.

अशा तऱ्हेने, पुन्हा एकदा शहाला माघार घेणे भाग पडले. कंदाहारच्या बागांमध्ये सगळीकडे विखरून पडलेले जे सामान दोस्त महम्मदने काबीज केले, त्यात वेड्ची शुजाला पाठिंबा देणारी पत्रे होती, ज्यामुळे या फसलेल्या बंडाळीत ब्रिटिशांचा दुटप्पीपणा सिद्ध झाला! सारवासारवी करण्याचा प्रयत्न करत वेड् म्हणाला की, या युद्धाचा असा अंत होईल असे कोणालाच वाटले नसते; परंतु आता बराकझाईंचा राज्यकारभार जास्त चांगला व लोकप्रिय आहे, हे बर्नेसचे म्हणणे अधिक योग्य आहे असे दिसू लागले. सतत हरणाऱ्या शहाशुजाला वेड् इतके दिवस पाठिंबा देत होता हेही लक्षात आले.

गव्हर्नर जनरलच्या विनंतीवरून अफगाणिस्तानबद्दलच्या फसलेल्या धोरणांचे विश्लेषण करणारा जो गुप्त अहवाल तयार करण्यात आला, त्यात अत्यंत मोजक्याच, कठोर शब्दांत लिहिले होते, 'शहाशुजाने त्याचे तख्त परत मिळवण्याचे बरेच कमनशिबी प्रयत्न केले.' त्यात शुजाच्या चार मोठ्या पराभवांबद्दल लिहिले होते – निम्ला येथील मोंगल गार्डन्समध्ये त्याच्या सैन्यावर झालेला हल्ला, काश्मीरच्या बर्फात गोठलेल्या अवस्थेत झालेला दुसरा हल्ला, त्याच्या स्वतःच्याच दारूगोळ्याचा स्फोट होऊन झालेला तिसरा हल्ला आणि आता कंदाहारच्या बागांमध्ये अनपेक्षित हल्ल्याने झालेला पराभव. 'त्याने खूप काम करून, धोके पत्करून, साहसी वृत्ती दाखवली आणि मानसिक धैर्य दाखवून पराभवही स्वीकारला;

परंतु त्याचे वैयक्तिक शौर्य ऐन मोक्याच्या वेळी कमी पडले आणि त्याच्या कमनशिबी पराभवांचे कारण हे आहे, असे वाटते.'

वेड्सुद्धा आता कबूल करायला तयार होता की, आपण ज्याला हाताशी धरले, त्याची ताकद आता खच्ची झाली होती; परंतु अमेरिकन भाडोत्री लढवय्या जोसिआ हरलानशी खासगी संभाषणात तो म्हणाला की, अजूनही एक शक्यता होती, ज्यामुळे त्याचा मित्र पुन्हा सक्रिय होऊ शकेल. त्याच्या मते, 'जर काबूलमध्ये जास्त प्रमाणात रशियन राजकारणी हालचाल चालू झाल्याचे आढळले, तरच शुजा पुन्हा गादीवर येण्याची शक्यता होती.'

बराकझाईंच्या मदतीने रशियन जर सरळ अफगाणिस्तानमध्ये आले, तर ब्रिटिशांच्या महत्त्वाकांक्षांसाठी शुजा हा महत्त्वाचा, हुकुमाचा एक्का होता. त्याच्यावाचून चालणार नव्हते.

सुरुवात मोठ्या खेळीची

पर्शिया आणि अफगाणिस्तान यांच्या मधल्या वादग्रस्त सीमाभागातल्या लहान, उजाड टेकड्यांमध्ये रात्री रस्ता चुकला तर काही खरं नाही. आजही, हा प्रदेश उजाड, भकास, लोकवस्त्यांपासून दूर आहे. तेथे फक्त आकाशात बहिरी ससाणे किंवा तत्सम पक्षी घिरट्या घालतात, हिवाळ्यात लांडग्यांच्या टोळ्या फिरतात आणि जुन्या काळातील घोडागाडीच्या रस्त्यावरून अफूचा चोरटा व्यापार करणारे जातात. त्या उन्हात तापत असणाऱ्या प्रचंड प्रदेशात हिंडणारी माणसं छोटी छोटी दिसतात. त्यांचा प्रवास अतिशय हळू चालतो. दोनशे वर्षांपूर्वी तर दिवसासुद्धा प्रवासी या प्रदेशातून जाण्याचं टाळत असत. तेथील खोरी आणि खिंडी या लुटारूंच्या लपून राहण्याच्या जागा होत्या. त्या प्रदेशातील जी प्रमुख घराणी होती, त्यांच्या त्या प्रदेशाच्या मालकीवरून चाललेल्या भांडणांचा ते लुटारू पूर्ण फायदा घेत असत.

इ.स. १८३७ च्या ऑक्टोबरमधील ते अत्यंत उन्हाचे दिवस होते. लेफ्टनंट हेन्री रॉलिन्सनचा एक प्रदीर्घ आठवडा संपला होता. पश्चिम पर्शियात किरमान-शहाजवळ; पण वस्तीपासून लांब असलेल्या सैनिकांच्या बराकींमध्ये गेली तीन वर्षे तो पर्शियाच्या एका नव्या पलटणीला प्रशिक्षण देत होता. या तीन वर्षांमध्ये प्राचीन पर्शियाच्या जवळच असलेल्या बेहिस्तना येथील ॲकेमेनियम राजा डारियसच्या हुकुमावरून रोझेटा शिलांवर तीन भाषांमध्ये कोरलेल्या मजकुराने त्याला मोहिनी घातली होती. रोज संध्याकाळी तो सरळ उभा असलेला खडक चढून जायचा किंवा धुण्याचे कपडे ठेवण्याच्या टोपलीत बसून स्वत:ला आत उतरवून घ्यायचा, त्या मजकुरावर कागद ठेवून, त्यावर खडू घासून तो कागद आपल्या तंबूत घेऊन

यायचा आणि त्या खडकांवर तीक्ष्ण हत्याराने कोरून लिहिलेल्या त्या पर्शियन मजकुराचा अर्थ लावण्याचा रात्री उशिरापर्यंत प्रयत्न करत राहायचा. अखेर त्याला अर्थ लावण्यात यशही आले होते; परंतु त्याच्या या अभ्यासात मध्येच आलेल्या अत्यंत महत्त्वाच्या कामामुळे खंड पडला होता. त्याला ईशान्य पर्शियाला पाठवण्यात आले. तेहरानमधील ब्रिटिश दूतावासाकडून त्याला हुकूम मिळाल्यानंतर सहा दिवसांत त्याने सातशे मैल अंतर कापले होते. साधारणपणे तेहरानपासून मशहाद या पवित्र शहरात जाणाऱ्या अफगाण हद्दीच्या कडेला असलेल्या सैन्याच्या मालकीच्या रस्त्यावर ज्या धर्मशाळा असायच्या, तेथे कामाला निघालेल्या लोकांना घोडे बदलून मिळायला त्रास होत नसे; परंतु पर्शियाचा शहा हेरतला वेढा घालायला निघाला होता आणि राजधानी व वाटेतील मुक्काम यांच्यात निरोप्याचे काम करणारे इतके लोक होते की, संपूर्ण प्रवासात रॉलिन्सनला त्याचा घोडा बदलता आला नाही!

आता तो, त्याच्या बरोबरचे लोक आणि सर्वांचे घोडे, कमालीचे दमले होते. अर्धवट झोपेत रस्ता चुकले होते! अशा वेळी कुह-ए-जहाँ डोंगराच्या वेड्यावाकड्या माथ्यावर दिवस उजाडत होता, तेव्हा रॉलिन्सनला त्या अंधूक प्रकाशात दुसरे काही घोडेस्वार समोर दिसले. 'मला त्या अनोळखी लोकांना जवळ जाऊन हटकण्याची इच्छा नव्हती; परंतु त्यांच्या जवळून पुढे जाताना बघितल्यावर मला अत्यंत आश्चर्य वाटले की, त्या माणसांचे कपडे कोसॅक (रशियन) पद्धतीचे होते आणि माझ्या बरोबरच्या एकाने त्या लोकांमधल्या एकाला, तो रशियन वकिलातीतला नोकर होता असे ओळखले;' असे रॉलिन्सनने नंतर कळवले.

रॉलिन्सच्या लगेच लक्षात आले की, अनपेक्षितपणे त्याला काहीतरी समजले आहे. या इतक्या दूरच्या रेताड रस्त्यांवरून अफगाणिस्तानच्या सरहद्दीकडे सशस्त्र रशियन तुकडी जात असण्याचे काही कारण नव्हते आणि या विशिष्ट वेळी एका ब्रिटिश गुप्तहेर अधिकाऱ्याला अशा महत्त्वाच्या सरहद्दीवर होत असलेल्या रशियन लोकांच्या हालचालींबद्दल शंका घेण्यास नक्कीच कारण होते. रॉलिन्सनला हिंदुस्तानातल्या त्याच्या पलटणीतून या नव्या गुप्तहेर विभागात घेण्यात आले होते आणि पर्शियातील रशियाचे वाढते महत्त्व कमी करण्याचा प्रयत्न करण्यासाठी खास तेथे पाठवण्यात आले होते. तो या देशात तीन वर्षे राहिला होता, पर्शियाच्या सेनेला प्रशिक्षण देत होता आणि मोठ्या प्रमाणात त्यांना ब्रिटिश शस्त्रांचा पुरवठा करत होता. पर्शियाला ब्रिटिशांच्या बाजूचे करून घेण्यासाठीची ही खेळी पूर्ण विचारपूर्वक केलेली होती.

तेथे येऊन पोहोचल्यावर थोड्याच महिन्यांमध्ये रॉलिन्सन आणि त्याच्या बरोबरचे लोक यांच्या लक्षात आले की, रशियनांचे त्यांच्यावर बारीक लक्ष होते. ऑक्टोबर १८३४ मध्ये रॉलिन्सनने कळवले होते – 'बॅरन व्हॉन रोझेन या

काउकॅससच्या रशियन व्हाइसरॉयचा मदतनीस अधिकारी आज आला होता. त्याला त्याच्या जनरलने अमीरला सौहार्द भेट देऊन यायला पाठवले होते. अर्थात त्याचा खरा हेतू येथील सैन्याशी आमचे संबंध, पर्शियन सैन्याची एकूण तयारी आणि त्यांच्या देशाशी संबंधित व त्याच्या कार्यक्षेत्रात येणाऱ्या इतर गोष्टींची माहिती मिळवणे हा आहे.'

१८३०च्या दशकातले रशिया व ब्रिटन यांच्यातले शीतयुद्ध मार्च १८३३ मध्ये तेहरानमध्ये काउंट इव्हान सिमोनिच या अत्यंत लाघवी सफाईदार वागणूक असलेल्या, हिंमतवान, उत्साही अशा व्यक्तीच्या आगमनाने विशेषच 'शीत' झाले होते. रणजितसिंगच्या दरबारात येऊन पोहोचलेल्या फ्रेंच अधिकाऱ्यांसारखा सिमोनिचही नेपोलियनच्या काळातला अनुभवी अधिकारी होता. वॉटरलूची लढाई आणि नेपोलियनच्या हद्दपारीनंतर तो विस्तीर्ण क्षितिजे शोधत होता. सिमोनिच मूळचा आताच्या क्रोएशियाच्या डाल्मेशियन किनाऱ्यावरच्या ट्रिएस्टच्या दक्षिणेला असलेल्या झारा या गावचा होता. रशियावर आक्रमण होण्याच्या आधी अगदी वेळेवर त्याने 'ग्रँड आर्मी'त प्रवेश मिळवला होता आणि ऐन हिवाळ्यात मॉस्कोहून जी प्रचंड विनाशक माघार घ्यावी लागली होती, त्यात अनेकांप्रमाणे झारच्या सैनिकांकडून पकडला गेला होता. त्याची सुटका झाली, तोपर्यंत त्याचा देश ऑस्ट्रो-हंगेरियन साम्राज्याचा भाग झाला होता. पक्ष बदलून तो रशियन सैन्यात दाखल झाला. त्याला मेजर या हुद्द्यावर घेऊन, जॉर्जियाच्या ग्रेनेडियर पलटणीत पाठवण्यात आले. रूसो-पर्शियन लढायांमध्ये तो शौर्याने लढला. पर्शियन रॉयल गार्डसच्या बरोबरच्या लढाईत बायोनेटने बऱ्याच जखमा होऊनही तो लढत राहिला. या शौर्याबद्दल त्याला मेजर जनरल करण्यात आले. त्यानंतर लवकरच त्याने जॉर्जियातली सर्वांत सुंदर समजली जाणारी १८ वर्षांची विधवा राजकुमारी ऑर्बेलियानी हिच्याशी लग्न केले. थोड्याच दिवसांत तो टिफ्लिसमधील रशियन व्यवस्थापनातील प्रमुख व्यक्तींपैकी एक झाला. तेहरानला वकील म्हणून त्याची बदली झाल्यानंतर लवकरच तेथील ब्रिटिश वकील सर जॉन मॅक्नील यांच्या कुठल्याही चालीला किंवा युक्तीला प्रतिचाल किंवा प्रयुक्ती करून प्रत्युत्तर देण्याचे धोरण त्याने सुरू केले. मॅक्नील जेवढे रशियाविरोधी होते, तेवढाच सिमोनिच ब्रिटिशविरोधी होता.

रॉलिन्सन आणि त्याचे लष्करी काम सुरू झाल्यापासून सिमोनिचने तेहरानच्या शहाचा विश्वास पैदा केला. तो त्याचा निकटवर्ती झाला. संथ मॅक्नीलपेक्षा सिमोनिचचा शहावर प्रभाव पडला होता. मॅक्नील आउटर हेब्रिडस प्रदेशातला होता आणि पेशाने मूळचा राजदूतावासातील डॉक्टर होता. प्रभावी वागणूक, धोरणीपणा या बाबतींमध्ये तो सिमोनिचच्या जवळपासही नव्हता. १८३७ पर्यंत सिमोनिचने नव्यानेच राज्यावर आलेल्या शहाला पटवून दिले की, त्याच्या ब्रिटिश शस्त्रास्त्रे

असलेल्या सैन्याने वादात असलेल्या हेरत शहरावर हल्ला करावा. त्याने शहाला आमिष दाखवले की, हेरत जिंकल्यानंतर शहाने तेथे रशियन राजदूत ठेवण्याची परवानगी दिली, तर सिमोनिच त्याला ५०,००० सोन्याचे टोमन् देईल व कर्जही माफ करेल. ही चाल फारच हुशारीची होती. शहाच्या महत्त्वाकांक्षांना अशा तऱ्हेने उत्तेजन दिले जात होते की, ब्रिटिशांच्या हिंदुस्तानातील हिताला त्यामुळे धोका निर्माण होईल आणि ब्रिटिशांनीच प्रशिक्षण दिलेल्या सैन्याची, त्यांना शस्त्रे देणाऱ्या आणि शिकवणाऱ्यांच्या हिताविरुद्ध लढाई होईल! यातून सिमोनिच शहाला झारच्या वतीने काम करायला लावणार होता. त्याच वेळी हेही खरे होते की, नवा बादशहा महम्मद दुसरा याला फार दिवसांपासून हेरत पुन्हा जिंकून घेण्याची प्रबळ इच्छा होती – तसे तो त्याच्या राज्याभिषेकाच्या वेळच्या भाषणात म्हणालाही होता – त्यामुळे तसा प्रयत्न करण्यासाठी, त्याला प्रोत्साहन देण्यासाठी रशियाला फार प्रयत्न करावा लागला नाही.

शहा आणि दोस्त महम्मदचे कंदाहारमधले बराकझाई सावत्र भाऊ यांच्यामध्ये तह करण्याच्या विचाराला रशिया जामीन राहील असंही सिमोनिचनं सांगितलं. ब्रिटिशांना असलेल्या धास्तीवर याचा काय परिणाम होईल हे सिमोनिच चांगलंच जाणून होता. चार वर्षांनंतर त्या विजयाच्या क्षणाबद्दल लिहिताना त्याच्या आठवणींमध्ये त्यानं लिहिलं की, त्या काळात पर्शिया या एका समंधानं लंडनमधल्या मंत्रिमंडळाची झोप उडवली होती, कारण त्यांना ठाऊक होतं की, हेरतमधून हिंदुस्तानात आग लावायला येणं रशियाला फारच सोपं होतं. त्यानं लिहिलं, 'हिंदुस्तानात गहजब सुरू करायचाच, तर रशियाला तसं करावंसं वाटणं एवढंच पुरे होतं!'

तेहरानमधल्या आपल्या ऑफिसमध्ये बसून धक्का बसेल असं राजकारणविषयक पुस्तक लिहिण्यापलीकडे मॅक्नीलकडे काही पर्यायच नव्हता. ते त्यानं लिहिलंही, 'द प्रोग्रेस ॲन्ड प्रेझेंट पोझिशन ऑफ रशिया इन द ईस्ट' पण निनावी. त्यानं संतापानं लिहिलं – 'युरोपमधील एकमेव राष्ट्र, जे स्वतःच्या शेजारी राष्ट्रांना त्रास देऊन समाधान मिळवतं, ते आहे रशिया. फक्त रशियाच इतरांना सत्तेवरून उलथून टाकण्याच्या धमक्या देतो, साम्राज्यांचा विध्वंस करतो आणि स्वतंत्र असलेल्या राष्ट्रांना गुलाम करतो. पर्शियाचं अखंड सार्वभौमत्व, स्वातंत्र्य हे हिंदुस्तान व युरोपच्या सुरक्षिततेसाठी जरुरीचं आहे आणि यापैकी कोणालाही नष्ट करण्याचा प्रयत्न करणं, हे दुसऱ्यावरही हल्ला करण्यासारखं आहे आणि निःसंशयपणे इंग्लंडशी शत्रुत्वानं वागणं आहे.' या रागानं केलेल्या टीकेमध्ये एक गोष्ट उघड असूनही दुर्लक्षित करण्यात आली होती. हिंदुस्तानात ब्रिटिशांच्या ताब्यात जाणारा प्रदेश वाढत चालला होता. एकोणिसाव्या शतकाच्या पहिल्या पन्नास वर्षांमध्ये हे अखंड चालूच होतं. रशियाच्या तुलनेत त्यापेक्षा कितीतरी जास्त प्रदेश गिळंकृत

करत कितीतरी राजांना सिंहासनावरून खाली ओढलं होतं! पण तरीही, या पुस्तकाला चांगला प्रतिसाद मिळाला. लंडनमध्ये खूप लोकांनी ते वाचलं. त्याचा परिणाम म्हणून वेस्टमिनिस्टरमधील जवळजवळ सर्वांना खात्री वाटू लागली की, पर्शिया आणि अफगाणिस्तानमध्ये रशियाबरोबर मोठ्या लढाईचा प्रसंग येऊ घातला आहे.

एका बाबतीत मात्र मॅक्नीलचे म्हणणे बरोबर होते की, झार निकोलस व सेंट पीटर्सबर्गमधील त्याचे मंत्री यांच्या मते जरा सबुरीने घ्यावे असे असले, तरी मॅक्नीलचा प्रतिस्पर्धी काउंट सिमोनिच याला राजकीय महत्त्वाकांक्षा होत्या. हेरतमध्ये रशियाचे ठाणे उभे करणे ही त्याची सर्वाधिक प्रबळ इच्छा होती. लुधियानाला ब्रिटिशांची हद्द होती, तेथे हेरतहून पोहोचायला सहाच आठवडे लागत असत. अलीकडेच तेहरानमधील रशियन वकिलातीतून मॅक्नीलच्या गुप्तहेरांनी जरा बुचकळ्यात पाडणारी माहिती पाठवली होती. ती अजिबात खरी वाटणारी नव्हती. त्यानुसार मॉस्कोचा एक राजपुत्र १०,००० सैनिक घेऊन इराणच्या हद्दीवर येणार होता. ते सैनिक पर्शियाला, हेरतला वेढा घालायला मदत करणार होते. या बातमीतील तपशील खरा वाटत नव्हता; परंतु रशियाकडून, पर्शियामधून अफगाणिस्तानवर काही कारवाई होण्याची शक्यता होती. रॉलिन्सनच्या लक्षात आले की, त्याने ज्या सोनेरी केसांच्या रशियन अधिकाऱ्याला जवळून जाताना बघितले होते, 'तो हा प्रस्तुत 'राजपुत्र' असू शकेल. मला साहजिकच खूप कुतूहल वाटले. हेरतला वेढा घालण्याच्या पूर्वतयारीचा हा भाग असेल, तर कोणी उच्च दर्जाचा रशियन खोरासनमधून प्रवास करत असणे, हे संशयास्पद होतेच; परंतु या बाबतीत तर उघडपणे काहीतरी लपवाछपवी दिसून येत होती. गुपित शोधून काढण्याचा प्रयत्न करणे हे मला माझे कर्तव्य वाटले.'

म्हणून रॉलिन्सन परत फिरला 'आणि आम्ही त्या कोसॅक लोकांच्या मागे काही अंतर गेलो. ते लोक टेकड्यांमधून आत गेलेल्या एका घळीत शिरले. मग आणखी काही वेळाने ते लोक मला एका लहान नदीच्या काठी नाश्ता करायला बसलेले दिसले. तो उच्च दर्जाचा दिसणारा अधिकारी गोरापान तरुण, सोनेरी केसांचा, चमकदार नजर असलेला, उमदा, उत्साही असा होता.

> तो रशियन उठून उभा राहिला आणि मी घोड्यावरून तेथे पोहोचल्यावर त्याने मला वाकून अभिवादन केले. मी त्याच्याशी फ्रेंचमध्ये बोलू लागलो – पूर्व युरोपमध्ये लोक एकमेकांशी संवाद साधायला हीच भाषा वापरतात – परंतु त्याने नकारार्थी मान हलवली. मग मी इंग्लिशमध्ये बोललो, त्याला त्याने रशियनमध्ये उत्तर दिले. मी पर्शियनमध्ये बोललो; परंतु

त्याला एकही शब्द समजलेला दिसला नाही. शेवटी तो अडखळत टर्कोमन किंवा उसबेग टर्किश भाषेत बोलला. ही भाषा मला अगदी साधे संभाषण चालू ठेवण्याइतकीच येत होती; पण प्रश्न विचारण्याइतकी नाही. उघडच होते की, माझ्या या मित्राला तेच हवे होते! कारण जेव्हा त्याच्या लक्षात आले की, मला जाघेताई (छागताई) भाषा फार भराभरा बोलण्याइतकी चांगली येत नाही, तेव्हा तो जरा गावठी टर्किशमध्ये जितके भराभरा बोलता येईल तितके भराभरा बोलत सुटला! मला एवढेच समजले की, तो प्रमाणित रशियन अधिकारी होता आणि रशियाच्या बादशहाकडून महम्मद शहा या पर्शियन बादशहासाठी नजराणा घेऊन चालला होता. याहून जास्त काही बोलायला तो तयार नव्हता, तेव्हा त्याच्याबरोबर आणखी एक पाइप ओढून मी पुन्हा घोड्यावर स्वार झालो.'

रुडयार्ड किप्लिंगच्या 'द ग्रेट गेम'वरील कादंबरीत 'किम'मध्ये एक प्रसिद्ध प्रसंग आहे, ज्यात ब्रिटिशांचा प्रमुख हेर कर्नल क्रेग्टन, हा किमला बारीकबारीक गोष्टी लक्षात ठेवण्यासाठी एक खेळ शिकवतो, ज्याला पुढे 'किमस् गेम' असेच नाव पडले. एका ट्रेमध्ये वेगवेगळ्या वस्तू ठेवून तो ट्रे थोडा वेळ तुमच्यासमोर ठेवायचा आणि मग लाइट बंद करून ट्रे उचलून ठेवायचा. मग आठवून आठवून सर्व वस्तू लिहून काढायच्या. आता हे कळायला मार्ग नाही की, रॉलिन्सनला हा खेळ कोणी शिकवला होता की नाही; परंतु त्याने या रहस्यमय अधिकाऱ्याचं जे अगदी बारीकसारीक वर्णन – (जर त्यानं वेष पालटून हिंदुस्तानात येण्याचा प्रयत्न केला तर) कलकत्याला पाठवलं, त्यावरून असं वाटतं की, शिकवला असावा. त्यानं लिहिलं होतं –

'हा तरुण अधिकारी मध्यम बांध्याचा आहे, मान आखूड आहे, खांदे उंच, चौकोनी आहेत, कंबर बारीक आहे. तो खूपच गोरा आहे, गालांवर जराही रंग (गुलाबी झाक) नाही. कपाळ रुंद, मोठे आहे. डोळे जरा दूर दूर आहेत पण चमकदार आहेत. नाक सुबक आहे, वरचा ओठ लहान आहे आणि जिवणी हसरी आहे. त्याच्या दाढी-मिशा फिक्या तपकिरी रंगाच्या आहेत. मिशा लांब नाहीत, पण दाट; छोट्या दाढीने गालांचा खालचा भाग आणि पूर्ण हनुवटी झाकली आहे. त्याने पांढरी कोसॅक टोपी आणि जॉर्जियन पद्धतीचा गडद हिरवा कोट घातला होता. दोन्ही खांद्यांपासून, छातीवरून उलट्या बाजूला जाणारे चांदीची नक्षी असलेले दोन अरुंद पट्टे होते, त्यातल्या डाव्या बाजूच्या पट्ट्यात जॉर्जियन पद्धतीने बंदुकीच्या गोळ्या

अडकवलेल्या होत्या. चांदीच्या बक्कलने बांधलेल्या कंबरेच्या काळ्या पट्ट्यात लोखंडी म्यानात अडकवलेली तलवार होती. त्याची सलवार लांब, गडद करड्या रंगाची होती आणि पायांत चांगल्या प्रतीचे रशियन बूट होते. त्याच्याजवळ दोन उमदे, थोराड, करड्या रंगाचे घोडे होते. एकावर तो बसला होता आणि दुसरा त्याच्याबरोबर चालत होता. तो बसला होता त्या घोड्याचे खोगीर साधे पर्शियन होते, त्यावर गडद रंगाचे कापड होते आणि काळ्या कापडाचे आखूड जीन होते. त्याच्या पिस्तुले ठेवण्याच्या पिशव्या पर्शियन होत्या. चांदीचे नक्षीकाम केलेली, काळ्या रंगाची पिस्तुले टर्किश बनावटीची वाटत होती. तो सफाईने पर्शियन बोलत होता; पण उच्चारांची पद्धत परकीय माणसासारखी होती. पर्शियन लोकांसारखा 'ए'चा उच्चार तो पूर्णपणे करत नव्हता. जाघेताई टर्किश त्याला उत्तम येत होते; पण त्याच भाषेतल्या कॉन्स्टन्टिनोपल किंवा पर्शियन बोलीभाषा त्याला येत नव्हत्या.'

निशापूरच्या पलीकडच्या पर्शियन तळावर पोहोचायला रॉलिन्सनला रात्र झाली. त्याने तातडीने शहाची भेट मागितली. महम्मद शहाच्या तंबूत त्याला घेऊन जाण्यात आले. रस्त्यात भेटलेल्या रशियनांबद्दल त्याने शहाला सांगितले. ते कोठे निघाले आहेत याचे त्यांनी दिलेले स्पष्टीकरणही सांगितले. कमालीच्या आश्चर्याने शहा उद्गारला, ''माझ्यासाठी नजराणा आणत आहेत का? माझा त्याच्याशी काहीच संबंध नाही! त्याला रशियाच्या बादशहाने काबूलच्या दोस्त महम्मदकडे पाठवले आहे आणि मला फक्त त्याला प्रवासात मदत करण्यास सांगितले आहे!''

शहाने हे सांगितल्यावर, त्याचे महत्त्व रॉलिन्सनच्या लक्षात आले. इतके दिवस ब्रिटिश गुप्तहेर खात्याला भीती होती की, रशियन लोक अफगाणिस्तानात शिरकाव करायला बघत होते आणि त्यासाठी त्यांना दोस्त महम्मद आणि बराकझाईंशी मैत्री करार करायचा होता तसेच त्यांना व पर्शियन लोकांना हेरतमधील शहाशुजाच्या साडोझाई राजवंशाचे शेवटचे ठाणेही नेस्तनाबूत करून टाकायचे होते. त्याचाच हा पुरावा होता. रॉलिन्सनच्या हेही लक्षात आले की, त्याने शक्य तितक्या लवकर तेहरानला पोहोचून ही माहिती दिली पाहिजे.

त्यानंतर थोड्याच वेळाने रशियन लोकदेखील पर्शियन ठाण्यावर पोहोचले. सैन्यातील साध्या पर्शियन लोकांना त्या रशियन अधिकाऱ्याने तो स्वत: 'सुन्नी पंथीय मुसलमान असून त्याचे नाव ओमारबेग आहे असे सांगितले. ठाण्यावरील कोणालाही त्याने 'मी मुसलमान आहे' असे सांगणे शंकास्पद वाटले नाही.' रॉलिन्सनला आधीच त्याचे खरे काम काय आहे ते लक्षात आले आहे, हे माहीत नसल्याने त्याने

आता आपली ओळख 'कॅप्टन व्हित्केविच अशी करून दिली. माझ्याशी ताबडतोब चांगल्या फ्रेंचमध्ये बोलू लागला आणि आमच्या त्या आधीच्या भेटीच्या संदर्भात फक्त स्मित करत म्हणाला, ''वाळवंटात असताना अनोळखी माणसाशी जास्त मैत्रीपूर्ण वागायचं नसतं!''

पुढील आयुष्यात रॉलिन्सन दोन गोष्टींसाठी प्रसिद्ध झाला; त्या खडकावर कोरलेल्या लिपीचा अर्थ लावल्याबद्दल आणि 'द ग्रेट गेम' हा शब्दप्रयोग (मोठी खेळी) प्रचारात आणण्याबद्दल; परंतु वर्तमानकाळात त्याचे घोडेस्वारीतले कौशल्य अत्यंत उपयोगी ठरले. काही झाले तरी तो रेसच्या घोड्यांची पैदास करणाऱ्याचा मुलगा होता आणि घोड्यावर बसूनच लहानाचा मोठा झाला होता. तो खूप दणकटही होता – सहा फूट उंच, रुंद खांद्याचा, धष्टपुष्ट हातपाय आणि मजबूत स्नायू असलेला.

त्याच रात्री, रॉलिन्सन तडक तेहरानला निघाला. पर्शियातून आठशे मैलांचे अंतर वेगाने कापत, अफगाणिस्तानमध्ये रशियाचे शिष्टमंडळ आले आहे, ही बातमी त्याने मॅक्नीलला १ नोव्हेंबर १८३७ रोजी दिली. मॅक्नीलने तातडीने लंडनला लॉर्ड पामर्स्टनकडे एक खबऱ्या पाठवला आणि दुसरा कलकत्याला हिंदुस्तानचा नवा गव्हर्नर जनरल लॉर्ड ऑकलंड याच्याकडे पाठवला. 'रशियन लोकांनी आता अधिकारी स्तरावर काबूलमध्ये वकिलातीचे संबंध सुरू केले आहेत.' त्याने लिहिले, 'कॅप्टन व्हित्केविच किंवा बीकाविच ऊर्फ ओमारबेग नावाचा रशियाचा सुन्नी मुसलमान नागरिक, याला अमीर दोस्त महम्मद खानकडे वकील म्हणून पाठवण्यात आले असे मला समजले आहे.' या निरोपाबरोबर रॉलिन्सनने दिलेले त्या अधिकाऱ्याचे संपूर्ण वर्णनही पाठवले आणि पर्शियन ठाण्यामध्ये त्याच्या वकिलाने मिळवलेली माहितीही दिली; ती अशी – 'तो स्वत: रशियाच्या बादशहाचा वकील आहे असे सांगतो; परंतु मला असे समजले की, प्रत्यक्षात तो ओरेनबर्गच्या गव्हर्नरचा अंगरक्षक आहे. तो गेल्या वर्षीच्या आधी काही काळ बुखारात, रशियन सरकारच्या नोकरीत होता. तो पर्शियन आणि जघाताई टर्किश भाषा, ओरेनबर्ग आणि बुखारा येथे शिकला.'

रॉलिन्सनने व्हित्केविचला बघितल्यामुळे त्याचे वरिष्ठ मॅक्नील, लॉर्ड एलेनबरो आणि इतर ब्रिटिश राजकारणी लोक यांची जी भीती होती की, रशियाला अफगाणिस्तान ताब्यात घेऊन त्याद्वारे ब्रिटिशांच्या ताब्यातील हिंदुस्तानवर हल्ला करायचा आहे, ती खरी होती, असे दिसले. रॉलिन्सनने केलेले व्हित्केविचचे वर्णन ताबडतोब पेशावर आणि खैबर खिंड येथे तसेच हिंदुस्तानकडे जाणाऱ्या दुसऱ्या रस्त्यांवर ठेवलेल्या गुप्तहेर अधिकाऱ्यांना पाठवण्यात आले. रशियाचा बेत जर हिंदुस्तानकडे वळण्याचा किंवा रणजितसिंगशी काही बोलणी करण्याचा असला, तर आता ते

बेसावध नव्हते.

परंतु तो रहस्यमय अधिकारी हिंदुस्तानकडे निघालाच नव्हता. त्याचे एकमेव खास काम होते अफगाणिस्तानमधील ब्रिटिशांचे हितसंबंध कमी करून झार व दोस्त महम्मद त्यांच्यामध्ये मैत्री करार घडवून आणणे.

रॉलिन्सनच्या त्या माणसाविषयीच्या दोन कल्पना खऱ्या होत्या; पण बाकीच्या सर्व चुकीच्या होत्या. तो मुसलमान नव्हता, तो रशियनही नव्हता आणि तो ओरेनबर्ग या रशियाच्या सरहद्दीवरच्या प्रांताच्या गव्हर्नरचा अंगरक्षकही नव्हता. त्याचे खरे (पाळण्यातले) नावही बीकाविच किंवा व्हित्केविच नव्हते. खरे म्हणजे तो पोलंडमधला एक पोलिश रोमन कॅथॉलिक सरदार होता. त्याचे खरे नाव होते यॅन प्रॉस्पर व्हित्केविक्झ; (विलिनियस या आजच्या लिथुआनियाची राजधानी गावी जन्मलेला.)

तो क्रोझॅक जिम्नेशियममध्ये होता, तेव्हाच यॅनने 'ब्लॅक ब्रदर्स' नावाची एक गोपनीय संस्था स्थापन केली होती. पोलिश आणि लिथुआनियाच्या विद्यार्थ्यांनी स्थापन केलेली ती राष्ट्रीय क्रांतिकारकांची विरोधक चळवळ होती. तिचा हेतू होता त्यांच्या देशाचा ताबा घेतलेल्या रशियनांशी लढणे. इ.स. १८२३ मध्ये संस्थेच्या काही सभासदांनी जिम्नेशियमच्या प्रिन्सिपॉल व शिक्षक यांना रशिया विरोधी पत्रे लिहिल्यावर आणि गावातील प्रमुख सार्वजनिक इमारतींवर क्रांतिकारी घोषणा आणि कविता चिकटवल्यावर ही संस्था उघडकीस आली. व्हित्केविक्झ आणि इतर पाच प्रमुख विद्यार्थी पकडले गेले, त्यांची चौकशी झाली. १८२४ मध्ये ६ फेब्रुवारीला पोलिश विद्यार्थ्यांच्या यानंतरच्या लोकशाहीच्या आकांक्षा चिरडून टाकाव्यात म्हणून दोघांना मृत्युदंड आणि तिघांना चाबकाच्या फटकाऱ्यांची आणि नंतर विस्तीर्ण वृक्षहीन प्रदेशात जन्मठेपेची शिक्षा झाली. व्हित्केविक्झ तेव्हा नुकताच चौदा वर्षांचा झाला होता.

अगदी शेवटच्या क्षणी पोलंडचा राजप्रतिनिधी द ग्रॅन्ड ड्यूक पावलोविच यांच्या मध्यस्तीने मृत्युदंडाऐवजी बॉब्रुइस्कच्या किल्ल्यात आजन्म सश्रम कारावासाची शिक्षा झाली. त्यांच्यातला एक मुलगा पुढे वेड लागून तिथेच मरण पावला. व्हित्केविक्झ आणि दुसऱ्या दोघांची सरदार हा दर्जा व पदवी काढून घेण्यात आली आणि त्यांना कझाक भागातल्या वृक्षहीन प्रदेशातील वेगवेगळ्या किल्ल्यांमध्ये पाठवण्यात आले; ते साधे सैनिक म्हणून. त्यांना कधीही बढती मिळणार नव्हती, त्यांना पुढची दहा वर्षे त्यांच्या कुटुंबाशी काहीही संपर्क ठेवता येणार नव्हता. पायांत बेड्या अडकवून पायी चालत त्यांना खूप लांब दक्षिण दिशेला पाठवून देण्यात आले.

त्या प्रदेशात पोहोचल्याबरोबर यॅनने तेथून सुटका करून घेण्याची योजना आखली. त्याचा 'ब्लॅक ब्रदर्स'मधला एक सहकारी ॲलाइझी पेस्लिआक याच्याबरोबर त्याने हिंदुकुश पर्वतावरून दक्षिणेकडे हिंदुस्तानात जाण्याचा रस्ता मनाशी आखला; पण तो बेतही उघडकीस आला. कट करणाऱ्यांना खूप कडक शिक्षा देण्यात आली. पुढील वर्षांमध्ये पेस्लिआकने स्वत:वर गोळी घाडून घेऊन मरण्याचा विचार केला, तर दुसऱ्या एकाने खरोखरच तसे केले; परंतु व्हित्केविक्झने जे नशिबी आले, ते स्वीकारले आणि ठरवले की, प्राप्त परिस्थितीला शक्य तितके चांगले तोंड द्यायचे. तो कझाक आणि जाघेताई टर्किश भाषा शिकला आणि रशियन वाटणारे 'इव्हान व्हिक्टोरोविच व्हित्केविच' असे नाव स्वीकारण्यास होकार दिला.

त्याला मदत करणाऱ्यांपैकी एकाने लिहिले –

> 'ओरेनबर्ग भागातल्या खूप दूरच्या किल्ल्यात हद्दपार केला गेला असताना व्हित्केविचने साधा सैनिक म्हणून दहा वर्षे दारुड्या व गलिच्छ चारित्र्याच्या वरिष्ठांच्या हाताखाली काम केले; परंतु स्वत:चे मन त्याने शुद्ध आणि उदात्त ठेवले. शिवाय स्वत:चे ज्ञान व शिक्षण यांची प्रगती करण्यासाठी तो तेथील भाषा शिकला आणि त्या प्रदेशाबद्दल इतकी माहिती मिळवली की, ओरेनबर्ग हा जिल्हा झाल्यापासून भोवतालच्या कोणालाही कझाक लोकांबद्दल त्याला आहे, तितकी माहिती नाही असे खात्रीपूर्वक म्हणता येईल. त्याच्या उत्तम वागणुकीबद्दल आणि प्रदेशात हिंडत असताना त्याने दाखवलेल्या कणखरपणाबद्दल सर्व कझाक लोकांना त्याचा आदर वाटतो.'

थोड्याच दिवसांत व्हित्केविचने संपूर्ण कुराण तोंडपाठ केले. भटक्या कझाक टोळ्यांच्या प्रमुखांना घरी बोलावून त्यांना चहा, पुलाव, मटण देऊन त्यांच्याकडून त्यांच्या चालीरीती, वागण्याची पद्धत, तसेच त्यांच्या भाषेतील समृद्ध वाक्प्रयोग शिकून घेतले. त्याने पुस्तकेही मिळवली; विशेषत: तो प्रदेश आणि त्याचा संशोधनात्मक अभ्यास यांबद्दलची पुस्तके आणि अखेर या कामामुळे हा साधा सैनिक रशियन सैन्यात वरच्या हुद्द्यांवर चढत गेला.

व्हित्केविचचे वाङ्मयाबद्दलचे प्रेम उरल नदीवरील ऑर्स्क किल्ल्याच्या प्रमुखाच्या लक्षात आले. त्याने त्याच्या मुलांची शिकवणी घ्यायला त्याला बोलावले. इ.स. १८३०मध्ये या किल्ला प्रमुखाने सुप्रसिद्ध जर्मन संशोधक प्रवासी अलेक्झांडर व्हॉन हुमबोल्ट याला निमंत्रण दिले होते. लॅटिन अमेरिकेतील त्याच्या प्रवासासंबंधी त्याने लिहिलेले अगदी नवे पुस्तक - 'टेबलक्स दे ला नेचर' - त्या घरी टेबलावर बघून त्याला कमालीचे आश्चर्य वाटले. त्याने जेव्हा विचारले की, ते पुस्तक तेथे

कसे आले, तेव्हा प्रवासासंबंधीच्या सर्व उत्तम पुस्तकांचा संग्रह असणाऱ्या त्या तरुण पोलिश माणसाबद्दल त्याला सांगितले गेले. हुमबोल्टने त्याला भेटायचे आहे म्हणून सांगितले. व्हित्केविचला बोलावण्यात आले.

> साध्या सैनिकाच्या वेषातला जाडा भरडा ओव्हरकोट अंगावर असूनही तो तरुण छान दिसत होता. त्याचे देखणे रूप, नम्रतेने वागणे-बोलणे आणि ज्ञान या सर्वांची त्या महान शास्त्रज्ञावर छाप पडली. सैबेरियातून ओरेनबर्गला परत आल्यानंतर ताबडतोब त्यांनी गव्हर्नर काउंट पावेल सुखटेलेन यांना व्हित्केविचच्या खेदकारक परिस्थितीविषयी सांगितले आणि काउंट सुखटेलेनना त्याची परिस्थिती सुधारायलाही सांगितले. काउंटनी व्हित्केविचला ओरेनबर्गला बोलावून घेतले आणि त्याला सैन्यातली कनिष्ठ पण चांगली नोकरी देऊन स्वत:चा ऑर्डर्ली म्हणून नेमले. ओरेनबर्ग कोसॅक्समध्ये त्याची बदली केली आणि नंतर किरगिझ डिपार्टमेंट ऑफिसमध्ये त्याला त्याच्यायोग्य काम दिले.

काही दिवसांतच व्हित्केविचचा उपयोग दुभाष्या म्हणून करण्यात येऊ लागला. पुढे, स्वतंत्रपणे कझाकमधल्या प्रदेशात कामावर पाठवले जाऊ लागले. त्याला चांगले मनासारखे काम मिळाले; पण त्याची किंमत त्याला तो ज्या रशियन बादशाहीचा द्वेष करत वाढला त्यांच्याचसाठी काम करावे लागून मोजावी लागली. ज्यांनी त्याचे आयुष्य, त्याचे कुटुंब बरबाद केले होते त्यांच्याशी त्याला एकनिष्ठ राहावे लागत होते. त्याच्या मनात रशियनांबद्दल कटू भावना असण्याची शक्यता होती.

हुमबोल्टने व्हित्केविचच्या प्रगतीची वाटचाल सुरू केली असेल, तर ती प्रगती होत राहावी म्हणून नकळत ज्या व्यक्तीने सर्वांत जास्त मदत केली, ती होती अलेक्झांडर बर्नेस! बुखाराचा प्रवास करून परत आल्यावर बर्नेसने 'ट्रॅव्हल्स इनटू बुखारा' हे पुस्तक लिहिले आणि त्याला अक्षरश: रातोरात प्रसिद्धी मिळाली. बादशहा आणि लॉर्ड एलेनबरोला भेटण्यासाठी त्याला लंडनहून बोलावणे आले आणि उच्च सामाजिक वर्तुळातल्या स्त्रियांनी त्याला खूप महत्त्व दिले. 'रॉयल जिओग्राफिकल सोसायटी'मध्ये उभे राहायला जागा नाही इतक्या गर्दीत त्याची भाषणे झाली, सोसायटीने त्याला सुवर्णपदक दिले. पुढे लवकरच त्याच्या पुस्तकाचा फ्रेंच अनुवाद 'व्हॉयेजेस डॅन्स ले बुखारा'प्रसिद्ध झाला आणि तोही गाजला. बर्नेसला खूप बक्षिसे आणि पदके मिळाली.

या फ्रेंच अनुवादामुळे रशियन सरकारचे लक्ष बर्नेसच्या प्रवासाकडे गेले.

त्याच्या प्रवासाचा हेतू रशियाच्या अफगाणिस्तान आणि बुखारामधील हालचालींवर गुप्तपणे लक्ष ठेवणे होता. हे घडले १८३०च्या दशकाच्या सुरुवातीस, जेव्हा या दोन्ही प्रदेशांबद्दल सेंट पीटर्सबर्गमधील सत्ताधीशांना खरे म्हणजे काही महत्त्वाकांक्षा नव्हती. त्यांचे लक्ष होते पर्शिया आणि काउकॅससमध्ये. नशिबाचा विपरीत खेळ असा की, बर्नेसच्या लेखनामुळे रशियाला अफगाणिस्तान आणि बुखारामध्ये लक्ष घालावेसे वाटू लागले – काही नाही तरी रशियाच्या सरहद्दीच्या इतक्या जवळून ब्रिटिशांचे राजकारणी खेळ दूर हटवावेत म्हणून तरी! आंतरराष्ट्रीय राजकारणात बरेचदा दूरवरचा हल्ला होईल ही भीतीच तो राक्षस उभा करायला कारण ठरते! रशियन सरहद्दीवरचा प्रदेश ओरेनबर्ग येथील गव्हर्नर व्ही. ए. पेट्रोव्हस्कीचा सेनाप्रमुख जनरल इव्हानिन म्हणत असे की, मध्य आशियातील त्यांचे गुप्तहेर खाते फार चांगले काम करत नसल्याबद्दल लंडनइतकेच सेंट पीटर्सबर्गही हताश होते! – 'रशिया जी काही माहिती मिळवू शकला होता, ती तुटपुंजी आणि अस्पष्ट होती. आशियातल्याच लोकांनी पुरवलेली होती, जे अज्ञानामुळे म्हणा किंवा भित्रेपणामुळे म्हणा, खरोखर उपयोगी माहिती पुरवू शकत नव्हते.' – त्याच्या ब्रिटिश प्रतिस्पर्ध्यांना असेच वाटत असे!

> इव्हानिनने लिहिले, 'आम्हाला खात्रीलायक माहिती मिळाली की, ईस्ट इंडिया कंपनीचे प्रतिनिधी वरचेवर खिवा किंवा बुखारा येथे येत होते. आम्हाला हेही माहीत होते की, या धाडसी कंपनीकडे प्रचंड संपत्ती होती, जी ती वापरू शकत होती. संपूर्ण आशियात व्यापारधंद्याचा प्रभाव स्थापित करणे असे तर कंपनीचे प्रयत्न होतेच; पण त्यांच्या मालकीच्या आशियातील जागा वाढवून मोठ्या करणे हेही होते. त्यानुसार १८३५ मध्ये असे ठरवण्यात आले की, इंग्रज प्रतिनिधींवर लक्ष ठेवून त्यांचे प्रयत्न असफल करण्यासाठी मध्य आशियात रशियाचे प्रतिनिधीही पाठवावेत. मध्य आशियातील घटनांवर लक्ष ठेवण्यासाठी प्रतिनिधी म्हणून सब-लेफ्टनंट व्हित्केविच याला तिकडे पाठवण्यात आले.

दोन वेळा व्हित्केविचला बुखाराला पाठवण्यात आले. पहिल्या वेळी तो किरगिझ व्यापाऱ्यांबरोबर वेष पालटून गेला. केवळ सतरा दिवसांत खूप खोल बर्फातून, गोठलेले ऑक्सस पार करत त्याने तो प्रवास पूर्ण केला. तो एक महिनाभर राहिला; परंतु बर्नेसने वर्णन केल्याप्रमाणे त्याला ते तितकं रोमांचक वाटलं नाही. त्याने ओरेनबर्गला लिहिले, 'मला हे नमूद केलेच पाहिजे की, बर्नेसने त्याच्या पुस्तकात वर्णन केलेल्या हकिगती आणि मी तेथे जे पाहिले, ते अगदी नवल वाटेल इतके

वेगळे आहे. त्याला सर्व काही झगमगणाऱ्या प्रकाशात असल्यासारखे दिसते, तर मला सर्व अगदी तिटकारा येणारे, घाणेरडे, क्षुल्लक, हास्यास्पद वाटले. कदाचित मिस्टर बर्नेसने मुद्दाम अतिशयोक्ती करून, खूप जास्त खोटी स्तुती करून बुखाराचे वर्णन केले आहे किंवा त्याचे मत खरोखरच तसे असेल.' त्याला घृणा वाटली तरीही व्हित्केविचने पालटलेल्या वेषात राहून शहराची आखणी, बांधणी यांचे कच्चे आराखडे तयार केले. 'अगदी धर्मवेड्या बुखारोवासीयांना तर नाहीच, परंतु इतर कोणालाही कझाकी पोशाख घालणारा, कझाक भाषा बोलणारा आणि कझाक लोकांची वागण्या-बोलण्याची पद्धत, रीतिरिवाज आत्मसात केलेला हा मनुष्य युरोपियन ख्रिश्चन आहे, हे कधीही ओळखू आले नाही! शिवाय त्याचे सुंदर काळे डोळे, दाढी आणि डोक्यासरसे कापलेले केस यांमुळे तो आशियाई आणि मुसलमान दिसायचा' – त्याचे कौतुक वाटणाऱ्या एकाने लिहिले –

इ.स. १८३६च्या जानेवारी महिन्यात व्हित्केविच उघडउघड एक रशियन अधिकारी म्हणून गेला. बुखाराच्या अमीरने बऱ्याच रशियन व्यापाऱ्यांना अटक करून अडकवून ठेवले होते, त्यांना सोडून द्यावे अशी विनंती करण्यासाठी तो गेला होता. त्याने लिहिले, 'या व्यापारीगाड्यांनी भरलेल्या शहरात आल्याबरोबर ताबडतोब त्याला विचारण्यात आले, 'तुम्हाला इस्कंदर माहीत आहे का?' त्याला वाटले, ते 'अलेक्झांडर द ग्रेट'बद्दल विचारत होते; पण ते तर अलेक्झांडर बर्नेसबद्दल विचारत होते! ब्रिटिशांचा प्रभाव येथे किती आहे ते इतक्या ताबडतोब लक्षात आल्यावर तितक्याच ताबडतोब व्हित्केविचने तो कमी करण्याचा प्रयत्न केला. दोन आठवड्यांतच त्याने हिंदुस्तानात माहिती पोहोचवण्यासाठी पसरवलेल्या हेरांच्या जाळ्याचा छडा लावला आणि लवकरच सेंट पीटर्सबर्गला कळवले, –

> 'ब्रिटिशांचा एक मनुष्य बुखारामध्ये आहे. तो निझामुद्दीन नावाचा काश्मिरी आहे आणि व्यापार करण्याच्या मिषाने गेली चार वर्षे बुखारात राहत आहे– फार हुशार माणूस आहे. सर्वांशी चांगले संबंध ठेवून असतो आणि बुखारामधील सरदारांना नेहमी मेजवानी देत असतो. गुप्तपणे काम करणाऱ्या निरोप्यांबरोबर कमीतकमी आठवड्यातून एकदा तरी तो काबूलला तेथील ब्रिटिश माणूस मॅस्सन याच्याकडे पत्रे पाठवतो; मॅस्सन ती पुढे पाठवतो. सर्वांत विचारात पाडणारी गोष्ट म्हणजे मॅस्सन काय करतो हे दोस्त महम्मदला माहीत आहे. त्याने त्याची पत्रे मध्ये पकडलीही होती; पण तो त्याला काही जाब विचारत नाही. एक मनुष्य काही माझं नुकसान करणार नाही. एकंदरित, युरोपियनांबद्दल वाटणाऱ्या आदरापोटी दोस्त मोहम्मद काही हरकत घेऊ इच्छित नाही. म्हणून तो मॅस्सनला मदत

करतो. निजामुद्दीन काबूलमध्ये नाणी गोळा करण्याच्या मिषाने राहतो.

निजामुद्दीनचा एक नातेवाईक बुखारामध्ये आहे,

जो त्याचे सर्व लिहिण्याचे काम करतो. त्यांनी राहण्यासाठी जी जागा घेतली आहे, ती स्थानिक लोकांच्या तुलनेत जरा श्रीमंती थाटाची आहे, ती कुश बेगी याच्या प्रवाशांसाठीच्या सरावाची आहे. तेथे ते सरदार वगैरे मंडळींना पार्टी देतात. निझामुद्दीनचे कपडे उत्तम व महागडे असतात. तो अत्यंत देखणा आहे. त्याचा मदतनीस फार हुशार आहे. तो कनिष्ठासारखा वागत असला तरी त्याच्या हातात सर्व नाड्या आहेत असं दिसतं. हिंदुस्तानातील पेढ्यांकडून त्यांना पैसे येतात. मी येथे येऊन पोहोचल्याबरोबर निझामुद्दीनने माझी ओळख करून घेतली आणि नोव्हो अलेक्झांड्रोव्हस्क, द न्यू लाइन, खिवाशी असलेले आमचे संबंध याविषयी मला बरेच प्रश्न विचारले. मला आधीच सावधगिरीची सूचना मिळालेली असल्यामुळे मी त्याला स्पष्ट अशी उत्तरे दिली नाहीत; तरीही त्याने दुसऱ्या दिवशी काबूलला पत्र पाठवलेच!'

बुखाराच्या या दुसऱ्या भेटीच्या वेळी वित्केविचला एक अनपेक्षित संधी मिळाली. दोस्त महम्मदने झार निकोलसकडे काही कामासाठी पाठवलेला अफगाण प्रतिनिधी मिर्झा हुसेन अली हासुद्धा तेथे होता. १८३४ मध्ये कंदाहारच्या बाहेर शहाशुजाचा पराभव केल्यानंतर दोस्त महम्मदला वेड्ने अफगाणी टोळ्यांच्या प्रमुखांना लिहिलेली, शुजाच्या हुकमतीखाली त्यांनी साडोझाई घराण्याला पाठिंबा द्यावा, असे प्रोत्साहन देणारी पत्रे मिळाली होती. शहाशुजाला ब्रिटिश लोक गुप्तपणे अशी मदत करत असलेले बघून दोस्त महम्मदला मोठाच धक्का बसला होता, कारण त्याला असा विश्वास होता की, त्याचे आणि गव्हर्नर जनरलचे संबंध अगदी उत्तम आहेत. याला प्रत्युत्तर म्हणून त्याने ठरवले की, ब्रिटिशांनी अफगाणिस्तानात पुन्हा ढवळाढवळ करण्याचे प्रयत्न केले, तर राजकीय धोरणातील सावधगिरी म्हणून रशियाशी चांगले संबंध ठेवण्यासाठी त्यांना लिहावे. त्याने झारला लिहिले, 'ब्रिटिशांच्या त्याच्या विस्तार वाढवण्याच्या धोरणामुळे अफगाणिस्तानच्या स्वातंत्र्याला धोका उत्पन्न झाला आहे. या धोरणाचा धोका मध्य आशियातील आणि त्याच्या भोवतालचे दक्षिणेकडचे देश यांच्याशी रशियाच्या असलेल्या व्यापारालाही आहे. ब्रिटनशी एकट्यानेच लढा देताना जर अफगाणिस्तानचा पराभव झाला, तर त्यामुळे रशियाचा बुखाराशी असलेला व्यापारही संपुष्टात येईल.'

वित्केविच बुखाराच्या ज्या काराव्हानसेराइममध्ये राहत होता, तेथेच मिर्झा हुसेन अली राहत होता; तेव्हा मिळालेली संधी लक्षात येऊन त्याने स्वत:च ओरेनबर्गला वकिलाकडे आणि तेथून सेंट पीटर्सबर्गला मिर्झा हुसेन अलीला घेऊन जाण्याची तत्परतेने तयारी दाखवली. मग त्याने उत्साहित होऊन कळवले, 'अफगाणिस्तानचा बादशहा दोस्त महम्मद खान याला रशियाची मदत हवी आहे आणि त्यासाठी आपण जे म्हणू ते करण्यास तो तयार आहे.'

परंतु तत्पूर्वी त्याला बुखारामधून बाहेर पडण्यासाठी लढावे लागले, कारण अमीरने एकाएकी त्याच्या राहण्याच्या जागेभोवती पहारा बसवला होता, त्याचे उंट ताब्यात घेतले आणि त्याला बुखारा सोडून जाण्यास बंदी केली. त्याने नंतर लिहिले–

> 'मी माझी दोन्ही पिस्तुले बेल्टमध्ये मागच्या बाजूला खुपसली, कोट खांद्यांवर लपेटून घेतला; प्रवासात घालण्याची फर कॅप डोक्यावर घातली आणि धावत कुश बेगीकडे गेलो. मी आत गेलो, तेव्हा माझ्या लक्षात आले की, ते माझ्याबद्दल आणि माझ्या जाण्याबद्दलच बोलत होते; अर्थात मी फार लक्ष देऊन ऐकत बसलो नाही. मी सरळ खोलीत गेलो आणि म्हणालो की, 'मी तुम्हाला एकदाच आणि शेवटचंच सांगतो आहे की, जिवावर बेतले, तरी मी येथे राहणार नाही आणि जो कोणी मला वाटेत थांबवू बघण्याचे धाडस करेल किंवा मी कोठे जातो आहे हे विचारेल त्याला; जसं मी आधीही तुम्हाला आणि मला त्रास देणाऱ्या इतर शेकडो लोकांना सांगितलं आहे – जो कोणी माझी वाट अडवेल, त्याला हे उत्तर मिळेल' – असं म्हणून मी माझा कोट जरा सरकवला आणि पिस्तुले दाखवली. कुश बेगी इतका स्तिमित झाला की, काय बोलावं हे त्याला सुचेना. मी विनंती केली की, त्याने मला जाण्याची परवानगी देणारा त्याचा शिक्का मारलेला पास द्यावा, म्हणजे कोणीही मला थांबवायला धजावणार नाही; परंतु त्याने तसा पास दिला नाही – नुसतं म्हटलं, "जा." मी त्याचा निरोप घेतला आणि बाहेर पडलो. निघताना पुन्हा एकदा सांगितलं की, 'मला वाटेत जे कोणी हटकेल, त्याला मी गोळी मारेन – अगदी एका शब्दानं हटकलं तरी.' कुश बेगीला त्यानं आणलेला आव फार टिकवून धरता आला नाही. 'आम्ही बघून घेऊ' असं तो म्हणाला; पण मला जाताना बघून त्याला सुटल्यासारखं वाटलेलं दिसलं!'

पुढील महिन्यांमध्ये व्हित्केविच आणि हुसेन अली झाडं-झुडपंही नसलेल्या त्या सपाट प्रदेशातून हळूहळू जात ओरेनबर्गला पोहोचले आणि तेथून सबंध रशिया ओलांडून सेंट पीटर्सबर्गला पोहोचले. प्रवासात हुसेन अलीला आव झाली; परंतु व्हित्केविचने धीर देत त्याला सांभाळत नेले. त्याला विश्रांती देण्याच्या कालावधीत एकदाचे त्याच्याकडून तो सफाईदारपणे दारी भाषा बोलायला शिकला! १८३७ च्या मार्चमध्ये एकदाचे ते दोघे राजधानीत पोहोचले. व्हित्केविचने साखळदंडांनी बांधलेला गुन्हेगार म्हणून चौदा वर्षांपूर्वी युरोप सोडला होता आणि या वेळी झार निकोलसने तो शहरात येऊन पोहोचल्यावर त्याला स्वत: व्यक्तिश: अभिनंदनाचा निरोप पाठवला. त्याला बढती देऊन लेफ्टनंट केले. त्याला थेट रशियाचा व्हाइस चॅन्सेलर आणि परराष्ट्रमंत्री काउंट नेस्सेलरोडच्या ऑफिसमध्ये नेण्यात आले.

मिर्झा अलीवर सोपवण्यात आलेल्या कामाबद्दल ऐकून नुकत्याच सुरू झालेल्या 'द ग्रेट गेम'शी संबंधित असलेल्या सर्व अधिकाऱ्यांना खूप उत्सुकता वाटत होती. तेहरानच्या वकिलातीतून काउंट सिमोनिचने लिहिले होते की, 'ही संधी जाऊ देता कामा नये. एव्हाना ब्रिटिशांचे पर्शियामधील वर्चस्व कमी होऊ लागले होते आणि आता अफगाणिस्तानला, 'रशिया-पर्शिया-काबुलिस्तान' या तीन राष्ट्रांच्या मैत्रीकरारात सामावून घेण्याची संधी आली होती. असे केले, तर रशियाच्या वर्चस्वाची कमान काबूलपासून टाब्रिझपर्यंत स्थापन करता येणार होती. अफगाणिस्तानमध्ये रशियाचे वर्चस्व सर्वांत जास्त असेल, तर ब्रिटिश जरा दबून, सांभाळून वागतील. सिंधू नदीजवळील त्यांची सत्ता सांभाळण्याची धडपड ते करत असतील; त्यामुळे मध्य आशियातील ज्या प्रदेशात नैसर्गिकपणेच रशियाचे वर्चस्व आहे, तेथे काही गडबड करण्याची संधी त्यांना मिळणार नाही. शिवाय रशियाचे काबूलमध्ये राजकीय वर्चस्व असेल, तर अफगाणिस्तानात रशियन मालाला जास्त वाव मिळेल.'

ओरेनबर्गच्या गव्हर्नरना हे पटले. त्यांनी लिहिले –

> 'काबूलचा प्रमुख दोस्त महम्मद याला पाठिंबा देणे अत्यंत आवश्यक आहे. कारण ब्रिटिशांच्या हातातील बाहुले शुजा, हा जर अफगाणिस्तानचा बादशहा झाला, तर तो देश ब्रिटिशांच्या वर्चस्वाखाली येईल आणि फक्त एक पाऊल पुढे टाकले की, ते बुखारात येऊन पोहोचतील. मग मध्य आशिया हा पूर्णपणे ब्रिटिशांच्या वर्चस्वाखाली असेल आणि आशियामधला आपला व्यापार बंद पडेल, शेजारच्या आशियाई देशांनाही ब्रिटिश लोक शस्त्रे पुरवू शकतील, शिवाय त्यांना रशियाविरुद्ध लढण्यासाठी शस्त्रास्त्रे आणि पैसेही देतील. रशियाच्या पाठिंब्याने दोस्त महम्मद जर तख्तावर राहू शकला, तर तो नि:संशय, कृतज्ञतेपोटी आपला चांगला मित्र राहील

> आणि इंग्रजांचा शत्रू होऊन त्यांना मध्य आशियापासून दूर ठेवेल. त्यांच्या आवडत्या व्यापारी वर्चस्वाला आळा घालेल.'

गव्हर्नरने आग्रहाने असेही सांगितले की, 'अफगाणिस्तानच्या वकिलाला त्याच्या घरी पोहोचवण्याचे काम वित्केविचकडेच सोपवावे, कारण वित्केविच कार्यक्षम, हुशार मनुष्य आहे. त्याला त्याचे काम करणे चांगले जमते; तो व्यवहारी आहे. लिहिणे-बोलणे यापेक्षा काम करणे त्याला चांगले जमते. शिवाय हा प्रदेश त्याच्या माहितीचा आहे, इतर कोणाहीपेक्षा तो येथील लोकांनाही जास्त चांगला ओळखतो.'

सेंट पीटर्सबर्गमध्ये आल्यावर दोस्त महम्मदकडून आलेल्या पत्राचा नीट अभ्यास करण्यात आला. ते अपेक्षेप्रमाणे आहे हे लक्षात आले. दोस्त महम्मदने लिहिले होते की, ब्रिटिश लोक संपूर्ण हिंदुस्तान काबीज करण्याच्या अगदी जवळच्या टप्प्यात आले होते आणि त्यांचे तेथून पुढे येणे फक्त तोच थांबवू शकेल – जर पर्शियाला देत होते तसे पैसे आणि शस्त्रास्त्रे रशियनांनी त्याला दिली, तर. 'आम्हाला आशा आहे की, पर्शियाला जितक्या औदार्याने, असामान्यपणे मदत दिली गेली, तितकी अफगाण सरकारला आणि आमच्या घराण्यालाही मिळाली, तर आपल्यासारख्या महान बादशहांच्या कृपेने आमचे राज्यही पूर्वीसारखे भरभराटीला येईल.'

यानंतर नेस्सेलरोडने झारला शिफारस केली की, व्यापारासाठी आणि राजकीय चर्चेसाठी अशी शिष्टमंडळे अफगाणिस्तानला पाठवावीत. त्याने पुढे लिहिले, 'वर उल्लेख केलेले देश – अफगाणिस्तान व हिंदुस्तान जरी आपल्यापासून बरेच दूर असले आणि आपल्याला त्यांच्याबद्दल असलेली माहिती अगदी मर्यादित असली, तरी हे नाकारता येणार नाही की, व्यापार संबंध वाढवणे केव्हाही फायद्याचेच असते.' मात्र, मिर्झा हुसेन अली त्याच्या दुखण्यातून बरा होण्याची चिन्हे दिसत नव्हती. म्हणून मग बऱ्याच बैठकांनंतर शेवटी असे ठरवण्यात आले की, महिनाभर विश्रांतीशिवाय वकील मिर्झा हुसेन अली दक्षिणेकडे प्रवासाला जायला निघण्याइतका बरा होण्याची मुळीच शक्यता नव्हती, म्हणून मग व्हित्केविचने त्याच्या आधी प्रयाण करावे.

इ.स. १८३७ मधील १४ मे रोजी व्हित्केविचला लेखी सूचना देण्यात आल्या, ज्यांमध्ये दोस्त महम्मदबरोबर व्यापारी संबंध सुरू करण्याबद्दल लिहिले होते. एका रशियन माणसाच्या सांगण्यावरून त्याला गुप्त तोंडी सूचनाही दिल्या गेल्या. त्यानुसार दोस्त महम्मदचा पूर्ण पाठिंबा मिळण्यासाठी त्याला वीस लाख रुबल्सची आर्थिक मदत रणजितसिंगच्या शिखांविरुद्ध वापरण्यासाठी देऊ करायची होती आणि १८३४ मध्ये शहाशुजाने केलेल्या हल्ल्यामध्ये गमावलेली अफगाणिस्तानची

हिवाळी राजधानी पेशावर परत मिळवण्यासाठी शस्त्रास्त्रे देऊ करायची होती. याखेरीज दोस्त महम्मदच्या कंदाहारमधल्या बराकझाई सावत्र भावांनाही या नव्या मैत्रीकरारात सामील करून पटवून द्यायचे होते की, त्यांनी काबूलमधील त्यांच्या भावाबरोबर ऐक्य करावे. त्याला सांगण्यात आले की, 'अफगाणिस्तानातील वेगवेगळ्या प्रमुखांनी आपापसांत शांतता ठेवावी, हे अत्यंत महत्त्वाचे आहे आणि त्यांना हे समजावून दिले पाहिजे की, त्यांच्यामध्ये जवळीक आणि मैत्रीपूर्ण संबंध ठेवण्यात त्यांचा आणि त्यांच्या राज्यांचा प्रचंड फायदा होईल. असे झाल्यास बाहेरच्या शत्रूंपासून आणि आतील अंदाधुंदीपासून जास्त चांगले रक्षण करता येईल.' हे सर्व काम करत असताना व्हित्केविचने सविस्तर टिपणे करावयाची होती आणि परत आल्यावर 'अफगाणिस्तानमधील सांप्रतची परिस्थिती, व्यापार, आर्थिक स्थिती, सैन्य आणि ब्रिटिशांबद्दल अफगाणी प्रमुखांची वृत्ती या सर्वांवर संपूर्ण विस्तृत अहवाल लिहून द्यावयाचा होता.

व्हित्केविचने काउकॅससमधून कॅप्टन इव्हान ब्लारामबर्गबरोबर जायचे होते. त्याची नेमणूक नुकतीच तेहरानमधील रशियन प्रतिनिधी मंडळामध्ये सिमोनिचचा मदतनीस अधिकारी म्हणून झाली. टिफ्लिसला विश्रांती घेतल्यानंतर त्यांनी वेष पालटून वावरायचे होते आणि अत्यंत सावधगिरीने, गुप्तपणे तेहरानला पोहोचायचे होते. व्हित्केविचला सांगण्यात आले होते की, 'तेहरानला पोहोचल्यावर त्याने काउंट सिमोनिचला भेटावे आणि मग त्याच्या हुकुमाप्रमाणे वागावे. त्याला अफगाणिस्तानला पाठवायचे की पर्शियातील राजकीय परिस्थितीमुळे किंवा इतर कोणत्याही कारणाने सध्या जाणे योग्य नाही किंवा अशक्य आहे असे त्यांना वाटले तर मग पुढे जाणे रद्द करायचे का, हे ते ठरवतील. अफगाणिस्तानचा वकील हुसेन अली याच्या पुढील प्रवासाची व्यवस्थाही तेच ठरवतील.' काउंट नेस्सेलरोडने शेवटी लिहिले होते, 'तुम्हाला याची पुन्हा आठवण करून द्यायची गरज नाही की, लिहिलेले हे सर्व काही अत्यंत गुप्त ठेवले पाहिजे. आमचे पर्शियातील वकील काउंट सिमोनिच आणि बॅरन व्हॉन रोझेन सोडून कोणालाही या सूचनांबद्दल समजता कामा नये. खबरदारीचा भाग म्हणून सर्व सूचना तुम्ही अफगाणिस्तानला जायला निघाल तेव्हा काउंट सिमोनिच यांच्याजवळ ठेवाव्या. जेणेकरून तुमच्यावर काही दुर्दैवी आपत्ती आली, तरी तुमच्यावर सोपवलेल्या कामाबद्दलची गुप्त माहिती बाहेर पडू नये.' नेस्सेलरोडने पुन्हा बजावले की, यातील काहीही ब्रिटिशांना समजता कामा नये हे अतिशय महत्त्वाचं आहे आणि या सांगण्यामध्ये अध्याहृतपणे हेही बजावले होते की, जर ब्रिटिशांना काही समजले, तर तो त्यांचा मनुष्य असल्याचे सेंट पीटर्सबर्गकडून नाकारले जाईल!

व्हित्केविचच्या दक्षिणेकडे जाण्याच्या प्रवासाबद्दलची टिपणे, त्याच्या गूढ

मृत्यूच्या थोड्याच आधी जाळली गेली होती; परंतु कॅप्टन ब्लारामबर्गने लिहिलेल्या आठवणी शिल्लक आहेत. 'सेंट पीटर्सबर्गमध्ये दोन महिने राहून मला दिलेल्या सूचना समजून घेतल्यानंतर मी निघण्याची तयारी करत होतो, त्यापूर्वी माझी ओळख माझा सहप्रवासी लेफ्टनंट व्हित्केविच याच्याशी करून देण्यात आली. तो छान आनंदी स्वभावाचा अठ्ठावीस वर्षांचा पोलिश होता. भावदर्शी चेहरा, खूप शिकलेला आणि उत्साही. आशियामध्ये अलेक्झांडर बर्नेससारखे काम करण्यासाठी अगदी योग्य गुण असलेला.'

पर्शियन आणि अफगाणी अधिकाऱ्यांना लाच देण्यासाठी पैसे आणि भेटवस्तूंसह एक गाडी घेऊन दोघेजण प्रवास करत होते. टिफ्लिसला पोहोचल्यावर ते बॅरन व्हॉन रोझेन या सेनाप्रमुखांना भेटले. काउंटेस सिमोनिचची भेट घेतली. जी 'नंतर बरेचदा भेटू लागली. तिच्या दोन गोड मुलींमध्ये आणि त्यांच्या स्तिमित करणाऱ्या आईमध्ये खूपच साम्य होते.'

टिफ्लिसहून ते जसजसे आणखी दक्षिणेकडे गेले, तसतसा भोवतालचा निसर्ग चित्रासारखा सुंदर दिसू लागला. ते दोघे प्रवासी रात्रीच्या चांदण्यात झोपायचे आणि भटक्या लोकांच्या टोळ्यांबरोबर रात्र घालवायचे. ब्लारामबर्गने लिहिले, '११ जुलैला आम्ही येरिव्हान प्रांताची हद्द ओलांडली. प्रचंड उकाड्यामुळे रात्री आम्ही एका पडक्या मशिदीत थांबलो.

> येथे प्रथमच आम्ही भव्य आरारात पर्वत पाहिला. दोन टोके असणाऱ्या त्याच्या शिखरावर चमकणारा बर्फ दक्षिणेच्या बाजूला दिसत होता. १३ तारखेला आम्ही डोंगराचा शेवटचा कडा ओलांडून आराक्सेस खोऱ्यात उतरलो. तो फार सुंदर दिवस होता. आकाश निरभ्र होते. एका खळखळ वाहणाऱ्या ओढ्याकाठी झाडीत बसून आम्ही समोरच्या प्रचंड आराराराकडे कौतुकाने बघत राहिलो. आमच्या आर्मेनियन नोकराने आमच्यासाठी खूप चविष्ट पुलाव केला आणि आनंदाच्या भरात आम्ही वाइनची सबंध बाटली रिकामी केली.'

पर्शियाची हद्द ओलांडल्यावर व्हित्केविचची अस्थिर मनोवृत्ती अधिक अस्वस्थ झाली. 'आम्ही पर्शियामधून प्रवास करत होतो तेव्हा व्हित्केविच बरेचदा उदास मन:स्थितीत असायचा आणि म्हणायचा की, त्याला आयुष्य नकोसे झाले आहे.' ब्लारामबर्गने नंतर त्याच्या आठवणींमध्ये लिहिले; पण तेहरानला पोहोचल्यावर व्हित्केविचची मन:स्थिती पुन्हा उल्लसित झाली.

येथे सिमोनिचने व्हित्केविचला दोन बातम्या सांगितल्या, ज्यामुळे तो विशेष

उत्तेजित झाला. पहिली बातमी चुकीची होती असे नंतर समजले; पण ती अशी होती की, ब्रिटिश गुप्तहेरांना मिर्झा हुसेन अलीच्या प्रवास आणि कामाबद्दल संशय येऊन चुकला होता. त्यांच्या हेरांनी थेट काबूलपासून त्यांचा माग ठेवला होता, असे सिमोनिचने सांगितलं. सिमोनिचने त्याला सावध केले की, ब्रिटिश हेर त्याला लक्ष्य करून त्रास देतील. यातले काहीच खरे नव्हते. त्या घटकेला झारकडे अफगाणिस्तानकडून गेलेल्या खलित्याबद्दल ब्रिटिशांना काहीही माहीत नव्हते; परंतु त्यांचे काम सुरक्षितपणे व्हावे म्हणून वकिलातीकडून व्हित्केविचला एक कोसॅक अंगरक्षक देण्यात आला. व्हित्केविच निशापूरला आणि तेथून हेरतला दोस्त महम्मद शहाकडे जाईल तेव्हा त्याच्याबरोबर असणे, हे त्याचे काम होते. शेवटी या अंगरक्षकानेच ब्रिटिश हेरांना म्हणजे रॉलिन्सनला व्हित्केविच काय करणार होता ते सांगितले!

दुसरी बातमी व्हित्केविचला आणखी उत्तेजित करणारी होती. सिमोनिचच्या अफगाणिस्तानमधील हेरांनी त्याला नुकतेच सांगितले होते की, काबूलमध्ये व्हित्केविच एकटा नसेल. ब्रिटिशांतर्फे बरोबर हेच काम करण्यास अलेक्झांडर बर्नेस तिकडेच निघाला होता. त्याची मध्य आशियात येण्याची ही दुसरी वेळ होती. व्हित्केविचप्रमाणेच त्यालाही दोस्त महम्मद खानला त्यांच्या बाजूने करून घ्यायचे होते. व्हित्केविच ज्याच्या मागावर होता आणि थोडेफार ज्याच्यासारखे होण्याचा प्रयत्न केला होता, तोसुद्धा त्याच्यासारखेच, तेच काम करायला त्याच ठिकाणी निघाला होता.

खरोखरच या दोघांमध्ये खूप साम्य होते. दोघे जवळजवळ एकाच वयाचे होते, त्यांच्या देशातील साम्राज्याच्या खूप दूरच्या प्रांतामधून दोघेही आले होते. सत्तेवरील वरिष्ठांशी त्यांचे काही लागेबांधे नव्हते आणि थोड्या महिन्यांच्याच अंतराने दोघेही आशियात येऊन पोहोचल्यावर दोघांनीही स्वत:च्या गुणांनी, साहसी वृत्तीने आणि विशेषत: भाषा नैपुण्याने प्रगती केली होती. आता दोघे काबूलच्या दरबारात समोरासमोर येणार होते आणि या स्पर्धेचा निकाल काय होतो, यावर बऱ्याच अंशी केवळ अफगाणिस्तानचे नजीकच्या काळातले भविष्यच नाही, तर मध्य आशियाचेही भविष्य ठरणार होते. 'मोठ्या खेळीला' आता सुरुवात झाली होती.

इ.स. १८३७च्या ऑक्टोबरमध्ये अलेक्झांडर बर्नेस पेशावरला आला, तेव्हा त्याच्या पूर्वीच्या भेटीनंतर शहरात झालेले बदल बघून त्याला चांगले वाटले नाही.

शहाशुजाने १८३४ मध्ये कंदाहारवर हल्ला केला, तेव्हा रणजितसिंगने पेशावर जिंकले होते; त्यानंतर त्याने त्याचे अर्धे सैन्य त्या शहरात हलवून दुर्राणी साम्राज्याच्या हिवाळी राजधानीच्या या शहराची प्रचंड पंजाबी लष्करी छावणी करून

टाकली होती. त्या वेळी शीख खालसाने पेशावरची कितीतरी सुंदर स्थाने नष्ट केली होती. सुंदर बागा आणि बाला हिसारचे मंडप– जेथे १८०९ मध्ये शहाशुजाने एल्फिन्स्टन प्रतिनिधी मंडळाची भेट घेतली होती. या जागेत विटांचा प्रचंड भुईकोट किल्ला बांधण्यात आला होता. खैबर खिंडीच्या तोंडाशी जामरुड येथे आणखी एक असाच नवा भुईकोट किल्ला बांधला होता, जेथे मोठ्या प्रमाणात तोफखान्याच्या तुकड्या ठेवल्या होत्या. बर्नेसला समजले की, पूर्वी नेपोलियनकडे असलेला एक अधिकारी पाओलो आव्हिताबिल हा आता पेशावरचा गव्हर्नर होता. बर्नेसने लिहिले– 'शिखांनी सगळेच बदलले आहे. शहरातल्या बऱ्याच सुंदर बागांच्या जागी लष्करी छावण्या केल्या होत्या. झाडे तोडून टाकली होती आणि सर्व परिसर जणू एक मोठी छावणी झाला होता. मुसलमानी वाक्प्रचार ऐकू येईनासे झाले होते. केव्हाही कोठेही नाच-गाण्यांचे आवाज ऐकू येत असत.'

बर्नेसने हेही बघितले की, इतक्या मोठ्या प्रमाणावर पेशावर खोऱ्याच्या प्रदेशात लष्कर सज्ज असूनही शीख लोकांना बंडखोर पश्तूनांवर ताबा ठेवणे खूप अवघड झाले होते. शहर आणि शहराच्या आसपास टोळ्यांमधील बंडाळी, खून व दंग्याधोप्यांच्या घटना इतक्या वाढल्या होत्या की, पेशावरवर ताबा ठेवणे हे शिखांना फार खर्चाचे होऊन बसले होते. बर्नेसच्या लक्षात आले की, त्याच्याकडे सोपवण्यात आलेल्या कामासाठी हे चांगलेच होते, कारण यामुळे रणजितसिंग या शहराच्या भविष्याच्या बाबतीत दोस्त महम्मदबरोबर काही समजूतदार तडजोड करायला तयार होण्याची अधिक शक्यता होती. नशीब अनुकूल असेल, तर बर्नेसला या दोन प्रतिस्पर्ध्यांमध्ये समेट घडवून आणून, दोघांचेही ब्रिटिशांबरोबर मैत्रीकरार करून घेता येतील.

बर्नेसला काबूलला परत पाठवण्याचा निर्णय लॉर्ड ऑकलंड या नव्याने आलेल्या गव्हर्नर जनरलने घेतला होता. पर्शियामध्ये रशियाचे वाढते अस्तित्व आणि हेरत व बाकीचा अफगाणिस्तान यांबद्दल त्यांच्या तथाकथित महत्त्वाकांक्षांबद्दल मॅक्नीलने दिलेल्या अहवालांनी तो खूपच काळजीत पडला होता. ऑकलंड अगदी नुकताच कलकत्त्याला येऊन पोहोचला होता आणि अफगाणिस्तान व भोवतालच्या प्रदेशाबद्दल त्याला फारच कमी माहिती होती; परंतु दोन वर्षांपूर्वी त्याच्या खूप लोकप्रिय झालेल्या पुस्तकासंबंधी बर्नेस प्रवास करत असताना ऑकलंड त्याला बोवुडमध्ये एका पार्टीत भेटला होता आणि म्हणून तो असे धरून चालला की, बर्नेसलाच तिकडे पाठवणे योग्य होईल. म्हणून मग बर्नेसला पुन्हा सिंधू नदीवर पाठवण्यात आले. या वेळी नदीचा जास्त विस्ताराने अभ्यास करायला पाण्यात तरंगते ओंडके टाकून ठेवायला आणि गलबते येऊ-जाऊ शकतील अशा जागांवर खुणा करण्याच्या सूचना देण्यात आल्या. तेथून मग त्याने काबूलला जाऊन

अफगाणिस्तानमधील वेगवेगळ्या टोळ्यांचे प्रमुख आणि पर्शिया यांच्यामध्ये अलीकडेच जोडल्या गेलेल्या संबंधांबद्दल माहिती मिळवावी, अफगाणिस्तानमधील प्रजेचे रशियाबद्दल मत, रशियाच्या तेथे चालू असलेल्या कामाबद्दल आणि मध्य आशियातील त्यांचा व्यापार वाढवण्याबाबत रशियाने उचललेली पावले यांबद्दलही माहिती मिळवायची होती. एकूण व्हित्केविचला नेस्सेलरोडने दिलेल्या सूचनांमध्ये आणि या सूचनांमध्ये बरेच साम्य होते.

नियमांना धरून वागण्याबद्दल अत्यंत आग्रही असलेला ऑकलंडचा राजकीय सचिव विल्यम मॅक्नॅघटेन याने हुकूम दिला होता की, काबूलच्या बराकझाई प्रमुखांचा प्रमुखपदाचा अधिकार संशयास्पद असल्यामुळे – कलकत्ता ऑफिसचे अधिकृत मत असे होते की, अफगाणिस्तानचा खरा बादशहा शहाशुजा यांच्याकडून ते पद बराकझाईंनी बळकावले होते. म्हणून 'अगदी काटकसरीने' वागायचे होते. बर्नेसच्या शिष्टमंडळाने एल्फिन्स्टनपेक्षा खूप कमी थाटामाटात प्रवास करायचा होता. कमी भेटवस्तू न्यायच्या होत्या. बर्नेसने खरोखरच दोस्त महम्मदसाठी फक्त एक पिस्तुल आणि एक दुर्बीण नेली होती! अफगाणी लोकांना पूर्वीच्या ब्रिटिश वकिलातीने शहाशुजाला दिलेल्या भरघोस व किमती भेटवस्तूंची आठवण असल्यामुळे या सूचनांचा बर्नेसच्या कामावर निश्चितच चांगला परिणाम होणार नव्हता, असे वाटत होते. त्यातच शीख आणि अफगाण यांच्या सुसज्ज फौजांमध्ये, बर्नेस या दोघांच्या मध्ये नव्याने उभ्या केल्या गेलेल्या खैबर खिंडीतल्या हद्दीकडे जात होता, तेव्हा एकदम सुरू झालेल्या लढाईच्या बातमीने परिस्थिती आणखी अवघड झाली.

३० एप्रिल १८३७ रोजी झालेली जामरुडची लढाई ही रणजितसिंगने पेशावर काबीज केल्यापासून सुरू असलेल्या तीन वर्षांच्या शत्रुत्वाची परिणती होती. १८३४ मध्ये शहाशुजाच्या हल्ल्याचा समाचार घेतल्यावर दोस्त महम्मदने त्याचे लक्ष अफगाणिस्तानची हिवाळी राजधानी शिखांच्या ताब्यातून सोडवण्याकडे वळवले होते. धार्मिक भावना म्हणून की राजकीय धोरण म्हणून किंवा दोन्हींचे मिश्रण म्हणून, फेब्रुवारी १८३५ मध्ये त्याने स्वत:ला 'अमीर अल-मुमिनिन' हा इस्लामी धर्माचा किताब घेतला. काबूलच्या सुन्नी पंथीयांचा ज्येष्ठ धर्मगुरू (उलेमा) मीर वाइझ याने त्याला गावाबाहेरच्या इदगाहवर नेले आणि त्याच्या फेट्यात बार्लीचे कोंब बसवले. शहाशुजाचे आजोबा अहमदशहा अब्दालीला जून १७४७ मध्ये एका सुफी संताने हा विधी करून हाच किताब दिला होता.*

* हाच किताब नंतर तालिबानच्या मुल्ला ओमरने १९९६मध्ये घेतला होता! त्याने स्वत:पुढे अफगाणिस्तानचे तालिबान अमिरेट स्थापन करण्यासाठी तंतोतंत दोस्त महम्मदचे उदाहरण स्फूर्तिस्थान म्हणून ठेवले होते.

सिराज उल-तवारिखने लिहिल्याप्रमाणे – भोवतालच्या प्रदेशातील लोकांना काबूलमध्ये बोलावून दोस्त महम्मदने जिहाद – धर्मयुद्ध जाहीर केले आणि सांगितले की, पंजाब, पेशावर आणि इतर प्रांत परत मिळवले जातील.

धार्मिक बाबतींमधील विद्वान अल्लासाठी जिहाद करण्याचे कर्तव्य मानत असत. धर्मासाठी मारणे किंवा मारले जाणे याने जास्त चांगले दिवस येतात व आयुष्य गवसते असे ते मानत. ते सर्व अतिशय आनंदाने गोळा झाले आणि म्हणाले की, 'जिहादचा हुकूम देणे, हे अमीर असणे आणि अमिरेटची स्थापना करणे यावर अवलंबून आहे. जो कोणी त्याचा हुकूम किंवा मनाई पाळणार नाही, त्याने अल्लाचा किंवा अल्लाच्या प्रेषिताचा हुकूम पाळला नाही असे होईल. सर्वांनी त्याचा हुकूम मानलाच पाहिजे आणि जे मानणार नाहीत, त्यांना शिक्षा केली पाहिजे.' असे जाहीर झाल्यावर दोस्त महम्मदने त्याच्या अमिरेटचा पाया घालण्यास सुरुवात केली. थोड्याच दिवसांत त्याने सर्व घडी व्यवस्थित बसवली. तो तख्तनशीन झाला. स्वतःच्या नावाची नाणी करून घेतली. शुक्रवारचा नमाज खुतबा त्याच्या नावाने सांगण्यात येऊ लागला. त्याच्या नाण्यांवर असे कोरलेले होते –

'अमीर दोस्त महम्मदने जिहाद पुकारायचे
आणि नाणी करवून घेण्याचे ठरवले आहे – अल्ला त्याला यश देवो.'

तख्तनशीन झाल्यावर अमीर दोस्त महम्मदने जिहाद करण्याचे ठरवले. तो साठ हजार सैनिकांचे सैन्य घेऊन काबूलहून पेशावरकडे निघाला. या सैन्यामध्ये शाही घोडा, सैन्यात दाखल झालेले सैनिक, तसेच इतर टोळ्यांमधून आलेले लढवय्ये होते.

शिखांच्या विरुद्ध जिहाद पुकारल्यामुळे दोस्त महम्मदने सत्ता आपल्या हातात घेतली हे कायदेशीर झाले. साडोझाई घराण्याचा 'शहा' हा किताब घेण्याचे धैर्य त्याला कधीही झाले नव्हते. आत्तापर्यंत त्याच्या हातात सत्ता होती. न्यायी सत्ताधीश म्हणून त्याची कीर्ती होती; परंतु अत्युच्च अशा कुराणाने दिलेल्या सत्तेने तो राज्यप्रमुख असणे हे कसे बरोबर आहे, एक सच्चा मुसलमान म्हणून इस्लामवर श्रद्धा नसणाऱ्यांविरुद्ध धर्मयुद्ध पुकारून कर्तव्यपूर्ती करणे आणि दैवी पावित्र्य लागलेले इस्लामचे सुवर्णयुग आणणे कसे योग्य आहे, हे तो म्हणू शकत होता.

त्याचप्रमाणे जिहादचा प्रमुख म्हणून दोस्त महम्मदने सर्वच अफगाणी लोकांचे स्वामित्व आपल्याकडे असल्याचे सांगितले. त्याने गव्हर्नर जनरलला लिहिले, 'या माझ्या देशातील लोकांच्या टोळ्या आहेत आणि त्यांना संरक्षण आणि आधार देणे, हे मला बंधनकारक आहे आणि माझे कर्तव्यही आहे. विचार करून ठरवा की, अफगाणी लोक जखमा-जुलूम अशा गोष्टी प्रतिकार न करता मुकाट्याने सहन करतील का? माझ्या शरीरात प्राण आहे, तोपर्यंत मी माझ्या देशापासून स्वत:ला वेगळा करणार नाही आणि देश माझ्यापासून वेगळा होणार नाही.'

त्याच महिन्यात नंतर दोस्त महम्मदने कुठूनकुठून जिहादी लोक गोळा करून पेशावरवर हल्ला करण्याचा निष्फळ प्रयत्न केला. जोसिआ हरलानने लिहिल्याप्रमाणे 'दूरदूरच्या डोंगरांमध्ये राहणारे जंगली लोक, त्यातले बरेचसे धिप्पाड आणि प्रचंड शक्तिशाली – सारासार विचार न करता त्यांच्या हाती ढाली, तलवारी, धनुष्य-बाण, रायफली, भाले, ब्लंडरबसेस (पुष्कळ गोळ्या असणाऱ्या कमी लांबीच्या बंदुका) अशी शस्त्रे दिल्याने पंजाबमधले हे अंधश्रद्धाळू, अडाणी, अविवेकी लोक अल्लाच्या आणि त्याच्या प्रेषिताच्या नावाने जीव घ्यायला, लूटमार करायला, विध्वंस करायला तयार होते. साहजिकच अशा परिस्थितीत उत्तम प्रशिक्षण मिळालेल्या शिस्तबद्ध खालसा सैनिकांपुढे ते टिकूच शकले नाहीत; त्यामुळे संतापलेल्या शीख सैनिकांनी पेशावरच्या मुसलमान नागरिकांची कत्तल केली; परंतु या गोंधळात दोस्त महम्मदने काबूल ते खैबर आणि शिखांची सरहद्द यांच्यामध्ये असलेले, मूळच्या अफगाणी वार्दाक आणि गझनी प्रांतावर ताबा मिळवला. काबूलच्या आसपासचा भाग अकरा वर्षांपूर्वी ताब्यात घेतल्यापासून आता त्याचे उत्पन्न पाचपट वाढले होते आणि तो नि:संशयपणे देशातला सर्वांत बलिष्ठ राज्यकर्ता झाला होता.

इ.स. १८३७च्या फेब्रुवारीच्या अखेरीस अमीरने शिखांशी दुसऱ्यांदा युद्ध पुकारले. रणजितसिंगचा पेशावरमधील सैन्याचा प्रमुख हरिसिंग याला दोस्त महम्मदने लिहिले, 'खैबर खोऱ्याच्या सरहद्दीवरील जामरुड, जे माझे प्रजाजन खैबरी लोकांचे आहे, त्याचा ताबा तुम्ही घेतल्याने माझ्या प्रजाजनांना अत्यंत चीड आलेली आहे आणि म्हणून त्यांना शक्य ते अर्थातच करतीलच. माझा मुलगा महम्मद अकबर खान हाही त्यांना मदत करण्यासाठी त्याला शक्य असेल ते सर्व करेलच. तुम्ही तुमच्या महाराजावर दबाव आणून पेशावर मला परत देण्यास सांगितलेत, तर मी आमच्या देशातले घोडे आणि इतर भेटवस्तू त्यांना पाठवण्यात कसूर करणार नाही. तुम्ही एवढे केलेत, तर तुम्ही जो प्रस्ताव मांडाल तो मी मंजूर करेन. नाही तर माझी प्रतिक्रिया काय असेल ते तुम्ही जाणताच.'

शिखांनी या चेतावणीकडे दुर्लक्ष केले. दोन महिन्यांनंतर लाहोरमध्ये असलेल्या राजघराण्यातल्या एका विवाहसमारंभात सलामी देण्यासाठी म्हणून रणजितसिंगची

युरोपमध्ये उत्तम प्रशिक्षण घेतलेली फौज-इ-खासची तुकडी त्याने पेशावरहून तिकडे नेली. त्यानंतर लगेच, वीस हजार अफगाण घोडदळ खैबरमध्ये उतरले आणि ३० एप्रिलला त्यांनी जामरुडच्या नव्या किल्ल्याच्या भिंतींजवळ हरिसिंगला वेढा घातला. 'सिराज उल-तवारिख'मध्ये लिहिल्याप्रमाणे 'जी तुंबळ लढाई झाली, त्यात अकबर खान आणि हरिसिंग समोरासमोर आले. त्यांनी एकमेकांना ओळखले नाही. एकमेकांशी हातापायांनी, दंडुक्यांनी मारामारी करताकरता शेवटी अकबर खान वरचढ ठरला. त्याने हरिसिंगला जमिनीवर खाली पाडले आणि मारून टाकले. सेनापती मरून पडलेला आणि मुसलमानांची मोठी फौज पुराच्या लाटेसारखी अंगावर येताना बघून शीख रणांगण सोडून पळाले. दोस्त महम्मदचे सरदार त्यांच्यामागे जामरुड किल्ल्यापर्यंत धावले. तेथे शिखांनी स्वत:ला आत बंदिस्त करून घेतले.' फौज-इ-खास लगेच उलट परत आले आणि पंधरा दिवसांच्या वेढ्यानंतर वेढा घातलेल्या अफगाणांना त्यांनी हाकलून लावले; परंतु यामुळे दोस्त महम्मदचा मान व महत्त्व खूपच वाढले. अकबर खान चा हा पहिला मोठा विजय ठरला. त्याने त्याच्या वडिलांचे युद्धकौशल्य वारशात घेतले आहे हे यातून दिसून आले. येथून पुढे अत्यंत शूर अफगाण सेनापती म्हणून त्याची कीर्ती वाढत गेली.

बर्नेस सिंधू नदीच्या मध्यावर असताना त्याला या लढाईबद्दल समजले. ही लढाई त्याच्या अफगाणिस्तानला जाण्याच्या रस्त्यात येईल की काय आणि तसे झाले, तर मग त्याला प्रवास रद्द करावा लागेल का हे त्याला कळेना. एक गोष्ट त्याला समजली की, या लढाईनंतर त्या दोन्ही पक्षांशी मैत्रीसंबंध ठेवण्याचे प्रयत्न करणे ब्रिटिशांना अवघड जाणार होते. शिखांना त्या प्रांताचे रक्षण करून तो ताब्यात ठेवण्यात अडचणी येत होत्या. तो देश सांभाळणे त्यांना अशक्य झाले होते. पेशावरला पोहोचून हे सर्व पाहिल्यावर बर्नेसची खात्री झाली की, तो प्रदेश त्यांच्या ताब्यात ठेवणे शिखांना अवघड आणि खर्चाचे होत असल्याने, त्याला या प्रश्नावर तोडगा सुचवण्यास भरपूर वाव होता. तेहरानला मॅक्नीलला लिहिलेल्या पत्रात त्याने अशा तहाची कल्पना मांडली की, रणजितसिंगच्या मृत्यूपर्यंत पेशावर नाममात्र प्रमाणात त्याच्या ताब्यात राहावे आणि नंतर अफगाणी लोकांच्या ताब्यात जावे.

त्याच्या भेटीने शीख व अफगाण यांच्यामध्ये काहीतरी तडजोड होईल अशा विश्वासपूर्ण आशेनेच बर्नेस खैबर खिंडीतून दोन शत्रुपक्षांच्या मधल्या, कोणाच्याच मालकीच्या नसलेल्या प्रदेशातून ३० ऑगस्टला पुढे निघाला. त्यानंतर त्याने लिहिले –

'आम्ही पेशावरहून निघालो आणि एम आव्हिताबिलने त्याच्या गाडीतून

> आम्हाला जामरुडला नेले, जेथे शीख व अफगाणी लोकांची लढाई झाली होती. परिस्थिती अजिबातच चांगली नव्हती. आम्हाला खैबर खिंडीतून नेण्यासाठी पाठवले गेलेले शिष्टमंडळ अजून पोहोचले नव्हते. लढाई संपून काही महिने उलटून गेले होते, तरी माणसे व घोडे यांच्या मृत शरीरांची आत्यंतिक दुर्गंधी असह्य होत होती. आम्ही तेथे पोहोचलो, त्याच दिवशी तेथून काही सैनिकांच्या मदतीने पुढे गेलेल्या काही उंटवाल्यांवर डोंगराळ भागातल्या आफ्रिदी लोकांनी वरून येऊन हल्ला केला, त्यांचे उंट घेऊन टाकले आणि त्यांच्यातल्या दोघांचे शिरच्छेद करून त्यांची जखमांनी भरलेली धडे खिंड अर्धी चढल्यानंतरच्या तंबूत आणली. रस्त्याने जाताना त्यांनी आम्हाला लहान लहान ढीग दाखवले, जेथे त्यांनी त्यांच्या विजयानंतर शिरच्छेद केलेल्या शिखांची मुंडकी पुरली होती. त्यातल्या काही ढिगांवर अजून केसांच्या बटा दिसत होत्या!'

एका टोळीच्या मालकीच्या भागातून दुसऱ्या टोळीच्या भागात, असे ते जात राहिले; 'रस्त्यात प्रत्येक फाटा आणि अरुंद खिंड आली की, थांबत राहिलो, कारण टोळयांच्या विभागून झालेल्या लहानलहान टोळ्या तेथे भेटत होत्या.' हळूहळू आमची वकिलात दोस्त महम्मदच्या नियंत्रणाखालील भागात पोहोचली. आणखी काही दिवसांनी जेथे १८०९ मध्ये दोस्त महम्मदने शहाशुजाचा पहिल्यांदा पराभव केला होता, त्या निम्ला येथील मोठ्या मुघल गार्डनचे चिनार आणि सायप्रस वृक्ष ओलांडून पुढे गेल्यावर बर्नेसला दोन पुरुष भेटले, ज्यांचा त्याच्या पुढील आयुष्यात महत्त्वाचा भाग असणार होता.

त्याच्या तंबूवर घोड्यावरून प्रथम येऊन पोहोचला, तो होता सैन्यातून पळून जाऊन हेर आणि पुराणवस्तुशास्त्रज्ञ झालेला चार्लस मॅस्सन. बर्नेसच्या आठवणींमध्ये त्याने मॅस्सनला भेटून त्याला किती आनंद झाला ते लिहिले आहे. मॅस्सनला काबूल आणि जलालाबादच्या आसपास सर्वप्रथम उत्खनन करून बॅक्ट्रियन ग्रीक आणि कुशान बौद्ध स्थळे शोधून काढल्यामुळे हिंदुस्तानात चांगली प्रसिद्धी मिळाली होती. बर्नेसने त्याच्या डायरीत 'बॅक्ट्रियन पुराणवस्तूंचा सुप्रसिद्ध विवरणकर्ता' असे मॅस्सनचे वर्णन करून त्याची साहित्यातली उच्च कामगिरी, या देशातील दीर्घ वास्तव्य आणि घटना व लोक यांबद्दलचे अचूक ज्ञान यांबद्दल त्याची स्तुती केली होती. मॅस्सनला अफगाणिस्तान बऱ्याच वर्षांपासून खूपच चांगला माहीत होता. तो दोस्त महम्मदच्या अगदी विश्वासातला होता. त्याला या महत्त्वाकांक्षी आणि स्वत:चे महत्त्व वाढवण्याच्या प्रयत्नात असणाऱ्या प्रसिद्ध पाहुण्याचे, बर्नेसचे फारसे कौतुक नव्हते. इतर बऱ्याचजणां-प्रमाणे बुखाराला केलेल्या एका प्रवासाने

'प्रवासी' म्हणून प्रसिद्धी मिळण्याबद्दल त्यालाही राग होता. बर्नेसचे भौगोलिक ज्ञान आणि राजकारणातील कौशल्य यांबद्दल तो खूप साशंक होता. त्याने नंतर लिहिले, 'मला कबूल केले पाहिजे, "अफगाणी लोकांना लहान मुलांसारखे वागवावे" या त्याच्या वागण्याच्या पद्धतीमुळे व मतामुळे त्याचे काम किती यशस्वी होईल याबद्दल मी फार साशंक होतो.' एका बाबतीत मात्र दोघांचे एकमत होते – पेशावर ताब्यात ठेवण्याने शिखांचे प्रचंड आर्थिक नुकसान होत होते. रणजितसिंगला सतत भीती आणि अस्वस्थता वाटत होती. शीख, अफगाणी आणि कंपनी सरकार यांनी एकत्र येऊन मैत्री करार करावा म्हणजे संघर्ष मिटेल आणि रशियाची व पर्शियाची कारस्थाने लांब ठेवता येतील. मॅस्सनने शेवटी लिहिले, 'अफगाणचे प्रश्न सोडवणे शक्य होते, शिवाय सगळे स्थिरस्थावर करण्याइतके सामर्थ्य आमच्यात होते. बर्नेसच्या तंबूत येणारा दुसरा मनुष्य दिवसेंदिवस जास्त महत्त्वाचा, बलिष्ठ होत चाललेला दोस्त महम्मदचा दुसरा मुलगा महम्मद अकबर खान . ज्याची कीर्ती दोन महिन्यांपूर्वी त्याने हरिसिंगला मारल्यानंतर वाढत चालली होती. तोच त्या संध्याकाळी हत्तीवरून येऊन पोहोचला. त्याच्यासमोर उत्तम अफगाणी घोडदळ होते. तो खूप प्रभावशाली दिसत होता. अकबर खान मजबूत हाडापेराचा, ससाण्यासारखा चेहरा असलेला तरुण होता. शौर्य, आकर्षक वागणूक, कठोरता, धोरणीपणा या सर्व बाबतींत तो त्याच्या वडिलांसारखा होता. पुढे तो अफगाणी काव्ये, ऐतिहासिक महाकाव्ये यामध्ये शूर नायक म्हणून प्रसिद्ध झाला. अॅचिलिस, रोलंड आणि किंग आर्थर या सगळ्यांचे गुण, दारी भाषेतील महाकाव्यात त्याच्या व्यक्तिमत्त्वात एकवटलेले आहेत.

जेव्हा तलवारबहाद्दर शूरवीर अकबरने शत्रूचा पराभव करून
विजय मिळवला, जेव्हा पंजाबच्या भयंकर सैन्याशी तो लढला;

तेव्हा तो तर अगदी तरुण होता; पण त्याच्यामध्ये सोहराबची
शक्ती होती, तो एक शक्तिशाली शूर दंतकथाच झाला.

तारुण्यात तो प्रचंड शक्तिवान रुस्तुम
इतकाच सर्व देशभर प्रसिद्ध झाला.

तेव्हा तो सायप्रसच्या नव्या झाडासारखा
उंच आणि ऐटबाज होता.

त्याला सर्व शास्त्रे येत होती,
सर्व कलांमध्ये तो पारंगत होता.

त्याचा चेहरा दैवी प्रकाशासारखा चमकत असे.
ताज आणि तख्त यांना तोच लायक होता.

सर्व जगाला त्याचा चेहरा आकर्षक वाटे.

सगळ्यांच्या नजरा त्याच्यावर खिळून राहायच्या. खरोखर तो इतका देखणा होता की, १८३०च्या काबूलमध्ये तो पौरुषाचे मूर्तिमंत रूप झाला होता. मौलाना हमीद काश्मिरी यांनी त्याच्यावर लिहिलेल्या अकबरनामा या महाकाव्यात कितीतरी पाने त्याच्या निकाहच्या रात्री त्याच्या सुंदर वधूबरोबर त्याने जी प्रणयक्रीडा केली त्याचेच वर्णन करतात! त्याची वधू ही महम्मद शहा घिलझाईची कन्या होती. 'नंदनवनातील परी, सूर्यासारखी तेजस्वी आणि चंद्र-चांदण्यांनाही लाजवेल अशी होती.'

कामवासना आणि प्रेमाचा आवेग दोघांनाही होताच,*

मर्यादा झुगारून त्यांनी अंगावरची वस्त्रं काढून टाकली

आणि एकमेकांना इतकं गाढ आलिंगन दिलं,जितका गुलाबामध्ये
सुगंध किंवा ट्यूलिपचा रंग त्याच्याशी एकजीवच झालेले असतात.

शरीर, चेहरे, ओठ एकमेकांना जुळवून
ती दोघं एक झाली

आणि एकमेकांची शरीरं त्यांनी स्पर्शांनी समजून घेतली.
एकमेकांच्या कामवासना दोघं पुन:पुन्हा उत्तेजित करत राहिली

आणि मग तिच्या कौमार्याची माणकं विखरून टाकत
त्याने बीजाचे मोती पेरले.

अकबरचं व्यक्तिमत्त्व विशेष आकर्षक होतं हे खरं. मात्र, दोस्त महम्मदपेक्षा तो जास्त गुंतागुंतीच्या स्वभावाचा, बुद्धिमान आणि गंभीर होता. त्याची सौंदर्यदृष्टीही जास्त संवेदनशील होती. त्याची आणि मॅस्सनची आता चांगली ओळख झाली होती. अकबर खान नं त्याला स्वत:च्या संरक्षणाखालीच घेतल्यासारखं होतं. ग्रीक प्रभाव असलेल्या गांधारकालीन बौद्ध धर्माच्या कोरलेल्या ज्या मूर्ती जलालाबाद जवळच्या कुशान बुद्धविहारांमधून मॅस्सन खोदून काढत होता, त्यात इतर कुठल्याही अफगाणी माणसापेक्षा अकबरनं जास्त रुची दाखवली होती. मॅस्सननं त्याच्या आठवणींमध्ये लिहिलं आहे, 'दोन स्त्रियांची जी शिरे सापडली होती, ती त्याला अतिशय आवडली होती आणि त्याने दु:ख व्यक्त केले होते की,

'प्रत्यक्षात असं आदर्श सौंदर्य सापडत नाही! तेव्हापासून आमची ओळख झाली होती. तो तरुण सरदार बरेचदा मला बोलावून घेई. मी त्याच्याबरोबर खूपदा चहा घेऊ लागलो. बऱ्याच टोळ्यांच्या प्रमुखांना उद्देशून लिहिलेलं एक आज्ञापत्र मी त्याच्याकडून मिळवलं, ज्यात त्यानं, माझं संशोधनाचं जे काम असेल, त्यात त्यांनी मला मदत करावी असं लिहिलं होतं. त्या तरुण सरदारानं माझं संशोधन, त्याचा हेतू यामध्ये घेतलेली रुची बघून मला आश्चर्य आणि समाधान वाटलं होतं. त्याच्या आवतीभोवतीचे काही लोक संशय व्यक्त करत, मी गुप्त धनाच्या शोधात आहे. त्यांना तो सांगत असे की, 'मी फक्त ऐतिहासिक संशोधन शास्त्राचं काम करत होतो आणि माझ्या देशात या कामाबद्दल मला मान मिळतो. दुर्राणी लोकांमध्ये लढवय्याला मान मिळतो, तसा युरोपातील लोकांमध्ये ज्ञान-विज्ञानाला मिळतो.'

दुसरा एक युरोपियन प्रवासी गॉडफ्रे व्हिन याने सर्व अफगाण सरदारांमध्ये अत्यंत प्रगतिशील, चौकस असे अकबरचे वर्णन केले आहे. त्याने व्हिनला डुकराच्या मांसाची चव कशी असते – जे कुठलेही सच्चे मुसलमान खात नाहीत – याबद्दल खूप बारकाईने प्रश्न विचारले. तो अजिबात धर्मांध नव्हता. त्या काळी, जेव्हा बहुतेक अफगाणी ख्रिश्चनांबरोबर खात-पीतही नसत, तेव्हा तो अनेकदा त्याच्या नोकराला स्वत:च्या ग्लासमधून व्हिनला पाणी द्यावयास सांगे.

दुसऱ्या दिवशी अकबर खान बर्नेसला हत्तीवर बसवून काबूलला घेऊन गेला. बर्नेसने लिहिले आहे – 'आमचे मोठ्या थाटामाटाने स्वागत करण्यात आले. अकबरने मोठा मान देऊन मला त्याच्याबरोबर त्याच्या हत्तीवर बसवले आणि त्याच्या वडिलांच्या दरबारात घेऊन गेला. खूप आपुलकीने माझे तिथे स्वागत झाले. काबूलमधील बाला हिसारच्या आतील राजवाड्याजवळच्या एका प्रशस्त बागेमध्ये आम्हाला राहण्यास जागा देण्यात आली.'

'दुसऱ्या दिवशी मोठा दरबार भरवून, त्याचा जुना मित्र अमीर दोस्त महम्मद याने त्याच्या स्वागताचा समारंभ केला. पूर्वीप्रमाणेच बर्नेसने त्याच्या वागण्या-बोलण्यातील गोडव्याने अमीरचे मन जिंकून घेतले. दोस्त महम्मदने शहाशुजाला मदत केल्याबद्दल आणि पेशावरला वेढा घालण्याचा महाराजा रणजितसिंगचा बेतही त्यांना ठाऊक होता, त्याबद्दल ब्रिटिशांना ठपका दिला; परंतु त्यामुळे बर्नेसशी असलेल्या त्याच्या मैत्रीत बाधा आली नाही. शिवाय त्याने असा विचार केला असावा की, ब्रिटनशी वकिलातीचे संबंध सुरू करण्याने शिखांना बगल देण्यास मदत मिळेल. थोड्याच दिवसांमध्ये दोघांचे संबंध पुन्हा पूर्वीइतकेच मैत्रीपूर्ण झाले.

१८३१ मध्ये वाटत असे, तितकेच दोस्त महम्मदचे कौतुक बर्नेसला आता वाटू लागले. त्याने लिहिले, 'बऱ्याचजणांना सत्तेची धुंदी चढते; पण आता पूर्वीपेक्षा जास्त सत्ता व अमीर हा नवा किताब असूनही तो बदललेला नाही. उलट तो पूर्वीपेक्षाही जास्त चटपटीत व हुशार वाटतो.' बर्नेसला दरबारात नेण्यात आले. वकील म्हणून त्याने त्याची कागदपत्रे सादर केली. आधीच्या तुलनेत यत्किंचित भेट दिली, तीही त्याने सौजन्याने स्वीकारली. मी सांगितले की, मी बादशहांसाठी युरोपमधून काही विशेष मूल्यवान गोष्टी आणल्या आहेत, तेव्हा त्याने ताबडतोब उत्तर दिले की, आमचे स्वत:चेच मूल्य विशेष होते व आम्हाला बघूनच त्याला विशेष आनंद होत होता.'

नंतर विचार केल्यावर बर्नेसने या भेटीबद्दल लिहिले –

> 'काही म्हटलेले दोस्त महम्मदच्या ताबडतोब लक्षात येते. एखाद्या माणसाचा स्वभाव त्याला चांगला समजतो आणि कोणीही त्याला फार काळ फसवू शकत नाही. जो कोणी काही तक्रार घेऊन येतो, त्याचे तो शांतपणे व संयमाने ऐकून घेतो. त्याच्या समतोल न्यायबुद्धीपेक्षाही ही गोष्ट कौतुकास्पद आहे. त्याची धर्मयुद्धे व राज्यव्यवस्था ही त्याच्या अतिशय पुराणमतवादी असण्याने आहे की, महत्त्वाकांक्षेमुळे, हा प्रश्न अजून सुटायचा आहे. अफगाणी लोकांची प्रजासत्ताक भावना अगदी शाबूत आहे. बराकझाई अथवा साडोझाईंनी टोळ्यांच्या हक्कावर गदा आणली नाही. त्यांना त्यांच्या कायद्याप्रमाणे टोळ्यांचा कारभार चालवू दिला, तरच बराकझाई आणि साडोझाईंची सत्ता टिकून राहू शकते.

दोस्त महम्मदवर बर्नेसचा आणि बर्नेसवर दोस्त महम्मदचा प्रभाव पडला असला, तरी वेगवेगळ्या माहीतगार अफगाण व्यक्तींकडून मिळणाऱ्या माहितीवरून असा पुरावा मिळतो की, या सुरुवातीच्या काळातही दरबारातले सर्वजण, सरदार, टोळीप्रमुख हे या पाखंडी परदेशी माणसाशी वाढत असलेल्या अमीरच्या मैत्रीबद्दल खूश नव्हते. जास्तच पुरातनवादी असलेल्यांना या मैत्रीकराराबद्दल विशेष चिंता वाटत होती. शिवाय इस्लामच्या शत्रूंशी युद्ध पुकारण्याच्या अमीरने जाहीर केलेल्या विचाराशी हा करार किती सुसंगत आहे, असा प्रश्नही त्यांना पडत होता.

अफगाणी लोकांच्या उपलब्ध लिखाणात बर्नेस हा गोड बोलणारा-वागणारा, पण लुच्चा, फसवा, स्तुती करून दगा देण्यात वस्ताद असणारा असे वर्णन मिळते. पौर्वात्य लोकांबद्दल काही ब्रिटिश लोकांचे असेच मत असे! मिर्झा अताच्या 'नावे मारेक'मधून बर्नेस सिंधू नदीतून वरच्या दिशेला गेला. त्याबद्दल

मिर्झा लिहितो–

> ‘सिंधमधील आणि खुरासनमधील परिस्थिती गुप्तपणे काढून घेण्यामध्ये तो त्याच्या प्लेटोसारख्या तल्लख बुद्धीमुळे यशस्वी झाला. बर्नेसच्या असे लक्षात आले की, या प्रदेशातील राज्ये अतिशय असुरक्षित पायावर उभी आहेत आणि एखादा जोराचा वाराही त्यांना खाली आणण्यास पुरेसा आहे. परदेशी लोकांकडे डोळे विस्फारून पाहणाऱ्या लोकांची जेव्हा गर्दी झाली, तेव्हा बर्नेस त्याच्या तंबूमधून बाहेर आला आणि गमतीने लोकांना म्हणाला, “या! या आणि माझी शेपूट आणि शिंगं बघा!” सगळे लोक हसले; पण गर्दीतील एकजण मोठ्याने म्हणाला, “तुमची शेपूट तर थेट इंग्लंडपर्यंत लांब आहे आणि तुमची शिंगं आता लवकरच खुरासनमध्ये बाहेर निघालेली दिसतील!”

हीच प्रतिमा १८४४ मध्ये मौलाना काश्मिरीनं त्याच्या ‘अकबरनामा’*मधून पुढे नेली आहे. या कवितेत बर्नेसला अकबरचा कडवा शत्रू, ख्रिस्ती धर्मप्रसाराचा दुतोंडी द्रोह करणारा, फसवा, राक्षसी वृत्तीचा; पण भुरळ पाडणाऱ्या व्यक्तिमत्त्वाचा अवतार असे प्रस्तुत केले आहे.

> उच्च हुद्द्यावरचा एक परदेशी सरदार,
> आडनाव बर्नेस, नाव सिकंदर,
>
> व्यापाराच्या वस्तू जाऊन,
> निघाला व्यापाऱ्याचं रूप घेऊन,
>
> त्वरेनं काबूलमध्ये येऊन पोहोचला
> थोरा-मोठ्यांच्या ओळखी करून घेतल्या.
>
> भेटवस्तू देऊन आणि मदत करतो असं दाखवून,
> भुरळ पाडून, सर्वांची मनं घेतली जिंकून

---

* ‘अकबरनामा’ हे महाकाव्य आहे. संस्कृत महाकाव्यांमधील शृंगारिक वर्णनांचा मराठीत केलेला अनुवाद जसा तसाच्या तसा करता येत नाही, तसंच येथे होत आहे. मुळात खूप अलंकारिक पुश्तूमध्ये काव्य असेल, ते इंग्रजी अनुवादातून सुंदर मराठीत आणणं अवघड आहे. अकबर खान आणि त्याची वधू यांच्या निकाहनंतरच्या पहिल्या रात्रीचं हे वर्णन चौदा ओळींचं आहे. त्याचा सर्व अर्थ येईल, असा मराठी अनुवाद येथे केला आहे.

दयाळू आणि जन्मजात सौजन्यशील अमीरनं
वागवलं त्याला बड्या पाहुण्यांच्या मानानं

सर्वांपेक्षा उच्च पद देऊन,
सर्व मानमरातबही देऊन.

परंतु बर्नेसच्या मधात होतं मिसळलेलं जहर
लंडनहून मागवलं चांदी-सोनं अपार

करणी केली लोकांवर आणि खड्डे खणून
कित्येकांना फेकले आत गळे पकडून.

बर्नेसनं सर्वांना सोन्याच्या साखळ्यांनी बांधलं. सर्व खानांनी त्याच्याशी निष्ठा ठेवण्याची शपथ घेतली. अखेर एकदा कोणीतरी अमीरला सावध केलं

– 'हे सिंहालाही मारणाऱ्या कीर्तिवान सेनानी!

हा भांडणं लावून देणारा बर्नेस समज शत्रूसारखा,
दिसतो मनुष्य; पण आतून अगदी सैतानासारखा.

सांभाळ! हा शत्रू वाईटच करणारा
सल्ला कवी सादीचा आठव तरी जरा

अनोळखी माणसांपासून राहावं अंतर राखून
मित्राच्या वेषात येतो, तो शत्रू असतो बलवान

रात्रंदिवस आहेस हा शत्रू सांभाळून
दगा होण्यापूर्वी दूर हो त्याच्यापासून.

बऱ्याच अफगाणी स्रोतांवरून इराणचा शहा महम्मद शहा यानेही दोस्त महम्मदला पत्र लिहून बर्नेसच्या दुष्ट हेतूंबद्दल सावध केले होते. या पत्राचा उल्लेख 'सिराज उल-तवारिख'मध्ये आहे. त्यात लिहिले आहे की, 'मैत्री आणि चांगले संबंध ठेवण्याची बोलणी अजून सुरू झालेली नव्हती, तेव्हा महम्मद शहाकडून पत्र घेऊन निरोप्या आला. त्याला भेटीसाठी आत प्रवेश देण्यात आला. इराणच्या शहाने अलेक्झांडर बर्नेसच्या दुट्टप्पी कामांची माहिती कळवून स्पष्टपणे लिहिले होते की, त्याच्या दुटप्पी वागण्यामुळे त्याचा ढोंगीपणा उघडकीस आणेपर्यंत शांत राहणे शक्य नाही.' परंतु इराणच्या शहाने मध्ये पडून काय सांगितले होते त्याचा पूर्ण वृत्तान्त मौलाना हमीद काश्मिरीने लिहिला आहे –

एक दिवस उद्दाम, झिंगलेला आणि वाईट चिंतणारा तो माणूस, आता त्याला सवय लागली होती त्याप्रमाणे दरबारात मानाच्या जागी बसलेला होता.

त्या सज्जन अमीरने त्याच्या हातात स्पष्ट शब्दांत लिहिलेले पत्र दिले आणि त्याला म्हटले, "न थांबता, मोठ्याने वाचा."
बर्नेस पत्र उघडून वाचू लागला.

प्रथम शहाने दोस्त महम्मदला त्याच्याबद्दल शहाला वाटणाऱ्या आपुलकीची ग्वाही देऊन पुढे लिहिलं – हे महान राज्यकर्ता, मी असं ऐकलं आहे,

की वाईट गोष्टींचा आरंभ करणारा सैतान बर्नेस आला आहे आणि दिवस-रात्र तुमच्या दरबारात बसून असतो.

की तुम्ही त्याला पूर्ण प्रेमभराने मुलासारखे मानले आहेत आणि मानाच्या पाहुण्याचे स्थान दिले आहेत.

दुष्ट हेतू बाळगणारा, फसवणूक करणारा, लबाड आणि धोकेबाज असा असण्यात या माणसाइतका वाईट दुसरा परदेशी कोणी नाही.

याने स्वत:चे नाव येऊ न देता बऱ्याचजणांचे मृत्यू घडवले आहेत.
याच्या धनुष्यातून सुटलेल्या बाणांनी बऱ्याचजणांची हृदये वेधली आहेत.

त्याला जखमी करण्याऐवजी तुम्ही त्याच्यावर सोन्याचा वर्षाव का करत आहात? हे समजून घ्या आणि सावध राहा की, तो भांडणे लावून देईल.

तो प्रेतांनाही बंड करायला लावेल असा आहे. कबरीची शांतताही तो भंग करेल.
या परदेशी लोकांमध्ये निष्ठा, प्रामाणिकपणा मुळीच नाही. खोटेपणा आणि फसवणूक हे यांचे दैवत आहे.

माझ्या सांगण्यावर विश्वास ठेवा, माझा सल्ला ऐका आणि सावध राहा, सावध राहा!

मौलाना काश्मिरी असेही सुचवतो की, बर्नेस पुरुषांची मने तर कलुषित करत होताच, परंतु काबूलमधल्या स्त्रियांनाही फूस लावत होता. बर्नेसने इंग्लंडमधल्या त्याच्या राजाला असे सांगितल्याचे तो लिहितो की, काबूलमधल्या स्त्री व पुरुष वेश्या खूपच आकर्षक असतात. येथील स्त्रियांचे नितंब शंभर परदेशींना घायाळ

करतील असे असतात!

हे सर्व म्हणजे केवळ मौलानाची मोकाट सुटलेली कल्पना नसावी असे दिसते. मॅस्सननेही चिंता वाटून लिहिले आहे की, सरकारतर्फे आलेल्या वकिलाने दाखवणे योग्य नाही, इतके लक्ष बर्नेस काबूलमधील स्त्रियांकडे देत होता. मॅस्सनने लिहिले की, अमीरला बर्नेसच्या काबूलमधील स्त्रियांबरोबरच्या वर्तणुकीबद्दल माहिती दिली जात होती आणि कदाचित त्याला याचा आनंद वाटत होता की, तो राजकीय कुलंगडी तरी करत नव्हता! मॅस्सनने लिहिले आहे की, बर्नेसच्या या वागण्यामुळे थोड्याच दिवसांत दोस्त महम्मदचा एक मंत्री मिर्झा सामी खान त्याला भेटायला आला व म्हणाला की, 'मीही माझ्या वरिष्ठांसारख्या काळ्या डोळ्यांच्या मुली घरी आणाव्या.' मी त्यांना सांगितले की, 'माझे घर एवढे मोठे नव्हते आणि नाहीतरी अशा मुली येणार कोठून?' त्याने उत्तर दिले की, 'मी ज्यांची निवड करेन, त्या माझ्याकडे येतील याची व्यवस्था तो करेल.' मी त्याला त्याचे औदार्य खूपच मोठे आहे असे सांगितले; पण असेही म्हणालो की, 'मी माझे आयुष्य सध्या आहे तसेच घालवणे बरे आहे असे समजतो.'

मॅस्सनला फक्त हीच काळजी नव्हती. ब्रिटिश वकिलातीने जसे राहावे अशी अपेक्षा होती, त्याला शोभेसे तर बर्नेसचे वर्तन नव्हतेच; परंतु बर्नेसच्या धोरणीपणाच्या बाबतीतही त्याला काळजी वाटत होती. त्याची अमीरबरोबरची वागण्या-बोलण्याची पद्धत अति विनम्र, खुशामत करणारी, तोंडपुजेपणा करणारी होती. बोलायला लागण्यापूर्वी तो 'आपला नम्र सेवक' असे शब्द वापरत असे. मॅस्सनला हेही बरोबर वाटत नव्हते की, ब्रिटिशांच्या मध्यस्थीने पेशावर पूर्णपणे अमीरच्या ताब्यात येईल, अशी आशा तो अमीरला दाखवत होता. प्रत्यक्षात रणजितसिंगला हे कबूल होईल की नाही हे अजिबात नक्की नव्हते; शिवाय कलकत्त्यातील सत्ताधीश या बाबतीत त्याच्यावर दबाव आणतील की नाही हेही नक्की नव्हते. शिवाय, या तरुण वकिलाला (बर्नेसला) अशी बोलणी करण्याचा अधिकार दिला होता की हेही माहीत नव्हते.

तरीही, काबूलमध्ये येऊन फक्त दहा दिवस झाल्यावर बर्नेस अफगाणिस्तानातील आतल्या भागात, लहानशा सुट्टीवर हिंडावयास निघाला. तो अतिशय उत्साहात होता आणि तो ज्या कामासाठी आला होता ते सफल होणार अशी त्याला पूर्ण आशा होती. दुसऱ्याच दिवशी त्याच्या आवडत्या प्रदेशातून प्रवास करताना अतिशय खूश होऊन त्याने लिहिले की, 'तीस-चाळीस मैल लांबीच्या बागांचे केवढे तरी सुंदर बर्फाच्छादित दृश्य, हिंदुकुशला पोहोचेपर्यंत दिसत होते. प्रत्येक टेकडीवर द्राक्षांचा मळा होता.'

या निसर्ग सौंदर्याहून किंवा नंतर तो इस्तालिफ येथील मोंगल बादशहा

बाबरच्या आवडत्या सुट्टीच्या ठिकाणी एक आठवडाभर राहणार होता, त्या आनंदापेक्षाही जास्त समाधान बर्नेसला याचे होते की, रशिया विरुद्ध दोस्त महम्मदबरोबर तह होईलच. तशी त्याची पूर्ण खात्री झाली होती. दुसऱ्या दिवशी इस्तालिफहून त्याने त्याच्या मेव्हण्याला लिहिले –

> 'दोस्त महम्मदला आपली सर्व मते पटली आहेत. सध्याची जी स्थिती आहे त्यावरून मला असे वाटते की, रणजितसिंगशी बोलणी करण्याच्या टप्प्यावर आपण आलो आहोत. या बोलण्यांचा मुख्य मुद्दा त्याने पेशावरमधून परत जावे आणि लाहोरला जोडून असलेला भाग बराकझाई लोकांनी ताब्यात घ्यावा. काबूलच्या बादशहाने त्याच्या मुलाला माफी मागायला पाठवावे. वा! वेड् आणि मॅक्नॅघटेन यांनी दोस्त महम्मदबद्दल जे खूप काहीबाही सांगितले होते, त्यानंतर असे झाले, तर तू काय म्हणशील? सांग! मला खात्री आहे की, रणजितसिंग आपल्या म्हणण्याला मंजुरी देईल. सरकारतर्फे मी दोन्ही पक्षांमध्ये मध्यस्थ म्हणून काम करण्याचे कबूल केले आहे. दोस्त महम्मदने पर्शिया आणि रशियाबरोबर संबंध तोडून टाकले आहेत आणि कंदाहारच्या शहाकडून वकिलांचे स्वागत करण्यास नकार दिला आहे.

बर्नेसला हे ठाऊक नव्हते की, तो हे लिहीत होता तेव्हाच दक्षिणेला कित्येक मैल दूर अंतरावर, त्याचे हे काम यशस्वी होऊ नये म्हणून कारस्थाने चालू होती; ज्यामुळे या दोन पक्षांमध्ये तह घडवून आणणे त्याला जवळजवळ अशक्य होणार होते. याहूनही विशेष म्हणजे त्याला अजूनपर्यंत याचीही कल्पनाही नव्हती, तो तोच होता, ज्याने त्याला त्या कामासाठी पाठवले होते. नवा गव्हर्नर जनरल लॉर्ड ऑकलंड – तोच त्याच्या कामाचा विचका होण्यास कारणीभूत ठरणार होता.

यशानं हुरळून जाऊन इस्तालिफहून बर्नेस असं पत्र लिहीत होता आणि व्हित्केविच त्याच्या कोसॅक लोकांबरोबर हेरतच्या दक्षिणेला अफगाण सरहद्दीवरून घोड्यांवरून जात होता, त्याच सुमारास कलकत्त्याच्या गव्हर्नमेंट हाउसच्या प्रवेशद्वारांच्या आणि हुगळी नदीच्या घाटांच्या मधल्या रस्त्यावर, खास समारंभाच्या वेळी घालण्याच्या लाल पोशाखांमधल्या घोडदळाच्या रांगा दोन्ही बाजूंना उभ्या होत होत्या.

लॉर्ड ऑकलंड बंगालच्या बाहेर त्यांच्या पहिल्या प्रवासासाठी कलकत्ता सोडून निघाले होते. राज्यापासून ते ब्रिटिशांच्या हुकुमतीखालील उत्तर-पश्चिम प्रांतांपर्यंतच्या

हिंदुस्तानच्या दुष्काळग्रस्त भागांची पाहणी करण्यासाठी हा बादशाही प्रवास होता. ऑकलंड प्रथम आगबोटीने ओढल्या जाणाऱ्या, खास व्हाइसरॉयसाठी बनवलेल्या सपाट तळाच्या लांब बोटीने प्रवास करणार होता, नंतर मग बनारसपासून पुढे रस्त्याने – घोडागाडी किंवा हत्ती किंवा पालखीतून पंजाबमधून वर जाऊन नव्यानं सुरू केलेल्या सिमला या थंड हवेच्या ठिकाणापर्यंत जाणार होता.

लॉर्ड ऑकलंडचे नाव जॉर्ज एडेन. तो हुशार, कर्तृत्ववान होता; परंतु स्वत:बद्दल जरा जास्त अभिमान असणारा आणि म्हणून इतरांपासून जरा अंतर ठेवून वागणारा 'व्हिग' सरदार होता. ('व्हिग' हे आताच्या लिबरल पार्टीचे पूर्वीचे नाव) त्याचे हाडपेर नाजूक, चेहरा बारीक, पोरगेलासा, जिवणी पातळ व लांब, बोटं लांबसडक सुंदर होती. एकावन्न वर्षांचा झाला, तरी तो ब्रह्मचारी होता. तो जेमतेम चाळिशीचा दिसे. ज्या मध्यवर्गीय सरकारी नोकरांबरोबर आणि अति मान देणारे हिंदुस्तानातले राजे-महाराजे यांच्याबरोबर त्याला मिसळावे लागे; त्यांचा त्याला किती कंटाळा येई, हे तो लपवत नसे. इंग्लंडमधल्या राजनीतीच्या खेळासाठी त्याला पुरेसा आत्मविश्वास नव्हता. सार्वजनिक सभांमध्ये त्याला वक्तृत्व जमत नसे. म्हणून गव्हर्नर जनरलचे पद स्वीकारले. त्याला हिंदुस्तानचा इतिहास व संस्कृती यांचे ज्ञानही नव्हते, आवडही नव्हती. येथे येऊन पोहोचल्यावरसुद्धा या दोन्ही विषयांची माहिती करून घेण्यासाठी त्याने काहीही कष्ट घेतले नाहीत.

त्याच्या यापूर्वीच्या नौदलातील नोकरीत तो लोकांना आवडत असे, कारण तो हाताखालच्या लोकांवर अवलंबून राहत असे; परंतु तो हिंदुस्तानात आल्यावर त्याच्या या वागण्याचा फारच वाईट परिणाम झाला. ज्या जगाची त्याला काहीही माहिती नव्हती, तेथे राज्य करण्यासाठी त्याला पाठवले गेले होते; त्यामुळे तो हुशार पण अननुभवी आणि रशियाबद्दल अत्यंत तीव्र गैरसमजुती असलेल्या सल्लागारांच्या हाती सापडला. यात प्रमुख होता विल्यम मॅक्नॅघटेन – ज्याने अप्रत्यक्षपणे १८३४ मध्ये शहाशुजाच्या स्वारीला मदत केली होती – आणि त्याचे दोन खासगी सचिव हेन्री टॉरेन्स आणि जॉन कोलव्हिन. ऑकलंडच्या कौन्सिलच्या एका सभासदाने हेन्री प्रिन्सेपने म्हटल्याप्रमाणे 'ऑकलंड कामाच्या बाबतीत हुशार, लक्षपूर्वक सर्व कागदपत्रे वाचणारा होता. पत्रांचे मसुदे तपासून मगच मंजूर करून पाठवण्यात बारकाईने, काळजीपूर्वक लक्ष घालणारा होता; परंतु तो तत्परतेने निर्णय घेत नसे आणि जबाबदारी घेण्याची त्याला अतिशय भीती वाटे; त्यामुळे त्याने दिलेल्या सूचना अजिबातच समाधानकारक नसत. काही अडचण किंवा प्रश्न उभा राहिला, तर त्याच्या हाताखालच्या लोकांना स्वत:च निर्णय घ्यावे लागत. त्याचा एक खासगी सचिव जॉन कोलव्हिन याच्यावर तो फार अवलंबून राहतो, असा एक समज होता. बरेचदा गव्हर्नर जनरल त्याच्या कौन्सिलच्या सभासदांची

सल्लामसलतीसाठी बैठक बोलावत असे, तेव्हा जॉन कोलव्हिन चर्चेची सर्व सूत्रे स्वत:कडेच घेत असे आणि लॉर्डसाहेब डोक्याच्या मागे हात ठेवून ऐकत राहत. सर्व जबाबदारी अशा तऱ्हेने त्याच्यावरच ढकलली गेल्याने, कनिष्ठ अधिकाऱ्यांमधल्या लोकांनी त्याचे लॉर्ड कोलव्हिन असे टोपणनाव ठेवले होते!

बंगालबाहेर उत्तरेकडच्या, या आरामशीर प्रवासात लॉर्ड ऑकलंडचे खूप कौतुक असणाऱ्या, पण चिडचिड्या स्वभावाच्या बहिणी एमिली आणि फॅनी एडेन, त्याचा भपकेबाज पण कटकट्या राजकारणातील सचिव मॅक्नॅघटेन, व्हाइसरॉयच्या ऑफिसमधले इतर वेगवेगळे अधिकारी, कर्मचारी, त्यांची बायका-मुले, घरात वरचश्मा असणारी, फार मागण्या करत राहणारी म्हणून कुप्रसिद्ध असलेली मॅक्नॅघटेनची बायको फ्रान्सिस, तिचे पर्शियन मांजर, गुलाबी पोपट आणि तिचे व या दोघांचे काम सांभाळणाऱ्या पाच दाया, एवढ्या सर्वांचा समावेश होता!

प्रस्थानाच्या दिवशी सकाळी आकाश निरभ्र व हवामान छान होते. मॅक्नॅघटेनचा मित्र थॉमस बॅबिंग्टन मॅकॉले लवकर उठून त्यांना निरोप देण्यास आला. एमिली एडेनने तिच्या डायरीत लिहिले (त्या काळातले खूप उत्तम प्रवासवर्णन म्हणून ही डायरी पुढे प्रसिद्ध झाली.) की, 'कर्मचाऱ्यांनी सैनिकांना व्यवस्थित दुहेरी रांगात गव्हर्नमेंटच्या दारापासून नदीपर्यंत उभं केलं होतं.' गव्हर्नर जनरलच्या ताफ्यात किती प्रचंड माणसं आहेत याची खरी जाणीव तिला त्या संध्याकाळी झाली. बोटीतून रवाना होणारं आघाडीचं पथक बघण्यासाठी आम्ही हत्तीवरून गेलो. जाणारी माणसे बोटींमध्ये बसून निघताना बघायला गेलो. पूर्वेकडचे आकाश लाल होते, नदीकिनाऱ्यावर खूप वाळू होती, (हे वर्णन तिने इंग्लंडमध्ये असलेल्या तिच्या दुसऱ्या बहिणीला लिहिले होते) आणि नदीचे पात्र सपाट बोटींनी भरून गेले होते. नदीकाठी तंबू होते, उंटांवर लादायच्या ट्रंका होत्या, नेटिव्ह (स्थानिक लोक) लोक चूल पेटवून स्वयंपाक करत होते. बोटींमध्ये त्यांच्या येण्याची वाट बघणारे ८५० उंट, १४० हत्ती, शेकडो घोडे, अंगरक्षक तुकडी, आमच्याबरोबर येणार असलेली पलटण आणि इतर लोक हे साधारण बारा हजार असावेत.'

गव्हर्नर जनरलच्या या प्रचंड काफिल्यामुळे ऑकलंडच्या पदाचा विचित्रपणा जास्तच नजरेत भरतो. ऑकलंडचा लष्करी सचिव त्याचा पुतण्या कॅप्टन विल्यम ऑस्बोर्नने म्हटले होते की, 'हिंदुस्तानच्या गव्हर्नर जनरलची परिस्थिती अत्यंत चलाखीची आणि अत्यंत विसंगत ब्रिटिश आहे. एक सामान्य इंग्रज माणूस, एका व्यापारी कंपनीचा (ईस्ट इंडिया कंपनी) नोकर, त्याची नेमणूक झाल्यावरच्या अल्प काळात जगातील सर्वांत मोठ्या साम्राज्याचा प्रतिनिधी सम्राट होतो, शंभर कोटी माणसांचा राज्यकर्ता होतो! या पदाशी तुलना करता येईल असे इतिहासामध्ये काहीच नाही!'

तरी पण, एवढे लोक हाताखाली असून, एवढं वैभव असून, गंगेचं सौंदर्य आणि पावसानं धुऊन निघालेला हिरवागार तजेला आलेला बंगालचा प्रदेश समोर दिसत असूनही, मंडळी आनंदात, खुशीत नव्हती! एमिलीला मुळात हिंदुस्तानात यायचंच नव्हतं. ती नाइलाजाने, त्राग्याने आली होती. त्यांचं जहाज बंगालच्या उपसागरातून हुगळी नदीत शिरलं, तेव्हापासूनच तिला ही राहण्याची नवी जागा आवडली नव्हती. वारा अजिबात नव्हता; त्यामुळे बोट फारच हळूहळू पुढे जात होती. कलकत्ता नजरेस पडण्याआधीच तिनं त्राग्यानं लिहिलं, 'एव्हाना आम्ही पोहोचू असं मला वाटलं होतं; पण सहनशीलतेचा अंत झाल्यावर वारा खूप कमी असून, आता पोहोचलो आहोत. आमच्या भोवताली लहान बोटींमध्ये काळे लोक आहेत. नंतर तिनं लिहिलं, बहुधा ते कपडे घालायला विसरले आहेत. खूप लांबड लावत समारंभानं आणि कृत्रिम ताठ्यानं राहण्याची गव्हर्नमेंट हाउसमधली रोजच्या आयुष्याची पद्धत, कायम मागे मागे राहणारा नोकरांचा तांडा या सगळ्यामुळे मला खूप गोंधळून गेल्यासारखं वाटतं. असं वाटतं की, भोवताली सतत नाटक चाललेलं आहे.'

मॅक्नॅघटेन मंडळींमुळे फॅनीचीही चिडचिड सुरू झाली होती. भावाच्या चश्मा घालणाऱ्या राजकीय सचिवाचं वर्णन करताना तिनं डायरीत लिहिलं होतं की, हिंदुस्तानातल्या ब्रिटिश सरकारच्या गरजांना योग्य असला तरी तो अतिशय किटकिट्या, चीड आणणारा होता. बक्सर येथे त्याची बोट थांबवायला ऑकलंडनं सांगितलं, कारण ब्रिटिशांनी मोंगलांचा पहिला पराभव केला होता, ती लढाईची जागा त्याला किनाऱ्यावर जाऊन पाहायची होती. एमिलीनं लिहिलं की, 'मॅक्नॅघटेन वेड लागल्यासारखा डेकवर थयथयाट करत होता', कारण असं जाण्यानं वागण्याच्या ठरलेल्या पद्धतीचे नियम मोडले होते. जॉर्ज गंमत म्हणून किनाऱ्यावर गेला म्हणून 'मिस्टर टॉरेन्स आणि मिस्टर मॅक्नॅघटेन तर त्यांच्या डेकवर जवळजवळ चक्कर येऊन पडलेच!' फॅनीही म्हणाली. दुसऱ्या दिवशी गाझीपूरला एडेन मंडळींनी 'मि. मॅक्नॅघटेनला आणखी एक धक्का दिला – ती सगळी जॉर्ज 'गव्हर्नर जनरल' असल्याची काहीही चिन्हे किंवा एकही नोकर बरोबर न घेता किनाऱ्यावर गेली! आम्ही कँपवर पोहोचू तेव्हा जरा जास्तच चांगले वागणार आहोत; पण तरीही मला वाटते, आम्हाला नेहमीच मोरपिसांचे पंखे, चांदीच्या काठ्या आणि सोनेरी छत्र्या घेऊनच हिंडावं लागणार आहे!' एमिलीने एवढं मात्र मान्य केलं की, मॅक्नॅघटेनचा स्वभाव स्वत:चं महत्त्व गाजवण्याचा असला तरी एक हुशार मदतनीस म्हणून त्याची कीर्ती होती. ती त्याला 'आमचा लॉर्ड पामर्स्टन' म्हणत असे – खूप मोठा, निळ्या रंगाचा चश्मा घालणारा एक रुक्ष, सुज्ञ माणूस जो इंग्रजीपेक्षा पर्शियन चांगलं बोलतो. पर्शियनपेक्षा अरेबिक चांगलं बोलतो; पण सध्या संभाषणासाठी

ज्याला संस्कृत बोलायला आवडतं!'

इकडे मिसेस मॅक्नॅघटेन तिच्या गुलाबी पोपटाला तिच्या मांजरानं गिळंकृत करण्यापासून वाचवण्यात गुंतलेली होती – एका आयाचं काम फक्त त्या पक्ष्याला सांभाळणं आणि खायला घालणं एवढंच होतं. त्याखेरीज रात्री बोटीवर चढून चोऱ्या करणाऱ्या भुरट्या चोरांची भीती असे. 'गेल्या वर्षी ते मिसेस मॅक्नॅघटेनच्या तंबूत शिरले होते आणि त्यांनी तिचे सगळे कपडे चोरून नेले होते! मग मिस्टर मॅक्नॅघटेनना तिच्याभोवती ब्लँकेट गुंडाळून ते शिवून घेऊन, तिला बनारसला घेऊन जाऊन नवे कपडे आणावे लागले होते!'

अधूनमधून गंगेच्या काठी 'दरबार' भरवले जात, तेव्हा फॅनीला मॅक्नॅघटेन मंडळींचा विशेष वैताग येई.

> या दरबारांमध्ये करमणुकीचा भाग म्हणजे मॅक्नॅघटेन कोणाच्या तरी भाषणाचा प्रत्येक शब्द न शब्द त्याच्या अत्यंत निर्विकार चेहऱ्यावर एक सुरकुतीही पडू न देता, अत्यंत गंभीरपणे व भारदस्तपणे भाषांतर करून सांगत असे. 'महाराज तो म्हणतो आहे की, महाराजच त्याचे माय-बाप, काका-काकू आहेत. त्याचे दिवस-रात्र तुमच्यामुळेच चांगले जातात आणि त्याच्या आधाराचा खांब तुम्हीच आहात.' गुलाबपाणी शिंपडण्याचे सर्व समारंभही तो तितक्याचा निर्विकारपणे पार पाडतो. या असल्या कामासाठी त्याच्याहून योग्य माणूस मी बघितलेला नाही.

नंतर एकदा एका वयोवृद्ध राणीला भेटायला गेलो असताना मॅक्नॅघटेनने अगदी गंभीरपणाने तिच्या बोलण्याचे भाषांतर सांगितले – 'महाराज, राणीसाहेब म्हणतात की, तिच्या घरी आपण पाऊल टाकलेत, याचा तिला झालेला आनंद वर्णन करणे तिला अशक्य आहे. एखाद्या हत्तीसमोर एखाद्या टोळाला वाटेल तसे तिला वाटत आहे.' मिसेस मॅक्नॅघटेनना खरे म्हणजे येथील भाषा फारशी येत नाही, परंतु ती मला व फॅनीला भाषांतर करून सांगत राहते! खरोखर, काय बाई आहे! जीव नकोसा करते मला!'

सुरुवातीपासूनच लॉर्ड ऑकलंडला, त्याच्या बहिणींना आणि त्यांच्या पाहुण्यांना या दूरच्या देशाबद्दल एक तऱ्हेचा सरंजामी, निरुत्साही कंटाळा होता. अननुभवी लोकांबद्दल वाटावी तशी किंचित गंमत, पण तुच्छता वाटायची. नंतर या प्रदेशातून जाणे भागच होते म्हणून नाइलाज होता. प्रवास सुरू झाल्यावर दुसऱ्या दिवशी एमिली म्हणाली की, 'आमच्यासारखाच आमच्या पाहुण्यांनाही इतका कंटाळा आला होता की, ते रात्री आठ वाजताच झोपायला जात. तिच्या भावाला जॉर्जलाही

आत्ताच या सगळ्या वातावरणाचा अतिशय तिटकारा आला आहे.' फॅनीलाही तसेच वाटत होते – 'अपेक्षेपेक्षा फारच संथ गतीने आम्ही पुढे जात आहोत. ऑफिसची कागदपत्रे, कौन्सिलचे सभासद या सर्वांपासून जॉर्जला दूर राहावे लागत असल्याने गव्हर्नर जनरलच्या हुद्द्यावरून दूर केल्यासारखे वाटून तो अस्वस्थ झालाय – त्याला या तंबूतल्या आयुष्याचा वीट आला आहे. त्यामुळे तो विनाकारण चिडचिड करतो.' नंतर होणार असलेल्या काही पार्ट्या, नृत्याचे कार्यक्रम इत्यादींच्या आमंत्रणांनी दोघी बहिणींना जरा उत्साह आला होता. 'ब्रिगेडियर रिचर्डस्कडून एका बॉलडान्सचे आमंत्रण आले आहे. सिमल्याला पोहोचेपर्यंत अशी काही आमंत्रणे येत राहावीत.' खाद्यपदार्थांच्या बाबतीतही काहीतरी अडचण उभी राहिली होती. 'जनरल केसमेंट आणि मिस्टर मॅक्नॅघटेन आज संध्याकाळी बोटीवर आले होते. सकाळच्या न्याहारीच्या वेळी त्यांना दिलेली ॲपल जेली खराब झालेली होती असे वाटते. त्याबद्दल ओझरता उल्लेख मॅक्नॅघटेननी केला; पण जनरल केसमेंटने चटकन काहीतरी सारवासारवी करून टाकली.'

अशा सगळ्या लहानसहान कटकटी चालू असताना लॉर्ड ऑकलंडला अफगाणिस्तानमधील प्रश्नांमध्ये लक्ष घालणे भाग पडले.

ऑकलंडला हिंदुस्तानबद्दल जितकी माहिती किंवा रुची होती, त्यापेक्षाही कमी अफगाणिस्तान या देशाबद्दल होती आणि सुरुवातीपासूनच त्याने तेथील बलिष्ठ सत्ताप्रमुख दोस्त महम्मद खानबद्दल तीव्र आकस दाखवला. याउलट दोस्त महम्मदने मात्र नव्या गव्हर्नर जनरलशी चांगले संबंध प्रस्थापित करण्याचे विशेष प्रयत्न केले होते. ऑकलंड येऊन पोहोचल्याचे कळल्याबरोबर त्याने ऑकलंडला पत्र लिहिले होते की, 'हिमालयातल्या अत्यंत थंड वाऱ्यांनी गारठलेले माझ्या आशांचे शेत आपण आले असल्याच्या बातमीने नंदनवनातल्या बागेसारखे फुलले आहे. मला आशा आहे की, लॉर्डसाहेब मला आणि माझ्या देशाला आपले मानतील.' मग मूळ मुद्द्यावर येऊन त्याने ऑकलंडला विनंती केली की, त्याने रणजितसिंगबरोबर स्वत:चे वजन वापरून मध्यस्थी करावी व पेशावर अफगाणिस्तानला परत मिळवून देऊन त्या प्रदेशात शांतता प्रस्थापित करावी.

परंतु मॅक्नॅघटेनने लवकरच लॉर्ड ऑकलंडचे मन वळवून, अमीरशी कोणताही करार करू नये, असे त्याला सांगितले. 'दोस्त महम्मदशी करार केल्याने इतर सर्व संबंधित व्यक्तींचा अपमान होईल व त्यांना द्वेषही वाटेल' अशी टिपणी अमीरचे पत्र आल्यावर ऑकलंडने करून ठेवली. बरेच महिने त्याने उत्तरच लिहिले नाही. नंतर लिहिले ते मित्रत्वाचे परंतु प्रोत्साहन मिळेल असे नव्हते. त्याने असे लिहिले

की, दोस्त महम्मदला कंपनीशी चांगले संबंध ठेवायचे होते, ही चांगली गोष्ट होती; परंतु त्याच्या आणि रणजितसिंगच्या वादात मध्यस्थी करण्यास तो असमर्थ होता. याबद्दल त्याने खेद व्यक्त केला. त्याला खात्री होती की, ते दोघे त्यांचे मतभेद आपापसांत मिटवतील. त्याने पुढे अशी आशाही व्यक्त केली की, 'अफगाणिस्तान हे प्रगती करणारे, आपापसांत ऐक्य असलेले राष्ट्र होईल. व्यापारातही वृद्धी होऊन त्यांचा फायदा होईल.' शेवटी त्याने जे शब्द लिहिले होते, ते त्याच्या पुढील कारवाईने खोटे ठरवले. 'माझ्या मित्रा, तुला ठाऊक आहे की, ब्रिटिश सरकारचे धोरण इतर स्वतंत्र राष्ट्रांच्या प्रश्नांमध्ये ढवळाढवळ करण्याचे नाही आणि खरोखरच आत्ता तरी मला समजत नाही की, माझ्या सरकारला तुझ्या फायद्यासाठी मध्ये कसे पडता येईल.'

ही जी अवघड परिस्थिती निर्माण झाली होती, त्याच्या मुळाशी वेगवेगळ्या खात्यांमधील राजकारण व मत्सर होता. अफगाणिस्तानबद्दल ऑकलंडला मिळणारी सर्व माहिती मॅक्नॅघटेन आणि वेड् यांच्याकडून मिळत होती. या दोघांपैकी कोणीच त्या प्रदेशात कधीच गेलेले नव्हते. बर्नेस काबूलहून जी माहिती पाठवत असे, त्यात त्या देशातील सत्ता कोणाकडे किती प्रमाणात आहे, याचे जास्त योग्य मूल्यमापन केलेले असे; परंतु मॅक्नॅघटेनने काढलेले सारांश आणि वेड्ची जरा तुच्छतेने, कमीपणा देत केलेली टीका अशा दोन चाळण्यांमधून गेल्याने त्या माहितीचे मूळ स्वरूप बदलले जाऊन मगच गव्हर्नर जनरलपर्यंत पोहोचत असे. हे दोघेही बर्नेसने दिलेल्या सूचनांना महत्त्व देत नसत. बर्नेसने काबूलहून पाठवलेल्या पहिल्या अहवालात अमीरचा राज्यकारभार मजबूत आणि स्थिर आहे, अशी स्तुती केली होती, त्याला वेड्ने जोडलेल्या स्वतःच्या पत्रात 'वास्तविक दोस्त महम्मदचा राज्यकाल अतिशय असुरक्षित राहिला आहे' असे म्हणून पुढे लिहिले – 'अधूनमधून लोक गडबड करतात, ज्यांना गप्प करणे त्याला अवघड जाते, असे माहिती पाठवणाऱ्याने कळवले आहे त्यावरून अमीरचा राज्यावरील अधिकार हा जनतेमध्ये मुळीच लोकप्रिय नाही – त्याच्या सैन्यामधील बहुसंख्य लोक असंतुष्ट आणि हुकूम न पाळणारे आहेत; त्यांच्याकडे पुरेशी व चांगली शस्त्रास्त्रे असली तरी चांगले सैनिक असण्यासाठी जे गुण असले पाहिजेत ते बहुतेकांकडे फारच कमी आहेत.'

अशा तऱ्हेने वेड् आणि मॅक्नॅघटेन दोघे लॉर्ड ऑकलंडला पटवून देत राहिले की, दोस्त महम्मदबद्दलचे बर्नेसचे मूल्यमापन अगदी चुकीचे होते. उलट लोकांना अमीर आवडत नव्हता, त्याने बेकायदेशीर रीतीने सत्ता बळकावली होती आणि त्याच्या अधिकाराची पकड अगदी दुबळी होती. बर्नेसच्या अहवालांमध्ये जे लिहिलेले असे, ते खरे नसून, वास्तविक अफगाणिस्तानमधील सत्ताधीशांमध्ये तो सगळ्यात कमकुवत होता. त्याच्या कंदाहारमधील सावत्र भावांपेक्षाही त्याचे प्रजेत वजन कमी

होते. हेरतमध्ये काहीच प्रभाव नसणारा शहाशुजाचा चुलतभाऊ कामरान शहा साडोझाई यालाही दोस्त महम्मदपेक्षा जास्त मान होता. वास्तविक या त्यांच्या सांगण्यातील काहीच, कधीच खरे नव्हते. आता तर अजिबात खरे नव्हते. दोस्त महम्मदने त्याची सार्वभौम सत्ता हिंदुकुशपासून खैबरपर्यंत वाढवली होती. शहाशुजाने घातलेल्या वेढ्यातून सावत्र भावांना सोडवल्यानंतर त्यांनी त्याचे नेतृत्व स्वीकारले होते. सर्वांत महत्त्वाचे म्हणजे त्याला आता अमीर म्हणून जाहीर करण्यात आले होते – म्हणजे अफगाणी जिहादचा पुढारी. बर्नेसचे सांगणे बरोबर होते – दोस्त महम्मद हाच त्या वेळी अफगाणिस्तानातला वर्चस्व असलेला पुढारी होता. जर कलकत्त्यातील लोकांनी त्यांचे धोरण बदलून त्याला जवळ केले असते तर उत्तरेत, कंपनी सरकारचे मजबूत मित्रराष्ट्र होण्याची कुवत त्याच्यामध्येच होती.

बर्नेस तेथे हजर होता. इतर कुठल्याही ब्रिटिश अधिकाऱ्यांपेक्षा तेथील वेगवेगळ्या प्रमुखांचे प्राबल्य किती कमी-जास्त आहे, याचा अंदाज घेणे त्याला जास्त चांगले जमले असते, हे उघड होते; परंतु मॅक्नॅघटेनच्या मते, बर्नेस भोळसट, अननुभवी आणि लायकी नसताना वर चढवलेला महत्त्वाकांक्षी स्कॉटिश तरुण होता. त्याला तो कधीच आवडला नव्हता. म्हणून त्याने ऑकलंडला प्रोत्साहन दिले की, त्याच्याऐवजी लुधियानाच्या अनुभवी, हेरगिरी निष्णात वेड्वरच विश्वास ठेवावा. मॅक्नॅघटेनने ऑकलंडला लिहिले, 'ज्या ज्या बाबतीत या दोघांच्या मतांमध्ये फरक असेल, त्या त्या बाबतीत मला कॅप्टन वेड्चे मत बरोबर वाटेल. कारण वेड्चे मुद्दे व निष्कर्ष लेखी आणि खऱ्या माहितीवरून काढलेले असतात; याउलट कॅप्टन बर्नेस इतरांच्या मतांवर अवलंबून तरी मत बनवतो किंवा त्याने बघितलेल्या परिस्थितीने त्याच्या मनावर जो परिणाम झाला असेल त्यावरून मत बनवतो; परंतु प्रत्यक्षात ती परिस्थिती त्यांनी बनवलेली मते खरी असण्याइतकी खरोखर असामान्य असते असं नाही.'

इकडे पूर्वीसारखाच वेड्सुद्धा ऑकलंडला प्रोत्साहन देत होता की, शहाशुजाला पुन्हा पुढे आणावे. त्याने सल्ला दिला की, 'अमीरच्या सार्वभौमत्वापुढे झुकण्यास अफगाणी लोकांना भाग पाडू नये. त्याऐवजी, शहाशुजाला पुन्हा सत्तेवर येण्यास मदत करावी, म्हणजे प्रजेचे गैरसमज वाढणार नाहीत आणि इतर देशांमधील सत्तांशी असलेले आपले संबंधही चांगले आणि सुरक्षित राहतील. यापूर्वी शिखांबरोबर झालेल्या लढाईनंतर काबूलमधील वेगवेगळ्या पक्षांमधील भांडणे इतकी वाढली होती की, मला असे सांगण्यात आले की, तेव्हा जर शहाशुजा या देशात उतरला असता, तर दोन महिन्यांमध्ये तो काबूल आणि कंदाहार यांचा मालक झाला असता.'

या चुकीच्या बातम्यांव्यतिरिक्त, वेड् किंवा मॅक्नॅघटेन यांच्यापैकी एकानेही

लॉर्ड ऑकलंडला ही माहिती दिली नव्हती की, रणजितसिंगने अलीकडेच पेशावर ताब्यात घेतले होते किंवा अफगाणी लोक अजूनही पेशावरला त्यांची दुसरी राजधानी समजत होते आणि म्हणून त्यांना त्या शहराचे विशेष महत्त्व होते; त्यामुळे झाले असे की, ऑकलंडने वास्तवाला सोडून चुकीची भूमिका घेतली की पेशावर हे निर्विवादपणे शिखांचेच होते आणि ते परत मागणे ही दोस्त महम्मदची आक्रमक व चुकीची मागणी होती. म्हणून तो बर्नेसला असलेली परिस्थिती बदलण्यापासून परावृत्त करत राहिला.

ऑकलंडला वेड्चे हे मतही पटू लागले की, दोस्त महम्मदला त्याची सत्ता व्यवस्थित स्थापन करून आपला मित्र बनवण्यापेक्षा अफगाणिस्तान एकसंध न होता विस्कळीत राहण्यात शिखांचे व पर्यायाने ब्रिटिशांचे हित होते. त्याने लंडनला कळवले – 'फार बलाढ्य मुसलमान देश आपल्या सरहद्दीवर असेल तर ती कायमची डोकेदुखी किंवा गंभीर धोकाही होऊन बसेल. त्याऐवजी वेगवेगळ्या टोळ्यांचे जे प्रमुख असतील, त्यांना परिस्थितीमुळे आपल्याशी मैत्रीचे संबंध ठेवावे लागतील; त्यामुळे ते आपल्यासाठी कमी धोक्याचे व जास्त चांगले शेजारी ठरतील.' सर्व परिस्थिती दिसत असूनही लॉर्ड ऑकलंडचा विश्वास बसला नाही की, हेरतला पर्शियाकडून धोका होता किंवा बराकझाई पर्शियाच्या शहाबरोबर तह करतील. त्याने लिहिले, 'या अफगाणी लोकांना पर्शियन सरकारबद्दल खरी आपुलकी नाही आणि त्यांच्या मालकीच्या भागात ते सुरक्षित असतील तर ते पर्शियाशी जवळचे संबंध ठेवणार नाहीत' सर्वच बाबतींत हे परिस्थितीचे चुकीचे आकलन होते. दोस्त महम्मदच्या ताकदीला कमी महत्त्वाची समजल्याने, अफगाणिस्तानातील दक्षिणेच्या हिंदुकुशच्या भागावरील त्याची वाढत असलेली पकड आणि शीख व अफगाण यांच्यातील सत्तेच्या संतुलनाबद्दलची खरी परिस्थिती ऑकलंड व त्याच्या युद्धपिपासू सल्लागारांना समजली नाही. रशियाकडून मिळालेल्या सूचनांपलीकडे जाऊन, तो संपूर्ण प्रदेश रशियाच्या नेतृत्वाखाली ब्रिटिशांच्या विरुद्ध एक करण्याची जी योजना काउंट सिमोनिच हुशारीने करत होता, त्याचे महत्त्वही त्यांनी लक्षात घेतले नाही. त्याचा बेत फक्त पर्शिया व अफगाणिस्तानच नव्हे, तर बुखारा व खिवाही सामील करून घेण्याचा होता. या चुकांमुळे पुढे जास्त गंभीर चुकीचे अंदाज केले गेले.

बर्नेसपुढील प्रश्न आणखी वाढले, कारण लॉर्ड ऑकलंडला तातडीने काही करण्याची जरूर वाटत नव्हती. त्याला त्याच्या (सिमल्याला पोहोचण्याच्या) प्रवासाबद्दल व दुष्काळी परिस्थितीबद्दल जास्त चिंता होती. दुष्काळाचे बळी आता गंगा नदीतून त्याच्या बोटीजवळून वाहत जाताना रोज सकाळी दिसत असत! काबूलमध्ये बसलेल्या बर्नेसलाच फक्त आता दिसू लागले होते की, ऑकलंडच्या

लक्षात न येता तो राजकीय संबंधांच्या मोठ्या संकटात सापडण्याच्या धोक्यात होता. त्याच्या हे चांगले लक्षात आले होते की, ब्रिटिशांनी लवकर पावले उचलली नाहीत आणि बराकझाईंशी मैत्री पक्की केली नाही, तर त्याच्याऐवजी पर्शियन व रशियन लोक तशी मैत्री करतील. तसे झाले तर अफगाणिस्तानवर ब्रिटिशांचा पगडा राहणार नाही आणि त्यांच्या प्रतिस्पर्ध्यांच्या तो सहजच अलगद हातात पडेल; त्यामुळे वाढत्या आणि चिंतातुर अविश्वासाने तो गव्हर्नर जनरलची एकामागून एक येणारी पत्रे वाचत राहिला. त्यातून हुकूम केलेले असत की, त्याने दोस्त महम्मदला काहीही आश्वासन किंवा वचन देऊ नये आणि पेशावरच्या बाबतीत मध्यस्थी करायला नकार द्यावा.

ऑकलंडचे मत बदलण्याचा प्रयत्न म्हणून बर्नेसने 'काबूलमधील राजकीय परिस्थिती'वर एक सविस्तर अहवाल लिहून नोव्हेंबरअखेर कलकत्त्याला पाठवला. अफगाणिस्तानातून रशियाला दूर ठेवण्याचा खात्रीचा मार्ग म्हणजे दोस्त महम्मदची सत्ता मजबूत करणे आणि त्याच्या सत्तेखालचा प्रदेश वाढवणे हाच कसा आहे, हे या अहवालातून पटवून देण्याचा खूप प्रयत्न केला. कंपनीचा रणजितसिंगशी असलेला खूप जुना करार आणि आता तो सुचवत असेलला दोस्त महम्मदबरोबरचा करार यांमध्ये एकाची निवड करणे आणि दुसरा रद्द करणे जरूर नव्हते, यांवर त्याने पुन्हा भर दिला. पेशावरच्या बाबतीत थोड्या कल्पकतेने व जलद पावले उचलण्याने ब्रिटिश लोक दोन्ही पक्षांना राजी करू शकतील. त्याच वेळी मॅक्नॅघटेनने त्याच्या अगदी विरुद्ध भूमिका घेतली आहे, याची त्याला कल्पना येणं शक्य नव्हतं. वेड्ने बर्नेसच्या विरुद्ध विचार केला होता. मॅक्नॅघटेनचा त्याला पूर्ण पाठिंबा होता. त्यानुसार फक्त शिखांची बाजू घेऊन, पेशावर रणजितसिंगकडे ठेवायचं, शिवाय उत्तरेला अफगाणिस्तानमधला विस्कळीतपणा कायम ठेवून काबूलमध्ये अमीरच्या जागी दुबळ्या शाहशुजाला तख्तावर बसवायचं होतं.

इकडे दोस्त महम्मदबद्दल ऑकलंडला अकारण वाटणारी विलक्षण शत्रुत्वाची भावना वाढत चालली होती. त्याने लंडनला कळविले – 'त्याला तो आहे तेथे शांतपणे राहू दिले, त्याच्यावर आक्रमण केले नाही तर तेवढ्यावर त्याने समाधान मानावे; परंतु त्याचं वागणं कोड्यात टाकणारं आहे. स्वभाव धोका पत्करणारा आहे; त्यामुळे तो गप्प बसेल अशी शक्यता कमी आहे. राजकारण व गुप्त कारस्थाने यांमुळे चांगलीच गोंधळाची परिस्थिती झालेली आहे!'

अफगाणिस्तानात हिवाळा सुरू झाला. डिसेंबरच्या सुरुवातीला पहिला हिमपात झाला तेव्हा बर्नेसला जास्तच अस्वस्थ करणारी एक वाईट बातमी येऊन पोहोचली.

पर्शियन सेना मोठ्या संख्येने हेरतच्या प्रचंड टिमुरिड कोटावर हल्ला करण्यासाठी येत होती. हे अपेक्षितच होते. पश्चिम अफगाणिस्तानवर पर्शियन लोक फार वर्षांपासून हक्क सांगत होते. इ.स. १८०५ मध्ये त्यांनी हेरत ताब्यातही घेतले होते आणि त्यानंतर १८३२ मध्ये पुन्हा हल्ला करण्याचा बेत केला होता. आत्ताच्या या हल्ल्याची तयारी बरीच वर्षे चालली होती. खरे म्हणजे रशियाने त्यांच्यावर दबाव आणण्याची किंवा त्यांना उत्तेजन देण्याची काही गरजच नव्हती; परंतु पश्चिम अफगाणिस्तानच्या राजधानीवर हल्ला करण्यासाठी पाठवलेल्या सैन्याची तीस हजारांच्या वर असलेली संख्या, शिवाय पर्शियन सेनेबरोबर असलेले बरेच रशियन सल्लागार, भाडोत्री सैनिक आणि सैन्यातून पळून येऊन पर्शियन लोकांसाठी काम करणारे या सर्वांच्या उपस्थितीचा बर्नेसला धक्का बसला.

नव्यानेच सुरू होत असलेल्या 'द ग्रेट गेम' (मोठी खेळी) मधला एक तरुण ब्रिटिश अधिकारी तेव्हा नेमका हेरतमध्ये होता; त्यामुळे हेरतमधली बित्तंबातमी बर्नेसला मिळत होती. मुसलमान घोड्यांचा व्यापारी म्हणून सुरुवातीला भुजमध्ये राहणारा प्रसिद्ध हेरगिरी निष्णात आणि बर्नेसचा पूर्वीचा वरिष्ठ सर हेन्री पॉटिंगर यांचा तो पुतण्या होता. त्याची उपस्थिती हा केवळ योगायोग नव्हता. वेढा पडला तेव्हा तो ब्रिटिशांना बरीच महत्त्वाची माहिती पुरवत होता. ब्रिटिशांनी लिहिलेल्या हकिगतीत (मॉड डायव्हरच्या व्हिक्टोरियाकालीन अति देशभक्ती प्रेरित कादंबरीत पॉटिंगरचे तसे वर्णन आहे) हेरतच्या प्रजेला त्यांच्या शहराचे रक्षण करण्यास मानसिक पाठबळ देणारा, जवळजवळ एका हाती पर्शियनांना थोपवून धरणारा म्हणजे 'हेरतचा हीरो', असे लिहिले आहे; परंतु पर्शियन आणि अफगाणी लिखित माहितीत या लिहिण्याला आधार मिळत नाही. त्यातील हकिगतींवरून हा वेढा म्हणजे सुन्नी व शिया यांच्यामधील एक प्रचंड लढा होता, असे दिसते. हेरतचे रक्षण करणाऱ्यांनी अत्यंत धैर्याने, अनेक हाल सोसून दिलेला हा लढा अफगाण्यांच्या शौर्याची व प्रतिकारशक्तीची गाथा आहे. त्या वेळच्या दोन महत्त्वाच्या अफगाणी इतिहासकारांनी तर हेरतच्या लढ्याचे वर्णन, नंतर झालेल्या ब्रिटिश आक्रमणाइतक्याच पानांमध्ये केले आहे. खुरासनच्या स्वातंत्र्यासाठी दोन्हीही तितकेच गंभीर धोके होते.

अफगाणी लोकांनी दिलेल्या माहितीप्रमाणे पर्शियन सैन्य हेरतवर चालून येत आहे, अशी बातमी आल्याबरोबर शहा कामरानने हुकूम दिला की, धान्य आणि जनावरांसाठी चारा आत आणून साठवला जावा आणि कोटाच्या बाहेरच्या बागांमधली फळझाडे कापून टाकावीत. साडोझाई लोकांच्या उझबेक आणि हजारा या मित्र टोळ्यांच्या प्रमुखांकडून कर गोळा केला गेला. कोटाच्या मातीच्या प्रचंड भिंती दुरुस्त करून आणखी मजबूत केल्या गेल्या. इख्तियार अल दिन या हेरतच्या प्रचंड मोठ्या राजधानीच्या तशाच प्रचंड भिंती दुरुस्त केल्या गेल्या. ही राजधानी एकूण

हेरतच्या दोन तृतीयांश होती. तेरा नोव्हेंबरपर्यंत पर्शियन सेनेच्या आघाडीचे लोक सरहद्दीवरील घोरियान या किल्ल्याच्या बाहेर येऊन पोहोचले होते. हेरतमधल्या सर्व घडामोडी लिहिणारा रियाझी याने 'ऐन-अल-वकायी'मध्ये पर्शियन लोकांनी तो प्रचंड किल्ला त्यांच्या ब्रिटिशांकडून प्रशिक्षण घेतलेल्या तोफखान्यामुळे बारा तासांच्याही आत कसा जिंकला, ते लिहून ठेवले आहे. 'इतक्या तोफा 'कला-इ-घोरियान'वर डागल्या गेल्या की, त्याच्या तीन बाजू पार कोसळून पडल्या. अशा तऱ्हेने लढाईची ठिणगी पडली. हेरतवर मोठा हल्ला करण्याची इराणच्या सैन्याने तयारी केली,' असे फैज महम्मदने पुढे लिहिले आहे.

काही दिवसांनंतर हरि-रुदच्या खोऱ्याजवळून तीस हजारांची प्रचंड सैन्याची पहिली तुकडी हेरतच्या भिंतींवर चालून आली. त्यांच्या विरुद्ध लढण्यासाठी पाठवलेल्या घोडदळाच्या तुकड्यांना त्यांनी अगदी सहज हाकलून लावले. फैज महम्मदने लिहिले – 'एक चकमक झाली आणि बरेच लोक मरण पावले. इराणी सैन्याची प्रचंड संख्या समोर दिसल्यावर हेरतचे सैनिक लढत राहू शकले नाहीत. ते शहरात परत गेले. इराणी सैन्याचा समोरासमोर प्रतिकार करण्याची आशा दिसली नाही, तेव्हा कामरानने बचावात्मक पवित्रा घेतला. समुद्राच्या लाटा येऊन धडकाव्या तशा शहाच्या सैन्याच्या तुकड्या शहराच्या चारी बाजूंना वेढून धडकू लागल्या.'

त्यानंतर दोन दिवसांनी मंगळवारी, १९ डिसेंबरच्या सकाळी ही वाईट बातमी काबूलला येऊन पोहोचली. बर्नेस व त्याचे सहकारी हिंदुस्तानातून पत्रे घेऊन येणाऱ्या माणसाची वाट बघत बाला हिसारमधील त्यांच्या राहत्या जागेतून बाहेर बघत होते. बर्नेसला आशा वाटत होती की, त्याचा विस्तृत अहवाल वाचल्यानंतर ऑकलंड अफगाणिस्तानच्या बाबतीतले त्याचे धोरण बदलेल. दोस्त महम्मदला काही चांगली बातमी सांगता यावी अशी त्याची फार इच्छा होती. हेरतला वेढा गेल्याच्या बातमीपासून त्याच्या शत्रूचा – नव्याने येऊन पोहोचलेल्या पर्शियन वकिलाचा प्रभाव रोज वाढत होता. ब्रिटिशांची लोकप्रियता व मोठेपणा त्याने वाढवणे फार जरुरीचे होते. ब्रिटिशांनी रणजितसिंगकडून पेशावर परत मिळवण्यासाठी मध्यस्थी करण्याचे कबूल केले, तरच ते शक्य होते.

त्याऐवजी दोस्त महम्मदकडून त्याला दरबारात बोलावणे आले. समारंभाने भरवलेल्या दरबारात अमीरने बर्नेसला एक अतिशय वाईट बातमी सांगितली. झारने त्याच्याशी वकिलातीचे संबंध जोडण्यासाठी पाठवलेला रशियन प्रतिनिधी गझनीला पोहोचला होता आणि एका आठवड्याच्या आत काबूलला पोहोचणार होता. या प्रतिनिधीचे नाव होते लेफ्टनंट इव्हान व्हित्केविच.

त्यानंतर थोड्याच दिवसांनी बर्नेसने त्याचा मेव्हणा मेजर हॉलंड याला लिहिले – 'येथे आमची परिस्थिती अजिबात ठीक नाही! हेरतला वेढा पडला आहे. ते जिंकले जाईल असे वाटते. रशियाच्या झारने काबूलला वकील पाठवला आहे, जो दोस्त महम्मदला रणजितसिंगशी लढण्यासाठी पैसे देणार आहे. माझा माझ्या कानांवर व डोळ्यांवर विश्वासच बसेना; पण कॅप्टन व्हित्केविच – हे त्या वकिलाचे नाव – एक तीन फूट लांब पत्र घेऊन आला आहे! त्याने ताबडतोब मला भेटण्याची इच्छा व्यक्त करणारा निरोपही पाठवला. अर्थातच मी त्याचे स्वागत केले व जेवायलाही बोलावले.'

१८३७ मधील ख्रिसमसच्या दिवशी या दोन मोठ्या प्रतिस्पर्ध्यांचे एकमेकांबरोबरचे जेवण झाले. प्रतिनिधी म्हणून येऊन वकील झालेल्या दोघांचे एकमेकांशी चांगले जमले. त्यांच्या आवडीनिवडीतही बरेच साम्य होते. त्यांचे काय संभाषण झाले, त्यांनी कोणते कपडे घातले होते, काय जेवले, कशाबद्दल बोलले याबद्दल फारच कमी समजले याचा विषाद जरूर वाटतो, तसेच व्हित्केविचच्या मनाला त्रास देणाऱ्या त्याच्या पार्श्वभूमीविषयी त्याने किती सांगितले, हेही कळत नाही. बर्नेसने एवढेच लिहिले आहे की,

> 'तो सभ्य, चांगले वागणारा-बोलणारा, साधारण तीस वर्षांचा पोलिश मनुष्य होता. तो फ्रेंच, पर्शियन व टर्किश भाषा सफाईदारपणे बोलत असे. काबूलमध्ये नावीन्यपूर्ण असणारा कोसॅक लोकांच्या अधिकाऱ्यांचा असतो, तसा युनिफॉर्म त्याने घातला होता. तोही बुखाराला जाऊन आला होता; त्यामुळे आम्हाला बोलण्यासाठी एकमेकांच्या माहितीचा विषय तो झाला. राजकारणावर बोलणे झाले नाही. उत्तर आशियाविषयी त्याला खूप माहिती होती आणि बोलण्यातून त्याची हुशारी समजत होती. त्याने अगदी स्पष्ट शब्दांत सांगितले की, रशियामध्ये जे संशोधन होते, त्याची माहिती परदेशात छापण्याची रशियाची पद्धत नाही. तशी ती फ्रान्स आणि इंग्लंडमध्ये आहे.

'व्हित्केविच आणि मी एकमेकांना जरी खुशालीचे निरोप पाठवत होतो, तरी पुन्हा कधीच भेटलो नाही. कारण दुर्दैवाने मला त्याच्याबद्दल व्यक्तिगतरीत्या जरी मित्रत्व वाटत होते, तरी माझ्या कामाचे स्वरूप त्याच्यावर बारीक लक्ष ठेवण्याचे होते.' हे अगदी खरे होते. त्याच्याकडे जेवायला आलेल्या पाहुण्याने तेहरानला किंवा सेंट पीटर्सबर्गला पाठवलेली किंवा तिकडून त्याला आलेली पत्रे मध्ये पकडून वाचण्याचे काम बर्नेसने सुरू केलेच होते.

पुढील आठवड्यांमध्ये दिवसेंदिवस अवघड होत चाललेल्या त्याच्या परिस्थितीबद्दल वरकरणी त्याने काही दाखवले नाही. त्याचे तेथे केलेले सर्व काम वाया जाण्याच्या बेतात आहे हे त्याच्या लक्षात आले होतेच. काबूलमध्ये जे घडत होते ते किती गंभीर आहे हे अजूनही लॉर्ड ऑकलंडच्या लक्षात आलेले दिसत नव्हते. पर्शिया व अफगाणिस्तान दोन्ही रशियाच्या ताब्यात जाण्याच्या किती जवळ आहेत हेही कळलेले दिसत नव्हते. व्हित्केविच जेवढ्या भेटवस्तूंचा अमीरवर वर्षाव करत होता तितके त्यांच्याशी बरोबरी करणे बर्नेसला अवघड होत होते. त्याने १८ फेब्रुवारी १८३८ रोजी लिहिले, 'कॅप्टन व्हित्केविचने अमीरला सांगितले की, झारने ज्या दुर्मीळ वस्तू त्याच्यासाठी पाठवल्या होत्या, त्यांची किंमत साठ हजार रुपये होती. विरुद्ध पक्षाने त्यांची तुलना मी त्याला दिलेल्या क्षुल्लक वस्तूंशी करण्याचे सोडलेले नाही. यातून देशाची उपेक्षा केलेली दिसून येते, हेदेखील व्हित्केविचने अमीरच्या निदर्शनास आणून दिलं. विशेषत: अफगाणिस्तानमध्ये त्याच्या औदार्याविषयी प्रसिद्ध अशा सर्व परिस्थितीत मी माझ्या सरकारकडून मला योग्य मार्गदर्शक सूचना मिळाव्यात म्हणून अत्यंत चिंतित आहे.'

परंतु हिंदुस्तानात पत्रे पोहोचण्यास तीन-चार आठवडे लागणे, त्याच्या पत्रांना कलकत्त्याहून उत्तर न येणे, हेरतमधील परिस्थिती जास्त बिकट होत जाणे, या पार्श्वभूमीवर बर्नेसने स्वत:च पुढाकार घेण्याचे ठरवले. त्याच महिन्यात जर हेरतचा पराभव झाला आणि पर्शियाच्या शहाचे सैन्य अफगाणिस्तानवर चढाई करू लागले, तर कंदाहारच्या बराकझाईंना स्वसंरक्षणासाठी तीन लाख रुपये देण्याचे त्याने वचन दिले.

त्याने शिरस्ता सोडून, वेड् आणि मॅक्नॅघटेन यांना डावलून, लॉर्ड ऑकलंडला एक कळकळीचे पत्र लिहून धोका काय होता हे समजावण्याचा प्रयत्न केला. त्याने स्पष्ट शब्दांमध्ये लिहिले की, 'अजूनही त्याने करार करू शकण्यासारखी परिस्थिती होती. त्या करारामुळे प्रयत्न किंवा खर्च न करता ब्रिटिशांना त्यांचे सर्व हेतू साध्य करणे शक्य होते. शिवाय त्यामुळे रशियाचे व पर्शियाचे सर्व बेत फसले असते. त्याने शिखांना पेशावरवर आक्रमण करण्याबद्दल दोष दिला आणि जामरुडला किल्ला बांधण्याबद्दलही पुन्हा सांगितले, दोस्त महम्मदला ब्रिटिशांनी वारंवार झिडकारूनही त्यांच्याशी करार करण्याची त्याला अत्यंत इच्छा होती. शीख लोक पेशावर बळकावून बसल्यामुळे दोस्त महम्मदला दुसरीकडे मित्रदेश शोधणे भाग पडले होते, याकडे बर्नेसने लक्ष वेधले. व्हित्केविचमुळे आता नव्याने निर्माण झालेल्या धोक्यावर त्याने सर्वाधिक भर दिला. पेशावरचा प्रश्न लटकत राहिल्यामुळे कारवाया आपल्या दारापर्यंत येऊन पोहोचल्या आहेत आणि हे थांबवले नाही तर निरोप्यांऐवजी शत्रूच दारात येतील. रशियाच्या व पर्शियाच्या कारस्थानांना शह

देण्यासाठी सरकारच्या आत्तापर्यंतच्या विचार व कृतींपेक्षा तातडीने काम करणे गरजेचे आहे. महाराजा रणजितसिंग हा आपला जुना व निष्ठावान मित्र आहे; परंतु या मैत्रीने रशिया, पर्शियासारख्या राष्ट्रांचा धोका दूर करता येणार नाही. शिवाय, आपल्या देशात व सरहद्दींवर शांतता नांदावी हा सर्व मैत्रीकरारांचा जो अंतिम हेतू असतो, तोही साध्य होणार नाही.'

बर्नेसजवळ अजूनही एक हुकुमाचा एक्का होता – दोस्त महम्मदने स्पष्ट सांगितले होते की, त्याला रशियापेक्षा ब्रिटनशी मैत्रीकरार करणे जास्त आवडले असते आणि त्याने तसे त्याच्या वागण्यातून दाखवूनही दिले होते. व्हित्केविचला जवळजवळ नजरकैदेत ठेवल्यासारखे होते. मिर्झा सामीखान या दोस्त महम्मदच्या एका मंत्र्याच्या हवेलीत त्याला राहण्यास जागा दिली होती, जी बर्नेसला दिलेल्या जागेच्या तुलनेत खूपच साधारित दर्जाची होती. दोस्त महम्मदने त्याला अजून भेटायलाही बोलावले नव्हते. त्या दोघांमधील माहिती किंवा निरोपांची देवाणघेवाण अजूनही त्या मंत्र्यामार्फतच होत होती. व्हित्केविचवर सतत पहाराही असे. त्याने सिमोनिचला लिहिले की, 'दोस्त महम्मद अतिशय दुराव्याने वागतो.' बर्नेसने त्याच्या विश्वासातल्या एकाला लिहिले –

> 'अमीर एकाएकी मला भेटायला आला आणि मी म्हणेन त्याप्रमाणे करायला तो तयार असल्याचे त्याने सांगितले – अगदी व्हित्केविचला हाकलून द्यायलाही. असे काही करू नको असे मी त्याला सांगितले. त्याने बरोबर आणलेली पत्रे (व्हित्केविचने आणलेली) मला द्यायला सांगितले. तीही त्याने ताबडतोब दिली. मी लॉर्ड ऑकलंडला तातडीने पत्र पाठवले. त्याच्या आधी जे लोक त्या (गर्व्हनर जनरलच्या) जागी होते, त्यांनी त्याला किती अडचणीत आणले होते ते लक्षात घ्यावे असे सांगितले. येथून पुढे काय होईल ते मला सांगता आले नसते; परंतु एवढे मात्र खरे की, आता रशिया आणि आपल्यामध्ये अगदी अटीतटीची स्पर्धा होती. हेदेखील मी त्याला कळवले,

बर्नेसने पुन:पुन्हा केलेल्या विनंत्यांना अखेर जे उत्तर आले, ते अत्यंत आश्चर्य वाटण्याइतके, परराष्ट्रनीतीत दूरदर्शीपणा न दाखवणारे होते. लॉर्ड ऑकलंडकडून आलेले हे पत्र २१ जानेवारीला लिहिले होते, जे बरोबर एक महिन्याने काबूलला पोहोचले. ऑकलंडने बर्नेसचे सर्व काम व आशा यांवर एका झटक्यात बोळा फिरवला होता! त्या पत्राला जोडून मॅक्नॅघटेनने लिहिलेल्या पत्रात बर्नेसच्या सर्व काळज्या धुडकावल्या गेल्या होत्या आणि म्हटले होते की, हेरतला पर्शिया किंवा

रशियापासून खरोखर धोका होता यावर त्याचा विश्वास बसत नव्हता. 'लॉर्ड ऑकलंडना सध्या तरी रशियन प्रतिनिधीच्या तेथे येण्याचे काहीच महत्त्व वाटत नव्हते!' असे बुचकळ्यात टाकणारे विधान केले होते. त्याला असेही सांगण्यात आले होते की, कंदाहार बराकझाईंना पैसे देण्याचा किंवा मैत्रीचा करार करण्याचा त्याला काहीही अधिकार नव्हता आणि त्याने आपण होऊन त्यांचे सहकार्य विकत घेण्यात जो पुढाकार घेतला होता, त्याला सरकारची मान्यता नव्हती आणि तो रद्द करण्यात येत होता.

काबूलशी मैत्रीकरार करण्यात ऑकलंड विशेष करून काहीही रुची दाखवत नव्हता. दोस्त महम्मदला लिहिलेल्या पत्रात त्याने तसे स्पष्ट लिहिले, 'त्याने पेशावरवर राज्य करण्याचा विचार विसरून जावे तसेच पर्शिया, रशिया व तुर्कस्तान यांच्याशी काहीही संबंध ठेवणे टाळावे. शिखांचे मन वळवून त्यांचा काबूलवरचा हल्ला थोपवून अमीरला एका विनाशक युद्धापासून वाचवायचं काम न्यायबुद्धीचे ब्रिटिश नक्की करतील. शिवाय अमीरनी रणजितसिंगशी वागणं सुधारलं तर तोही त्याच्या उदार स्वभावाला अनुसरून अमीरशी युद्ध न करण्यास तयार होईल. अशा वेळेस, अमीरनी रणजितसिंगशी तह कसा करता येईल याचा विचार करावा. ब्रिटिश रणजितसिंगशी मैत्रीसंबंधांनी बांधले गेले आहेत; त्यामुळेच, अमीरनी फलद्रूप न होणाऱ्या भलत्यासलत्या आशा करू नयेत.

शेवटी धोक्याचा इशारा होता की, 'दोस्त महम्मदने पर्शिया व रशियाशी मैत्री वाढवणे चालू ठेवले तर हिंदुस्तानचे सरकार शिखांना अफगाणिस्तानात प्रवेश करण्यास मदत करेल. त्यानंतर अफगाणिस्तानात राहण्यात काही फायदा नसल्याने कॅप्टन बर्नेस तेथून निवृत्त होईल.' दोस्त महम्मदच्या न्याय्य आणि योग्य चिंता व अपेक्षा पुऱ्या करण्यासाठी काही तडजोड करण्याबद्दल पत्रामध्ये अवाक्षरही नव्हते. उलट ऑकलंडने अमीरविरुद्ध जास्तच ताठर भूमिका घेत त्याला बजावलं होतं की, ब्रिटिशांच्या परवानगीशिवाय त्याने पर्शिया व रशियाशी पत्रव्यवहारही करू नये. पेशावर व काश्मीरवर काहीही हक्क सांगू नये आणि सर्वांत अपमानास्पद सूचना होती रणजितसिंगकडे माफीची याचना करण्याची!

या सगळ्या आत्मघातकी सूचनांमधून बर्नेस कसा अन् काय मार्ग काढणार होता हे समजत नव्हतं; विशेषत: जेव्हा रशिया नुसतीच मैत्री व संरक्षण नव्हे, तर शिखांविरुद्ध लढायला सैन्य उभं करण्यासाठी रोख वीस लाख रुबल्सदेखील देऊ करत होता. म्हणजे दोस्त महम्मदला हवं होतं ते सगळंच. कशाचाही विचारच न केल्यासारखं एका झटक्यानं ऑकलंडनं पर्शियापासून मध्य आशियातून थेट अफगाणिस्तानपर्यंतचा केवढा तरी मोठा प्रदेश रशियाला जणू बहाल करून टाकला होता! ऑकलंडच्या पत्रात काय आहे हे व्हित्केविचला कळल्याबरोबर

त्याच्या हे लक्षात आलं. त्यानं लिहिलं, 'इथून पुढे बराच काळ ब्रिटिश या प्रदेशात त्यांचा प्रभाव वाढवू शकणार नाहीत.'

बर्नेस मनानं खचून गेला. त्याच्या सर्व मतांकडे पार दुर्लक्ष केलं गेलं होतं. केलेल्या सगळ्या कामाचा सत्यनाश झाला होता. मॅस्सननं नंतर सांगितलं की, थोडे दिवस बर्नेस पार हताश झाला होता. डोक्याला ओले टॉवेल्स आणि रुमाल बांधून अधूनमधून तो अमोनियाची बाटली हुंगायचा. हे असं हताशपणाचं प्रदर्शन त्याला अपमानास्पद होतं. शिवाय, लोक कुचेष्टा करू लागले ती वेगळीच! पण काही आठवड्यांनंतर बर्नेसचं वागणं सुधारलं. या स्थितीतही व्हित्केविचला थोपवून धरता येईल, असा रस्ता शोधून पिछाडीच्या रस्त्यावरून तो धैर्यानं लढत राहिला.

त्यातल्या त्यात ब्रिटिशांच्या बाजूचे जे सरदार होते, त्यांना भेटून तो चाचपून पाहू लागला की, ब्रिटिशांकडून नुसतं संरक्षणाचं वचन जरी मिळालं, तरी तेवढं घ्यायला दोस्त महम्मदचं मन वळवता येईल का; पाठिंबा मिळवण्यासाठी त्यानं कुठे कुठे पैसेही पेरले असावेत असं सर्व अफगाण स्रोतांकडून मिळालेल्या माहितीवरून वाटतं. मिर्झा अताने लिहिलं आहे, 'बर्नेसनं गुप्तपणानं काबूलमधले मोठाले सरदार आणि टोळीप्रमुखांना भेटायला सुरुवात केली. या सगळ्यांना फक्त पैशाचं आणि सोन्याचं आकर्षण होतं; त्यामुळे लवकरच त्यांची मतं पालटून त्यानं त्यांचा पाठिंबा मिळवला.' पण शेवट अटळच होता. नबाब जब्बारखान हा दोस्त महम्मदचा इंग्लंडच्या प्रभावाखाली आलेला भाऊ. त्यानं स्वतःच्या मुलाला लुधियानामध्ये वेड्‌कडून शिक्षण घ्यायला पाठवलं होतं. त्याच्यासह मध्यस्थी करू पाहणाऱ्या इतरांनीही दोन्ही बाजूंना एकत्र आणण्याचा प्रयत्न केला; परंतु ऑकलंडच्या पत्राचा अपमानकारक आणि आश्रिताशी बोलावे तसा सूर आणि त्यातला मजकूर यांमुळे तडजोड अशक्य झाली होती. अमीर म्हणाला होता की, एक गोष्ट – तो स्वाभिमान आणि पत कधीही सोडणार नाही. तो बर्नेसला म्हणाला, 'मी ब्रिटिशांना सोडलं नसून, ऑकलंडनं अफगाणींची साथ सोडली होती.'

हेरतच्या घटनांनी रशियाची बाजू बळकट केली. हेरतभोवतालचा वेढा जास्त घट्ट होत होता. इकडे ब्रिटिश आपल्या हातांनी आपली बाजू कमकुवत करत होते. एल्ड्रेड पॉटिंगरनं बर्नेसला कळवलं –

> 'पुढील वर्षासाठी या प्रदेशाचा अगदी सर्व तऱ्हेने नाश झाला आहे. पेरण्या करायला बियाणं नाही आणि जरी असतं, तरी जमीन नांगरायला बैल नाहीत. मला खरोखरच भीती वाटते की, शहराच्या आत अडकलेले सर्व दुर्दैवी शिया लोक गुलाम म्हणून विकले जातील. येथील शहरातले लोक अतिशय हवालदिल झाले आहेत. कारण हा वेढा काही आठवड्यांपेक्षा

जास्त दिवस टिकेल असं फार कमी लोकांना वाटत होतं. गावात मटण जवळजवळ दिसेनासंच झालं आहे, पाण्याचा पुरवठा बंद झाला आहे, सार्वजनिक पाण्याचे साठे आणि संडासांच्या टाक्यांमध्ये पाणी नसल्यामुळे सर्वत्र अत्यंत घाण झाली आहे.'

शिवाय काउंट सिमोनिच एव्हाना पर्शियाच्या शहाकडे येऊन पोहोचला होता. हेरतच्या वेढ्याच्या बाबतीत त्याचे मार्गदर्शन वाढले होते. मॅक्नीलने लिहिले, 'पर्शिया व रशिया यांच्यामध्ये ब्रिटिशांचे हितसंबंध बिघडवण्यासाठी वाढते सख्य आहे, याचा खात्रीलायक पुरावा आहे. माझ्या अंदाजानुसार प्रचंड वाईट परिस्थिती उद्भवणार आहे.'

जेव्हा २० मार्चला दोस्त महम्मदचा मंत्री मिर्झा सामीखान याने व्हित्केविचला पर्शियन नववर्षाच्या 'नवरोझ'च्या मेजवानीसाठी प्रमुख पाहुणा म्हणून बोलावले तेव्हा वारे कोणत्या दिशेला वाहू लागले आहे याची ती खूण होती. बर्नेसला जाणूनबुजून मेजवानी सुरू होईपर्यंत बोलावले गेले नाही. उशिरा बोलावल्यावर त्याने जाण्यास नकार दिला. त्याने स्वत:ऐवजी आपला कनिष्ठ सहाय्यक मोहनलाल काश्मिरी या हिंदुस्तानीला पाठवले.

गेली सात वर्षे मोहनलाल हा बर्नेसचा खूपच उपयुक्त सचिव (मुन्शी) आणि सल्लागार होता. दोघांची पहिली भेट १८३१ मध्ये दिल्लीत झाली होती, तेव्हा मोहनलाल फक्त वीस वर्षांचा होता. वीस वर्षांपूर्वी त्याचे वडील एल्फिन्स्टनच्या वकिलातीत सचिव होते आणि तेथून परत आल्यावर त्यांनी मोहनलालला इंग्रजी अभ्यासक्रमाप्रमाणे दिल्ली कॉलेजमध्ये शिक्षण दिले होते. त्या कॉलेजमध्ये शिकणाऱ्या उत्तर हिंदुस्तानातल्या पहिल्या काही मुलांपैकी तो एक होता. मोहनलाल हुशार व महत्त्वाकांक्षी होता. त्याला इंग्रजी, उर्दू, काश्मिरी, पर्शियन या सर्व भाषा उत्तम येत होत्या. बर्नेसबरोबर तो बुखाराच्या प्रवासाला गेला होता आणि नंतर खबऱ्या म्हणून वेड्साठी काही काळ त्याने कंदाहारला काम केले होते. काबूलमध्ये त्याच्याचसारखे काम करणाऱ्या मॅस्सनशी त्याचा बराच पत्रव्यवहार असे. बर्नेसचा मोहनलालवर पूर्ण विश्वास होता. त्याच्यावर तो अवलंबून असे. बर्नेसबरोबरच्या आपल्या मैत्रीची व निष्ठेची फार मोठी किंमत त्याने डिसेंबर १८३४ मध्ये चुकवली होती. त्याच्या काश्मिरी पंडित समाजाने अधिकृतरीत्या त्याला वाळीत टाकले होते, कारण धार्मिक बाबतीत तो उघडपणे शंका व्यक्त करत असे. बरेचदा जातीतील प्रथाही मोडत असे. 'त्यांच्या भांड्यांमधून खाण्या-पिण्याची बंदी होती. त्याला समाजातून बाहेर काढले होते; त्यामुळे आता त्याला दिल्ली या शहरात कोणी मित्र नव्हते, राहण्यास जागा नव्हती.'

नंतर मोहनलालने त्याच्या प्रवासांबद्दल इंग्रजीत एक उत्तम पुस्तक लिहिले. दोन खंडांमध्ये दोस्त महम्मदचे चरित्र लिहिले. ते एखाद्या विद्वान लेखकाला साजेसे होते. या दुसऱ्या पुस्तकात त्याने मिर्झा सामी खानच्या 'नवरोझ'च्या मेजवानीच्या वेळी व्हित्केविचशी झालेल्या भेटीची हकिगत लिहिली आहे.

> 'तेथे पोहोचल्यावर असे दिसले की, मंत्री आणि व्हित्केविच इतर लोकांपेक्षा जरा उंच मंचावर बसले होते. अदब दाखवण्यासाठी मिर्झा सामी खान, यांनी मला व्हित्केविचजवळ बसवले. एकीकडे संगीत चालू होते आणि मंत्री सामी खान कधी व्हित्केविचशी तर कधी माझ्याशी राजकारणावर बोलत होते. लुधियानामध्ये इंग्रजांचे किती सैन्य आहे, कर्नाल-मीरत व कानपूरमधील पलटणींमध्ये किती अंतर आहे, सैन्यात जास्त लोक मुसलमान होते की राजपूत आणि हिंदुस्तानातील प्रजेचे अधोगतीला गेलेल्या मुघल घराण्याबद्दल काय मत होते इत्यादी चौकशा करत होते. ज्या तऱ्हेने या चौकशा केल्या जात होत्या, त्यावरून मी निष्कर्ष काढला की, मी तेथे पोहोचण्यापूर्वी हे सर्व प्रश्न विचारण्याचे ठरवले गेले होते.

त्यानंतर रशिया व काश्मीर यांच्यामधल्या वाढत चाललेल्या व्यापाराबद्दल संभाषण सुरू झाले. व्हित्केविच म्हणाला की, तो अफगाणी लोकांना शिखांकडून काश्मीर परत मिळवायला मदत करेल अशी त्याला आशा होती. व्हित्केविचने सांगितले की, 'त्याला महाराजा रणजितसिंगला असे सांगण्याचा अधिकार दिला गेला होता की, तो जर अफगाणी लोकांशी मैत्रीने वागला नाही, तर रशिया काबूलला सैन्य उभे करायला नक्कीच पैसे पाठवू शकेल. ते सैन्य शिखांशी लढून त्यांचा प्रदेश परत मिळवेल. रशियन सैन्याच्या पन्नास हजार सैनिकांच्या पलटणी अस्तराबादमध्ये येऊन दाखल होण्यास तयारच होत्या. त्या मग पंजाबवर चाल करून जातील. अशा सगळ्या हालचाली होऊ लागल्या, तर त्यांचा परिणाम म्हणून हिंदुस्तानातील सर्व असंतुष्ट राजेही बंड करून उठतील. हिंदुस्तानातले इंग्रज लोक मुळात व्यापारात नशीब अजमावायला आलेले आहेत; ते लढवय्ये नाहीत. ते रणजितसिंगच्या मदतीला जाण्याचे धाडस करणार नाहीत. कारण अफगाणी लोकांच्या पाठीशी रशियासारखा लढाऊ देश आहे, हे त्यांना माहीत आहे.

काबूलसाठी चाललेली स्पर्धा व्हित्केविच आता जिंकण्याच्याच बेतात होता. २३ मार्चला दोस्त महम्मद बर्नेसला शेवटचे भेटायला गेला. त्याने त्याच्या मित्राला सांगितले, ''मला इंग्रज सोडून दुसऱ्यांचे चेहरे बघण्याची इच्छा नाही; पण तुम्ही कुठलेही आश्वासन किंवा वचन देण्याचे नाकारता आहात आणि माझ्यासाठी

काहीच करण्याचा तुमचा विचार नाही!'' इकडे पर्शियन्स व त्यांचे रशियन मित्र मिळून लवकरच हेरत काबीज करून अफगाणिस्तानवर चाल करून येतील याची खात्री वाटू लागली होती. त्याची प्रतिक्रिया म्हणून मुळात पर्शियन असलेल्या काबूलमधल्या शिया लोकांचा आत्मविश्वास वाढून त्यांनी काबूलच्या रस्त्यांवरून विजयोत्सवाची मिरवणूक काढली. बर्नेसने लिहिले की, 'काबूलमधल्या वृद्ध नागरिकांना याबद्दल समजले नाही, नाहीतर थोड्याच वेळात जातीय दंगे उसळले असते.'

अखेर एक महिन्यानंतर २१ एप्रिलला दोस्त महम्मदने व्हित्केविचला बोलावले. काबूलच्या रस्त्यांवरून त्याला घेऊन येण्यास स्वत:चे घोडदळ पाठवले. बाला हिसारमध्ये पूर्ण सन्मानाने त्याचे स्वागत केले. मग समारंभपूर्वक दरबार भरवला, तेव्हा बर्नेस राजवाड्याच्या दुसऱ्या भागात त्याच्या खोलीत एकटाच बसला होता. व्हित्केविचने अमीरला सांगितले की, शिखांनी अफगाणांचा जो भाग जिंकला होता, त्याला रशियाची मान्यता नव्हती आणि रशियाच्या मते पेशावर, मुलतान व काश्मीर हा सर्व अजूनही कायद्याने अफगाणिस्तानचाच भाग होता. तो म्हणाला की, रशियाची इच्छा अफगाणिस्तान हा एक मजबूत व एकत्रित होऊन ऐक्याने राहणारा देश असावा अशी होती. मध्य आशियात प्रभाव वाढवण्याच्या ब्रिटिशांच्या प्रयत्नांपासून अफगाणिस्तानचे रक्षण रशिया धोरणीपणाने करेल. त्याला हे कबूल होते की, रशिया फार दूर असल्याने ताबडतोब सैन्य पाठवणे शक्य होणार नाही; परंतु रणजितसिंगशी लढण्यासाठी रशिया दोस्त महम्मदला पैशांची मदत करेल, असे व्हित्केविचने वचन दिले. मोहनलालच्या सांगण्यावरून असे समजले की, तो ब्रिटिशांच्या विरुद्ध बरेच काही बोलला. त्याने असेही वचन दिले की, रशियात येणाऱ्या अफगाणी व्यापाऱ्यांना रशिया संरक्षण देईल. यावर दोस्त महम्मदने प्रतिसाद दिला की, हेरतच्या बाहेर पर्शियाने जी छावणी उभी केली आहे, तेथे तो त्याचा मुलगा महम्मद अझीमखान याला काउंट सिमोनिचला भेटण्यासाठी पाठवेल आणि अमीरचा रशियाबरोबर कायमचे मैत्रीसंबंध सुरू करण्याचा जो विचार होता, तो प्रत्यक्षच भेटून सांगेल.

बर्नेससाठी आता सगळे संपले होते – व्हित्केविच जिंकला होता. काबूलमधील वास्तव्य वाढवत राहण्यात स्कॉटिश बर्नेससाठी काही अर्थ नव्हता. २५ एप्रिलला त्याने व दोस्त महम्मदने दु:खी मनाने एकमेकांचा निरोप घेणारी पत्रे लिहिली. दुसऱ्या दिवशी सकाळी बर्नेस, मोहनलाल व मॅस्सन काबूलच्या बाहेर पडले. मॅस्सनने लिहिले की, ब्रिटिशांचे असे एकाएकी निघून जाणे हे 'जरासे पळ काढण्यासारखेच होते.' मौलाना हमीद काश्मिरीने तर त्याच्या अकबरनामामध्ये बर्नेस जीव घेऊन पळाला असेच वर्णन केले आहे –

त्याचा चेहरा फिका पडला होता
मनाने त्याने जगण्याची आशा सोडून दिली असावी

अमीरने त्यांना सांगितलं की, उठा आणि चालू लागा!
पळा इथून ताबडतोब!

नाहीतर पैसे आणि खजिन्याच्या तुमच्या हावेबद्दल
माझ्याकडून हाल होऊन शिक्षा मिळेल तुम्हाला.

तुम्हाला वाटतंय, त्याच्या उलट होईल
आणि तुमच्यावर मोठं संकट कोसळेल

माझ्या तत्त्वांमध्ये हे बसत नाही
की, ज्याच्याशी नीट वागलो त्याचा जीव घ्यायचा

मला सोन्यासाठी माझा स्वाभिमान सोडायचा नाही
माझा पाहुणा तुमच्या हातात देऊन

सिकंदर (बर्नेस) ज्याला जीव वाचवायचीही आशा नव्हती,
त्याला अशी सुटका होईल याची कल्पनाच नसणार

तो काबूलहून हिंदुस्तानच्या रस्त्याला लागला
गर्जना करणाऱ्या सिंहापासून बकऱ्या पळतात, तसा.

पावलोपावली तो मागे वळून बघत होता.
ससाणा मागून येत तर नाही ना, म्हणून!

खरे म्हणजे अफगाण कवीने हे नंतर त्याच्या आठवणी म्हणून लिहिलं आहे. तितकी वाईट स्थिती नव्हती. अमीरचा सगळ्यात धाकटा मुलगा गुलाम हैदर खान हा ब्रिटिशांना गावाबाहेरपर्यंत घेऊन गेला. त्यांच्या वैयक्तिक मैत्रीची शेवटची खूण म्हणून दोस्त महम्मदने मिर्झा सामी खानला तीन उत्तम घोडे घेऊन पाठवले, जो काबूलबाहेरच्या एक दिवसाच्या प्रवासानंतर या तिघांना भेटला. बर्नेस आणि दोस्त महम्मद पुढे तीन वर्षे एकमेकांना भेटले नाहीत. जेव्हा भेटले तेव्हा परिस्थिती अगदीच वेगळी होती.

जलालाबाद येण्यापूर्वी बर्नेस एका बोटीवर चढला आणि त्या बोटीतून काबूल नदीतून पेशावरला गेला. इकडे तोपर्यंत व्हित्केविच कंदाहारला पोहोचण्याच्या प्रवासात होता. त्याच्या या सर्व कामातला तो पुढचा टप्पा होता. तेथे दोस्त महम्मदच्या बराकझाई सावत्र भावांबरोबर तो तहाची बोलणी करणार होता. ऑकलंडने

त्यांना झिडकारल्यावर आता त्यांनी दोस्त महम्मद, पर्शियन व रशियन यांना हेरतच्या वेढ्यात येऊन मिळण्याचे कबूल केले होते.

अफगाणिस्तानमध्ये व्हित्केविचचा शेवटचा टप्पा हेरतला होता. काबूल आणि कंदाहारमधील शहाजादे त्याच्याबरोबर आले. तेथे पर्शियन छावणीत ९ जूनला काउंट सिमोनिचने मोठ्या विजयोत्सवाने त्याचे स्वागत केले. त्याच्या कुठल्याही वरिष्ठांना वाटलेच नव्हते एवढे व्हित्केविचने रशियासाठी मिळवले होते. बर्नेस आणि ब्रिटिश लोकांवर त्याने पूर्णपणे कुरघोडी केली होती. त्यानंतर थोड्याच दिवसांत पर्शियाच्या शहाने त्याला 'ऑर्डर ऑफ द लायन अॅन्ड द सन' ही मानाची पदवी बहाल केली.

बर्नेस तोपर्यंत परत पेशावरला पोहोचून पुढील हुकुमांची वाट पाहत होता. तेव्हा त्याला वाटणारा हताशपणा त्याने कॅप्टन हॉलंडजवळ व्यक्त केला. 'सारं संपल्यात जमा आहे! रशियनांनी मला चांगलाच धक्का दिला. त्यानंतर मला काबूलमध्ये राहणं अशक्यच होतं म्हणून मी पेशावरला परत आलो. आपलं सरकार काहीच करायला तयार नव्हतं आणि रशियाच्या प्रतिनिधींनी प्रत्यक्ष मदत आणि पैसे दोन्ही देऊ केलं. आपल्यातर्फे तशीच मदत देऊ करण्याचा अधिकार मला नव्हता; तेव्हा मला माघारच घ्यावी लागली.'

सिमल्याला सरकारकडे पाठवलेली पत्रं मात्र जास्त धोरणीपणानं लिहिलेली होती. बर्नेसनं नशिबाची विपरीत गती समजून घेतली की, त्याचं काम अयशस्वी झालं याचा अर्थ अफगाणी परिस्थितीवर तोडगा काढण्यासाठी अधिक निष्णात माणसाची तेथे आता पूर्वीपेक्षाही जास्त जरूर होती. त्याच्या लक्षात आलं होतं की, काबूलशी लढाई होणं शक्य होतं. बहुतकरून होईलच असं वाटत होतं आणि ब्रिटिशांचं धोरण चुकतं आहे, असं त्याला वाटत होतं. तरी अजूनही लॉर्ड ऑकलंड आता जे ठरवेल त्या कामाचा प्रमुख होण्याची इच्छा असण्याइतका तो महत्त्वाकांक्षी होता.

बर्नेस पेशावरला पोहोचण्यापूर्वीच कंपनीची चक्रे फिरू लागली होती. दोस्त महम्मदला अतिशय घातकी मनुष्य ठरवून, अवमान केल्याबद्दल तुच्छतेने वागण्याबद्दल त्याला अद्दल घडवण्याचे ऑकलंडचे बेत सुरू झाले होते. 'दोस्त महम्मद इतका असंतुष्ट, बिथरलेला आणि महत्त्वाकांक्षी असल्याचे दिसून आले आहे की, त्याच्याशी आम्हाला चांगले संबंध स्थापनच करता आले नाहीत' असा अगदी चुकीचा अहवाल ऑकलंडने लंडनला पाठवला. अमीर जर ऑकलंडच्या इच्छेनुसार वागणार नसेल, तर त्याला हटवून शहाशुजाला सत्तेवर बसवणे जरूर होते, कारण

ऑकलंडला वाटत होते की, तो जास्त समंजस असेल आणि सांगितले जाईल तसा वागेल; पण हे नेमके कसे आणि कशा तऱ्हेने होणार होते, हे ऑकलंडने अजून ठरवले नव्हते.

हिंदुस्तानचा प्रवास संपून ऑकलंड आणि त्याच्या बहिणी ही मंडळी आता सिमल्याला येऊन पोहोचली होती. त्यांना मनापासून आवडलेली हिंदुस्तानातली ही पहिलीच जागा. एमिलीनं लिहिलं, 'इंग्लंडमधल्यासारखी आणि ताजंतवानं वाटेल अशी हवा आहे. इतकं लांब येण्याचा त्रास घेतला ते चांगलंच झालं. इतकी ही सुंदर जागा आहे – पश्चिमेला बैठकीच्या खोलीबाहेर खोल दऱ्या आहेत, जेवणाच्या खोलीच्या बाहेर बर्फ पडलेले डोंगर दिसतात, माझी खोलीही त्याच बाजूला आहे.'

ब्रिटिशांच्या अत्यंत नवल वाटेल इतक्या आत्मसंतुष्ट स्वार्थीपणाचं त्या काळातलं लक्षणं म्हणजे त्यांच्या लेखी असलेलं सिमलाचं अस्तित्व. वर्षातले सात महिने या हिमालयातल्या खेड्यातून कंपनी एक पंचमांश मानवजातीवर राज्य करत होती! तिबेटच्या सरहद्दीवर असलेलं हे खेडं, शेळ्या-बकऱ्यांची पायवाट असते त्याहून जरा बऱ्या रस्त्यानं बाहेरच्या जगाशी जोडलेलं होतं. इ.स. १८२२ मध्ये कॅप्टन चार्लस् केनेडीला ही जागा सापडली, तेव्हापासून वीस वर्षांमध्ये कंपनीनं एका उंच, अरुंद पठारावर 'कल्पनेतलं इंग्लंड' बांधायला सुरुवात केली होती. त्यांच्या कल्पनेतलं सुरुवातीच्या व्हिक्टोरियन काळातलं एक गाव त्यांना उभं करायचं होतं. त्यात गोथिक पद्धतीची चर्चेस, अर्ध बांधकाम लाकडाचं असलेली लहान घरं आणि स्कॉटिश पद्धतीचे उमरावांचे मोठाले महाल होते. 'घरची आठवण आणि विरह-व्यथा, गरम हवेपासून सुटका' म्हणजे सिमला होतं. हिंदुस्तानातून सुटका करून घेणंही त्यातून ध्वनित होत होतं.

हे ज्याला आवडत नव्हतं अशा एका अधिकाऱ्यानं नंतर लिहिलं होतं – 'राजद्रोह, असंतोष आणि खून पाडणारे दंगे हिंदुस्तानात इतरत्र होत असताना सिमल्यामध्ये पोलो फायनल्स, रेसिंग आणि सारं लक्ष एकवटून खेळलं जाणारं क्रिकेट हे जास्त महत्त्वाचं असायचं?'

आत्तापर्यंत ऑकलंडने अफगाणिस्तानमधल्या घटनांकडे नीट लक्ष दिलेच नव्हते. आता त्याने ते मनावर घ्यायचे ठरवले. गेले दोन महिने व्हित्केविच आणि रशियन यांच्यामुळे निर्माण झालेल्या धोक्याकडे त्याने अक्षम्य दुर्लक्ष केले होते. पेशावर आणि हेरतहून येणारे अगदी अलीकडचे अहवाल वाचून त्याला पश्चातबुद्धी म्हणतात तशी अत्यंत काळजी वाटू लागली. काहीतरी करून बाजू पलटवायला पाहिजे, असे त्याला वाटू लागले. याला कारण म्हणजे हेरत बाहेरच्या छावणीतून साक्षात्कार झाल्यासारखी ओळीने येणारी मॅक्नीलची पत्रे. पर्शियाचा शहा त्याच्याकडे व त्याच्या बरोबरच्या लोकांकडे दुर्लक्ष करत होता आणि अपमानास्पद वागणूक देत

होता; त्यामुळे तो तेथून बाहेर पडण्याच्याच बेतात होता. या सर्वांचा अर्थात काउंट सिमोनिचला खूप आनंद होत होता. पर्शियाबरोबरचे वकिलातीचे संबंध तोडून तो ऑटोमन टर्कीला परत जाणार होता, त्यापूर्वी त्याने जवळजवळ 'युद्ध पुकारावे' असेच लिहिले. त्याने लिहिले, 'लॉर्ड ऑकलंडने आता पक्का निर्णय घ्यावा आणि जाहीर करावे की, 'जो आमच्या बाजूने नाही, तो आमच्या विरुद्ध आहे असे समजून त्याला तसं वागवलं जाईल. पर्शियाच्या शहाने जर हेरतवर कब्जा केला, तर आपण अजिबात वेळ दवडू नये. मला असे वाटते की, आत्तापर्यंत पत्करलेल्या धोक्यांमध्ये हा सर्वांत मोठा जुगार असेल. आपण अफगाणिस्तानवरची पकड मजबूत केली पाहिजे.'

सुरुवातीची कारवाई म्हणून ऑकलंडने नौदलाच्या एका छोट्या तुकडीला हुकूम दिला की, त्यांनी मुंबईहून निघून पर्शियन आखातात पोहोचावे आणि शिराझच्या दक्षिणेला किनाऱ्याजवळच्या खार्ग या बेटाचा ताबा घ्यावा. यानंतर बैठकीच्या खोलीच्या एका भागात एमिली 'आग्रा येथील उपास घडणाऱ्या लोकांच्या मदतीसाठी' सहा छोटी छोटी नाटके बसवत होती, तेव्हा दुसऱ्या भागात बसून तिचा भाऊ जॉर्ज अफगाणिस्तानचा बादशहा बदलण्याच्या कामात लक्ष घालत होता!

त्याला एक आशा होती की, त्याला काही त्रास न घ्यावा लागता, शहाशुजा किंवा रणजितसिंग यांपैकी एकजण, परस्परच तापदायक झालेल्या अमीरचा काटा काढतील. एमिलीने इंग्लंडमधल्या तिच्या बहिणीला लिहिल्याप्रमाणे – 'आमच्या शेजाऱ्यांनी नीट वागावे म्हणून त्यांना घाबरवायचे असेल, तेव्हा आमच्याकडे नेहमी एक खात्रीची युक्ती असते. राज्यावर हक्क सांगणारे येथे बरेचजण असतात. कोणाचे डोळे काढले गेले आहेत, कोणाची मुले ओलीस ठेवली गेली आहेत किंवा त्याच्या भावानेच गादी बळकावली आहे. असेच काही ना काही चालू असते. त्यातूनही काही चांगलं हाती लागू शकतं! इथं दोस्त महम्मद नीट वागला नाही, तर त्याची खोड जिरवून त्या जागी यायला शहाशुजा तयारच आहे. शिवाय, अशा कुठल्याही कामात आम्हाला येऊन मिळायला रणजित तयारच आहे.' लंडनला त्याच्या वरिष्ठांना लिहिलेल्या पत्रात ऑकलंडने हेच जरा योग्य अशा औपचारिक भाषेत लिहिले की, 'तो आता रणजितसिंगला बरोबर घेऊन अफगाणिस्तानच्या पूर्व भागात शहाशुजा उल-मुल्क याला मदत करून पुन्हा सत्तेवर आणावे, असा विचार करत होता. शीख राजा रणजितसिंगला न दुखावता त्याला आपल्या बाजूचे ठेवणे आणि पुन्हा सत्तेवर बसवलेला बादशहा आपल्या हिताचा विचार करून वागेल असे बघणे, दोन्ही साध्य होईल.'

त्याप्रमाणे १० मे रोजी लॉर्ड ऑकलंडचा पुतण्या आणि लष्करी सचिवही

असलेल्या कॅप्टन विल्यम ऑस्बोर्नबरोबर मॅक्नॅघटेनला, 'पंजाब केसरी' रणजितसिंगला भेटायला पाठवण्यात आले. भेटवस्तू पाठवण्यात काटकसर करू नये हा धडा ऑकलंड आता शिकला होता; त्यामुळे या वेळी खूप सढळ हाताने भेटवस्तू पाठवण्यात आल्या – खूप सुंदर कोरीव काम केलेली एक तलवार, घोडेस्वारीसाठी दोन चांगले असे जातिवंत, उत्तम ब्रिटिश घोडे आणि सरसेनापतीने खास निवड केलेली आणि जी खुद्द महाराजांनाही आवडल्याचे कळले होते अशी दोन पिस्तुले. यात आणखी भर घालायला ऑकलंडने बऱ्याच उंटांवरून मद्याच्या बाटल्यांची खोकी पाठवली, मद्याची खूप आवड असणाऱ्या महाराजांसाठी. एमिलीच्या लिहिण्यावरून 'महाराजानेच जॉर्जला त्याच्याकडे असतील तेवढ्या जातीच्या वाइन्स पाठवण्याची विनंती केली होती. त्या पाठवताना ऑकलंडने रणजितसिंगच्या पिण्याच्या सवयी माहीत असल्याने विशेष लक्षात ठेवून काही बाटल्या व्हिस्कीच्या आणि काही चेरी ब्रॅन्डीच्याही पाठवल्या होत्या. रणजितसिंगला व्हिस्की फारच आवडली आणि तो मॅक्नॅघटेनला म्हणाला की, एक ग्लास व्हिस्कीचा एवढा परिणाम होतो, तर गव्हर्नर जनरल सात-आठ ग्लास वाइन कशाला पितात? वाटेत पंजाबी वाटमाऱ्यांनी काही खोकी चोरली. शिवाय या लोकांबरोबर असणाऱ्या असिस्टंट डॉक्टरच्या बॅगेतल्या काही वस्तूही चोरल्या. एमिलीने लिहिले की, 'त्या चोरांनी डॉक्टरांच्या सामानातला 'स्टमक पंप'ही चोरला आणि त्याचे तुकडेतुकडे केले. रणजितच्या दरबारातले लोक सुटले म्हणायचे! कारण रणजित भोवतालच्या लोकांवर औषधांचे अनेक प्रयोग करत असतो – त्याने सगळ्यांच्या पोटांना स्टमक पंप लावले असते.

२० मे रोजी मॅक्नॅघटेनने शिखांच्या राज्यात प्रवेश केला. रणजितसिंगने त्याच्या नेहमीच्या प्रथेप्रमाणे आदिनगर येथील त्याच्या खास उन्हाळी राजवाड्यात या वकिलांचे स्वागत केले. रणजितने केलेल्या स्वागताचे वर्णन ऑस्बोर्नने असे केले –

> 'साध्या पांढऱ्या कपड्यांमध्ये तो पायावर पाय टाकून, सोनेरी सिंहासनावर बसला होता. खूप मोठाल्या मोत्यांचा एक सर त्याने कंबरेला बांधला होता. त्याच्या दंडावर तो जगप्रसिद्ध कोहिनूर होता. रणजितच्या अस्वस्थपणे सर्वत्र फिरत राहणाऱ्या एकाच डोळ्यात मधूनच जी चमक दिसायची, तिच्याशी त्या कोहिनूरची स्पर्धा होत होती! रणजित सिंहासनावर बसल्यावर त्याचे सर्व मंत्री त्याच्या भोवती जमिनीवर बसले. अपवाद होता फक्त त्याच्या सर्वांत मोठा मुलाचा धीआनसिंगचा, जो त्याच्या मागे उभा होता. रणजित स्वत: दिसायला अजिबात देखणा नसला, तरी भोवताली देखणे

> लोक असलेले त्याला आवडते असे दिसते. मला वाटते, युरोपमध्ये किंवा पूर्वेकडील कोणत्याच दरबारात या शीख सरदारांइतकी सर्वच्या सर्व देखणी माणसे नसतील.'

रणजितसिंगच्या दुसऱ्या एका नेहमीच्या पद्धतीप्रमाणे त्याने मग त्याच्या पाहुण्यांना प्रश्न विचारायला सुरुवात केली. ऑस्बोर्नने लिहिले –

> 'आमचा वेळ मुख्यत: रणजितच्या असंख्य प्रश्नांची उत्तरे देण्यातच गेला. एवढेच की त्याच्या जिज्ञासेचे समाधान करायची संधीच नव्हती. तो न थांबता किती भराभर प्रश्न विचारत जातो त्याची कल्पना देणेही अवघड आहे किंवा त्या प्रश्नांच्या अमर्याद विविधतेचीही. 'तुम्ही मद्य पिता?' 'किती?' 'मी काल पाठवलेले मद्य तुम्ही पिऊन बघितले?' 'त्यातले तुम्ही किती प्यायलात?' 'तुम्ही तुमच्याबरोबर कोणकोणता तोफखाना आणला आहे?' 'त्यात तोफगोळे आहेत?' 'किती?' 'तुम्हाला घोडेस्वारी करायला आवडतं?' 'देशी घोड्यांपैकी तुम्हाला कुठले घोडे जास्त आवडतात?' 'तुम्ही सैन्यात आहात?' 'तुम्हाला जास्त काय आवडतं? घोडदळ की पायदळ? 'लॉर्ड ऑकलंड मद्य पितात?' 'किती पेले?' 'ते सकाळी मद्य पितात?' 'कंपनीच्या सैन्याची संख्या किती आहे?' 'त्यांना खूप शिस्त लावलेली आहे का?' अशा संभाषणात एक तासाहून वेळ गेल्यावर रणजितसिंग उठले आणि त्यांच्या पद्धतीप्रमाणे आम्हाला जवळजवळ गुदमरायला होईल एवढे चंदनाचे तेल लावल्यावर सगळ्यांची गळाभेट घेऊन मग जाण्याची परवानगी दिली.'

ज्या एका विषयाबाबत रणजितसिंगला अत्यंत कुतूहल होते, तो म्हणजे ब्रिटिशांचे खासगी आयुष्य, जसजशी कामाच्या बोलण्यांना सुरुवात झाली, तसतसे देखण्या कॅप्टन ऑस्बोर्नला अधूनमधून त्याच्या लैंगिक सुखाविषयीच्या आवडीनिवडींबद्दल वेचक प्रश्न विचारले जाऊ लागले.

> 'तुम्ही माझ्याकडच्या काश्मिरी मुली बघितल्यात का? 'कशा वाटल्या?' 'हिंदुस्तानातील बायकांपेक्षा जास्त सुंदर आहेत का त्या?' 'इंग्लिश बायकांइतक्या सुंदर?' 'त्यातली कुठली तुम्हाला सर्वांत जास्त आवडली?' मी उत्तर दिले की, सगळ्याच छान होत्या आणि मला ज्या सर्वांत सुंदर वाटल्या होत्या त्यांची नावे सांगितली. तो म्हणाला, 'होय, त्या आहेतच

सुंदर; पण माझ्याकडे आणखी काही त्यांच्याहूनही सुंदर आहेत. त्यांना मी आज संध्याकाळी पाठवेन आणि ज्या तुम्हाला सर्वांत जास्त आवडतील, त्या जरूर ठेवून मात्र घ्या!' मी अशा अमर्याद सवलतींबद्दल कृतज्ञता व्यक्त केली. त्याने उत्तर दिले – 'माझ्याकडे आणखीही खूप आहेत.' मग त्याने घोड्यांचा विषय काढला –

लॉर्ड ऑकलंडचा स्वाभाविक कल काय आहे, याबद्दल प्रश्न विचारणेही त्याने सोडले नाही.

'लॉर्ड ऑकलंडचे लग्न झाले आहे का?'

'नाही.'

'काय? त्यांना बायकाच नाहीत?'

'एकही नाही.'

'ते लग्न का करत नाहीत?'

'मला माहीत नाही.'

'तुम्ही लग्न का केले नाही?'

'मला परवडणार नाही.'

'का नाही? इंग्रज बायकोसाठी खूप खर्च येतो?'

'हो. खूप!'

'मला स्वतःला एक हवी होती काही वर्षांपूर्वी आणि मी सरकारला त्याबद्दल लिहिलेही होते; पण त्यांनी माझ्याकडे कोणाला पाठवले नाही!'

हे असे सगळे बोलणे, हे बरेचसे ब्रिटिशांचे बोलणेच खुंटवून, त्याची राजकारणाबाबतची अत्यंत चलाख हुशारी लपवण्यासाठी इकडचे तिकडचे बोलण्यात गुंतवण्यासाठी असे. कामाविषयी चर्चा सुरू झाली की, ती खरी हुशारी दिसत असे. हे लक्षात येण्याइतका ऑस्बोर्नही चाणाक्ष होताच. त्याने लिहिले, 'तो निःसंशयपणे आजारी तर दिसतोच; परंतु त्याचा चेहरा बघून कोणालाही तो अत्यंत असामान्य मनुष्य आहे असे लक्षात येते. त्याच्या त्या एकाच, पण अत्यंत तेजस्वी डोळ्यातून इतकी हुशारी व समज दिसते की, तो प्रथमदर्शनी विचित्र वाटला, तरी आपल्याला मान्य करावंच लागतं की, ही साधीसुधी हुशारी नाही आणि चेहऱ्यावरचे तेजही सामान्य नाही.'

रणजितसिंगचे राजकीय चर्चेमधील कौशल्य लवकरच दिसू लागले. प्रचंड ताणाखाली असलेल्या मॅक्नॅघटेनला थोड्याच दिवसांत तो कावेबाज शीख महाराजा गुंडाळून ठेवू लागला. एका सहकाऱ्याने लिहिले – 'बिचाऱ्या मॅक्नॅघटेनने सचिवाची जागा सोडायलाच नको होती. त्याला माणसांची अजिबातच पारख नाही. व्यवस्थापनासाठी

पावले उचलण्यासाठी मुद्दे तयार करणे, मार्गदर्शन करणे त्याला अजिबात जमत नसे. कदाचित न्यायालयीन काम त्याच्या योग्य झाले असते; परंतु तेही त्या कोर्टात जिथे लेखी पुराव्यावर अपील केले जाते.

दोस्त महम्मदला हरवण्यासाठी ब्रिटिश सैन्य पाठवायला कबूल होण्याचा विचार ऑकलंडने सुरुवातीला केला नव्हता. त्याला आशा होती की, रणजितसिंग व शहाशुजा लढतील आणि शुजाच्या यापूर्वीच्या स्वारीप्रमाणे ब्रिटिशांनी फक्त पैसे, शस्त्रे आणि नैतिक व राजनैतिक पाठिंबा या गोष्टी पुरवायच्या होत्या; परंतु पेशावरमध्ये त्याने नव्याने जिंकलेल्या भागावर नियंत्रण ठेवणे रणजितला आत्ताच इतके त्रासदायक होत होते की, त्याला लॉर्ड ऑकलंडच्या काबूलवर हल्ला करण्याच्या निमंत्रणाबद्दल फारसा उत्साह नव्हता. दोस्त महम्मदला हटवण्याचा उत्साह होता, कारण तसे झाले तर त्याची संपत्ती वाढवता येण्याची संधी होती; परंतु अफगाणिस्तानच्या प्रश्नात त्याला गुंतायचे नव्हते. अनुभवी रणजितसिंग अत्यंत कौशल्याने ही बाजी खेळला.

जूनच्या सुरुवातीला निराशेने मॅक्नॅघटेनने कळवले की, 'काबूलवर सेना घेऊन जाण्याचा विचारही करायला रणजित तयार नाही!' परंतु हळूहळू महाराजाने असे सांगितले की, कदाचित तो विचार बदलेल. आर्थिक उलाढालींचे केंद्र शिकारपूर तसेच खैबर आणि जलालाबाद ही शहरे त्याला देण्यात आली, तर त्याच्या जुन्या अफगाण शत्रूला वठणीवर आणून सत्तेवरून खाली खेचण्याची शिक्षा देण्यासाठीच्या या स्वारीत सामील होण्यास तो तयार होईल. याला मॅक्नॅघटेनने नकार दिल्यावर पंधरा दिवस बोलणी खुंटली. खरे म्हणजे रणजित या मागण्या केवळ सौदेबाजी करायला वापरत होता. कारण जेव्हा त्याने बोलणी पुन्हा सुरू केली, तेव्हा त्याला 'फक्त' पुढील गोष्टी हव्या होत्या – पेशावर व काश्मीरवरील त्याची मालकी कायम राहावी, ब्रिटिशांकडून त्याला २०,००० पौंड मिळावेत, तसेच सिंधच्या अमीरांकडून बरीच रोख रक्कम मिळावी आणि शहाशुजाकडून वार्षिक खंडणी मिळावी ज्यामध्ये त्याच्या पसंतीच्या रंगाचे व चांगली चाल असलेले, उत्तम जातीचे ५५ घोडे, उत्तम जातीच्या खरबुजांनी लादलेले उंट आणि १०१ पर्शियन गालिचे या गोष्टीही असाव्यात. या मागण्या मॅक्नॅघटेनने ताबडतोब स्वीकारल्या आणि वचन दिले की, या मागण्या स्वीकारण्यासाठी शुजा आणि सिंधचे अमीर यांच्यावर ब्रिटिश लोक दबाव आणतील. बोलणी हळूहळू पुढे सरकत होती. ब्रिटिशांच्या हितासाठी व मदतीसाठी मुळात शिखांची मोहीम होणार होती. सरतेशेवटी, अनेक आठवड्यांच्या वाटाघाटींनंतर शिखांच्या हितासाठी ब्रिटिशांची मोहीम काढायचे पक्के झाले!

शेवटी जूनअखेर जेव्हा लाहोरमध्ये सुरू झालेल्या बोलण्यांत बर्नेस व मॅस्सन

पेशावरहून येऊन ब्रिटिश प्रतिनिधी मंडळात सामील झाले, तेव्हा हे पक्के झाले की, रणजितचे सैन्य, मुख्यत: ब्रिटिश असणाऱ्या सैन्याला येऊन मिळेल आणि दोन्ही सैन्य मिळून शुजाला गादीवर बसवतील.

मॅक्नॅघटेनने विचारले, ''काही दिवसांपूर्वी (१८३४ मध्ये) महाराजांनी शहाशुजा उल-मुल्कबरोबर तह केला होता. तो तह तुमच्या हिताच्या दृष्टीने कायम ठेवावा, असे वाटते का आणि ब्रिटिश सरकारही त्या तहात सामील झाले तर ते तुम्हाला पसंत असेल का?'' रणजितने उत्तर दिले – ''ते तर दुधात साखर पडल्यासारखे होईल!''

हे सर्व चालू होते, त्या वेळेपर्यंत कोणालाही असे वाटले नव्हते की, शहाशुजाला लवकरच त्याचे तख्त परत मिळवून देण्यात येणार आहे, हे त्याला कळवले पाहिजे. एवढेच नव्हे, तर ज्या मॅक्नॅघटेनने शहाशुजाला निवृत्तीतून पुन्हा बाहेर आणण्यासाठी एवढे सगळे केले होते, ज्या माणसाची बाजू तो इतके दिवस घेत होता, त्या माणसाला तो प्रत्यक्ष कधी भेटलाच नव्हता!

शुजाने एव्हाना तीस वर्षे – म्हणजे त्याचे निम्मे आयुष्य लुधियानाला परागंदा अवस्थेत घालवले होते. मात्र, घरी परतून अल्लाने त्याला राज्य करण्यासाठी दिलेल्या देशावर पुन्हा राज्य करण्याची आशा त्याने सोडली नव्हती. अलीकडेच त्याच्या असामान्य व्यक्तिमत्त्वाच्या आणि सक्षम अशा बीबीचा वफा बेगमचा मृत्यू झाला होता. धर्मांध शीख अकाली लोकांनी जवळजवळ लगेचच सिरहिंदच्या दर्ग्याजवळ बांधलेली तिची कबर भ्रष्ट-अपवित्र केल्याने त्याच्या दु:खात भर पडली होती.

१४ जुलै १८३८ रोजी मॅक्नॅघटेन लुधियानाला येऊन पोहोचला. रणजितसिंगशी एकदाचा तह झाला म्हणून त्याला सुटल्यासारखे वाटत होते. शुजाचे स्वत:चे हेर आणि खबरे यांनी त्याला माहिती दिली होती. शिवाय त्याला पूर्ण जाणीव होती की, त्याला कठपुतळीसारखे किंवा अफगाणी लोक म्हणतात तसे मुळ्यासारखे वागवण्यात येत होते. त्याला ते विशेष अपमानित वाटले, कारण जे घडावे याची तो तीन दशके वाट बघत होता, त्याची अखेर तयारी झाली होती; पण हे कसे करण्यात येणार होते, याचा त्याच्याजवळ ओझरता उल्लेखही कोणी केला नव्हता. विशेषत: ज्या रणजितसिंगने त्याच्या मुलाचे त्याच्या डोळ्यांसमोर हाल केले होते, त्याची सर्वांत मूल्यवान वस्तू पळवली होती, त्याला खंडणी देण्यास तो अजिबात राजी नव्हता – तहाच्या कलमांमध्ये खंडणीच्या जागी 'आर्थिक मदत' शब्द वापरला होता तरीही!

'जंगनामेह' या ब्रिटिश आक्रमणाविषयी लिहिल्या गेलेल्या पहिल्या अफगाण दीर्घकाव्यात, ब्रिटिश व शहाशुजा यांमधील या भेटीत, मनानं स्वच्छ नसलेला

मॅक्नॅघटेन आणि विद्रोही बर्नेस दोघांनी लबाडीच्या गोड वागण्याने आणि स्तुती करण्याने शहाशुजाला अफगाणिस्तानात ब्रिटिशांच्या हातचे बाहुले म्हणून जाण्याबद्दलच्या हरकती व शंकांवर कशी मात केली, त्याचे काल्पनिक वर्णन केले आहे –

'ते म्हणाले, 'हे बादशहा, आम्ही पाईक तुझे,
तुझ्या हुकुमापुढे नम्रपणे झुकू.

शहाने त्यांचे सांगणे जेव्हा ऐकले,
तेव्हा गप्प झालेला तो पुन्हा बोलू लागला–

अहो माझे साथीहो! तो त्यांना म्हणाला,
गडबड गोंधळ उडवू या अमीरच्या राज्यात!

मी त्याचा देश आणि मुकुट घेऊन टाकेन,
आणि त्याच्या गळ्याभोवती फास टाकेन!

माझ्या तलवारीच्या झटक्यातून तो कसा सुटेल?
गादी सत्तेची मला देऊन टाकेल.

आणि मग – काबूलचं राज्य होईल ताबडतोब,
तुम्हा गोऱ्या साहेबांच्या मालकीचं.

धूर्त आणि शहाण्या लाटसाहेबानं (मॅक्नॅघटेननं)
हे शब्द ऐकले, तेव्हा

खूप उत्तेजित होऊन त्याने इच्छा व्यक्त केली
की, शहाची भरभराट होवो! आणि पुढे म्हणाला,

तुमची इच्छा असेल तशी, तर आवरा येथील पसारा,
काबूलला जाण्याची तयारी करा!

एवढीच आहे भीती की, तेथील लोकांना
माझ्या सरबताची चव कडू लागेल!

पण आता हीच वेळ आहे पाठलाग करण्याचा;
अशी वेळ पुन्हा कधी येईल शिकारीची?

प्रत्यक्ष परिस्थिती जरा वेगळी होती असे दिसते. साठीला आलेल्या शहाशुजाचा रुबाब आणि गंभीर, गौरवपूर्ण वागण्याची पद्धत याचा मॅक्नॅघटेनवर प्रभाव पडला. 'सत्तेवर अधिकार सांगणाऱ्या त्या वृद्धाचे राजेशाही रूप विशेषत: कंबरेपर्यंत

रुळणारी ऐटबाज काळी दाढी. नशिबात काय आहे याची तो सहनशीलपणे वाट पाहत होता. नशीब आता त्याला त्याची सत्ता पुन्हा मिळवून देणार होतं.' परंतु साडोझाईंच्या भावना सांभाळण्यासाठी आपले बेत पुढे ढकलण्याची त्याची (मॅक्नॅघटेनची) मन:स्थिती नव्हती. नाहीतरी शिखांसारखे ते काहीही सौदा करण्याच्या परिस्थितीत नव्हतेच. शुजाला तुटक शब्दांत ठरलेला बेत सांगण्यात आला. इकडून तिकडून कापून लहान केलेल्या ज्या अफगाणिस्तानचा बादशहा होण्याची त्याला परवानगी देण्यात येणार होती, त्याच्या हद्दी कोणत्या होत्या ते सांगण्यात आले. ब्रिटिश लोक त्याच्या कौटुंबिक बाबींमध्ये किंवा अंतर्गत गोष्टींमध्ये त्याच्या संमतीशिवाय ढवळाढवळ करणार नाहीत; अफगाणिस्तानचे पुनर्वसन करण्यासाठी आणि या विजयानंतर त्याची सत्ता स्थिरस्थावर करण्यासाठी त्याला आर्थिक मदत देण्यात येईल, अशी काही आश्वासने त्याला देण्यात आली. लुधियानामध्ये पळून जाणाऱ्या गुलाम मुलींमुळे त्याला सदैव त्रास होत असे. त्याने स्वत: लिहून ठेवलेल्या माहितीवरून असे दिसते की, झालेल्या तहामध्ये त्याने एक अट अशीही घातली की, अशा 'या देशातून त्या देशात पळून जाणाऱ्या मुली परत पाठवल्या जाव्यात. कुठल्याही बादशहाला गुलाम मुलींशिवाय (मोलकरणी) मानाने जगणे अशक्य आहे.' त्याला हेही आश्वासन देण्यात आले की, त्याला नुसते ब्रिटिशांच्या पलटणींच्या मागून आणून गादीवर बसवले जाणार नाही, तर १८३३-३४ मध्ये त्याने जो मार्ग घेतला होता, त्याच मार्गाने त्याच्या स्वत:च्या सैन्याच्या अग्रभागी, असा अफगाणिस्तानमध्ये प्रवेश करण्यास त्याला परवानगी दिली जाईल आणि शेवटी त्याला असेही वचन दिले गेले की, त्याचे स्वत:चे सैन्य उभे करून त्यांना प्रशिक्षण देण्यासाठी पूर्वीच्या त्याच्या आक्रमणाच्या वेळेसारखी त्याला जास्त पैशांची मदत दिली जाईल.

१६ जुलैला, मॅक्नॅघटेनला प्रथम भेटल्यानंतर केवळ ४८ तासांमध्ये शुजाने करारावर सही केली, ज्याचा पुढे 'त्रिपक्षी करार' (ट्राइपार्टाइट अलायन्स) म्हणून उल्लेख होत राहिला.

एमिली एडनला वाटत होते की, 'सिमला सीझन'ची सुरुवात खूप समाधानकारक झाली होती. तिने इंग्लंडमधल्या तिच्या बहिणीला लिहिले – 'आम्ही लहान मेजवान्या देतो आणि अधूनमधून 'बॉल डान्सचे कार्यक्रम ठेवतो. एक लोकप्रिय कार्यक्रमही आम्हाला सुचला. इथल्या एका टेकडीवर आम्ही आमच्या बॅन्डच्या संगीताचा कार्यक्रम ठेवतो. ऐकायला येणाऱ्यांसाठी आम्ही काहीतरी नाश्ता व आइस्क्रीम पाठवतो. सर्व लोक एकत्र जमतात. छान कार्यक्रम होतो.' तिची तक्रार

एकच होती की, 'सेमिरामिस' बोट, जी तिची पत्रे घेऊन लंडनला जाणार होती, ती खार्ग बेटावर नौदलाच्या पलटणीला सोडायला गेली होती आणि त्यामुळे तिची पत्रे अजून मुंबईतच पडून होती. 'आम्ही कसले कसले बेत करतो; परंतु एक बोट पावसाळ्यामुळे नादुरुस्त होते, दुसरी बोट आम्ही इंग्लंडला पाठवलेली पत्रे घेऊन तशीच परत येते – आणि आम्हाला वाटले होते की, ती पत्रे तिकडे पोहोचली असतील! मग आम्ही अरबी बोटींबरोबर पत्रे पाठवली; पण मला खात्री असते की, जहाजावरचे अरब कॉफी पीत पीत, इतर जहाजांना लुटत इकडेतिकडे भटकत असणार!'

इकडे हिमालयातल्या त्या अरुंद पट्ट्यासारख्या जागेत बसून तिचा भाऊ अफगाणिस्तानवर मोठ्या प्रमाणात करायच्या असलेल्या ब्रिटिश आक्रमणाची तयारी पूर्ण करत होता; परंतु अजूनही त्याचा ठाम निश्चय होत नव्हता. हिंदुस्तानात बरीच वर्षे काम करत असलेल्या लोकांकडून आता टीका करणारी पत्रे येऊ लागली; त्यामुळे तो अस्वस्थ झाला होता. ऑकलंड येऊन पोहोचेपर्यंत कार्यवाहू गव्हर्नर जनरल असलेल्या चार्लस् मेटकाफलाच त्या पदावर ठेवायला हवे होते असे अनेकांना वाटत असे. मेटकाफने ऑकलंडच्या अफगाणिस्तान-विषयक धोरणावर गंभीर चिंता व्यक्त केली होती. त्याने लिहिले होते – 'जरूर नसताना, विचार न करता, अडचणीत आणि कोंडीत टाकणाऱ्या परिस्थितीत आपण शिरलो आहोत, ज्यातून नामुष्कीची माघार न घेता आपल्याला कधीही बाहेर पडता येणार नाही. रशियाचा प्रभाव थोपवणे एवढेच आपल्याला करायचे होते. आपण उचललेल्या पावलांनी तो प्रभाव आपण जवळजवळ नक्कीच पक्का करणार आहोत. समजा, सुरुवातीला उत्तम यश मिळाले, तरी राजकीय व आर्थिक बाबींमध्ये आपल्यासाठी परिस्थिती कायमच अडचणींची आणि कोंडीत टाकणारी होऊन बसेल.'

ब्रिटनचा अफगाणिस्तानवरील अग्रगण्य तज्ज्ञ माउंट स्टुअर्ट एल्फिन्स्टन यालाही तशाच शंका होत्या. 'आम्ही ऐकून आहोत की तुमच्या इराद्याप्रमाणे तुम्ही सत्तावीस हजार सैनिक बोलन खिंडीतून कंदाहारला पाठवलेत. त्या सर्वांना खाऊपिऊ घालू शकलात, तर तुम्ही कंदाहार व काबूल काबीज करून शहाशुजाला प्रस्थापित करू शकाल, यात मला मुळीच शंका नाही; परंतु त्या गरीब पण कणखर आणि अत्यंत थंड व खूप दूरच्या देशात त्यांचा सांभाळ करणे हे अफगाणी लोकांसारख्या बंडखोरांच्या देशात मला अशक्य वाटते, असे मी स्पष्टपणे सांगू इच्छितो. तुम्हाला यश मिळाले, तर रशियाबरोबरचे तुमचे संबंध कमकुवत होतील. अफगाणी लोक तटस्थ असताना त्यांच्यावर आक्रमण करणाऱ्यांच्या विरुद्ध तुम्ही मदत केली असती तर ती त्यांनी कृतज्ञतेने स्वीकारली असती. आता मात्र ते तुमच्या बाजूचे नसतील. अशा वेळी कोणी आक्रमण करेल त्याच्याशी संगनमत करून, तुम्हाला हाकलून देण्यात त्यांना आनंद वाटेल.'

कंपनी सरकारशी मैत्रीचे संबंध असलेले लहान स्थानिक देश होते, त्यांनाही वाटत होते की, आक्रमण अजिबात सोपे होणार नाही. ज्याच्या प्रदेशातून ब्रिटिश सैन्याला जावे लागणार होते, त्या बहावलपूरच्या नवाबाला बऱ्याच गोष्टींची चिंता वाटत होती. त्याच्या दरबारातील लोकही त्याच्याशी सहमत होते. जो ब्रिटिश अधिकारी त्याच्याशी चर्चा करण्यासाठी गेला, त्याला जे सांगितले ते असे –

> 'त्यांनी आम्हाला त्या देशामधील अडचणींबद्दल सांगितले. तेथील रस्ते आणि खिंडी यांविषयींच्या आमच्या अज्ञानाबाबत ते बोलले. ते असेही म्हणाले की, ब्रिटिश सरकारला हे काम सोपे वाटते आहे, परंतु त्यांना मात्र खूपच काळजी वाटत होती. संभाव्य अडचणी साध्यासुध्या नव्हत्या. शहाच्या नशिबात काय होते, याविषयी त्यांचे मत अतिशय प्रतिकूल होते. दोस्त महम्मदविषयी येथील एकूण मत असे दिसते की, जर सर्वजण त्याला सोडून गेले आणि प्रत्येक मार्ग त्याच्यासाठी खुंटला, तरच तो तडजोडीची भाषा बोलेल; नाहीतर अजिबात नाही.'

बर्नेसला जेव्हा सिमल्याला गव्हर्नर जनरलच्या घरी वीस जुलैला सल्ला देण्यासाठी बोलावण्यात आले, तेव्हा त्याला धोक्याची सूचना देण्यात आली की, कोणत्याही परिस्थितीत ऑकलंडला गोंधळात टाकू नये किंवा त्याचे मत बदलण्याचा प्रयत्न करू नये. मॅस्सनच्या लिहिण्याप्रमाणे, 'जेव्हा तो आला, तेव्हा टॉरेन्स आणि कॉलव्हिन धावतच त्याच्याकडे गेले आणि त्यांनी त्याला विनंती केली की, लॉर्डसाहेबांच्या डोक्याला त्रास होईल असे काहीही बोलू नये. खूप प्रयत्न करून त्या दोघांनी त्यांना यात लक्ष घालायला लावले होते. काहीतरी सबब मिळाली, तर ते यातून आनंदाने बाहेर पडले असते. ऑगस्ट महिना उजाडला तरी ऑकलंड वेगवेगळ्या योजना मनात घोळवत होता आणि अनेक शक्यतांवर विचार करत होता.

तरीही, हळूहळू सगळं जमून येत होतं तसेच ऑकलंडच्या हरकती आणि काळजी यांना न जुमानता राज्य कारभारातले मॅक्नॅघटेन व इतर युद्धपिपासू लोक आक्रमण करण्याचे बेत कठोरपणे पुढे सरकवतच होते. आक्रमणाचे स्वरूप आणि ब्रिटिशांची त्यातील भागीदारी हळूहळू वाढत गेली. आता ब्रिटिशांचं सैन्य वीस हजार झालं होतं. गेल्या वीस वर्षांमधलं कंपनीनं केलेलं सर्वांत मोठं आक्रमण आणि चाळीस वर्षांपूर्वी केलेल्या टिपू सुलतानच्या पराभवानंतर झालेली खरी मोठी लढाई.

दहा सप्टेंबरला लढाईसाठी प्रत्यक्ष जमवाजमव करण्याचा हुकूम देण्यात आला. लॉर्ड ऑकलंडने त्याच्या सरसेनापतीला अफगाणिस्तानवर चाल करून जाण्यासाठी सैन्य गोळा करण्यास सांगितले. हिंदुस्तानातल्या सर्व सुस्तावलेल्या

लष्करी छावण्या जागृत होऊ लागल्या. लँडोरमध्ये कॅप्टन विल्यम डेनीनं त्याच्या डायरीत लिहिलं – 'काहीतरी खूप मोठं, खूप महत्त्वाचं घडणार आहे. असं ऐकलं की, आम्ही रशियन्सशी किंवा पर्शियन्सशी युद्ध करणार आहोत.' त्याच दिवशी सैन्य जाऊ शकेल असा रस्ता बघून तो तयार करवून घ्यायला बर्नेसला सिंधला पाठवलं गेलं. त्याने हॉलंडला लिहिलं, 'काही दिवसांपूर्वी एका शब्दानं कदाचित जे काम झालं असतं, ते करण्यासाठी आता वीस हजार लोकांना हुकूम देण्यात आला आहे आणि जे काम मी दोन लाख रुपयांत करून दाखवायला तयार होतो, त्यासाठी वीस लाख खर्च करावे लागणार आहेत!' परंतु हे व्यक्तिगत दुःख नव्हते. त्याला आलेल्या हुकुमाच्या पाकिटावर 'सर अलेक्झांडर बर्नेस' असे लिहिले होते. आधी तर त्याला वाटले की, चुकून लिहिले गेले आहे; परंतु पाकीट उघडल्यावर त्याला समजले की, त्याला 'सर' ही बहुमानाची पदवी देण्यात आली होती. त्याने हाती घेतलेले काम असफल झाले असले आणि जे काम आपल्याला मिळावे असे त्याला वाटत होते, ते आक्रमणाच्या राजकीय सूत्रधाराचे पद मॅक्नॅघटेनला दिले गेले असले, तरी जो बादशहा त्याला चांगला वाटत होता आणि ज्याच्या आदरातिथ्याचा आनंद त्याने घेतला होता, त्याच्या विरुद्धच्या तसेच ज्या धोरणाला त्याने नेहमी विरोध केला होता, त्याला मात्र जाहीरपणे पाठिंबा देण्यास तो तयार होता. या सर्व गोष्टींची नोंद वरिष्ठांनी घेतली होती. त्याने काबूलहून पाठवलेले अहवाल 'पार्लमेंटरी ब्लू बुक'मध्ये छापले जाण्यापूर्वी त्यामध्ये शुजाला पुन्हा सत्तेवर आणण्यास त्याचा नेहमीच पाठिंबा होता असे वाटेल, असे बदल केले गेले होते.* गेल्या काही महिन्यांमध्ये मनाला झालेला त्रास व वाटलेली निराशा सहन करून तो गप्प राहिला होता. या गप्प राहण्याचे बक्षीस म्हणून त्याला 'सर' ही पदवी दिली गेली होती. त्याचे दिवस अजूनही चढतीचे होते.

एक ऑक्टोबरला ऑकलंडने एक घोषणा केली, जिला पुढे 'सिमला जाहीरनामा' या नावाने ओळखले जाऊ लागले. या घोषणेत त्याने अधिकृतरीत्या युद्ध पुकारले. अफगाणिस्तानमध्ये शहाशुजाला पुन्हा सत्तेवर स्थापित करण्यास भाग पाडणे हा ब्रिटनचा हेतू आहे असे जाहीर केले. भूतपूर्व गव्हर्नर जनरल लॉर्ड मिंटो – ज्याने सर्वप्रथम एल्फिन्स्टनला अफगाणिस्तानला पाठवले होते, तो एमिलीचा अंकल होता. तिने लॉर्ड मिंटोला लिहिले होते – 'शांत स्वभावाच्या बिचाऱ्या जॉर्जला युद्ध पुकारावे लागले – हे त्याच्या स्वभावाशी किती विसंगत आहे!'

ऑकलंडचा जाहीरनामा हा जवळजवळ नुसता प्रचार होता. मिळालेल्या

---

* या आक्रमणाला पार्लमेंटचा पाठिंबा मिळावा म्हणून असे बदल केले होते. या गोष्टीची पुढे खूप निंदानालस्ती झाली; या अहवालाला 'फसवेगिरीची कागदपत्रे' म्हटले गेले.

माहितीचा मुद्दाम उघडउघड विपर्यास केलेला होता. हिंदुस्तानातील वर्तमानपत्रांनी ताबडतोब त्याबद्दल हा प्रचार म्हणजे 'सत्याचा अत्यंत अप्रामाणिक लबाडीने केलेला विपर्यास' आहे असे लिहिले. एका वरिष्ठ हिंदुस्तानी सरकारी अधिकाऱ्याने म्हटले की, जाहीरनाम्यात 'न्याय', 'निकड', 'सरहद्द', 'ब्रिटिश सत्तेच्या मालकीच्या वस्तूंची सुरक्षा', 'राष्ट्रीय संरक्षण' असे शब्द अशा पद्धतीने वापरले आहेत, जे सुदैवाने इंग्रजी भाषेत पूर्वी कधीही अशा पद्धतीने वापरले गेले नाहीत!'

या जाहीरनाम्यात ऑकलंडने दोस्त महम्मदवर आरोप केले होते की, तो अत्यंत अवाजवी आढ्यता दाखवत होता आणि स्वतःची शक्ती वाढवण्यासाठी अशा महत्त्वाकांक्षी योजना आखत होता, ज्यामुळे हिंदुस्तानच्या सरहद्दीवरील सुरक्षा व शांतता धोक्यात येत होती. त्या योजनापूर्तीसाठी तो उघडउघड त्याला मिळवता येईल ती परकीय मदत मिळवत होता. आमचा जुना मित्र महाराजा रणजितसिंग याच्या राज्यावर, काहीही तात्कालिक कारण घडलेले नसताना त्याने एकाएकी हल्ला केला होता. तो उघडपणे पर्शियाच्या दुष्ट बेतांना पाठिंबा देत होता. पर्शियाचे वर्चस्व व हुकूमत सिंधू नदीच्या किनाऱ्यापर्यंत किंवा त्याच्याही पलीकडे वाढवण्याचे पर्शियाचे बेत होते. ऑकलंडच्या म्हणण्याप्रमाणे या लढाईचा हेतू, उत्तर-पश्चिम सरहद्दीवर होणाऱ्या आक्रमणांच्या योजनांना कायमचा प्रतिबंध करण्याचा होता. अर्थात हा वस्तुस्थितीचा संपूर्ण विपर्यास होता; परंतु आता ऑकलंडच्या मनात आले असते, तरी त्याला घेतलेली बाजू बदलणे शक्य नव्हते. त्याच्याभोवती गोळा झालेल्या युद्धपिपासू लोकांमुळे आता घटनांनी आपोआप वेग घेतला होता.

जाहीरनाम्यात पुढे लिहिले होते की, लॉर्ड ऑकलंडना शहाशुजाच्या लोकप्रियतेबद्दल, श्रेष्ठ अशा जाणकारांकडून खात्रीशीर आणि सर्वांची सहमती असलेली प्रशंसापत्रे मिळाली होती. म्हणून ब्रिटिश लोक, काबूलच्या तख्ताच्या कायदेशीर मालकाला, त्याच्या स्वतःच्या सैन्याला बरोबर घेऊन अफगाणिस्तानात प्रवेश करण्यास मदत करणार होते. अर्थात, हेही अजिबात खरे नव्हते. तीस वर्षे आरामशीर निवृत्तीत राहिल्यावर पन्नाशी उलटून गेलेला शहा आता त्याचे तख्त परत मिळवण्यासाठी चौथ्यांदा मोहिमेवर जाणार होता; परंतु या वेळी तो ब्रिटिश हिंदुस्तानच्या सेनेच्या अग्रभागी असणार होता. ब्रिटिशांचे हेतू साध्य करण्यासाठी आणि ब्रिटिश अधिकाऱ्यांच्या पूर्ण देखरेखीखाली जाणार होता.

अनेक दशके ज्याची स्वप्ने बघत त्याने घालवली होती, ते हे मायदेशी परत जाणे अजिबातच नव्हते; परंतु आता वय इतके वाढल्यानंतर शुजाला त्याबद्दल फारसे काही वाटत नव्हते. तो आणि त्याच्याबरोबरचे त्याचे दरबारी लोक यांच्या दृष्टीने हे असमर्थनीय, अकारण उकरून काढलेले, मुळीच गरज नसलेले, एका स्वतंत्र देशावर ब्रिटिशांनी केलेले आक्रमण नव्हते. हे बादशहाचे पुनरागमन होते.

नरकाचे प्रवेशद्वार

ज्याला ब्रिटिश इतिहासकारांनी पहिल्या अफगाण युद्धाची सुरुवात म्हटलं आहे, तो शहाशुजाचा त्याचं राज्य परत मिळवण्याचा चौथा प्रयत्न होता. पूर्वीच्या प्रयत्नांइतकीच ही सुरुवातदेखील प्रचंड गोंधळात झाली.

तसं पाहिलं तर मुळात योजना चांगली होती. प्रथम पंजाबमध्ये फिरोजपूरला निरोप समारंभ होणार होता. त्रिपक्षीय करारावर सह्या असलेले, तिघेही तेव्हा हजर राहणार होते. पाच वर्षांपूर्वी शहाशुजाने केलेल्या स्वारीप्रमाणेच या वेळीही अफगाणिस्तानवर दोन मार्गांनी हल्ला करायचं ठरवलं गेलं. शुजाचा सर्वांत मोठा मुलगा तैमूर याच्या आधिपत्याखाली, कर्नल वेड्च्या मदतीने आणि रणजितसिंगने पाठवलेल्या पंजाबी मुसलमानांच्या तुकडीच्या मदतीने एक पलटण उत्तरेला जाऊन पेशावरमधून खैबर खिंडीतून जलालाबादला जाणार होती. दुसरी पलटण जास्त मोठी होती. ती नावालाच शहाशुजाच्या आधिपत्याखाली, पण खरे तर मॅक्नॅघटेनच्या देखरेखीखाली होती. ही पलटण कंपनी सरकारच्या बेंगॉल आणि बॉम्बेच्या सैनिकी तुकड्यांच्या मदतीने, दक्षिणेकडून पंजाबला वळसा घालून (कारण रणजितने आता त्याच्या राज्यातून जाण्यास ब्रिटिश सैनिकांना बंदी केली होती) बोलन खिंडीमधून दक्षिण अफगाणिस्तानवर कंदाहारच्या खालच्या बाजूने हल्ला करून गझनीकडे कूच करणार होती. दोन्ही पलटणी काबूलमध्ये एकत्र येऊन शहाशुजाला बाला हिसारमधील सिंहासन परत मिळवून देतील. त्याच वेळी शहाशुजाची प्रतीक्षा करणाऱ्या त्याच्या बाजूच्या टोळ्या अफगाणिस्तानमध्ये बंड करून गादी बळकावून बसलेल्या दोस्त महम्मदला हाकलून लावणार होत्या. शहाशुजा देशात प्रवेश करण्यापूर्वीच प्रत्येक महत्त्वाचा टोळीप्रमुख त्याला मानवंदना देऊ लागेल, असे

वेड्ने ऑकलंडला खात्रीपूर्वक आश्वासन दिले; परंतु सुरुवातीपासूनच ठरवल्याप्रमाणे काही घडले नाही.

सिमला करारात असे स्पष्ट नमूद केले होते की, शहा काबूलला स्वत:च्या सैन्याबरोबर परत येईल. अडचण अशी होती की, त्या वेळी शुजाकडे सैन्यच नव्हते. त्याचे विद्रूप केले गेलेले काही नोकरच फक्त त्याच्याबरोबर होते! तेव्हा प्रथम 'शहाशुजा पलटण' उभी करायची होती. ज्यांना या सैन्यात दाखल व्हायचे होते, ते १८३८च्या उन्हाळाभर लुधियानाला येत राहिले. त्यांच्यापैकी काही रोहिला लोकांचे वंशज, तर काही हिंदुस्तानी अफगाण होते, ज्यांचे पूर्वज अठराव्या शतकामध्ये गंगेच्या खोऱ्यात येऊन वसले (राहिले) होते. बरेचजण स्थानिक हिंदू होते. कंपनी सरकारच्या सेनेचे जिथे तळ होते, तिथे ते काम करणार होते; परंतु हे भरती झालेले लोक अत्यंत, असंस्कृत, जंगली व बेशिस्त होते. ते अत्यंत सुमार बाजारबुणगे होते. फिरोजपूरला स्वारी निघण्याची समारंभपूर्वक सुरुवात होणार होती. त्या जाहीर समारंभात त्यांना ठेवण्यालायक नव्हते. शिवाय एका ब्रिटिश ऑफिसरने एका पत्रात लिहिल्याप्रमाणे 'शहा स्वत:च्या, सैन्याच्या मध्यभागी राहून त्याच्या राज्यात प्रवेश करणार होता, या निव्वळ थापा होत्या. वस्तुस्थिती अशी होती की, त्या सर्व लोकांमध्ये एकही त्याचा प्रजानन किंवा अफगाणी नव्हता. ही वस्तुस्थिती सर्वदूर सर्वांना कळून चुकली होती.'

म्हणून, ऑगस्टच्या शेवटी, शुजा आणि त्याचे सैन्य यांना फिरोजपूरपासून दूर, शिकारपूरला नेऊन त्यांना गुपचूप विशेष प्रशिक्षण देण्यास सुरुवात झाली. मात्र, काही दिवसांत ही पलटण त्यांचा ठरावीक मार्ग सोडून भलतीकडे पळाली. त्यांनी लारखाना* येथे लुटालूट केली. यामुळे शुजाच्या सैनिकांनी पूर्वीच्या स्वारीच्या वेळेत केलेली प्रचंड लूट व हिंसा यांच्या आठवणी सिंध प्रांतात सर्वत्र जागृत झाल्या. मदत करण्याची यत्किंचितही इच्छा आता सिंधच्या अमीरांना राहिली नाही. अशातच मुंबईहून कराचीला समुद्रमार्गे येत असलेल्या पहिल्या बॉम्बे पलटणीला कराचीच्या दीपस्तंभातून बंदुकांनी सलामी दिली गेली. हा त्यांना त्यांच्यावर केला गेलेला हल्ला वाटला; त्यामुळे त्यांचे मित्र होणार असलेल्या सिंधी लोकांचा बंदरावरचा मुख्य किल्ला त्यांनी हल्ला करून खलास करून टाकला! यातून परिस्थिती आणखी चिघळली.

हा एकच प्रश्न नव्हता. अल्पावधीतच शुजाच्या डोक्यात आपले ग्रह सुधारले अशी हवा गेली. इतकी वर्षे दुर्दैव लचके तोडत राहिल्यामुळे त्याचा मूळचा चांगला स्वभाव, कठोर, जुलमी झाला होता. त्याच्या सर्व ब्रिटिश अधिकाऱ्यांशीही त्याचे

---

* लारखाना हे नंतर सत्तेवर आलेल्या भुट्टो घराण्याचे गाव.

पटेनासे झाले होते. त्याच्या गर्विष्ठ उद्दाम वागणुकीने आणि तो समोर बसलेला असताना त्यांनी सर्वांनी उभेच राहिले पाहिजे अशा उद्धट आग्रहामुळे तेही त्याच्यापासून दुरावले होते. त्याच्या भावी प्रजाजनांबद्दल – अफगाणींबद्दल, 'कुत्रे आहेत सगळे' अशी भाषा तो बोलताना ऐकून त्यांना धक्काही बसला होता आणि ते धास्तावलेही होते. वैतागलेल्या मॅक्नॅघटेनने लिहिले होते की, 'आपण हळूहळू प्रजाजनांबद्दल त्याचे मत चांगले होईल असा प्रयत्न केला पाहिजे.' तिकडे शहजादा तैमूर लुधियानामधून अजून हललाच नव्हता. शिकारपूरहून शुजा संतापून वेड्ला पत्रे लिहीत असे. त्यातल्या एकात त्याने लिहिले, 'शहजादा इतका मूर्ख आहे की, इतक्या दिवसांमध्ये तो जागचा इंचभरही हललेला नाही!'

या सर्वांचा परिणाम म्हणून ज्या माणसाच्या नावाने स्वारी करण्यात येत होती, तो किंवा त्याच्या घराण्यातलेही कोणीच हजर नसताना लॉर्ड ऑकलंडच्या या युद्धासाठीचा निरोप समारंभ पार पडला. साडोझाईंच्या ऐवजी एडेन कुटुंबच सिमल्याहून धो धो पावसात निघाले. एमिलीला तिचे हिमालयातले ते आवडलेले गाव सोडून मुळीच जायचे नव्हते. डोंगर उतरून खाली आल्यावर लिहिलेल्या पत्रात तिने तक्रार केली की, 'ऐन पावसाळ्यात तंबूत किती घाणीत, ओंगळ वातावरणात राहावे लागते याचे वर्णन करणेही अशक्य आहे.

> नोकर बिचारे भिजून हवालदिल झाले होते, आधीच्या मुक्कामाहून त्यांची स्वयंपाकाची भांडी अजून येथे पोहोचलेली नाहीत. तंबू सर्व बाजूंनी गळत आहेत – जेथे म्हणून शिवण आहे, तिथून पाणी वाहत आहे. उंट घसरून पडून मरत आहेत, छकडे नद्यांमध्ये रुतत आहेत. आपल्या व्यक्तिगत सुखसोयींचे तर नावच नको! तंबूच्या भोवताली पाण्याने भरलेले खड्डे वाहत असतात, त्यातल्या चिखलात आपण हटकून घसरतो – मी छत्री घेऊन माझ्या तंबूतून जॉर्जच्या तंबूत जाते, आम्हाला पालखीतून जेवणाच्या तंबूत नेण्यात येते आणि दुसऱ्या पालखीतून जेवण आणण्यात येते.'

पुढे जाताना वाटेत ते लुधियानामध्ये शहाजादा तैमूरला भेटण्यासाठी थांबले. तो अजूनही पेशावरला जायला निघालाच नव्हता. फॅनीने लिहिले – 'काल मेजर वेड्कडे आमच्यासाठी भला मोठा खाना होता. संपूर्ण शहरात 'नेटिव्ह' पद्धतीने लहानलहान दिवे ओळीत ठेवून रोषणाई केली होती. शुजाचा मुलगा खान्यासाठी आला; पण राज्यही नाही आणि हत्तीही नाही तेव्हा माझा म्हणून जो हत्ती आहे, तो त्याला आणण्यासाठी पाठवला होता.' या सर्व इकडून तिकडे प्रवास करत राहण्याच्या गोंधळात मॅक्नॅघटेनच्या प्लेटस् आणि कटलरी हरवली. राहणीच्या

बाबतीत अत्यंत आग्रही असलेल्या त्याच्यासारख्या माणसासाठी ही फार भयंकर बाब होती. छावणीतल्या सगळ्यांची पाचावर धारण बसली! शहाशुजा जसे हाताने खातो, तसेच मॅक्नॅघटेनने खाल्ले, तर शुजाचे त्याच्याबद्दल काय मत होईल?' फॅनीने पुढे लिहिले होते!

हिंदुस्तानच्या संपूर्ण उत्तर व पश्चिम भागांत ऐन पावसाळ्यात सैन्याच्या मोठ्या प्रमाणावर हालचाली चालू होत्या. गव्हर्नर जनरलचे ओले तंबू हा त्याचा फक्त एक भाग होता.

मुंबईच्या पावसात सैन्याच्या तुकड्या चिंब भिजत त्यांच्या बराकींमधून समुद्रकिनाऱ्यावर जात होत्या. त्यांना सैन्य घेऊन जाणाऱ्या बोटींवर चढवून वादळी समुद्रातून, सिंधू नदी समुद्राला मिळते, तेथील आसपासच्या कराची, थत्ता आणि इतर बंदरांत न्यायचे होते. दिल्लीच्या डोंगराच्या पायथ्याशी असलेल्या छावण्यांमध्ये उंटांच्या तांड्यांचा अभिनव प्रकारे उपयोग करून पाहण्यात आला. आडमुठ्या उंटांवर दारूगोळा व कॉनग्रिव्ह अग्निबाण लादण्यात आले. हांसीमध्ये कर्नल जेम्स स्किनर हरयानाच्या पुरानं वेढलेल्या सपाट प्रदेशातून राखीव फौजेतल्या सैनिकांना बोलावून घेण्याचा प्रयत्न करत होता. सैन्यातले हुजरे, सैनिकांची गंजायला लागलेली शिरस्त्राणं आणि चिलखतं पॉलिश करून घेण्याच्या प्रयत्नात होते. मीरत आणि रुरकीमधल्या चिखल भरलेल्या छावण्यांमध्ये कंपनी सरकारचे शिपाई आपापले बरोबर न्यायचे सामान तयार करून ग्रँड ट्रंक रोडने कर्नाल आणि फिरोजपूरकडे रांगेनं शिस्तीत चालू लागले होते. त्यांच्या बायका आणि रखेल्या दलदलीतून फरपटत त्यांच्या मागेमागे येत होत्या.

पावसाळ्यातल्या या चिखलातून एका पलटणीचे नेतृत्व करत पुढे जात होता विल्यम नॉट. वेल्सच्या हद्दीवरील एका मध्यमवर्गीय शेतकऱ्याचा निर्भीडपणे बोलणारा हा मुलगा चाळीस वर्षांपूर्वी केनारव्हॉनहून सरळ हिंदुस्तानात आला होता आणि काम करतकरत कंपनी सरकारचा एक वरिष्ठ जनरल झाला होता. त्याच्या उत्तम, शूर सैनिकांवर त्याचा खूप जीव होता. आता त्यांच्याबरोबर तो त्यांच्या दिल्लीमधल्या तळावरून निघून कर्नालच्या रस्त्याचा चढ चढत होता. दिल्लीहून निघण्यापूर्वीच नॉटनं त्याच्याबरोबर वीस वर्षं संसार केलेल्या त्याच्या लाडक्या पत्नीचं – लेटिटियाचं अत्यंत दुःखानं दफन केलं होतं. त्यानं लिहिलं, 'सैनिकांच्या पलटणी, बंदुकांचे गाडे, दारूगोळा, खजिन्याच्या पेट्या यांनी रस्ता भरून गेला होता. माणसाला आणि त्याच्या घोड्याला या छकड्यांमधून आणि युद्धसामग्रीतून वाट काढत जायला खूप सहनशील असावं लागतं.'

तरुण सैनिकांना या युद्धात त्यांना गौरव मिळवता येईल, लूट करायला मिळेल, बढती मिळेल असं वाटत असेलही; नॉटला मात्र त्याचं दुःख विसरायला हे युद्ध मदत करेल एवढीच आशा होती. 'तो कर्नालला पोहोचला त्या रात्री त्यानं त्याच्या मुलींना लिहिलं, 'गेल्या दिवसांच्या प्रियजनांच्या आठवणी काढत दिवस गेला. माझी मनःस्थिती फार वाईट आहे. युद्धाच्या विचारांनी मनाची दुःखद आठवणींतून थोडीफार सुटका होते. तेवढीच सुटका झाल्यासारखं वाटतं.' हा विचार किती भयंकर आहे हे जाणवून त्यानं समासात लिहिलं – 'माणूस दुसऱ्या माणसाला मारून टाकणं केव्हा थांबवेल?'

त्याला एकदाची 'मेजर जनरल' या पदावर बढती मिळाली होती; पण त्याचं त्याला फारसं समाधान वाटलं नव्हतं. मिंदेपणा बाळगून, स्पष्टवक्तेपणा टाळला असता तर ही बढती त्याला कधीच मिळाली असती. आपला अपमान होतो आहे असं दिसल्यावर नॉट गप्प बसत नसे. आत्ताही, ब्रिटिश सैन्यातल्या नव्यानं दाखल झालेल्या वरिष्ठ लष्करी अधिकाऱ्यांना, त्याच्या तुलनेत जे महत्त्व दिलं जात होतं, त्याबद्दल विरोध प्रकट करण्याची तयारी तो करतच होता. कंपनीच्या सैन्यातील अधिकाऱ्यांच्या तुलनेत या अधिकाऱ्यांचे लागेबांधे जरी जास्त होते आणि ते जास्त संपन्न कुटुंबामधले होते, तरी त्यांना हिंदुस्तानी बोलता येत नसे. हिंदुस्तानातील स्थानिक सैनिकांशी वागण्याचा किंवा येथील युद्धपद्धतीचा त्यांना काहीही अनुभव नव्हता. त्याने अशा अफवा ऐकल्या होत्या की, कमांडर-इन-चीफ सर जॉन कीन हे कंपनी सरकारच्या जनरल्सकडून बऱ्याच सैनिकांच्या पलटणींचे नेतृत्व काढून घेणार होते. त्याबद्दल भांडायचीही तयारी त्याने केली होती. त्याने त्याच्या मुलींना लिहिले, 'खरी गोष्ट अशी आहे की, तो सम्राज्ञीच्या सैन्यातील अधिकारी आहे आणि मी कंपनी सरकारच्या. मला खात्रीपूर्वक असे वाटते की, ब्रिटिश सैन्यातील अधिकारी कितीही निष्णात, पारंगत असला तरी कंपनीच्या सैन्याचा अधिकारी होण्यास तो सर्वथैव अयोग्य असतो.'

'आर्मी ऑफ द इन्डस' असे ऐटबाज नाव दिलेली सेना नोव्हेंबरच्या सुरुवातीला फिरोजपूरच्या पठारी प्रदेशात गोळा होऊ लागली. तोपर्यंत पाऊस थांबल्याने सर्वांनाच सुटल्यासारखे वाटत होते. छावणीमध्ये जरा उत्साह वाटावा, या उद्देशाने रणजितसिंगने सहाशे माळ्यांना पाठवून अधिकाऱ्यांच्या राहुट्यांभोवती गुलाबांच्या कुंड्या ठेवून तात्पुरत्या बागा तयार केल्या; परंतु गोळा होत असलेल्या सेनेपुढे आता एक जास्त गंभीर अडचण उभी राहिली होती; त्यामुळे ऑकलंड पेचात पडल्यासारखा झाला. हल्ला करण्याची तयारी चालू असतानाच बातमी आली की, ब्रिटिश आरमाराने खर्ग बेटाचा ताबा घेतल्यामुळे धोका वाटून, पर्शियाने अनपेक्षितपणे हेरतवरचा वेढा उठवला होता आणि ते मशादपर्यंत मागे हटले होते. त्यानंतर

लगेचच अशीही खात्रीची बातमी आली की, लंडनहून परराष्ट्रसचिव लॉर्ड पामर्स्टनने परराष्ट्रसंबंधांचा दबाव आणल्यामुळे सेंट पीटर्सबर्गमध्ये काउंट नेस्सेलरोडही नरम आले होते. पर्शिया व अफगाणिस्तानपासून ब्रिटिशांना दूर ठेवण्यासाठी ज्या काउंट सिमोनिचने रशियाच्या परराष्ट्रसंबंधांची ही सर्व मोहीम आखली होती, त्याला बळीचा बकरा बनवण्यात येणार होते. त्याने दिलेल्या अधिकारांचे उल्लंघन केले अशा आरोपाखाली पर्शियातील रशियन वकील म्हणून त्याला काढून टाकले जाणार होते.* कंदाहारमधून व्हित्केविचलाही सेंट पीटर्सबर्गला परत बोलावण्यात येणार होते. जर ब्रिटिशांनी हल्ला केला तर रशियाकडून सैन्याची मदत मिळण्याची खात्री देत तो दोस्त महम्मदच्या सावत्र भावांबरोबर रशिया-बराकझाई मैत्री करार पक्का करण्यात गुंतलेला होता.

ऑकलंडला असलेले मूळचे दोन्ही धोके आता राहिले नव्हते. रशिया आणि पर्शिया जाहीरपणे माघार घेत होते. ब्रिटिश जर कधी हिंदुस्तानला खरोखरच धोका होता असे धरून चालले, तरी तो आता संपला होता. युद्धाचे जे हेतू होते, ते एकही गोळी न मारता साध्य करून घेण्यासाठी आणि दोस्त महम्मदशी पुन्हा वाटाघाटी सुरू करण्यासाठी ही अत्यंत योग्य वेळ ठरली असती. अजूनही उत्तर हिंदुस्तानात मोठा दुष्काळ पडलेला होता, ज्यामुळे लाखो लोक उपासमारीने मरत होते – याबद्दल अधिकृत आकडे उपलब्ध नाहीत. धान्य पिकवण्याऐवजी अफूची शेती करण्यास ब्रिटिश लोक प्रोत्साहन देत होते; त्यामुळे तर परिस्थिती अधिक भीषण झाली. शिवाय, कंपनीच्या अफूच्या फायदेशीर व्यापाराचे संरक्षण करण्यासाठी आणखी एक आघाडी उघडून चीनवरही बेकायदेशीरपणे आक्रमण करण्याचा विचार ऑकलंड करू शकत होता. ज्या शेतांमध्ये पूर्वी उत्तम प्रतीचे व भरपूर धान्य पिकत होते, त्याच शेतांमध्ये ही अफूची शेती होत होती. शुजाचे अफगाणिस्तानमध्ये किती स्वागत होईल याबद्दल शंका होत्याच. तख्तावर बसवल्यावर त्याला तेथे टिकवून ठेवणे शक्य होईल का? हा प्रश्नही अनुत्तरित होता; परंतु अत्यंत आश्चर्याची गोष्ट म्हणजे फिरोजपूरमध्ये कोणीही दोस्त महम्मदशी पुन्हा वाटाघाटी

---

* निदान नेस्सेलरोडने पामर्स्टनला तरी असे सांगितले. वास्तविक काउंट सिमोनिचला त्याची सुंदर पत्नी राजकुमारी अर्बेलिआनी आणि त्यांची दहा मुले यांच्याकडे टिफ्लिसला परत जायचे होते. इराणमधला भूतपूर्व रशियन वकील ग्रिबोयेव्ह याचा खून झाल्यापासून तेहरानमधील वकिलात बायका-मुलांसाठी असुरक्षित समजली जात असे – जशी आजच्या पाकिस्तानमध्ये ब्रिटिश व अमेरिकन वकिलातींमध्ये समजली जाते. सिमोनिच जॉर्जियाला परत गेल्यानंतर आलेल्या दुहामेल यानेही सुरुवातीला सिमोनिचसारखेच परराष्ट्रधोरण अवलंबिले होते.

सुरू करण्याचा थोडाही विचार केला नाही!

त्याऐवजी आता अफगाणिस्तानमध्ये कोसॅक्सना किंवा इंपीरिअल पर्शियन आर्मीला सामोरे जावे लागण्याचा धोका नव्हता, म्हणून असे जाहीर करण्यात आले की, 'आर्मी ऑफ द इन्डस'मधून बऱ्याच पलटणी काढून मुळात होते त्याहून बरेच कमी सैन्य लढाईसाठी पाठवण्यात येईल. तरीसुद्धा ऑकलंडने जाहीररीत्या ठामपणे सांगितले की, 'जी योजना आखण्यात आली आहे, ती न्याय्य आहे, यात कोणाला शंका असणार नाही. जो अफगाणिस्तानचा कायदेशीर बादशहा आहे, त्याला त्याचे तख्त सिंहासन मिळण्यास मदत करणे हे आपले कर्तव्य आहे. शिवाय आपल्या सुरक्षिततेच्या दृष्टीने ते गरजेचं आहे. त्रिपक्षीय करार अमलात आणला जाईल आणि शहाशुजाला त्याच्या पूर्वजांच्या सिंहासनावर बसवले जाईल.'

२७ नोव्हेंबरला शिखांचे आणि कंपनीचे सैन्य एकदाचे फिरोजपूरला एकत्र आले. नेहमी उपहासाने बोलणारा, लॉर्ड ऑकलंडचा एडीसी (संरक्षक) विल्यम ऑस्बोर्न यालाही ती प्रचंड सेना बघून कमालीचे आश्चर्य वाटले. त्याने नोंद केली – 'फिरोजपूरच्या त्या मैदानावर लॉर्ड ऑकलंड एखाद्या हिंदुस्तानी महाराजाइतकाच प्रभावशाली दिसत होता. व्हॉइसरॉयच्या बरोबरच्या लोकांचे गणवेष, हे शीख सरदारांची रत्ने आणि चिलखते यांच्यापुढे जरी फिके पडले, तरी गव्हर्नर जनरलचा प्रचंड लवाजमा आणि पंधरा हजार लोकांचे सैन्य, हे पंजाबच्या महाराजाशी बरोबरी करत होते.' विशेष म्हणजे एमिलीसुद्धा तो सर्व देखावा बघून भारावली. तिने लिहिले, 'आमच्या मागे प्रचंड मोठ्या अर्धगोल आकारात आमच्या छावणीतले हत्ती उभे होते. त्यांच्या समोर रणजितचे हजारो सैनिक लाल आणि पिवळ्या रंगांच्या सॅटिनच्या कपड्यांमध्ये उभे होते; त्यांच्या बरोबर असलेल्या घोड्यांनाही सोनेरी व रुपेरी जाळीदार कपड्याने सजवले होते. सर्वांच्या अंगांवरची रत्ने झगमगत होती. इतके नेत्रदीपक दृश्य मी कधीच बघितले नव्हते. असे सजलेले तीन-चारच शीख असते, तर ते सर्कशीतून पळून आलेल्या माणसांसारखे दिसले असते; परंतु एवढ्या प्रचंड संख्येने असल्यामुळे हास्यास्पद न दिसता खूपच ऐटबाज दिसले.'

काहीजणांवर मात्र एवढा प्रभाव पडला नाही. ज्याने नंतर अफगाण युद्धाचा इतिहास लिहिला, तो सर जॉन के तेव्हा तोफखान्यातला तरुण अधिकारी होता. त्याच्या आठवणीप्रमाणे लॉर्ड ऑकलंड आणि रणजितसिंग यांच्या पहिल्या भेटीत 'जो आरडाओरडा आणि गोंधळ होता, त्याचे वर्णन करणे अशक्य आहे. खरोखर, दोन रांगांमध्ये असलेल्या हत्तींच्या गर्जनांमुळे प्रचंड गदारोळ माजला होता. त्या दोन प्रमुखांच्या मागे मागे दरबाराच्या तंबूत घुसण्यासाठी झालेली प्रचंड गर्दी पाहून काही शीख सैनिकांना वाटू लागले की, त्यांच्या प्रिय नेत्याला मारून टाकण्याचा

ब्रिटिशांचा काहीतरी कट असावा. म्हणून अविश्वासाने आणि संतापाने ते त्यांची हत्यारेही पाजळू लागले!' या सर्व गलक्याने जरा जास्तच उत्तेजित झालेल्या लॉर्ड ऑकलंडने रणजितच्या स्वागताच्या भाषणाला अत्यंत अतिशयोक्तीपूर्ण आवेशाने उत्तर दिले की, 'त्यांचे सैन्य एकत्र येऊन जग जिंकू शकेल!' फॅनीने इंग्लंडमधल्या तिच्या बहिणीला लिहिले, 'हे दोघे हातात हात घालून मॉटकॉम्ब जिंकतील तेव्हा मला वाटते, तू चांगलीच दचकशील!'

त्या रात्री फॅनी मेजवानीच्या वेळी रणजितसिंगच्या शेजारी बसली. तिच्या शेजारी बसलेल्या रणजितबद्दल तिला गंमत वाटली आणि कुतूहलही! तो साधा पांढरा कुडता-पायजमा घालून आला होता आणि त्याच्या अंगावर एकच दागिना होता – दंडावर बांधलेला कोहिनूर! त्याने तो कसा मिळवला होता हे लक्षात घेतले, तर या खान्याच्या प्रसंगाला व्यवहारी दृष्टीने तो योग्य दागिना नव्हता. शीख महाराजाने त्या संध्याकाळचा बराच वेळ फॅनीला त्याच्या घरी बनवलेले मद्य पिण्याचा आग्रह करण्यातच घालवला. नंतर तिने लिहिले, 'तो ज्याला वाइन म्हणत होता, ते चांगलेच जळजळीत होते आणि ब्रॅन्डीपेक्षाही जास्त कडक होते.

> जॉर्ज (लॉर्ड ऑकलंड) आणि सर कॉटन हे दोघे ते मद्य पीत होते, तेवढ्यावर तो सुरुवातीला संतुष्ट होता. नंतर मग तो मला सोन्याच्या कपांमधून ते देतच राहिला. थोडा वेळ मी प्यायल्यासारखे करून मग तो कप शेजारी उभ्या असलेल्या नोकराला देत राहिले; पण मग त्याला शंका येऊ लागली. त्याने तो कप त्याच्या एका डोळ्याजवळ नेऊन नीट बघितले, नकार दर्शवला आणि कप पुन्हा मला दिला. दुसऱ्यांदा त्याने कपात बोट घालून किती संपले आहे, ते पाहिले. मग मी मेजर वेड्ला त्याला समजावायला सांगितले की, इंग्लंडमध्ये बायका एवढे मद्य घेत नाहीत. त्यावर, जॉर्जचे लक्ष नाही असे बघून त्याने स्वत:च्या हाताखालून मला पुन्हा एक कप दिला! त्याला वाटत होते की, जॉर्ज हा भयंकर छळवादी मनुष्य आहे आणि तो मला पिऊ देत नव्हता!

एकीकडे तो जॉर्जला पुन:पुन्हा विचारत होता की, त्याला एकही बायको का नव्हती? एमिलीने लिहिले, 'जॉर्जने सांगितले की, इंग्लंडमध्ये एकाच बायकोची परवानगी होती आणि ती जर चांगली निघाली नाही, तर तिला सोडून देणे सोपे नसते. रणजितने म्हटले की, ही पद्धत वाईटच म्हणायची. शीख लोकांमध्ये पंचवीस बायकांना परवानगी असते. त्या वाईट वागू धजत नाहीत, धैर्य दाखवत

नाहीत; कारण तसे झाले, तर तो त्यांना पिटून काढेल. जॉर्जने उत्तर दिले की, हा उपाय फारच छान होता आणि मायदेशी परत गेल्यावर तेथे ही पद्धत सुरू करण्याचा तो प्रयत्न करेल!'

दुसऱ्या दिवशी सकाळी शीख सैनिकांनी त्यांच्या कवायतीचे प्रात्यक्षिक दाखवले आणि त्यांची शिस्त, विशेषत: अचूक नेमबाजी यांमुळे त्यांच्या मित्र देशांतील लोकांवर खूप प्रभाव पडला. मग ब्रिटिशांची वेळ होती. ब्रिटिश सैन्याच्या प्रमुखाने ज्या अत्यंत परिपूर्ण कौशल्याने काल्पनिक शत्रूवर हल्ला केला, तितक्याच शौर्याने त्याने त्या शत्रूचा पाडावही केला. त्याने फारच उत्तम युद्धकला दाखवली. समोर दुसरी सेना असती तर खरोखर पूर्णत्वाने विजय झाला असता.

दोन दिवस आणखी जमिनीवरच्या आणि घोड्यांवरच्या लढाईची प्रात्यक्षिके, बरीच भाषणे, कित्येक मेजवान्या झाल्यावर सरतेशेवटी सैन्य लढाईस निघाले. ब्रिटिश सेना प्रवाहाच्या दिशेने शिकारपूरकडे 'बॉम्बे सेना' आणि शहाशुजाच्या सैन्याला भेटायला निघाली. शीख सैन्य उत्तरेस लाहोरकडे निघाले.

'आर्मी ऑफ इन्डस'मध्ये आता सुमारे एक हजार युरोपियन आणि चौदा हजार ईस्ट इंडिया कंपनीचे सैनिक होते. त्याखेरीज, शुजाने भरती केलेले सहा हजार भाडोत्री सैनिक होते. या सर्वांबरोबर अडतीस हजारांहून जास्त छावणी कामगार होते. युद्धासाठी जाणाऱ्या या सर्वांचे सामान वाहून नेण्यासाठी तीस हजारांहून जास्त उंट होते. थेट बिकानेर, जैसलमेरपासून व हरयानातील हिसार येथील कंपनी सरकारच्या उंटांच्या पैदाशीसाठी असलेल्या ठिकाणाहून ते आणले होते.

कमी सामान घेऊन प्रवास करण्याचा कोणाचाच विचार नव्हता. एका ब्रिगेडियरने सांगितले की, त्याचे सामान नेण्यास पन्नास उंट लागतील, तर जनरल कॉटनच्या सामानाला दोनशेसाठ उंट हवे होते. तीनशे उंटांवरून सैन्यासाठी मद्याचा पुरवठा जाणार होता. कनिष्ठ अधिकाऱ्यांचेही चाळीस नोकर होते – ज्यात स्वयंपाकी, वाढपी, पाणके, झाडूवाले इत्यादी होते. मेजर जनरल नॉटला त्याच्या नोकरीत अगदी खालपासून सुरुवात करावी लागली होती. कोणाचे लागेबांधे नसताना, कोणीही पाठीराखा नसताना किंवा घरचे पैशाचे पाठबळ नसताना तो वर आला होता. राणीच्या सैन्यातील तरुण, श्रीमंत अधिकाऱ्यांकडे तो पूर्वग्रहदूषित नजरेने बघत असे. सैन्याला योग्य अशी काटकसर केली जात नव्हती. बरेच कनिष्ठ अधिकारी या युद्धाकडे शिकारीला जावे तशा दृष्टीने बघत होते – एका पलटणीने तर त्यांचे स्वत:चे फॉक्स हाउन्डस शिकारी कुत्रे लढाईच्या आघाडीवर बरोबर आणले होते! बऱ्याच तरुण अधिकाऱ्यांनी त्यांच्या कपड्यांचे पेटारे, अत्तरे,

विंडसर सोप आणि यू डी कोलन मागे ठेवून येण्यापेक्षा त्यांच्या तलवारी आणि डबल बॅरल पिस्तुले मागे ठेवली असती! मॅनिला सिगार्स वाहण्यासाठी एका पलटणीकडे फक्त दोन उंट सर्वोत्तम होते, तर आणखी दुसऱ्या उंटांवर जॅम, लोणची, चिरूट, डबाबंद मासे व मांस, प्लेटस्, ग्लासेस, क्रॉकरी, मेणबत्त्या, टेबलक्लॉथस, नॅपकिन्स हे सामान लादलेले होते.

युद्धावर चाललेल्या सैन्याच्या चांगल्या कामगिरीच्या दृष्टीने हे लक्षण योग्य नव्हते. 'आर्मी ऑफ द इन्डस'च्या वेगवेगळ्या विभागांमध्ये माहिती पोहोचवण्याची चांगली व्यवस्था नव्हती. एव्हाना अलेक्झांडर बर्नेसने सिंधच्या अमीरांशी वाटाघाटी करून सैन्याला नदीतून आणि मग त्यांच्या हद्दीतून जाऊ देण्याची बोलणी पूर्ण करणे अपेक्षित होते; परंतु कराचीवर झालेला हल्ला आणि लारखान्याला झालेली लूट यामुळे दोस्त महम्मदशी ठरवल्याप्रमाणे युद्ध सुरू होण्यापूर्वी ब्रिटिश व सिंधी यांच्यात युद्ध होण्याची वेळ आली. ब्रिटिश सैन्याला आपला प्रदेश तुडवत जाऊ देण्याची सिंधी लोकांची मुळीच तयारी नव्हती; त्यामुळे परवानगी द्यायला ते दिरंगाई करत होते. 'बॉम्बे सैन्या'ला उंट किंवा इतर भारवाहक प्राणी पुरवायला त्यांनी नकार दिला; त्यामुळे ते सैन्य सिंधू नदीच्या मलेरियाग्रस्त दोआबमध्येच अडकून पडले होते.

परिस्थिती सुधारण्यापूर्वीच आणखी चिघळली. पुढच्या आठवड्यात मॅक्नॅघटेन रणजितसिंगबरोबर लाहोरला गेला. तेथे फॅनी व एमिली रणजितच्या काही निवडक पत्नींना भेटल्या. त्यानंतर मॅक्नॅघटेन सैन्याला येऊन मिळण्यासाठी घाईने येत होता. त्याच वेळी, कोणत्याही प्रकारचा हुकूम मिळालेला नसताना, भेटण्याची ठरलेली जागा सोडून जनरल सर विलोबाय कॉटन हा अफगाणिस्तानच्या उलट्या दिशेला, दक्षिणेकडे वेगाने निघाला होता. तो सिंधच्या राजधानीवर, हैदराबादवर बेकायदा हल्ला करणार होता. हे ऐकून मॅक्नॅघटेनला धक्का बसला. अत्यंत अस्वस्थ होऊन त्याने सिमल्याला पत्र लिहिले की, 'कॉटन कोठेतरी भलतीकडेच निघाला आहे. असे दिसते की, तो ज्या रस्त्याने जात आहे, तेथे नंतर रस्ताच नाही – तो जंगलात जाऊन पोहोचेल अशी भीती वाटते. हे जे चालले आहे, तसेच चालू राहिले तर आपल्या अफगाणिस्तानवरच्या स्वारीचे काय होणार?' मिर्झा अता शहाशुजाच्या पलटणीबरोबर प्रवास करत असावा. त्याने लिहिले की, साडोझाई छावणीत सध्या अशी अफवा आहे की, कॉटन वाट चुकून फारच भलतीकडे गेला होता. शेवटी एका फकिराने त्यांना थांबवून चमत्कार घडवून आणला म्हणून तो पुन्हा मार्गावर आला. 'सैन्याची तुकडी जंगलात रस्ता चुकली आणि गोंधळून व घाबरून रात्रीचा प्रहर उलटेपर्यंत भटकत राहिली. तेवढ्यात प्रेषित खिज्रसारखा पांढरी दाढी असलेला एक वृद्ध मनुष्य कोठूनसा तेथे आला आणि नदीकाठी त्यांची

छावणी होती तिकडे घेऊन गेला.'

मॅक्नॅघटेनने वाढत्या काळजीने उंटांवरच्या निरोप्यांबरोबर, कॉटनला तातडीचे बरेच निरोप पाठवले. हल्ला करू नये असे आग्रहाने सांगितले. प्रत्यक्ष हल्ला करण्याच्या जेमतेम काही तास आधी मोठ्या अनिच्छेने कॉटनने हल्ला न करण्याचे कबूल केले; पण तेही सिंधी अमीर त्याला पूर्णपणे शरण आल्यावरच. मिर्झा अताने लिहिले की, 'समुद्राच्या लाटांप्रमाणे भासणाऱ्या किंवा जमीन, पाणी या साऱ्यांतून वाट काढत पुढे सरकणाऱ्या ब्रिटिश सैन्याच्या रांगावर रांगा काळ्याकुट्ट वादळी ढगांप्रमाणे भासणाऱ्या जेव्हा अडाणी, विध्वंसक, भांडखोर मिरनी बघितल्या तेव्हा ते घाबरून शरण आले.' तरीसुद्धा स्वत:च्या सैन्यासमोर जनरल कॉटनचा पाणउतारा झालाच, कारण प्रचंड धन-संपत्ती असलेल्या त्या शहराची लूट करण्याची त्याचे सैन्य आतुरतेने वाट पाहात होते!

मॅक्नॅघटेन आणि त्याचे मुख्य वरिष्ठ यांची पुन्हा झालेली भेट सुखावह नव्हती. मॅक्नॅघटेनने कोव्हिनकडे तक्रार केली की, सर विलोबायना महाराज रणजित आणि मी कवडीमोलाचे वाटतो, हे उघड दिसते. मी कितीही शांत व नम्रपणाने सांगितले, तरी मी सुचवलेली कुठलीही गोष्ट ऐकताना त्यांच्या वागण्यात मग्रुरी व ताठा असतो. ते मला स्पष्ट शब्दांत म्हणाले की, 'सैन्याचे आधिपत्य माझ्याकडे यावे असे मला वाटत होते, कमांडर इन चीफ सर जॉन कीनव्यतिरिक्त सर विलोबाय कोणालाही वरिष्ठ मानत नव्हते. मी त्यांच्या कामात ढवळाढवळ केलेली त्यांना चालणार नाही वगैरे वगैरे. शहाशुजा आणि त्याच्या सैन्यासाठी एक हजार उंट मिळावेत अशी मी विनंती केल्यावरून हे सर्व झाले.' मालवाहू प्राण्यांच्या वाढत्या कमतरतेमुळे त्याला विनंती करावी लागली होती. फॉक्सग्लोव्ह झाडाच्या जातीची कुठलीतरी विषारी सिंधी झाडे खाल्ल्यामुळे शहाचे निम्मे उंट मेले; त्यामुळे सिंधू नदीच्या त्रिभुज प्रदेशात वाहने नसल्याने अडकून पडून, भयंकर दमट उकाड्यात तडफडणाऱ्या सैन्यासारखीच शहाशुजा आणि त्याच्या फौजेची स्थिती झाली होती.

तिकडे मॅक्नॅघटेन व शुजा यांचे संबंधही चांगल्या वातावरणात सुरू झाले नाहीत. मॅक्नॅघटेनने लिहिले, 'असे म्हणायला वाईट वाटते, परंतु शहाशुजाला भेटून मी जेव्हा हे सांगायचा प्रयत्न करतो की, त्याचे राज्य मर्यादित हद्दीतच राहणार आहे, तेव्हा प्रत्येक वेळी तो मूर्खासारखे बोलतो. बरेचदा तो म्हणतो की, तो लुधियानातच राहिला असता, तर बरे झाले असते! पुढच्या वेळी त्याने असे म्हणायला सुरुवात केली की, मी त्याला कवी सादीच्या कवितेची आठवण करून देणार आहे की, 'सात राज्ये जिंकल्यावरही राजाला आणखी एखादे राज्य हवेच असते!' त्याचे नंतरचे वक्तव्य भविष्याची अनिष्ट नांदी होती. 'वर्षाचे पन्नास हजार

रुपये शहाच्या खर्चाला पुरे पडतील असे मला मुळीच वाटत नाही.'

शिवाय, मॅक्नॅघटेन आणि बर्नेस यांच्यात असणाऱ्या तणावाची कटुता आणखी वाढली होती. जे काम बर्नेसला हवे होते, ते मॅक्नॅघटेनला दिले गेले होते. 'सर' ही पदवी जी बर्नेसला दिली गेली होती, ती स्वत:ला मिळाली असती तर अत्यंत गर्विष्ठ अशा मॅक्नॅघटेनला फार आवडलं असतं. असे असल्यामुळे मॅक्नॅघटेन बर्नेसशी नेहमी, लहान असून वर चढवल्या गेलेल्या तरुण मुलाशी बोलावे, तशा सुरात व पद्धतीने बोलत असे; तर बर्नेसला वाटत असे की, मॅक्नॅघटेनला 'काहीही अनुभव नाही, स्थानिक लोकांशी वागण्याचे कौशल्य नाही आणि तो कुठलीही योजना स्वीकारण्यात किंवा नाकारण्यात अतिशय घाई करतो.'

म्हणून, अजिबात ऐक्य नसलेले आणि असंतुष्ट असलेले असे ते सैन्य शेवटी एकदाचे फेब्रुवारी १८३९ च्या अखेरीस शिकारपूरला एकत्र गोळा होऊ लागले – ठरवलेल्या वेळेपेक्षा तीन महिने उशिरा. फक्त अफगाणी लोकांनी 'आर्मी ऑफ द इन्डस'चा धसका घेतला होता. मात्र, त्या सैन्यामध्ये आपापसांत मेळ, शिस्त आणि योजनाबद्ध कामाचा अभाव आहे; वरिष्ठ अधिकाऱ्यांचे आपापसांत पटत नाही याची त्यांना कल्पना नव्हती. त्यांनी फक्त त्यांच्यावर चालून येत असलेल्या प्रचंड सेनेबद्दलची अतिशयोक्तीपूर्ण वर्णनेच ऐकली होती. सर्वांत जास्त धोका वाटत होता कंदाहारमधील दोस्त महम्मदच्या बराकझाई सावत्र भावांना, कारण १८३४ मधल्यासारखेच बोलन खिंडीतून होणाऱ्या कुठल्याही हल्ल्याचे पहिले लक्ष्य तेच बनत असत. भरीत भर म्हणजे व्हित्केविचने दिलेली रशियाच्या सेनेच्या मदतीची वचने नाकारली गेली होती. व्हित्केविचला तेथून बाजूला केले गेले होते. अशा परिस्थितीत कंपनी सरकारच्या उत्तम प्रशिक्षण असलेल्या, भरपूर आधुनिक शस्त्रास्त्रे असलेल्या सेनेला तोंड देण्यासाठी त्यांची तयारी किती अपुरी होती, याची त्यांना पुरेपूर जाणीव होती. बऱ्याच वर्षांनंतर पुढे देशातील महाकाव्ये लिहिणाऱ्या कवींनी या प्रचंड ब्रिटिश सेनेने त्यांच्या डोंगर-दऱ्यांकडे केलेल्या कूचाबद्दल ज्या अफवा उठल्या होत्या, त्यांबद्दल लिहिले होते –

ठरलेल्या दिवशी, ठरलेल्या वेळी,
भरपूर शस्त्रे असलेली ती प्रचंड सेना काबूलकडे निघाली

जेव्हा त्यांनी प्रस्थान केले
तेव्हा संपूर्ण पृथ्वी हादरली

सिंधकडून येणाऱ्या शहाकडे
एक लाख पन्नास हजार निवडक सैनिक होते

दुसऱ्या रस्त्याने तैमूर, वेड् आणि दाक्तर लॉर्ड (डॉक्टर)
दुसरे पाच हजार सैनिक घेऊन येत होते
अशा दोन दिशांनी पूर आलेल्या दोन नद्यांसारख्या
त्या सेना लुधियानाहून काबूलकडे निघाल्या

प्रत्येक प्रदेशाचा आणि देशाचा राजा
शहाच्या शिक्क्यासमोर मेणासारखे मऊ होत होता

सामानाने लादलेले, घाम निथळणारे उंट
त्या डोंगराळ रस्ताभर होते

तोफा आणि हत्ती बरोबरच येत होते
नाइल नदीच्या पाण्याच्या धडकेने डोंगर जागचे हलावेत तसे

शिकारपूरला ब्रिटिशांची छावणी पडल्यावर आणि पुलावरील तटबंदी झाल्याबरोबर, आणखी उंट नसल्याने युद्धाचे सामान, दारूगोळा, शिधा सर्व काही भराभरा मिळवून आणलेल्या होड्यांमधून सिंधू नदीतून पाठवून देण्यात येऊ लागले. या होड्यांचे तळ सपाट होते, त्या खूप उथळ होत्या, मागची बाजू पुढच्या भागापेक्षा रुंद होती आणि पाण्याच्या सपाटीच्या वर चौदा फूट होती, असे थॉमस सीटन या तरुण सैनिकाने लिहिले आहे. त्याच्याकडे या मालपुरवठ्याच्या होड्या सांभाळण्याचे काम सोपवण्यात आले होते. 'या विचित्र वाहनांमध्ये दोन खोल्यांची एक-एक झोपडी बांधण्यात आली होती. सर्व मिळून सुमारे पन्नास होड्यांवर तशाच झोपड्या असल्याने त्या एखाद्या तरंगणाऱ्या खेड्याप्रमाणे दिसत.' फेब्रुवारी संपेपर्यंत सर्व दारूगोळा आणि 'बॉम्बे पलटणी'तलेही सर्व शिकारपूरला पोहोचले.

आता जरूर होती एका पुलाची. सिंधू नदी तीन हजार फुटांहून (सुमारे एक हजार मीटर) रुंद होती आणि प्रवाहाचा वेग खूप होता. इंजिनिअर्सकडे सुरुवातीला फक्त आठ बोटी होत्या. आसपास एकच खेडे होते. या कामावर नेमलेल्या जेम्स ब्रॉडफूटने लिहिले, 'प्रथम खूप दबाव आणून आम्ही एकशेवीस बोटी मिळवल्या.

> नंतर बरीच झाडे कापून त्यांचे मजबूत वासे बनवले. दोरखंड नव्हते; पण येथून शंभर मैलांवर एक विशेष जातीचे गवत उगवते, ते वळून त्यातून आम्ही पाचशे दोर तयार केले. तेथे आम्ही स्वत:च खिळे तयार केले. मग प्रवाहाच्या मध्यावर दोन होड्यांच्या मध्ये बारा फूट अंतर ठेवून त्या ओळीने उभ्या करून, त्यांचे नांगर टाकले. मग प्रत्येक दोन होड्यांच्या मध्ये जाड वासे ठेवून त्यावर फळ्या टाकून, त्या खिळ्यांनी ठोकून रस्ता तयार केला. सैन्याने बांधलेला आत्तापर्यंतचा हा सर्वांत मोठा पूल आहे. अकरा दिवसांत हा पूर्ण करण्यास आम्हाला किती काम करावे लागले असेल याची कल्पना करा.'

फेब्रुवारीच्या अगदी शेवटच्या दिवशी आक्रमक सैन्याने अखेर सिंधू नदी पार केली. मिर्झा अताला याचे अपरंपार कौतुक वाटले. 'अत्यंत आश्चर्यकारक असे ब्रिटिश सैन्याचे तांत्रिक कौशल्य बघून प्लेटो व ॲरिस्टॉटलही नमले असते. खरोखर, ज्या कोणी हा पूल बघितला, त्याला अतिशय आश्चर्य वाटले.' परंतु ब्रिटिश कौशल्याच्या मर्यादा पुढील दिवसांत उघड झाल्या.

येथपर्यंत पोहोचून, सिंधू नदी ओलांडून शिकारपूरपासून बोलन खिंडीच्या मध्ये असलेल्या दीडशे मैल लांबीच्या खाऱ्या दलदलीत प्रवेश केल्यानंतरच मॅक्नॅघटेन आणि त्याचे जनरल्स यांच्या लक्षात आले की, त्यांनी नेमके काय अंगावर घेतले आहे – त्यांच्या स्वत:च्या देशापासून खूप लांब अंतरावर हाती घेतलेली ही स्वारी अत्यंत त्रासदायक, शुष्क आणि बहुतांशी अपरिचित असा हा भूप्रदेश, निरोप पोहोचवण्याची, मिळण्याची शक्यता अगदी कमी आणि सर्व बाजूंनी अगदी त्यांच्या पक्षाचे म्हणून असले, तरी मनाविरुद्ध काम करणारे, बेभरवशाचे लोक!

वाटेत खूप वेळ वाया गेल्यामुळे उन्हाळा जवळ येऊन वाळवंट तापायला झपाट्यानं सुरुवात झाली होती; त्यामुळे त्या उजाड प्रदेशातून पुढचा प्रवास आता रात्री करावा लागे. पुढील प्रवासासाठी कशाचाच पूर्ण अंदाज घेतलेला नसल्यामुळे किती अन्न आणि किती पाणी लागेल, हे कोणालाच माहीत नव्हते. तसेच, कोणीही इतक्या उन्हाळ्याला तोंड देण्याच्या तयारीने आले नव्हते. थॉमस सीटनला तर सुरुवातीपासूनच तो उन्हाळा असह्य वाटू लागला. शिकारपूर सोडल्यावर दोन दिवसांनी त्याने लिहिले, 'सूर्यास्त झाल्यावर आम्ही प्रवास सुरू केला. आम्ही वाळवंटात प्रवेश केल्याबरोबर वारा सुटला. प्रथम मंद, नंतर खूप गरम आणि खूप जोराचा. त्या वाऱ्याबरोबर अत्यंत बारीक पावडरसारखी धूळ येऊन सगळ्या गोष्टींमध्ये शिरू लागली. रात्रीही जमिनीतून बाहेर पडणाऱ्या उष्णतेने असह्य तहान

लागत होती.

प्रत्येक सैनिकाजवळ जाड चापाची बंदूक, त्यांच्या साठ काडतुसांचा पट्टा, कपडे, पाठीवर इतर सामानाची बॅग, सैनिकी सरंजाम आणि त्याचा पितळी पाण्याचा तांब्या एवढे सामान होते. ते खूप वजनदार होते. त्यात भरीला घट्ट बसणारे, असह्य झालेले, लोकरीचे गणवेष. अशा परिस्थितीत त्यांची अवस्था कीव करण्यासारखी झाली होती. मिनिटागणिक त्यांचे हाल वाढत होते. त्यांच्या तांब्यांतले पाणी लवकरच संपले. मध्यरात्रीपर्यंत तर ते पार ढिले पडले. मग सगळेजण 'पाणी-पाणी' असे पुटपुटू लागले. बरेचजण अर्धवट शुद्धीमध्ये बरळू लागले. एका सैनिकाची स्थिती तर इतकी वाईट झाली होती की, मी त्याच्याशी बोलायला गेलो, तर तो धड उत्तरच देऊ शकत नव्हता. त्याची जीभ तोंडातल्या तोंडात लडखडत होती आणि यातनांनी त्याचा संपूर्ण चेहरा वाकडातिकडा झाला होता.'

फक्त सैनिकांचेच हाल होत होते असे नाही.

छावणीबरोबर येणाऱ्या, सामान वाहणाऱ्या, लहान बाळे घेऊन चालणाऱ्या काही लोकांची अवस्था तर जास्तच दयनीय होती. मुलांचे रडणे हृदयद्रावक होते. धट्टेकट्टे पुरुषही सामानाची ओझी उचलून चालताना अत्यंत थकून गेले होते. जमिनीवर अस्ताव्यस्त पडून छाती बडवत कण्हत होते. छावणीत एक हिंदुस्तानी अधिकारी होता. त्याच्याबरोबर त्याची एकुलती एक लहान मुलगी होती – तिची आई मृत्यू पावली होती. ती सहा वर्षांची मुलगी खूप खेळकर, गोड, चुटचुटीत बोलणारी होती. सगळ्यांना तिची खूप मजा वाटायची. मी तिला तिच्या वडिलांशी लाडेलाडे बोलताना, चूल पेटवायला, स्वयंपाक करायला त्यांना मदत करताना रोज बघत असे. तिचं बालसुलभ गोड वागणं-बोलणं बघायला खूप छान वाटायचं. मी तिला सकाळी दहा वाजता बघितले तेव्हा ती अगदी ठीक होती – दुपारी तीन वाजता ती मरण पावली, तिला पुरण्याची तयारी चालली होती. एका ठिकाणी छावणी होती तेथे आम्ही पहाटे पोहोचलो, तेव्हा तेथे एका खोऱ्यात बत्तीस विहिरी खणलेल्या होत्या; त्यातल्या फक्त सहा विहिरींमध्ये पाणी होते. त्यातल्या एका विहिरीत एक जनावर पडून मेल्यामुळे ते पाणी विषारी

झाले होते. बाकीच्या विहिरींचे पाणी इतके कडू आणि खारे होते की, त्या पाण्याने सैनिकांचे पितळेचे लोटे काळे पडले.

याशिवाय बलुची डाकूंचा त्रास वाढत चालला होता. स्थानिक प्रमुखांबरोबर धोरणीपणाने न वागणे, मग्रुरी दाखवणे आणि त्यांच्याशी समेट करून जमवून न घेणे, या ब्रिटिशांच्या वृत्तीमुळे या प्रदेशातील टोळ्यांना या ब्रिटिश सेनेवर हल्ला करणे सोपे झाले होते. सैन्यावर सहसा ते हल्ला करत नसत; पण ज्यांना काही संरक्षण नव्हते, अशा पाठीमागून येणाऱ्या लोकांवर रोजच हल्ले, चोऱ्या, खून होऊ लागले.

नेव्हिल चेम्बरलेन हा घोडदळातील तरुण अधिकारी त्याच्या पहिल्याच मोहिमेवर होता. शिकारपूर सोडल्यानंतर एका आठवड्याने त्याने पहिला अपमृत्यू पाहिला. 'एक बिचारी स्त्री एका वाहत्या ओहोळाच्या कडेला पडली होती, तिचे लांब काळे केस वाहत्या पाण्यावर तरंगत होते.' तिचा गळा या कानापासून त्या कानापर्यंत कापला होता! असे आणखी बरेच अपमृत्यू होत राहिले. 'दफन करता न आलेले मृतदेह रस्त्यावर तसेच पडून सडत होते. चंद्राच्या प्रकाशात झाडे-झुडुपेच काय, गवताचे पातेही दिसत नसे. सर्वत्र फक्त वाळू होती. या जागी एकही पक्षी किंवा कोल्हा नाही – आम्हाला वाटेवर सडलेले उंट दिसत असत. जर कोल्हे-लांडगे असते, तर त्यांनी हे मृत प्राणी नक्कीच खाल्ले असते. आमच्या उंटांना कितीतरी दिवस काहीच खायला मिळाले नव्हते. उपाशीपोटी एवढे लांब अंतर कापताना एका रात्री आमचे पंचेचाळीस उंट मेले.

'त्या अत्यंत उष्ण, चांदण्या रात्रींच्या प्रवासात एक दिवस बऱ्याच सैनिकांना प्रथमच 'तो' दिसला, ज्याच्यासाठी त्यांनी त्यांचे जीव धोक्यात घातले होते,' नेव्हिल चेम्बरलेनने लिहिले, 'शहाशुजा सुमारे साठ वर्षांचा म्हातारा मनुष्य आहे, त्याची दाढी कंबरेपर्यंत लांब आहे, जी साहजिकच पांढरी झालेली आहे; परंतु तरुण दिसण्यासाठी तो त्याला काळा कलप लावतो. बांबूला अडकवलेल्या खुर्चीसारख्या वाहनातून तो प्रवास करतो, जे बारा लोक उचलतात. पुढे मागे दिमतीला घोडेस्वार, बरोबर धावणारे हुजरे, हत्ती, घोडे आणि शंभर सैनिक असतात.

प्रवासातल्या हालांना शुजाने चांगले तोंड दिले; परंतु इतर सर्वांसारखीच त्यालाही नियोजनाचा अभाव, बलुची डाकूंचा वाढता त्रास आणि सामानवाहू उंट मरण पावणे यांमुळे चिंता वाटत होती. त्याच्या भविष्यकाळातील प्रजाजनांनी त्याला येऊन मिळावे म्हणून तो जी विनंतीपत्रे लिहीत होता, त्याला अगदी धीमा प्रतिसाद मिळत होता; हीसुद्धा त्याच्यासाठी चिंतेची गोष्ट होती. मॅक्नॅघटेनने त्याला पुन्हा सत्तेवर आणण्याच्या योजनेबद्दल सांगितल्यापासून शुजा त्याच्या जुन्या राज्यातील

वेगवेगळ्या टोळ्यांच्या प्रमुखांना उत्साहाने पत्रे लिहीत होता. त्यांना आमंत्रणे देत होता की, 'त्यांच्या कुटुंबाच्या परंपरेप्रमाणे त्यांनी भेटायला येऊन निष्ठा व्यक्त करावी आणि त्यांच्या जमिनी व हक्क कायमसाठी त्यांच्या ताब्यात घ्यावेत.' परंतु प्रतिसाद संपूर्ण मौनाचा होता – केवळ काही घिलझाई व खैबरमधील प्रमुखांनी उत्तर लिहून त्याला पैसे पाठवायला सांगितले होते!

आता ज्याच्या प्रदेशात सेना प्रवेश करणार होती, त्या कलातचा प्रमुख मेहराब खान याच्याकडून काहीही उत्तर न येणे हेही अनिष्टसूचकच होते. पूर्वीच्या काळी तो शुजाचा बऱ्यापैकी एकनिष्ठ पाठीराखा होता. पाच वर्षांपूर्वी कंदाहारमध्ये पराभव झाल्यावर शुजा पळत असताना मेहराब खानने त्याला आसरा दिला होता; परंतु ब्रिटिशांच्या हातचे बाहुले बनून शुजाने पुन्हा सत्तेवर यावे, याला त्याचा तीव्र विरोध होता. त्याला आपल्या बाजूचा करून घेण्यासाठी आणि अन्नाच्या तुटवड्यामुळे अर्धाच शिधा देता येत असलेल्या सैन्यासाठी त्याच्याकडून दहा हजार मेंढ्या मिळवण्याचा प्रयत्न करण्यासाठी बर्नेसला पाठवण्यात आले, तेव्हा मेहराब खानने हे धोरण अव्यवहार्य, चुकीच्या योजना केलेले आणि युद्धनितीशी विसंगत असल्याचे स्पष्टपणे सांगितले. 'ब्रिटिशांनी हाती घेतलेल्या या जबाबदारीबद्दल मेहराब खान अत्यंत मनापासून बोलला. हे काम प्रचंड मोठ्या परिमाणाचे व अमलात आणण्यास अतिशय अवघड असल्याचे त्याने बोलून दाखवले' असे बर्नेसने कळवले.

> मेहराब खान म्हणाला की, अफगाण राष्ट्रावर भरवसा टाकण्याऐवजी आमच्या सरकारने (ब्रिटिशांनी) त्यांना बाजूला ढकलून मोठ्या प्रमाणात परकीय सैन्य देशात घुसवले होते आणि जर आमचा हेतू स्वत:चे पाय अफगाणिस्तानमध्ये रोवून शहाशुजाला काबूल आणि कंदाहारमध्ये नामधारी बादशहा बनवून ठेवायचा असेल, तर आम्ही चुकीच्या मार्गाचा अवलंब करत होतो. सर्व अफगाणी शुजाबद्दल असंतुष्ट होते. जे घडत होते, त्याबद्दल सर्व मुसलमान रागावलेले आणि काळजीत होते. आम्ही शहाशुजाच्या चुका त्याच्या लक्षात आणून दिल्या नाहीत, तर आमची परिस्थिती फार अवघड होईल. शिवाय काबूलचा प्रमुख दोस्त महम्मद हा समर्थ होता, भरपूर कुमक आणि साधने असलेला होता; समजा, आमच्या या आत्ताच्या पद्धतीने आम्ही शहाशुजाला त्याच्या जागी सहज आणून बसवू शकलो, तरीही आम्ही अफगाणिस्तान कधीही जिंकू शकणार नाही.

हा सल्ला फार शहाणपणाचा होता. शुजाला हवा होता तो कुठलाही (मेंढ्या

इत्यादी) पुरवठा मिळवण्यात यश आले नाही. मेहराब खानकडून थोडाही पाठिंबा मिळाला नाही, तेव्हा बर्नेस त्याच्या सैन्याकडे परत जाण्याची तयारी करत असताना खानने त्याला शेवटचा जो धोक्याचा इशारा दिला, तोही काही कमी दूरदर्शीपणाचा नव्हता! तो म्हणाला, 'तुम्ही या देशात सैन्य तर आणले आहे, परंतु तुम्ही ते परत कसे नेणार आहात?'*

प्रखर उन्हाने डोळ्यांपुढे अंधारी येईल, अशा दादुरच्या खाऱ्या दलदलीच्या प्रदेशातून वाळवंटाच्या उन्हाच्या झळांचा भाग संपत हळूहळू चढत जाणाऱ्या पायथ्याच्या टेकड्या लागल्या. आणखी वर गेल्यावर उन्हाळ्याच्या धुळीच्या वादळांमुळे रुपेरी कडा असलेले ड्रॅगनसारखे आकार दिसू लागले – दक्षिण अफगाणिस्तानातील उंच उंच डोंगर, रखरखीत भूभाग, अधिकाधिक अवघड होत जाणारी चढण हे सगळे पार करताना एकाएकी नरसाळ्याच्या आकाराची बोलन खिंड समोर आली.

खिंडीच्या सत्तर मैल लांबीपैकी पहिल्या चार मैलांचा रस्ता इतका अरुंद होता की, एका वेळी एकच उंट त्यातून जाऊ शकत असे. शुष्क नदीपात्रांत वरून पडलेल्या मोठाल्या दगडधोंड्यांवरून घोडे कसेबसे जाऊ लागले, तशी

---

* हे वाक्य एक प्रसिद्ध अवतरण झाले आहे. आजही बरेचदा त्याची आठवण काढली जाते. इ.स. २००३ मध्ये धूर्त, कावेबाज पश्तून वकील जावेद पराचा – ज्याने पेशावरच्या हायकोर्टमध्ये संशयित अल् कायदा गुन्हेगारांचा यशस्वी बचाव केला; त्याने मला हे वाक्य म्हणून दाखवले! पाकिस्तान व अफगाणिस्तानमधल्या कायदेकानून न जुमानणाऱ्या प्रदेशाच्या अगदी अंतर्गत भागात कोहत येथे त्याचे मजबूत किल्ल्यासारखे घर आहे. तेथे पराचाने जखमी तालिबान योद्ध्यांना आणि बर्फवृष्टीमुळे आजारी पडलेल्या त्यांच्या बायका-मुलांना आश्रय दिला आहे. तोरा-बोरा येथे अमेरिकनांच्या डेझी-कटर्सपासून वाचण्यासाठी डोंगरांमधून पळत असताना तो दोनदा पकडला जाऊन डेरा-इस्माइल खान येथील कुप्रसिद्ध तुरुंगात ठेवला गेला होता. तेथे त्याची चौकशी होत असताना त्याला एकांतवासात ठेवण्यात आले होते आणि तो म्हणतो की, 'सीआयए'तर्फे चौकशी करणाऱ्यांनी त्याचे हालहही केले होते. आधुनिक पाश्चात्त्य शस्त्रास्त्रे काय करू शकतात, हे अगदी जवळून, प्रत्यक्ष बघितलेले असूनही, त्याला इतिहासाची पूर्ण माहिती असल्यामुळे त्याचा कधीही विश्वास बसला नाही की, 'नाटो' अफगाणिस्तानात यशस्वीपणे टिकून राहील. प्रेसिडेंट करझाईला सत्तेवर बसवले गेल्यावर लवकरच मी त्याची मुलाखत घेण्यासाठी कोहतला गेलो, तेव्हा आणखी एका पोपलझाईला सत्तेवर बसवण्याचा प्रयत्न किती व्यर्थ आहे, हे सिद्ध करण्याचा पुरावा म्हणून त्याने मेहराब खानचे वाक्य म्हणून दाखवले!

अधिकाऱ्यांनी केलेल्या चुकांचा परिणाम म्हणून मरण पावणाऱ्यांची संख्या वाढू लागली. गुदमरून टाकणारे हिवाळ्यातले गणवेष उन्हाळ्याच्या तापमानात त्या चढणीवर सैनिकांना असह्य होऊ लागले. डोंगरांच्या उभ्या कड्यांमुळे सुरुवातीला सैनिकांच्या अंगावर सरळ ऊन येत नव्हते, तरी कडेचे डोंगराचे दगड इतके तापलेले असत की, त्यांचे चेहरे पेटलेल्या उघड्या तंदूरसारख्या उष्णतेने होरपळून, कोळपून जात होते. हवा आत न येणाऱ्या तंबूमध्ये दिवसा ११९ डिग्री फॅरनहाइट इतके तापमान असे.

सैन्याच्या इंजिनिअर्सनी रस्ते व्यवस्थित तपासून दुरुस्त केले नव्हते; त्यामुळे रस्त्यांवरून तोफखाना घेऊन जाणे जवळजवळ अशक्य होते. सुरुवातीला एकेका तोफेला आठ-आठ घोडे लावावे लागत होते. शिवाय दोरखंड बांधून शिपायांची रांग ओढत असे ती वेगळीच! चढण तीव्र झाली, धोंड्यांचे प्रमाण वाढले, तेव्हा तोफा सोडवून हातांनी न्याव्या लागल्या. प्रत्येक तोफ, दारूगोळा ठेवलेली प्रत्येक हातगाडी हे सर्व वेगवेगळे उचलून पुढे न्यावे लागले. चढ इतका उभा होता की, काहींना त्याच्यावरून घोड्याने जाणे योग्य वाटले नाही. काही उंट पडले आणि त्यामुळे त्यांच्यामागून येणारे अडकून बसले. खिंडीच्या माथ्यावर डाकूंनी हल्ले वाढवले. धान्य वाहून नेणारे एकोणपन्नास उंट त्यांनी चोरून नेले. सैन्याच्या मागून चालणाऱ्या कित्येक बाजारबुणग्यांचे हातपाय तोडून टाकलेले मृतदेह मागून येणाऱ्या चौकीदारांना दिसले.

मरायला टेकलेल्या माणसांच्या व उंटांच्या कण्हण्याने रात्रीचे वातावरण भरून गेलेले असायचे. कितीतरी सैनिक खाली कोसळून त्या कोरड्या गरम हवेत 'पाणी-पाणी' करत राहायचे. त्यांना नाही म्हणावे लागायचे. सीटनने लिहिले, 'मेलेल्या उंटांच्या सडलेल्या मांसाच्या दुर्गंधीनं जगणं असह्य झालं होतं. असह्य उन्हाळा, धूळ, वाळवंटातला वारा आणि तऱ्हेतऱ्हेच्या माशा यांमुळे आम्हाला किती त्रास होत होता, त्याचं मला वर्णनही करता येणार नाही. संपूर्ण छावणीत प्रेतागारासारखी दुर्गंधी पसरली होती. कोणत्याही दिशेने छावणीत दोन-चार पावलं टाकली, तरी मरणासन्न माणूस नाहीतर जनावर दिसे.'

शिधा संपत आला असल्याने सैनिकांचा शिधा आता अर्ध्यावरून पाववर आला होता. मागून येणारे लोक तर मेंढ्यांची कातडी तळून किंवा जनावरांचे थिजून घट्ट झालेले रक्त किंवा आसपास जी मुळे मिळतील ती अशा गोष्टी खात होते. केव्हाही, कुठेही, जंगलाप्रमाणे होणारी हिंसा सर्वांचा थरकाप उडवत होती. तीन एप्रिलला विल्यम होने त्याच्या डायरीत लिहिले, 'तोफखान्यातल्या दोन सार्जंटस्‌ना जाळ्यात पकडले गेले आणि चिमूटभर तपकीर देत असताना त्यांचे हातपाय तोडले गेले!' पुढे अशक्त झालेल्या, चालू न शकणाऱ्या अशा

बऱ्याच घोड्यांना गोळ्या घालून मारून टाकावे लागले. तसेच बरेचसे सामान वाटेत सोडून द्यावे लागले आणि ते बलुचींच्या हाती लागू नये म्हणून जाळून टाकण्यात आले.

'खरोखर नरकाचं दार होतं ते!' सीताराम नावाच्या सैनिकाने नंतर म्हटले.

> 'ज्या थोड्या विहिरींमध्ये पाणी होतं, ते कडू होतं आणि सगळं काही, अगदी लाकूडफाटासुद्धा उंटावरून न्यावा लागे. बलुची लोक आता रात्री दरोडे घालून छळू लागले. आमचे कितीतरी उंट पळवून न्यायला लागले. उकाडा इतका होता की, बरेचजण त्या उन्हाच्या त्रासाने मरण पावले. एक दिवस तर पस्तीसजण गेले. अशा वेळी कंपनी सरकारच्या सैनिकांनी हिंदुस्तानमध्ये परत निघून जाण्याचं जवळजवळ नक्की केलं होतं. बऱ्याच पलटणींमध्ये बंड होण्याची चिन्हे दिसत होती; परंतु नंतर शहाशुजानं मोठाली बक्षिसं देण्याची वचनं दिल्यामुळे म्हणा किंवा वाढत्या प्रमाणात बलुची लोकांच्या होऊ लागलेल्या हल्ल्यांमुळे म्हणा, सैन्य पुढे जात राहिलं. बलुचींनी बऱ्याच लोकांना मारून टाकलं. त्यांना संधी मिळाली की, ते कोणाला तरी मारत असत आणि डोंगरांवरून मोठाल्या शिळा खाली ढकलत असत.'

मिर्झा अताने लिहिले की, 'शहाशुजाच्या लवाजम्यालाही वरच्या खडकांमध्ये लपूनछपून गोळीबार करणाऱ्या बलुची लोकांपासून बचाव करायला लागायचा. इथपर्यंत पोहोचलो हे त्यांना सुदैवच वाटत होतं. सैन्य आता बोलन खिंडीच्या अगदी अरुंद भागात शिरलं.

> ही खिंड अतिशय खडतर, दगडाच्या रस्त्याची होती. भोवताली आकाशाला टेकू पाहाणारी डोंगरांची शिखरं होती. सैन्य हताश होऊन बघत राहायचं. डोंगरांतले बलुची टोळ्यांमधले लोक लपूनछपून गोळ्या मारायचे आणि लूट करायचे. हजारो ओझेवाहू प्राणी, उंट, घोडे, हत्ती आणि त्यांच्यावरचं सामान सगळं गेलं.
>
> खिंड ओलांडून जाणं अतिशय दुरापास्त होतं. तरी दोन महिने आधीच इंग्रजांनी दोन तोफा आणि हजारो गाढवांवर लादलेली दारूची पावडर खिंडीकडे रस्ता मोकळा करायला पाठवली होती. तरीही एकेकाला दोर बांधून खेचून वर आणावं लागलं होतं. इतर पुरवठाही असाच वर आणला जात होता. या कामात अन्न-पाण्याशिवाय बरेच उंट, घोडे, बैल आणि

सैनिक मेले. प्रचंड प्रमाणात शस्त्रास्त्रे लुटली गेली. अशा त्या निर्जल, अरुंद, नरकासारख्या जागेत त्यांनी तीन दिवस आणि रात्री घालवल्या. अन्नाचा साठा आता इतका थोडा राहिला होता की, सोन्याचा एक रुपया देऊन अर्धा शेर पीठही मिळत नसे.'

शुजाने आपल्याकडून खिंडीतून वेड्‌ला पत्र लिहिले की, या प्रदेशातल्या टोळ्यांमधल्या लोकांना 'त्यांच्या गुन्हेगारी प्रवृत्तीसाठी मी योग्य वेळी शिक्षा करणार आहे.' त्याला अशीही शंका होती की, त्याची सत्ता बळकावून बसलेले लोक विद्वानांचा आणि धर्मगुरूंचा उपयोग करून लोकांना त्याच्याविरुद्ध उठवत होते. त्याला काळजी वाटणे बरोबरच होते. इस्लामवर श्रद्धा नसलेल्या फिरंगी लोकांवर प्रजेचा खूप राग होता. त्यांच्याबरोबर शुजाचा संबंध असणे हे त्याला विरोध करण्याचे मुख्य कारण होते. परधर्मीयांचा निष्कारण द्वेष हे तर त्याच्या बराकझाई प्रतिस्पर्ध्यांचे सर्वांत अमोघ अस्त्र होते.

बोलन खिंडीच्या पलीकडे क्वेट्टा हे जेमतेम पाचशे घरांचे अगदी दरिद्री खेडे होते. त्यानंतर खोजॅक खिंड होती, ती अवघड होती; पण लांबीला कमी होती. बोलनपेक्षा चढण कमी होती, परंतु बोलनपेक्षाही रखरखीत होती. मिर्झा अताने लिहिले – 'ती रात्र त्यांनी पाण्याशिवाय घालवली. जे पाणी सापडलं, ते घाणेरडं आणि दुर्गंधी येणारं होतं, कारण त्यात जनावरं मरून पडली होती; जे कोणी ते पीत असे, त्याचं लगेच पोट दुखून जुलाब होत असत. पाण्याशिवाय त्यांचे इतके हाल होत होते की, दोन दिवस माणसं आणि जनावरं थरथर कापत होती. एव्हाना मागून येणाऱ्या लोकांजवळची सगळी शिधासामग्री तर जवळजवळ संपलीच होती.' एका अधिकाऱ्याने सांगितले की, 'काहीजण सापडेल त्या हत्यारानं सडलेलं मांस ओरबाडून काढताना आणि जनावरांच्या विष्ठेतून धान्याचे दाणे वेचून काढताना दिसले! एक दिवस तर मी एका मेलेल्या बैलाची मऊ हाडं दातांनी कुरतडतानाच मरून पडलेल्या माणसाला बघितलं!' एकाही अफगाण माणसाशी लढण्यापूर्वीच या सेनेची एवढी वाताहत झाली होती!

परंतु पुढे गेल्यावर क्लेश जरा कमी होणार होते. खोजॅकच्या शेवटच्या टोकाला ही आक्रमण करण्यास आलेली सेना एका मोठ्या कुरणात येऊन पोहोचली. लहानलहान झुडपे असलेल्या गवतात मध्येमध्ये बुटक्या ओक झाडांचे व इलेक्स झाडांचे खुंट दिसत होते. भटक्या कुची लोकांच्या मालकीचे जाड शेपट्यांच्या मेंढ्यांचे व केसाळ तपकिरी बकऱ्यांचे काही थोडे कळप दिसले. त्यांना सांभाळणारे पुरुष उंच होते. त्यांनी पांढरे फेटे आणि जांभळे डगले घातले होते. भले दांडगे कुत्रे त्यांच्याबरोबर होते. अजूनही भोवतालचा प्रदेश रखरखीतच होता आणि गरम वारा

वाहत होता; पण जेथे जेथे पाणी होते, तेथे पॉप्लरच्या झाडांमागे शीतल सावली होती. पॉप्लरच्या काही झाडांच्या बुंध्यावर वेल चढले होते.*

सेना आता बलुची लोकांचा प्रांत व पश्तून लोकांचा प्रांत यांच्या मधली न दिसणारी (पण असणारी) सीमा ओलांडून पश्तून लोकांच्या प्रांतात पोहोचली होती. लपून हल्ले करत राहणाऱ्या बलुची धाडपाडूंनंतर अचाकझाई टोळीतील लोकांचा निडरपणा नॉटला खूप आवडला. ते अधिकाराच्या हक्कानं ऐटीत ब्रिटिशांच्या छावणीत आले आणि त्यांच्या देशात वसाहत करू बघणाऱ्यांना प्रश्न विचारू लागले. नॉटने त्याच्या मुलींना लिहिले, 'खरोखर हे लोक तेजस्वी, तरतरीत आणि सभ्य दिसतात.' त्यांच्यातल्या एका अफगाणी माणसाने त्याला विचारले की, 'ब्रिटिश लोक येथे का आले आहेत?' तेव्हा नॉटने त्याला उत्तर दिले की, 'शहाशुजा त्याचा वारसागत हक्क परत घ्यायला आला होता आणि दोस्त महम्मदचा सिंहासनावर काहीही अधिकार नव्हता.' यावर त्या अफगाण माणसाने उपरोधाने सुनावले, 'बनारस आणि दिल्लीवर तुमचा काय अधिकार आहे? तसाच आमच्या दोस्त महम्मदचा काबूलवर हक्क आहे आणि काबूल त्याचेच राहील.' या संभाषणानंतर शहाशुजाचे कसे स्वागत होईल याविषयी नॉट जास्तच साशंक झाला. त्याने लिहिले, 'माझे मत आमच्या सरकारपेक्षा व इतर लोकांपेक्षा वेगळे आहे आणि मला खरोखरच वाटते की, अफगाणिस्तानचे लोक लढाई न करता त्यांचा देश असाच जाऊ देणार नाहीत. मी त्यांच्या ठिकाणी असतो, तर मीही जाऊ दिला नसता.'

इतरही काही अधिकाऱ्यांची अशीच संभाषणे झाली. लेफ्टनंट थॉमस गैसफोर्डच्या हिंदुस्तानी नोकराला ब्रिटिश छावणीत आलेल्या एका पश्तून माणसाने विचारले, 'या फिरंग्यांना तिथले लोक खरोखरच 'साहेब' म्हणतात?' त्याने अशा सुरात विचारले की, 'नास्तिकाचा कुत्रा' हे नाव जास्त चांगले झाले असते, असे त्याला वाटत होते! जॉर्ज लॉरेन्स या अल्स्टरहून आलेल्या हुशार आणि तरुण मुलाला मॅक्नॅघटेनने भराभर बढत्या देत स्वतःचा मिलिटरी सेक्रेटरी केले होते. त्याची आणि घोड्यावरून आलेल्या, नीटनेटक्या कपड्यांतल्या अफगाण माणसाची गाठ

---

* आता हा प्रदेश जास्तच रखरखीत दिसतो. कंदाहारच्या दक्षिणेकडील डोंगरांच्या पायथ्याशी असलेला स्पिन बोल्डॅकपासूनचा दश्त हा प्रदेश आता जवळजवळ वाळवंटच आहे. वसंत ऋतूत मेंढ्यांना चरायला थोडे गवत मिळते. बुटक्या ओकची झाडे फक्त डोंगरउतारांवरच आहेत; परंतु 'आर्मी ऑफ द इन्डस'च्या लोकांनी लिहिलेल्या वर्णनावरून या प्रदेशात तेव्हा जास्त हिरवळ असावी असे दिसते. गावांच्या नावांवरूनही सध्याचे पाकिस्तान व अफगाणिस्तानच्या सीमेवरील चौकीचे नाव चमन आहे. चमन म्हणजे बाग किंवा पर्शियनमध्ये कुरण.

पडली. त्याने मला सांगितले की, त्याने आमची छावणी बघितली, आमचे सैनिक बघितले. मग अगदी तुच्छतेने तो म्हणाला, ''तुमची सेना म्हणजे तंबूंची आणि उंटांची आहे! आमची सेना घोड्यांची आणि माणसांची आहे! कशासाठी, काय हेतूने कोट्यवधी रुपये उधळून जेथे पाणी नाही, लाकूड नाही अशा आमच्या गरीब आणि खडकाळ देशात तुम्ही आला आहात? केवळ एका दुर्दैवी नालायक माणसाला राजा म्हणून आमच्या डोक्यावर बसवण्यासाठी? ज्याला तुमची पाठ फिरली की, 'आमचा' राजा हुसकावून लावेल?'' जसा काळ गेला, तसे त्या घोडेस्वाराचे भविष्य बरोबर ठरले आणि जेव्हा बंड झाले, तेव्हा या प्रदेशातले हे अचाकझाई लोकच आघाडीवर होते.

नॉटवर अफगाणी लोकांचा प्रभाव पडला असला, तरी त्याच्या स्वत:च्या सहकाऱ्यांमध्ये तो इतका आवडता नव्हता. या सुमारास कमांडर-इन-चीफ सर जॉन कीन छावणीत आले आणि त्यांनी राणीच्या सैन्यातला अधिकारी जनरल विलशायर याला, त्याच्याहून ज्येष्ठ आणि अनुभवी नॉटला डावलून बढती देण्याचे ठरवून कंपनी सरकारच्या संपूर्ण 'बॉम्बे पायदळा'चा प्रमुख केले. असे काहीतरी होईल अशी नॉटला बऱ्याच दिवसांपासून शंका होती. तो सामान्य कुटुंबातला होता आणि राणीच्या सैन्याची प्रतिष्ठा कंपनी सरकारच्या सैन्याला नव्हती; म्हणून त्याच्या खालच्या लोकांना त्याच्यावर नेमले जाणे हे एव्हाना त्याच्या अंगवळणी पडले होते. तरीही नॉटला अतिशय राग आला. तो ताबडतोब कमांडर-इन-चीफच्या तंबूत आक्षेप घेण्यास गेला. ही भेट अतिशय थोडा वेळ आणि अगदी वाईट वातावरणात झाली.

नॉट म्हणाला, ''राणीच्या अधिकाऱ्यांपेक्षा मी वरिष्ठ आहे, तरीही असं दिसतंय की, माझा बळी दिला जाणार आहे.'' कीन उत्तरला, ''ही बोलण्याची पद्धत अगदी अयोग्य आहे! माझ्या अधिकाराचा तू अपमान करत आहेस! तुझ्या या वागणुकीला मी जन्मात कधीही माफ करणार नाही!''

''युअर एक्सलन्सी! असं जर आहे, तर मी आता फक्त आपला निरोप घेऊ शकतो, बस!''

हे भांडण नॉटला फार महागात पडणार होतं. आत्तापर्यंत 'आर्मी ऑफ द इन्डस'मधला तो सर्वाधिक लोकप्रिय, कर्तबगार आणि अनुभवी जनरल होता. येथून पुढे मात्र वरिष्ठांशी भांडणे करणारा अशी त्याची अपकीर्ती झाली. ऑकलंड आणि कीन दोघांचीही खात्री झाली की, त्याच्याशी वागणे अवघड आहे. त्याला धोरणच नाही; त्यामुळे त्याला पूर्ण अधिकार देता येणार नाही. या त्यांच्या मतामुळे त्याच्या पुढील नेमणुकींमध्येही तो डावलला गेला. त्याच्याहून कनिष्ठ, कमी लायक अधिकारी पुन:पुन्हा त्याच्यावर नेमले गेले – त्यामुळे लवकरच त्याच्या कामावर

याचे घातक परिणाम झाले.

‘आर्मी ऑफ द इन्डस’ आता खऱ्या मोठ्या आव्हानाच्या जवळ येत होती; कंदाहार. अशा अफवा होत्या की, बराकझाईंच्या घोडदळाच्या तुकड्या या भागात होत्या आणि त्यांच्या सैन्याला वेढा घालून हल्ला करण्याची तयारी करत होत्या. एका रात्री थोड्याच वेळात हल्ला होणार असल्याची बातमी आली. अर्थात, ती अफवा आहे हे नंतर कळलं. झोपलेले सैनिक दचकून उठले आणि हल्ल्याला तोंड देण्यास तयार झाले. चापाच्या बंदुका तयार ठेवून ते पहाटेपर्यंत तसेच थांबले. रात्री छावणीजवळ असलेल्या ओढ्यावरचे आवाज आणि मॅक्नॅघटेनचे दोन हत्ती नाहीसे होण्याचे गूढ यांवरून असे दिसत होते की, अजूनही नजरेस न पडता, शत्रूचे सैन्य आसपास आहे आणि संधीची वाट पाहत आहे.

अफगाणी लोकांनी जोराचा हल्ला केला नाही हे आक्रमण करणाऱ्या सैन्याच्या दृष्टीने चांगलेच झाले; कारण ते सैन्य दोन खिंडींतल्या प्रवासाच्या हालांनी खूपच थकलेले होते. थॉमस गैसफोर्डने त्याच्या वहीत नोंद केली की, ‘प्रत्यक्ष युद्ध करण्यास आम्ही पूर्णपणे असमर्थ होतो. प्रत्येक माणसाला विश्रांतीची अतिशय गरज होती आणि घोड्यांना तर पुढे सरकणेही अवघड होते. छावणीच्या मागून येणारे लोक जवळजवळ उपाशीच होते. आम्हाला सर्व सामान पुरवणारा मोदीखाना संपत आला होता. खरोखर आक्रमण करण्यासाठी सज्ज अशा आमच्या सैन्याची अवस्था दयनीय होती.’

आणि मग २० एप्रिल रोजी सकाळी दहा वाजता ‘आर्मी ऑफ द इन्डस’ला पहिला चांगला अनुभव आला. बर्नेसच्या गुप्तहेरांचा प्रमुख व मुन्शी असलेल्या मोहनलाल काश्मिरी याच्याकडे एक निरोप्या आला आणि त्याने सांगितले की, दोस्त महम्मदच्या प्रमुख सरदारांपैकी एकजण छावणीच्या बाहेर त्याच्या दोनशे पाठीराख्यांनिशी येऊन थांबला होता. शहाशुजाशी निष्ठा व्यक्त करण्यास तो तयार होता. शुजाने पाठवलेल्या पत्रांपैकी निदान एकाचा उपयोग झाला होता. त्या सरदाराला आत घेऊन येण्यास आणि शहाशुजाच्या तंबूत आणण्यास मोहनलालला पाठवण्यात आले.

एकोणिसाव्या शतकातल्या अफगाणी सत्तेच्या राजकारणाचा जो दर्जा होता, त्यामध्येही विशेष महत्त्वाकांक्षी, बिनभरवशाची, खऱ्या-खोट्याची चाड नसणारी व्यक्ती म्हणजे हाजीखान काकर. त्याच्या पूर्वजांनीही प्रांताप्रांतांतील सत्तेचे राजकारण करत सत्ताधीश बसवले आणि उलथवले होते. दोस्त महम्मदची नोकरी करताना तो वर आला होता. दोस्त महम्मदनेच हाजीखानला प्रथम बामियानचा गव्हर्नर व

नंतर स्वतःच्या उत्तम घोडदळाचा प्रमुख बनवले होते. असे असूनही आत्तापर्यंत दोनदा त्याने अमीरला दगा देऊन सोडून दिले होते. अगदी अलीकडे म्हणजे १८३७ मधील जामरुडच्या लढाईत; परंतु तो त्याचा खेळ नेहमी कौशल्याने खेळत असे. तो अचूक वेळ साधत पक्ष बदलत असे; त्यामुळ प्रत्येक वेळी द्रोह केल्यावर त्याचे महत्त्व आणि सत्ता वाढत असे. 'अकबरनामा'मध्ये मौलाना हमीद काश्मिरीने त्याचे वर्णन 'उपरा, देशद्रोही, अत्यंत दगाबाज, साखरेत विष कालवून, गोड वागून, खोटी स्तुती करून दुहेरी हेतू साध्य करून घेणारा' असे केले आहे. आता या अत्यंत महत्त्वाच्या वेळी ब्रिटिश छावणीवर धाड पडल्याचा बहाणा करून त्याने त्याच्या सर्व पाठीराख्यांबरोबर दुसऱ्या पक्षाला येऊन मिळण्याची संधी साधली. श्रीमंत व भोळसट परकीयांकडून पैसे उकळण्याची त्याला आशा होती. शुजाचा अंमल सुरू होईल, तेव्हा एखादे वरिष्ठ पद मिळण्याचे लेखी पत्रही शुजाकडून घ्यायचे होते. त्याने असे केल्यानंतर इतर लोकही पक्ष बदलू लागले आणि आधीच डळमळीत असलेले कंदाहारच्या रक्षणकर्त्यांचे नैतिक धैर्य खचले.

आक्रमण करण्यास आलेल्या सैन्याच्या उपाशी, थकलेल्या स्थितीची कल्पना नसल्याने, पुढील चार दिवसांत पक्ष बदलून शुजाच्या पक्षात येणाऱ्या कंदाहारच्या सरदारांची संख्या वाढत गेली. परत येत असलेल्या बादशहाला त्यांनी आपली स्वामिनिष्ठा अर्पण केली! असा चमत्कार कधी होईल ही आशाच शुजाने जवळजवळ सोडून दिली होती. कंदाहारमधल्या दोस्त महम्मदच्या बराकझाई सावत्र भावांना वाढत्या निराशेने हे पक्ष बदलणे बघत राहण्याखेरीज काहीच करता येत नव्हते –

मनाने अस्वस्थ झालेल्या संतापलेल्या हत्तींसारख्या
अत्यंत क्रोधाने व्यथित झालेल्या

या दोघा उग्रसिंहांना सूड आणि शत्रुत्वाच्या
तलवारी परजायच्या होत्या,

परंतु त्यांचे कोणी मित्र नव्हते;
हाजी काकरच्या द्रोहानंतर त्यांचे सैन्य फारच लहान होते.

ते त्यांच्या किल्ल्याच्या दरवाजांच्या आतच बंदिस्त होऊन राहिले.
या बदललेल्या दैवगतीने त्यांची हृदये जणू दुभंगली होती –

जेव्हा त्यांच्यातलेच लोक फुटून बाहेर पडताना त्यांनी बघितले,
विशेषतः शहाच्या पोपलझाई टोळीतले

त्यांना मग स्वत:च दुसऱ्या देशात जाण्याशिवाय
काही गत्यंतरच दिसेना

रात्रीच त्यांनी त्यांच्या जवळच्या आप्तेष्टांना गोळा केलं
आणि ते इराणच्या मार्गाला लागले –

इकडे दुष्ट मनाच्या त्या हाजीला बघून शहाशुजाचं मन आनंदलं
आणि आता त्याला शत्रूची काहीच भीती राहिली नाही.

त्या दुष्ट हाजीवर त्यानं संपत्तीचा इतका वर्षाव केला,
जणू त्याला सोन्यानं मढवून टाकलं.

पाच दिवसांनंतर २५ एप्रिल १८३९ रोजी कापणीला आलेल्या गव्हाच्या आणि बार्लीच्या शेतांमधून, शहाशुजा विजयी मनानं घोड्यावरून निघाला, तेव्हा हाजीखान त्याच्या डाव्या हाताशी होता. या संपन्न प्रदेशात सर्वत्र भिंती घातलेल्या बागा आणि फळांचे मळे होते. आजही कंदाहारच्या भोवतालचा हा प्रदेश तसाच आहे. वाटेमध्ये गावातल्या लोकांची एकामागून एक प्रतिनिधी मंडळे त्याचे स्वागत करायला येऊन भेटत होती. बर्नेसने लिहिले, 'गरीब लोक त्याला गराडा घालत होते, फुले भेट देत होते. तो जाणार असलेल्या रस्त्यावर गुलाबाची फुले पसरत होते. गरीब, श्रीमंत, सर्वजण त्यांची शहावरची निष्ठा आणि साडोझाई सत्ता परत आल्याचा अधिकाधिक आनंद व्यक्त करण्यासाठी धडपडत हाते.' शहाशुजाच्या पाठीमागून बर्नेस आणि मॅक्नॅघटेन आणि त्याचे जवळचे समर्थक येत होते. कंदाहारच्या उघड्या वेशींमधून, रस्त्यांवरून शहाशुजा कुठलेही संरक्षण न घेता आला. हे तेच शहर होते; ज्याने केवळ पाच वर्षांपूर्वीच त्याचा यशस्वी प्रतिकार केला होता.

कंदाहारचे ऐतिहासिक वैभव शहाचे आजोबा अहमदशहा अब्दाली याने परत मिळवून दिले होते. नादिरशहाने १७३८ मध्ये नासधूस करून जाळून टाकलेल्या जुन्या कंदाहारच्या जागी नवे शहर उभे केले होते. अब्दालीने सांगून ठेवल्याप्रमाणे, मोंगल धर्तीच्या नाजूक कलाकुसर केलेल्या, शहराच्या मध्यावर बांधलेल्या कबरीत त्याचे दफन केले होते. सर्वांत प्रथम शहा त्या कबरीच्या बागेत गेला. पायांतले घोडेस्वारीचे बूट काढून तो एकटाच कबरीच्या खोलीत गेला. तेथे प्रार्थना करून, आपल्या आजोबांचे आशीर्वाद मागून तो शेजारच्या इमारतीत गेला. हे पवित्र स्थळ अब्दालीनेच अफगाणिस्तानच्या अत्यंत पवित्र आणि प्राचीन वस्तूंसाठी बांधले होते – प्रेषित महम्मदाचा स्वत:चा समजला जाणारा लोकरीचा 'खिरका' (झूल किंवा बाह्या नसलेला अंगरखा – सैल जाकीट) तेथे ठेवलेला आहे. तो शुजाने हातात घेतला आणि छातीशी घट्ट धरला. त्याच्या डोळ्यांतून घळाघळा अश्रू वाहत होते.

तीन वर्षांपूर्वी दोस्त महम्मदला जेव्हा शिखांविरुद्ध धर्मयुद्ध (जिहाद) पुकारायचे होते आणि 'अमीर-अल-मुमिनिन' (कमांडर ऑफ द फेथफुल) ही पदवी घ्यायची होती, तेव्हा तो येथेच आला होता. दीडशे वर्षांनंतर १९९६ मध्ये मुल्ला उमर येथेच आला होता. येथील पश्तून उलेमाने त्याला हीच पदवी दिली होती. त्यानेही प्रेषित महम्मदाचा तोच अंगरखा अंगाभोवती गुंडाळून घेऊन अफगाणिस्तान तालिबानच्या आधिपत्याखाली आणण्यासाठी धार्मिक अधिकार मिळवला होता! आता शुजाने तोच अंगरखा आपल्या अंगाभोवती गुंडाळून घेऊन, त्याचे आजोबा, वडील व भाऊ यांच्या वंशपरंपरागत सिंहासनावरचा आपला हक्क सिद्ध केला. तीस वर्षांपूर्वी निम्लाच्या लढाईनंतर त्याच्या हातून ही सत्ता गेली होती; परंतु त्याची श्रद्धा कायम होती. चारदा प्रयत्न करावे लागले होते, तरी आता तो त्याच्या देशात परत आला होता आणि त्याचे आजन्म शत्रू असलेल्या बराकझाईंचा तो आता पराभव करणार होता.

पुढील आठवड्यात थॉमस गैसफोर्डने आपल्या पत्रात लिहिले –

> 'ही अतिशय छान जागा आहे. निसर्गसौंदर्य अद्‌भुत आहे. हवा छान आहे आणि फळे किती उत्तम प्रतीची, किती स्वस्त आणि किती मुबलक आहेत याची तुम्हाला कल्पनाही करता येणार नाही. उत्तम दर्जाची पीच – साडेनऊ इंच लांब आणि साडेदहा इंच परीघ असलेली, एका पेनीला सहा मिळतात! छान लाल सफरचंद अर्ध्या पेनीला मिळतं. वाळवलेले पीच, ॲप्रिकॉट, मनुका, बेदाणे, प्लम आणि मलबेरी मुबलक मिळतात. गार सरबते, कबाब, पावरोटी, मिठाई आणि इतर चविष्ट पदार्थ प्रत्येक कोपऱ्यावर अगदी स्वस्त मिळतात. अर्धपोटी असलेल्या सैन्याला पुन्हा ताजेतवाने व्हायला या जागेसारखी जागाच नसेल! पण येथे पोहोचण्यासाठी आम्हाला कसल्या भयंकर परिस्थितीतून जावं लागलं! आमचे कंदाहारवर स्वारी करण्यातले शेवटचे दोन-तीनशे मैल – मॉस्कोहून फ्रेंचांनी माघार घेतली, केवळ त्याच्याशीच तुलना होऊ शकेल.'

'आर्मी ऑफ द इन्डस' अनेक धोके व अडचणी सहन करून कंदाहारपर्यंत पोहोचली होती. त्यांचे नशीब चांगले होते. शिवाय त्यांची शक्ती व संख्या याबद्दलच्या अतिशयोक्तीपूर्ण माहितीमुळे त्यांचे शत्रू इतके घाबरले होते की, दक्षिण अफगाणिस्तानची प्राचीन राजधानी तर त्यांनी एकही गोळी न मारता काबीज

केली होती. विशेषत: मॅक्नॅघटेन तर फारच आनंदात होता. त्याच्यावर टीका करणाऱ्यांच्या माना खाली गेल्या होत्या. शहाशुजाचे जे स्वागत झाले, त्यावरून पाच वर्षांपूर्वी तो गव्हर्नर जनरलच्या स्टाफमध्ये आल्यापासून ज्याची इतकी तरफदारी करत होता, त्याची लोकप्रियता सिद्ध होत होती. मॅक्नॅघटेनच्या मते सुरुवातीपासून त्याचे म्हणणेच बरोबर आणि बर्नेसचे चूक होते. शुजा हा कायदेशीर वारस होता, लोकप्रिय होता आणि सत्ता बळकावून बसलेल्या बराकझाईंचा प्रजा तिरस्कार करत होती. विजयी भावनेने त्याने कंदाहारच्या राजवाड्यातून ऑकलंडला लिहिले की, 'सैन्य जसे काही एकाएकी नंदनवनात येऊन पोहोचले होते – मला हे कळवण्यास आनंद होत आहे की, कंदाहार शहर आणि भोवतालचा प्रदेश येथे संपूर्ण शांतता आहे. अनेक जातींचे लोक व दाट वस्ती असलेल्या या शहरात काहीही मोठी गडबड वगैरे झाली नाही हे उल्लेखनीय आहे. हळूहळू सर्व देशभर शहाची सत्ता प्रस्थापित होत आहे.'

त्याने पुढे असेही लिहिले की, शुजाचे वागणेही हळूहळू सुधारत आहे आणि तो जरा मोकळा झाला आहे. शिवाय, त्याचं सततचं अतिरेकी हक्क गाजवणंही कमी झालं आहे. त्याने लिहिले, 'मला आता हे लिहिण्यास बरे वाटत आहे की, गेल्या चार-पाच महिन्यांतील बादशहाची वागणूक बघून त्याच्या स्वभावाविषयी माझे मत खूपच चांगले झाले आहे.'

> राज्य परत मिळवण्यासाठी बादशहाने केलेल्या प्रयत्नांमध्ये पुन:पुन्हा आलेल्या अपयशाचा परिणाम म्हणून बऱ्याच लोकांना असे वाटू लागले की, एकतर तो जे करू बघत होता तो हेतू लोकांना पसंत नव्हता किंवा मग त्याच्यामध्ये एवढा उत्साह किंवा सामर्थ्य नव्हते; पण किती अवघड आणि कष्टप्रद परिस्थितीत हे प्रयत्न केले गेले, त्याचा विचार या लोकांनी केला नव्हता. बादशहा सफल झाले नव्हते तरी तसे प्रयत्न फारच थोड्या लोकांनी केले असते – शहामध्ये निदान उत्साह आणि निश्चय यांची कमतरता नाही. त्यांची वागणूक मी बघत आलो आहे, त्यावरून मी त्यांना सौम्य, दयाळू, हुशार, न्यायी व दृढनिश्चयी मनुष्य म्हणेन. त्यांच्या स्वभावात दोन दोष आहेत – अभिमान आणि कंजूषपणा. ज्या बराकझाईंनी सत्ता बळकावली आहे, त्यांच्या वागणुकीच्या तुलनेत शहाशुजाचा अभिमान वरिष्ठ टोळी प्रमुखांना विशेषत्वाने जाणवतो. या बराकझाईंना त्यांची सत्ता टिकवून ठेवण्यासाठी, त्यांच्याशी सख्य ठेवून असणाऱ्या टोळीप्रमुखांबरोबर त्यांच्याच पातळीवर राहून वागणे गरजेचे होते.'

मॅक्नॅघटेनने लिहिले की, 'त्याला आशा ठेवायला जागा होती की, बादशहा हळूहळू त्यांच्या कनिष्ठांशी वागण्यात कमी बडेजाव दाखवतील किंवा निदान त्याचे प्रजानन त्यांच्याशी सलगी न दाखवता दूर राहून औपचारिक वागण्याची सवय करून घेतील. त्याच्या कंजूषपणाबद्दल बोलायचे, तर सध्याच्या आणीबाणीच्या परिस्थितीत तसे असायला नको; परंतु त्याचेही समर्थन करता येईल, कारण सध्या त्यांची आर्थिक परिस्थिती अगदी सीमित आहे आणि मदतीची अपेक्षा करणारे तर अनेकजण आहेत.'

दहा दिवसांनंतर ८ मे रोजी बॉम्बे रेजिमेंटचे पाठीमागून येणारे चौकीदार एकदाचे शहराबाहेरच्या छावणीत येऊन पोहोचल्यावर लगेच मॅक्नॅघटेनने शुजासाठी एका मोठ्या दरबाराचे आयोजन केले. या दरबाराचे दोन हेतू होते – शुजाने कारभार हाती घेतला आहे असे जाहीर करणे आणि कंदाहारच्या लोकांना पद्धतशीरपणे त्यांची निष्ठा व्यक्त करण्याची संधी देणे. शहराच्या कोटाच्या बाहेरच्या इदगाहजवळ मातीचा एक चौथरा उभा करून, त्यावर सुंदर छत घालून त्याखाली सिंहासन ठेवण्यात आले. तेथून समोर कॅमल्स बॅक डोंगर व त्याच्या पायथ्याशी असलेल्या चाळीस पायऱ्या आणि बाबरची गुहा यांच्याखाली जुन्या मातीच्या बांधकामाच्या कंदाहार शहराचे भग्न अवशेष दिसत होते – तीच जागा, जेथे पाच वर्षांपूर्वी शहाचा पराभव झाला होता! शहरामधल्या मोठ्या राजवाड्याच्या अतिशय सुंदर टिमुरिड कमानींमधून मॅक्नॅघटेन शुजाला शहरात घेऊन गेला. त्याने स्वत: आज प्रथमच त्याचा नवा व्हाइसरीगल राजचिन्हांसह असलेला पोशाख घालण्याची संधी साधली होती. इंग्लंडमध्ये राणी (किंवा राजा) जेव्हा विशेष राजदरबार भरवतात, तेव्हा घातला जाणारा हा विशेष पोशाख आहे, असे एका अधिकाऱ्याने सांगितले.

> सर अलेक्झांडर बर्नेस त्याच्या मागून साध्या सूटमध्ये येत होता; त्याच्या भोवताली असणाऱ्या अफगाण टोळीप्रमुखांशी तो आपुलकीने व मित्रत्वाने गप्पा मारत होता. समोरच्याला आपलेसे करून घेणारे हास्य, मोकळे व आदरपूर्वक वागणे यांमुळे इतर कुठल्याही युरोपियन माणसापेक्षा तो लोकांना जास्त आवडत असे. या टोळीप्रमुखांचे पोशाख मात्र अत्यंत ऐटबाज होते, त्यांचे फेटे व शस्त्रेही रत्नजडित होती आणि ते ज्या घोड्यांवरून जात होते, ते घोडेही खूप देखणे होते.

हाजीखान काकर व इतर प्रमुख ज्यांनी शुजाबद्दल निष्ठा जाहीर केली होती, त्यांच्या मागून कीन, कॉटन, नॉट आणि ब्रिटिश सेनेतील इतर अधिकारी येत होते. ते सर्व हेरत प्रवेशद्वारातून पुढे येत शहाच्या उरल्यासुरल्या पलटणीतल्या सैनिकांनी केलेल्या

दोन रांगांमधून पुढे गेले. हिंदुस्तानी पलटणीचा ब्रास बँड इंग्रजांचं राष्ट्रगीत 'गॉड सेव्ह द किंग' वाजवत असताना मोठ्या समारंभानं शुजाला अफगाणिस्तानचा बादशहा म्हणून तख्तावर बसवलं गेलं. 'आर्मी ऑफ द इन्डस'ने उरल्यासुरल्या दिमाखात सलामी दिली. शिवाय, १०१ बंदुकांची सलामी दिली गेली. समारंभ बघायला आलेल्या अफगाणी लोकांवर थैल्या भरभरून हिंदुस्तानी रुपये उधळले गेले. मात्र, फारच थोडे लोक उपस्थित होते. ज्यानं शुजाच्या मृत्यूनंतर प्रथम त्याचं चरित्र लिहिलं, असा शुजाचा एक उत्साही पाठीराखा, हेरतचा एक व्यापारी महम्मद हुसेन यानं लिहिलं, – 'सर्वजण श्रीमंत झाले! बादशहाने हुकूम दिला की, गरिबांना मदत म्हणून दोन लाख रुपये वाटले जावेत. बराकझाईंच्या राज्यात ज्यांच्याकडे अंगणात बांधायला एक गाढवही नव्हतं इतकी गरिबी होती, ते आता घोडे व उंटांसाठी उत्तम प्रतीची खोगिरं घेऊ शकत होते, त्यांच्या पैशांचे बटवे चांदीच्या नाण्यांनी भरले होते आणि मनं निश्चिंत होती. खरोखर इतका पैसा होता की, लहान मुलं बोळांमध्ये सोन्या-चांदीच्या नाण्यांनी खेळत असत. सैनिक आणि शेतकरी यांच्यासाठी बादशहाचं आणि इंग्रजांचं मन मोठं होतं!

आणि तरीही, या साऱ्याच्या पार्श्वभूमीवर, दरबार संपल्यासंपल्या असा एक प्रसंग घडला, ज्याची नोंद एकाही ब्रिटिश अहवालात नाही; परंतु अफगाणांकडून मिळालेल्या माहितीतून त्या प्रसंगानंच नव्या प्रजाजनांनी शहाशुजाला दोष देण्यास सुरुवात केली. महम्मद हुसेन हेरतीनं या घटनेची सर्वांत प्रथम आणि संपूर्ण माहिती दिली. त्यानं लिहिलं –

> 'या वेळीच एक दुर्दैवी घटना घडली. एका उच्च कुटुंबातली मुलगी तिच्या काही कामासाठी जात होती, तेव्हा एका परकीय सैनिकानं तिला पकडलं, जवळच्या पाणवठ्याकडे ओढत नेऊन तिच्यावर बलात्कार केला. मुलीच्या किंकाळ्यांनी जाणाऱ्या-येणाऱ्या लोकांना काय झालं ते समजलं. त्यांनी धावत जाऊन तिच्या घरच्यांना सांगितलं. मोठी गर्दी गोळा झाली. सय्यद आणि धर्मगुरूही आले. लोक न्याय मागायला बादशहाकडे गेले. पुन:पुन्हा माफी मागितली गेली, दु:ख व्यक्त केलं गेलं; पण अफगाणी लोक या गोष्टी अत्यंत महत्त्वाच्या, सन्मानाच्या मानतात. त्यांच्या मनात कडवटपणा भरला. ते म्हणू लागले की, 'हे परकीय लोक आपल्या देशात आले आणि सुरुवातीलाच उच्च कुटुंबातील मुलीवर असा अत्याचार झाला. अशीच परिस्थिती राहिली तर कोणाचीच अब्रू सुरक्षित राहणार नाही. बादशहा केवळ कळसूत्री बाहुले, नावालाच सत्ताधीश आहेत असं वाटू लागलं आहे.'

हेरतीने पुढे आणखी स्पष्ट लिहिले की, –

> ‘कंदाहारच्या प्रजेला त्यांच्या पराक्रमाचा आणि स्वाभिमानाचा नेहमीच गर्व वाटत आला आहे. त्यांच्या मते ही घटना माफी मागून सोडून देण्याजोगी नक्कीच नव्हती. त्या मुलीच्या कुटुंबाला आणि त्यांना पाठिंबा देणाऱ्यांना ब्रिटिशांच्या शक्तीच्या प्रदर्शनाने दमदाटी करून गप्प बसवण्यात आले, तरी दुर्राणी घराण्यातील लोक संतापाने जळफळत होते. कारण त्यांचा अभिमान आणि अब्रू यांच्यावर घाला घातला गेला होता. त्यांचे रक्त खवळले होते. त्यांच्या चेहऱ्यांवर लज्जा आणि कुचंबणा उघड दिसत होती. हाजीखान काकरसारख्या शहाशी निष्ठा असलेल्या दुर्राणी खानांनीही दर्शवलं की, त्यांच्या घराण्याचा अपमान त्यांना अतिशय डाचत होता. त्यांनी जरी त्यांच्या संतापावर नियंत्रण ठेवले होते, तरी त्यांच्या वागणुकीतून त्यांचा द्वेष दिसून येई.

सिराज उल-तवारिखमध्ये संक्षिप्त; पण अर्थपूर्ण लिहिले गेले – ‘त्यांच्या इभ्रतीबद्दल अत्यंत जागरूक असलेल्या अफगाणी लोकांच्या डोक्यात सूडाचं बी रुजलं गेलं होतं. त्याला नंतर भयंकर फळं आली. सर्व कुळांच्या प्रमुखांना वाटू लागलं की, पादिशाला (बादशहा) सत्तेच्या कपातून मद्य हवं होतं. त्याची बदनामी होण्याबद्दल काही वाटत नव्हतं. या प्रसंगामुळे दुर्राणी खान व शहा यांच्यामध्ये दुरावा निर्माण झाला आणि दुर्राणी घराण्यातील लोक त्यांचं दुःख व चीड मनात बाळगत, वाढवत योग्य संधीची वाट बघत राहिले.’

त्यातलाच एक होता मोठा जमीनदार, ज्याचं नाव होतं अमीनुल्ला खान लोगारी. अमीनुल्ला एक वयस्कर युसुफझाई पठाण होता. मूळचा फार मोठ्या घराण्यातला नव्हता. त्याचे वडील तैमूरशहाच्या काळात काश्मीरच्या गव्हर्नरचे मदतनीस होते. साडोझाईंकडे नोकरी करताना तो वर चढत गेला होता. त्या वेळी कंदाहारमध्ये असलेल्या इतर अनेकांसारखी त्याचीही बादशहाच्या परत येण्याला हरकत नव्हती; परंतु बादशहा परकीय नास्तिकांच्या पाठीवर बसून आला आहे, ही बाब त्याला भयंकर खटकली. बलात्काराच्या घटनेनंतर तो तेथून काबूलला गेला. नवाबबाग मध्ये राहण्यास सुरुवात केली आणि त्याच्यासारखेच विचार असलेल्या मुजाहिदीन लोकांना एकत्र करून ब्रिटिशांना त्यांच्या देशातून हाकलण्यासाठी संधी शोधत राहिला.

ब्रिटिशांना प्रतिकार करणाऱ्या घटनांना लवकरच सुरुवात झाली. सोळाव्या

लान्सर्स पथकातील दोन अधिकारी अर्घानदाब नदीच्या काठी मासे पकडायला गेले होते. ते घरी जात असताना त्यांच्यावर दुर्राणी कुलातील जमावाने हल्ला केला, एकाला भोसकले; तो नंतर मरण पावला. खोजॅक खिंडीच्या रस्त्यावर ब्रिटिश चौकीदार असत, त्यांच्यावर होणारे हल्लेही वाढले. डाक नेणाऱ्यांवरचे आणि निरोप्यांवरचे हल्ले वाढले. छावणीबरोबरच्या लोकांपैकी दोनशे लोक हिंदुस्तानात परत जाण्याचा प्रयत्न करत असताना 'त्यांना फसवून, नि:शस्त्र करून सर्वांना मारून टाकण्यात आले. संपत्ती, दारूगोळा किंवा इतर मालसामान घेऊन जाणाऱ्या प्रत्येक वाहनाबरोबरच्या लोकांना खिंडीत गाठून त्यांच्याशी लढाई केली जाई, त्यांची जीवितहानी होई तसेच सामानही लुटले जाई.'

सैन्य कंदाहारमध्ये दोन महिने विश्रांती घेत होते, त्या अवधीत वातावरण पूर्णपणे बदलले आहे असे सीताराम शिपायाला वाटले. त्याच्या आठवणींमध्ये त्याने लिहिले,

> 'सुरुवातीला, शहा परत आला याचा लोकांना आनंद झाला असे वाटत होते; पण असे म्हटले जात होते की, मनातून त्यांना त्याचा तिरस्कारही वाटत असे. तो परकीय सैन्य घेऊन आला याचा अपमानही वाटत असे. लोक म्हणत असत की, त्याने इंग्रजांना त्यांच्या देशात येण्याचा रस्ता दाखवला, आता थोड्याच दिवसांत ते देश काबीज करून बसतील. ते संपूर्ण हिंदुस्तानचा जसा उपयोग करत होते, तसा करतील आणि अफगाणांना तिरस्कार वाटणारे त्यांचे स्वत:चे कायदेकानून येथेही आणतील. या गोष्टीचा त्यांना अत्यंत संताप येत असे. ते म्हणत असत की, शहा फक्त त्याचे सैन्य घेऊन आला असता, तर सर्व ठीक झाले असते; परंतु त्यांनी जेव्हा बघितले की, इंग्रज हिंदुस्तानात परत जात नव्हते, तेव्हा त्यांचा राग आणखी वाढला. त्यांना जरी पुन:पुन्हा सांगण्यात येत होते की, ब्रिटिश लोक त्यांचा देश त्यांच्यापासून घेऊन टाकायला आले नाहीत, तरी हिंदुस्तानचा इतिहास ते विसरू शकत नव्हते.'

थोड्याच दिवसांत हुकूम सुटले की, कुठल्याही कंपनी सरकारच्या किंवा ब्रिटिश सैनिकाने एकट्याने छावणीबाहेर पडू नये. 'बरेचजण एकत्र जात असतील आणि जवळ शस्त्रे असतील, तरच जावे.' हा नियम पुढे जितके दिवस हे सैन्य तेथे होते, तितके दिवस लागू होते. ते जरी म्हणत असले की, ते तेथे शांतता प्रस्थापित करण्यासाठी आले आहेत आणि कायद्याने त्यांच्या देशाचा जो सत्ताधीश आहे, त्याच्या बोलावण्यावरून आले आहेत, तरी ते कोणत्याही भ्रमात नव्हते. ते जाणून

होते की, लोकांना ते आवडत नव्हते आणि त्यांना माहीत होते की, कडेकोट बंदोबस्त असलेल्या त्यांच्या छावणीतून ते बाहेर पडले की, तत्क्षणी मारले जातील.

हे असे हल्ले वाढत्या प्रमाणात होत असताना लॉर्ड ऑकलंडने अत्यंत हानिकारक निर्णय घेतला की, शहाशुजाला त्याच्या सिंहासनावर बसवल्यानंतरही ब्रिटिश सैन्य अफगाणिस्तानमध्ये ठेवावे आणि लंडनला पत्र लिहिले की, 'आपण शहाला जेथे बसवले आहे, तेथे तो स्थिर होईपर्यंत काही काळ त्याला आधार देण्यासाठी आपण येथेच राहण्यास तयार असले पाहिजे.

इकडे शहाशुजाला कंदाहारमध्ये प्रस्थापित करण्यात येत होते, तेव्हा पेशावरमध्ये वेड् आणि शहाजादा तैमूर यांची प्रगती जरा हळू होती. वेड्ने लाचलुचपतीसाठी पन्नास हजार रुपये खर्च करूनही खैबरमधल्या टोळ्या शुजाच्या सैन्याला खिंडीतून जाऊ देतील, असे लक्षण दिसत नव्हते. वेड् त्यांना क्लृप्त्या सुचवत होता की, खिंडीच्या अगदी वरच्या भागाजवळचा अली मस्जिदचा किल्ला त्यांनी ताब्यात घ्यावा किंवा मग जलालाबादवर हल्ला करून, ते काबीज करून तेथील बराकझाईंची लूटमार करावी, घरांची नासधूस करावी. एका टोळीप्रमुखाने तर चक्क असे सांगितले की, शहा जर आता पाखंडी लोकांचा मित्र झाला आहे, तर 'जरी सर्व बराकझाईंना मारून टाकले गेले, तरी तो स्वत: स्वत:च्या धर्मासाठी लढेल.'

कलातच्या मेहराब खानसारखे आफ्रिदी लोक आणि सरहद्दीवरच्या इतर टोळ्या शुजाशी एकनिष्ठ होत्या. जेव्हा त्याची परिस्थिती अगदी वाईट होती तेव्हा अनेकदा त्यांनी त्याला संरक्षण दिले होते. त्यापैकी मलिकदीन खेल टोळीचा खान बहादूर खान हा तर शुजाचा नातेवाईक होता; परंतु पाखंडी शीख व ब्रिटिश लोकांशी शहाच्या मैत्रीमुळे सर्वजण साशंक होते. या गोष्टीचाच दोस्त महम्मदने चांगला फायदा घेतला. त्याने प्रत्येकाला निरोप पाठवला की, 'तुम्हाला जास्त पैसे हवे असतील तर तसे सांगा; पण एवढे लक्षात ठेवा की, तुम्ही एक अफगाण आहात, मुस्लीम आहात आणि शहा हा आता काफिर पाखंडी लोकांचा नोकर आहे!' धर्माला व अफगाण रक्ताला केलेले आवाहन पुरेसे झाले नाही, तर दोस्त महम्मदने सर्व मोठ्या प्रमुखांकडचा एकेक माणूस युक्तीने ओलीस म्हणून ठेवला होता. त्यांना तो काबूलमध्ये स्वत:जवळ बंदोबस्तात ठेवत असे.

शहाजादा तैमूरमध्ये लोक आकर्षित होतील असा करिष्मा अजिबात नव्हता; ही त्याच्या विरोधात जाणारी अजून एक बाब होती. खैबरचे प्रमुख लोक शहाजादा म्हणून त्याच्याकडे आकर्षित होतीलसे वाटले होते; पण तो घाबरट स्वभावाचा, प्रभाव पाडू न शकणारा, उपजत नेतृत्वगुण नसणारा होता. त्याच्या तैलचित्रात तो

बारकासा आणि चिंतामग्न चेहऱ्याचा दिसतो. वेड्नं पेशावरमध्ये त्याची सर्वांशी ओळख करून देण्यासाठी जो दरबार भरवला, त्या वेळच्या त्याच्या अडखळत, चुका करत वागण्यामुळे योग्य परिणाम साधला गेला नाही. तेथे गेलेल्या एका माणसाने लिहिलं, 'दरबार होता, त्या तंबूत मी प्रवेश केला, तेव्हा बादशहासारखं वागण्याची माहिती किंवा सवय नसलेला बिचारा शहाजादा सर्वांना भेटायला उभा राहिला होता. कर्नल वेड्नं इशारा करून बसायला सांगितलं, तसा तो घाईघाईनं धपकन त्याच्या सिंहासनावर बसला! पण थोड्याच वेळात त्याला कंटाळा आला. भोवतालच्या कशातच रुची नसल्यासारखा तो निर्जीवपणे बसून राहिला. अगदी अलीकडेपर्यंत तो फारसा कोणाला माहीत नव्हता. लोकांनी त्याच्याकडे बघत राहण्याची त्याला अजिबात सवय नव्हती. बडी असामी म्हणून त्याचं असं जाहीर प्रदर्शन होणं त्याला खूप अस्वस्थ करत होतं. समारंभ संपला तेव्हा त्याला आनंद झाल्याचं अगदी उघड दिसत होतं!'

आक्रमणासाठी रणजितसिंगने जे शीख सैन्य देण्याचं वचन दिलं होतं, त्याचा अजून पत्ता नव्हता. गेल्या दोन महिन्यांमध्ये असं लक्षात आलं होतं की, लॉर्ड ऑकलंड पुन्हा सिमल्याला गडप झाल्यानंतर, धूर्त लबाड महाराजा रणजित, कबूल केलेलं सैन्य देण्यात करता येईल तेवढी कुचराई करत होता. १९ मार्च १८३९ रोजी वेड्ने रणजितला पत्र लिहिले की, 'अजून मुस्लीम सैन्य व मुस्लीम सेनापती यांची नेमणूक करण्यात आलेली नाही, तेव्हा या कामाकडे तातडीने लक्ष देण्यात यावे.' दोन दिवसांनंतर त्याने पुन्हा पत्र लिहिले की, 'आर्मी ऑफ द इन्डस'ला फिरोजपूरहून निघून चार महिने झाले; परंतु रणजितसिंगच्या दोन सरदारांच्या स्वत:च्या सैन्याच्या तुकड्याच फक्त तेथे येऊन पोहोचल्या होत्या.

तो एकामागून एक तक्रारी पाठवत राहिला, वसंत ॠतू संपून कडक उन्हाळा सुरू झाला. शहाजादा तैमूरची फौज नदीपलीकडे नेऊन पोहोचवण्याच्या कामात अटक येथील सिंधू नदीवरचे शीख अधिकारी सहकार्य करत नव्हते. इतर अधिकारी सैनिकांना निवारा, रसद, जनावरांचा चारा पुरवण्यात कसूर करत होते. अजूनही पलटणी पोहोचल्या नव्हत्या. 'मुस्लीम सैनिकांची तातडीने जरूर आहे' हे वेड्ने पुन:पुन्हा कळवले. एक महिन्यानंतर त्याने तक्रार केली की, 'पेशावरला असलेल्या सैन्याचे पगार देण्यात आलेले नसल्याने त्यांच्यापुढे मोठा प्रश्न उभा राहिला आहे आणि झालेल्या कराराप्रमाणे सैन्यात अजून भरती झालेली नाही.'

अखेर एप्रिल संपतासंपता रणजितचा पेशावर येथील गव्हर्नर जनरल अवाटाबिल याला हुकूम गेला की, स्थानिक मुस्लिमांची एक पलटण आक्रमणात मदत करण्यासाठी गोळा करावी. मे महिन्याच्या मध्यावर जेव्हा शहाशुजा आणि मुख्य फौज कंदाहारच्या पीच, ॲप्रिकॉट आणि सफरचंदावर ताव मारत होती तेव्हा फक्त

सहाशे पन्नास भाडोत्री घोडेस्वारांची एक तुकडी पेशावरला येऊन पोहोचली. देणग्या व पैसे आगाऊ पाठवावे म्हणून संपूर्ण मे महिनाभर खैबरमधले टोळीप्रमुख विनंताअर्ज पाठवत राहिले. एकाने लिहिले, 'माझ्या डोंगरावरच्या लोकांची मने वळवण्यात मला यश आले आहे. आता आणखी वीस हजार रुपये लागतील.' काळजीने वेडापिसा झालेल्या वेड्ला रणजितने निरोप पाठवला की, घाई काहीच नव्हती, तेव्हा ठरवलेल्या आक्रमणाविषयी चर्चा करण्यासाठी तो पुन्हा एकदा लाहोरला येऊ शकेल का?

एक महिन्यानंतर वेड्ला आणखी वाईट बातमी मिळाली – 'चक्कर येऊन पडल्यामुळे' रणजितसिंग झोपून आहे. २७ जूनला वयाच्या अठ्ठावन्नाव्या वर्षी तो मृत्यू पावला. मरणाआधी त्याने बऱ्याच मोठमोठ्या रकमांचा दानधर्म केला. विल्यम ऑस्बोर्नने कळवले की, 'मृत्यूपूर्वी दोन तास आधी त्याने त्याची सर्व रत्ने मागवून घेतली आणि 'प्रकाशाचा डोंगर' म्हटला जाणारा प्रसिद्ध कोहिनूर हिरा एका गुरुद्वाराला दिला. त्याची अत्यंत प्रसिद्ध मोत्यांची माळ दुसऱ्या गुरुद्वाराला आणि रत्नजडित खोगिरांसह आवडते घोडे तिसऱ्या गुरुद्वाराला. त्याच्या चार अतिशय सुंदर बायका आणि पाच काश्मिरी दासी त्याच्याबरोबर सती गेल्या. त्यांनी सती जाऊ नये म्हणून खूप प्रयत्न करण्यात आले; पण काही उपयोग झाला नाही.'

एमिली एडन सिमल्याला कंदाहारचा विजय साजरा करत होती. 'आमचा उद्याचा बॉलडान्स खूपच मजेत होणार आहे. इतर दिव्यांबरोबर मी 'कंदाहार' असा बोर्ड लावण्याची व्यवस्था केली आहे.' काही महिन्यांपूर्वीच ती ज्यांना भेटली होती, त्या 'रणजितसिंगच्या अनेक बायकांच्या भयंकर दुर्दैवाबद्दल समजून तिला मोठाच धक्का बसला. तिने लिहिले, 'तेव्हा या खूप सुंदर व आनंदी दिसत होत्या. त्या बिचाऱ्यांचा मृत्यू अत्यंत दुःखद आहे – त्या अगदी तरुण आणि मजेत जगणाऱ्या होत्या. कठोर निश्चयानं आणि असीम धैर्यानं त्यांनी मृत्यू स्वीकारला! मला असे वाटू लागले आहे की, एकच पत्नी असण्यापेक्षा शंभर बायका असणं चांगलं – त्यांचा पतीवर जास्त जीव असतो आणि त्या एकनिष्ठ असतात!'

यामुळे अफगाणिस्तानवर आक्रमण करण्याच्या बाबतीत गंभीर प्रश्न निर्माण होऊ शकत होता. वेड्च्या तो त्वरित लक्षात आला. रणजित जिवंत असतानाही त्याने कबूल केलेली फौज गोळा करणे अवघड झाले होते. आता तो गेल्यावर ते काम जवळजवळ अशक्यच होणार होते. रणजितच्या सरदारांपैकी फारच थोड्यांना रणजितप्रमाणे ब्रिटिशांशी दोस्ती करण्याचा उत्साह होता. वारस कोण या वादांतून अंतर्गत यादवी सुरू होण्याची शक्यता होती. दिवंगत महाराजाच्या जागी जो येईल, त्याच्याबरोबर ब्रिटिश राजनीतीचे कौशल्य वापरण्यासाठी काही वेळ जावा लागणार होता.

त्याहूनही जास्त गंभीर प्रश्न होता 'आर्मी ऑफ द इन्डस'ला शिधा व इतर गोष्टींचा पुरवठा कसा करावा? रणजितसिंगच्या अखत्यारीतदेखील रसद पाठवण्याचा सुरक्षित मार्ग मिळणे अवघडच होते. आता पंजाब प्रांतात अव्यवस्था माजणार हे उघड होते. ब्रिटिश हिंदुस्तानातून आक्रमक सेनेला पुरवठा पोहोचवण्याचा पंजाब हाच मार्ग होता. 'आर्मी ऑफ द इन्डस'शी आधीच संपर्क दुरावत चालला होता आणि आता पंजाबमध्येही सर्व काही बंद पडण्याच्या मार्गावर होते. तिकडे फौज तर मध्य आशियातल्या डोंगराळ भागात पुढे जात होती; त्यामुळे पुरवठ्याचे मार्ग आणखी लांब व धोक्याचे होत चालले होते. काही अडचण आली तर मदत करण्यास सहज पोहोचणेही शक्य झाले नसते.

ज्या अवघड स्वारीच्या यशाची अजिबातच खात्री देता येत नव्हती, ती आता जास्त अवघड झाली होती.

२७ जून १८३९ रोजी जेव्हा लाहोरमध्ये रणजितसिंगचा मृत्यू झाला, त्याच दिवशी 'आर्मी ऑफ द इन्डस'ने कंदाहारमधून काबूलकडे कूच केले.

सेनेचे आता तीन भाग केले होते. रोज दहा मैल या गतीने ते व्यवस्थित पुढे जात होते. हा वेग पूर्वीपेक्षा थोडा जास्त होता, कारण वेढा घालण्यासाठी वापरल्या जाणाऱ्या मोठाल्या तोफा बरोबर न घेण्याचा निर्णय कीनने घेतला होता. त्या तोफांमुळे खिंडीमध्ये खूप त्रास झाला होता. गझनी व काबूल येथील तटबंदी फारशी मजबूत किंवा अवघड नाही असे त्याला सांगण्यात आल्यामुळे त्याने तोफा न घेण्याचे ठरवले. शिवाय, शुजाने खात्री दिली की, त्याचे पोपलझाई कुळाचे लोक तेथील ताबा घेतील आणि सेना तेथे पोहोचली की, गझनीची प्रवेशद्वारे उघडून देतील. कंदाहारच्या ठाण्यावर तीन हजार सैनिकांची शिबंदी मागे ठेवली होती. ती शुजाचा एक मुलगा शहाजादा फत्तेजंग याच्या नाममात्र हुकुमतीखाली होती. खरी हुकूमत मेजर ज़नरल नॉटची होती. दुर्राणी सरदारांपैकी ज्यांनी नुकतीच शुजाप्रति निष्ठा जाहीर केली होती, त्यातले बहुतेकजणही तेथेच राहिले. बढती मिळवण्याची महत्त्वाकांक्षा असलेल्या हाजीखानने मात्र सैन्याबरोबर जाण्याचे ठरवले.

कंदाहारमधली सुट्टी संपली, ती पश्चिमेतल्या हेरतमधून आणि गझनीमधून आलेल्या काळजीत पाडणाऱ्या बातम्यांनंतर. हेरतमध्ये वज़ीर यार महम्मद अलिकोझाईच्या शहरावर पर्शियाने केलेला भयंकर हल्ला परतवण्यासाठी ब्रिटिशांनी जी मदत केली होती, त्याबद्दल तो कृतज्ञता तर दाखवत नव्हताच, उलट पर्शियाने माघार घेतल्यानंतर काही आठवड्यांमध्येच त्याने ब्रिटिश वकील एल्ड्रेड पॉटिंगरशी भांडण केले होते. पॉटिंगरने नुकतेच शहरामध्ये दान-देणगी देण्यामध्ये तीस हजार

पौंड खर्च केले होते. भांडण झाल्यानंतर त्याने पॉटिंगरच्या एका नोकराचा हातच कापून टाकला. स्वत: पॉटिंगरचा जीव घेण्याचाही प्रयत्न केला होता. यानंतर वझिराने पर्शियाच्या महम्मद शहाशी गुप्त वाटाघाटी सुरू केल्या होत्या – याच शहाच्या सैन्याने त्याच्या शहराला अलीकडेच वेढा घातला होता – आणि जाहीर केले होते की, 'मी अल्लाला स्मरून सांगतो की, एक लाख इंग्रजांच्या स्नेहभावापेक्षा पर्शियाच्या शहेनशहाचा राग मला परवडेल.'

मॅक्नॅघटेनला खात्री नव्हती की, संबंध बिघडण्यामध्ये यार महम्मदचा दोष होता की अनुभव नसलेल्या पॉटिंगरचा. म्हणून हेरतची मर्जी परत मिळवण्यासाठी त्याने वकील पाठवण्याचे ठरवले आणि बर्नेसला या कामाचे नेतृत्व करण्यास सांगितले; परंतु बर्नेसने धूर्तपणाने ते नाकारले. मॅक्नॅघटेन परत जाईल, तेव्हा त्याची जागा घ्यायला त्याला काबूलमध्येच राहायचे होते, शिवाय त्याला शंका होती – आणि ती खरी ठरली – की, हेरतमधील काम यशस्वी होणार नाही. म्हणून मग त्याच्याऐवजी मॅक्नॅघटेनने पर्शियन भाषा येणाऱ्या डी-आर्सी टॉडला पाठवले. हा पूर्वी तेहरानमधील ब्रिटिश सैन्याच्या प्रतिनिधी मंडळात हेन्री रॉलिन्सनचा सहकारी होता. बर्नेसने एका मित्राला लिहिले, 'तरुण पॉटिंगरचा खून करण्याचा प्रयत्न केल्याबद्दल मागितलेली माफी स्वीकारण्याचे पॉटिंगरने कबूल केले. मेजर टॉड उद्या हेरतला जायला निघतो आहे. मी आत्ताच सांगतो की, तो काहीही करू शकणार नाही, कारण त्या लोकांबरोबर काही समझोता होणे शक्यच नाही.'

टॉडला देण्यात आलेले हुकूम तसे साधे, सरळ होते – यार महम्मदशी मैत्री करणे आणि पर्शियन सरहद्दीवरच्या हेरतला ब्रिटिशांचे दोस्त राष्ट्र बनवून त्यांची सरहद्द शहाशुजाच्या सरहद्दीशी व्यवस्थित जुळवून घेणे; परंतु यार महम्मद नावालाच ब्रिटिशांच्या बाजूला होता; हेरतची लुटली गेलेली संपत्ती परत मिळवण्यासाठी ज्या लहरी, जुलमी पद्धतीने तो बळजबरी करत होता, ते सगळं टॉडला भयंकर वाटलं. त्यानं त्याबद्दल लिहिलं –

> 'जो मनुष्य निवडला जाई, तो बहुतेक वेळा पूर्वी मर्जीत असलेला एखादा खान असे आणि म्हणून त्याच्याकडे संपत्ती आहे, असे समजले जात असे किंवा अपराध्यांना पकडण्यासाठी नेमलेला असा कोणी ज्याने आपले काम न करता प्रचंड संपत्ती गोळा केल्याचा त्याच्यावर आरोप असे. गुन्हेगाराचे भयानक हाल केले जात. उकळत्या पाण्यात टाकणे, मंद विस्तवावर भाजून काढणे हे नेहमीचेच होते. अशा वेळी ज्या भयंकर कल्पना प्रत्यक्षात आणल्या जात, त्यांचा नुसता निर्देश करणेच शक्य आहे. तो दुर्दैवी माणूस वेदनांनी तळमळत हळूहळू सर्व संपत्ती देऊन

टाकत असे. तो मरण पावण्यापूर्वी त्याला सांगितले जाई की, त्याच्या बायका व मुलींना टर्कोमान लोकांना विकून टाकण्यात आले आहे किंवा त्याच्या खुन्यांच्या नोकरांना आणि झाडूवाल्यांना देऊन टाकण्यात आले आहे. अलीकडेच अशा रीतीने मारल्या गेलेल्यांपैकी एकाला अर्धवट भाजले होते आणि मग त्याचे बारीकबारीक तुकडे केले होते तर दुसऱ्याला अर्धवट उकळून मग भाजून काढले होते.

हेरतमुळे ब्रिटिशांसमोर एक मोठा अवघड प्रश्न उभा राहिला, जो नंतर नेहमीचा झाला. तेथे येऊन राहू पाहाणाऱ्या लोकांना या प्रश्नाला तोंड द्यावं लागलं. टॉडनं मॅक्नॅघटेनला एका पत्रात लिहिलं की, 'आपण त्यांना माणुसकी दाखवायला शिकवण्याचे प्रयत्न करावेत का? सामाजिक सुधारणांचा पुरस्कार करावा का? परपुरुषाशी संबंध ठेवणाऱ्या स्त्रीला दगडानं ठेचून तिचा जीव घेण्यासारख्या परंपरांवर बंदी आणावी का? – की मग जनजीवन विस्कळीत करून शांततेचा भंग न करता केवळ राज्यकारभार सांभाळण्याकडेच लक्ष द्यावे? तुमच्या मित्रराष्ट्रातील लोक त्यांच्या शत्रूंना जिवंत उकळू किंवा भाजू लागले, तर तुम्ही मध्ये पडता का? हेर खात्यात काम करणाऱ्या वेड्ची अशा प्रश्नांवरची भूमिका स्पष्ट होती. ब्रिटिश लोक तेथे राजकीय स्वहितासाठी आलेले होते. या राष्ट्राला सुधारण्यासाठी किंवा लिंगभेदाच्या धोरणात सुधारणा करण्यास प्रोत्साहन देण्यासाठी आलेले नव्हते. त्याने लिहिले, 'आपण स्वत:च्या समजुतींवर अतिशय जास्त विश्वास ठेवण्यापासून सावध राहिले पाहिजे. आपण लक्षात घेतले पाहिजे की, आपण बहुतांशपणे समजून चालतो की, आपल्या सामाजिक पद्धतीच उत्तम आहेत. या पद्धती वेगळ्या, नव्या ठिकाणी शिकवण्यासाठी आपण उत्सुक असतो. अशी लुडबुड केली तर त्यातून भांडणे, वाद किंवा हिंसक प्रतिकारही होऊ शकेल.'

इकडे वेड्चे काबूलमधले हेर कळवत होते की, दोस्त महम्मद त्याच्या कार्यक्षमतेच्या कीर्तीला अनुसरून ब्रिटिशांच्या काबूलवर होणार असलेल्या स्वारीविरुद्ध लढण्यासाठी जोमाने तयारी करत होता. सैन्य मजबूत करत होता आणि गझनीभोवतालचे कोट जास्त बळकट करत होता. काबूल नदीतून त्याने जलालाबादला बराच पुरवठा पाठवला. काबूलच्या उलेमाकडून शहाशुजाच्या विरुद्ध जिहादचा फतवा मिळवला. तेहरानच्या महम्मद शहाला पत्र लिहिले की, ब्रिटिश लोक अफगाणिस्तानात स्थिरावण्यापूर्वी ही शेवटची संधी होती, तेव्हा 'वेळ न घालवता त्याच्या मदतीसाठी रणांगणात उतरावे. सुरुवातीला कारंज्याचे तोंड एखाद्या टाचणीने बंद करणे शक्य होईल; परंतु एकदा का ते भरून वाहू लागले की, त्याला हत्तीही थांबवू शकत नाही.' या सर्व घडामोडींची बातमी ब्रिटिश छावणीत वीस जूनच्या सुमारास

पोहोचली आणि असे ठरवण्यात आले की, दोस्त महम्मदवर जितका लवकर हल्ला करता येईल, तेवढे चांगले.

कंदाहारपासून गझनीपर्यंतच्या दोनशे मैलांच्या टापूत सुरुवातीला अर्घानदाब खोऱ्याच्या संपन्न, सुपीक जमिनीवरून फौजेने कूच केले. तपकिरी रंगाचे पाणी, विलोची झाडे, मातीच्या भिंती असलेले डाळिंबाचे, द्राक्षांचे मळे, कालव्यांच्या कडेला असलेली गडद लाल आणि जांभळी मलबेरीची झाडे असा तो प्रदेश होता. फौज पुढे जात राहिली. अर्घानदाबचे किनारे आणि बरेच लहान ओढे यांच्यामधून खोऱ्याच्या कडेला असलेल्या कलिंगडांच्या शेतांपर्यंत पोहोचली. आता जमीन कोरडी होऊ लागली. 'कलात-ए-घिलझाई'भोवतालच्या पांढऱ्या गवताळ कुरणांच्या जागी हळूहळू खडकाळ जमीन, खुरटलेली झुडपे, पांढरी अफूची फुले आणि जांभळी काटेधोतऱ्याची झाडे अधूनमधून दिसू लागली. सैन्य आता घिलझाईंच्या प्रदेशातून चालले होते. विल्यम टेलरने लिहिले,

> 'तो उजाड, ओसाड, डोंगराळ प्रदेश होता. कधीकधी रस्ते इतके वाईट असत की, त्यांवरून जाणे जवळजवळ अशक्य होई. आम्ही येताना दिसल्याबरोबर घिलझाई लोक मातीच्या भुईकोट किल्ल्यांमध्ये पळून गेले. या टेकड्यांमध्ये असे बरेच किल्ले आहेत. ते लोक क्वचितच आमच्या समोर आले. सोडून दिलेल्या त्यांच्या घरात आम्हाला काही म्हातारी माणसं आणि भुकेले कुत्रे आढळले – दोघांनी मोठ्यानं ओरडून आमचं 'स्वागत' केलं! सुदैवानं आम्हाला मका आणि बुस्सोरा (गुरांचा चारा) सापडला. आम्ही येत असल्याचा सुगावा लागल्याबरोबर त्यांनी तो पुरून ठेवला होता. या प्रदेशात सगळ्या बाजूंनी उभ्या आडव्या नद्या आणि ओढे असल्यामुळे आम्हाला पाणी भरपूर मिळाले. मात्र, त्याच वेळी टोळधाडींचा खूप त्रास होत होता. एक टोळधाड आली की, आकाश अक्षरश: अंधारून जायचं. त्याचं घूं घूं आवाज करणं अखंड चालू असायचं. अफगाणी लोकांचं टोळ हे आवडतं खाणं दिसतंय. ते त्यांना मंद विस्तवावर भाजतात आणि आवडीनं खातात. आमच्या जवळचं खाणं काही फार चांगलं होतं असं नाही, तरी ही जरा शंकास्पद वाटणारी 'मेजवानी' खाऊन बघण्याचा आम्हाला धीर झाला नाही!'

१८ जुलैला कीनला त्याच्या खबऱ्यांकडून दोन बातम्या मिळाल्या. एक म्हणजे शहराची प्रवेशद्वारं उघडून टाकण्याचा पोपलझाईंचा बेत उघडकीस आला होता. शुजाशी निष्ठा असणाऱ्या त्या लोकांना तेथून काढून बराकझाईंशी निष्ठा असणाऱ्या

घिलझाई टोळीच्या लोकांना त्यांच्या जागी नेमण्यात आले होते. दुसरी बातमी अशी होती की, गझनीच्या भोवती बराकझाई लोक कडव्या प्रतिकाराची तयारी करत होते. सावधपणे काम करणाऱ्या कीनने ठरवले की, सैन्याचे उरलेले दोन भाग – शहाशुजाच्या नेतृत्वाखालील मधला भाग आणि पाठीमागून येणारा विलशायरचा भाग त्याच्याबरोबर येऊन पोहोचेपर्यंत थांबायचे. सर्वजण जमल्यावर सगळे एकत्रच पुढे निघाले. २० जुलैला सूर्योदयापर्यंत झुडपांच्या वर गझनीच्या मशिदींचे मनोरे आणि त्यांच्यामागे तो प्रचंड भुईकिल्ला दिसू लागला. मध्य आशियातील मोठ्या व मजबूत किल्ल्यांपैकी एक. कीनने लिहिले, 'आमच्या समोर जणू दुसरा जिब्राल्टर उभा होता! मिळालेल्या अहवालाप्रमाणे तो काही तकलादू, जिंकण्यास सोपा असा किल्ला नव्हता. सरळ उताराच्या टेकडीवर भक्कम, उंच तटबंदी, तिच्या बाजूंना बरेचसे बुरूज आणि भोवताली पक्का बांधलेला रुंद खंदक! अशी त्याची रचना पाहून आम्ही थक्क झालो! एवढ्या मोठ्या, अभेद्य तंटबंदीबद्दल न कळणे हे ब्रिटिशांच्या हेरगिरीचं अपयश होतं. मोठ्या तोफा दोनशे मैल मागे कंदाहारला नॉटजवळ ठेवून आल्याने आता काय करता येईल हे समजत नव्हते. गझनीची शिबंदी तशीच ठेवून तसेच पुढे जाणेही शक्य नव्हते, कारण त्यांच्या माहिती पोहोचवण्या-मिळवण्याच्या कामाला धोका निर्माण झाला असता आणि परत जाण्यासाठी किंवा खूप दिवस वेढा घालण्यासाठी त्यांच्याकडे पुरेशी रसद नव्हती.

जी भीती होती, त्याचप्रमाणे ब्रिटिश जवळ आल्यावर किल्ल्यातल्या सैन्याने जोरदार प्रतिकार केला. समोर जाणाऱ्या सैनिकांना त्यांच्या घोडदळाने हैराण केले. किल्ल्याच्या भोवती आक्रमकपणे गराडा घालण्याचा प्रयत्न केल्यावर तटावरून जबरदस्त गोळीबार झाला. शिपाई सीतारामने लिहिले, 'शत्रूचे सैन्य मोठ्या संख्येने बाहेर पडले. बंदुकांच्या खूप चकमकी उडाल्या. अफगाणी लोकांना या किल्ल्याच्या मजबुतीचा भरवसा होता. तटाच्या भिंती चढून जाण्यासाठी फार उंच होत्या. आमच्या हलक्या वजनाच्या, घोड्यावरच्या बंदुकांचा तेथे काही उपयोग नव्हता. अफगाणिस्तानात शिरल्यापासून आमचं हे पहिलंच युद्ध होतं.'

अफगाणी लोकांजवळ असलेल्या एकोणिसाव्या शतकातल्या नव्या, लांब नळ्या असलेल्या 'जेझेल' स्निपर रायफलींचा अचूकपणाही त्यांनी प्रथमच दाखवला. त्यांच्या नेमबाजांना बरोबर नेम साधता आला. समोर दिसणाऱ्या सैनिकांचा ते मोठ्या संख्येने पाडाव करू लागले. मिर्झा अताने लिहिले, 'गझनीच्या किल्ल्यावरून येणारी प्रत्येक गोळी इंग्रज सैन्यावर दैवी शिक्षेसारखी येऊन पडत होती. उपाशी सैनिक आणि लांब अंतर चालून आलेली, पाठीवर अजून ओझी तशीच असलेली जनावरे संध्याकाळपर्यंत उभी होती. 'झुबेर झुन' नावाची प्रचंड तोफ किल्ल्यावरून डागली गेली आणि उंट, सैनिक व घोडे कागदाच्या पतंगांसारखे हवेत उडाले!' मग

कसाबसा तात्पुरता खंदक आणि आडोसा उभारला गेला.

त्या रात्री ब्रिटिशांना किल्ल्याच्या तटावरून संदेशाचा, निळ्या दिव्यांचा प्रकाश दिसला. तसाच निळा प्रकाश पूर्वेकडच्या डोंगरांवरून आला. दुसऱ्या दिवशी सकाळी जेव्हा पाठीमागून जिहादी गाझी सैनिकांनी पेटत्या अंगाऱ्यांसारख्या डोळ्यांनी ब्रिटिश सैन्यावर हल्ला केला, तेव्हा कुठे त्या निळ्या प्रकाशाचा उलगडा झाला. पहाट फुटताच छावणीच्या मागील उंचवट्यांवर हातात हिरवे झेंडे घेतलेले जिहादी दिसले. ब्यूगलांनी धोक्याची सूचना देईपर्यंत अगदी समोर असलेले जिहादी घोड्यावरूनच तात्पुरते खंदक ओलांडून सरळ शहाशुजा होता त्या छावणीच्या मधोमध 'अल्ला हु अकबर!' असे किंचाळत येऊन उभे ठाकले! आणि सर्व बाजूंनी घेरून टाकले जाईपर्यंत आत्मार्पण करत असल्यासारख्या शौर्याने ते लढत राहिले.

शेवटी पन्नासजणांनी शरण येण्याचे कबूल केले आणि त्यांना पकडून शुजासमोर आणल्यानंतरही त्यांनी 'पाखंडी मनाचा,' 'पाखंड्यांचा दोस्त' असे म्हणत त्याचा अपमान केला. संतापलेला शहा तेथे उभा असताना त्यातल्या एका जिहादीने लपवून ठेवलेला खंजीर काढून शहावर हल्ला करण्याचा प्रयत्न केला. त्या माणसाला वेळीच पकडून मारून टाकल्यावर शुजाचे रक्षण करणाऱ्या अंगरक्षकांनी त्या सर्वच्या सर्व शरण आलेल्यांची मुंडकी उडवली. हे बघून मॅक्नॅघटेनला भयंकर धक्का बसला. नंतर असे ऐकले की, त्यांना मारणारे शुजाचे लोक हसत, थट्टामस्करी करत, तलवारी आणि सुरे घेऊन त्या लोकांवर हवे तसे वार करत त्यांना कापत होते. त्या कैद्यांचे हात पाठीमागे बांधलेले होते. बर्नेसचा मुन्शी आणि हेर खात्यातील अधिकारी मोहनलाल याने लिहिले की, 'ब्रिटिश छावणीच्या जवळ अशा तऱ्हेने इतके लोक मारले जावेत हे ब्रिटिशांच्या युद्धातील वर्तणुकीला अत्यंत अशोभनीय होते! खरोखर एका माणसाच्या गुन्ह्यासाठी पन्नास माणसांना इतक्या क्रूर, जंगलीपणाने मारले जावे, हे कुठल्या देशात योग्य समजून मान्य केले जाईल?'

ब्रिटिशांनी स्वत:ला ज्या गोत्यात अडकवून घेतले होते, त्यातून त्यांना सोडवण्याच्या कामात नंतरच्या काही तासांमध्ये मोहनलालचा फार मोठा सहभाग होता. आदल्या दिवशी आक्रमक सैन्य किल्ल्याकडे जात असताना एक वरिष्ठ बराकझाई शहाजादा आणि दोस्त महम्मदचा प्रतिस्पर्धी अब्दुल रशीदखान पक्ष बदलून मोहनलालला शरण आला होता. १८३०च्या दशकात मोहनलाल कंदाहारमध्ये वेड्‌कडे हेर खात्यामध्ये काम करत असल्यापासून त्यांची ओळख होती. मुन्शीच्या तंबूत अब्दुल रशीदखानकडून माहिती काढून घेत असताना मोहनलालला समजले

की, या शहाजाद्याच्या सांगण्याप्रमाणे किल्ल्यामध्ये एक मोठी बाजू कच्ची राहिलेली होती. ब्रिटिश लोक गझनीकडे येऊ लागले, तेव्हा बहुतेक सर्व प्रवेशद्वारे विटांनी बंद करून टाकण्यात आली होती, फक्त दोस्त महम्मदबरोबर संपर्क साधण्यासाठी काबूल प्रवेशद्वार तेवढे उघडे ठेवण्यात आले होते. अलेक्झांडर बर्नेसने ही माहिती कीनला सांगितली, तेव्हा त्या सेनाप्रमुखाने ठरवले की, त्याच रात्री हल्ला करण्यावाचून दुसरा मार्ग नाही. आत्तापर्यंतच्या गलथानपणाची भरपाई या अचानक हल्ल्याने होईल, अशी त्यांना आशा होती.

भराभर योजना आखण्यात आली. लक्ष विचलित करण्यासाठी दक्षिणेच्या बाजूने हल्ला करून तोफांचा भडिमार करायचं ठरलं. काबूल प्रवेशद्वाराकडे जाणाऱ्या इंजिनिअर्सकडे लक्ष न जाता त्यांना हळूहळू सरकत तिकडे जाऊन ते दार उद्ध्वस्त करण्याची व्यवस्था करण्यास वेळ आणि संधी मिळाली असती. त्या पाठोपाठ बायोनेटस्‌ने मोठ्या प्रमाणावर हल्ला करण्यात येईल. त्या बाजूला स्फोटके घेऊन जाणाऱ्या पथकाचा पुढारी होण्याचे काम ज्याने स्वत:कडे घेतले, त्या हेन्री ड्युरांडने लिहिले की, 'असे काम करण्यात बराच धोका होता. यश मिळाले तरी ते बरेच सैनिक गमवावे लागून मिळणार होते.' हेन्री ड्युरांडने हे धोके कीनला सांगितले, तेव्हा सेनाप्रमुखांनी उत्तर दिले की, दुसरा काही पर्यायच नाही, कारण मोदीखान्यात फक्त दोन-तीन दिवसांचाच शिधा शिल्लक होता!

उरलेला दिवस कीन व इंजिनिअर्सनी किल्ल्याच्या भिंतींभोवती घोड्यावरून फिरून पाहणी केली. किल्ल्याला लागून असलेल्या पायथ्याशी ज्या भागात भिंती घातलेल्या ॲप्रिकॉट आणि अक्रोडांच्या बागा होत्या, त्यांच्या आडूनआडून जात ते लांब नळ्यांच्या जेझेल-स्निपर बंदुकांमधून तटबंदीवरून मारल्या जाणाऱ्या गोळ्यांपासून बचाव करत राहिले. मध्यरात्रीच्या जरा आधी हुकूम देण्यात आले की, सैन्याने पहाटे चार वाजता गोळा व्हावे. किल्ल्याच्या भिंतींच्या वरच्या भागातून एकदम दिसून येऊ नये म्हणून त्यांच्या टोप्यांवरची पांढरी कव्हर्स त्यांनी काढून टाकावी. पहाटे दोन वाजता काबूल प्रवेशद्वारासमोरच असलेल्या टेकडीवर मॅक्नॅघटेन शहाशुजाला घेऊन गेला.

शुजाचे चरित्र लिहिणाऱ्या महम्मद हुसेन हेरातीने लिहिले की, 'या कामासाठी बादशहाकडे जाऊन त्याला सुफी संत बाहुलचा दर्गा असलेल्या टेकडीवर जाण्यासाठी आमंत्रण देण्याचा मान मॅक्नॅघटेनला मिळाला. तेथून बादशहाला गझनी किल्ल्यावरील हल्ला बघता आला असता. बादशहा वर जाऊन आसनस्थ झाल्याबरोबर तोफांचा भडिमार सुरू झाला.' तेथे उघड्या जागेत शुजाच्या जवळही वरून गोळ्यांचा भडिमार होत होता; परंतु तो अत्यंत खंबीरपणे तेथे बसून राहिला. त्याच्या भोवतालचे त्याच्याकडे लक्ष ठेवणारे ब्रिटिश त्यामुळे प्रभावित झाले. यापूर्वी

रणांगणातून तो कशी घाईघाईने माघार घेऊन परत गेला याबद्दल चुकीच्या, अतिशयोक्तीच्या गोष्टी त्यांना सांगितल्या गेल्या होत्या.

लक्ष दुसरीकडे वेधण्याचे काम करणाऱ्या सेनेत सीताराम होता. त्याने लिहिले, 'त्यांना हुकूम दिले गेले होते की, गोळ्या मारत राहावे म्हणजे गाझी फसतील आणि त्यांचे लक्ष तिकडे वेधले जाईल. त्या रात्री वारा खूप होता; त्यामुळे उडणाऱ्या धुळीच्या लोटांनी जास्तच अंधार वाटत होता. बंदुकींच्या फैरी सुरू झाल्या तेव्हा आम्हाला गाझी मशाली घेऊन पळताना दिसले; त्यामुळे ती जागा एकदम दिवाळीतल्या पूजेसारखी दिसू लागली.'

दक्षिणेकडून येणाऱ्या आवाजांच्या तुलनेत किल्ल्याची उत्तर बाजू अगदी शांत होती, जेथे ड्युरांड आणि इतर इंजिनिअर्स अंधारात किल्ल्यांच्या भिंतीकडे जाऊ लागले. त्यांना जरा काळजी वाटत होती, कारण मॅक्नॅघटेनने शुजाच्या बरोबर राहणाऱ्या माणसांना सर्व योजना सांगितली होती. योजनेचे यश ती गुप्त राहण्यावरच अवलंबून होते. शहाच्या छावणीतल्या लोकांना ती साधारण समजली होती; परंतु अजून ती प्रतिकार करणाऱ्यांपर्यंत पोहोचली नव्हती. पहाटेपूर्वीच्या अंधूक उजेडात ड्युरांड प्रवेशद्वारापासून सुमारे चारशे-साडेचारशे फुटांवर असताना त्याला एका पहारेकऱ्याने हटकले. 'एक गोळी, एक ओरडण्याचा आवाज एवढ्यावरून तिथे सैन्य आहे हे किल्ल्यावर समजले. ताबडतोब तटबंदीवरचे लोक सावध झाले. वरच्या बुरुजांवरून त्यांच्या बंदुका भराभर मारा करू लागल्या. वरून एकदम निळा झगझगीत प्रकाश येऊ लागला, ज्यामुळे प्रवेशद्वारावरही तसाच प्रकाश पडला. जर भिंतीच्या मधल्या अंतरावरून गोळीबार झाला असता, तर इंजिनिअर्स आणि त्यांच्याबरोबरची सर्व माणसे खलास झाली असती; पण आश्चर्य म्हणजे तेथून एकही गोळी आली नाही.'

बंदुकीच्या पावडरच्या पिशव्या ठेवल्या गेल्या आणि त्यांच्या वाती पेटवल्या गेल्या. वरून प्रतिकार करणाऱ्यांना मधल्या जागेतून गोळीबार का होत नाही हे समजेना म्हणून ते वरच्या अगदी कडेच्या लहान भिंतीवर चढले आणि भिंतीच्या अगदी तळाच्या दिशेने गोळ्या मारू लागले आणि वरून दगड-विटा फेकू लागले. इंजिनिअर्स मागे पळाले आणि त्यांनी खंदकात उड्या मारल्या. त्या पिशव्यांमधून प्रचंड स्फोट झाले आणि हल्ला झाल्याचे जाहीर करण्यासाठी ब्यूगल वाजवला गेला. फोडल्या गेलेल्या प्रवेशद्वारातून विल्यम डेनी समोर गेला आणि त्याच्या पाठोपाठ सैन्य गेले. थोडा वेळ जाऊ देऊन खुद्द जनरल रॉबर्ट सेल एक तुकडी घेऊन आत गेला. त्याचे सैनिक त्याला 'फाइटिंग बॉब' म्हणत असत, कारण तो मागे राहण्यास नकार देत असे आणि प्रत्यक्ष तुंबळ हातघाईच्या लढाईत स्वत: भाग घेत असे.

महम्मद हुसेन हेराती शहाशुजाजवळ उभा राहून बघत होता. 'किल्ल्याचा दरवाजा उडवून टाकल्यावर प्रत्यक्ष लढाई करत इंग्रज आत घुसले, ते शरण आलेल्यांच्या 'अल अमन! अल अमन!' (आम्हाला वाचवा, आम्हाला वाचवा!) अशा किंकाळ्या ऐकू येऊ लागल्या तोपर्यंत. अफगाण सैनिकांनी शस्त्रे खाली टाकली. ज्यांच्या आयुष्याची दोरी संपलीच होती ते मारले गेले, बाकीचे पुरुष आणि बायकांना कैद केले गेले आणि त्यांची संपत्ती, सामान, जनावरे सर्व लुटले गेले. मिर्झा अताला प्रतिकार करणाऱ्या सैन्याविषयी सहानुभूती वाटत राहिली. त्याने लिहिले –

> 'बंदुकीच्या दारूच्या पिशव्यांच्या वाती पेटवल्या गेल्या, तेव्हा त्या दरवाजाची चाळण होऊन तो खाली पडला. स्फोटाच्या आवाजाबरोबरच धुळीचे एवढे लोट उठले की, सर्वच दिशांना काहीच दिसेनासे झाले. शहाचे सैनिक किल्ल्यात घुसले आणि त्यांच्यासमोर तीनशे जिहादी आले. त्यांनी धर्मासाठी लढण्यास तलवारी उपसल्या आणि ब्रिटिश सैनिकांना तीन वेळा दरवाजाच्या बाहेरपर्यंत माघार घ्यावी लागली. तेथूनच, हजार फुटांपेक्षा जास्त अंतरावरून त्यांनी गोळीबार केला; परंतु जनरल सेल आणि सेनाप्रमुख कीन यांनी त्यांच्या सैनिकांना पुन्हा गोळा करून किल्ल्यात प्रवेश केला आणि गाझींना मारून टाकले. बेंगॉल आर्मीने पुन्हा हल्ला केला. नवाब गुलाम हैदर खान हा किल्ल्याचा सुभेदार होता. (गुलाम हैदर खान हा दोस्त महम्मदचा पुतण्या, एक वर्षापूर्वी त्यानेच बर्नेसला काबूलच्या बाहेर सुरक्षित पोहोचवले होते!) त्याच्या बरोबरचे लोक जीव वाचेल आणि इंग्रजांकडून पैसे मिळतील म्हणून त्याला दगा देऊन पळाले. इंग्रजांकडून लाच घेऊन, आपल्या चेहऱ्यांना दगाबाजीचे काळे फासून; न लढता ते पळून गेले! उरलेले गाझी लढतालढता शहीद झाले आणि जन्नतला पोहोचले. सर्व गाझी मरण पावल्यानंतरच इंग्रजांनी गझनी किल्ल्यावर ताबा मिळवला आणि विजयाचा ब्यूगल वाजवला.

किल्ल्याच्या खालच्या भागात धुमश्चक्री चालू असताना वरच्या भागात अजूनही शेवटचा निकराचा प्रतिकार चालू होता. जॉर्ज लॉरेन्सने लिहिले, 'अफगाणी लोक त्यांच्या तलवारींनी मोठ्या शौर्याने लढले. बायोनेटने भोसकलेले असतानाही त्यांनी आमच्या कितीतरी लोकांना जखमी केले.' त्याचा मित्र नेव्हिल चेम्बरलेन याला मात्र ब्रिटिश सैनिकांची वागणूक चांगली वाटली नाही. आता भोवताली भयंकर क्रौर्य

घडताना दिसत होते. लूट करण्यासाठी सैनिक घरांमध्ये घुसत होते. त्यात ते बऱ्याचजणांचा जीव घेताना दिसत होते. त्या दिवशी जे क्रौर्य बघितलं त्याचं मी वर्णन करू शकत नाही आणि तुम्ही वाचू शकत नाही. मानवजातीला काळिमा फासणारं होतं ते सारं. त्यातल्या त्यात बायका-मुलांवर कमी अत्याचार झाले. हे एक नवल म्हणावं लागेल. कारण, चाहूल लागताच बंदुकींच्या इतक्या फैरी झडत की, त्यातून कुणी वाचणंही कठीण होतं.'

> प्रतिकार करणाऱ्या, पळून जाणाऱ्या साऱ्यांचा पहाटेपर्यंत पाडाव झाला. थॉमस गैसफोर्डने लिहिले – 'शत्रूचे बरेच लोक वरच्या तटांवरून दोर खाली टाकून त्यावरून उतरत होते. तसे उतरताना काहींना गोळ्या घातल्या गेल्या. जे उतरू शकले त्यांना घोडदळाच्या सैनिकांनी वाकड्या तलवारींनी कापून काढले. सर्व परिसर आमच्या ताब्यात आल्यावरसुद्धा शत्रू पक्षाचे अजूनही दडून बसलेले सैनिक गोळ्या मारत होते. त्यातले जे शरण आले, त्यांना दया दाखवून माफ करण्यात आले; पण आम्ही लढाई जिंकल्यानंतरही आमच्या बऱ्याच लोकांना मारणाऱ्या शत्रूच्या निशाणधारक आणि इतर सैनिकांना पकडून गोळ्या घालण्यात आल्या. सर्व शांत झाल्यावर एका घरात गोळा होऊन बसलेल्या काहींनी मिळून बाहेर पडण्याचा प्रयत्न केला. त्या वेळी त्यांनी बऱ्याचजणांना जखमी केले.

एका वेळी अनेकांची अशी क्रूर हत्या होणे, हा भयंकर प्रकार होता.

> एका देवडीतून वरच्या तटाकडे जाणाऱ्या रुंद जिन्यावर मला तीस-चाळीस मृतदेह एकत्र पडलेले दिसले. काही जळत होते, काही अर्धवट जळाले होते. ते देह तेथून काढताना काही हृदय पिळवटून टाकणारी दृश्ये दिसली. एका घरातून एक प्रेत बाहेर काढण्यात येत होते, काढणाऱ्यांची पाठ वळल्याबरोबर ते प्रेत मागे ओढले गेले – एक स्त्री व एक मूल त्याच्याजवळ बसून रडत होते! प्रत्येक घर आणि दुकान लुटले गेले – रक्ताचे डाग नसलेले एकही घर नसावे. पाच-सहाशे प्रेते खड्ड्यांमध्ये टाकली गेली. सगळी मिळून एक हजार तरी माणसे मारली गेली असण्याची शक्यता आहे. जे जखमी होते, त्यांची अवस्था अतिशय वाईट होती. नंतर आम्ही तेथे होतो तोपर्यंत त्यांच्याकडे लक्ष देत होतो. काहीजण भाजलेले, काही बंदुकीने तर काही संगिनीने जखमा झालेले,

> काहींचे हात-पाय तुटलेले होते. एका ठिकाणी तर तेराजण उभे राहून लढत असताना स्फोट होऊन उडालेले. किल्ल्याचा सुभेदार – दोस्त महम्मदचा मुलगा हैदर खान एका दरवाजाच्या वरच्या मनोऱ्यात सापडला. आम्ही त्याला मारणार नाही असे वचन दिल्यावर त्याने त्याची तलवार आम्हाला देऊन टाकली.'

सकाळी नऊ वाजेपर्यंत प्रतिकार संपला होता. आता केलेली सर्व लूट व्यवस्थित एकत्र करून मग सैन्यामध्ये वाटायची होती. मिर्झा अताने लिहिले की, 'सर्व काही गोळा करून बाहेर काढायला पाच दिवस लागले. त्यांच्या गोदामात एकूण तीन हजार टर्किश, अरबी आणि इराणी घोडे तर काबूल, बल्ख, बुखारा आणि बगदादचे दोन हजार उंट होते. तलवारींच्या मुठी इराणमधील इस्फाहान व तेहरानच्या होत्या. काश्मीरच्या शेकडो पश्मिना शाली, हजारो मण बेदाणे, बदाम, खारे पिस्ते, तूप, तांदूळ, पीठ आणि हजारो पिस्तुले होती.' स्वत: विद्वान असलेल्या मिर्झा अताला या लुटीतल्या एका गोष्टीत खूपच रुची वाटली, ज्याच्याबद्दल ब्रिटिशांपैकी कोणीही नोंद घेतलेली दिसत नाही – कंदाहारच्या राजवाड्यातलं वाचनालय! कित्येक हजार बहुमूल्य आणि अद्वितीय पुस्तकं. पर्शियन व अरेबिकमध्ये असलेली ही सर्व पुस्तकं विज्ञान विषयावर, तर्कशास्त्रावर, साहित्यिक टीकांवर, कायद्याच्या नियमांवर, वाक्यरचनेवर आणि व्याकरणावर आधारित होती!

विजय तर भव्यच होता – गझनीचा अभेद्य किल्ला बघितल्यापासून सैन्याने बहात्तर तासांमध्ये जिंकला होता. किमान हजार माणसं मरण पावली होती, तीनशेच्या आसपास अफगाणी जखमी झाले होते. पंधराशेंना कैद केलं होतं. या तुलनेत ब्रिटिशांचे फक्त सतराजण मेले आणि सुमारे पासष्टजण जखमी झाले; परंतु नंतर एकदा ड्युरांडने याकडे लक्ष वेधलं होतं की, या हल्ल्यामध्ये मिळालेले यश जास्त करून चांगल्या नशिबामुळे होतं. कारण वेढ्यासाठीच्या मोठाल्या तोफा मागे ठेवणं आणि पुरेसा अन्नपुरवठा जवळ न बाळगणं या युद्धशास्त्राच्या दृष्टीनं फार दुर्दैवी, पश्चात्ताप करावा लागला असता अशा चुका कीननं केल्या होत्या; परंतु माणसाची दूरदृष्टी आणि धोरणीपणा यांची चेष्टा केल्यासारखी उदाहरणं युद्धामध्ये कधीकधी आढळतात, विशेष करून जेव्हा आपल्या आकलनापलीकडच्या अशा दैवयोगांनी एखादी चूकही उत्तम, थक्क करणाऱ्या यशाचं कारण होऊ शकते – ही चूक शेवटी तशी ठरली!

अनेक अडचणी असतानाही ब्रिटिशांनी नेत्रदीपक विजय मिळवला; परंतु अफगाणांची नाचक्की झाली, असेही म्हणता येणार नाही. त्यांनी त्यांचे युद्धकौशल्य दाखवले. प्रतिकार करताना शौर्य दाखवले. सर्व काही गेले, तरी दंतकथांचे पेव

फुटले. इतर अनेक अफगाणींप्रमाणे मिर्झा अतालाही त्याच्या निष्ठा येथून पुढे बदलू लागल्या आहेत असे वाटू लागले. त्याने लिहिले की, जे मरण पावले त्यांच्या बाबतीत चमत्कार घडला असा बऱ्याचजणांना विश्वास वाटू लागला. त्यानं लिहिलं, केरबेलाच्या हुतात्म्यांसारखेच येथेही रणांगणावर शहिदांचे देह पडले होते.

> त्यांचं व्यवस्थित दफन करावं, अशी बऱ्याच श्रद्धाळू मुसलमानांनी विनंती करूनही ब्रिटिशांनी परवानगी दिली नाही. त्यांना ना कफन होतं, ना कबर; परंतु त्या रात्री, अल्लाची मेहेरबानी की, सर्व शहिदांचे देह अदृश्य झाले. जमिनीवर रक्ताचा मागमूसही राहिला नाही! असाच चमत्कार एका गाझीच्या बाबतीत घडला. किल्ल्याच्या एका मनोऱ्यात तो तीन दिवस दडून बसला होता. जो जवळ येईल त्याला आडून वार करत मारत राहिला – कंपनी सरकारचे असे सत्तर सैनिक मारून मग अचानक तो गायब झाला – तो कसा आणि कोठे गेला हे कोणालाही कळले नाही! गझनीच्या किल्ल्यातल्या मोठ्या भुयारांबद्दल इंग्रजांना बरेच महिने काही माहीतच नव्हतं; परंतु असं म्हणतात की, एक दिवस आठशे कुमारिका आणि तान्ही बाळं, तीनशे घोडे व पाचशे अफगाण पुरुष एकाएकी बाहेर आले आणि चालतचालत निघून गेले – तेथे असलेल्या ब्रिटिश सैन्यापैकी कोणीही त्यांना थांबवले किंवा हटकलेही नाही!
>
> आणि अशा तऱ्हेने गझनीवर ब्रिटिश अंमल सुरू झाला.

गझनी पडल्याची बातमी अठ्ठेचाळीस तासांच्या आत दोस्त महम्मदला काबूलमध्ये मिळाली. देशातला हा सर्वांत मोठा किल्ला दुरुस्त आणि जास्त मजबूत करण्यासाठी त्यानं तीन महिने काम करवून घेतलं होतं. या पाखंडी काफिर आक्रमकांनी तो तीन तासांत जिंकला होता. पुढच्या काही दिवसांमध्येच आणखी एक वाईट बातमी आली, जिच्यामुळे त्याचा आत्मविश्वास ढळला. त्याला पाठिंबा देणाऱ्यांचा निश्चय डगमगला.

पहिली आणि अमीरला अतिशय मानसिक त्रास देणारी बातमी म्हणजे त्याचा लाडका आणि अतिशय यशस्वी मुलगा अकबर खान ज्याला त्याने खैबर खिंडीचे रक्षण करून वेड् आणि शहाजादा तैमूर यांना पुढे येण्यापासून रोखण्यासाठी पाठवलं होतं, तो एकाएकी आजारी पडला. त्याला विष देण्यात आलं असावं अशा अफवा होत्या. दोन दिवस तर अकबर खानचं आयुष्यच धोक्यात आलं होतं. अफगाणी लोकांनी लिहून ठेवलेल्या माहितीप्रमाणे इतर कशापेक्षाही, दोस्त महम्मदचा

धीर या बातमीमुळे फार खचला होता. 'अमीरने जिवापेक्षाही प्रिय असलेल्या त्याच्या मुलाला बघितले, तेव्हा दु:खाने त्याच्या हृदयाच्या चिंध्या झाल्या आणि उद्वेगाने, निराशेने त्याने कपाळ बडवले!'

वेड् ज्या संधीची वाट बघत होता, ती संधी त्याला अकबर खानच्या आजारपणामुळे मिळाली. या गोंधळात खैबरवर हल्ला करण्याचा धोका पत्करण्याचं त्यानं ठरवलं. त्याच्याकडे मध्यम दर्जाचं, जेमतेम पाच हजार सैन्य होतं. स्थानिक आफ्रिदी लोक आणि बाब्रॅक खेल घिलझाई टोळीचा महम्मद शहा खान याचे लोक यांनी त्याच्या हल्ल्याचा त्वेषाने प्रतिकार केला. (महम्मद शहा खान हे अकबर खानच्या अत्यंत रूपवान म्हणून प्रसिद्ध असलेल्या बायकोचे वडील) परंतु २६ जुलै रोजी खिंडीच्या वरच्या टोकाच्या खाली असलेली अली मस्जिद वेड्ने जिंकली. थोड्याच वेळात तो पुढे जलालाबादकडे निघाला तेव्हा गंभीर आजाराने तिथे झोपून असलेल्या अकबर खानला गवत पसरलेल्या डोलीत ठेवून तेथून भराभरा दुसरीकडे हलवावे लागले.

गझनी आणि अली मस्जिद अठ्ठेचाळीस तासांतच जिंकली गेल्यावर ज्या इतर टोळ्यांमधले लोक असंतुष्ट किंवा रागावलेले होते, त्यांना प्रोत्साहन मिळाले. काबूलच्या पस्तीस मैल पलीकडे ताजिक कोहिस्तानी टोळीचे लोक बराकझाईंच्या विरुद्ध बंड करून उठले. त्यांचा म्होरक्या होता त्यांचा धर्मगुरू नक्सबंदी पीर आणि वंशपरंपरेने पुल-इ-खिश्ती मशिदीचा इमाम असलेला मीर हाजी. 'दोस्त महम्मदचा धाकटा मुलगा सरदार शायर अली खान बराकझाईंचा तेथील गव्हर्नर होता. त्याला त्यांनी हाकलून लावले. चारीकरमध्ये मातीच्या भिंतींचे आवार असलेल्या त्याच्या जागेपर्यंत ते पाठलाग करत आले आणि आवाराला वेढा घालून त्याच्या मानेभोवती जणू फास आवळला.' जेव्हा दोस्त महम्मद त्याचा थोरला सावत्र भाऊ फत्तेखान याच्या वतीने या भागाचा गव्हर्नर होता, तेव्हा तरुण वयात त्याने बऱ्याच कोहिस्तानी मलिकांना जिवे मारले होते. आता इमाम मीर हाजीला वेड्ने पैशांची लालूच दाखवल्यावर त्याने त्याच्या लोकांना बंड करण्यास आणि वीस वर्षांचा सूड घ्यावा म्हणून फूस लावली.

दोस्त महम्मदसमोरचे पर्याय खूपच कमी होत होते. एक सेना त्याच्यावर गझनीहून चालून येत होती, तर दुसरी जलालाबादहून! त्याच्या मागच्या प्रदेशात होते ते कोहिस्तानी बंड करून उठत होते. पराभव होणार असे वाटले, तर तहाची बोलणी करायची पश्तून लोकांची परंपरा होती. तरी त्याने प्रयत्न करण्याचे ठरवले. काबूलच्या सरदारांपैकी नबाब जबार खानवर ब्रिटिशांचा सर्वांत जास्त प्रभाव होता. त्याने बर्नेसला पाहुणा म्हणून ठेवून घेतले होते. चार्लस मॅस्सनच्या पुरातत्त्व खोदकामासाठी पैसे दिले होते आणि स्वत:च्या मुलाला वेड्ने लुधियानामध्ये

काढलेल्या शाळेत इंग्रजी पद्धतीचे शिक्षण घेण्यास पाठवले होते. शिवाय गेल्याच वर्षी व्हित्केविचशी संबंध दुरावले होते, तेव्हा ब्रिटिशांची कड घेण्यासाठी जबार खानने त्याच्या भावाला खूप समजावले होते.

साहजिकपणे जबार खानला एक प्रस्ताव घेऊन गझनीला पाठवण्यात आले – दोस्त महम्मदचा सावत्र भाऊ फत्तेखान हा शहा झमानचा वजीर होता. दोस्त महम्मदचे वडील पायिंदाखान हे शुजाचे वडील तैमूर शहाचे वजीर होते. तेव्हा पश्तून रिवाजांना अनुसरून वंशपरंपरेने सत्ताधीश साडोझाईंचं वजीरपद दोस्त महम्मदला मिळायला हवं होतं. या अटीवर त्याने शहाशुजाला पुन्हा सत्तेवर येऊ देण्याचं कबूल केलं. सध्याच्या प्रश्नावर तोच तोडगा होता. ब्रिटिशांनी हा प्रस्ताव साफ धुडकावून लावला, तेव्हा अत्यंत आश्चर्य वाटलं. हैदरखानची बायको जी जबार खानची पुतणी होती, तिला सोडून द्यावे ही त्याची विनंतीही नाकारली गेली तेव्हा 'त्याला अत्यंत धक्का बसला. एक तरुण ब्रिटिश अधिकारी हेन्री हॅवलॉक याच्या लक्षात आले की, या नकाराची जबारला अत्यंत चीड आली आहे किंवा त्याने तसे दाखवले.' अफगाणी लोकांच्या नीतिमत्तेच्या व प्रतिष्ठेच्या कल्पनांचा चांगला अनुभव असलेला मोहनलालच फक्त हा नकार किती अपमानास्पद होता, ते समजू शकला. त्याने लिहिले –

> 'नबाबाइतक्या महत्त्वाच्या मित्राचा इतक्या निकराच्या वेळी अपमान करण्याची काहीही जरूर नव्हती. असे झाल्यामुळे जबारला आमच्याबद्दल विश्वास आणि आशा राहिली नाही. त्याच्याशी आमचे जे संभाषण झाले, त्यात शहाशुजा उल-मुल्कचा विषय निघाल्यावर आम्ही त्याच्याबद्दल खूप आदराने बोललो. यावर जरा हसून जबार खान इंग्रज वकिलाला म्हणाला, "जर शहाशुजा खरोखर बादशहा आहे आणि त्याच्या पूर्वजांच्या राज्यावर परत आला आहे, तर तुमच्या सैन्याची जरूर काय आहे? तुम्ही तुमचे पैसे व शस्त्रास्त्रे यांचा उपयोग करून त्याला अफगाणिस्तानमध्ये आणले आहे आणि त्याच्याशी मित्रत्वाने व पूर्ण उदारपणाने वागला आहात. आता त्याला आम्हा अफगाणींबरोबर राहून शक्य असेल, तर आमच्यावर राज्य करू द्या." असे इतके स्पष्ट बोलणे आम्हाला आवडले नाही आणि बिचारा नबाब आमच्या अशा दुरावा ठेवून वागण्याने अत्यंत दुःखी व निराश होऊन २९ जुलैला दुपारी आमच्या छावणीतून निघाला. आमच्या छावणीच्या प्रवेशद्वारापर्यंत त्याला पोहोचवण्यास जायला मला सांगण्यात आले. आम्ही जात असताना गझनीच्या किल्ल्यात पकडलेल्या कोण्या स्त्रीच्या किंकाळ्या आम्हाला ऐकू आल्या. नबाबाने वळून माझ्याकडे

बघितले आणि दुःखाने मान हलवली. काबूलला पोहोचल्यानंतर नबाबाचा आमच्याशी बोलण्याचा सूर मैत्रीचा नव्हता.'

आता बोलणी फिसकटल्यावर दोस्त महम्मदपुढे एकच पर्याय उरला होता. काबूलमधले त्याला पाठिंबा देणारे लोक गोळा करून तैमूर शहाच्या अर्धवट बांधून झालेल्या कबरीभोवतालच्या बागेमध्ये त्याने एक जाहीर सभा घेतली. तेथे त्याने एक भावनापूर्ण भाषण दिले. बऱ्याच लोकांनी त्याबद्दल लिहून ठेवलेले सापडते. तो त्याच्या उरल्यासुरल्या पाठीराख्यांना म्हणाला, 'गेली तेरा वर्षे तुम्ही माझे मीठ खाल्ले आहे. ही इतकी वर्षं तुमच्याशी दयाळूपणाने वागून तुमचा सांभाळ केला, त्याच्या बदल्यात माझ्यासाठी फक्त एक करा, मला प्रतिष्ठेने मरायला मदत करा. फत्तेखानचा हा भाऊ त्या फिरंगी कुत्र्यांच्या घोडदळावर एक शेवटचा हल्ला करेल, तेव्हा त्याच्या मदतीला या आणि त्या हल्ल्यात तो पडला, तर जा आणि शुजाशी मिळतं घ्या.' या विनंतीला काहीही प्रतिसाद मिळाला नाही. नंतर जे घडलं, त्याची संपूर्ण हकिगत मौलाना हमीद काश्मिरींच्या 'अकबरनामा'मध्ये दिलेली आहे. त्यामध्ये त्याने लिहिले की, दोस्त महम्मद त्याला राज्य करण्याचा कसा अधिकार आहे, ते त्याला पाठिंबा देणाऱ्यांना सांगतो. अमीर म्हणतो की, इस्लामचा कायदा आणि न्याय यांचा तो प्रतिनिधी आहे; परंतु ते पाठिंबा देणारे लोक 'वारा कोणत्या दिशेने वाहत आहे' ते बघून असं उत्तर देतात की, राज्याभिषेक झालेल्या, वंशपरंपरेनं राजा असलेल्याकडेच त्यांची निष्ठा मागण्याचा पहिला अधिकार आहे; अमीरला नाही. म्हणून ते दोस्त महम्मदचं हे म्हणणं धुडकावून लावतात की, शुजानं पाखंडी फिरंग्यांशी मैत्री केल्यामुळे त्याला कायद्याचं संरक्षण मिळू शकत नाही. अमीर विचारतो– 'या दिवसांमध्ये जगाचं झालंय तरी काय?'

'जेव्हा शंभर मित्रांपैकी एकजणही मित्र राहत नाही?

जेव्हा स्त्रियांपेक्षाही पुरुष जास्त बेइमान होतात,
तेव्हा स्त्रियांच्या बेइमानीला नावं का ठेवावीत?

मला भीती आहे की, देश फिरंग्यांच्या हाती जाईल
आणि ते त्यांचा धर्म, संप्रदाय, कायदे इथं लागू करतील

कोणाचीही प्रतिष्ठा, अब्रू राहणार नाही
कोणाच्याही हालअपेष्टा कमी होणार नाहीत.

त्या लोकांनी त्याला उत्तर दिलं – 'हे या सभेच्या प्रमुखा,
या तुझ्या युद्धात आमच्याकडून तुला मदत मिळणार नाही

कारण बादशहाविरुद्ध बंड करायला अल्लाची बंदी आहे
अमीर असणं आणि बादशहा असणं यात खूप फरक आहे

त्याच्यावर आम्ही तलवार उगारूच शकत नाही –
आमच्यावर काहीही संकट आलं तरी.'

अमीरनं उत्तर दिलं – 'बादशहाचा हुकूम पाळणे बरोबर आहे
जर तो शरियतनं सांगितलेल्या मार्गानं जात असेल तर.

त्या बादशहाचा नाही, ज्याला धर्मनिष्ठा उरलेली नाही
त्याच्या जुलुमांनी हे जग बरबाद होईल

आता तो पाखंड्यांच्या मदतीनं मोठं सैन्य घेऊन,
तयारी करून आला आहे

जे पाखंड्यांना मदत करतात, ते 'हादिथ'च्या नियमांप्रमाणे
काफिर होतात; दुष्ट, अपवित्र होतात.

अशा दुष्ट, अपवित्र शहाला मारून टाकणंच बरोबर आहे;
त्याला मदत करणं चुकीचं, दुष्टपणाचं, पापाचरण आहे.'

दोस्त महम्मदची आई किझिलबाशहोती आणि त्याला आशा होती की, किझिलबाश लोक त्याच्या बाजूनं उभे राहून लढतील; परंतु इतर सर्वांप्रमाणेच त्यांनाही 'वारा कुठल्या दिशेनं वाहतो आहे' ते दिसलं. म्हणूनच किझिलबाशांचा प्रमुख शिरीन खानने उत्तर दिलं की,

'खामोश!' असे दुष्ट, वाईट विचार बोलू नको.
कारण काही म्हटलं तरी आम्ही शहाचं मीठ खाल्लं आहे.

तुझ्या फालतू बढाया बंद कर, तुझे ढोंगीपणा करण्याचे दिवस सरले
तुझ्या गर्वाचा आणि उद्दामपणाचा काळ संपला

जेव्हा रात्र झाली, तेव्हा केवढ्यातरी रागानं आणि आढ्यतेनं
किझिलबाश आणि फाशी देण्याच्या लायकीचे इतर सर्व यांनी

भीती नसलेल्या चोरांसारखा खजिना लुटला
आणि संपत्ती व इतर वस्तू लुटून नेल्या

आणि मग त्याच रात्री वाऱ्याच्या वेगानं ते पळाले
फिरंगी सेनेला जाऊन मिळाले

त्याच्याच सैन्यानं दगा दिलेल्या अमीरचं हृदय दुभंगून गेलं.
त्याचे मित्र त्याच्यासाठी परके होताना त्यानं बघितले.

आणि मग त्याला स्वत:ची काळजी वाटू लागली.
सादी कवी म्हणाला होता तसे, जेव्हा मित्र हे मित्र उरलेले नाहीत

असं तुम्हाला दिसतं, तेव्हा तेथून पळून जाणंच हिताचं.
म्हणून युद्ध करण्याचे सर्व विचार मनातून काढून टाकून

शस्त्रास्त्रं आणि इतर आवडीच्या वस्तूंमधून
त्याला एकट्याला नेता येईल तेवढंच घेऊन त्यानं बाकी सगळं तिथंच सोडलं.
मग नगारा वाजवून तो जात असल्याचा इशारा दिला आणि निशाण उंच केलं.

त्याच्या टोळीतल्या दीड हजार लोकांबरोबर तो निघाला
आणि बामियाकडून खुल्मच्या दिशेनं गेला.

३ ऑगस्ट १८३९ रोजी दोस्त महम्मद पळून गेल्याची बातमी ब्रिटिश छावणीत पोहोचली. त्यानंतर काबूलपर्यंतचे अंतर कापायला सैन्याला आणखी तीन दिवस लागले. सरतेशेवटी फिरोजपूर सोडल्यापासून आठ महिन्यांनी ७ ऑगस्टला 'आर्मी ऑफ द इन्डस' अफगाणिस्तानच्या राजधानीत पोहोचली. अग्रभागी 'चमचमणारा मुकुट, रत्नजडित कंबरपट्टा आणि हातात कडी घातलेला शहाशुजा होता आणि बरोबर मॅक्नॅघटेन होता. त्यानेही काही कमी ऐट केली नव्हती. त्याच्या फितींचा झुपका असलेल्या हॅटवर कडेने शहामृगाची पिसं खोचलेली होती. शोभिवंत बटणं लावलेला निळ्या रंगाचा फ्रॉक-कोट होता. कॉलर आणि कफस्‌वर खूप सुंदर भरतकाम केलेलं होतं. एखाद्या फील्ड-मार्शलसारखे खांद्यांवर गोंडेदार झुपके होते आणि पँटच्या कडांना खूप रुंद सोनेरी लेस लावलेली होती.' बाला हिसारच्या टेकडीवरचा स्वत:चा भव्य टिमुरिड राजवाडा शेवटचा बघून शहाला तीस वर्षं झाली होती. काबूल शहराचा एक चतुर्थांश भाग या राजवाड्यानं व्यापला होता. रस्ते गर्दीनं भरले होते; पण सर्वजण गप्प होते. शहा जेथून जात होता, तेथील लोक उठून उभे राहत होते आणि मग मागून ब्रिटिश अधिकारी येत असताना बसत होते; परंतु स्वागताचे, आनंदोत्सवाचे काहीही चिन्ह दिसत नव्हते! जॉर्ज लॉरेन्सच्या लिहिण्याप्रमाणे काबुली लोकांनी 'शहाच्या येण्याची पूर्ण उपेक्षा केली आणि तो पुन्हा तख्तावर आल्याबद्दल आनंद, स्वागत, समाधान दाखवले नाही. उघड होतं की, त्यांना पूर्वीच्या बादशहाबद्दल आपुलकी वाटत होती, जो आता हिंदुकुशच्या

पलीकडे भटकत होता.' एक तरुण अधिकारी तर आणखी पुढे जाऊन म्हणाला, 'ती मिरवणूक आपलं राज्य परत मिळवणाऱ्या बादशहाच्या मिरवणुकीपेक्षा एखाद्या प्रेतयात्रेसारखी वाटत होती!'

फक्त स्वत: शहाच आनंदी दिसत होता. मेजर हॉघनं लिहिलं, 'बादशहा सर्वांत आधी राजवाड्यात आणि बागांमध्ये गेले. राजवाडा तीस वर्षांनंतर इतका मोडकळीला आलेला होता की, तो वृद्ध आपल्या नातवांना व इतर कुटुंबीयांना पूर्वीच्या वैभवाचं वर्णन सांगतासांगता रडत होता.' राजवाड्याच्या वरच्या भागात जाण्यासाठी तो त्या ओळखीच्या जिन्यावरून गेला आणि त्यानं खाली पसरलेलं काबूल पाहिलं, तेव्हा त्याला पुन्हा छान वाटलं. तीस वर्षं अपयश चाखणारं त्याचं स्वप्न एकदाचं खरं झालं होतं! 'तो भला मोठा जिना चढून मग लहान मुलाच्या उत्साहाने प्रत्येक लहान खोलीतून दुसऱ्या लहान खोलीत, त्याच्या आठवणीतल्या त्या शाही निवासात अस्वस्थतेने फिरत, पळत सर्वत्र दिसणाऱ्या दुर्लक्ष आणि नुकसानीबद्दल तक्रार करत राहिला. शीश महलमधले आरसे काढून टाकले होते, याचं त्याला विशेष दु:ख झालं.'

पण या सगळ्या तक्रारी असूनही शहाशुजा आनंदात होता. तो एकदाचा घरी आला होता.

जिहादचे निशाण

८ मे १८३९ च्या सकाळी शहाशुजा विजयी होऊन कंदाहारच्या प्रवेशद्वारांच्या कमानींमधून आत जात होता, तेव्हाच सेंट पीटर्सबर्गमधल्या शटर्स ओढून बंद केलेल्या आतल्या गल्ल्यांमधील 'पॅरिस बोर्डिंग हाउस'च्या अगदी वरच्या मजल्यावरच्या एका खोलीत साफसफाई करण्यासाठी गेलेल्या बाईला पस्तिशीच्या आतल्या एका माणसाचा मृतदेह दिसला. बहुधा, त्या माणसाने खोलीच्या दाराला आतून कुलूप लावून मग डोक्यात गोळी मारून घेतली होती. जरूर तेवढी सूचना, तीसुद्धा थोडक्यात लिहिलेली एक चिठ्ठी मृतदेहाच्या शेजारच्या डेस्कवर ठेवलेली होती, त्यावर लिहिले होते –

> 'माझ्या नशिबात काय आहे याची काळजी करणारे कोणी नसल्याने, माझ्या मते एवढे स्पष्टीकरण पुरेसे आहे की, मी माझे आयुष्य स्वत:च माझ्या इच्छेने संपवत आहे. सध्या मी मिनिस्ट्री ऑफ फॉरेन अफेअर्सच्या एशियन डिपार्टमेंटमध्ये नोकरी करत आहे; म्हणून त्या डिपार्टमेंटला माझी नम्र विनंती आहे की, 'फर्स्ट ओरेनबर्ग रेजिमेंटकडून माझा दोन वर्षांचा पगार येणे आहे, त्या रकमेची वाटणी पुढीलप्रमाणे करावी. १) ऑफिसर्स युनिफॉर्म व त्याच्या बरोबर येणाऱ्या इतर वस्तू यांचे एकूण बिल ३०० रुबल्स होईल, ते देऊन टाकावे. २) मार्कोव्हिच या शिंप्याकडे मी एका ड्रेसची ऑर्डर दिली आहे; पण मी तो अजून आणलेला नाही, त्याचे ५०० रुबल्स मार्कोव्हिचला द्यावे. ३) माझ्याकडे आत्ता असलेल्या माझ्या मालकीच्या सर्व वस्तू माझे व्यक्तिगत काम करणारा डिमिट्री याला वापरून टाकण्यास परवानगी द्यावी. माझ्या शेवटच्या प्रवासासंबंधीचे

सर्व कागद मी जाळून टाकले आहेत; त्यामुळे ते शोधत बसण्यात अर्थ नाही. 'पॅरिस इन'च्या मालकाचे सात मेपर्यंतचे बिल मी भरले आहे; परंतु त्याचे मी आणखी काही देणे आहे असे त्याने सांगितले तर डिपार्टमेंटला माझी विनंती आहे की, माझा जो पगार बाकी असेल, त्यातून ते चुकते करावे. – आठ मे, १८३९ पहाटे तीन. – व्हित्केविच.

इव्हॉन व्हिक्टोरोव्हिच व्हित्केविच डोस्टोयेव्हस्कियनच्या अशा मृत्यूचा काहीही अर्थ लागत नव्हता. त्याचा मृतदेह सापडल्या क्षणापासून 'द ग्रेट गेम'मधील रशियाच्या पहिल्या एजंटचा गूढ मृत्यू हा अनेक अटकळींचा विषय झाला. ब्रिटिशांना न आवडणाऱ्या आणि खरंतर भीती वाटणाऱ्या झारच्या राजवटीतील हुकमी निष्ठुरपणाचा पुरावा म्हणजे ही आत्महत्या, अशी ब्रिटिशांना खात्री होती. व्हित्केविच केवळ चौदा वर्षांचा असताना निर्दयपणे हद्दपार करून त्याला रशियातील विस्तीर्ण उजाड माळरानात कामाला पाठवले होते. तेथे अनेक अडचणींना तोंड देत तो वर आला होता आणि गुप्तहेर म्हणून उत्तम काम करू लागला होता. ब्रिटिश प्रतिस्पर्धी बर्नेसवर मात करत त्याने बराकझाईंशी मैत्री केली होती, तेव्हा त्याच्या त्या विजयाच्या क्षणी त्याची अवहेलना करून त्याला निष्ठुरपणे दूर केले गेले होते.

सेंट पीटर्सबर्गमधील ब्रिटिश वकिलाने पामर्स्टनला लिहिले की, 'त्याला बढती व बक्षीस मिळण्याची अपेक्षा होती, तेव्हा रशियन सरकारने अफगाणिस्तानमधील त्याचे काम व वागणुकीबद्दल नापसंती व्यक्त करून त्याचे काम नाकारले, हे आत्महत्येचे कारण असावे.' १८४०च्या दशकाच्या उत्तरार्धात सर जॉन के या घटनेची चौकशी करत असताना रशियन निर्वासित व स्थलांतरित लोकांशी बोलले, तेव्हा ते म्हणाले की, त्याच्यावर सोपवलेले काम त्याने उत्तम पार पाडले म्हणून खूप आशेने तो राजधानीत परत आला होता, परंतु काउंट नेस्सेलरोडने त्याला भेटण्यास नकार दिला. तो मंत्रालयात भेटायला गेला तेव्हा त्याला परत पाठवले गेले. काउंट नेस्सेलरोडने तर असा निरोप पाठवला की, 'कॅप्टन व्हित्केविच नावाचा एक अविचारी, साहसी माणूस त्याला ऐकून माहीत होता, ज्याने अलीकडेच काबूल आणि कंदाहारमध्ये त्याच्या अधिकाराबाहेरची कारस्थाने केली होती. त्याखेरीज तो कोणा कॅप्टन व्हित्केविचला ओळखत नव्हता.' व्हित्केविचला या निरोपाचा भयंकर अर्थ ताबडतोब समजला. तो त्याच्या सरकारची नीती समजून होता. ब्रिटिशांच्या अफगाणिस्तानवरील यशस्वी झाल्यासारखे दिसणाऱ्या आक्रमणाने बर्नेसने त्याच्यावर मात केली होती, हे त्याच्या लक्षात आलेच होते. आता त्याला 'स्वच्छ दिसले' की, ज्यांच्यासाठी त्याने इतक्या प्रामाणिकपणे व चांगली कामगिरी केली होती, त्या राजकारण्यांनी 'त्याचा बळी दिला होता!'

नझीरखान उल्लाह ब्रिटिशांचा बुखारामधला प्रतिनिधी व बातमीदार होता. पोलंड या त्याच्या मायदेशातून निर्दयपणे त्याला हद्दपार करून त्यातही त्याने वरीलप्रमाणेच हकिगत दिली. व्हित्केविचने बराकझाईंना लष्करी मदतीची जी वचने दिली होती, ती त्याच्या वरिष्ठांनी पुरी केली नाहीत. बराकझाईंना ब्रिटिशांच्या आक्रमणाला एकट्याने तोंड द्यावे लागले; त्यामुळे त्याच्या अब्रूला बट्टा लागला होता. नझीरखानने बर्नेसला लिहिले, 'येथे रशियाचा जो प्रतिनिधी आहे, तो म्हणाला की, व्हित्केविच जेव्हा काबूलहून रशियाला परत आला, तेव्हा त्याने त्याच्या रशियन वरिष्ठ अधिकाऱ्यांना सांगितले की, त्याने त्या सर्वांना बरीच पत्रे पाठवून सैन्याची व पैशांची मदत मागितली होती; परंतु त्यांनी त्याच्या एकाही पत्राला उत्तर पाठवले नव्हते. प्रत्येक कामाला विलंब लावला होता. अशी दुर्लक्षित वागणूक मिळाल्यामुळे काबूल आणि कंदाहारमध्ये तो खोटारडा ठरला होता. त्याला त्याची नाचक्की झाल्यासारखे वाटत होते. यावर सेंट पीटर्सबर्गकडून जे उत्तर मिळाले ते वाचल्यावर मग त्याने स्वत:वर गोळी झाडून घेतली.'

परंतु रशियन राजकारणाच्या बऱ्याच अभ्यासकांना हा गूढ मृत्यू आणि त्याच वेळी व्हित्केविचचे अफगाणिस्तानबद्दलची सर्व कागदपत्रे संशयास्पद रितीने नाहीशी होणे, यात ब्रिटिशांचा कुटिल डाव होता अशी दाट शंका येत होती. कारण मध्य आशियातल्या ब्रिटिश हेरगिरीची आणि बातम्या पुरवण्याच्या सर्व पद्धतीची संपूर्ण माहिती व्हित्केविचच्या कागदपत्रांत होती. एशियाटिक डिपार्टमेंटचा नव्याने नियुक्त झालेला डायरेक्टर एल. जी. सिन्याव्हिनने पुढे थोड्याच दिवसांत लिहिले, त्याप्रमाणे–

> 'त्याने आमची कागदपत्रे परत न देता जाळून टाकली. त्या कागदपत्रांमध्ये अफगाणिस्तानमधील परिस्थितीवर अहवाल तयार करण्यास उपयुक्त माहिती आणि अफगाणिस्तानमधील वेगवेगळ्या व्यक्तींना ब्रिटिश प्रतिनिधींनी पाठवलेल्या पत्रांच्या नकला होत्या. थोडक्यात, त्याच्याबरोबर अफगाणिस्तानबद्दलची अतिशय मौलिक माहितीही नष्ट झाली. ही माहिती आता आम्हाला विशेष महत्त्वाची व उपयोगाची ठरली असती. व्हित्केविचचे बारकाईने निरीक्षण करण्याचे विशेष कौशल्य व बुद्धी यांचा विचार करता, ती माहिती त्याच्या कागदपत्रांत असेलच, असे आम्हाला खात्रीने वाटते. त्याने प्रत्यक्षात सांगितलेली तोंडी माहिती तेवढी आम्हाला माहीत आहे.'

या सर्वांवरून असा तर्क करण्यात येऊ लागला की, व्हित्केविचने गोळी मारून घेणे, हा ब्रिटिश हेरांच्या जाळ्याने प्रच्छन्न तऱ्हेने घडवून आणलेला खूनच होता. कारण व्हित्केविचने आत्महत्या करण्याचे काही कारणच नव्हते. रशियन सरकारी

सूत्रांप्रमाणे त्याचे सन्मानाने स्वागत करून, त्याला बढती देण्यात आली होती. शिवाय त्याला पदक देण्यात येणार आहे, असे सांगण्यात आले होते. ज्या सकाळी तो मृत्यू पावला, त्याच सकाळी झार निकोलस पहिला, त्याला प्रत्यक्ष भेटणार होता. अशा माणसाने, गौरव होण्याच्या दिवशीच, आत्महत्या का करावी? सिन्याव्हिनला तर हे कोडेच पडले होते. त्याने ओरेनबर्गमधील व्हित्केविचचा आश्रयदाता पेरोव्हस्की याला लिहिले, 'आठच दिवसांपूर्वी व्हित्केविच सेंट पीटर्सबर्गला येऊन पोहोचला होता. मंत्रालयात त्याचे खूपच चांगले स्वागत झाले होते. ज्या दिवशी तो मृत्यू पावला त्याच दिवशी त्याची बदली 'गार्डस्'मध्ये झाल्याचे पत्र आले होते. त्याखेरीज बढती, मानसन्मान व आर्थिक बक्षीसही मिळणार होते.

> मी त्याला भेटलो, तेव्हा तुमचे त्याच्याबद्दल किती चांगले मत आहे हे मी त्याला सांगितले होते. तो खिवाला गेला होता आणि तेथे त्याला मारून टाकण्यात आले अशी खोटी अफवा पसरली होती. त्याने तुम्ही किती चिंतित झाला होतात, हे मी त्याला सांगितले. एवढे अवघड काम पार पाडल्याबद्दल त्याला योग्य बक्षीस मिळेल याची मी व्यवस्था करावी ही तुमची सूचनाही त्याच्या कानांवर घातली. तो खूप समाधानी आणि खूश दिसत होता. त्याच्या मृत्यूच्या आदल्या दिवशी तो मला थिएटरमध्ये भेटला होता. संपूर्ण संध्याकाळ तो तेथे होता आणि युवराज साल्टिकोव्हशी गप्पा मारत होता. त्याच्या आत्महत्येच्या आधीच्या संध्याकाळी त्यांना तो पुन्हा एकदा दिसला होता; तेव्हाही तो खुशीत होता. संध्याकाळी तो काउंट सिमोनिचला भेटला. हे सगळं काही अत्यंत विचित्र आहे.

या रशियन अहवालाप्रमाणे तो सेंट पीटर्सबर्गला गेला, तेथे संपूर्ण दिवस तो अतिशय आनंदात होता. व्हित्केविचचा ओरेनबर्गमधील मित्र के. बुख याने ते दोघे त्या सकाळी कसे भेटले, मग बेटांवर हिंडायला गेले, मग कामेनूस्ट्रोव्हस्की थिएटरमध्ये नाटक बघायला गेले हे लिहिले आहे. नंतर बुखने लिहिले की, 'तो खिन्न असल्याचे अजिबात जाणवले नाही. त्याच्या दुर्दैवी मृत्यूच्या आदल्या संध्याकाळी मी त्याला भेटायला गेलो, तेव्हा एका जर्मन वृत्तपत्रात आलेल्या कुठल्याशा लेखात त्याचा उल्लेख होता, याचा त्याला खूप आनंद झाला होता. त्याने त्याच्या रायफल्स आणि पिस्तुले मला दाखवली. ती त्याची फार जुनी आवड होती. ती सर्व त्याने पूर्वेकडील देशांमध्ये खरेदी केली होती. हॉटेलवर परत गेला तेव्हा तो छान मूडमध्ये होता. सकाळी नऊ वाजता उठवावे असे त्याने सांगितले होते.'

आत्महत्या करण्यापूर्वी लिहिलेल्या चिठ्ठीतील तुटकपणाही विचित्र होता; त्यामुळे तर्क-वितर्कांना आणखी जोर आला. त्याची आई, भाऊ, सहकारी, मित्र यांच्यापैकी कोणाचाही उल्लेख का नव्हता? एम.ए.टर्नटय़ेव्ह या झारच्या मिलिटरी इतिहासकाराने याबाबत सर्वप्रथम शंका व्यक्त केली. त्याने लिहिले, 'चौकशीतून काहीही निष्पन्न झाले नाही; पण कारकीर्द चांगली व्हावी म्हणून ज्याने इतकी वर्षे इतके प्रचंड काम केले, तो त्याचे सर्वांत मोठे स्वप्न पूर्ण होण्याच्या आदल्या रात्रीच आयुष्य संपवतो, यावर विश्वास बसणे कठीण आहे. या गूढ घटनेमागे ब्रिटिशांचे कारस्थान असावे अशी अनेकांना शंका होती. व्हित्केविचच्या कागदपत्रांचे महत्त्व ब्रिटिशांशिवाय कोणाला वाटणार? बर्नेसच्या अपयशाचा वैताग आणि व्हित्केविचचा राग ब्रिटिशांशिवाय कोणाला आला असणार? व्हित्केविचच्या मृत्यूमुळे अफगाणिस्तानमधील अत्यंत महत्त्वाच्या गुप्त माहितीला आपण पारखे झालो, त्याने अमीर दोस्त महम्मदशी केलेल्या तहाचे कागदही नाहीसे झाले.' कोल्ड वॉरच्या दरम्यान 'द ग्रेट गेम'च्या काळात असलेल्या सोव्हिएट इतिहासकार एन.ए.खाल्फिन याच्या मतेही ही शक्यताच खरी आहे. तो विचारतो, ''म्हणजे नेमके काय झाले? एका विशिष्ट परकीय सत्तेच्या हुकूमाने सेंट पीटर्सबर्गच्या मध्यवर्ती भागात खून केला गेला?''

परंतु पॅरिस बोर्डिंग हाउसमध्ये घडलेल्या घटनांबाबत तिसरी एक हकिगत आहे, जी व्हित्केविचच्या मातृदेशात पोलंडमध्ये बहुतांश लोक खरी मानतात. कदाचित तीच खरी असावी असे वाटते. कारण व्हित्केविचच्या ओरेनबर्गमधील एका सहकाऱ्याच्या सांगण्याप्रमाणे, जॅन प्रॉस्पर वित्केव्हिक्झ या त्याच्या मूळ नावाने पोलंडमधील बरेच लोक व्हित्केविचला ओळखत होते. मृत्युपूर्वीच्या संध्याकाळी त्याला त्याचा व्हिलनिअसचा जुना मित्र टिश्केव्हिच भेटला. त्याने व्हित्केविचची चांगली खरडपट्टी काढली. तो व्हित्केविचला म्हणाला की, 'एकेकाळी तू मायदेशासाठी स्वत:चा बळी द्यायला तयार होतास; परंतु आता तुझे सर्व आदर्श नाहीसे झाले आहेत. निव्वळ महत्त्वाकांक्षेसाठी अत्यंत प्रिय असलेली स्वत:ची सर्व तत्त्वे तू सोडून दिली आहेस!'

या हकिगतीबद्दल सर्वप्रथम पी.आय.सुंगोरोव्हच्या काही टिपणांवरून समजते. तो ओरेनबर्गमध्ये तीस वर्षे नोकरी करत होता; त्याची आणि व्हित्केविचची चांगली ओळख होती. सुंगोरोव्हच्या सांगण्याप्रमाणे नाटक संपल्यावर व्हित्केविच त्याच्या हॉटेलवर परत गेला आणि दुसऱ्या दिवशी सकाळी झारशी होणार असलेल्या भेटीसाठी त्याच्या योजना व टिपणे यांचे कागद एकत्र जुळवू लागला. रात्री उशिरा, टिश्केव्हिच त्याच्या खोलीवर त्याला भेटण्यासाठी आला आणि त्याच्या दारावर टकटक करून आत गेला, तेव्हा व्हित्केविच भोवताली सर्व कागदपत्रे पसरून

जमिनीवर बसला होता. त्याने किती प्रवास केला होता, रशियाला केवढी मदत केली होती आणि त्याची पुढील कारकीर्द किती उत्साहजनक असणार होती, हे सर्व व्हित्केविचने सांगितल्यावर टिश्केविच संतापाने त्याला म्हणाला, ''पॅन व्हित्केविच, तुला स्वत:ची लाज वाटली पाहिजे. तू तुझ्या कामाबद्दल अशा तऱ्हेने बोलतो आहेस, जसे काही ते एक पवित्र, अवघड काम होते! तू, ज्याने तुझ्या मातृदेशाला गुलामगिरीतून सोडवण्यासाठी तुझा जीव, संपत्ती, समाजातील स्थान, सर्वांवर पाणी सोडले होते, तोच तू आता स्वतंत्र राष्ट्रांना गुलाम राष्ट्रे करण्यास मदत करतो आहेस! तू, ज्याला हेर आणि देशद्रोही यांच्याबद्दल तिरस्कार होता, तो तू आता तसाच झाला आहेस.'' टिश्केविच बराच वेळ त्याच्या मित्राला असे सगळे बोलला. त्याचे बोलणे संपल्यावर अत्यंत अवमानित, उदास, खिन्न होऊन व्हित्केविच खाली कोसळला! तो स्वत:शीच पुटपुटला – 'धिक्कार असो देवा माझा. देशद्रोही – होय! मी देशद्रोही आहे!' टिश्केविच निघून गेल्यावर पश्चात्तापाचा झटका आल्याप्रमाणे त्याने त्याच्या खोलीतली शेकोटी पेटवून त्यात सर्व कागदपत्रे जाळून टाकली, ट्रंकेतून पिस्तूल काढले आणि ते स्वत:च्या तोंडात घालून खटका दाबला!

विषण्णता, खिन्न मन, लाज व अपराधी भावना हीच व्हित्केविचने आत्महत्या करण्यास कारण होती असे त्याचा सहप्रवासी इव्हान ब्लारामबर्ग यालाही वाटले. त्याच्या शेवटच्या काही महिन्यांमध्ये त्यांची चांगली ओळख झाली होती. त्याने त्याच्या आठवणींमध्ये लिहिले – एप्रिलमध्ये आमचा मित्र व्हित्केविच याच्या आत्महत्येची दु:खद बातमी आम्हाला समजली.

> एका तरुण माणसाचा हा अत्यंत दुर्दैवी अंत होता. त्याचा आमच्या सरकारला अजून खूप उपयोग झाला असता, कारण त्याच्यामध्ये उत्साह, काम करण्याची धमक आणि आशियामध्ये अलेक्झांडर बर्नेससारखे काम करण्यासाठी लागणारे सर्व गुण होते. आम्ही पर्शियाला जाण्यासाठी प्रवास करत होतो, तेव्हा आणि आमच्या तेथील वास्तव्यातही तो बरेचदा खिन्न मन:स्थितीत असे आणि म्हणत असे की, त्याला आयुष्य नकोसे झाले होते. त्याच्या बर्ट्रान पिस्तुलाकडे बोट दाखवून तो एकदा म्हणाला होता, या पिस्तुलानं जीवन संपवून टाकावंसं मला वाटतंय. तसेच त्याने केले. अत्यंत विषण्ण मन:स्थितीत त्याने त्याच पिस्तुलाने स्वत:ला संपवले.

व्हित्केविचची आत्महत्या, ही शहाशुजा अफगाणिस्तानच्या तख्तावर येण्यामुळे

झालेल्या अनेक दूरगामी प्रतिक्रियांपैकी एक होती.

ओरेनबर्गमध्ये असलेल्या काउंट पेरोव्हस्कीचा निश्चय होता की, मध्य आशियामध्ये ब्रिटिशांच्या कारस्थानांना रशियावर मात करू द्यायची नाही. तो व्हित्केविचचा पुरस्कर्ता होता. ब्रिटिश लोक अफगाणिस्तानवर आक्रमण करण्याच्या तयारीत आहेत, हे उघड झाल्याबरोबर, त्या प्रदेशातला रशियाचा प्रभाव वाढावा म्हणून खिवाचे टर्कमन खानेट जिंकून घेतले पाहिजे असा प्रयत्न पेरोव्हस्कीने सुरू केला. हे त्याचे म्हणणे १८३५ पासून होते. सरहद्दीवरून कझाकांनी पळवून आणून गुलाम बनवलेल्या रशियनांना खिवा लोक विकत घेत होते. वर्षानुवर्षे हे चालू होते. मध्य आशियात ब्रिटिश लोक चढाई करू लागल्याबरोबर खिवावर आक्रमण करण्याचा बेत अमलात आणण्यासाठी पेरोव्हस्कीला कारण मिळाले. त्याच्या म्हणण्यावर विचार करण्यासाठी सेंट पीटर्सबर्गमध्ये एक बैठक झाली. त्यात असे ठरवण्यात आले की, 'खिवावर आक्रमण करण्याने मध्य आशियातील रशियाचा प्रभाव वाढेल; खिवाच्या लोकांना शिक्षा होणे जरूर असूनही होत नव्हती; ती झाली की, त्यांची बाजू दुबळी होईल. विशेषत: इंग्रज सरकार आपल्या उद्योगधंद्यांचे आणि व्यापाराचे सदैव नुकसान करून या प्रदेशामध्ये त्यांचे प्राबल्य वाढवत आहे, त्याला आळा बसेल. या ठरावाचा अशा दृष्टीने विचार केल्यावर बैठकीतील सर्वांची खात्री पटली आहे की, असे करण्याची खरोखरच गरज आहे.'

इकडे लंडनमध्ये व्हिक्टोरिया राणीच्या आधिपत्याखाली सैन्याने केलेली पहिली स्वारी सहजपणे यशस्वी झाल्याचा खूप संतोष होता. 'द स्टॉर्मिंग ऑफ गझनी' नावाचा एक नवा नृत्यप्रकारही त्या सीझनमध्ये लंडनमध्ये नव्याने गाजू लागला. तरुण राणीने तिच्या डायरीत लिहिले की, या आक्रमणाने 'मध्य आशियावर सत्ता मिळवणे शक्य होईल.' तसेच तिच्या दरबारातल्या राजनीतिज्ञांनी तिला खात्री दिली की, ब्रिटन व रशिया यांपैकी 'कोणाच्या ताब्यात पूर्वेकडील देश असतील' हा प्रश्न त्या वेळेपुरता तरी सुटला होता! प्राइम मिनिस्टर लॉर्ड मेलबर्न म्हणाले की, शहाशुजा बाला हिसारला परत आल्या दिवसापासून, मॅक्नॅघटेन हाच अफगाणिस्तानचा खरा राजा होता. डाउनिंग स्ट्रीट (प्राइम मिनिस्टरचे ऑफिस व घर) मधून हुकूम निघून मॅक्नॅघटेन, वेड् व कीन यांना 'बॅरन' व ऑकलंडला 'अर्ल' केले गेले.

सिमला येथेही मोहीम ज्या तऱ्हेने पार पडली, त्याबद्दल सर्वांनाच खूप बरे वाटले. एमिली एडनने लिहिले, 'विजय साजरा करण्यासाठी योजलेला गव्हर्नर जनरलचा बॉलडान्सचा समारंभ फारच उत्तम तऱ्हेने पार पडला. गझनीच्या विजयाची अनेक चित्रे सर्वत्र लावली होती. त्या सर्वांत ऑकलंडचा सहभाग उठून दिसत होता. कमानी आणि व्हरांडे फुलांनी सजवले होते, 'व्हिस्ट' या पत्त्यांच्या खेळाचे टेबल लॉर्ड ऑकलंडसाठी तयार केले होते – सिमल्यातील प्रत्येकजण तेथे हजर होता.'

प्रत्यक्ष काबूलमध्येही उत्सव साजरे झाले – निदान साडोझाईंना पाठिंबा देणारे लोक आणि शहाशुजा आल्यामुळे ज्यांचा फायदा होणार होता किंवा ज्यांना बढती मिळणार होती, त्या सर्वांनी आनंद व्यक्त केला. शहाशुजा बाला हिसारमध्ये स्थिरावला आणि पूर्वीसारखा त्याने दरबार भरवला. लुधियानामधील त्याचा स्वामिनिष्ठ मदतनीस मुल्ला शकूर याला 'चीफ ऑफ स्टाफ' केले आणि बरीच वर्षे त्याला ज्याने साथ दिली, त्या कर्नल वेड्ला आमंत्रित करून 'मानाचा विशेष रोब' दिला. जमलेल्या सर्व सरदारांसमोर त्याने जाहीर केले की, अफगाणिस्तानमध्ये आता नव्या युगाचा आरंभ झाला आहे. त्याच्या शत्रूंना तो माफ करणार होता आणि त्याने सर्व काही गमावले असताना ज्यांनी त्याची नीट काळजी घेतली, त्याला सांभाळले, त्या ब्रिटिशांना त्याने जे कबूल केले होते, ते तो देणार होता. त्याचा स्वामिनिष्ठ चरित्रलेखक हुसेन हेराती याने लिहिले –

> 'बादशहा वरचेवर म्हणत असत की, इंग्रजांचा पाहुणा म्हणून तो तीस वर्षे राहिला होता आणि त्यांच्याकडून त्याला नेहमी मानाची व समजुतदारीचीच वागणूक मिळाली होती आणि म्हणून त्यानेच नव्हे, तर त्याच्या पुढील सर्व पिढ्यांनीही त्यांच्याशी पूर्ण निष्ठेने वागले पाहिजे. त्याची परिस्थिती बादशहा हुमायूनसारखी होती, ज्याने इराणच्या सफाविद् दरबारात आश्रय घेतला होता आणि त्याला त्याचे राज्य परत मिळवून देण्यास त्यांनी मदत केली होती. आम जनतेसाठी बोलावलेल्या दरबारात त्याने मोठ्या आवाजात असे जाहीर केले की, जे बराकझाई खान आपली घरे सोडून पळून गेले असतील, ते काबूलला परत आल्यावर त्यांना माफ केले जाईल आणि त्यांची मालमत्ता त्यांना परत दिली जाईल. या घोषणेनंतर नवाब झिमान खान बराखझाई, त्याचे मुलगे, भाऊ त्यांचे आश्रित आणि त्यांच्या टोळ्यांमधील लोक यांनी मोठ्या संख्येने परत येऊन समेटाच्या या मदतीचा फायदा घेतला. त्यांना त्यांच्या पूर्वीच्या स्थानी प्रस्थापित करण्यात आले.'

इकडे ब्रिटिश आणि कंपनी सरकारचे सैनिक शाही महालाच्या बागांमधून आणि काबूलच्या फळांच्या मळ्यांमधून शरद ऋतूत फळांनी लगडलेल्या झाडांमधून मजेत हिंडत होते. कोणी कोणी सांगितलेली प्रेक्षणीय स्थळे बघत गटागटांनी फिरत होते. दोस्त महम्मदकडून नुकत्याच जिंकलेल्या त्या शहराची खूप भरभराट झाली होती. सुमारे सत्तर हजार वस्ती असलेले काबूल त्या वेळी म्हणजे १८३९ मध्ये मध्य आशियाचे बहुतेक सर्वांत मोठे व्यावसायिक प्रवेशद्वार तसेच त्या प्रदेशातल्या व्यापारी काफिल्यांचे मुख्य केंद्र होते. दोस्त महम्मदने त्याच्या राज्यात सुरक्षिततेच्या

दिलेल्या हमीमुळे आणि संख्येने कमी असणाऱ्या इतर धर्मीयांसाठी त्याने दाखवलेल्या सहिष्णुतेने, सिंधमधील हिंदू व्यापारी – विशेषत: शिकारपूर या आर्थिक उलाढालींच्या सिंधमधील मुख्य शहरातले लोक, तसेच भरभराटीला येत असणाऱ्या ज्यू, जॉर्जियन, आर्मेनियन व्यापारी जमाती या सगळ्यांसाठी काबूल हे व्यापाराचे मुख्य केंद्र झाले होते.

अरुंद रस्त्यांवरून आत गेले की, श्रीमंत व्यापाऱ्यांच्या घरांची मातीच्या भिंती असलेली आवारे तसेच मोठमोठ्या जमिनी असलेले जमीनदार आणि वेगवेगळ्या मोठ्या टोळ्यांचे प्रमुख यांची शहरातली घरं दिसायची. अर्थात रस्त्यांमधून त्यांची उत्तम कोरीव काम केलेली लाकडी प्रवेशद्वारे तसेच वरच्या मजल्यावरच्या खोल्यांच्या लाकडी खिडक्यांची नक्षीकाम केलेली दारं आणि भिंतींच्या वर आलेले मलबेरीच्या झाडांचे शेंडे दिसायचे. प्रवेशद्वारे उघडली तर मात्र जाणाऱ्या-येणाऱ्यांना आतले मोठाले चौक, त्यांच्या मध्यावर चौथऱ्यावर असलेली पाण्याचे फवारे उडवणारी कारंजी दिसायची. भोवतालच्या जागेत फळाच्या झाडांच्या सावलीखाली पसरलेले गालिचे, लोड, तक्के असायचे. प्रवेशद्वारांमधल्या देवड्यांवरच्या गिलाव्यात नाजूक, कलाकुसरीचे काम केलेले असे. संध्याकाळी तिथे बाजूला घरचे पुरुष आरामात हुक्का ओढायचे, रबाब (एका तंतुवाद्य) वर संगीत वाजवणाऱ्यांचे संगीत ऐकायचे अथवा कवींकडून जुनी पर्शियन महाकाव्ये ऐकत बसायचे.

या मोठाल्या घरांच्या मधल्या मोकळ्या जमिनीवर कितीतरी मैल पसरलेल्या जागांमध्ये विटांनी बांधून काढलेले बाजार असायचे. वेगवेगळ्या वस्तूंच्या व्यापारासाठी वेगवेगळे रस्ते असायचे. शालींच्या व्यापारासाठी, मसाले व गुलाब-पाण्यासाठी, बुखाराकडून रेशमी कापड मागवून विकणाऱ्यांसाठी, रशियन चहाविक्रेत्यांसाठी, लखनौच्या निळीसाठी, टार्टर फरसाठी, चीनमधील चिनीमातीच्या वस्तूंसाठी आणि इस्फाहानच्या प्रसिद्ध खंजिरांसाठी वेगवेगळे रस्ते असत. जेम्स रॅट्रे नावाच्या एका तरुण अधिकाऱ्याने पुढे काबूलची अतिशय सुंदर रेखाचित्रे काढली; त्याने लिहिले होते –

> 'दुकानाच्या खिडक्या खाली जमिनीपर्यंत उघडतात आणि प्रचंड प्रमाणात तऱ्हेतऱ्हेचा माल भरलेला असतो. व्यापाराच्या अनेक वस्तू, फळे, तऱ्हतऱ्हेचे खेळ, आयुधे, सुऱ्या, चमचे इत्यादी. अशा नानाविध वस्तूंचे ढीग जमिनीपासून छतापर्यंत रचलेले असतात. प्रत्येक ढिगाच्या समोर बसून त्या त्या मालाची विक्री करणारा कारागीर किंवा विक्रेता माल बघायला येणाऱ्यांकडे लक्ष देतो. रस्ते इतके अरुंद आहेत की, माल भरलेल्या उंटांच्या रांगेला तिथल्या अखंड हिंडत असणाऱ्या प्रचंड गर्दीतून

> वाट काढत जायला कित्येक तास लागतात. ही गर्दी दिवसभरच असते. बुरखा पांघरलेल्या स्त्रिया त्यातूनच वाट काढत जातात किंवा मग काम सोपे व्हावे म्हणून घोड्यावरूनही जातात. कधीकधी ही गर्दी पायी येणाऱ्या सैनिकांच्या लांब रांगेसाठी एकदम बाजूला केली जाते. ते सैनिक एखाद्या मोठ्या टोळीप्रमुखाच्या पुढे येत असतात. तो ऐटीत पुढे गेला म्हणजे त्याचे सजवलेल्या घोडदळाचे स्वार, त्यांचे भाले व बंदुका घेऊन पुढे जातात आणि त्यांच्या मागून शहाचे हत्ती छपरांवरच्या पाण्याच्या नळ्या मोडत किंवा एखाद्या फळांच्या दुकानात पाय टाकत जात असतात.

या सगळ्या आवाजातून आणि गर्दीतून ऐकू येतं, ते पखालीतून पाणी आणून ते पितळेच्या ग्लासातून विकणाऱ्या माणसाचं ओरडणं, भीक मागायला येणाऱ्या आंधळ्या भिकाऱ्यांच्या रांगेचं 'आबा आबा' म्हणत ओरडणं आणि उन्हाळा संपत आल्यावर फळं विकायला येणाऱ्यांचं ओरडणं 'शाबाश रवाश!' (उत्तम हबाब!)

इतक्या संकटांतून बाहेर पार पडल्यावर ब्रिटिश सैनिकांना या सगळ्याची खूप मजा वाटायची. जरा दिपून जायलाही व्हायचं. 'चाहार सुक नावाच्या प्रचंड कमानीखाली बांधलेला तो बाजार बघून ते थक्क व्हायचे.' मिर्झा अतानं लिहिले. १६४० मध्ये जेव्हा आग्र्याला ताजमहाल बांधला जात होता, त्याच सुमारास शहाजहानचा गव्हर्नर अली मर्दान खान याने ही कमान बांधली होती. मिर्झा अताने पुढे लिहिले –

> 'ब्रिटिश सैनिकांना उत्तम बांधकाम असलेले तलाव आणि हौद, नंदनवन वाटाव्यात अशा अत्यंत सुंदर बागा, राजधानीतल्या सुरेख इमारती आणि भरपूर माल भरलेली दुकानं या सगळ्यांचं खूप कौतुक वाटायचं. समुद्राच्या लाटांसारख्या येणाऱ्या ब्रिटिश सैनिकांच्या या तुकड्यांनी खुरासनला पोहोचण्यासाठी खूप हाल सहन केले होते. आता ते काबूलमध्ये मटण-भात, बदाम बर्फी, फालुदा, भाजलेले मटणाचे तुकडे आणि कबाब तसेच साहेबी, खलीली, खाया-इ-गुलामन वगैरे जातींची द्राक्षं मजेत खात होते. ते बेदाणे खात राहायचे. हिंदुस्तानात नुसती जहाल तिखट मिरची, डाळ आणि चपात्या खाऊन अर्धपोटी राहिल्यावर आता ते लठ्ठ होऊ लागले. अशी एक म्हण आहे की, 'पेशावरच्या गव्हाच्या पिठाला जशी मक्याच्या पिठाची जोड असते तसा काबूलच्या सर्व बायकांना प्रियकर असतो.' लवकरच ही म्हणही खरी आहे असं लक्षात आलं. ब्रिटिश सैनिक अनिर्बंधपणे रात्रंदिवस त्यांची विषयलालसा पूर्ण करू लागले.

पलटणीचा डौलदार पाद्री रेव्हरंड जी.एच.ग्लीग याने या शेवटच्या मजकुरावर पडदा टाकून त्याच्या आठवणींमध्ये ब्रिटिश सैनिक काबूलमध्ये जे मर्दानी खेळ खेळत असत, त्यांबद्दल लिहिले –

> 'ते ज्यांना ज्यांना भेटतात त्यांना या मर्दानी खेळांची माहिती करून देतात. काबूलमध्ये घोड्यांच्या शर्यती व क्रिकेट सुरू केले गेले. लवकरच टोळ्यांचे प्रमुख आणि सामान्य लोकही हे खेळ शिकू लागले. खुद्द शहाशुजाने एक बहुमूल्य तलवार घोड्यांच्या शर्यतीत बक्षीस म्हणून ठेवली, जी फोर्थ लाइट ड्रॅगन्सचा मेजर डॉली या भाग्यवानाला मिळाली. हा खेळ इतका लोकप्रिय झाला की, कितीतरी स्थानिक घरंदाज लोक त्यांचे घोडे शर्यतीसाठी आणू लागले. क्रिकेटचा खेळ मात्र अफगाणी लोकांच्या विशेष मनास आला नाही. तसे तेही जुगारीच म्हणा; पण इंग्रज खेळाडूंच्या बोलिंग व बॅटिंगकडे ते फक्त आश्चर्याने बघत राहत. मात्र, लांब अंगरखे आणि मोठे फेटे काढून प्रतिस्पर्धी म्हणून मैदानात उतरण्याची त्यांना कधीही इच्छा झाली नाही. त्याऐवजी आमचे लोक, त्यांचे कोंबडे, पक्षी अथवा इतर प्राणी खेळवून त्यांवर ते पैसे जिंकत किंवा हरत असत.'

आणखी आश्चर्याची गोष्ट म्हणजे ग्लीगने असेही लिहिले की, इंग्रजांनी स्थानिक लोकांना नाटक बसवण्याची आवड लावली! त्याने लिहिले –

> 'ब्रिटिश अधिकाऱ्यांनी काही 'नाटके' तिथल्या तिथे लिहून काढली. एक थिएटर उभे केले गेले, स्टेजवरच्या प्रसंगांसाठी पडदे रंगवले गेले, कपडे तयार करण्यात आले आणि संगीतासाठी छान बँडही तयार करण्यात आला. मुख्यतः, विनोदी ढंगाची आयरिश ॲम्बेसेडरसारखी नाटके निवडली गेली. प्रेक्षकांना खूप मजा येत असे, कारण या नाटकांमध्ये मूळ इंग्रज पात्रांच्या जागी अफगाणी लोकांना समजतील अशी पात्रे घालत असत; त्यांच्या संवादांचा अनुवाद बर्नेस करत असे. अफगाणी लोक आनंदी स्वभावाचे आहेत आणि हास्यास्पद किंवा उपरोधिक संवादांची त्यांना खूप मजा येते. बर्नेस उत्तम अनुवाद करून संवादातील गंमत त्यांना कळेल अशा तऱ्हेने सांगे, तेव्हा त्यांना खूप हसू येई.'

उन्हाळा संपून शिशिर ऋतू आला आणि रात्री जास्त लांब व थंड होऊ लागल्या, तेव्हा सैनिकांना मेंढ्यांच्या कातड्यांचे कपडे, गरम हातमोजे व रजया देण्यात आल्या. आता शिकारीचे दिवस आले, बोलन खिंडीतून धडधाकटपणे बाहेर

पडलेल्या फॉक्सहाउन्ड जातीच्या शिकारी कुत्र्यांना रोज कोल्ह्यांच्या शिकारीला नेण्यात येऊ लागले. स्नाइप या दलदलीतल्या पक्ष्याची आणि बदकांचीही शिकार होऊ लागली. काही दिवसांनी स्केटिंग करणे व स्नोमॅन बनवणे सुरू झाले. थॉमस सीटनने लिहिले, 'आमचे आम्हीच तयार केलेले स्केटस् घेऊन आम्ही बर्फावर स्केटिंग करू लागलो, तेव्हा काबूलमधील लोकांना प्रचंड आश्चर्य वाटले, कारण त्यांनी हा प्रकार कधी बघितलाच नव्हता! धावत येऊन लोक बघायला गोळा झाले. त्या परिस्थितीत शक्य होती तेवढी हिवाळ्याची मजा आम्ही लुटली – शूटिंग केले, स्नोबॉल्स केले, मोठाले स्नोमॅन बनवले. अनेकदा तळ्यावर खूप छान हवा असे. आकाश स्वच्छ, निळे, निरभ्र असे!'

आपल्या आठवणीतल्या, तरुणपणीच्या शाही महालाचे पुनरुज्जीवन करण्याचा शुजाचा आटोकाट प्रयत्न चालू होता. उंच खडकावर बांधलेल्या उंच भिंती आणि बुरुज चांगल्या स्थितीत होते; परंतु महालाच्या इमारतीची शोभा त्याच्या मनाप्रमाणे नव्हती. म्हणून दरबार हॉलपासून सुरुवात करून सर्व नक्षीकाम शुजाने स्वच्छ, चकचकीत करून पुन्हा रंगवून घेतले. जिन्याचे नक्षीदार कठडे व सर्व कमानी दुरुस्त करून घेतल्या. मुघल गार्डन्समध्ये नव्याने झाडे लावली. त्याच्या जनानखान्यातील स्त्रिया लुधियानाहून येऊन पोहोचण्याआधी त्यांचा राहण्याचा आवास संपूर्ण नव्यानेच बांधून घेतला. तसेच बराकझाईंनी सोडून दिलेली साडोझाईंच्या दरबाराची जुनी सरदारांची पद्धत पुन्हा सुरू केली. त्यांचे दरबारी पोशाख बघून ब्रिटिशांना अत्यंत आश्चर्य वाटले. जेम्स रॅट्रे या कलाकाराने लिहिले की, 'याची खरी कल्पना येण्यासाठी शेकडोजणांना एकत्रच बघितले पाहिजे. त्यांचे कोट लालभडक आहेत आणि डोक्यावर चित्रविचित्र पद्धतीची शिरस्त्राणे आहेत. काही शिरस्त्राणांना वर गाढवाच्या कानांसारखे आकार तर, काहींना साळूसारखे उभे दांडे आहेत. कोणाच्या टोपीवर बकरीच्या किंवा म्हशींसारखी शिंगे, बऱ्याच टोप्या वर निमुळत्या किंवा फिरकीसारख्या किंवा घंटेसारख्या आहेत. सर्वच टोप्यांवर कसल्या ना कसल्या आकृती आहेत. काहींवर उच्च दर्जा दाखवण्यासाठी भाल्याचे टोक लावलेले आहे. मोठ्या समारंभाच्या दरबारात शुजाचा पोशाख वैशिष्ट्यपूर्ण असे. खांद्यांवरून खालपर्यंत लांब असा सैल अंगरखा, त्याच्या प्रत्येक चुण्यांभोवती रत्ने जडवलेली आणि त्याच्या शिरस्त्राणाच्या कोपऱ्यांना मखमलीची पदके लावलेली असत. प्रजाजनांपैकी तक्रारी किंवा अर्ज घेऊन येणाऱ्यांना भेटण्यासाठी त्याच्या अष्टकोनी पांढऱ्या संगमरवरी सिंहासनावर तो बसून राही आणि फक्त सर्वांत वरिष्ठ ब्रिटिश अधिकारी येतील तेव्हा त्यांचे स्वागत करायला तो उठून उभा राहात असे. अशा वेळी तो काळविटाच्या लांब वाकड्या शिंगाला टेकून उभा राही आणि त्याचा चेहरा गंभीर व काळजीने थकलेला दिसे.

हिवाळा जास्त कडक होऊ लागला, दिवसाचं तापमान उतरू लागलं. बर्फाचे ढग ओथंबू लागले. बर्फ पडत नव्हते. शुजाने स्वत: आकार ठरवून तयार केलेले पदक काही निवडक अधिकाऱ्यांना द्यायचे ठरवले. हे पदक 'ऑर्डर ऑफ द दुर्राणी एम्पायर'चे होते. त्याचा आकार व घडण गुएलफिन ऑर्डरच्या फ्रीमेसन मेडलच्या धर्तीवर असावी तशी दिसत होती. तो बुखाराहून परत आल्यावर ते बर्नेसला देण्यात आले होते. बर्फ पडायला सुरुवात होऊन उंचावर असलेल्या खिंडींमधले रस्ते बंद होण्यापूर्वी, पहिल्या पलटणी हिंदुस्तानात परत जाण्याचा दीर्घ प्रवास सुरू करण्याआधी ही पदके देण्यात आली. मॅक्नॅघटेनचा तरुण मिलिटरी सचिव जॉर्ज लॉरेन्स याच्या हे लक्षात आले की, 'ज्यांना पदके देण्यात आली, ते सर्व ब्रिटिश सैन्यातले अधिकारी होते – त्यांच्या प्रजाजनांपैकी एकहीजण या योग्यतेचा समजला गेला नाही!' नोव्हेंबर अखेरपर्यंत पहिली पलटण सिमल्याला पोहोचली होती. एमिली एडनने लिहिले, 'त्यांच्या तब्येती छानच सुधारलेल्या दिसतात. ज्या हकिगती वाचल्या होत्या, तसे यांचे हाल झाले असतील असे वाटत नाही! उलट, सर्वांचे वजन खूपच वाढलेले दिसते! लॉर्ड ऑकलंडचा अंगरक्षक तर बहुतेक सर्वांत लठ्ठ माणसांहूनही लठ्ठ दिसायला लागला आहे!

इकडे बाला हिसारमध्ये शहाशुजाचे प्रस्थापन होत असताना दोस्त महम्मद खान गाशा गुंडाळून शक्य तितक्या जलद उत्तरेकडे निघाला होता. तीस वर्षांपूर्वी निम्लाच्या लढाईत हातातली सत्ता गेल्यावर शहाशुजासाठी क्षणार्धात सगळं बदललं होतं, तसंच आता त्यालाही अनेक अपमान सहन करावे लागले होते. त्याचा जवळजवळ सर्वनाश होण्याची वेळ आली होती.

काही ब्रिटिश सैनिक बराकझाईंच्या मागावर होते. त्यांच्यापासून कसंबसं स्वत:ला वाचवत बर्फाळ खिंडीतून वाट काढणं बराकझाईंना अतिशय कठीण झालं होतं. दोस्त महम्मदला खूप वेगानं जाताही येत नव्हतं, कारण त्याच्याबरोबर त्याच्या सगळ्या बायका, तान्ही मुलं, भाऊ, मुलगे आणि नोकरही होते. बहुधा वेड्च्या हुकूमावरून खैबरमध्ये अकबर खानवर – दोस्त महम्मदचा वारस – जो विषप्रयोग झाला होता, त्यातून तोही पूर्णपणे बाहेर आला नव्हता. घोड्यावरून जाता येत नसल्यानं त्याला पालखीत घालून, उचलून न्यावं लागत होतं. स्कॉटलंडमधील कवींनी कुलोडेनच्या लढाईनंतर बॉनी प्रिन्स चार्लीचं जसं अत्यंत सहानुभूतीनं नाट्यमय वर्णन केलं होतं, तसंच अफगाणिस्तानच्या महाकवींनी दोस्त महम्मदला कसं पळून जावं लागलं, त्याचं वर्णन केलं आहे. गुलाम कोहिस्तानी या कवीनं त्याच्या 'जंगनामेह'मध्ये लिहिलं –

शूरवीर सम्राट पुढे जात राहिला

हजार धाडसी घोडेस्वार समवेत घेऊन,
जनानखाना होता मागे जुन्या पद्धतीला स्मरून

मग संपत्ती सांभाळून आणणारे
दक्ष पहारेकरी; त्यांच्या मागावर चपळाईनं येत होते सूडकरी,

रात्रंदिवस ते सतत जात राहिले
जसे आकाशात पळत असतात ढग

कणखर आणि हिकमती तरुण अधिकारी जेम्स आउट्रॅम आणि जॉर्ज लॉरेन्स हे पाठलाग करणाऱ्या सैनिकांचे म्होरके होते. त्यांना मार्ग दाखवण्यासाठी त्यांच्याबरोबर हाजीखान काकर आणि शहाशुजाच्या घोडदळातील एक हजार सैनिक होते. वेगानं गेले असते तर संथगतीने प्रवास करणाऱ्या बराकझाईंच्या काफिल्याला गाठणं त्यांना अवघड नव्हतं. तरी, त्यांनी खूप प्रयत्न करूनही त्यांना अमीरला कधीच पकडता आलं नाही. हाजीखान दुटप्पीपणा करत होता. तो मुद्दामच ब्रिटिशांना चुकीच्या रस्त्याला नेत असे आणि त्यांचा पाठलागाचा वेग कमी करण्यासाठीही त्याला करता येईल ते सर्व करत असे. लवकरच त्यांच्या हे लक्षात आलं.

दोन आठवडे बराकझाईंचा पाठलाग केल्यावर दोस्त महम्मदच्या अंगरक्षकांपैकी पळून आलेले दोघे त्यांना सापडले. त्यांनी सांगितले की, ते एक दिवसाच्या अंतरावर होते. थकून गेलेल्या लॉरेन्सने लिहिले –

> 'संध्याकाळी पाच वाजता आम्ही पाठलाग पुन्हा सुरू केला, तो हाजीच्या मर्जीविरुद्ध; कारण तेव्हा त्याच्या मनात निघण्याचे अजिबात नव्हते. त्याचे म्हणणे होते की, पुढील रस्ता वेगाने जाण्यासाठी धोक्याचा आणि अगदी उभा चढ असलेला होता.* हे उघड दिसत होते की, तो हे काम मनापासून करत नव्हता. त्याच्या हरकतींकडे लक्ष न देता आम्ही अतिशय

---

* वास्तविक हाजीचे म्हणणे बरोबर होते. अगदी उन्हाळ्यात आणि दिवसाउजेडीही हाजिगॅक खिंड चढायला अतिशय अवघड आहे. शिवाय त्याला धोका वाटायला विशेष कारण असे होते की, खिंडीची मालकी 'हजारा' टोळीकडे होती, ज्यांना हाजीखानने काही वर्षांपूर्वी दडपून टाकले होते आणि त्यांनी त्यांच्यावर पूर्वी जुलूम करणाऱ्या हाजीवर सूड घेण्याची संधी नक्कीच घेतली असती.

> वाईट रस्त्याने पुढे निघालो. उंच टेकड्या आणि कोरडे पडलेले ओढे अशा रस्त्याने दहा मैल गेल्यावर आम्ही थांबलो आणि आमच्या घोड्यांच्या जवळ पडून राहिलो. आमच्या बरोबर असलेले सर्व पन्नास अफगाण आमच्याबरोबर आले नव्हते. दुसरा दिवस उजाडल्यावर ते आले. येथे आम्हाला गुप्त बातमी समजली की, आमच्या मुक्कामाच्या अगदी जवळ योउक नावाच्या गावी दोस्त महम्मद आहे. हाजीखानची आत्ताही पुढे कूच करण्याची मुळीच इच्छा नव्हती. त्याने आउट्रॅमला विनंती केली की, दोस्तांकडे दोन हजार घोडेस्वार आहेत, तेव्हा येथेच थांबावे. परंतु आउट्रॅमने त्याच्या लोकांना दुपारी चार वाजता पुढे निघायला सांगितले. आमच्याकडचे अफगाण गोळा करून पाहिले, तर फक्त तीनशे पन्नास होते. शिवाय त्यांचे घोडे अगदी बेताचे होते.

हा वेळकाढूपणा पुढेही चालू राहिला. हाजीचा आग्रह होता की, आणखी सैन्य येईपर्यंत थांबणे आवश्यक आहे. तरीही आउट्रॅम रात्रीच पुढे निघाला. आम्ही जेमतेम चार मैल पुढे गेलो असू, तेव्हा लक्षात आले की, हाजीखानच्या सैनिकांबरोबर जे वाटाडे होते, ते पळून गेले होते. आता ते पळाले होते की त्यांना पळवून लावलं होतं, हे कळायला मार्ग नव्हता. तोपर्यंत गुडूप अंधार झाला होता. आजूबाजूच्या अगणित दऱ्याखोऱ्यांमध्ये पायवाटही दिसत नव्हती. उजाडेपर्यंत थांबण्याखेरीज मार्गच नव्हता. दुसऱ्या दिवशी संध्याकाळी ब्रिटिशांनी पुढे निघण्याचा प्रयत्न केला, तेव्हा हाजीखानने आउट्रॅमचा हात धरून थांबवले आणि 'मोठ्या आवाजात मला विनंती केली की, पुढे जाण्याचा प्रयत्न करू नये. त्याने मला जबरदस्तीने थांबवून ठेवण्याची धमकीही दिली, कारण परवानगी देण्याने माझा खात्रीने सत्यनाश झाला असता. त्याने सावधगिरीची सूचनाही दिली, त्यात नक्कीच तथ्य होतं की,

> 'तुम्हाला दोस्त महम्मद सापडलाच, तर अफगाणांपैकी एकहीजण त्याच्याविरुद्ध तलवार उपसणार नाही आणि जो गोंधळ होईल, त्यात ते तुमच्याच विरुद्ध उठले, तर मी त्याला जबाबदार नसेन. तरीही आमचा निश्चय कायम होता, हे बघून शेवटी खान तेथून निघाला. माझ्या तंबूपासून थोड्या अंतरावर अंधारात, हळू आवाजात, बरोबरच्या लोकांपैकी तीन-चार प्रमुखांशी त्याने एक तासाहूनही जास्त वेळ चर्चा केली, ते सर्वजण दोस्त महम्मदला अटक करू बघणाऱ्या फिरंग्यांना मदत करण्याबद्दल त्याला दोष देत होते. ते त्याला विचारत होते की, अमीरने त्याला कधी

दुखापत तरी केली होती का? त्यांचे म्हणणे अगदी बरोबर होते असे हाजीखानने कबूल केले.

आउट्रॅमने लिहिले, 'दुसऱ्या दिवशी बर्फ पडू लागला तेव्हा त्यांच्याबरोबरचे अफगाण जास्तच बंडखोरपणा करू लागले. आम्ही समजून चुकलो की, आमच्या बरोबरचे अफगाणही आमच्याशी द्रोह करत होते; त्यामुळे त्यांच्यावर विश्वास ठेवताच येणार नव्हता.' मग लॉरेन्स व आउट्रॅम यांनी जवळजवळ आत्मघातकी मोहीम आखली. बर्फाच्या वादळातून फक्त तेरा ब्रिटिश सैनिक बरोबर घेऊन दोस्त महम्मदला पकडायला जायचे त्यांनी ठरवले. तग धरणार नाही याची कल्पना असूनही त्या रात्री आऊट्रॅम बर्फात झोपला; परंतु त्याने निश्चय केला होता की, काहीही करून अमीरला जिवंत पकडायचे किंवा मारून टाकायचे. त्या रात्रीसारखा आनंद त्याने नंतर कधीही अनुभवला नाही. सकाळी जो भव्य लढा द्यायचे त्याने ठरवले होते, त्याची नशा होती! परंतु तो लढा झालाच नाही! आउट्रॅम आणि त्याचे साथी त्या खिंडीतून पलीकडच्या रुंद बामियन खोऱ्यात घोडे दौडवत गेले, तेव्हा त्यांना समजले की, त्याच दिवशी सकाळी दोस्त महम्मद हिंदुकुशच्या उत्तरेला पळाला होता आणि साइघानच्या पलीकडे जाऊन त्यांच्या तावडीतून सुटून ताश कुर्गानला आणि तेथून पुढे शहाशुजाचा शत्रू असलेल्या उझबेकच्या स्वतंत्र पुढाऱ्याच्या, मीर वालीच्या हद्दीत पोहोचला होता. आता आउट्रॅमला मॅक्नॅघटेनला कळवण्यावाचून पर्याय नव्हता की, 'प्राप्त परिस्थितीत पळून गेलेल्या अमीरला शहाच्या मालकीच्या प्रदेशात पकडण्याची काहीच आशा नसल्यामुळे आणि आम्ही त्या प्रदेशापुरताच पाठलाग करू शकत असल्यामुळे तसेच आपले घोडदळाचे अधिकारी अन्न व विश्रांतीच्या अभावी लगेच पुढे जाऊ शकत नसल्याने आम्हाला त्याचा पाठलाग येथेच थांबवावा लागत आहे.'

त्या रात्री दोस्त महम्मद व त्याच्या बरोबरचे लोक सुखरूपपणे गुलामांचा व्यापार करणारा उझबेकचा पुढारी मीर वाली याच्या खामर्द या किल्ल्यात पोहोचले. मिर्झा अताने लिहिले की, पुढील दोन महिने 'अमीरने उझबेकांचा सन्माननीय पाहुणा म्हणून घालवले.'

तेथून तो बल्ख येथे गेला. तेथील गव्हर्नरने खूप सुंदर बागेत असलेल्या अतिथिगृहात त्याचे स्वागत केले. तो बल्खमध्ये असताना बुखाराचा बादशहा नसरुल्ला खान याची सांडणीस्वारांबरोबर पत्रे आली की, अमीरने त्यांच्या दरबारास भेट दिल्यास त्याला सन्मान वाटेल. अमीरने कुटुंब व आश्रितांना बल्खमध्येच ठेवले. शहाजादा अकबर खान याला घेऊन तो

> बुखाराला गेला. बुखारा हे शहर इस्लामी धर्मशास्त्रांचे शहर म्हणून प्रसिद्ध होते. तेथे त्याचे शाही स्वागत करण्यात आले; त्याला राहण्यासाठी एक खासगी महाल देण्यात आला, तसेच रोजच्या खर्चासाठी काही भत्ताही!

बुखारामध्ये काय झाले ते स्पष्ट नाही, परंतु काही आठवड्यांनंतर दोस्त महम्मदचे त्याच्या यजमानांशी काहीतरी बिनसले खरे. मिर्झा अता सुचवतो की, तापट स्वभावाचा अकबर खान काहीतरी अपमानकारक बोलण्याचे निमित्त झाले. असेही शक्य आहे की, बल्ख या सीमेवरील शहरावर दोघेही अमीर दावा सांगत होते. दोस्त महम्मदने यापूर्वी ते शहर काबीज करण्याचे प्रयत्न केले होते, याबद्दल नसरुल्लाच्या मनात राग होता. बुखाराच्या उलेमाकडून जिहाद पुकारून घेण्याचा दोस्त महम्मदचा इरादा होता. साहजिकच नसरुल्लाची त्यालाही हरकत होती. जे असेल ते; पण दोघांमध्ये कडाक्याचा वाद झाला. नसरुल्लाचा अतिशय अपमान करून बराकझाईंनी ते शहर सोडले. बुखाराच्या कावेबाज आणि निर्दय (आणि जरासा अस्थिर मनाचाही असावा) अमीरने दोस्त महम्मदचा खून करवण्याचा प्रयत्न केला. फैज महम्मदने सिराज उल तवारिखमध्ये लिहिले आहे की, दोस्त महम्मदला घेऊन जाणाऱ्या माणसाला त्याने गुप्त हुकूम दिला की, 'ऑक्सस' नदी ओलांडून बोटीतून दोस्त महम्मद आणि त्याचे शहाजादे यांना नेत असताना बोटीला भोके पाडून ती बुडवावी.

> त्या सर्व अफगाणींना पहारेकऱ्यांबरोबर ऑक्ससच्या किनाऱ्यावर नेऊन बोटीत बसवण्यात आले. ज्या बोटीत अमीर बसला, त्याच्या तळाला गुपचूप, दिसणार नाही असे भोक पाडण्यात आले. बोटी निघाल्या तेव्हा बुखाराच्या अमीरचा एक माणूस, ज्याला मालकाचा कट माहीत नव्हता, त्याच बोटीत बसला. तो दोस्त महम्मदच्या बरोबर नदी ओलांडून परत येणार होता. दुसऱ्या एका माणसाला कट माहीत होता, तो या माणसाशी टर्किशमध्ये बोलला आणि म्हणाला की, त्याने त्या बोटीतून बाहेर यावे, म्हणजे अमीरबरोबर तो बुडणार नाही; परंतु अमीरची आई काबूलच्या एका बड्या किझिलबाश घराण्यातली होती. स्वत: टर्क असल्यामुळे तिला टर्किश येत होते म्हणून अमीरलाही टर्किश कळत होते. त्याने जेव्हा हे बोलणे ऐकले, तेव्हा तो बोटीतून खाली उतरला आणि त्याने नदी ओलांडण्यास नकार दिला. बुखाराच्या अमीरच्या लोकांनी त्याचे मन वळवून बोटीत बसवण्याचा खूप प्रयत्न केला; पण त्याने नकार दिला आणि तो त्याच्या बरोबरच्या लोकांना म्हणाला, 'बुडून मरण्यापेक्षा माझ्याच

रक्ताने नाहून मरणे जास्त चांगले. कारण तलवारीच्या जखमांनी मरण आले, तर बुखाराच्या अमीरच्या उघड अन्यायाची आठवण तरी सर्वांना राहील; पण मी जर बुडून मेलो, तर मी त्याचा पाहुणा म्हणून आलेलो असताना त्याने मला दिलेल्या वाईट वागणुकीबद्दल कोणी बोलणार नाही.'*

आता कडक पहाऱ्यात अमीर व त्याचा काफिला पुन्हा बुखाराला निघाला. 'परंतु बर्फाचे प्रचंड वादळ झाले, सर्वांचीच अवस्था मरणप्राय झाली. वयाने लहान असलेल्या शहाजाद्यांना अत्यंत थंडीमुळे बोलताही येईनासे झाले. अमीरने त्याच्या खासगी नोकरांपैकी काहींना एकेक लहान शहाजाद्याला जवळ घेऊन त्यांच्यावर गरम श्वास सोडत राहून त्यांचे जीव वाचवायला सांगितले.

थोडक्यात, ते कसेबसे बुखाराला पोहोचले. प्रवासात अत्यंत त्रास झाला. वरखर्चाला म्हणून आत्तापर्यंत त्यांना जे पैसे दिले जात होते, ते देणेही बुखाराच्या अमीरने बंद केले. काही दिवसांनी त्यांच्यापैकी सुमारे सत्तरजण पळाले. नसरुल्ला खानला ते पळाल्याचे समजले मग त्याने त्याच्या घोडदळापैकी सात हजारांना त्यांना पकडायला पाठवले आणि हुकूम दिला की, ते लढले तर त्यांना लढून मारायचे किंवा साखळदंड बांधून परत आणायचे. चिराघची येथे त्यांनी त्या लोकांना पकडून त्यांच्यावर हल्ला केला. बंदुका व बंदुकांची पावडर होती तोवर अफगाण लढले आणि त्यांनी बऱ्याच बुखारांना जखमी केले; पण शेवटी दारूगोळा संपला, तेव्हा बुखारांनी त्यांना कैद केले. लढाईत अफजलखान व अकबर खान दोघेही जखमी झाले, इतर बरेचजण मारले गेले आणि अनेकांना गंभीर जखमा झाल्या. दोस्त महम्मद व त्याच्या बरोबरच्यांना पुन्हा बुखाराला आणलं गेलं. बुखाराच्या अमीरच्या हुकुमाने त्या सर्वांना एका अंधार कोठडीत टाकून देण्यात आले.

***

२ नोव्हेंबर १८३९ रोजी काबूलच्या बाजारांतली डबकीही गोठली होती. काबूल नदीच्या काठावरच्या विलोच्या झाडांवरचे दव गोठून चमकू लागले. शहाशुजा आता बाला हिसार सोडून जलालाबादला गेला. पेशावर आता त्याचे नसल्याने जलालाबाद ही त्याने हिवाळ्यातली राजधानी केली होती. मॅक्नॅघटेन

---

* दोस्त महम्मदने असे म्हणणे हे जरा अतीच आहे; कारण तो सत्तेवर असताना त्याने त्याच्या अनेक शत्रूंना सुरक्षिततेची हमी देऊन, मग मारून टाकले होत; त्यातील काही प्रमुख तागाबचे, कोहिस्तानचे व देहकुंडीचे मीर होते.

त्याच्याबरोबर गेला. शहाच्या बरोबर असलेला एक अल्पवयीन शहजादा वाटेतच मरण पावला, तेव्हा निम्ला गार्डन्समध्ये पॉप्लरच्या झाडांखाली त्याचे दफन करण्यास शुजाला थांबावे लागले, तोपर्यंत मॅक्नॅघटेनने जलालाबादला पोहोचून तेथील सर्वांत उत्तम जागेत स्वत: मुक्काम ठोकला. शहासाठी जी जागा ठेवली, त्याचे वर्णन एका ब्रिटिश नागरिकाने 'भिकार खोपटे' असे केले!

काबूलचे काम बघण्यास शुजाने मुल्ला शकूरला सांगितले होते. मॅक्नॅघटेनचे काम बर्नेस बघत होता. वर्षाच्या शेवटच्या दिवशी, थंडी खूपच वाढलेली असताना बर्नेसने 'हॉगमॅन' पार्टी दिली. तो स्वत: किल्ट आणि स्पोर्रन या पोशाखात पार्टीचा मुख्य यजमान होता. (किल्ट हा रंगीबेरंगी चौकटींचा स्कर्ट. हा स्कॉटिश पुरुषांचा राष्ट्रीय पोशाख असतो.) त्याला समोर फरची मोठी पिशवी असते, तिला स्पोर्रन म्हणतात. कंदाहारहून एक आठवड्यासाठी आलेला नेव्हिल चेम्बरलेन, हा पार्टीचा एक आमंत्रित पाहुणा होता. त्याने दुसऱ्या दिवशी सकाळी लिहिले –

> 'आम्हाला पार्टीत खूप मजा आली. पिण्यासाठी मात्र ब्रॅन्डी व जिन सोडून काहीच नव्हते. पहाटे दोन वाजता आम्ही जेवणाच्या टेबलांवर चढून रील्स नाचू करू लागलो. (रील्स नाचाचा एक प्रकार) कॅप्टन सिंक्लेअर 'किल्ट व स्पोर्रन' या हायलंडच्या पोशाखात टेबलावर उभे राहून बॅगपाइप्स वाजवत होते. बर्नेस आमच्याशी खूप चांगले वागले. ते सर्वांना आवडतात, कारण मोठ्या पदावर असूनही त्यांच्या वागण्यात भोंदूपणा अजिबात नाही. खरे म्हणजे ते सगळ्यांना आवडतात हे स्वाभाविक आहे. सर्वांशी सौजन्याने, निगर्वीपणे, हसतखेळत मजेत वागणारे गृहस्थ मला भेटले हे माझे भाग्यच म्हणायचे.'

काबूलमध्ये संपूर्ण हिवाळाभर चाललेल्या पार्ट्या सर्वांनाच आवडत होत्या असे नाही. जोसिआ हरलान हा साहसी अमेरिकन प्रथम ईस्ट इंडिया कंपनीतर्फे, मग शहाशुजातर्फे, नंतर शिखांतर्फे आणि शेवटी दोस्त महम्मदतर्फेही लढला होता. तो म्हणत असे की, त्याने एकदा थोडे दिवस स्वत:ला 'प्रिन्स ऑफ घोर'ही करवून घेतले होते. ब्रिटिशांच्या वागण्याबद्दल त्याचे मत दिवसेंदिवस जास्त वाईट होत होते; शेवटी वीट येऊन तो अफगाणिस्तान सोडून गेला. नको असलेला परदेशी माणूस म्हणून बर्नेसने हिंदुस्थानातून त्याला हद्दपार केल्यानंतर आगबोटीने परत जात असताना त्याने बोटीवरून लिहिले, – 'हजार बगिचे असलेले काबूल शहर, हे त्या दिवसांमध्ये अगदी नंदनवन होते. आपल्या पावित्र्याला, धार्मिकतेला जपत ऐक्याने राहणारा हा देश आता परक्या, मूर्ख, रानटी, वाईट सवयी असलेल्या,

अपकीर्ती होईल अशा घाणेरड्या सवयी असणाऱ्या लोकांच्या निर्दय पुढाऱ्यांनी अविचाराने, रक्तलांच्छित विजय मिळवून, दुर्बलांची मने दुखावताना, त्यांचा आनंद, मौजमजा बंद करत अपवित्र झालेला मला दिसतो आहे. 'एखाद्या देशाच्या जनतेला सैनिकी बळावर चिरडून त्यांना गप्प बसवणे आणि जेव्हा त्या सर्वांचीच स्वतंत्र होण्याची इच्छा असते, तेव्हा त्या सर्वांना तुरुंगात टाकण्याचा प्रयत्न करण्यासारखे आहे – हे असले प्रयत्न क्षणभंगुर असतात आणि त्यांचा शेवट मोठ्या संकटात होतो.' त्याच्याकडून भविष्याचे सूतोवाच झाले होते.

तरीही, ब्रिटिशांनी काबूलमध्ये तळ ठोकल्याच्या पहिल्या हिवाळ्यात असेच वाटले की, हरलान हा बरीच वर्षे अफगाणिस्तानात काढलेला; पण आता तिथली कारकीर्द संपल्यामुळे कडवटपणा आलेला माणूस आहे, एवढेच! बऱ्याचजणांना हरलानच्या बोलण्याचे नवलही वाटले; कारण काबूलचे सरदार त्याचे स्वागत करत नव्हते असेही नव्हते. अफगाणी लोकांना व्यक्तिशः ब्रिटिश अधिकारी आवडत असत, असे वाटणारा रेव्हरंड जी. एच. ग्लीग हा एकटाच नव्हता. तरी त्यानेही लिहिले की, एक अफगाण सरदार त्याला म्हणाला होता – 'तुम्ही आमचे शत्रू म्हणून येण्याऐवजी मित्र म्हणून यायला हवे होते असे आम्हाला वाटते. कारण व्यक्ती म्हणून तुम्ही आम्हाला आवडता; परंतु एक सेना म्हणून मात्र आम्ही तुमचा द्वेष करतो!'

दोस्त महम्मदचा राज्य कारभार खूप कडक होता. त्याने प्रजेवर खूप जास्त प्रमाणात कर बसवले होते. तसेच, त्याच्या जिहादच्या कार्यक्रमांसाठी पैसा उभा करण्यासाठी म्हणून बऱ्याच मालमत्ता जप्त केल्या होत्या; त्यामुळे शहाशुजाच्या अमलाची सुरुवात तुलनेने मवाळ वाटली. सुरुवातीला बरेच काबुली लोक आणि बरेचसे उच्च घराण्यांमधले दुर्राणी त्यांच्या सत्तेवर परत आलेल्या बादशहाला पाठिंबा देण्यास उत्सुक होते. मिर्झा अताने लिहिले की, 'इंग्रजांनी काबूलमध्ये बस्तान बसवल्यावर त्यांनी बरेचसे टोळीप्रमुख, शहर आणि आजूबाजूचा विस्तार त्यांच्या हुकुमतीखाली आणले. ज्या थोड्यांनी त्यांचे हुकूम पाळले नाहीत, त्यांना कैद करून त्यांचे किल्ले आणि इस्टेट कंपनी सरकारने जप्त केली.' शिवाय, मॅक्नॅघटेनने शहाणपणाने आणि उदारपणे राजकीय तडजोडी केल्या. दक्षिणेतले प्रमुख दुर्राणी सरदार योग्य किंमत देऊन विकत घेतले गेले, पूर्वेकडच्या गिलझाई टोळ्यांच्या प्रमुखांना आणि उलेमांना पैशांची खूप मदत केली गेली; त्यामुळे हिंदुस्तानातल्या त्यांच्या द्रव्य कोषावर प्रचंड बोजा पडला. लवकरच असे लक्षात आले की, अफगाणिस्तान ताब्यात घेणे अजिबात स्वस्तात पडणार नव्हते; परंतु एवढे मात्र झाले की, शहाशुजाच्या कारभाराचा पहिला हेमंत आणि शिशिर शांततेत गेला; त्यामुळे संतुष्ट होऊन ऑकलंड लंडनला अहवाल पाठवू शकला की, 'त्या

देशात शांतता आहे. रस्ते निर्धोक आहेत. व्यापार वाढता आहे तसेच बादशहा आणि बदललेले सरकार अजून लोकप्रिय आहे. कर्नल रॉबर्टसने लिहिले, असे म्हणता येईल की, बऱ्याच टोळ्यांच्या प्रमुखांशी माझ्या ओळखी झाल्या आहेत. एकंदरीत त्यांना 'साहिब लोकां'बरोबर चांगली ओळख व्हावी असे वाटते. मी काबूलला परत जाईन तेव्हा माझे घर त्यांच्यासाठी उघडे असेल. त्यांना आमच्या घरी जेवायला यायला आवडते आणि आम्हांला त्यांच्या घरी जायला.'

परतून येणारे बराकझाई शुजाने पुढे केलेला हात हातात घेऊन, भांडण मिटवून, साडोझाईंशी चालू असलेलं दोन पिढ्यांचं वैर खरोखरच संपवतील का? साऱ्यांना भेडसावणाऱ्या या शंकेने सुरुवातीचा उत्साह थोडासा मंदावला. महम्मद हुसेन हेरातीने लिहिले, 'साडोझाई सरदारांपैकी बऱ्याचजणांना शुजाचा भांडण मिटवण्याचा प्रयत्न आवडला नव्हता.' ते आपापसांत किंवा दरबारात एकमेकांना म्हणत असत की, "आता या बराकझाई लोकांना एवढा मानमरातब, पूर्वीचे सर्व हक्क वगैरे परत मिळाल्यावर लवकरच भांडणे सुरू होतील. हे इंग्रज लोक असा आव आणतात की, त्यांना विमान येते, राजकीय अनुभव आहे. सारासार विचारशक्ती आहे. मित्राच्या शत्रूशी मैत्री करण्याचा शेवट काय होईल असे वाटते? याचा शेवट दु:ख आणि पश्चात्तापातच होईल!"

पेशावरहून नुकत्याच परत आलेल्या एका प्रवाशाने सांगितले. :

> 'तेथील शीख लोकांचा गव्हर्नर जनरल अव्हिटाबिल, याने काबूलमधील परिस्थितीबद्दल विचारले. त्याला सांगण्यात आले की, बराकझाई आणि इतर सर्वांना सारखेच चांगले वागवले जात आहे. त्यांवर एक सुस्कारा टाकत, बरोबरच्या माणसांकडे वळत तो म्हणाला, 'अल्ला शहाशुजाला मदत करो आणि त्याला माफ करो!' हे ऐकून तेथे असलेल्या सर्वांना आश्चर्य वाटले, कारण हे वाक्य मृत व्यक्तीसाठी बोलले जाते; तेव्हा त्यांनी विचारले, 'बादशहा तर अजून जिवंत आहेत ना?' त्यावर अव्हिटाबिलने उत्तर दिले, 'जो आपल्या कट्टर शत्रूला जागा देतो आणि विश्वासाने त्याला मिठी मारतो, तो फार दिवस जिवंत राहणार नाही. कारण फिरदौसीने म्हटल्याप्रमाणे –
>
> 'तुम्ही एका पित्याला मारून सूडाचे बी पेरलेत,
> ज्याच्या पित्याला मारले गेले, तो शांत कसा जगू शकेल?
> तुम्ही सापाला मारलेत आणि त्याच्या पिल्लांना वाढवत आहात,
> या मूर्खपणाला काय म्हणावे?

हळूहळू शत्रुत्वाची सर्व फळे पिकतील आणि लवकरच तुम्हाला बातमी कळेल की, याच बराकझाईंनी शुजा-उल-मुल्कचा खून केला!'

इतरही अनिष्ट गोष्टी घडत होत्या. हिंदुस्तानात परत जाण्यासाठी खैबर खिंड उतरत असलेल्या एका पलटणीच्या पिछाडीवर हल्ला केला गेला, ज्यात एकशेपन्नास सामानवाहू उंट गेले. त्यानंतर लवकरच अली मस्जिद येथील शिबंदी उठवून खाली पेशावरला आणावी लागली. त्याच सुमाराला काही अफगाणी लोकांच्या टोळक्याने कर्नल हेरिंग या वरिष्ठ अधिकाऱ्याचा, तो वार्दाक येथे फिरायला बाहेर पडला असताना खून केला. तो रस्ता सोडून शेजारच्या टेकडीवर उभ्या असलेल्या काही अफगाणांशी गप्पा मारायला गेला. त्यांनी त्याला ठार मारून त्याचे तुकडेतुकडे केले! थॉमस सीटनने लिहिले – 'आमच्या कमनशिबाने त्याचा मृतदेह आम्हाला पाहावा लागला. भयंकर दृश्य होते ते! त्याच्या शरीराचे भयंकर पद्धतीने तुकडे करण्यात आले होते; अंगावरचे सर्व कपडे फाडून टाकण्यात आले होते – फक्त शर्टाच्या मनगटांवरच्या पट्ट्या शिल्लक होत्या. जांघांमधून शरीर जवळजवळ तोडून टाकण्यात आले होते तसेच छातीवर व बरगड्यांवर भयानक वार केलेले होते. सगळ्या मिळून सोळा-सतरा जीवघेण्या जखमा होत्या. त्यातल्या केवळ एका जखमेनेही मृत्यू आला असता!' आणि तरीही, एकंदरीने पाहता देशात शांतता होती. घिलझाई टोळ्यांच्या प्रमुखांना मॅक्नॅघटेनकडून ठरल्याप्रमाणे आर्थिक मदत मिळाल्यावर त्यांनी त्यांच्याकडून सौद्याच्या अटी पाळल्या होत्या. 'तारिख-इ-सुलतानी'मध्ये लिहिले की, 'खैबर ते काबूलमधल्या रस्त्यावर सगळीकडे दरोडेखोर आणि चोर असायचे, जे जाणाऱ्या-येणाऱ्यांना आणि प्रवाशांनाही धमक्या देऊन लुटायचे; परंतु घिलझाई खान लोकांनी या रस्त्यावर पहारा ठेवण्याचे काम करण्याचे पत्करल्यावर या धमक्या बंद झाल्या आणि उरलेला हिवाळा शांततेत गेला.'

बुखाराहून नाझिरखान उल्लाह याच्या हेर खात्याकडून आलेली बातमी मात्र खरोखरच काळजीत टाकणारी होती. 'रशियनांनी आता खिवावर आक्रमण करण्याची तयारी पूर्ण करत आणली असून, खूप मोठ्या संख्येने उंट, गाड्या आणि वाफेवर चालणाऱ्या बोटी कॅस्पियन समुद्राच्या काठी गोळा केल्या आहेत. त्यांनी त्यांचे सैन्य व इतर सामान कीरजवळच्या कॅस्पियन समुद्राच्या भागात, खिवापासून तीन दिवसांच्या प्रवासाइतक्या अंतरावर पाठवण्याचे ठरवले आहे. मॅक्नॅघटेनला अद्यापही बुखारात दोस्त महम्मदला अंधारकोठडीत टाकले आहे हे समजलेच नव्हते; त्यामुळे त्याला वाटले की, रशियनांचा विचार अमीरबरोबर कारस्थान करून त्याला हेरतमध्ये सत्तेवर आणण्याचा असू शकेल, कारण हेरतमधील सरकारला त्या वेळी

खूप कमी संरक्षण होते.’

असे दिसते की, केवळ बर्नेसच्या लक्षात आले होते की, ब्रिटिशांनी अफगाणिस्तानवर केलेल्या आक्रमणाविरुद्ध ही रशियन लोकांची केवळ चाल होती. त्याने त्याचा मित्र कॅप्टन जी.एल.जाकोब याला लिहिले, ‘आमच्या धोरणाला केवळ शह देण्यासाठी रशियाने ही खेळी केली आहे. काबूलवर हल्ला करून आम्ही ही परिस्थिती ओढवून घेतली आहे.’ या वेळी बर्नेसच्या लक्षात येऊन चुकले होते की, अफगाणांसारख्या स्वातंत्र्यप्रिय लोकांवर रशियाचे काय किंवा ब्रिटिशांचे काय, वर्चस्व फार काळ टिकून राहणार नाही. त्याने भविष्यवाणी केल्यासारखे लिहिले, ‘रशिया व इंग्लंड आशिया आपसांत वाटून घेतील. ही दोन साम्राज्ये पाण्यावरच्या लाटांच्या वर्तुळांसारखी वाढत जाऊन पसरत पसरत शेवटी नाहीशी होतील. जसे आपण आता अलेक्झांडर आणि त्याच्या ग्रीक लोकांचे अवशेष शोधत राहतो.’* तसेच, पुढील पिढ्या या प्रदेशांमध्ये ही दोन्ही साम्राज्ये शोधत राहतील.

१८३९-४०च्या त्या हिवाळ्यात फार कमीजणांना वास्तवाची एवढी जाण होती. अफगाणिस्तान कायमसाठीच हिंदुस्तानात सामील करून घेण्याच्या कल्पनेचीही एव्हाना, आपसांत चुपचाप चर्चा सुरू झाली होती. हिमालयाच्या कड्यावर असलेल्या, जाण्या-येण्यास अतिशय अवघड अशा सिमल्याऐवजी काबूलच्या खोऱ्यातील सुपीक बगिच्यांच्या जागेत उन्हाळ्यातली राजधानी हलवावी, मोंगल बादशहा दिल्ली व आग्रा येथून काश्मीरला व जलालाबादजवळच्या सुंदर निम्ला बगिच्यांमध्ये राजधानी हलवत असत. या नको तितक्या आत्मविश्वासामुळे राजकीय धोरणांमध्ये ओळीने बऱ्याच ढोबळ चुका व्हायला सुरुवात झाली.

शहाशुजाचा डळमळीत राज्यकारभार व्यवस्थित चालू करून, ताब्यात घेतलेला मुलूख नीट, सुरक्षित व मजबूत करण्यासाठी साधनसंपत्ती उपलब्ध करून देण्याऐवजी – काही समकालीन आक्रमकांप्रमाणेच लॉर्ड ऑकलंडला वाटू लागले की, देश ताब्यात घेण्याचे काम आता पूर्ण झाले आहे. म्हणून दुसरीकडे दुसरे आक्रमण करायचा विचार त्याच्या मनात सुरू झाला. त्याची बहीण एमिली हिने त्या सुमारास लिहिलेल्या एका पत्रात पोरकटपणे लिहिले – ‘चिनी लोक शस्त्रांचा साठा करत

---

* ब्रिटिशांना जसे काबूलमधून परत जावे लागले होते, त्याचप्रमाणे रशियाच्या खिवावरील आक्रमणाचाही धुव्वा उडाला. पेट्रोव्हस्कीचे निम्मे उंट आणि जवळजवळ निम्मे सैनिक मध्य आशियातील हिवाळ्यातल्या बर्फाच्या वादळामध्ये खलास झाले; त्यामुळे त्या विस्तीर्ण उजाड माळरानाबद्दलची रशियाची महत्त्वाकांक्षा एका पिढीने मागे गेली. १८७२ पर्यंत खिवाला रशिया जिंकू शकला नाही, ज्याप्रमाणे ब्रिटिशही अफगाणिस्तानमध्ये जवळजवळ चाळीस वर्षे परत येऊ शकले नाहीत.

आहेत आणि अमेरिकेची छोटी जहाजे घेऊन ती तयार करत आहेत. आमची सारी मोठी जहाजे तुडवून देण्याचा काही ना काही मार्ग त्यांना नक्की सापडेल अशी त्यांना आशा वाटत असावी. म्हणजे मग आमच्या खलाशांना आणि सैनिकांना कैदी बनवून ते त्यांच्या हस्तीदंती हस्तकौशल्याच्या कामाला लावतील.' ऑकलंडने अफगाणिस्तानातून बऱ्याच मोठ्या प्रमाणावर बॉम्बे आर्मी काढून घेतली. याशिवाय, अफगाणिस्तानचा कारभार स्थिरस्थावर करण्यासाठी उपलब्ध साधनसंपत्ती वापरण्याऐवजी त्याने नव्याने उघडलेल्या अफु-युद्धाच्या आघाडीकडे ती वळवली. शहाशुजाचा राज्यकारभार यशस्वी होण्यासाठी आवश्यक तेवढी सेना आणि पैसे मॅक्नॅघटेनला मिळूच शकले नाहीत!

शुजा आणि मॅक्नॅघटेनला खर्चासाठी फार कमी रक्कम दिली होती. कमांडर-इन-चीफ मॅक्नॅघटेनने काबूलमध्ये एक नवा बालेकिल्ला आणि कंदाहारमध्ये नवा कोट बांधण्यासाठी केलेली विनंती लॉर्ड ऑकलंडने नामंजूर केली. 'अशा बांधकामासाठीसुद्धा मोठा खर्च करण्यापूर्वी अफगाणिस्तानमध्ये सरतेशेवटी एकूण कशी स्थिती असणार आहे, याची मला आत्ता आहे त्यापेक्षा जास्त नीट कल्पना येईपर्यंत थांबावे असे मला वाटते.' यामुळे सैन्यापुढे पेचप्रसंग उभा राहिला. काबूलच्या खोऱ्यात आता थंडी चांगलीच वाढली असल्याने, सैन्याच्या काही तुकड्यांना बाला हिसारमध्ये तर बाकीच्यांना शहरातल्या वेगवेगळ्या धर्मशाळांमध्ये ठेवण्यात आले. तरीही बरेचजण कोहिस्तान रोडवरील ठाण्यात तंबूंमध्ये कुडकुडत होते. शिवाय ज्याचे रक्षण करणे सहज शक्य होते, त्या बाला हिसारमधून आता सैन्य हलवावे असा दबाव शुजा मॅक्नॅघटेनवर आणत होता. त्याचे म्हणणे होते की, शुजाचा जनानखाना लुधियानाहून येऊन पोहोचेल, तेव्हा बाला हिसारमध्ये ब्रिटिश सैन्य असणे, ही अफगाणींच्या दृष्टीकोनातून शुजासाठी बदनामीची गोष्ट ठरली असती. ऑकलंडने पक्के संरक्षण होईल असा कोट बांधायला परवानगी नाकारल्याने सैन्य प्रमुखांना बेताचे संरक्षण असणारी लष्करी छावणी बांधण्यावाचून गत्यंतर नव्हते – जणू काही ते अफगाणिस्तानच्या प्रतिकूल वातावरणातील डोंगरांमध्ये राहत नसून बंगालमधल्या शांत भातशेतांमध्ये राहत होते!

सुपीक, सपाट जमिनीवर जेथे चारही बाजूंनी पाण्याचे कालवे आणि भिंती घातलेल्या बागा होत्या आणि भोवताली कितीतरी अफगाण सरदारांचे कोट होते अशा ठिकाणी लष्करी छावणी बांधण्याचा निर्णय कोणी घेतला, हे कळत नाही. एका निरीक्षकाने म्हटले आहे की, 'हे नेहमीच एक कोडेच राहील की, कुठलेही सरकार, कुठलाही एक किंवा अनेक अधिकारी ज्यांना रणनीतीचे शास्त्र माहीत आहे किंवा रणांगणाचा अनुभव आहे, ते नुकत्याच अर्धवट जिंकलेल्या देशात, त्यांच्या सैन्याला अशा विचित्र आणि अयोग्य जागेत राहण्यास का सांगतील?' ज्याला

युद्धशास्त्रातले फारसे कळत नव्हते, त्या ग्लीगच्याही ताबडतोब लक्षात आले की, ‘या जागेत आपले संरक्षण करताच आले नसते.

> ब्रिटिश छावणीच्या अंतर्भागात डोकावता येईल असे कोट किंवा मनोरे चहूबाजूंनी होते, शिवाय ब्रिटिशांनी त्यांचे अन्नधान्याचे व दारूगोळ्याचे कोठार त्यांच्या या छावणीच्या आत ठेवले नव्हते! उलट ही दोन्ही कोठारे अशा एका जुन्या कोटाच्या आत ठेवली होती ज्याला विशेष संरक्षण तर नव्हतेच, शिवाय तो त्यांची छावणी व बाला हिसारपासूनही दूर होता. सैन्याचे भरणपोषण व संरक्षण पूर्णपणे या दोन कोठारांच्या सुरक्षिततेवर अवलंबून होते; पण त्यांच्या संरक्षणासाठी फक्त एक कनिष्ठ अधिकारी आणि ईस्ट इंडिया कंपनीचे शंभर शिपाई एवढेच वरिष्ठांना पुरेसे वाटले होते. ज्या सैन्याच्या छावणीच्या चारी बाजूंना उंच कोट व मनोरे आहेत, ते स्वत: कशावरच स्वामित्व ठेवू शकत नाहीत आणि ज्या शहराच्या आणि छावणीच्या मध्ये नदी आहे, त्या शहराला संरक्षण देण्यास छावणीतील लोकांचा काहीही उपयोग नाही.’

मग जनतेला तिच्या नेत्याकडून कशाचीही भीती नाही, हे दाखवण्याचा उद्देश होता की काय!

छावणीच्या जागेप्रमाणेच बांधणीही अगदी चुकीची होती. ग्लीगला स्पष्ट दिसत होते की, घाईघाईने उभारलेल्या त्या बराकींची बांधणीही अगदी चुकीची होती. बाहेरच्या आवाराच्या जवळजवळ दोन मैल लांब भिंतीचे रक्षण एका शिबंदीचे लोक करूच शकले नसते. या भिंतीची उंची अगदी कमी होती. त्याचे बुरूजसुद्धा सहज चढून जाण्यासारखे होते. भोवतालचा खंदक अगदी अरुंद होता!

नाटके आणि कोल्ह्यांच्या शिकारीत वेळ घालवणाऱ्या अधिकाऱ्यांपैकी फार थोड्यांच्या लक्षात या साध्या गोष्टी आल्या, हेही एक आश्चर्यच! हरकाम्या नोकरांवर देखरेख ठेवणाऱ्या जेम्स स्किनर या ‘स्किनर्स हॉर्स’ पलटणीतल्या तरुण अँग्लोइंडियनने हे लक्षात आणून दिले की, धान्य व दारूगोळ्याची कोठारे ही छावणीच्या भिंतीच्या आत आणली पाहिजेत; परंतु त्याला सर विलोबी कॉटन यांनी निरर्थक उत्तर दिले की, ‘माणसांसाठी बराकी बांधण्याच्या कामात कोठारांचा विचार करण्यास वेळ नसून, तुला छावणीतली कुठलीही जागा अशा प्रकारे अडवता येणार नाही.’

शहाशुजाच्या पलटणीचा प्रमुख कर्नल अब्राहम रॉबर्टस यालाही या छावणीची बांधणी अयोग्य वाटली. छावणी बांधायला सुरुवात झाली, तेव्हा त्याच्या लक्षात

आले की, जागा तर अगदी चुकीची होतीच; पण आतून गोळ्या मारण्यासाठी बराकींना भोके ठेवलेली नव्हती. पळवाटा नव्हत्या. हल्ला झाल्यास संरक्षण करणे जवळजवळ अशक्य झाले असते. बेंगॉल इंजिनिअर्सचा लेफ्टनंट जॉन स्टर्ट छावणीची बांधणी करत होता. त्याला त्याने या संदर्भात पत्र लिहिले; परंतु त्याला तुटक उत्तर आले की, 'आता काहीही करता येणार नाही. तुमची सूचना फार उशिरा आली. छावणीचा निम्मा पाया घालून झाला आहे. काय योग्य आणि सोयीचे आहे किंवा नाही याबद्दल मला फारच कमी माहिती आहे. मी सर डब्ल्यू. मॅक्नॅघटेनना एक आराखडा पाठवला होता, तो पुढे त्यांच्या सैन्यासंबंधीच्या कमिटीकडे गेला किंवा नाही, मी सांगू शकत नाही; पण मला काही उत्तर आले नाही, तेव्हा तो होकार आहे असे समजून मी काम चालू केले. आता जे आहे, ते चालवून घ्यावे लागेल – ते किती उपयोगी आहे हे आता विचारण्यात अर्थ नाही.'

ब्रिटिश अधिकारी व अफगाण स्त्रिया यांच्यामध्ये वाढत्या प्रमाणात होऊ लागलेल्या लफड्यांमुळे अफगाणी लोकांच्या मान व प्रतिष्ठेच्या कल्पनांना फार धक्का बसू लागला; त्यामुळे परिस्थिती आणखी चिघळली. या सर्वांमध्ये खूप बोभाटा झालेले आणि मनाला विशेष दुखावणारे प्रकरण म्हणजे कॅप्टन वॉरबर्टन आणि दोस्त महम्मदची अत्यंत सुरेख भाची शहाजहान बेगम यांचा विवाह* या विवाहासाठी बर्नेस आणि लेफ्टनंट स्टर्ट हे दोघेही साक्षीदार होते. कलातमधील राजकीय प्रतिनिधी लेफ्टनंट लिन्च आणि स्थानिक घिलझाई टोळीचा प्रमुख वालू खान शामलझाई याची सौंदर्यवती बहीण यांचे प्रेमप्रकरण हेही एक कारण होते. शहरातल्या अनेक एकेकट्या सैनिकांची गरज भागवण्यासाठी अचानक वेश्या व्यवसाय प्रचंड फोफावला. मिर्झा अताने लिहिले – 'इंग्रजांना निर्लज्ज, असभ्य वर्तणुकीची नशा चढली आहे. ते विसरले आहेत की, कुठल्याही वर्तणुकीचे परिणाम आणि फायदे असतातच – त्यामुळे काही दिवसांनंतर बादशहाच्या अमलातला वसंत ऋतूतला बगिचा शिशिर ऋतूतल्या या अनिष्ट घटनांनी डागाळला गेला. सरदार लोक एकमेकांकडे तक्रार करू लागले की, "दिवसेंदिवस, या ब्रिटिशांमुळे आपल्याला फसवणूक, खोटेपणा आणि शरम यांना तोंड द्यावे लागत आहे. लवकरच काबूलमधील स्त्रिया मिश्र जातीच्या मर्कटांना जन्म देतील – किती

---

* वॉरबर्टन जोडप्याला झालेला मुलगा पुढे कर्नल सर रॉबर्ट वॉरबर्टन झाला. त्याने त्याचा मिश्र वारसा आणि दोन्ही भाषा येण्याचा चांगला उपयोग करून खैबरमध्ये १८७९ ते १८९८ मध्ये फ्रॉन्टियर फोर्सचे नेतृत्व केले आणि 'द खैबर रायफल्सची स्थापना केली. पाहा – रॉबर्ट वॉरबर्टन - 'एटीन इयर्स इन द खैबर १८७९-१८९८' लंडन १९०९.

लाजिरवाणी गोष्ट आहे!'' परंतु या बाबतीत काहीही केले गेले नाही!'

काबूलमध्ये मिळणाऱ्या सर्व संधींचा पूर्ण फायदा घेणाऱ्यांमध्ये अलेक्झांडर बर्नेस स्वत:च होता. काबूलच्या मध्यावरील त्याच्या जुन्या जागी आता तो राहावयास आला होता आणि ती जागा त्याने विशेष सजवली होती. बाजारातून रशियन आरसे विकत आणून त्यांच्या मागचा पारा घासून, काबूलमधल्या पहिल्या काचेच्या खिडक्या त्याच्या घराला लागल्या; तिकडे जलालाबादमध्ये मॅक्नॅघटेन रोजच्या रोज राज्यकारभाराची जास्त कामे स्वत:च्या हाती घेऊ लागला होता; त्यामुळे बर्नेसला फारसे काम राहिले नव्हते. त्याने एका मित्राला लिहिले –

> 'मी आता एक खूप पगार असलेला निरुद्योगी मनुष्य झालो आहे. माझी मते मी लिहून पाठवतो; परंतु ती कधीच अमलात आणत नाही. 'गप्प राहणे' हे आता माझे ब्रीदवाक्य आहे! पगार खिशात टाकायचा, जे करायला सांगितले असेल, ते सोडून काहीही करायचे नाही. म्हणजे तुमचे काम समाधानकारक समजले जाते; परंतु माझे आयुष्य मजेत चालले आहे. जर गोल गरगरीत होणे आणि आनंदी राहणे ही आरोग्याची लक्षणे असतील, तर ती माझ्याकडे आहेत! बऱ्याच दिवसांपासून सकाळचा नाश्ता मी सार्वजनिक कार्यक्रम केला आहे. आठ लोकांसाठी टेबल तयार केले जाते. ज्या सहा-सात अधिकाऱ्यांना लहर येईल ते येऊन पोहोचतात आणि उत्कृष्ट स्कॉटिश ब्रेकफास्ट घेत गप्पा मारत बसतात. स्मोक्ड फिश, गिल्स, एग्ज आणि जेलीज. दहा वाजेपर्यंत ते त्यांच्या सिगार ओढत बसतात. आठवड्यातून एकदा मी आठजणांना रात्री पार्टी देतो. सिंधू नदीमुळे व्यापाराच्या वस्तूंबरोबर चैनीच्या वस्तूही मागवता येतात; त्यामुळे बॉम्बेतील किमतीपेक्षा एक तृतीयांश जास्त किंमत देऊन मी माझ्या मित्रांपुढे शँपेन, हॉक, मदिरा, शेरी, पोर्ट, क्लॅरेट तसेच सीलबंद डब्यातला साल्मन आणि इतर अनेक गोष्टी ठेवू शकतो.'

अफगाणींच्या आपापसातल्या चर्चेनुसार चैनीसाठी फक्त याच गोष्टी नव्हत्या. नेहमी स्वमिनिष्ठ असलेला मोहनलाल लिहितो की, बर्नेस 'त्याच्या सेवेसाठी' काश्मिरी बायका मोठ्या प्रमाणात आणून घेत असे. तो अफगाणिस्तानातील बायकांच्या वाटेला जात नसे; परंतु काबूलमधील अफवा वेगळ्या होत्या. मिर्झा अताने लिहिले की, 'बर्नेस हा विशेष बेशरम मनुष्य होता. त्याच्या घरी तो त्याच्या ठेवलेल्या अफगाण रखेलीबरोबर अंघोळ करत असे आणि विषयसुखात लोळत असे. त्याच्या प्रेमिका असलेल्या दोन मेमसाहिबही त्यांच्याबरोबर असत.'

असल्या अफवांमुळे लवकरच काबूलचा ताबा घेतलेले सैन्य व काबूलमधील लोक यांचे सुरुवातीला चांगले असलेले संबंध बिघडू लागले. लोकांच्या डोळ्यांवर येणार नाही अशा बाला हिसारजवळ असलेल्या काबूलच्या भागात वेश्या वस्ती होती. जेथे हिंदुस्तानी नृत्यांगना व गायक-वादक राहत होतेच; परंतु चार हजार पाचशे सैनिक आणि त्यांच्याबरोबरचे पंधरा हजार पाचशे इतर लोक, या सगळ्यांना पुरेशा हिंदुस्तानी गणिका नव्हत्या आणि छावणीत थोडा वेळ घालवून चांगला नफा कमावण्यासाठी हे काम करणाऱ्या अफगाण स्त्रियांची संख्या वाढत गेली असे दिसते. हा प्रकार इतका नित्याचा झाला की, सहज मिळू शकणाऱ्या अफगाणी बायकांबद्दल ब्रिटिश सैनिक अशी गाणीही रचू लागले होते की,

'बुरख्यात असलेल्या काबुली बायकोला प्रेमी नसतो असे होतच नाही!'

महम्मद हुसेन हेरातीने लिहिले –

> 'बादशहांचे भले इच्छिणाऱ्या काहींनी बादशहांना सांगितले की, वेश्या व्यवसाय करणाऱ्या स्त्रियांची संख्या खूप वाढत चालली होती. ज्यांना रात्री, दिवसा, केव्हाही घोड्यावरून ब्रिटिश छावणीत नेले जाई. त्या सर्वांचे कपडे उंची असत, दागदागिने, साजशृंगार चांगला असे आणि त्या जात-येत असताना त्यांना कोणीही अडवत नसे. त्यांच्याकडे बघून त्या घरंदाज स्त्रिया आहेत की वेश्या आहेत हे कळतच नसे. या प्रकारामुळे जनतेची नैतिकता आणि राज्याचा पायाच ढासळू लागला आहे. बराकझाई लोकांमधल्या दांभिक लोकांनी आधी हा रस्ता सर्वांना दाखवून दिला आणि मग बादशहांना दोष देण्यास सुरुवात केली की, सामान्यांच्या नैतिकतेच्या कल्पनांना धक्का बसून ते उसळतील. बादशहा या प्रश्नाबद्दल मॅक्नॅघटेनशी बोलला; परंतु मॅक्नॅघटेनला या लोकांच्या दगाबाजीचा आणि नीचपणाचा फार कमी अनुभव असल्याने, त्याने एवढेच उत्तर दिले की, 'सैनिकांना स्त्रीसुख मिळू देणे आपण बंद केले, तर बिचारे आजारी पडतील!' यावर बादशहाने उत्तर दिले की, 'ते खरे असेलही; परंतु या राज्यात तरी सैनिकांना शिस्तीत ठेवता आले तर बरे होईल. बाह्यदर्शनी तरी नैतिकता बाळगली जाण्याला मान दिला जावा!'

नंतर 'सिराज-उल-तवारिख'मध्ये फैज महम्मदने लिहिले की, नव्या राजवटीबद्दल अफगाणी लोकांमध्ये दुरावा निर्माण होण्याला अफगाणी लोकांच्या मानाच्या व

प्रतिष्ठेच्या कल्पनांचा वाढता अपमान हे सर्वांत मोठे कारण होते.

> बादशहाचे काही हितचिंतक प्रेषित महम्मदचे नीतिनियम पाळत असत. ते जाणून होते की, या लांच्छनास्पद वर्तणुकीने धार्मिक भावना अत्यंत दुखावल्या जात होत्या. त्यांनी बादशहाकडे तक्रार केली, तेव्हा बादशहाने मॅक्नॅघटेनला सांगितले की, 'या तऱ्हेच्या बाजारातल्या व्यापाराला शिक्षा करून तो बंद केला तर बरे होईल; नाहीतर या तऱ्हेच्या पापाच्या झाडाला किडकी फळे येतील.' परंतु सर विल्यम मॅक्नॅघटेनने शहाच्या या बोलण्याकडे लक्ष दिले नाही. लवकरच हे बोलणे तो विसरूनही गेला. तोपर्यंत सर्वसामान्य लोकांना हे माहीत नव्हते की, राज्यकारभार आणि सैन्य यांच्या बाबतीत शहाचे काही चालत नसे. आता प्रत्यक्ष स्थिती काय होती ते बराकझाई सर्वांना सांगू लागले, 'शहा हा नावालाच बादशहा आहे आणि राज्यकारभारात त्याला काहीही सत्ता नाही.' शिवाय त्यांचे स्वतःचे इतर हेतू साध्य करण्यासाठी इंग्रज लोकांच्या वाढत्या प्रभावाबद्दलही ते बोलत असत. राजद्रोहाच्या विस्तवाशी खेळ करणे धोक्याचे असते; पण तरीही ते त्यांच्या शेजाऱ्यांचीही कुचेष्टा करत असत की, 'तुमच्या तर बायकाही तुमच्या राहिलेल्या नाहीत!'

मार्च १८४० मध्ये शहाशुजा त्याच्या हिवाळी निवासस्थानाहून परत आला आणि बाला हिसारच्या राजवाड्यात पुन्हा दरबार सुरू झाला. दोस्त महम्मद आता बुखारामध्ये अंधारकोठडीत कोंडून ठेवलेला असल्यामुळे शहाशुजा आणि त्याचे पाठीराखे यांना त्यांचा एकत्र राज्यकारभार व्यवस्थित सुरू करण्यासाठी अगदी चांगली संधी होती. झालं मात्र उलटंच! वसंत ऋतूच्या त्या सुरुवातीच्या काळात ब्रिटिश आणि अफगाणी या कट्टर प्रतिस्पर्धी राज्यकर्त्यांमध्ये आधिपत्याकरता अहमहमिका लागली. नवी राजवट शुजा चालवत नसून खरे तर मॅक्नॅघटेनच चालवत होता अशी जाणीव जनतेत वाढीला लागली.

दोन व्यक्तिमत्त्वांमधील संघर्ष हे वितुष्टाचे कारण नव्हते. मॅक्नॅघटेनला अजूनही शुजाने तितकेच मोहून टाकलेले होते. 'बादशहांबरोबर जास्त काळ घालवल्यावर माझी आणखी खात्री झाली आहे की, या त्यांच्या राज्यात त्यांच्याइतका चांगला आणि समर्थ मनुष्य दुसरा नाहीच.' असे त्याने जलालाबादहून परत आल्यावर ऑकलंडला लिहिले –

गुरुवार सोडून बाकीचे सर्व दिवस बादशहा सकाळी सुमारे दोन तास दरबारात बसतात आणि त्यांच्या प्रमुख सल्लागारांनी सांगितलेले सर्व प्रश्न व अडचणी अगदी लक्षपूर्वक, शांतपणे ऐकून घेतात. ज्यांच्या तक्रारी योग्य त्या अधिकाऱ्यांकडून सोडवल्या गेल्या नाहीत अशा तक्रारी येतात. त्यांचे म्हणणे ऐकून घ्यायला एक दिवस ठरवलेला असतो. दिलेल्या शिक्षेची अंमलबजावणी करून घेण्याबद्दल तो अगदी आग्रही आहे, हे नुकतेच एका खुनी माणसाला झालेल्या शिक्षेच्या बाबतीतही दिसून आले. त्याला माफी मिळावी म्हणून खूप दबाव आणला जाऊनही ते बधले नाहीत. तरी पण बादशहा खूप दयाळू आणि मृदू मनाचेही आहेत. वैयक्तिक गुणांमुळे जर एखादा बादशहा लोकप्रिय होऊ शकत असेल, तर शहाशुजा नक्कीच लोकप्रिय होतील.'

परंतु धोरणांच्या बाबतीत तसेच विभागल्या गेलेल्या सत्तेच्या बाबतीत बऱ्याच लहानलहान गोष्टी होत्या, ज्यामुळे आता हळूहळू शहा आणि त्यांचे ब्रिटिश पाठीराखे यांच्यात दोन तट पडू लागले होते. मोहनलालने लिहिल्याप्रमाणे 'आम्ही सत्ता पूर्णपणे आमच्या हातातही घेतली नाही आणि पूर्णपणे शहाशुजा-उल-मुल्कच्या हातीही दिली नाही. आतूनआतून किंवा लपूनछपून सर्व व्यवहारांमध्ये आम्ही दखल देत राहिलो. शहाशी ठरले होते त्याच्या हे विरुद्ध होते. तरीही वरकरणी आम्ही तटस्थपणाचा देखावा करत होतो. यामुळे बादशहांना राग आला आणि लोकांची निराशा झाली. शहाला वाटू लागले की, सत्ता आमच्या हाती घेऊन आम्ही आमच्या फायद्यासाठी आमचे वजन वाढवत होतो – त्यामुळे त्यांना द्वेष वाटू लागला, कारण हे समेटाच्या विरुद्ध होते. त्यांना अशीही शंका येऊ लागली की, सर्व प्रजेलाही आम्हीच सत्ताधीश आहोत, असे वाटू लागले होते.'

कलहाचा मुख्य मुद्दा सैन्याच्या बाबतीत वाढू लागलेले मतभेद हा होता. अफगाणिस्तानच्या संरक्षणासाठी जो प्रचंड खर्च होत होता आणि त्यामुळे आत्तापर्यंत ईस्ट इंडिया कंपनीच्या जमा-खर्चात होत असणाऱ्या थोड्याशा नफ्याऐवजी खूप तोटा होऊ लागला होता. त्यानुरूप, लंडनहून ऑकलंडला कडक सूचना आल्या होत्या की, शहाशुजासाठी अफगाणिस्तानात एक कार्यक्षम अफगाण नॅशनल आर्मी उभी करून ती प्रशिक्षित करावी. तसे झाले म्हणजे कंपनीला आपले सैन्य हिंदुस्तानात परत नेता येईल आणि शुजाही सुरक्षित राहील तसेच स्वत:चे संरक्षण स्वत: करू शकेल. गव्हर्नर जनरलने लंडनला लिहिले की, 'मी मॅक्नॅघटेनला ठासून सांगितले आहे की, शहाशुजाची सैनिकी ताकद वाढेल असे करावे, त्याचे सैन्य कार्यक्षम करावे आणि त्याचे सरकार लोकप्रिय होईल असे बघावे, कारण

आता हे वर्ष उलटून गेल्यानंतर आपले प्रशिक्षित सैन्य तेथे राहू शकणार नाही.' ऑकलंडने शुजालाही स्पष्टपणे लिहिले, की, 'जोपर्यंत तेथे कोणी त्रास देऊ शकण्याचा धोका होता, तोपर्यंत ब्रिटिश सैन्य अफगाणिस्तानमध्ये राहू देण्यास मी तयार होतो, परंतु बादशहांना माझी इच्छा ठाऊक आहे की, तेथील सुरक्षेला असलेला धोका संपल्याबरोबर आमचे सैन्य आम्हाला काढून घ्यायचे आहे. तसेच, बादशहांच्या सैन्याला योग्य ते शिक्षण दिले जाईल, म्हणजे तुमचे वंशपरंपरागत सिंहासन टिकवून ठेवण्यास तुम्हाला त्यांच्यावर अवलंबून राहता येईल.'

सिमल्यामध्ये ही योजना चांगली वाटली, तरी काबूलमध्ये शुजा हे पूर्ण समजून होता की, जुन्या टोळ्यांच्या घोडदळासाठी देण्यात येत असलेले पैसे नव्याने पायदळ उभे करण्याकडे खर्च केले, तर त्या टोळ्यांना मदत करण्यासाठी तो देत असे, ती रक्कम त्याच्याजवळ राहणार नाही. त्या सरदारांना पैसे व जमीन देण्यास शहा बांधील होता. त्या सगळ्याच्या बदल्यात ते त्याला घोडदळ पुरवीत असत. या पद्धतीत खोट होती. जेवढे घोडदळ ते प्रत्यक्षात तयार करत असत, त्याहून जास्त खोटी नावे लिहून ते शहाकडून जास्त पैसे उकळत असत; परंतु असे केले तरच स्थानिक व भोवतालच्या प्रदेशातल्या टोळ्यांचे सरदार काबूलमधल्या राजवटीशी एकनिष्ठ राहत असत. या सरदारांना हे पैसे न देता नवे सैन्य उभे करण्यात ते खर्च करण्याने त्या सरदारांच्या मदतीसाठी त्यांना बक्षीस देण्याची शहाशुजाची मुख्य संधी मॅक्नॅघटेन हिरावून घेत होता. पर्यायाने, त्याच्या सर्वांत महत्त्वाच्या पाठीराख्यांच्या ताकदीची आणि पैशाची अवहेलना करत होता.

तरीसुद्धा मॅक्नॅघटेनने त्याच्या 'सुधारणा' अमलात आणण्याचा आग्रह धरला. त्याचे म्हणणे होते, शुजाला वाटणाऱ्या धोक्यांपेक्षा फायद्याचं आणि वाचणाऱ्या खर्चाचं प्रमाण जास्त होतं. टोळ्यांच्या सरदारांना दिले जाणारे पैसे मग एक चतुर्थांशाने कमी करण्यात आले. १८३९ मध्ये १.३ दशलक्ष रुपये दिले जात असत, ते दोन वर्षांनंतर १ दशलक्षांवर आले. सर्वांत जास्त कपात झाली ती पूर्वेकडील घिलझाई टोळ्यांच्या संदर्भात! ते महत्त्वाच्या काबूल व खैबर खिंडींवर ताबा ठेवत होते आणि त्यांचे रक्षण करत होते. या सरदारांना साहजिक असे वाटत होते की, हे धनाढ्य फिरंगी त्यांना दिले जाणारे पैसे कमी तर करणार नाहीतच, उलट वाढवतील. त्यांच्या या जास्त मिळण्याच्या अपेक्षांमुळे त्यांचा विश्वासघात झाला, असेच त्यांना वाटले. विशेषत: जेव्हा त्यांनी 'उझबेक जानबाज' आणि 'हजारा हाजिरबाझ' या पलटणींसाठी भरती केलेली माणसे बघितली, तेव्हा तर परिस्थिती आणखी चिघळली. त्या संदर्भात मोहनलालने लिहिले की, 'ती चांगल्या घराण्यातली नसून हलक्या, क्षुद्र जातीची माणसे होती.' सरदारांनी जेव्हा याबद्दल तक्रार केली, तेव्हा ज्याला हे 'सुधारणांचे' काम मॅक्नॅघटेनने दिले होते, जो

बर्नेसचा बगलबच्चा होता; तो तरुण, पाचपोच नसलेला, सर्वांचा नावडता कॅप्टन आर. एस. ट्रेव्हर याने तुसडेपणाने उत्तर लिहिले की, 'लढाऊ टोळ्यांच्या सर्व सरदारांना आणखी दोन वर्षांमध्ये शहाशुजाच्या नोकरीतून काढून टाकले जावे. तोपर्यंतच्या काळात त्यांना जी आर्थिक मदत दिली जाईल, ती त्यांना दान दिली आहे असे समजावे.' ही फारच गंभीर बाब झाली. आव्हान देऊन पूर्वापार चालत आलेल्या पद्धतीला अफगाण टोळ्यांच्या सरदारांची आवक बंद करण्याने मॅक्नॅघटेनने शहाचे जे पिढीजात पाठीराखे होते, त्यांच्याशीच दुरावा निर्माण केला. आत्तापर्यंत ते साडोझाईंचा अंमल परत आला म्हणून आनंदात होते. या धोरणामुळे शहाशुजाचा अंमल आवडू लागण्याऐवजी त्यामध्ये अडचणी उभ्या करण्याचे काम ते नक्की करू लागले असते.

शहाला मनापासून पाठिंबा देणारे दोन सरदार होते. ज्या पद्धतीने ब्रिटिश लोक त्यांचे परंपरागत हक्क हिरावून घेऊ लागले त्यामुळे ते खूपच संतापले. या दोघांची पार्श्वभूमी वेगवेगळी होती. अब्दुल्लाखान अचाकझाई हा या प्रदेशातील विशेष प्रबळ व नामवंत घराण्यांपैकी एका घराण्यातला तरुण सरदार योद्धा होता. जेव्हा अहमदशहा अब्दालीच्या दुर्राणी साम्राज्याची सुरुवात होत होती, तेव्हा त्याचे आजोबा हे वजिराच्या जागेसाठी दोस्त महम्मदच्या आजोबांचे प्रतिस्पर्धी होते. अचाकझाई आणि बराकझाई यांचे फार सख्य कधीच नव्हते; परंतु कंदाहारच्या दक्षिणेला असलेल्या आपल्या अभेद्य अशा अब्दुल्ला या किल्ल्यातून अचाकझाई बऱ्याच मोठ्या प्रदेशावर पक्का ताबा ठेवून होते. दोस्त महम्मद त्यांच्याशी सांभाळून वागून त्यांचा पाठिंबा मिळवत असे. अचाकझाईंच्या तुलनेत प्रौढ वयाचा अमीनुल्ला खान लोगारी हा स्वकर्तृत्वामुळे वर आला होता. त्याचे वडील तैमूरशहाच्या कारकिर्दीत काश्मीरच्या गव्हर्नरकडे वरिष्ठ अधिकारी होते आणि शहाझमान, शहा महमौद आणि नंतर शहाशुजा या सर्व साडोझाईंच्या प्रति त्यांना प्रचंड स्वामिनिष्ठा होती. अमीनुल्ला खानच्या हुशारीमुळे त्या सगळ्यांच्या आणि आता शहाशुजाच्या आधिपत्याखाली राजकीयदृष्ट्या महत्त्वाचे असे काबूलच्या दक्षिणेकडचे लोगार, उत्तरेकडचे कोहिस्तान, तसेच महत्त्वाची खोर्द काबूल खिंड जिथून दक्षिणेकडून काबूलकडे येणाऱ्या रस्त्यांवर नियंत्रण ठेवता येत असे, असे मोठाले प्रदेश आले होते. अमीनुल्ला खान लोगारी आता खूप वृद्ध झाला असला, तरी अजून प्रबळ होता आणि त्याच्याकडे बरीच संपत्ती आणि स्वत:ची खासगी सेनाही होती.

हे दोघेही साडोझाईंशी वचनबद्ध, एकनिष्ठ होते; त्यामुळे साहजिकच दोस्त महम्मदच्या ऐवजी शहाशुजाचा अंमलच त्यांना केव्हाही जास्त चांगला वाटला असता; परंतु नास्तिक ब्रिटिश लोकांनी त्यांच्या देशात राहण्यास त्यांची हरकत होती. आत्तापर्यंतचे बादशहाशी एकनिष्ठ राहण्याचे हक्क किंवा हाताखालच्या

अनुयायांना पगार देण्याचे हक्क काढून घेण्याचा अधिकार या काफिर लोकांना नाही हे त्याचं ठाम मत होतं. त्यांना दिले जाणारे पैसे कमी केल्याबद्दल तक्रार करण्यास ते कॅप्टन ट्रेव्हरकडे गेले, तेव्हा मोहनलालच्या लिहिण्याप्रमाणे ट्रेव्हरने त्यांचा अपमान केला आणि त्यांना हाकलून दिले. एका कनिष्ठ दर्जाच्या माणसाकडून अशी वागणूक मिळणे हे त्यांच्या दर्जाच्या व इभ्रतीच्या माणसांना अत्यंत अपमानकारक होते. त्यांनी याबद्दल शहाकडे तक्रार केली, तेव्हा त्याने त्यांच्याबद्दल सहानुभूती व्यक्त केली आणि त्यांना मॅक्नॅघटेनकडे पाठवले! मॅक्नॅघटेनने त्यांना मदत करण्याचे नाकारले. त्यानंतर थोड्याच दिवसांमध्ये अमीनुल्ला खानला कळवण्यात आले की, 'त्याने त्याच्या ताब्यातल्या प्रदेशांचे प्रमुखपद सोडून द्यावे किंवा मग तो भरत असलेला सारा वाढवावा.' अमीनुल्लाने दोन्ही नाकारले. यानंतर अल्पावधीत त्याच्या प्रदेशांचे प्रमुखपद त्याच्याकडून काढून घेण्यात आले. त्या क्षणापासून अब्दुल्ला खान अचाकझाई आणि अमीनुल्ला खान लोगारी ही काबूलमधील ब्रिटिशांच्या विरोधकांची सर्वाधिक क्रियाशील केंद्रे झाली आणि सूड घेण्यासाठी योग्य क्षणाची वाट बघत, योजना आखत राहिली.

खुद्द शुजालाही मॅक्नॅघटेनच्या 'न्यू अफगाण नॅशनल आर्मी'मुळे अस्वस्थ वाटण्यास आणखी काही कारणे होती. विशेषत: त्याला खात्री नव्हती की, ब्रिटिश तालमीत तयार झालेले, ब्रिटिश अधिकारी असलेले सैन्य, त्याच्या आज्ञेत राहील की नाही? त्याने ऑकलंडला लिहिले की, 'आत्तापासूनच शहाशुजा पलटणीतील सैनिक त्याचा हुकूम पाळण्यात विशेष तत्पर दिसत नाहीत. पलटणीतल्या बऱ्याच अधिकाऱ्यांची व माझी व्यक्तिश: ओळख नाही, त्यांना कोणती कामे नेमून दिली आहेत, हे मला माहीत नाही. ते माझे सैनिक आहेत, हे त्यांनाही माहीत नसावे असे वाटते. माझी अशी इच्छा आहे की, तुम्ही चांगुलपणाने माझी म्हणून सेना तयार केली आहे, तर त्या सेनेच्या अधिकाऱ्यांना व सैनिकांना ते माझ्या नोकरीत आहेत हे माहीत असावे. या देशातील जनतेला माझ्या सैन्यातले लोक माझी नोकरी करतात, हे माहीत असावे. जवळजवळ एकोणतीस वर्षे या देशामध्ये शाही अंमल नव्हता; त्यामुळे बंडासारखी परिस्थिती झालेली आहे आणि प्रत्येक कुटुंब आपले आपण स्वतंत्र मालक असल्यासारखे वागते – म्हणून माझी अशी इच्छा आहे की, सर्व अधिकारी व सर्व पलटणी पूर्णपणे माझ्या हुकुमाखाली असाव्यात, म्हणजे प्रजा व सैन्य यांचे एकमेकांशी चांगले संबंध राहतील आणि दोघांच्याही मनातील कुशंका दूर होतील.'

स्वत:च्या सैन्यावर आपली हुकूमत चालत नाही, म्हणजेच सत्ता आपल्या हातात नसल्याचे शहाशुजाच्या लक्षात आले. त्याची मन:स्थिती खिन्न, विषण्ण होऊ लागली. ड्युरांडने लिहिले, 'तो महालाच्या खिडक्यांजवळ नुसताच बसून

शहरातील वेगवेगळ्या ठिकाणांकडे बघत राहत असे. असाच एकदा बराच वेळ बसल्यानंतर तो म्हणाला की, 'त्याला सगळे आक्रसलेले, लहान, कसेतरीच दिसते – त्याच्या उतारवयातले हे काबूल त्याच्या तारुण्यातल्या आठवणीतल्या काबूलसारखे अजिबातच दिसत नाही. स्वभावाने पहिल्यापासूनच भावनाशून्य असणाऱ्या मॅक्नॅघटेनच्याही लक्षात आले की, बादशहा अलीकडे उदास, खिन्न असे दिसतात.'

शुजाला मनातून जरी खूप वाटत असले की, त्याच्या सैन्यावर त्याची हुकूमत असावी आणि त्याचे सार्वभौमत्व सर्वांना दिसावे, तरी मनातून त्याला ही दुःखद जाणीव होतीच की, ब्रिटिशांचे आर्थिक सहाय्य असल्याशिवाय त्याला बऱ्यापैकी मोठे सैन्य ठेवणे परवडणार नाही. अफगाणिस्तानमध्ये सदैव असायचे तसे इतका गरीब, विभाजित आणि नियंत्रण ठेवण्यास अवघड असा देश सुरक्षित ठेवण्यासाठी पुरेसे मोठे सैन्य ठेवण्यास लागणारा पैसा गोळा करणे अवघडच असे. सिंध व काश्मीर या श्रीमंत प्रदेशांकडून गोळा केलेल्या खंडणीच्या पैशांवर जुन्या दुर्राणी साम्राज्याचे सैन्य ठेवता येत असे. ते प्रदेश हातून गेल्यापासून सर्व अफगाणी राज्यकर्त्यांना, त्यासाठी जमिनीवर प्रचंड कर आकारणी करणे गरजेचे होते. मात्र, तुलनेने नापीक अशा त्या जमिनींकरता जनता भारंभार करदेखील भरू शकत नव्हती. सैन्याला पगार देणे फार अवघड होते. शुजाने ऑकलंडला लिहिले,

'साडोझाईंचा अंमल होता, तेव्हा प्रत्येक कुटुंबात आणि प्रत्येक टोळीत एक प्रतिष्ठित, मान्यवर असा मनुष्य असे व त्यांच्या हाताखाली असणाऱ्या घोडदळांचा खर्च, साडोझाईंवर अवलंबून असणारे प्रदेश – पंजाब, सिंध, काश्मीर, मुलतान व खुरासनचा काही भाग येथून मिळणाऱ्या खंडण्यांनी भागत असे. आता असे झाले आहे की, प्रत्येक कुटुंबातून आणि घराघरांतून दहा-वीसजण येतात आणि त्यांना 'प्रमुख' बनवावे अशी मागणी करतात. तेव्हा लॉर्डसाहेबांनी मैत्रीपूर्वक मदत केली तरच हा प्रश्न सुटेल.' त्याने पुढे लिहिले,

> 'दोस्त महम्मद जुलमी होता आणि जबरदस्तीने खंडणी वसूल करत असे, तरीही त्याला जी आवक होई, त्यातून खर्च भागत नसे. त्याच्या हाताखालचे लोक नाखूश होते, कारण वर्षातले सहा महिने त्यांना पगारच मिळत नसे आणि जो मिळे तो गरम कपड्यांच्या स्वरूपात मिळे. दोस्त महम्मदच्या सेनेएवढी ठेवली, तर त्याच्या व माझ्यामध्ये काही फरकच राहणार नाही. कर आणि खंडणीमधून जमा होणाऱ्या रकमेच्या तुलनेत मोठी सेना ठेवली, तर त्यांच्या खर्चाला ते पैसे पुरणार नाहीत; त्यांना जेवण देण्यास तेवढी रक्कम पुरणार नाही. दोस्त महम्मदहून कमी सैन्य मी ठेवले, तर माझ्या प्रजेची निराशा होईल – कारण माझ्याकडे

> नोकरी मागायला येणाऱ्यांची संख्या रोजच्या रोज वाढत आहे. या परिस्थितीमुळे मी त्रासून गेलो आहे. रात्रंदिवस त्रस्त मन:स्थितीत जात आहेत. सैन्याच्या पगाराचा विचार करता, लॉर्डसाहेबांच्या मेहेरबानीने मदत मिळण्याखेरीज दुसरा उपाय मला दिसत नाही.'

सैन्यातील सुधारणांमुळे प्रथम मॅक्नॅघटेन व शुजा यांचे बिनसले; पण त्याखेरीज शुजाचा एकनिष्ठ सेनापती मुल्ला शकूर याचाही प्रश्न निर्माण झाला होता. मॅक्नॅघटेन व बर्नेस दोघांच्याही कल्पनांचा तो वाढत्या प्रमाणात विरोध करू लागला होता. मोहनलालने लिहिले, 'जे काही पैसे तो लोकांकडून किंवा खासगी रीतीने गोळा करत असे, ते तो शहाच्या खजिन्यात जमा करत असे,

> आणि त्यामुळे तो शहाच्या खास विश्वासातला माणूस होता; परंतु वृद्धत्वामुळे शकूर आता कुठल्याही जबाबदारीच्या पदावर काम करू शकत नव्हता. त्याची स्मरणशक्ती इतकी कमी झाली होती की, रोजच्या ओळखीतली व्यक्ती एक दिवस भेटली नाही तर दुसऱ्या दिवशी तो तिला ओळखत नसे. परंतु, त्यामुळे आमच्या बादशहाबरोबर त्याला माहीत होते की, देशाचा राज्यकारभार हाती घेण्याचा आम्हाला अजिबात अधिकार नव्हता.'

शुजाच्या खासगी बाबींमध्ये मॅक्नॅघटेन आणि बर्नेस करत असलेल्या ढवळाढवळीबद्दल शहाशुजाची सहनशक्ती संपत येण्याच्या बऱ्याच आधीपासून मुल्ला शकूर, ब्रिटिश लोक देशाच्या रोजच्या कामकाजात जी दखल देत होते त्याचा प्रतिकार करू बघत होता; पण त्याच वेळी एकीकडे असे दाखवण्याचा प्रयत्न करत होता की, खरे म्हणजे सर्व कारभार शहाशुजाच बघत आहे. महम्मद हुसेन हेरातीने लिहिले, 'जोपर्यंत मुल्ला शकूर काम करत होता तोपर्यंत असे भासवले जात असे की, देशाच्या आणि सैन्याच्या कामांमध्ये बादशहाच्या मतांचे महत्त्व होतेच.

> उदा. – गव्हाची किंमत अमूक इतकी ठरवली गेली असली, तर जो कोणी व्यापारी तो नियम मोडेल, त्याला काबूलचा दुय्यम दर्जाचा गव्हर्नर असलेला मुल्ला शकूर शिक्षा करे. तरीसुद्धा जेव्हा अलेक्झांडर बर्नेस त्याच्या चपराशाला बोलावून तक्रार नोंदवीत असे की, त्या व्यापाऱ्याला बर्नेसचे संरक्षण होते, तेव्हा त्याला सोडून देण्यात येत असे. अशा तऱ्हेने शुजाचा कारभार कायदेशीर असल्याचे दाखवण्याचा मुल्ला शकूर प्रयत्न करत असे; परंतु बर्नेस व मॅक्नॅघटेनना त्यांच्या सांगण्याच्या विरुद्ध

गेलेले किंवा सरकारी कामकाजाच्या बारकाव्यांत लक्ष घातलेले आवडत नसे; त्यामुळे दिवसेंदिवस मुल्ला शकूरशी त्यांचे शत्रुत्व वाढत गेले.'

वसंत ऋतू संपून १८४०चा उन्हाळा सुरू झाला, त्या सुमारास फक्त या वरील गोष्टींमुळे शहाशुजाच्या सरकारची लोकप्रियता आणि प्रभाव कमी होऊ लागला असे नव्हे. शुजाची दूरत्वाची वागणूक, ही दोस्त महम्मदच्या जाणूनबुजून सर्वांशी समरसतेने वागण्याच्या अगदीच विरुद्ध होती. शुजाची ही रीत झाली होती की, आपली प्रतिष्ठा कमी होते आहे असे वाटू लागले की, तो आपल्या बादशहा असण्याचे आणखी जाहीर प्रदर्शन करत असे. १८४० मध्येही सत्तेवरील त्याची पकड ढिली होत असल्याचे त्याला जाणवू लागल्याबरोबर काबूल व त्याच्या आसपासच्या परिसरात बादशहा व त्याच्या दरबाराची भव्य वर्णने ऐकू येऊ लागली. कलाकार जेम्स रॅट्रे याने याच सुमारास शुजाची एक मिरवणूक बघितल्यावर लिहिले, 'शुजाच्या या मिरवणुकीची डोळे दिपवणारी भव्यता वर्णन करणे कठीण आहे. प्रथम दरबारातले उंट समोर आले. त्यांच्या लगामांना बांधलेल्या घंटा त्यांच्या चालण्याच्या तालानुसार वाजत होत्या. त्यांच्या लांब मानांवर माळा व गोंडे लटकत होते – असे शेकडो उंट होते आणि बऱ्याच उंटांवर हिरवी व लाल निशाणे बांधलेल्या छोट्या छोट्या तोफा होत्या. उंटांवर बसून त्यांना चालवणारे लोक केव्हाही मधूनच त्या तोफा उडवीत असत, ज्यामुळे पिसे उडत असत. त्यातून मिशांना चटके बसत असत. त्याची त्या उडवणाऱ्यांना खूप मजा वाटे. हे उंटांचे तांडे पुढे गेले की, खास पैदाशीसाठी ठेवलेले घोडे येत, त्यांच्या अंगावर जरीची झूल व दागिने असत. त्यानंतर राजाच्या निवासात काम करणारे अधिकारी येत.

मृत्युदंडाची शिक्षा देणार; तलवारी, ढोल, राजध्वज वगैरे घेऊन जाणारे, खूप शिंगे आणि टोक असलेल्या लाल टोप्या घालून रस्ता मोकळा करण्याचा गोंधळ वाढवत जाणारे असत. मग पिसे आणि शस्त्रे यांनी नखशिखांत नटवलेला, अफगाण घोड्यांचा ताफा आणि त्यामागून ढोलपथक जाई; त्यांच्यामागून त्यांचा सांभाळ करणारी तरुण मुले पळत असत. त्यांचे पाय उघडे असत आणि केस लांबट असत. त्यानंतर परराष्ट्र वकिलांच्या अंगरक्षकांची पलटण निळ्या व रुपेरी पोशाखात येई आणि मग खुद्द बादशहा येत.

उत्तम जातीच्या घोड्यावर ऐटीत, ताठ बसलेले बादशहा शोभून दिसत. त्यांच्या मखमलीच्या बादशाही मुकुटावरून पानांसारख्या आकारांच्या पाचूंच्या माळा मुकुटाच्या वरपासून सर्व बाजूंनी येत, त्यांच्या उंच

> कपाळापर्यंत येत असत; तेथे मूल्यवान रत्नांची आडवी पट्टी असे. लाल सॅटिनचा घट्ट अंगरखा, त्याच्यावर सोन्याच्या तारांनी भरतकाम केलेली मूल्यवान रत्ने असत. खांद्यांपासून मनगटांपर्यंत रत्नांनी मढलेले बाजूबंद असत. उत्तम चामड्याचे, लोखंडाचा तळ असलेले आणि पुढे टोकदार असलेले बूट, कंबरेभोवती काश्मिरी शालीचा चपटा पट्टा केलेला कमरबंद आणि त्यातून लटकणारी उत्तम इस्फाहान तलवार असे. बादशहा अत्यंत देखणे होते. कपडे आणि दागिने इतके उत्तम की, त्यांच्याकडे बघून त्यांच्या वयाचा अंदाजही येत नसे. चेहऱ्यावर गर्व आणि विषण्णता यांचे मिश्रण असे. रेखीव भुवया, मोठे, लांब, काळे डोळे आणि काळी कुळकुळीत दाढी यांनी ते आणखी उठून दिसत.'

रॅट्रे थक्क झाला होता. त्याच्या लक्षात आले की, काबूलच्या प्रजाजनांना कुतूहल नव्हते असे नाही. अरुंद रस्त्यांवरून ही मिरवणूक जात असताना दारे, खिडक्या, घरांची छपरे, सगळीकडे बघणाऱ्यांची गर्दी होती; परंतु, ज्याला ते 'फिरंगी लोकांचा बादशहा' म्हणत होते, त्याचा ते जयजयकार करत नव्हते. एवढेच नव्हे, तर ते आनंद किंवा स्वामिनिष्ठाही दाखवत नव्हते – फक्त छातीवर हात बांधून, गप्प उभे राहून, मुकाट्याने बघत होते. शांतता भंगत होती ती फक्त घोडदळाच्या आवाजाने आणि शहाचा जयजयकार करणाऱ्या, मिरवणुकीबरोबर असणाऱ्या अधिकाऱ्याच्या ललकारण्याने. लॉकिअर विलिस हार्ट नावाचा चित्रकार असलेला दुसरा एक अधिकारी तर म्हणाला की, 'ही अशी समारंभपूर्वक मिरवणूक अफगाणींना अजिबात न आवडणारी तर होतीच; पण ती बादशहामधली खऱ्या सत्तेची उणीव झाकण्यासाठी होती आणि म्हणून अतिरंजित होती.'

रस्त्यावरचे लोकच नाखूश होते असे नाही. बऱ्याचशा अफगाण सरदारांनाही दुराव्याने वागणे, शाहीपणाची अतिशय ऐट दाखवणे, भव्य मिरवणुका काढणे अशा वागण्याने त्यांना कमी लेखून अपमानित केल्यासारखे वाटत असे. कर्नल वेड्चा मुन्शी शहामत अली याने लिहिले, 'याच्या आधीचा राज्यकर्ता या सरदारांकडे पूर्ण लक्ष देत असे. जवळजवळ ते बरोबरीचे असल्यासारखे वागवत असे, त्यांच्या म्हणण्याला मान देत असे; परंतु आता बादशहाची भेट घेणेही त्यांना अवघड झाले आहे. जे कोणी भालदारांना फूस लावून आत प्रवेश मिळवतील, त्यांना नम्रपणे हात बांधून लांब अंतरावर उभे राहावे लागे. बरेचदा बादशहाशी काहीच बोलणे न होता बाहेर यावे लागे. यामुळेच जे शुजाच्या पलटणीत होते, त्या ब्रिटिश अधिकाऱ्यांनाही त्यांच्या या नाममात्र मालकाला भेटायला जाण्याची अजिबात इच्छा नसे. बर्नेसने शहाला समजावून सांगण्याचा प्रयत्न केला की, 'ब्रिटिश अधिकारी भेटायला येत

नाहीत, त्यावर उपाय म्हणून आठवड्यातून एक दिवस त्यांना भेटण्यासाठी ठरवावा. नाहीतर असे होते की, ते बरेचदा येतात आणि खूप वेळ वाट बघून भेटू न शकताच परत जातात.'

परंतु, मॅक्नॅघटेनने मोकळेपणाने कबूल केल्याप्रमाणे सर्वांत मोठा प्रश्न शुजाच्या कीर्तीला लागलेला कलंक, त्याचे नास्तिक ब्रिटिशांशी मैत्रीने वागत राहणे हा होता. सर्वांची खात्री होऊ लागली होती की, तो त्यांच्या हातातले कळसूत्री बाहुले होता. त्याने ऑकलंडला लिहिले –

> 'बादशहांच्या अडचणी विचित्र व गुंतागुंतीच्या आहेत आणि त्यातील सर्वांत महत्त्वाची आहे त्यांचे आमच्याशी असलेले संबंध. आपण त्यांना त्यांच्या सिंहासनावर बसवले आहे; परंतु तसे करण्यातला आपला हेतू लक्षात येण्यास येथील लोकांना वेळ लागणार आहे. बरेचजण असे आहेत की, ते जाणूनबुजून समजून घेत नाहीत. आपल्या व त्यांच्या धर्मांमधील फरक हा अर्थात आपल्या लोकांबद्दल उपेक्षा किंवा नापसंती असणे हाही मुख्यत: आहेच. अफगाण हे धर्मांध लोकांचे राष्ट्र आहे. आपल्या धर्माबद्दल असहिष्णुता तर आहेच, परंतु आपल्या चालीरीतीही त्यांना आवडत नाहीत, म्हणून आपण त्यांच्या चालीरीती सुधारण्याचा प्रयत्न करू नये. तसेच, हे कधीही विसरू नये की, आपली एखादी पद्धत कितीही चांगली असली, तरी या देशासाठी ती चांगली असेलच असे नाही किंवा येथील लोकांना ती आवडेलच असे नाही. सर्वमान्य असे जे गैरसमज असतात, त्यांना धक्का बसेल असे वागण्यापासून दूर राहावे, हे चांगले. तसेच, आपण येथे आलो, तेव्हा हे सरकार ज्या दुबळ्या स्थितीत होते, तसेच त्यांना सोडूनही देऊ नये.'

मॅक्नॅघटेनने कोलव्हिनलाही अशाच तऱ्हेने लिहिले – 'तुमचा अंदाज अगदी बरोबर आहे की, बराकझाईंच्या कारस्थानांनी परिस्थिती केव्हाही पेट घेऊ शकेल अशी आहे. सर्वांत धोक्याच्या, केव्हाही भडकू शकतात अशा, नैतिक मूल्यांवर आधारित तीन गोष्टी असतात. अति हाव, भोळेपणा व धर्मांधता आणि अफगाणी लोकांमध्ये या पुरेपूर आहेत.' ब्रिटिशांनी राज्य करण्यामागे त्यांचा धर्म वेगळा असण्याला अफगाणींची हरकत आहे, हे मॅक्नॅघटेनचे म्हणणे बरोबर असले तरी आणि मुसलमान धर्मगुरू शुजाच्या विरोधात झपाट्याने त्यांचे केंद्र उभे करत होते हे त्याच्या लक्षात आले, तरी त्याचे हे म्हणणे चूक होते की, त्यांची हरकत ही केवळ धर्मांधतेपोटी नव्हती. इंग्रज व साडोझाई यांच्या एकत्र राजवटीत सुरुवातीला

मुल्लांना घेण्यात आले होते आणि उलेमांपैकी जे शहाच्या बाजूने होते, त्यांना पगारही दिले जात होते; परंतु हळूहळू त्यांना या राज्यकर्त्यांचा राग येऊ लागला, कारण ते त्यांच्या संस्थांना अधूनमधून मदत करत असत किंवा त्यांच्या मशिदींच्या दुरुस्तीसाठी मदत करत असत; परंतु त्यांना 'वक्फ'चे मिळणारे पैसे स्वत:च घेऊन टाकत असत आणि स्वत:ची करांची आवक वाढवत असत. जेव्हा आधीच्या राज्यकर्त्यांनी सुरू केलेली 'आशिकान वा आरिफान' या महत्त्वाच्या सुफी धर्मस्थानाला मिळणारी पैशांची मदत ब्रिटिशांनी स्वत:च्या ताब्यात घेतली तेव्हा या मंडळींना जबरदस्त धक्का बसला. पूर्वी बौद्धधर्मीय मठ असलेले हे काबूलचे अत्यंत महत्त्वाचे आणि खूप पुरातन असे धर्मस्थान होते; त्यामुळे त्याच्या बाबतीत असे होणे ही अत्यंत विचारशून्य कृती होती. याशिवाय कित्येक पिढ्यांपासून ते बराकझाई लोकांचे कब्रस्तानही होते. त्याची सर्व व्यवस्था ज्याच्या हाती होती, ते दोघे वंशपरंपरागत प्रबळ आणि समाजात मान असलेले, कोहिस्तानचे नक्सबंदी शेख मीर मस्जिदी आणि त्याचा भाऊ मीर हाजी होते. यांपैकी मीर हाजी हा वंशपरंपरेने 'पुल-इ-खिश्ती जुम्मा' शुक्रवारच्या मशिदीचा इमाम होता आणि काबूलच्या उलेमांचा पुढारीही होता. या दोघांचे लोकांवर खूपच वजन होते आणि अँग्लो साडोझाई राज्यकर्त्यांनी त्यांना शहाच्या आतल्या गोटातल्या, जवळच्या माणसांमध्ये ठेवण्यासाठी शक्य ते सर्व प्रयत्न करावयास हवे होते. त्याऐवजी ते त्यांच्याशी शक्य तितका दुरावा निर्माण व्हावा, असेच वागत होते.

ब्रिटिश लोकांनी मुल्लांच्या न्यायदानाच्या कामातही ढवळाढवळ करण्यास सुरुवात केली, तेव्हा परिस्थिती आणखी चिघळली. अहंमन्य मॅक्नॅघटेन 'शरियां'बद्दल (मुस्लीम धर्माचे कायदे) उलेमांना शिकवून उपदेश द्यायला लागला, हे साहजिकच त्यांना आवडले नाही. त्याने लिहिले, 'मुल्लांवर मी आता पूर्ण विजय मिळवला आहे. त्यांनी कबूल केले आहे की, मुस्लीम कायद्यांबद्दलचे माझे ज्ञान, त्यांना असलेल्या ज्ञानापेक्षा जास्त आहे.' याखेरीज दुराचारी नास्तिक लोक त्यांच्या शहराची इज्जत धुळीला मिळवत होते, त्याचा त्यांना सर्वाधिक राग आला होता. रोजच्या रोज ब्रिटिश आणि हिंदुस्तानी लोकांची टोळकी उघडपणे पिऊन, तर्र होऊन रस्त्यांवर आणि वेश्यांच्या मागे लागून जो तमाशा करत असत त्याची त्यांना अत्यंत चीड येत असे.

या रूढ मार्गाला धरून असलेल्या हरकतींमुळे ब्रिटिशांच्या तेथे असण्याला सरदार घराण्यांचीही हरकत होतीच. १८४० च्या उन्हाळ्यात ब्रिटिशांच्या हातात एक पत्र सापडले. पेशावरचा भूतपूर्व गव्हर्नर सुलतान महम्मद खान, जो बराकझाईंचा ज्येष्ठ पुढारी होता त्याने, त्याचा सावत्र भाऊ दोस्त महम्मद खान याला लिहिले होते व त्यात तक्रार केली होती की, 'हे फिरंगी येथे किती जुलूम करत आहेत,

हे मी तुला सांगूच शकत नाही. काही लोक जाहीरपणे बाटून ख्रिश्चन झाले आहेत आणि काही वेश्या! अन्नधान्य खूप महाग झाले आहे. ज्यांचा तिरस्कार वाटतो अशा लोकांना खुदाने आपल्या देशाबाहेर घालवावे, कारण त्यांच्या येथे येण्याने धर्म व सभ्यता दोन्हींना धक्का पोहोचला आहे.'

सर्व गोष्टी अशा टोकाला जात असताना जुलै १८४० पासून उलेमांनी शुक्रवारच्या नमाजपठणात शहाशुजाच्या नावाचा पुकार करणे वगळायला सुरुवात केली आणि असे कारण सांगितले की, खरे कारभार सांभाळणारे तर काफिर होते. बर्नेसच्या लिहिण्याप्रमाणे शहाशुजाने त्याला ताबडतोब बाला हिसारमध्ये बोलावले व सांगितले की –

> 'काबूल शहरात मुल्ला आणि त्यांच्या मताचे इतर सर्व जे सध्याच्या परिस्थितीला जबाबदार होते, ते रात्रंदिवस त्याच्यावर तुटून पडत होते की, ही मुसलमानी सल्तनत म्हणताच येणार नाही आणि त्याला म्हणत होते की, माझे – शहाचेही जर तसेच मत असेल, तर ब्रिटिशांच्या विरुद्ध सहज बंड किंवा दंगल करता येईल.' बादशहा पुढे म्हणाले, 'मी त्यांना त्यांची चुकीची समजूत दूर करून समजावून सांगण्याचा पुष्कळ प्रयत्न केला की, मी व इंग्रज एक दिलानेच काम करत आहोत; परंतु मला वाटत नाही की, त्यांना माझे सांगणे पटेल. राजधानीतले सैन्य, हे 'माझे' नाही, त्यांच्या हालचालींची माहितीही मला देण्यात येत नाही. बादशहा पुढे म्हणाले की, गव्हर्नर जनरलने 'त्यांचे' म्हणून येथे ठेवलेले अधिकारी व सैन्य यांना त्यानेही 'त्याचे' समजणे या नुसत्या गप्पा आहेत, कारण एकही अधिकारी कधीही त्याला भेटायला येत नाही किंवा त्याचा अधिकारी असल्यासारखे वागत नाही; त्यामुळे यात मुळीच आश्चर्य नाही की, त्याचे प्रजाजन त्याला आता वाढत्या प्रमाणात एक बाहुले समजतात, (त्याने 'मुळा' हा शब्द वापरला) आणि त्याच्याच देशात त्याला काहीही मान राहिलेला नाही.'

याच सुमारास अफगाणिस्तानात असणाऱ्या जाणकार इंग्रजांना त्यांनी उभ्या केलेल्या राजवटीचा तकलादूपणा आणि त्यांची स्वतःची कमकुवत परिस्थिती लक्षात येऊ लागली होती. माहिती मिळवण्याच्या, पोहोचवण्याच्या पद्धतीतले अंतर जास्त लांबचे झाले होते. ब्रिटिश ठाण्याचा आकार बराच लहान झाला होता. शहरातल्या महत्त्वाच्या ठिकाणांवर थोडेथोडे सैनिकांचे गट राहिले होते. त्यांच्या विरुद्ध सहज दंगल करता आली असती. सर्व गोष्टींची अब्राहम रॉबर्टसला काळजी वाटू लागली.

त्याने लवकरच ऑकलंडला पत्र लिहले आणि त्याला वाटणाऱ्या या काळजी व्यक्त केली की, 'ज्यांच्यावर अधिकाऱ्यांचा वचक नाही असे बरेचसे सैनिकांचे गट देशात सर्वत्र विखुरलेले आहेत. ज्यांना या कामाबाबत निर्णय घेण्याची कुवत नाही आणि सैन्याच्या कामाचा काहीही अनुभव नाही. अशा राजकीय कामे करणाऱ्या खात्याच्या अमलाखाली ते आहेत.' इकडे कंदाहारहून जनरल नॉटने मॅक्नॅघटेन व त्याचे राजकीय सल्लागार यांना दोष दिला. त्याने त्याच्या मुलींना लिहिलेल्या पत्रात तक्रार केली –

> 'ते मद्य पितात, लठ्ठ पगार घेतात आणि बाजारबुणग्यांचा घोळका बरोबर घेऊन हिंडतात. 'जॉन बुल'कडून किंवा खरे म्हणजे हिंदुस्तानात ज्यांच्यावर जुलूम केला जातो त्या शेतकऱ्यांकडून भरपूर पगार मिळवतात. कलकत्त्यातील सरकारी तिजोरी रिकामी होऊ लागली आहे आणि 'सुस्वभावी' लॉर्ड ऑकलंड या सर्वांवर पसंतीचे शिक्कामोर्तब करून टाकत आहेत! इकडे सगळेच बिघडत चालले आहे. स्थानिक लोक आमचा द्वेष करतात – ज्यांच्या मोठ्या लोकांमध्ये ओळखी आहेत, त्यांना नोकरीवर ठेवण्याचा असा परिणाम होतो. हजाराहून जास्त राजकारणी लोक येथे असल्याने आमचे सर्व काम फसले आहे. सूडबुद्धीने पेटलेल्या अफगाणांच्या तलवारी किंवा सुरे केव्हाही येथील कुठल्याही युरोपियन माणसाच्या गळ्यावर फिरतील. बऱ्याचशा पलटणी त्वरेने पाठवल्या नाहीत तर काय झाले हे सांगायलासुद्धा कोणी शिल्लक राहणार नाही. ज्या शहाचा ते द्वेष करतात, त्याची आज्ञा ते केवळ जबरदस्ती केली तरच पाळतील.'

सर्वसाधारणपणे नेहमी आशावादी असणाऱ्या बर्नेसलाही काळजी वाटू लागली. त्याने त्याच्या मित्राकडे जॅकोबकडे खासगीत तक्रार केली, 'एक पक्का विचार दोन दिवसही टिकत नाही. पुढील धोरणाची काही योजना – खासगी किंवा जाहीर अशी, एखादा आठवडा टिकेल अशीही नसते. काहीतरी, थोडेथोडे, असे करत राहण्याची पद्धत चालू आहे. सर्वंकष असा विचार केलाच जात नाही – मला तर वाटू लागले आहे की, लुधियानाला परत गेलेला वेड् हा आपल्या सगळ्यांपेक्षा नशीबवान म्हणायचा, कारण हे सगळे मोडून पडेल तेव्हा तो तिकडे दूर असेल! जर वेगळ्या, नव्या तऱ्हेने सर्व काही हाताळले नाही तर सर्वच मोडून पडणार आहे!'

एकत्रित सशस्त्र विरोधाचे पहिले चिन्ह मे १८४० मध्ये दिसले, जेव्हा कंदाहारकडून गझनीकडे चाललेल्या एका पलटणीवर दोन हजार घिलझाई घोडेस्वारांनी हल्ला केला; पण ते धडा शिकले की, सपाट प्रदेशात ब्रिटिशांवर सरळ समोरून

हल्ला करून चालणार नाही, कारण दोनशे लोकांचा बळी जाऊन त्यांना पळ काढावा लागला. त्यानंतर ऑगस्टच्या मध्यावर शहाशुजा मोठ्या समारंभाने काबूलमध्ये आला; त्याला एक वर्ष होण्याच्या आतच, ब्रिटिशांना सर्वांत जास्त ज्याची भीती होती, ती बातमी आली. दोस्त महम्मद बुखाराच्या अंधारकोठडीतून निसटला होता! मिर्झा अताने लिहिले, 'काबूलमधले इंग्रज चैनीत सुस्तावून पडले होते, तेव्हा बातमी आली की, दोस्त महम्मद खान बुखाराहून निसटला होता. एका खासगी व्यापाऱ्याने दोस्त महम्मदवर पहारा ठेवणाऱ्या माणसाला मोठी लाच दिली होती! असे म्हणतात की, १०,००० रुपये दिले होते.'

अशा बातम्या येऊ लागल्या की, अमीर उत्तर अफगाणिस्तानात येऊन पोहोचला होता आणि त्याने 'जिहाद'चे निशाण उभारले होते. ऑगस्टअखेरीस साइघनजवळच्या कुंडुझच्या मीर वालीच्या प्रदेशाच्या सरहद्दीवर, जेथून ती दरी खाली उत्तरेकडच्या मैदानात येते, तेथे एका लहान इंग्रज पलटणीवर हल्ला झाला आणि त्यांना बामियापर्यंत वीस मैल मागे हटावे लागले. आणखी वाईट म्हणजे शहाच्या सैन्याची एक पलटण अमीरवर हल्ला करायला पाठवली होती, तीच बंड करून उठली आणि अमीरला जाऊन मिळाली! याच वेळी बातमी आली की, कोहिस्तानमध्ये एक अगदीच वेगळे बंड झाले होते. काबूलपासून काही तासांच्या अंतरावर असलेल्या ताजिक लोकांनी १८३९ मध्ये शहाला केलेल्या मदतीबद्दल शहाने त्यांना पुरेसे बक्षीस दिले नव्हते आणि दिलेली सर्व वचनेही मोडली होती असे त्यांना वाटत होते, म्हणून त्यांनी बंड केले होते.*

एका वर्षातच अफगाणी लोक बंड करून उठले; पण ब्रिटिशांविरुद्धचे धर्मयुद्ध आता सुरू झाले होते.

बुखारामधून अमीर कसा निसटला, त्याचे पूर्ण वर्णन महाकवींनी त्यांच्या काव्यांमधून केले आहे. मौलाना हमीद काश्मिरीने लिहिले आहे की, प्रसिद्ध व्यापारी खान कबीर त्याच्या व्यापारी काफिल्याबरोबर बुखाराला आलेला असताना त्याला समजले की, दोस्त महम्मदला अंधारकोठडीत टाकण्यात आले आहे.

दोस्त महम्मद सत्तेवर असताना त्याने खान कबीरला केलेल्या मदतीबद्दल तो कृतज्ञ होता.

---

* वेड्ने कोहिस्तानी लोकांना बंड करण्यास चिथावले होते आणि त्यांनी तसे केल्यास मीर मस्जिदी व त्याचा भाऊ मीर हाजी दोघांना दरवर्षी पाचशे 'तोमान' देण्याचे वचन दिले होते. हे पैसे कधीही दिलेच गेले नव्हते.

अमीरची सुटका करायचीच असे त्याने मनावर घेतले
आणि मग रात्रंदिवस तो त्यासाठी मार्ग शोधत राहिला.

अमीरच्या मदतीसाठी त्याने औदार्याचा हात पुढे करून इतके
सोने देऊ केले की, अमीरचा पहारेकरी त्याचा मिंधा झाला.

पहारेकरी या फासात असा अडकला, सोन्याने विकत घेतलेल्या
गुलामासारखा तो त्याला मदत करू लागला.

हे जेव्हा अमीरला समजले, तेव्हा एका रात्री
त्याने संधी साधली आणि तो झटकन निसटला.

त्याचा मुलगा अकबर खान मात्र शहराच्या बाहेर पडण्यापूर्वी पुन्हा पकडला गेला, परंतु दोस्त महम्मद निसटू शकला. खान कबीरच्या मदतीने त्याने सुफी फकिरासारखा वेष धारण केला – शहाशुजाने रणजितसिंगच्या तावडीतून सुटण्यासाठी लाहोरमध्ये तीस वर्षांपूर्वी बरोबर असेच केले होते. सुरुवातीला अमीर रस्ता चुकला आणि पार घाबरून गेलेल्या अवस्थेत उजाड डोंगरांवरून इतका भटकला की, त्याला देण्यात आलेला घोडा थकून मरून गेला. त्या खूप उंचीवरच्या वाळवंटात हरवलेला दोस्त महम्मद एकटाच भटकत होता. त्याने जवळजवळ आशा सोडली होती, तेव्हाच बल्खला जात असलेल्या एका उंटांच्या काफिल्यानं त्याला बघितलं आणि त्याला आपल्या बरोबर घेतलं. मोहनलाल – ज्याने पुढे दोस्त महम्मदचे चरित्र पहिल्या प्रथम लिहिले, त्याने लिहिले –

'अमीरला एक उंट देण्यात आला, ज्याच्या पाठीवर दोन्ही बाजूंना दोन टोपल्या सोडलेल्या होत्या आणि त्यातल्या एका टोपलीत अमीर आजारी असल्याचं सोंग घेऊन बसला. गेल्या वर्षी जेथे त्याला घेरा घालून कैद करण्यात आले होते, त्या चिराघची गावातल्या बुखारा सरकारच्या नोकरांना अमीर निसटून गेल्याचं कळलं असल्यानं त्यांना तो त्या उंटांच्या काफिल्यात असेल अशी शंका आली आणि त्यांनी प्रत्येक उंटावरची प्रत्येक टोपली शोधली; पण त्यांना तो सापडला नाही, कारण स्वत:च कुठून तरी पैदा केलेल्या शाईने त्याने त्याची पांढरी दाढी काळी करून टाकली होती; त्यामुळे त्यांना तो ओळखू आला नाही. तो या काफिल्यात असेल अशी माहिती देणाऱ्याला त्याच्या वरिष्ठांनी खोटे सांगून त्यांची फजिती केल्याबद्दल शिक्षा केली!

पुढे काही आठवडे अमीर या काफिल्याबरोबर राहिला; परंतु त्याच्याकडे पैसे नसल्याने भीक मागून जगत राहिला. अमीरला किती हाल काढत प्रवास करावा लागला, याच्या बऱ्याच गोष्टी अफगाणिस्तानच्या लोककथांमध्ये आहेत. त्यातील काही फैज महम्मदने लिहिलेल्या इतिहासात दिल्या आहेत. त्याने लिहिले आहे, 'शहर-इ-सब्ज या ठिकाणी फकीर – दरवेशांसाठी असलेल्या एका जुन्या पुराण्या धर्मशाळेपाशी अमीर उतरला.' तेथे काही माणसे दूध घातलेला चहा पीत होती.

> अमीरला खूप भूक लागली होती. कदाचित त्यांच्याकडून थोडा चहा मिळेल असे वाटून तो धर्मशाळेच्या दाराशी बसून राहिला; परंतु स्वत:ला धर्म-वेडे (कलंदर) म्हणवणाऱ्या त्या अविवेकी लोकांमध्ये धर्मबुद्धी नव्हती हे उघड होते. ते त्याच्याशी काहीही बोलले नाहीत किंवा त्यांनी त्याला काहीही देऊ केले नाही. मग तो तसाच उपाशीपोटी शहरात गेला आणि काबूलच्या मुल्ला कबीर नावाच्या व्यापाऱ्याचे कुटुंब 'शहर-इ-सब्ज'मध्ये राहत असे त्याचा पत्ता विचारला. मुल्ला कबीरने अमीरला बघितले तेव्हा त्याने त्याच्या हाताचे चुंबन घेतले आणि त्याला घरात नेले. अमीरला दरवेशाच्या पोशाखात बघून मुल्ला कबीरला अत्यंत वाईट वाटले आणि रडू आले. त्याने अमीरला सर्व मदत देऊ केली आणि त्याच्यासाठी जेवढे करता येणे शक्य होते, तेवढे केले.

पूर्ण विश्रांती घेतल्यानंतर अमीरने मुल्ला कबीरला सांगितले की, शहर-इ-सब्जच्या गव्हर्नरकडे जावे आणि तो आला आहे असे सांगावे.

> ही बातमी कळल्याबरोबर गव्हर्नर मुल्ला कबीरच्या घरी आला आणि अमीरशी अत्यंत मानाने वागून त्याला रॉयल गेस्ट हाउसमध्ये राहण्यास घेऊन गेला. व्यवस्थित पाहुणचार झाल्यावर गव्हर्नर बुखारातील अमीरच्या अत्यंत वाईट वागणुकीबद्दल बोलला आणि सूड घेण्यासाठी तिकडे सैन्य पाठवतो म्हणाला. दोस्त महम्मदने त्याचे आभार मानले; परंतु बुखाराला सैन्य पाठवण्याऐवजी ऑक्ससच्या पलीकडे जाण्यासाठी त्याला सातशे सैनिकांचे घोडदळ द्यावे असे सांगितले. गव्हर्नरने ते कबूल केले आणि जरूर तो धान्यसाठा, शस्त्रास्त्रे व सातशे लोकांचे घोडदळ दिले.

येथून पुढे अमीरचे नशीब सुधारले. तो ऑक्सस पार करून बल्खला सुखरूप पोहोचला. उत्तर अफगाणिस्तानच्या खेड्यांमधून जात असताना त्याच्या लक्षात

आले की, तो तुरुंगात असताना इकडे इंग्रज व साडोझाईंच्या संयुक्त राजवटीबद्दल ज्या अपेक्षा होत्या त्या बदलत गेल्या होत्या आणि झालेला भ्रमनिरास आता सर्वदूर पसरला होता. मौलाना काश्मिरीने 'अकबरनामा'मध्ये लिहिले की, प्रवास करत असताना तो वाटेत भेटणाऱ्यांना काबूल व बुखारामधील बातम्या विचारत असे.

> वाटेवरच्या प्रवाशांमध्ये एके दिवशी त्याला
> काबूलहून निघालेला एक तरुण भेटला.
>
> त्याला त्याने विचारले की, शहा आणि फिरंग्यांचे प्रमुख यांच्याबद्दल
> लोक काय बोलतात आणि काबूलमध्ये कसे काय चालले आहे?
>
> युद्ध किंवा शांततेबद्दल त्यांचे काय बेत आहेत?
> आणि सरदारांचे काय? ते पूर्वीसारखेच आहेत का?'
>
> तरुण म्हणाला, 'हे महान राज्यकर्त्या! पूर्वीच्या शुजासारखा
> शुजा आता राहिलेला नाही. त्याचे मनही पूर्वीसारखे नाही!
>
> तो तख्तावर बसतो बादशहासारखा परंतु तो देशाचा
> कारभारही बघत नाही किंवा सरकारी खजिनाही त्याच्या ताब्यात नाही!
>
> मनातून तो तळमळत आहे, थकून गेला आहे;
> राजा असूनही त्याची स्थिती मात्र चौकीदारापेक्षा वाईट आहे!

अखेर अमीर त्याचा पूर्वीचा यजमान अमीर मीर वालीकडे काहमर्दला जाऊन पोहोचला. हा त्याचा पूर्वीचा यजमान होता. त्याचा मुलगा अफझलखान त्याची वाट बघत होता. तिथे मीर वालीला सत्ता आणि उझबेक प्रमुख हे उच्च पद केवळ दोस्त महम्मदच्या कृपेनेच मिळालेले होते. त्याने अमीरला सर्व मदत देऊ केली; परंतु एक वाईट बातमीही सांगितली की, अमीर तुरुंगातून सुटू शकण्याची आशा सोडून देऊन, त्याचा भाऊ नवाब जबारखान, हा अमीरच्या जनानखान्यासह ब्रिटिश अधिकाऱ्यांना शरण गेला होता. अमीर खचून गेला नाही. त्याने ठरवले की, लढण्याशिवाय गत्यंतर नव्हते आणि त्याने पुन्हा फिरंग्यांविरुद्ध धर्मयुद्ध जाहीर केले. अफगाण कवींसाठी हा ऐतिहासिक क्षण होता.

> शत्रूशी मुकाबला करण्यास त्याने कंबर कसली
> त्याची विखुरलेली सेना एकत्र करण्याचा प्रयत्न केला.
>
> तलवारी घेऊन लढणाऱ्या घोडदळाचे
> पाचशे योद्धे त्याने तयार केले

काबूलमध्ये लाटसाहेब मॅक्नॅघटेनला समजली बातमी
की, जवळ येत आहे शूर अमीरचे सैन्य

कंबर कसून युद्धाला तयार होऊन तो
उझबेकच्या पलटणी घेऊन लढण्यासाठी येतो आहे

लाटसाहेब मॅक्नॅघटेनने डाक्तर पर्सिव्हल लॉर्डला दिले
चाळीस अधिकारी आणि चाळीस हजार सैनिक

पिसाळलेल्या वाघासारखे ते पाठलाग करत होते
शिकार करण्यासाठी त्या शूर सिंहाची

आवेशाने आणि आरोळ्या ठोकत
ते येत राहिले बामियाकडे

दोस्त महम्मदकडे आता एक हजाराहून कमी लोकांचे घोडदळ होते. दक्षिणेकडे कूच केल्यावर प्रथम जे ब्रिटिश ठाणे लागले, तेथील ब्रिटिश सैनिकांना तो हाकलून लावू शकला. त्यानंतर थोड्याच वेळात सालेह महम्मदच्या हाताखाली असलेले बामिया येथील अफगाण सैन्य तेथील नोकरी सोडून अमीरच्या सैन्याला येऊन मिळाले.

वाढत चाललेल्या कठीण परिस्थितीच्या बातम्या लवकरच काबूलपर्यंत पोहोचल्या. मिर्झा अताने लिहिले – 'त्या बातम्या ऐकून इंग्रज सैनिकांना धडकी भरली आणि त्याहूनही जास्त भीती शहाशुजाला वाटली. अमीर येत आहे या बातमीने त्याची झोप उडाली. तो रात्री बाला हिसारच्या खालच्या भागातल्या शाही बगिच्यात गेला आणि तेथून त्याच्या सिंहासनाच्या मंचाच्या खाली उघडणारे भुयार त्याने उघडून घेतले.' हे खरे होते की नाही ते माहीत नाही; परंतु बऱ्याच ब्रिटिश अधिकाऱ्यांनी त्यांच्या कुटुंबांना सामानसुमानासह बाला हिसारमध्ये आसरा घ्यायला पाठवले. मॅक्नॅघटेनने सुरुवातीला काबूलमध्ये जास्तीचे सैन्य नाही म्हणून बामियाकडे सैन्य पाठवायचे नाकारले. मग घाबरलेल्या, विचलित मन:स्थितीत त्याने सिमल्याला एकावर एक पत्रे पाठवली, 'अफगाणी लोक म्हणजे बंदुकीची दारू आहे,' 'दोस्त महम्मद ही पेटलेली काडी आहे' 'आमच्या चारी बाजूंना गुप्तहेर पसरलेले आहेत.'

परंतु त्यांना जरी इतकी भीती वाटत असली, तरी अमीरने गोळा केलेले घोडदळ कंपनी सरकारच्या शिस्तबद्ध सैन्याला समोरासमोरच्या लढाईस तोंड देण्यास पुरेसे नव्हते. विल्यम डेनीच्या नेतृत्वाखाली अखेर जास्तीचे सैन्य बामियाला पोहोचले, तेव्हा दोन्ही पक्ष अठरा सप्टेंबरला शुक्रवारी आमनेसामने आले. त्या

दरीत शिरताना कडेला असलेल्या किल्ल्यांवर दोस्त महम्मदचे नियंत्रण होते. त्याने त्याचे घोडदळ मध्ये ठेवले आणि अफझलखानला डाव्या बाजूच्या आणि मीर वालीला उजव्या बाजूच्या दोन उंच बाजूंना ठेवले; परंतु ब्रिटिशांकडे आधुनिक तोफा असताना त्यांनी त्यांचे सैन्य सपाट प्रदेशात घेऊ नये, हे याही वेळेस अफगाणींना शिकावं लागलं. ब्रिटिशांवर चाल करून येणाऱ्या घोडदळांनी बंदुका हातात घेण्याआधीच तोफगोळ्यांनी त्यांचा अंत झाला.

त्वेषाने लढणाऱ्या फिरंग्यांच्या फौजेने
क्षणाचाही उशीर न करता

एकाएकी वावटळीसारखा
प्राणघातक हल्ला केला.

त्यांच्या तोफांचे गोळे आणि बंदुका यांनी
जमीन-अस्मान थरथरत होते

आणि त्या ज्वाळांमधून राक्षस दिसावेत
तसे फिरंगी दिसत होते.

लढाईचे काय होत होते ते बघितल्यावर मांडीवर मोठी जखम झालेल्या दोस्त महम्मदने माघार घेतली. त्याचे शंभर लोक मेले; परंतु माघार घेतल्याने बाकीचे तरी पुन्हा कधीतरी लढण्यासाठी वाचवता आले. त्याची जिद्द कायम होती. माघार न घेता तो डोंगरांमधल्या पायवाटांवरून आणि नद्यांच्या कोरड्या पात्रांमधून काबूलच्या दिशेने जात राहिला. त्याचा मुख्य हेतू कोहिस्तानमध्ये बंड करून उठलेल्या ताजिक लोकांना जाऊन मिळण्याचा होता.

हा बेत जितका शौर्याचा होता, तितकाच धोक्याचाही होता. मॅक्नॅघटेनने बर्नेसला 'फाइटिंग बॉब' म्हटल्या जाणाऱ्या सेलला आणि दोन पलटणींना छारिकार जिल्ह्याचे ठाणे ताब्यात घेण्यास पाठवले होते. कोहिस्तानच्या बंडखोरांपर्यंत या सैन्याने मुख्य रस्ताच रोखला होता. शिवाय बरेच कोहिस्तानी दोस्त महम्मदचे शत्रू होते. आदल्या वर्षी ब्रिटिश लोक काबूलवर चाल करून जात असताना कोहिस्तानींनी त्याच्याविरुद्ध बंड केले होते; पण अमीरला ही जोखीम पत्करणे त्यातल्या त्यात आशादायक वाटले – अशासाठी की, काफिरांच्या सरकाराबद्दल दोन्ही पक्षांना असलेल्या द्वेषामुळे तात्पुरते तरी जुने शत्रुत्व बाजूला ठेवले जाईल. त्याने त्याच्या वतीने ताजिक प्रमुखांशी बोलणी करण्यासाठी माणसे पाठवली आणि त्याचा मित्र तागाबचा साफी मीर याला कोहिस्तानचे आणि घुरबंदचे शेख आणि मीर यांनी

त्याच्या नेतृत्वाखाली एकत्र यावे, असे त्यांना पटवून द्यायला पाठवले. त्याच्या या प्रयत्नांना ताबडतोब अनुकूल उत्तर आलेले बघून त्याला खूपच बरे वाटले. 'जंगनामेह'चा लेखक गुलाम कोहिस्तानी हा त्याच प्रदेशातला होता आणि दोस्त महम्मदचे तागाब येथे कसे स्वागत झाले याच्या आठवणी त्याने लिहिल्या आहेत–

> 'परवानचा सुज्ञ आणि उत्तम योद्धा असलेला
> रजबखान हा प्रथम पुढे आला आणि म्हणाला,
>
> 'आपण अमीर आहात आणि आम्ही आपले पाईक;
> आपल्या आज्ञेसमोर शिर झुकवू,
>
> या आमच्या झोपड्या, आमची दगडधोंडे आणि ही काटेरी झुडपे
> असलेली जमीन आपल्या येण्याने पावन झाली आहे.'
>
> अमीरने हुकूम दिला तेव्हा ते शूर बंडखोर त्या डोंगराळ भागातून
> त्यांच्या घोड्यांवरून निघाले. फिरंग्यांचा हल्ला होईल म्हणून घाबरून
>
> ते क्षणभरही थांबले, अडखळले नाहीत किंवा छारिकारला
> तो दुष्ट बर्नेस त्यांचा पराभव करेल असेही त्यांना वाटले नाही.

लपूनछपून गनिमी काव्याने बरेच आठवडे युद्ध सुरू राहिले. जवळ मोठे सैन्य नसलेला दोस्त महम्मद सरकारी ठाण्यांवर अचानक हल्ले करून शत्रूंचे बळी घेत राहिला. इकडे जनरल सेल पद्धतशीरपणे बंडखोरांची गावे उद्ध्वस्त करत राहिला; त्यांची झाडे, शेते नष्ट करत राहिला आणि बंडखोरांच्या ताब्यातल्या कोहदामन भोवतालच्या किल्ल्यांना वेढे घालत राहिला. दुसरीकडे बर्नेस कोहिस्तानी टोळ्यांच्या प्रमुखांना, त्यांनी दोस्त महम्मदला घात करून त्याच्या स्वाधीन करावे म्हणून लाच देण्याचा प्रयत्न करत राहिला. सप्टेंबरअखेरपर्यंत बर्नेसने मीर वाली आणि त्याचे उझबेक लोक यांना दोस्त महम्मदपासून दूर करण्यात यश मिळवले होते. अमीरजवळ आता कोहिस्तानी पाठीराख्यांची संख्या काही शेकड्यांमध्येच होती; पण तरीही तो पकडला गेला नाही. मिर्झा अताने लिहिले, 'अमीर आणि इंग्रज लोकांची लढाई दोन महिने चालू होती. लहान-मोठ्या तेरा लढाया झाल्या; परंतु त्या दोन महिन्यांत इंग्रजांना विजय मिळण्याचे अंधूक चिन्हही दिसले नाही, उलट अमीरच्या बाजूचेच यशाचे पारडे जरा जड असे. शेवटी इंग्रजांनी त्याला पकडण्याचा प्रयत्न सोडून दिला आणि अर्धमेल्या स्थितीत, त्यांचा बराचसा अन्नसाठा व शस्त्रास्त्रे तेथेच मागे ठेवून ते कसेबसे छारिकारला पोहोचले.'

मोहनलालच्या मते ही लढाई आणि विनाश बऱ्याच अंशी अविचाराने केलेला व अनावश्यक होता. कोहिस्तानच्या प्रमुखांनी स्पष्ट सांगितले होते की, ते युद्ध थांबवण्यास तयार होते, त्यांना आधीच्या वर्षी देण्यात आलेली वचने पूर्ण करण्यात यावीत एवढीच त्यांची इच्छा होती. त्यांच्यापैकी एक महत्त्वाचा पुढारी मीर मस्जिदी खान, जो त्या प्रदेशातला सर्वांत ज्येष्ठ नेता होता, तो खरे म्हणजे शरण येण्याच्या तयारीत होता आणि त्याने शब्द दिला होता की, तो काबूलला येऊन तैमूरशहाच्या कबरीजवळ आश्रय घेईल आणि नंतर शहा व ब्रिटिश वकील यांना शरण जाईल. बर्नेसने त्याला होकार दिला होता. असे झाल्यानंतर ठरलेल्या बोलण्यांच्या विरुद्ध जाऊन जनरल सेल आणि शहाजादा तैमूर यांनी मीर मस्जिदीच्या किल्ल्याला वेढा घातला. सुरुवातीला तो किल्ला वेढा घालून जिंकण्यासाठी फारच मजबूत वाटला. जखमी झालेला व अतिशय कटू झालेला मीर मस्जिदी कसातरी निसटला आणि निज्रोला पोहोचला – इकडे त्याच्या किल्ल्याचा विध्वंस करण्यात आला. कुटुंबाची कत्तल करण्यात आली तसेच त्याची जमीन त्याच्या शत्रूंना वाटून टाकण्यात आली. त्या किल्ल्याचा आणि आतील सर्वांचा असा भयंकर संहार झाल्याने कोहिस्तानी लोकांना भयंकर धक्का बसला. गुलाम कोहिस्तानीने लिहिले –

'त्यांनी किल्ल्याच्या भिंती पाडून टाकल्या, सोनेरी टिकल्यांनी सजवलेल्या प्रत्येक सुंदर घराच्या दारांना-खिडक्यांना आगी लावल्या. त्यांची ही करणी सांगायला त्या ज्वाळा आभाळापर्यंत पोहोचल्या. मधली मोठी कमान त्यांनी उद्ध्वस्त करून टाकली. कोठेही कोणी जिवंत असल्याची खूण दिसत नव्हती. नाही –! याच्याहून मोठ्या संहाराची गाथा कोणी कधी ऐकली नव्हती!'

मोहनलालने शेवटी लिहिले, 'अशा तऱ्हेने मीरला आम्ही कायमचा शत्रू केले.' काही काळानंतर मीर मस्जिदी परत आला आणि कोहिस्तानमधून ब्रिटिशांना हाकलून देण्यात यशस्वी झाला. त्यांच्या पलटणीतले जे लोक वाचले त्यांचा त्याने काबूलपर्यंत पाठलाग करत त्यांना हटवले. मीर मस्जिदीला शत्रू करणे ही ब्रिटिशांची फार गंभीर व मोठी चूक होती.

ऑक्टोबरच्या मध्यावर परिस्थिती जास्त बिघडली. ब्रिटिशांकडून प्रशिक्षण घेतलेली आणि छारिकारला असणारी कोहिस्तानी सैन्याची एक मोठी तुकडी दोस्त महम्मदला जाऊन मिळाली. मोहनलालला वाटले की, ब्रिटिशांच्या अफगाणिस्तानमधील चढाईत ही फार मोठी धोक्याची घटना होती. अमीर मोकळा, स्वतंत्र होता; कोहिस्तानात लढा उसळलेला होता आणि बाकीच्या टोळ्या कोण जिंकते याची वाट बघत होत्या. 'टोळीतील लोक आणि त्यांचे प्रमुख आम्ही आमची वचने न पाळल्याने असंतुष्ट होते.'

जेव्हा प्रत्यक्षात दोन पक्षांचं युद्ध पेटलं, तेव्हा दोघांपैकी कोणालाच ते पेटेल

अशी कल्पना नव्हती. दोन नोव्हेंबर १८४० रोजी जनरल सेल आणि बर्नेस दोघांनाही अमीरनं मोठ्या हुशारीनं, पंजशीरच्या पलीकडे छारिकारमधील त्यांच्या तळापासून दूर आणलं होतं. परवान दर्राच्या जंगल असलेल्या दरीतून ते वर चढत होते. दोन्ही बाजूंना मातीच्या भिंती असलेले किल्ले आणि उत्तम जर्दाळूंचे मळे होते. बंडखोरांच्या बऱ्याच लांब असलेल्या एका किल्ल्यावर हल्ला करायला ते चालले होते, तेव्हा त्यांना बातमी मिळाली की, थोड्याच अंतरावरून दोस्त महम्मद वेगाने त्यांच्या दिशेने निघाला आहे. काही मिनिटांतच अमीर त्याच्या चारशे घोडेस्वारांबरोबर उंचावरच्या जागी त्यांच्यापासून अगदी जवळच दिसला. जनरल सेलच्या तोफा पिछाडीच्या बाजूला होत्या, तेव्हा त्यांना वर घेऊन येण्याची वाट न बघता, जे लोक समोर होते – त्यामध्येच अफगाण कवींना 'दाक्तर' म्हणून माहीत असलेला बर्नेसचा जवळचा मित्र डॉक्टर पर्सिव्हल लॉर्ड हाही होता – त्यांनी हल्ला करण्याचे ठरवले. ब्रिटिश अधिकारी त्यांच्या घोड्यांना टाच मारून पुढे निघाले. त्यांच्या घोडदळाच्या हिंदुस्तानी तुकड्या मागे वळून, पळून गेल्या आहेत हे त्याच्या लक्षात आलं, तेव्हा फार उशीर झाला होता. नंतर जे झाले, तो अफगाण कवींच्या दृष्टीने दोस्त महम्मदसाठी अत्यंत उज्ज्वल यशाचा क्षण होता.

> आपले लढाऊ घोडदळ, धुराच्या लोटासारखे,
> एकदम उंच नेऊन, दाक्तरने हल्ला केला.
>
> त्या दुष्ट कुत्र्यासारख्या दाक्तरला अमीरने बघितले
> आणि घोड्यावर उडी मारून आगीच्या वणव्यासारखा
>
> तो वेगाने त्या खडकाळ टेकड्यांवरून खाली गेला,
> त्याचे घोडदळही मागे गेले.
>
> दीर्घ द्वेषाच्या तलवारी म्यानातून उपसून ते त्वरेने पुढे आले
> आणि त्या खिश्चनांवर हल्ला करून त्यांनी फिरंगी रक्ताने
> जमीन गरम करून टाकली.
>
> त्या शूरांच्या शौर्याच्या आरोळ्या आकाशापर्यंत पोहोचल्या.
> सूर्याचे आणि गुरूचेही डोळे धुळीने भरले.

थोड्याच वेळात योद्ध्यांच्या रक्ताने जमीन लाल झाली,

> वीरांनी फिरंग्यांना कंठस्नान घातले.
> युद्धाचा तो दिवस एखाद्या चमत्कारासारखा होता!

मग अफझलने त्याच्या खोगिराखालून त्याची बंदूक काढली
आणि गोळी झाडली, जी दाक्तरच्या शरीरात घुसली

छातीतून जाऊन पाठीतून निघाली
शरीर फाडून त्याचा आत्मा उंच उडाला!

ब्रिटिश लोक माघार घेऊ लागले. काबूलचे शूर वीर त्यांच्यामागे येतच होते.

मग बर्नेसने झटपट निर्णय घेऊन हुकूम दिला की,
तोफखाना पुढे आणावा.

प्रचंड आवाज करत गडगडणाऱ्या आभाळासारखा
तो येत असताना जमीनही हादरली;

त्यामुळे इस्लामच्या पाइकांची मने आश्चर्यचकित झाली
सारी दुनिया अंधारून गेली.

त्यांना समजून चुकले की, ते आता काहीच करू शकणार नव्हते.
पूर आलेल्या नदीला पाण्याचा एक थेंब कसा जिंकू शकणार?

म्हणून मग अफझल आणि अमीर
रणभूमी सोडून वेगाने उंच डोंगरांमध्ये गेले.

तेथे त्यांनी डेरा टाकला आणि त्यांनी तोंड दिलेल्या
संकटांपासून आणि संतापापासूनही, जरा विश्रांती घेतली!

दोन दिवसांनंतर, चार नोव्हेंबरच्या संध्याकाळी खूप काळजीत असलेला मॅक्नॅघटेन काबूलच्या बाहेरच्या भागात रपेट मारायला गेला. बरोबर त्याचा मिलिटरी सचिव जॉर्ज लॉरेन्स आणि काही घोडेस्वार होते. आदल्या दिवशीच डॉ. लॉर्ड आणि बरेच इतर अधिकारी मृत्यू पावल्याची बातमी आली होती आणि त्या दिवशी दुपारीच बर्नेसचा तातडीचा निरोप येऊन पोहोचला होता की, काबूलच्या उत्तरेकडची सर्व ठाणी ब्रिटिशांनी सोडून द्यावीत आणि राजधानीमध्येच सैन्य गोळा करावे; त्यामुळे दिवस जरा घाबरलेल्या चर्चेत गेला होता. सैन्य परत बोलवावे का? आणखी सैन्य गोळा करून उत्तरेला पाठवावे का? काबूलवर आणखी सैन्याचा भार टाकणे उचित आहे का? लॉरेन्सने नंतर लिहिले – 'आम्ही आमच्या निवासाजवळ पोहोचत होतो, तेवढ्यात आम्हाला खूप आश्चर्य वाटेल अशा तऱ्हेने एक घोडेस्वार एकदम पुढे

आला आणि मॅक्नॅघटेन साहेबांच्या व माझ्या मध्ये त्याचा घोडा घालत त्याने मला विचारले की, 'शेजारी होते तेच लॉर्ड साहेब का?'

> मी 'हो' म्हटल्याबरोबर त्याने सर विल्यमच्या हातातले लगाम पकडले आणि उत्तेजित आवाजात म्हणू लागला, 'अमीर! अमीर!' आश्चर्यचकित आणि प्रक्षुब्ध होऊन सर विल्यमने मोठ्याने विचारले, ''कोण? कोण? कोठे आहे? कोठे आहे?'' मी क्षणभर मागे वळून बघितले तो मला दुसरा एक घोडेस्वार येताना दिसला. जवळ आल्याबरोबर त्याने घोड्यावरून उडी मारली; सर विल्यमची रिकीब पकडली आणि मग त्यांचा हात घेऊन तो स्वत:च्या कपाळाला आणि ओठांना लावला जी शरण आल्याची खूण असते. सर विल्यम घोड्यावरून ताबडतोब खाली उतरले आणि अमीरला म्हणाले, 'तुमचे स्वागत आहे! स्वागत आहे!' मग ते त्याला बरोबर घेऊन बागेतून आत स्वत:च्या खोलीकडे घेऊन गेले. आत गेल्यावर दोस्त महम्मदने पौर्वात्य पद्धतीने जमिनीवर सबंध आडवा पडून व डोक्याचे पागोटे काढून डोके जमिनीवर टेकवून कुर्निसात केला. उठून उभा राहिल्यावर शरण आल्याची खूण म्हणून त्याने त्याची तलवार काढून सर विल्यमकडे सुपुर्द केली. म्हणाला की, त्याला आता तिचा उपयोग नव्हता; परंतु त्यांनी ती ताबडतोब त्याला परत दिली आणि त्याला आश्वासन दिले की, जरी आत्तापर्यंत त्याने ब्रिटिश सरकारला विरोध केला असला, तरी त्याला पूर्ण समजूतदारपणाने वागवले जाईल. यावर अमीरने उत्तर दिले की, 'त्याच्या नशिबात जे होते त्याला तो विरोध करू शकला नव्हता.'

दोस्त महम्मद हा मजबूत बांध्याचा, सशक्त माणूस होता. त्याचे नाक सरळ, टोकदार होते आणि भुवया कमानदार होत्या; दाढी-मिशा कापून लहान केलेल्या नव्हत्या. जॉर्ज लॉरेन्सने लिहिले की, 'अमीरच्या सांगण्यावरून 'परवान दर्राची लढाई होण्यापूर्वीच त्याने शरण येण्याचा निर्णय घेतला होता आणि त्या लढाईत मिळालेल्या तात्पुरत्या यशाने त्याच्या निर्णयात काहीच फरक पडला नव्हता.' त्याने पुढे लिहिले, 'त्याचे स्वागत करण्यासाठी तंबू उभे केले गेले. त्याच्याकडे लक्ष ठेवण्याचे काम मला सोपवले गेले. जे मोठी चिंता उत्पन्न करणारे व जबाबदारीचे काम होते. तो माझ्या संरक्षणाखाली दोन रात्री होता, तेव्हा मी जवळजवळ झोपलोच नाही. दर थोड्या वेळाने उठून तो त्याच्या तंबूत आहे ना, हे मी बघत असे. दोस्त महम्मद आपल्या ताब्यात आहे, हे एखाद्या स्वप्नासारखंच

वाटत होतं; त्यामुळे वरचेवर त्याच्या तंबूत बघून मी खात्री करून घेत होतो.

ब्रिटिश सैन्यातील लोकांना अमीरच्या येण्याचे आश्चर्य वाटले होते. त्यांना वाटले की, तो विजयाच्या किती जवळ आला होता, हे त्याच्या लक्षातच आले नव्हते; परंतु दोस्त महम्मदच्या मते तो शरण येऊन टर्को-पर्शियन पद्धतीचे पालन करत होता. पराभूत झालेले राज्यकर्त्यांनी ज्या जिंकलेल्या आणि वाढत्या स्थानिक सत्ता असतील त्यांना शरण जाणे, यात वेगळे काही नव्हते – त्यांना नंतर लष्करी कामगिरीबद्दल जहागीर देऊन सामंत केले जाई. दुर्राणी आणि होटाकी घिलझाई दोघेही साफाविद गव्हर्नरांच्या महत्त्वाच्या पदांवर सतराव्या शतकाच्या उत्तरार्धात पोहोचले होते आणि दुर्राणी साम्राज्य विस्तारत होते, तेव्हा त्यांनी स्थानिक राज्यकर्त्यांना पुन्हा गव्हर्नरपदावर नेमले होते. या पद्धतीमुळे सातत्य आणि स्थैर्य राहत असे. शिवाय, जे राज्यकर्ते हरले होते, त्यांचे आयुष्य टिकून राहत असे आणि जर परिस्थिती बदलली तर पुन्हा सत्तेवर येण्याची शक्यताही असे.

महम्मद हुसेन हेरातीने लिहिल्याप्रमाणे – उसळत पुढे येणाऱ्या समुद्राच्या लाटांसारखे इंग्रज सैन्य जेव्हा पुढे येत गेले, तेव्हा त्यांनी हेही जाहीर केले की, जो कोणी दोस्त महम्मदला पकडून त्यांच्या स्वाधीन करेल, त्याला दोन लाख रुपयांचे बक्षीस दिले जाईल. तेव्हा मग अमीरने विचार केला की, या देशात, जेथे एक रुपयासाठी माणसे एकमेकांचा खून करतात किंवा पाच माणसे पाच रुपयांसाठी एकमेकांना मारतात, तेथे मला पकडण्यासाठी एवढे मोठे बक्षीस असताना घात करून मला कोणी पकडून देणार नाही, हे कसे शक्य आहे? काबूलला जाऊन मॅक्नॅघटेनला स्वतःच्या शर्तींवर शरण जाण्याने अमीरने हे स्वीकारले होते की, सध्यापुरता तरी तो हरला होता आणि नवी माणसे सत्तेवर आली होती. म्हणजे उघडच होते की, ब्रिटिश लोक आज ना उद्या त्याला सत्तेवर आणतील अशी त्याला आशा होती – किंवा मग सरतेशेवटी ब्रिटिशांचा पराभव होऊन त्याची त्यालाच सत्तेवर येण्याची संधी मिळेल. हा त्याचा विचार धूर्तपणाचा होता, असे पुढे सिद्ध झाले.

अमीरला हिंदुस्तानात पाठवून देण्याची व्यवस्था त्वरेने केली गेली. त्याला भरपूर निवृत्तिवेतन दिले जाणार होते आणि तो त्याच्या जनानखान्याबरोबर राहू शकणार होता. त्याचा जनानखाना त्या वेळी घजनीच्या किल्ल्यात ठेवलेला होता. लवकरच असे ठरले की, लुधियानामध्ये शहाशुजा जेथे राहत होता, ती जागा त्याला राहावयास दिली जाईल, कारण शुजाचा जनानखाना लवकरच काबूलला जायला निघणार होता. असे काही होईल असे वाटले नव्हते; पण अमीर जे नऊ दिवस काबूलमध्ये होता, तेव्हा त्याची व मॅक्नॅघटेनची मैत्री झाली. मिर्झा अताने लिहिले, 'त्या दोघांनी एकमेकांना चांगले समजून घेतले आणि त्यांचे छान संभाषण होई. मॅक्नॅघटेनने अमीरसाठी ऑकलंडकडे रदबदलीही केली.' त्याने लिहिले –

'मला आशा आहे की, दोस्त महम्मदला औदार्याने वागवले जाईल. त्याच्या परिस्थितीची शहाशुजाच्या परिस्थितीशी तुलना केली जाते आणि लोक असे बोलताना मी ऐकले आहे की, शहापेक्षा जास्त चांगली वागणूक त्याला मिळू नये; परंतु या दोन व्यक्ती समान धरता येणार नाहीत. शहाचा आपल्यावर काहीही हक्क नाही, त्याचे राज्य जाण्याला आपण कारणीभूत नव्हतो. उलट, दोस्त महम्मदने आपला काहीही अपराध केलेला नसताना, आपण त्याला सत्तेवरून काढले – ते आपल्या धोरणाला अनुसरून. तो बळी गेला.' मॅक्नॅघटेनच्या या पत्रात त्याने शक्य होते तितके स्पष्ट कबूल केले आहे की, वृद्ध शूरवीर अमीर, ज्याची इंग्रजांशी नेहमी मैत्रीच होती, त्याला काही कारण नसताना त्याच्या तख्तावरून काढून त्याचे राज्य काढून घेतले गेले होते.

ब्रिटिशांनी त्याच्या सन्मानपूर्वक स्वीकारलेल्या शरणागतीने आणि परवान दर्राला शरणागती पत्करण्यापूर्वी त्याने दाखवलेल्या पराक्रमाने त्याला स्वत:ला इतका आनंद झाला होता की, तो बर्नेसलाही माफ करायला तयार होता. बराकझाई लोकांमध्ये बर्नेस हा लबाड आणि नमकहराम (खाल्ल्या मिठाला न जागणारा) समजला जात असे. बर्नेसने एका मित्राला लिहिले –

> 'दोस्त महम्मदशी माझी मुलाखत खूपच मनोरंजक आणि सौहार्दपूर्ण झाली. त्याने मला काहीही टोमणे मारले नाहीत. मी त्याचा सर्वांत चांगला मित्र आहे, असे तो म्हणाला. मी त्याला लिहिलेले एक पत्र त्याला मिळाले होते. म्हणून तो शरण आला होता असेही तो म्हणाला. हे मला खरे वाटत नाही, कारण कोहिस्तानमध्ये आम्ही तो ज्या ज्या घरी आश्रय घेईल तेथे त्याच्या मागावर होतो आणि त्यामुळे त्याला शरण यावे लागले होते; पण त्या पत्राच्या आधारे का होईना, त्याच्या वार्षिक मदतीची रक्कम मी एक लाखावरून दोन लाख केली आहे. त्याने माझा निरोप घेतला, तेव्हा मी त्याला एक अरबी घोडा दिला आणि त्याने मला काय दिले असेल असे तुला वाटते? त्याची स्वत:ची रक्ताचे डाग असलेली एकुलती एक तलवार! तो हिंदुस्तानात जाण्यास निघाला म्हणून. तेथे तो लुधियानाला राहणार आहे. कोहिस्तानमध्ये आमच्या तोफखान्याला त्यांची फळी तोडता आली नव्हती. आमच्या इंग्रज सैन्याला जोरदार हल्ला चढवता आला नव्हता. आमच्या घोडदळाला त्यांच्यावर चाल करून जाता आले नव्हते – आणि तरीही देवाने आम्हाला विजय मिळवून दिला. येथे आम्ही नव्याने चांगली सुरुवात करू शकलो तर अजूनही अफगाणिस्तानचा अडसर उभा करता येईल.'

फक्त एका बाबतीत ब्रिटिशांना सहकार देण्यास अमीरने नकार दिला. मॅक्नॅघटेनने त्याला पुन:पुन्हा आग्रह केला की, त्याने शहाशुजाला जाऊन भेटावे; परंतु दोस्त महम्मदने साफ नकार दिला. एवढेच नव्हे, तर इंग्रजांना शरण आलेल्या आपल्या या प्रतिस्पर्ध्याला शहाशुजाने जेवणाचे थाळे पाठवले, तेही त्याने परत केले. अफगाणींच्या मान-अपमानांच्या प्रघातांमध्ये हा अत्यंत मोठा अपमान समजला जातो. मिर्झा अताच्या लिहिण्याप्रमाणे 'मॅक्नॅघटेनने केलेल्या आग्रहाला त्याने संतापून उत्तर दिले – ''मी तुम्हाला भेटायला आलो आणि म्हणून मला कैद करून परदेशात पाठवण्यात येणार आहे, एवढे पुरे आहे! ज्याने स्वत:च्या देशावर हे दुर्दैवाचे वादळ ओढवून घेतले, त्याला भेटायला जाऊन माझा काय फायदा होणार आहे? तो बादशहा नसता तर तुम्ही इंग्रज स्वतंत्रपणे अफगाणिस्तानात कधीही प्रवेश करू शकला नसता.'' फैज महम्मदनेही असेच शब्द अमीरच्या तोंडी घातले आहेत, त्याच्या लिहिण्याप्रमाणे अमीर मॅक्नॅघटेनला म्हणाला – 'मला शहाशुजाशी काहीही कर्तव्य नाही. मी त्याच्यापुढे इमानदारीची शपथ घ्यायला आलेलो नाही.' तरीही मॅक्नॅघटेनने म्हटले की, 'त्यालाही देशाची काळजी वाटतेच, हे बघता तुम्ही त्याला भेटणे योग्य होईल.' अमीरने उत्तर दिले, 'त्याला तख्तावर तुम्ही बसवले आहे, जी 'धर-सोड' करते त्या जनतेने नाही; हे जर खरे असेल, तर तुम्ही त्याला आधार देणे थांबवावे. तसे केलेत, म्हणजे तुम्हाला व इतर सर्व जाणत्या लोकांना स्पष्टपणे दिसेल की, बादशहा होण्याच्या योग्यतेचा कोण आहे आणि या देशातील वरिष्ठ नेते व इतर प्रजा कोणाचा हुकूम पाळेल. त्याची मला काही सांगण्याची इच्छा असेल, तर त्याने पुढे येऊन तुमच्या हजेरीतच ते सांगावे.'

दोस्त महम्मदला साडोझाईंच्या स्वाधीन करण्यास ब्रिटिशांनी नकार दिला, हा शुजाला मोठा अपमान वाटला. कितीतरी आठवडे तो मॅक्नॅघटेनला आग्रहाने सांगत होता की, 'अमीरचा जीव घेण्यास मारेकरी पाठवावेत. आता त्याच्या या जुन्या शत्रूला निदान आंधळे करावे' असे त्याचे म्हणणे होते; परंतु या गोष्टीची चर्चा करण्यासही मॅक्नॅघटेनने नकार दिला. महम्मद हुसेन हेरातीने लिहिले – 'बादशहाना याचे आश्चर्य वाटले. ते समजू शकले नाहीत की, दोस्त महम्मद खानने त्याच्या दरबारात येऊन भेटण्यालाही उद्धटपणाने नकार का दिला. शिवाय अमीरचे पाठीराखे आणि चाहते व बराकझाई नातेवाईक जे अफगाणिस्तानात राहत होते, ते अगदी मोकळेपणाने इकडेतिकडे हिंडतफिरत होते. इंग्रज लोक दोस्त महम्मदच्या लोकांकडे इतके लक्ष पुरवत होते व त्यांना मदत करत होते; त्यामुळे बादशहाची प्रतिष्ठा पार धुळीला मिळाली. त्यातच मॅक्नॅघटेनकडून त्याच्या पाहुण्याला खूश करण्याचे प्रयत्न व बादशहाच्या अधिकारांकडे होणारे दुर्लक्ष यांचा परिणाम अखेर त्याच्या

स्वत:च्या मृत्यूत झाला. कवीने म्हटलेच आहे की, 'दुष्टांवर मेहेरबानी करण्याने तुम्ही सज्जन व गुणी माणसांना दुखवता.'

तेरा नोव्हेंबरला दोस्त महमम्मद खानने काबूल सोडले. त्याने त्याचा मुलगा अफझलखान याला लिहिले होते की, त्याला स्वत:ला खूप चांगुलपणाने व मानाने वागवले गेले. तेव्हा अफझलखाननेही त्याचे उदाहरण पुढे ठेवून शरणागती पत्करली व त्याप्रमाणे तो येऊन पोहोचला होता. जलालाबादमध्ये या दोघांना त्यांचा जनानखानाही भेटला. दोस्त महम्मदच्या नऊ बायका, त्याच्या मुलांच्या एकवीस बायका, एकशे दोन गुलाम स्त्रिया आणि दोनशे दहा गुलाम पुरुष व नोकर; त्याखेरीज बरीच नातवंडे आणि इतर नातेवाईक मिळून एकूण तीनशे एक्याऐंशी लोक होते. अमीरला मानाने वागवले जात आहे असे समजल्यावर हा आकडा नाट्यपूर्ण तऱ्हेने वाढत गेला आणि मिर्झा अताच्या लिहिण्याप्रमाणे, हा गोतावळा लुधियानाला पोहोचेपर्यंत अमीरचे सर्व कुटुंब व आश्रित येऊन पोहोचले होते. त्याचे बावीस मुलगे, तेरा पुतणे आणि इतर एकोणतीस नातलग, शिवाय चारशे पुरुष नोकर व तीनशे स्त्री नोकर मिळून अमीरबरोबर त्याच्या हद्दपारीतल्या आयुष्यात एक हजार एकशे पंधरा माणसे होती.

डिसेंबरअखेर बराकझाई लुधियानाला पोहोचले, तेव्हा काबूल आणि सिमल्यामध्ये सगळ्यांना सुटल्यासारखे वाटले. ब्रिटिश सैन्याचा प्रमुख म्हणून त्याचे काम संपल्यावर सर विलोबी कॉटनला, अमीरला त्याच्या नव्या निवासस्थानी सुरक्षित घेऊन जाण्याचे काम देण्यात आले होते. अफगाणिस्तानात त्याच्या जागेवर आलेल्याला त्याने लिहिलेही – 'तुम्हाला तेथे काही कामच नसेल, सर्वत्र शांतता असेल.'

परंतु वस्तुत: बंडाळी संपली नव्हतीच. दोस्त महम्मदचा सर्वांत लढाऊ वृत्तीचा मुलगा नुकताच बुखारातून सुटण्यात यशस्वी झाला होता. पुढे लवकरच तो त्याच्या वडिलांपेक्षा जास्त प्रभावी, हिंसक, निर्दय आणि परिणामकारक अशा प्रतिकार केंद्राचा प्रमुख झाला.

आमच्या अज्ञानामुळं अपयश येतं

फेब्रुवारी १८४० च्या सुरुवातीला एडेन कुटुंब सिमल्याहून परत कलकत्त्याला चाललं होतं तेव्हा अनपेक्षितपणे त्यांना स्कॉटलंडमधले त्यांचे परिचित मेजर जनरल विल्यम एल्फिन्स्टन भेटले. या दोन कुटुंबांची मैत्री होती. मनमिळाऊ, प्रेमळ पण कुचकामी वेंधळा असा हा मेजर जनरल, माउंट स्टुअर्ट एल्फिन्स्टनचा प्रौढ चुलत भाऊ होता. स्कॉटलंडच्या हद्दीवरील त्याच्या कारस्टेअर्स इस्टेटवर तो एडेन्सना शेवटचा भेटला होता. आता पालखीतून कसंबसं बाहेर निघून वयाने लहान असलेल्या ऑकलंडला भेटण्यासाठी असं थांबावं लागणं एल्फिन्स्टनला आवडले नाही. 'आम्ही शिकारीला जायचो, त्या दिवसांनंतर मी लॉर्ड ऑकलंडला कधी भेटलोच नाही, हे कसेतरीच वाटते! आणि आता भेटतो आहोत तर भेटीसाठी वेळ मागावी लागते आणि नोकरीसाठी विचारावे लागते' तो एमिलीला म्हणाला.

दोघांचाही विरस झाला होता. एल्फिन्स्टनला त्यांचा दर्जा बदलल्याने जरा अवघडायला झाले होते, तर एल्फिन्स्टनला बघून एडेन मंडळींना काळजी वाटू लागली. हद्दीवरच्या झुडुपांमधून बंदुका घेऊन शिकारीसाठी ते पूर्वी भटकले होते. आता मात्र एल्फिन्स्टनची प्रकृती फार ढासळली होती, त्याला गाउटचा (गुडघे व पावले यांचा क्लेशदायक विकार) अतिशय त्रास होत होता. त्याचा एक हात बँडेजने गळ्याशी बांधलेला होता. तो लंगडत चालत होता. शिवाय आधार किंवा काठीशिवाय त्याला एक पाऊलही पुढे टाकता येत नव्हतं. त्याची स्थिती इतकी वाईट होती की, प्रथम एमिलीने त्याला ओळखलेच नाही. 'मला तो 'एल्फी बे' म्हणून आठवत होता. एकाएकी गेल्या आठवड्यात माझ्या लक्षात आले की, हा तोच मनुष्य आहे. गाउटने इतकी वाईट स्थिती झालेली मी पहिल्यांदाच पाहिलं.'

जॉर्ज विशेष काळजीत पडला कारण अफगाणिस्तानमधील सैन्याचा प्रमुख म्हणून त्यानेच एल्फिन्स्टनची निवड केली होती! सर विलोबी कॉटनच्या निवृत्तीनंतर त्याची नेमणूक जाहीर करण्यात येणार होती. जनरल नॉटला पुन्हा एकदा डावलले जाणार होते. ऑकलंडच्या मते यामध्ये त्याचाच होता. त्याच्या मते नॉटशी नीट वागणे बोलणे कठीण होते – तो चिडचिडा होता, त्याचे वागणे सभ्यपणाचे नव्हते. लॉर्ड ऑकलंडची* वर्गद्वेषावर आधारित मते आपले पुन्हा नुकसान करतील ही नॉटची भीती खरी ठरली, कारण त्याला खालच्या पदावर ठेवून त्याच्याच दर्जाचा (मेजर जनरल) असलेला सर्वांत अक्षम अधिकारी त्याच्यावर नेमला गेला होता!

नॉटला हेही चांगलेच माहीत होते की, एल्फिन्स्टनमध्ये शारीरिक व्याधी एवढीच कमतरता नव्हती. पंचवीस वर्षांपूर्वी वॉटरलूच्या लढाईत त्याने तेहतिसाव्या फूट कमांडचे नेतृत्व केले होते. त्या लढाईत भाग घेतलेल्या त्याच्या पिढीच्या अनेकांप्रमाणेच त्यानेही नंतर कुठलेही कर्तृत्व गाजवले नव्हते की इतर लढायांत भाग घेतला नव्हता. कित्येक वर्षे अर्ध्या पगारावर राहिल्यावर १८३७ मध्ये, जवळजवळ साठाव्या वर्षी, वाढत चाललेले कर्ज फेडण्यासाठी तो पुन्हा सैन्यात दाखल झाला होता! त्याला हिंदुस्तानात पाठवण्यास त्याचा पाठीराखा फित्झरॉय सॉमरसेट – लॉर्ड रॅग्लन जबाबदार होता, जो पुढे 'चार्ज ऑफ द लाइट ब्रिगेड' या आत्मघातकी घटनेसाठी प्रसिद्ध झाला. रॅग्लनने त्याला आता ज्या जगात ढकलले होते, त्याबद्दल त्याला काहीही माहिती नव्हती. त्यात रुचीही नव्हती. एमिलीच्या लक्षात आले की, 'त्याला येथे राहणे अजिबात आवडत नाही. त्याला त्याचं हे दुर्भाग्य वाटतं की, तो ज्याबद्दल बोलतो, ते लंडनमधले संभाषणाचे विषय येथे कोणाला माहीत नसतात म्हणून कळत नाहीत; त्याच्या ओळखीच्या लंडनमधील लोकांना येथे कोणी ओळखत नाही आणि लॉर्ड वेलिंग्टनचं मोठं लांबलचक पत्र आलं की, त्याला खूप आनंद होतो. हिंदुस्तानी भाषेतला एक शब्दही त्याला किंवा त्याच्या मदतनिसाला कळत नाही. तो तक्रार करत होता की, 'आमच्या घरी कामाला असलेल्या नोकराला आमचे बोलणे समजतच नाही! इंग्रजी बोलणारा एक काळा मनुष्य माझ्याकडे नोकरीला आहे, पण त्याला या प्रवासात इकडे आणता आले नाही.' तो म्हणतो आहे त्याप्रमाणे हिंदुस्तानी भाषा येणारा कुरळ्या केसांचा काळा निग्रो असणं शक्यच नाही, तो 'नेटिव्ह'च असावा.

एल्फिन्स्टन जवळजवळ अपंगच झालेला दिसत होता आणि हिंदुस्तानबद्दल किंवा ज्यांचे नेतृत्व त्याने करायचे होते त्या हिंदुस्तानी शिपायांबद्दलही त्याचे मत

---

* ऑकलंडला ईस्ट इंडिया कंपनीतील सैन्याचे अधिकारी ब्रिटिश सैन्यापेक्षा खालच्या दर्जाचे वाटत असत.

मुळीच चांगले नव्हते. तरीही त्याच्या नेमणुकीचा फेरविचार करावा किंवा ती रद्द करायला सांगावे असे ऑकलंडला वाटले असावे असे दिसत नाही. त्याऐवजी तो त्याला ते सबंध वर्ष आपुलकीने पत्रे लिहीत राहिला आणि अखेर डिसेंबर १८४० मध्ये दोस्त महम्मद शरण आल्यानंतर लवकरच, त्याच्या नेमणुकीवर शिक्कामोर्तब झाले, तेव्हा त्याने अफगाणिस्तानवर ताबा ठेवण्याबद्दल त्याला वाटणारी काळजी एल्फिन्स्टनला विश्वासात घेऊन सांगितली. त्याने लिहिले, 'आपले सैन्य त्या देशातून हळूहळू काढून घेण्याबद्दल मी उत्सुक असलो, तरी मला असे वाटते, त्यापूर्वी नवी राजवट आता आहे त्यापेक्षा जास्त स्थिरावली पाहिजे, सुरक्षा व्यवस्था अधिक दृढ झाली पाहिजे.'

ऑकलंडसारखाच एल्फिन्स्टनचाही त्याच्या निर्णयशक्तीबद्दल चांगला लौकिक नव्हता. ऑकलंडप्रमाणेच तोही कारकिर्दीच्या काळात हाताखालच्या लोकांच्या मतांवर विसंबत असे; परंतु ऑकलंड जरी तीक्ष्ण बुद्धीचा कॉल्व्हिन आणि पांडित्य मिरवणारा बुद्धिमान मॅक्नॅघटेन यांच्या कचाट्यात सापडलेला असला, तरी एल्फिन्स्टनचे नशीब त्याच्याहून जास्त वाईट म्हटले पाहिजे, कारण त्याच्या हाताखाली असलेला मनुष्य अजिबात मदत न करणारा, भांडखोर, कडवट स्वभावाचा आणि संपूर्ण सैन्यात कोणालाही न आवडणारा असा होता!

चव्वेचाळिसाव्या फूट डिव्हिजनचा ब्रिगेडिअर जनरल जॉन शेल्टन हा भांडखोर, उद्धट आणि रासवट होता. पेनिन्स्युलर वॉरमध्ये त्याचा उजवा हात गेला होता. अखंड होत राहणाऱ्या वेदनांमुळे त्याचा स्वभाव असा झाला असावा. तो अत्यंत कडक शिस्तीचा होता. त्याच्या पलटणीतले लोक तर त्याला जुलमी म्हणत. कॅप्टन कॉलिन मॅकेन्झीने त्याला त्याच्या सैन्याच्या परेडचे नेतृत्व करताना प्रथम पाहिले, ते बघून त्याने त्याच्या डायरीत लिहिले की, 'शेल्टन हा अतिशय वाईट ब्रिगेडिअर होता. नद्या ओलांडून पलीकडे जाताना व्यवस्था नीट नसल्याने जो भयानक गोंधळ माजला तो लज्जास्पद होता. शत्रूच्या देशात तर तो जीवघेणा ठरेल.' पुढे दुसऱ्यांदा जेव्हा मॅकेन्झीचा व शेल्टनचा संबंध आला, तेव्हा मॅकेन्झीने लिहिले – 'मला वाटले होते तसेच शेल्टनने त्याच्या सैनिकांना पाय मोडायला येतील इतके चालवले. तोफखान्याचे आणि घोडदळाचे घोडे अतिशय दमून गेले होते. ओझी वाहून नेणारे उंट वगैरे जनावरे मरून गेली किंवा त्या मार्गाला लागली. विशेषत: खैबर खिंडीतून जाताना त्याच्या सैन्याला गरज नसताना त्रास सोसावा लागला; त्यामुळे खूप असंतोष पसरला आहे. तोफखान्याच्या घोडदळाने तर एकदा बंडच पुकारले होते.

संपूर्ण ठाण्यातील लोकांना सुरुवातीपासूनच शेल्टन अप्रिय झाला. सर्जन जॉन मॅग्राथ जो पूर्वी हिंदुस्तानात एकदा भेटला होता तो आता त्याला 'कल्पनातीत

वाईट' असे म्हणू लागला. मृदुभाषी व सभ्य एल्फिन्स्टनशीही शेल्टनचे पटत नसे. जनरल एल्फिन्स्टनने पुढे लिहिले की, 'आल्या दिवसापासूनच त्याचे वागणे अवज्ञा करणारे, हुज्जत घालणारे होते. त्याने मला कधीही माहिती पुरवली नाही, सल्ला दिला नाही; परंतु जे केले असेल त्यात चुका काढून, दिलेल्या सर्व हुकुमांना सर्व अधिकाऱ्यांसमोर तो नावे ठेवत असे. बरेचदा त्यांचा विपर्यास करत असे आणि ते अमलात आणण्यास उशीर लावत असे. असे वाटते की, माझ्याबद्दल वाईट मत असल्याने तो असे वागत असे.'

जे राजकीय अधिकारी तेथे होते किंवा ज्या बादशहाबरोबर एल्फिन्स्टनला काम करायचे होते, त्यांच्याशीही त्याचे फारसे जमले नाही. एप्रिल १८४१ मध्ये मीरतपासून सुरू केलेल्या त्याच्या प्रवासाच्या शेवटी तो जलालाबादला पोहोचला. काबूलच्या बर्फाच्या वादळांपासून वाचण्यासाठी शुजा तेथे परतला होता. मॅक्नॅघटेनला भेटल्यानंतर लवकरच त्याने त्यांच्या चुलत भावाला लिहिले –

> 'मला मिळालेले काम कोणी हेवा करण्यासारखे आहे असे मला वाटत नाही. हे काम म्हणजे खर्च, काळज्या, जबाबदाऱ्या असेच आहे. मला सल्ला देण्यासाठी येथे फारसे अधिकारी नाहीत, जे आहेत तेही माझ्याचसारखे अलीकडेच येथे आलेले आहेत. बहुतेक सर्व राजकीय प्रतिनिधी तरुण आहेत. बरेचदा ते अशा योजना सुचवत असतात, ज्या अमलात आणण्याची जबाबदारी त्यांची नसते. अलीकडेच एक योजना सरकारपुढे ठेवण्यात आली. अनेक अडचणी असलेल्या रस्त्यावरून, हेरत या काबूलपासून सहाशे मैल दूर असलेल्या ठिकाणी हल्ला करण्यासाठी आणि त्यासाठी आवश्यक रसद वाहून नेण्यासाठी चार हजार उंटांची आवश्यकता आहे. मॅक्नॅघटेन हा दूरत्वाने वागतो व फार बोलत नाही; पण मी ऐकले आहे की, तो खूप हुशार आहे. शहाशुजाला मी दोन दिवसांपूर्वी भेटलो. जाडगेला, काळज्यांनी थकलेला माणूस आहे. त्याच्या अगदी टुकार बागेत त्याने माझे स्वागत केले. त्याचे घर अगदीच कसेतरी होते. ते मुळीच आरामशीर नव्हते. खरे म्हणजे इथली जवळजवळ सगळीच घरे तशी आहेत. सर विल्यम मॅक्नॅघटेनचे घरच चांगले दिसते. बाकीच्या निव्वळ मातीच्या झोपड्या आहेत. बादशहा ही जागा सोडून दहा तारखेला निघणार आहेत, तेव्हाच मीही जावे असे ठरलेले दिसते. मला हे मुळीच आवडले नाही. माझा विचार स्वतंत्रपणे जाण्याचा होता. त्याच्याबरोबर असणारा सगळ्या घाणेरड्या लोकांचा परिवार आणि त्यांचा लवाजमा यांचा वाटेत फार त्रास होईल.'

अखेर एक आठवड्यानंतर एल्फिन्स्टन काबूलला पोहोचला, जे त्याला जलालाबादपेक्षाही कसेतरीच वाटले. त्याने लिहिले – 'हे शहर मोठे, अतिशय घाणेरडे आणि गर्दीचे आहे. सैन्याची छावणी पुरेशी नाही, पुरेसे सैनिक नाहीत. बाहेरच्यांना बिनबोभाटपणे छावणीत शिरता येण्यासारख्या अनेक उघड जागा आहेत. जर दुसरीकडे कुठे सैन्य पाठवण्याची गरज पडली, तर हे फार गैरसोयीचे होईल. म्हणून या सर्वांतून उत्तम मार्ग कसा काढावा हे मला कोडे पडले आहे.'

अफगाणिस्तानचे काय करावे हे कोडे फक्त एल्फिन्स्टनलाच पडलेले नव्हते. भ्रामक समजुतींमुळे सर्वांत जास्त आशावादी असलेल्या मॅक्नॅघटेनच्याही आता लक्षात आले होते की, दोस्त महम्मद शरण आला असला, तरीही सर्व काही ठीक नव्हते.

दक्षिण-पूर्व दिशेस पंजाब आता शत्रुत्वाच्या आणि अराजकतेच्या मार्गाला लागला होता. दोन वर्षांमध्ये खालसा लोकांचे एकामागे एक असे तीन पुढारी झाले होते. अफगाणिस्तान ताब्यात असलेले सैन्य आणि त्यांना सामान पुरवणारे फिरोजपूर येथील मोदीखान्याचे ठाणे या दरम्यान नेतृत्वहीन, बेभरवशाचा अनिश्चित कारभार चालू होता. एप्रिल १८४१ मध्ये एमिलीने लिहिले – 'पंजाबमध्ये इतकी अस्थिर परिस्थिती आहे की, जास्तीचे सर्व सैन्य त्या सरहद्दीवर ठेवावे लागते. रणजितचा मृत्यू हा अलेक्झांडरच्या मृत्यूसारखा किंवा प्राचीन इतिहासात आपण ज्या मोठ्या जेत्यांविषयी वाचत असू, त्यांच्या मृत्यूसारखाच होता. त्याचे सैन्य उत्तम प्रशिक्षित होते आणि तो लक्ष ठेवायला होता तोपर्यंत त्याचे राज्यही फार चांगले चालवले जात होते; परंतु त्याचा मृत्यू झाल्याबरोबर सर्वत्र गोंधळ माजला. त्याच्या सैनिकांनी इंग्रज प्रशिक्षक व फ्रेंच अधिकाऱ्यांचे खून केले. आता ते सगळीकडे लूटमार करत आहेत. या सगळ्यात लक्ष घालणे हे खरे म्हणजे आपले काम नाही; परंतु आपल्या अफगाणिस्तानमध्ये असणाऱ्या कामामध्ये त्यामुळे व्यत्यय येतो.'

खरी परिस्थिती याहून जास्त वाईट होती. अफगाणिस्तानला पाठवले जाणारे सामान खिंडीतून जात असताना होणाऱ्या हल्ल्यांचा प्रतिकार करावा लागे. बरेचदा त्यांचे सामानवाहू उंट पळवून नेण्याचे प्रयत्न होत असत. लाहोर व रावळपिंडीतील वरिष्ठ सरदार हे बंडखोर बराकझाई आणि दुर्राणी प्रमुखांना तसेच अफगाण बंडखोरांना प्रत्यक्ष आसरा देत होते. त्यांना पंजाबमध्ये व पेशावरच्या आसपासच्या टेकड्यांमध्ये राहण्यास जागा देत होते. जेथून त्यांना अफगाणिस्तानच्या सरहद्दीवरून ब्रिटिश सैन्यावर प्रतिहल्ला करता आला असता. अशा बातम्या विश्वासार्हपणे येत होत्या. हिंदुस्तानातील ब्रिटिश सत्ताधीशांची परिस्थिती त्यामुळे अवघड झाली.

शीख सरदार अजूनही त्यांचे 'मित्र' होते; पण प्रत्यक्षात ते अफगाणिस्तानात ब्रिटिशांचे महत्त्व कमी करण्यासाठी जे करता येईल ते करत होते. थोड्याच दिवसांत चाणाक्ष व तीक्ष्ण बुद्धीच्या कॉल्व्हिनने सुचवलेल्या बेताचा ऑकलंड विचार करू लागला. त्यानुसार जर पंजाब ताब्यात घेतला तर बंडखोरांना तेथे मिळत असलेले तळ बंद होतील आणि खिंडींमधून माल पोहोचवण्याचे काम सोपे होईल. ऑकलंडने लिहिले – 'माझे मत असे आहे की, शिखांची सत्ता आणखी कमी केली, तर त्यांना ती परत मिळवणे शक्य होणार नाही. अजून अगदी अवघड परिस्थिती निर्माण झालेली नाही, परंतु लवकरच तशी होईल असे दिसते आहे.'

इकडे अफगाणिस्तानच्या पश्चिमेला दुसरी चिंता उद्भवली. पर्शियन हद्दीवर तेहरानने हालचाली सुरू केल्या होत्या. डी-आर्सी टॉडने यार महम्मद अलिकाझोई या हेरतच्या वजिराचे मन वळवायचे अवघड काम अंगावर घेतले होते. हेराती व पर्शियन लोकांमधील वाढते सख्य थांबवण्यात त्याला यश येणार नाही, हे बर्नेसने केलेले भविष्य खरे झाले होते. जेव्हा घोरियानच्या पर्शियन हद्दीवरच्या किल्ल्यावर हल्ला करण्यासाठी म्हणून टॉडने यार महम्मदला दिलेली बरीच मोठी रक्कम त्याने फक्त स्वत:च्या खिशात टाकली, तेव्हा साऱ्याचा कडेलोट झाला. टॉडची खात्री पटू लागली की, पर्शियाशी हातमिळवणी करून शहाशुजाविरुद्ध इस्लामी मित्रराष्ट्रांची आघाडी करून हल्ला करण्याचा यार महम्मदचा विचार होता. तेव्हा दहा फेब्रुवारी १८४१ रोजी अधिकृत परवानगी वगैरे न घेताच तो आपली जागा सोडून कंदाहारला परत आला. याचा अर्थ दोन देशांमधील राजकारणाचे संबंध तोडण्यासारखाच होता. त्यानंतर काही दिवसांनी यार महम्मदने शुजाचा चुलत भाऊ कामरान शहा साडोझाई याला अटक करून गळा दाबून मारून टाकले आणि अधिकृतपणे हेरत ताब्यात घेतले. यानंतर लगेचच ब्रिटिशांच्या विरुद्ध त्याने पर्शियाच्या महम्मद शहाबरोबर आघाडी उघडली.

याहूनही धोक्याची परिस्थिती कंदाहारच्या दक्षिणेला व पश्चिमेला होती. तेथे दुर्राणी आणि शक्तिशाली तोखी आणि होटकी घिलझाई लोक हेलमंद आणि कलात येथे ब्रिटिशांच्या विरुद्ध उठले होते. परंपरेप्रमाणे ज्यांच्यावर कर लादला जात नसे, त्या तोखी टोळीवर कर लादला गेला होता, हे बंडाचे कारण होते. तरी बंडाची भाषा इस्लाम धर्माविरुद्धच्या तक्रारींची होती आणि बंडखोरांची भाषा 'जिहाद'ची होती आणि ते स्वत:ला 'इस्लामचे पाईक' म्हणवत होते.

अफगाणिस्तानमधल्या इतर जवळजवळ सर्व ब्रिटिश अधिकाऱ्यांपेक्षा जनरल नॉट हा बंडखोरांविरुद्ध विशेष यशस्वी सेनाप्रमुख ठरत होता. जलद हालचाली करू शकणारी बंड विरोधी सैनिकांची पाच हजारांची सेना तयार केली, जी त्वरेने कुठल्याही दिशेला जाऊ शकत असे; परंतु त्याने एका ठिकाणचे बंड मोडले की,

ताबडतोब दुसरीकडे बंड उभे राहात असे. 'दुर्राणी लोकांच्या मनात नास्तिक आणि जेते म्हणून ब्रिटिशांबद्दल कमालीचा द्वेष होता. अख्तरने (खान दुर्राणी, जो हेलमंदमधील बंडखोरांचा म्होरक्या होता) त्याच्या पक्षाचे वर्णन 'मुसलमानांचे व धर्मगुरूंचे संघटन' असे केले होते आणि 'इस्लामच्या विजयासाठी' लढणे हे त्यांचे ध्येय होते. त्याची अशी खात्री होती की, 'फिरंग्यांचा दृढ हेतू सर्व मुसलमान प्रजा नष्ट करणे किंवा तेथून हाकलून देणे' हा होता. नॉटच्या मते हेच सततच्या बंडांमागचे कारण होते.

नॉटचा राजकीय सल्लागार हेन्री रॉलिन्सन समर्थ व हुशार होता. चार वर्षांपूर्वी अफगाणिस्तानच्या सरहद्दीकडे जाणाऱ्या वित्केव्हिचला सर्वप्रथम त्याने टिपले होते. ब्रिटिशांना सावध करण्यासाठी तो तेहरानकडे निघाला होता. त्याचा हा प्रवास विशेष गाजला. त्यातून अनेक घटना घडल्या, ज्याची परिणती युद्धात झाली होती. रॉलिन्सनला नुकतेच रॉयल जिऑग्राफिकल सोसायटीचे फाउंडर्स मेडल मिळाले होते. बेहिस्तुनमधल्या दगडांमध्ये कोरून लिहिलेल्या प्राचीन मजकुराचे भाषांतर करण्यासाठी ते मिळाले होते. रॉलिन्सनला आता कंदाहारमध्ये नेमण्यात आले होते. कंदाहार व हेलमंदमधील गाझी लोकांनी जिहाद पुकारावा म्हणून जवळजवळ रोज जे जाहीरनामे बाहेर पडत असत, त्यांचे भाषांतर करणे हे त्याचे काम होते. रॉलिन्सनने मॅक्नॅघटेनला पाठवलेला एक जाहीरनामा असा होता –

'सर्व धर्मगुरूंवर आणि इस्लामवर खरी श्रद्धा असणाऱ्या सर्वांवर खुदाची मेहेरनजर असो!

> मी तुम्हा सर्वांना कळवत आहे की, येथील मुसलमान व उलेमांनी मिळून पाच हजार मॅचलॉकवाले लोक, पायदळ व दोन हजारांचे घोडदळ तयार केले आहे. त्यांच्याकडे पूर्ण युद्धसामग्री आहे. अल्लाची मेहेरबानी झाली तर आपण इस्लामची महानता उचलून धरू; परंतु आपण सर्वांनी एकजुटीने काम केले पाहिजे आणि सर्वांनी मिळून सर्व तयारी केली पाहिजे. हे पत्र मिळाल्याबरोबर तुम्ही तुमचे तसेच इतर धर्मगुरूंचेही सैन्य तयार करून आम्हाला येऊन मिळाले पाहिजे. विख्यात वझीरने (यार महम्मद) हेरतहून आम्हाला लिहिले आहे. अल्लाची मर्जी असेल तर आपले सैन्य एकत्र करून चाल करू लागेपर्यंत वझीर गिरिश्कला पोहोचले असतील आणि ते त्यांनी काबीज केले असेल. तुमच्याबरोबर यायला तयार असणारे पाईक गोळा करण्यास उशीर करू नका आणि आपल्या कामावर पूर्ण भरवसा ठेवून इंग्रजांवर चाल करायला सुरुवात करा!'

त्याला माहिती आणून पोहोचवणाऱ्यांकडून येणारे असे जाहीरनामे जसजसे वाढत चालले, तसतसे रॉलिन्सनच्या लक्षात येऊ लागले की, इंग्रजांना विरोध करणाऱ्यांचे प्रमाण खूपच वाढत होते. खूप चिंता वाटून त्याने नॉटला लिहिले – 'त्रेचाळिसावी पलटण घेऊन तुम्ही या शहरात परत आलात, तर मी तुमचा अत्यंत आभारी राहीन, कारण सरकारला विरोध करणारी भावना येथील सर्व जिल्ह्यांमध्ये दिसत आहे. काहीही झाले, तरी बादशहाच्या सत्तेच्या बाजूने लढण्यासाठी प्रयत्न करणे, हे तुम्ही परत येईपर्यंत अशक्य आहे. हे दोन्हीही विचार अत्यंत क्लेशदायक आहेत.' लगेच दुसऱ्या दिवशी अधिक अस्वस्थ होऊन त्याने नॉटला पुन्हा लिहिले – 'मला हे लिहिण्यास वाईट वाटते आहे की, पश्चिमेच्या भागात परिस्थिती इतकी धोकादायक होत चालली आहे की, सरकारच्या बाजूने लढण्यासाठी सैन्य आणावे लागेल.' मॅक्नॅघटेनने रॉलिन्सनची ही काळजी व्यक्त करणारी पत्रे पाहिली, तेव्हा त्याची प्रतिक्रिया समजावणीच्या सुरातली आणि पूर्णपणे चुकीची होती. त्याने रॉलिन्सनला ठपका दिला की, 'तू विनाकारणच आपल्या परिस्थितीबद्दल हवालदिल होऊन शत्रुपक्षाने पसरवलेल्या अफवांवर विश्वास ठेवत आहेस. आपल्यापुढे आधी बऱ्याच अडचणी आहेत, त्या विनाकारण वाढवण्याची जरूर नाही. मला चांगले माहीत आहे की, अशा अफवा देशाच्या या भागात तरी अगदी खोट्या आहेत आणि राज्याच्या तुमच्या भागातही त्या खऱ्या मानण्याचे काही कारण नाही.' नंतरच्या दुसऱ्या एका पत्रातही 'लवकरच बंडाळी होईल' या रॉलिन्सनच्या निष्कर्षावर त्याने आक्षेप घेतला. त्याने लिहिले, 'आपली परिस्थिती कठीण आहे या तुझ्या मताशी मी सहमत नाही. उलट मला वाटते की,

> आपला पुढील काळ हा खूपच उत्साहवर्धक असणार आहे. आपल्याकडे असलेल्या शस्त्रास्त्रांचा विचार करता अगदीच थोडी अडचण येईल किंवा मुळीच येणार नाही – या देशातले लोक अतिशय भोळसट आहेत. त्यांचा गैरसमज करून द्यायला जे कोणी काही सांगेल त्यावर ते विश्वास ठेवतात – पण त्यांना लवकरच समजेल की, त्यांना सांगितले जात आहे, तसे आम्ही नरभक्षक नाही. अर्थातच आपल्या सैन्याने एखाद्या गावातल्या निम्म्याअधिक लोकांना बाहेर काढून त्यांच्या जागा स्वतःला राहण्यासाठी घेतल्या असतील, तर त्या गावात ते अप्रियच होतील; पण इंग्लंडमधल्या गावातही सैनिकांची साधारण हीच परिस्थिती असेल.
>
> येथील लोक लहान मुलांसारखे आहेत आणि त्यांना तसेच वागवले पाहिजे. एखाद्या वांड मुलाला आपण शिक्षा म्हणून कोपऱ्यात उभे केले, तर बाकीची मुले घाबरतात. आपण त्यांचे खेळणे – त्यांची सत्ता दुर्राणी

> प्रमुखांच्या हातातून काढून घेतली आहे म्हणून ते धापा टाकत आहेत. सत्ता कशी वापरायची हे त्यांना माहीत नव्हते. त्यांच्या हातात ती निरुपयोगी होती आणि त्यांच्या बादशहाला त्रास होत होता, म्हणून ती आपल्यातल्या शहाण्या लोकांच्या हातात द्यावी लागली. हे दुर्राणी मुल्लांना चिथावतात आणि मग मुल्ला लोकांना भाषणे देतात; पण हे सर्व अगदी थोडे दिवस चालेल.'

काबूलच्या उत्तरेस कोहिस्तानमध्येही असेच झाले. १८४१ च्या उन्हाळ्यात एल्ड्रेड पॉटिंगर – हेरतचा एकेकाळचा शूर नायक गुरखा पलटण घेऊन छारिकारमध्ये आला, तेव्हा त्याच्या लक्षात आले की, काबूलमधल्या छावणीसारखीच इथेही त्यांची स्थिती स्वत:चे रक्षण करण्यासारखी नव्हती. गुरखा सैनिकांना तंबूमध्ये राहावे लागत होते. चुकीच्या जागी बांधलेल्या, मातीच्या भिंती असलेल्या आणि अजून दारेही लावलेली नसलेल्या त्यांच्या बराकीपासून थोड्याच अंतरावर, त्यांच्याहून उंचावर, अत्यंत मजबूत असा किल्ला होता! शिवाय त्यांच्याकडे तोफाही नव्हत्या. सर्वत्र वाढता असंतोष जाणवत होता. पॉटिंगरच्या एका कनिष्ठ अधिकाऱ्याने एका फकिराला भिक्षा दिली, तेव्हा त्या फकिराने त्याला एका बाजूला बोलावून सावध केले की, त्यांच्या सर्व सैनिकांना मारून टाकण्याच्या बेतांची चर्चा बाजारात उघडउघड चालू होती, 'तेव्हा त्यांनी हिवाळा काबूलमध्ये काढावा हे चांगले!' हे ऐकून पॉटिंगरची खात्री झाली की, पुन्हा नव्याने बंड होणार होते; परंतु त्याला जाणवणारी चिंता ऐकून घ्यायलाही मॅकनॅघटेनने नकार दिला. त्याला त्यांच्या रक्षणासाठी तोफखान्याची गरज वाटत होती, तो देण्याचेही नाकारले. पॉटिंगरने आणखी गुप्त माहिती गोळा करण्यात काही आठवडे घालवले आणि मग दुसरे, जास्त सविस्तर गुप्त माहिती देणारे पत्र मॅक्नॅघटेनला पाठवले. त्याने लिहिले की, कोहिस्तानी प्रमुखांनी सुरुवातीला शहाशुजाला पाठिंबा दिला होता, परंतु मग त्यांनी बघितले की, अँग्लो साडोझाई राजवटीत त्यांच्या हिताचे आणि सत्तेचे रक्षण होत नव्हते – सक्तीने आज्ञा ऐकायला लावणारा राजा त्यांना मिळाला होता – त्यांच्या लहान-मोठ्या चुकांकडे दुर्लक्ष करेल असा तो नव्हता. बंड होऊ शकण्यास आणखीही कारणे होती – परकीयांच्या वर्चस्वाचा द्वेष, धर्मांधता आणि आमच्या सैन्याचे अनैतिक वागणे, शिवाय निर्लज्जपणे बायकांना मोहात टाकून नेणे हे, तेही अशा देशात जेथील पुरुष अत्यंत मत्सरी असण्याबद्दल प्रसिद्ध आहेत. त्याने पुढे लिहिले,

> ब्रिटिशांचे शत्रू आपल्या चारित्र्याची बदनामी करण्याचा जास्तीतजास्त

प्रयत्न करत आहेत, प्रजेचे मन आपल्याबद्दल कलुषित करत आहेत आणि लुटारू, डाकू यांना चिथावत आहेत. जुलै व ऑगस्टमध्ये शेतात पिके तयार असताना गंजी जाळणे, कालव्यांचे बंधारे तोडून टाकणे असे प्रकार सारखे होत होते. लुटारूंच्या टोळ्या सारखेच हल्ले करत होत्या. सरकारी लोकांना त्यांना पकडणे जमत नव्हते. बऱ्याच लोकांना त्यांच्या जाण्या-येण्याची माहिती असायची. जवळजवळ तासागणिक मोठमोठ्या कारस्थानांच्या अफवा ऐकू येतात. हे सांगणे मला माझे कर्तव्य वाटते की, कोहिस्तानी प्रमुखांकडून ओलीस ठेवून घ्यावेत.

वास्तविक ब्रिटिशांना होणारा विरोध सर्वत्र वाढत होता. फक्त काबूलमध्ये अँग्लो-साडोझाई राजवटीला थोडा पाठिंबा होता. तेथेही शुजाची लोकप्रियता कमी होत होती. मौलाना काश्मिरीने लिहिल्याप्रमाणे –

फिरंग्यांच्या त्रासदायक वागण्याने लोक त्रासले होते
त्यांच्या उद्दामपणाने लोक वैतागले होते

शहरामध्ये मानमर्यादेचा अंशही राहिला नव्हता
कायदा व व्यवस्था राहिली नव्हती

खान लोकांची इतकी बेअब्रू झाली होती
की, मातीसारखे ते पाण्यात मिसळत होते

अशा तऱ्हेने काबूलमध्ये भीतीचे साम्राज्य पसरलेले असताना
वेगवेगळ्या संकटांनी रक्तलांच्छित झालेले, हरलेले असताना

प्रत्येक घरी त्यांना अमीरचे न्यायाने वागणे आठवत असे
रात्रंदिवस त्यांना अमीर परत यावा असे वाटत असे.

जवळजवळ सर्वच ब्रिटिश अधिकाऱ्यांच्या आता लक्षात आले होते की, अँग्लो-साडोझाई राजवट अयशस्वी झाली होती. अर्थात काहीजण मॅक्नॅघटेनसारखे अति आत्मविश्वास बाळगून, ते ही परिस्थिती स्वीकारायला तयार नव्हते – पण परिस्थिती बदलण्यासाठी काय करावे याबद्दल त्यांची प्रत्येकाची वेगवेगळी मते होती. तरुणपणी लॉर्ड बायरनचा अगदी जवळचा मित्र आणि प्रवासातला सोबती असणारा जॉन कॅम हॉबहाउस आता लंडनमध्ये बोर्ड ऑफ कंट्रोलचा प्रेसिडेंट होता. त्याचे म्हणणे पडले की, खरे म्हणजे सैन्याची संख्या खूप मोठ्या प्रमाणात

वाढवण्याची गरज होती. अफगाणिस्तान पूर्णपणे सोडून तरी द्यावे किंवा मग आपली पकड घट्ट करावी. दोस्त महम्मद खान शरण आल्यावर उरलेली थोडीशी शिबंदी प्रचंड प्रमाणात वाढवली पाहिजे. त्या देशात जास्त पैसे अडकवले पाहिजेत, खर्च वाढवला पाहिजे; अफगाणिस्तानच्या सरकारवर जास्त अंकुश ठेवला पाहिजे. मुळात त्या लोकांनी हे सत्य स्वीकारले पाहिजे की, ब्रिटिश लोक त्या देशाचे मालक आहेत. शुजाला दिलेले सर्व हुकूम त्याला पाळायला लावले पाहिजेत. तेथून परत येण्याचा विचारही करू नये, असे त्याचे म्हणणे होते.

बर्नेसलाही असेच वाटत होते की, शुजाला नाममात्र सत्तेवर ठेवून त्याचे लाचखाऊ सरकार सुधारले पाहिजे. १८४० च्या ऑगस्टमध्ये दोस्त महम्मद शरण येण्याच्या थोडे दिवस आधी त्याने मॅक्नॅघटेनला सविस्तर अहवालाद्वारे कळवले होते की, शहाचे सरकार कार्यक्षम नाही, लोकप्रिय नाही आणि अतिशय खर्चिक आहे. ब्रिटिशांनी राज्यकारभारात जास्त लक्ष घालण्यानेच ही राजवट वाचेल. त्याचे व्यक्तिगत मत राजवट पूर्णपणे ताब्यात घेण्याचा प्रश्न सोडवू शकणार नाही, हे माहीत असल्याने त्याने पुढे लिहिले की, पंजाब व अफगाणिस्तान दोन्ही ताब्यात घेणे हाच आता सर्वांत चांगला उपाय आहे, असे त्याच्या बऱ्याच सहकाऱ्यांना वाटू लागले होते.

त्याच्या खासगी पत्रव्यवहारात बर्नेस जास्त कडक लिहीत असे आणि ऑकलंड व मॅक्नॅघटेन यांना दोष देत असे. त्याने त्याचा मेव्हणा हॉलंड याला लिहिले, 'येथे अगदी मूर्खपणा चालला आहे.' त्याच्या मोठ्या भावाला त्याने त्याच सुमाराला लिहिले, 'शहरे आमच्या ताब्यात आहेत; परंतु अंतर्गत भाग किंवा प्रजेचा पाठिंबा आमच्या बाजूने नाही. अफगाणिस्तानला एकसंध करण्यासाठी आम्ही अजून ठामपणे काहीही केलेले नाही. पेशावर आणि हेरत ताब्यात घेऊन साम्राज्य पुन्हा स्थापित करणे आता लॉर्ड ऑकलंडच्या हातात आहे. त्या साम्राज्याचा खर्च त्यांचा त्यांनाच करता येईल आणि खर्चासाठी हिंदुस्तानमधून पैसे घेणे थांबवता येईल; पण तो काहीही करणार नाही. "माझ्या माघारी काही का होईना!" हे त्याचे ध्येय आहे. त्याला घरी परत जावेसे वाटते; पण त्याच्या आजवरच्या कर्माची त्याला भीती वाटते.'

इकडे मॅक्नॅघटेन तिसऱ्या मार्गाचा पाठपुरावा करत होता. तो अजूनही शुजाची सत्ताच विस्तारण्याचा विचार करत होता. कदाचित केवळ बर्नेसला चीड यावी म्हणूनही असेल; परंतु त्याच्यासारख्याच त्यालाही राज्याच्या सीमा विस्तारायच्या होत्या आणि हेरतवर हल्ला करायचा होता. त्याला वाटत होते आणि ते बरोबरही होते की, ब्रिटिशांच्या विरुद्ध बंड करायला यार महम्मद टोळ्यांना उत्तेजन देत होता. बामियाच्या पलीकडे पुढे जाऊन मीर वालीचा उझबेक प्रदेशही मॅकनॅघटेनला

ताब्यात घ्यायचा होता. ऑक्ससच्या किनाऱ्यांपर्यंत शुजाची सरहद्द पक्की करायची होती, म्हणजे मध्य आशियातून पुढे येण्याच्या रशियाच्या कुठल्याही प्रयत्नाला किंवा हल्ल्याला तोंड देता आलं असतं.

परंतु या सर्व जास्त सैन्य आणण्याच्या आणि ब्रिटिशांची सत्ता वाढवण्याच्या महत्त्वाकांक्षी योजना खंडित करणारी वस्तुस्थिती अशी होती की, कलकत्त्याचा खजिना आता जवळजवळ रिकामा झाला होता. अफगाणिस्तानमध्ये सैन्य ठेवून ताबा ठेवणे, ही प्रचंड खर्चिक बाब होती. १८४१ पर्यंत या एकत्रित खर्चाची रक्कम वर्षाला वीस लाख पौंड एवढी प्रचंड झाली होती – सुरुवातीला वाटले होते त्याहून कितीतरी पटींनी ती अधिक होती. शिवाय चहा व अफूच्या व्यापारातून ईस्ट इंडिया कंपनीला होणाऱ्या नफ्यापेक्षा कितीतरी जास्त होती.

फेब्रुवारी १८४१ मध्ये कलकत्त्यामध्ये जमा-खर्चाचे खाते सांभाळणाऱ्या प्रमुखाला ऑकलंडला लेखी कळवणे भाग पडले की, 'आणखी सहा महिन्यांच्या आतच हिंदुस्तानातील खजिना पूर्णपणे रिकामा होईल.' प्रश्न केवढा गंभीर स्वरूपाचा आहे, हे मार्चमध्ये ऑकलंडच्या लक्षात येऊ लागले होते. त्याने मॅक्नॅघटेनला लिहिले, 'आमची प्राथमिक, दुय्यम आणि शेवटची गरज 'पैसा' ही झाली आहे. तुमच्यासाठी सध्या जो खर्च होत आहे, त्या प्रमाणात आम्ही तुम्हाला किती दिवस अन्नासाठी पैसे पुरवत राहू हे सांगता येत नाही. हा खर्च आणखी वाढला, तर आमचे पूर्णपणे दिवाळेच निघेल.'

सेनाप्रमुख सर जॉन कीनला हा जमा-खर्च पाठवण्यात आल्यावर तोही मनाने तितकाच खचला. २६ मार्च १८४१ रोजी त्याने त्याच्या डायरीत लिहिले, 'आमची परिस्थिती खूपच हलाखीची झाली आहे. त्या देशासाठी वर्षाला दहा लाखांहून जास्त खर्च होत आहे. खरे म्हणजे आमच्या बंदुका आणि घोडदळ यांच्या टप्प्यात असलेल्याच लोकांची 'निष्ठा' आम्हाला धरून चालता येते. हे सगळे कोसळून पडेल. हा डोईजड आणि वाढता खर्च सैन्यासाठी करत राहणे आम्हाला परवडणार नाही.' पुढे काही दिवसांनी त्याने लिहिले, 'दरवर्षी बारा-तेरा लाखांचा खर्च हिंदुस्तानवर लादणे, (खरा आकडा त्याहूनही बराच जास्त होता) तोही त्या खडकाळ डोंगराळ सरहद्दीसाठी आणि त्यासाठी पंचवीस हजार माणसे आणि त्यांच्यासाठीची राहण्या-जेवण्याची सोय करत राहणे हे शक्य नाही.'

तरीही, राजकीय धोरण असे गोंधळात असताना आणि पैसे संपत आलेले असताना, इकडे अफगाणिस्तानमध्ये काही ब्रिटिशांच्या बायका यायला सुरुवात झाली. पंजाब ते काबूल छावणी हा धोक्याचा प्रवास पार करून मॅक्नॅघटेनची सामाजिक महत्त्वाकांक्षा असलेली पत्नी फ्रान्सेस, तिचे मांजर, पोपट आणि त्यांना सांभाळणाऱ्या पाच 'आयां'ना घेऊन सर्वांत आधी पोहोचली. मॅक्नॅघटेन तिला

हिंदुस्तानात एडेन बहिणींजवळ सोडून गेला होता. त्या तिला टाळायला बघायच्या. ती काबूलला गेल्यामुळे त्या दोघींची सुटका झाली! दुसरी होती कधीही नमते न घेणारी, 'फाइटिंग बॉब' जनरल सेलची हिंदुस्तानात जन्मलेली पत्नी फ्लॉरेन्टिना. ती १८४१च्या उन्हाळ्यात येऊन पोहोचली. तिने बरोबर मोठा पियानो आणला होता. तिची सगळ्यात धाकटी आकर्षक दिसणारी मुलगी अलेक्झांड्रिना तिच्या बरोबर होती.

या स्त्रियांच्या आगमनाने सगळेच खूश झाले होते असं नाही. जॉन मॅग्राथ या चिडखोर छावणी सर्जनच्या मते सेल आणि मॅक्नॅघटेन दोघांच्या बायकांचं वागणं उच्छृंखल आणि हलक्या दर्जाचं होतं. (वाईट असं की, त्यानं जास्त फोड करून काही सांगितलं नाही!) मॅक्नॅघटेनच्या पत्नीच्या पाककौशल्याबद्दलही त्याचं मत वाईट झालं. मे १८४१ मध्ये त्यानं लिहिलं, 'मी काही दिवसांपूर्वी मॅक्नॅघटेनच्या घरी जेवायला गेलो होतो – सहा मैलांची रपेट करून निकृष्ट, बेचव जेवण मिळालं! अलेक्झांड्रिना सेल ही अडाणी आणि निरक्षर आहे; पण निदान ती स्वभावानं चांगली आहे असं म्हणतात.'

कदाचित ती निरक्षर असेल; पण लवकरच छावणीतले किमान निम्मे अधिकारी तिचं प्रणयाराधन करू लागले. मॅग्राथच्या मते 'इथं ती एकटीच अविवाहित होती आणि लग्न करायचं असा तिच्या मनाचा निश्चय होता. कोणाच्या तुलनेत ती कमी पडायला दुसरं कोणी नव्हतंच, हे तिच्या पथ्यावर पडलं!' गोंडा घोळणारे हे बहुतेकजण तिच्या आईला नापसंतच होते. 'नुसतं गोड बोलता येण्याचा काय फायदा?' पण देखणा लेफ्टनंट जॉन स्टर्ट हा इंजिनिअर – ज्यानं त्या अगदी चुकीच्या डिझाइनच्या बराकी बांधल्या होत्या – तो तिला आवडला. थोड्याच दिवसांत सर्वांना वाटू लागले की, त्याने बाजी मारली – त्याच्या इतर सर्व ब्रह्मचारी सहकाऱ्यांना हेवा वाटलाच!

सेलच्या बायकोनं दूरदर्शीपणानं कर्नालच्या तिच्या बागेतून बऱ्याच फुलझाडांचं बी आणलं होतं आणि तिच्या काबूलमधल्या बागेतल्या वाफ्यांमध्ये लवकरच इंग्लिश फुलं फुलली. तिनं लिहिलं, 'मी अशी फुलझाडं लावली आहेत ज्यांचं अफगाण पुरुषांना खूप कौतुक वाटतं. माझ्या स्वीट पीज आणि जिरेनियमच्या फुलांचं खूप कौतुक होतं आणि त्यांना सगळ्यांना खाण्याच्या मटाराच्या शेंगांचं बीसुद्धा हवं होतं. ती झाडंही छान झाली होती. किचन गार्डनमध्ये बटाटेही छान वाढत आहेत.'

या सुमारास फक्त मेमसाहेबच येऊन पोहोचल्या असे नाही. मॅक्नॅघटेनची बायको

त्याच्याबरोबर राहायला आलेली बघून शुजाने त्याचा आंधळा भाऊ शाह झमान याला व त्याच्या आणि शुजाच्या स्वत:च्या जनानखान्यांनाही लुधियानाहून काबूलला बोलवायचे ठरवले. एकतर त्याला त्यांची आठवण येत असावी; परंतु त्याने मनाशी असेही ठरवले असेल की, पंजाबमधील परिस्थिती जास्त धोकादायक होण्यापूर्वी किंवा येण्याचा रस्ताच बंद केला जाऊन त्याच्या कुटुंबापासून त्याची ताटातूट होण्यापूर्वी त्यांना तेथून हलवावे हे बरे.

हे जनानखाने लुधियानाहून काबूलला घेऊन जाण्याचे काम दोन तरुण स्कॉटिश अधिकाऱ्यांकडे सोपवले गेले. शांततेच्या काळात हा प्रवास सहज दोन ते तीन आठवड्यांत झाला असता; परंतु आता खालसा सैन्याची अवस्था विस्कळीत होऊन, त्यांच्या बऱ्याच पलटणी उघड बंड पुकारत असल्यामुळे प्रवास धोक्याचा व अनिश्चित काळाचा होता. शुजाने त्यांच्या बायकांबरोबर त्याची बरीचशी संपत्ती आणि मुघल रत्ने असलेली एक सुप्रसिद्ध मंजूषाही आणवायचे ठरवले. हे दोन्ही आणले जाणार आहे, ही बातमी लवकरच फुटली; त्यामुळे तर त्यांना आणणं आणखी अवघड झालं.

या काफिल्याला घेऊन जाण्याचे काम ज्याच्याकडे दिले होते तो धिप्पाड, लाल केस असलेला आणि व्यवहारचतुर जॉर्ज ब्रॉडफूट ऑर्केडियाचा होता. त्याचे वडील किर्कवॉलमधील सेंट मॅग्नस कॅथेड्रलचे पाद्री होते. त्याचा मदतनीस आणि मित्र ऐटबाज मिशा असलेला कॉलिन मॅकेन्झी मूळचा पर्थशायरचा होता. हिंदुस्तानातील ब्रिटिश सैन्यातील सर्वांत देखणा तरुण अधिकारी म्हणून तो प्रसिद्ध होता. कलकत्त्याला येऊन पोहोचल्यानंतर थोड्याच दिवसांत शहरातील अत्यंत सुंदर म्हणून प्रसिद्ध असलेल्या ॲडेलिन पॅटेलशी त्याचे लग्न झाले. ती सहा बहिणींपैकी एक होती आणि त्यांचे कुटुंब इंग्लिश, बंगाली व फ्रेंच अशा व्यक्तींचे मिश्रण होते. तिचे डोळे तिच्या चंदेरनगरच्या बंगाली आजीसारखे पाणीदार व काळे होते आणि त्वचाही तशीच होती. या बहिणी बंगाल व व्हर्सेल्समध्ये वाढवल्या गेल्या होत्या. व्हर्सेल्समध्ये त्यांचे फ्रेंच आजोबा शेव्हलिअर द लएतांग हे मारी अॅन्तोनिएतचे हुजऱ्या होते. या मुली आपसात हिंदुस्तानी, बंगाली आणि फ्रेंच बोलत असत. ॲडेलिनच्या एका धाकट्या बहिणीने लॉर्ड ऑकलंडचा सल्लागार हेन्री थॉबी प्रिन्सेपशी लग्न केले होते आणि एमिली एडेन जरी प्रिन्सेपला 'देवाने जन्माला घातलेला सर्वांत नीरस आणि कंटाळवाणा माणूस' म्हणत असली, तरी या लग्नामुळे मॅकेन्झीचे एल्फिन्स्टन आणि मॅक्नॅघटेन यांच्या वरचढ असा, लॉर्ड ऑकलंडच्या सल्लागार मंडळात सरळ संबंध जुळला होता, ज्याचा नंतर खूपच उपयोग झाला.

अलीगढच्या त्यांच्या बराकींमधून ब्रॉडफूट व मॅकेन्झी लुधियानाला शहाशुजाच्या जनानखान्याकडे निघाले. ताजमहालवरून जाऊन वाटेत मथुरेजवळच्या जंगलात

चित्त्याची शिकार करायला ते थांबले. लुधियानाला पोहोचल्यावर त्यांना असे समजले की, काफिल्यामध्ये आता वृद्ध व आंधळा शाह झमान, शहाजादे, दोन जनान्यांच्या मिळून वेगवेगळ्या दर्जाच्या आणि वयाच्या खूप मोठ्या संख्येने (सुमारे सहाशे) असलेल्या स्त्रिया, अनेक मदतनीस नोकर स्त्री-पुरुष आणि बरेचसे सामान आणि मोठा खजिना हे सर्व मिळून जवळजवळ सहा हजार माणसे होती. ते सर्व आणि त्यांचे सामान मिळून पंधरा हजार सामानवाहू उंट लागणार होते. तरीही त्या दोन तरुण अधिकाऱ्यांना हा इतका किमती आणि जोखमीचा काफिला घेऊन जाण्यास केवळ पाचशे सैनिक पुरेसे वाटले. ब्रॉडफूटने लिहिल्याप्रमाणे पंजाबच्या सरहद्दीवर त्यांना 'शीख सैन्यातील काही निवडक सैन्याच्या तुकड्या भेटल्या; परंतु त्यांना परदेशात जाण्यापेक्षा बंड करण्याची जास्त इच्छा होती आणि त्यांच्यापासून संरक्षण मिळण्यापेक्षा धोक्याचाच जास्त संभव होता. आम्ही निघालो तेव्हा पंजाबमध्ये अंदाधुंदी पसरण्याच्या बेतात होती. आम्ही पुढे जात राहिलो, तसतशी गोंधळाची परिस्थिती वाढत चालली. बंडखोरांच्या तुकड्या सर्व बाजूंनी लाहोरकडे निघाल्या होत्या. अधूनमधून आमच्या रस्त्यात त्या दिसत असत. निघण्याच्या आधीच त्यांनी त्यांच्या तुकड्यांच्या अधिकाऱ्यांना मारून तरी टाकले होते किंवा हाकलून तरी दिले होते – काफिल्याची प्रगती मंदगतीने होत होती, परंतु आसपास व्यवस्थित चौकशी करून, माहिती काढून त्यांनी शिखांच्या राज्याचा दोन तृतीयांश भाग सुरक्षितपणे ओलांडला.

अटक येथे सिंधू नदी ओलांडण्याच्या जरा आधीच त्यांना पेशावरमध्ये मोठ्या प्रमाणात बंडाळी झाल्याचे समजले. आणखी वाईट म्हणजे ही मंडळी येत असल्याचे समजल्यावर बंडखोरांच्या चार पलटणी, म्हणजे सुमारे पाच हजार सैनिक त्यांचा पुढील रस्ता अडवून बसले होते. त्यांच्याकडे सुसज्ज तोफखानाही होता. काफिला लुटण्याचा त्यांचा विचार होता; पण दोन ठिकाणच्या लढाया टाळण्यासाठी मॅकेन्झीने बोटींच्या पुलावरून सिंधू नदी ओलांडल्यावर तो पूल मोडूनच टाकला; त्यामुळे, त्यांच्या बरोबर त्यांच्या 'मदतीला' म्हणून आलेल्या शीख सैनिकांपासून रक्षण झाले. पुढे बरेच दिवस स्थिती 'जैसे थे' राहिली. त्यानंतर, ब्रॉडफूटने शिखांच्या म्होरक्यांवर दबा धरून, हल्ला करून त्यांना कैद केले. मग त्यांच्याशी बोलणी करून काफिल्याला पुढे जाऊ देण्यासाठी तह केला. आता पेशावरला वळसा घालून पुढे गेल्यावर जामरुड येथे बंडखोरांच्या सरहद्द रक्षकांच्या जास्त आक्रमक टोळ्यांमुळे पुन्हा जैसे-थे स्थिती झाली. त्यांनी बरीच संपत्ती लुटून नेली. बेगमांच्या पालख्याही शोधून लुटण्याचा प्रयत्न केला; पण सरतेशेवटी काफिल्याने खैबर खिंड पार केली. एकही गोळी न मारता त्यांनी हे सर्व केले.

ते जलालाबादहून काबूलकडे जात असताना अफगाणिस्तानची परिस्थिती

बघून दोघांनाही प्रचंड धक्का बसला. त्यांच्या लक्षात आले की, मोठे बंड होऊ घातले असावे; तशी स्थिती होती. ब्रॉडफूटच्या ताबडतोब लक्षात आले की, 'तेथे ब्रिटिशांबद्दल तीव्र नाराजी होती आणि तेथे असलेली शिबंदी हा देश ताब्यात ठेवायला अत्यंत अपुरी होती. सैन्याची संख्या खूपच कमी होती, कारण त्यातील काही हिंदुस्तानात परत पाठवले गेले होते आणि जे शिल्लक होते, ते एक-दोन महत्त्वाच्या जागी एकत्र ठेवण्याऐवजी एवढ्या प्रचंड देशभर थोडे थोडे असे विखुरलेले होते.' हे बघून ब्रॉडफूटलाही धक्का बसला की, ज्या अफगाणिस्तानवर राज्य करण्याचा ते प्रयत्न करत होते, त्या देशाबद्दल ब्रिटिशांकडे प्रचंड अज्ञान होते. तो म्हणाला,

> 'आपले या देशाबद्दलचे औदासीन्य, उत्सुकता नसणे तसेच त्यांच्या संस्थांबद्दलचे आणि रीतिरिवाजांबद्दलचे अज्ञान लज्जास्पद आहे. एखाद्या देशावर आक्रमण केले जाते, तेव्हा विजयी सैन्य त्या देशातले उत्पादन उपयोगात आणते आणि सेनेचा पुढारी सरकार बनवतो. लॉर्ड वेलिंग्टनने दक्षिण फ्रान्समध्ये राज्यकारभार चालवला, कर गोळा केले आणि सर्व अधिकाराच्या जागांवर माणसे नेमली. येथे चार वर्षे हा देश ताब्यात असूनही १८३८ मध्ये हे सर्व करण्याची आपली जितकी तयारी होती, तेवढीच आजही आहे. कारण शिकण्याची इच्छाच कमी झाली आहे, कारण सर्वांना असेच वाटते की, आपल्याला लवकरच हा देश सोडून जायचे आहे. या देशाच्या साधनसामग्रीबद्दल पूर्ण माहिती असणे, कर गोळा करण्याची पद्धत जाणून घेणे, समाजाच्या वेगवेगळ्या स्तरांमधील लोकांचे सरकारबरोबरचे हक्क व संबंध यांची माहिती मिळवण्याची कोणाला कधी गरजच वाटली नाही असे दिसते. याचा परिणाम म्हणून आमच्या अज्ञानामुळे आम्हाला अपयश येत आहे.'

काबूलमध्ये आल्यानंतर लवकरच या दोन अधिकाऱ्यांना मॅक्नॅघटेन आणि बर्नेस यांनी भेटीला बोलावले, तेव्हा त्या दोघांनी त्यांची या सर्व परिस्थितीबद्दलची काही मते सांगितली; परंतु 'राजदूत साहेबांनी आमच्या कुठल्याही धोक्याच्या सूचनांकडे काहीही लक्ष दिले नाही आणि बर्नेसना मध्ये पडणे बरोबर वाटले नाही. त्यांचीही मते काही बारीकसारीक अपवाद वगळता मॅक्नॅघटेन यांच्यासारखीच होती आणि भोवताली काय चालले आहे, यासंबंधी तेही जवळजवळ तितकेच आंधळे होते!' असे मॅकेन्झीने लिहिले. उलट, मॅक्नॅघटेन ज्याला समारंभाची अतिशय हौस होती, त्याने बाला हिसारमध्ये या दोघांसाठी मोठ्या स्वागत समारंभाचे आयोजन केले; जेथे

शुजा, त्याचा जनानखाना व संपत्ती सुरक्षित आणून पोहोचवल्याबद्दल त्यांचे आभार मानून तो त्यांना प्रत्येकाला, 'एक मानाचा पोशाख, एक घोडा व एक तलवार' भेट देणार होता!

या सगळ्या तमाशाचा मॅकेन्झीला धक्काच बसला. कलकत्त्याला असलेल्या आपल्या साडूला हेन्री प्रिन्सेप याला त्याने लिहिले की, सध्या ज्या तऱ्हेने आपण या देशावर ताबा ठेवत होतो, तो टिकणे त्याच्या मते अशक्य होते आणि 'सर्व परिस्थिती अतिशय काळजी वाटण्याइतकी धक्कादायक होती. येथील आपल्या शूर, धाडसी लोकांच्या मदतीला ताबडतोब आणखी सैन्य आले पाहिजे, नाहीतर ते नाश पावतील.'

त्याच्या बेगमा येऊन पोहोचण्याची वाट बघत असताना शहाशुजाने आणखी एका तरुण स्त्रीला गोड बोलून खूश करण्याचे ठरवले होते. या सुमारास शुजाने महाराणी व्हिक्टोरियाला लिहिले, 'प्रत्यक्ष सूर्यच ज्यांचा ध्वज आहे, अशा अत्यंत पवित्र महाराणीसाहेबा, माझ्या दयाळू व सुप्रसिद्ध भगिनी, यांना खुदाताला दीर्घायु देवो! आपले आरोग्य व धनसंपत्ती उत्तम असल्याचे कळवणारे पत्र आपण अत्यंत मैत्री व सहृदयतापूर्वक, माझे अभिनंदन करण्यासाठी पाठवले, ते मिळून अत्यंत आनंद झाला; त्यामुळे आपल्याबद्दलच्या आपुलकीला उत्तम व जास्तच भरभरून फळे आली.' त्याने पुढे लिहिले – 'महाराणींचे पत्र आले तेव्हा इतकी आपुलकी ब्रिटनबद्दल यापूर्वी कधीच वाटली नव्हती. सुगंधी गुलाबांसारखे विचारांचे ऐक्य, प्रेमाची सुगंधी फुले माझ्या हृदयात फुलत आणि हसत होती. काबूलच्या तख्तावर आता आपला एक चाहता आहे.' त्या पत्रातून शुजाने महाराणीची वारेमाप स्तुती केली.

परंतु त्या तरुण राणीबद्दल शहाशुजाच्या मनात काहीही भावना असल्या, तिच्या काबूलमध्ये असलेल्या सेवकांची जरी पत्रातून शहाशुजाने अशीच वारेमाप स्तुती केली असली, तरी प्रत्यक्षात त्याची मॅक्नॅघटेनची घसट कमी होत चालली होती. मॅक्नॅघटेनचा सेना सचिव जॉर्ज लॉरेन्स याने लिहिले की, 'शुजाची स्थिती आता पूर्वीपेक्षा जास्त सुरक्षित आहे असे त्याला वाटू लागले होते. तो आमच्यावर पूर्वीइतका अवलंबून नव्हता असे त्याला वाटू लागल्याने आमच्याशी आता तो पूर्वीपेक्षा जास्त असहिष्णुतेने वागू लागला होता. मॅक्नॅघटेनने शहाशुजाच्या सत्तेवर घातलेले निर्बंध आता त्याला जाचक वाटू लागले होते आणि त्यातून सुटता आल्यास त्याला किती बरे वाटेल हे तो उघडपणे दाखवू लागला होता.

शहाशी एकनिष्ठ असलेला व त्याच्यावर चांगले वजन असलेल्या मुल्ला

शकूरला काढून, ब्रिटिशधार्जिणा माणूस आणला, तर शुजावरचे नियंत्रण वाढवता येईल, असे ब्रिटिश राजवटीला समजावण्यात बर्नेसला यश आले होते. गेली दोन वर्षे शुजाच्या राज्यकारभारातील ब्रिटिशांचा हस्तक्षेप वाढला होता. मुल्ला शकूरला दूर केल्याने अफगाणिस्तानची खरी सत्ता आता पूर्णपणे ब्रिटिशांच्या हातात आली होती. महम्मद हसन हेरातीने लिहिले – मुल्ला शकूरचा प्रतिस्पर्धी उथमान खानवर बर्नेसची मर्जी होती. तो पूर्वी बराकझाईंशी एकनिष्ठ होता. 'हा मनुष्य केवळ स्वार्थी बुद्धीने इंग्रजांना जाऊन मिळाला होता, तो बादशहांना बिलकूल पाठिंबा देत नसे; त्यामुळे साहजिकच मतभेद आणखी वाढले. त्याच्या आधी त्याचे वडील शाह झमानचे सचिव होते आणि दुर्राणी लोकांशी वैर असल्याने त्याने बादशहाला सत्तेवरून खाली आणण्यास मदत केली होती; परंतु तरीही मॅक्नॅघटेनने आग्रहाने त्याचीच नेमणूक केली कारण काय, तर त्या जागी पूर्वी त्याचे वडील होते. नेमणूक करताना त्याची स्वत:ची लायकी, चारित्र्य यांचा विचार केला नाही.

याच वेळी दोस्त महम्मद खानच्या जवळचा, पण कारस्थानी व फसवणूक करणारा मिर्झा इमामवर्दी हा वेड लागल्याचे सोंग घेण्यासाठी स्वत:लाच चावे घेत बुखाराहून सुटला. तो काबूलला येऊन पोहोचला होता. मुल्ला शकूरबरोबर काम करणे त्याला जमेल असे त्याला वाटले नाही; परंतु त्याने उथमान खानशी संपर्क साधला. हा उथमान खान बादशहाच्या राजवटीत तेव्हा खालच्या दर्जाच्या जागेवर काम करत होता; पण थोड्याच दिवसांमध्ये त्याने मुल्ला शकूर विरुद्ध अपप्रचार आणि बदनामी करणे सुरू केले होते. त्याचे हे काम इतके परिणामकारक झाले की, दुर्राणी खान मंडळी तसेच इतर साधे प्रजाजनही त्याच तक्रारी बादशहाकडे नेऊ लागले आणि मॅक्नॅघटेन व बर्नेस यांनी जाहीर केले – 'मुल्ला शकूर हे काम करण्यास लायक नाही, त्याला काढले पाहिजे!' बादशहाने सांगण्याचा पुष्कळ प्रयत्न केला की, मुल्ला शकूर अतिशय पापभीरू, नि:स्वार्थी व उत्तम चारित्र्याचा माणूस आहे, त्याच्याहून चांगला मुख्यमंत्री मिळणेच कठीण आहे; तरीही काही उपयोग झाला नाही. उथमान खानची नेमणूक करण्यात आली. त्याला निझाम-अल-दौला हा किताब, मुख्यमंत्र्याचे पद आणि संपूर्ण राज्याच्या कारभाराचे निर्णय घेण्याचा अधिकार देण्यात आला. मुल्ला शकूरला नोकरीवरून काढून टाकण्यात आले व घरी कडक नजरकैदैत ठेवण्यात आले.

निझाम-अल-दौलाच्या अत्यंत दुष्ट मनाचा अंदाजच नसलेल्या मॅक्नॅघटेनने त्याला

इतके अधिकार व सवलती दिल्या की, काही महिन्यांमध्येच 'त्याच्या अहंकाराला प्रचंड खतपाणी मिळून तो ज्येष्ठ-कनिष्ठ सर्वांशीच अत्यंत उद्धटपणे वागू लागला.' हेरातीने लिहिले – 'तो तर बादशहांसमोरही योग्य त्या आदराने व मानाने वागत नसे. बरीच वर्षे दरबारात असलेले, जुने प्रतिष्ठित दरबारी लोक मग ते दुर्राणी असोत की इतर कोणी असोत, त्यांच्याबद्दलही तो मॅक्नॅघटेनला वाईट अहवाल देऊ लागला. त्यांची वेतने बंद किंवा कमी करू लागला. त्यांनी कितीही विरोध केला आणि बादशहाने त्यांची बाजू घेतली, तरीही काहीही उपयोग होत नसे.

निझाम-अल-दौलाचे शुजाशी पटत नसल्यामुळे आणि त्याच्या मानाच्या स्थानासाठी तो पूर्णपणे ब्रिटिशांवर निर्भर असल्यामुळे, साडोझाईंच्या बाजूच्या सरदारांनाही त्यांच्या सर्व शंका खऱ्याच होत्या अशी आता खात्री पटली. शहाशुजाच्या हातात आता सरकारची मालकी नव्हती. खरी सत्ता आता ब्रिटिशांच्याच हातात होती हे त्यांना कळून चुकले. फैज महम्मदने नंतर लिहिल्याप्रमाणे, 'निझाम-अल-दौलाच्या होकाराशिवाय शहाच्या इच्छेला काही अर्थ नसे.' एखादा अन्याय झालेला किंवा अडचणीत आलेला सैनिक किंवा शेतकरी शहाकडे न्याय मागायला आला, तर निझाम-अल-दौलाने होकार देईपर्यंत त्याला फक्त शाब्दिक मदत मिळे. बराकझाई लोकांना जे सांगत असत की, 'बादशहा हे पद असले, तरी शहाशुजाला राज्यकारभारात काहीही करण्या-बोलण्याचा अधिकार नाही, त्याचा हा आणखी एक पुरावा होता.'

शहाशुजाची समाजातली अपमानास्पद स्थिती आणखी खालावली. ब्रिटिशांच्या उपकाराखाली दबलेला असल्याची त्याला सदैव जाणीव होती. जरी कृतज्ञता व एकनिष्ठ मैत्री दाखवण्याची त्याची इच्छा होती, तरी एक दुर्बल बाहुले होऊन राहण्याची स्थिती स्वीकारणे त्या अतिशय स्वाभिमानी पुरुषाला शक्य नव्हते. मुल्ला शकूरला काढून टाकल्यानंतर लवकरच बर्नेसने लिहिले – 'आज दुपारी बादशहांनी मला पुन्हा बोलावले. हे उघड आहे की, नव्या वजिराबद्दल त्यांच्या मनात खूप खोलवर द्वेष आहे.'

> बादशहांनी मला त्यांचे म्हणणे व व्यथा विस्ताराने सांगितल्या. ते म्हणाले की, त्यांच्याच देशात ते विश्वास ठेवू शकतील असा एकही मनुष्य नव्हता. सर्वजण त्यांना आमच्याविरुद्ध आणि आम्हाला त्यांच्याविरुद्ध उठवण्याच्या प्रयत्नात गुंतलेले होते; त्यांच्या शत्रूच्या हातात सत्ता दिलेली होती. मिळणाऱ्या करापैकी त्यांना देण्याचा भाग गोळाही केला जात नव्हता आणि त्यांना दिलाही जात नव्हता. ज्यांचा त्यांना पाठिंबा होता, ते असंतुष्ट होते, कारण आम्ही त्यांना सर्व बाबतींत खाली ठेवले होते;

> परंतु हे त्यांनी योग्य केले नव्हते. मक्केला जाणे हा एकच विकल्प त्यांच्यासाठी उरला होता. (दुसऱ्या शब्दात सत्ता सोडून देणे) ते असेही म्हणाले की, त्यांच्या या सध्याच्या राजवटीच्या तुलनेत लुधियानामध्ये त्यांच्या हातात जास्त सत्ता होती.

परंतु बर्नेसला शुजा कधीच आवडला नव्हता किंवा त्याच्या कर्तृत्वाबद्दल बर्नेसला कधीच कौतुक नव्हते; त्यामुळे आता त्याच्याबद्दल सहानुभूती वाटायला लागण्याची त्याची मन:स्थिती नव्हतीच. शिवाय, उशिरा का होईना, त्याच्या वरिष्ठांना त्याचे मत पटू लागले होते. बर्नेसने एका पत्रात लिहिले, 'आज मॅक्नॅघटेन म्हणाला की, शहाशुजा (जणू) म्हातारी बाई होता, या लोकांवर राज्य करण्यास तो लायक नव्हता. अशीच त्याने आणखी निंदा केली. माझे थेट १८३१ चे म्हणजे दहा वर्षांपूर्वीचे 'ट्रॅव्हल्स इनटु बोकारा' बघ. अजूनही मला तो लायक आहे की लायक नाही, याचे अजिबात महत्त्व वाटत नाही. आपण येथे त्याच्या वतीने राज्य चालवण्यास आलो आहोत आणि आपण राज्य चालवलेच पाहिजे.'

निझाम-अल-दौलाची अफगाणी सरदारांशी वागणूक किती वाईट होती हे पुढे लवकरच दिसून आले. १८४१ मध्ये ऑगस्टच्या अखेरीस मॅक्नॅघटेनला ऑकलंडकडून एक खलिता आला, ज्यात त्याने कळवले होते की, (ईस्ट इंडिया) कंपनीची आर्थिक परिस्थिती आता फारच वाईट झाली होती. कंपनीला हिंदुस्तानी व्यापाऱ्यांकडून भरमसाट व्याजदराने पन्नास लाख पौंडांचे कर्ज केवळ सर्वांचे पगार चालू ठेवण्यासाठी घेणे भाग पडले होते. मॅक्नॅघटेनला त्याने असा हुकूम पाठवला होता की, अफगाणिस्तानातील खर्चात ताबडतोब आणि मोठ्या प्रमाणात कपात करावी. शिवाय असे झाले होते की, लंडनमध्ये केवळ एका मताने जिंकून 'टोरी' पक्षाचे सरकार (त्या काळचे इंग्लंडमधले राजकीय पक्ष टोरी आणि व्हिग) नुकतेच सत्तेवर आले होते आणि नवे प्रधानमंत्री सर रॉबर्ट पील यांना आणि त्यांच्या सहकाऱ्यांना लॉर्ड पामर्स्टनने अकारण सुरू केलेल्या खर्चिक लढायांपैकी अफगाणिस्तानातल्या लढाईसाठी खर्च करत राहण्याची मुळीच इच्छा नव्हती. ऑकलंडची नेमणूक राजकीय होती तसेच 'व्हिग' सरकारने केलेली होती; त्यामुळे तो राजीनामा देण्याचा गांभीर्याने विचार करत होता. मॅक्नॅघटेनला प्रचंड धक्काच बसला. तो म्हणाला, 'जर का टोरी सरकारने आपण शहाला देत असलेला पाठिंबा पूर्णत: काढून घेतला, तर तो राजकीय जुलूम होईल असेच म्हणावे लागेल. तसे करणे म्हणजे केलेला तह मोडणे तर होईलच; पण मोठी फसवणूक होईल.'

मॅक्‌नॅघटेनने आता ऑकलंडला निषेधाचे पत्र लिहिले. यापूर्वी त्याने क्वचित असं निषेधाचं पत्र लिहिलं होतं – 'खर्च कमी करण्याविषयी पुन:पुन्हा येत असलेल्या या पत्रांचे मला काहीसे आश्चर्य वाटते. या देशाच्या अत्यंत वाईट आर्थिक स्थितीची आणि मला ज्या अनेक गुंतागुंतीच्या अडचणींना तोंड द्यावे लागले आहे, त्यांची बरीच स्पष्टीकरणे मी दिली आहेत – मी जेवढे केले आहे, त्याहून जास्त काही मी करू शकणार नाही.' त्याने पुढे हेही लिहिले की, शुजाच्या वाढत्या मानसिक अस्वस्थतेत त्याला सांभाळणे खूप अवघड होत होते. 'अलीकडे बादशहांशी माझ्या बऱ्याच व अतिशय त्रासदायक भेटी झाल्या आहेत. मी हे खात्रीपूर्वक सांगू शकतो की, सार्वजनिक खर्च कमी करण्यासाठी मी करत असलेल्या प्रयत्नांचा त्यांच्या मनाला तर अतिशय त्रास झाला आहेच, परंतु देशातील सर्व प्रतिष्ठित, उच्च घराण्यांतील लोकांचा राग आम्ही ओढवून घेतला आहे.' परंतु शेवटी, एक चांगला सरकारी नोकर म्हणून त्याच्या लक्षात आले की, जे अटळ आहे, ते स्वीकारणे त्याला भाग होते. 'लॉर्डसाहेब, आपण वरचेवर सांगत राहिल्यामुळे बऱ्याच लोकांना नोकरीवरून काढून टाकण्यास सांगण्याशिवाय मला दुसरा पर्यायच नव्हता. आत्तापर्यंत झालेल्या प्रचंड खर्चामुळे काटेकोरपणे काटकसर करणे भाग आहे याची मला जाणीव आहे, परंतु अशा राज्यात करणार तरी काय, जेथे सर्व मिळून करांचे उत्पन्न वर्षाला फक्त पंधरा लाख रुपये आहे?'

मॅक्‌नॅघटेनने ठरवले की, शुजाच्या घरखर्चासाठी आधीच कमी केलेली रक्कम जवळजवळ तेवढीच ठेवावी आणि शहाच्या नव्याने उभ्या केलेल्या 'अफगाण नॅशनल आर्मी'च्या पलटणींसाठी मंजूर केलेल्या खर्चात कपात करू नये. या मध्यवर्ती भागाला कात्री न लावता कडेकडेचे खर्च कमी करावे असे त्याने ठरवले. त्याने घिलझाई आणि खैबर टोळ्यांच्या प्रमुखांना दरबारासाठी काबूलमध्ये बोलावले व तेथे त्यांना सांगितले की, त्यांना मदत म्हणून दिल्या जाणाऱ्या रकमेत आठ हजार पौंडांची कपात होणार होती. सर्वांत जास्त कपात पूर्वेकडील घिलझाई व त्यांचा पुढारी महम्मद शहा खान यांच्या बाबतीत होणार होती – तो अकबर खानचा सासरा होता आणि तो शहाशुजाच्या नोकरीत आला तेव्हा त्याला 'शिरच्छेद करणाऱ्यांचा प्रमुख' हे धाक वाटेल असे पद देण्यात आले होते. मॅक्‌नॅघटेनच्या दृष्टीने त्याचा हा निर्णय योग्यच होता. हिंदुस्तानप्रमाणेच येथेही आता जुन्या सरदारांचे युग संपत आले होते. जुनी जमीनदारी पद्धत कालवश होणं अटळ होतं, तो केवळ ती लवकर संपवत होता. जंगली भटक्या टोळ्यांना काबूल सरकार रक्षणासाठी भली थोरली रक्कम देत होतं. मात्र, त्या तुलनेत त्या टोळ्या फारसं काही काम करत नव्हत्या. त्यांनाही मॅक्‌नॅघटेन दूर करणार होता.

परंतु त्याच्या संपूर्ण कारकिर्दीतली ही सर्वांत मोठी घोडचूक ठरली. ब्रिटिशांनी

घेतलेल्या या देशाच्या ताब्याचा संपूर्ण इमला केवळ काही आठवड्यांत कोसळून पडला. घिलझाईंच्या मते त्यांना जी मदत मिळत होती, त्यासाठी त्यांनी खूप काम केले होते. शहाच्या राजवटीला पाठिंबा दिल्याबद्दल बक्षीस देण्यासाठी त्यांना काबूलला बोलावण्यात आले होते, असे त्यांना वाटत होते. हेन्री हॅवलॉकने लिहिले, 'या लोकांनी आमचे टपाल, मालवाहक आणि इतर कमजोर प्रवाशांविरुद्ध कोणाला काही करू दिले नव्हते. या अत्यंत अवघड अशा डोंगराळ प्रदेशातून जंगली टोळ्यांकडून आमचे नुकसान न होऊ देता आमचे सर्व तऱ्हेचे काफिले यांच्यामुळे सुखरूप जाऊ शकले होते. कलकत्त्याहून बंगालमध्ये कोठेही जशी पत्रे व्यवस्थित जात, तशीच येथून जाऊ दिली जात होती.' कॉलिन मॅकेन्झीलाही हे म्हणणे पटले. घिलझाईंना ही केवढी फसवणूक वाटली असणार असे तोही खात्रीपूर्वक म्हणाला – सर विल्यमनी कळवले की, 'टोळीच्या पुढाऱ्यांनी या कपातीला मूक संमती दिली; परंतु उलट त्यांना हा सरळसरळ विश्वासघात वाटला. सर्व मिळून फक्त चाळीस हजार रुपयांची कपात होत होता; पण काटकसर करण्याचा हा प्रयत्न, हे बंडाला व नंतर झालेल्या भयंकर परिस्थितीला मुख्य कारण झाले.' मोहनलालने अगदी मोजक्या शब्दांत म्हटले – 'काही लाख रुपयांची कपात करण्यासाठी आम्ही पुरा देश आमच्याविरुद्ध उठवला!'

उभ्या राहिलेल्या अडचणींचं एक कारण असं होतं की, १८४१ च्या हिवाळ्याच्या आधीच्या दिवसांमध्ये प्रमुखांना आणि त्यांच्यावर अवलंबून असणाऱ्या लोकांना ही कपात परवडणं शक्यच नव्हतं. सैन्यात सुधारणा आणि वाढ करण्यात आधीच त्यांच्या कमाईचा काही भाग गेला होता. प्रचंड वाढलेल्या महागाईनं पैशांची किंमत खूप कमी होऊ लागली होती. काबूलमध्ये राहणारं चार हजार पाचशे लोकांचं सैन्य आणि त्यांची कामं करणारे अकरा हजार पाचशे लोक यांच्यामुळे व्यवस्थित संकलन नसलेल्या अफगाणिस्तानच्या अर्थव्यवस्थेवर फार मोठा बोजा पडला होता. शिवाय बाजारात एकाएकी आलेल्या चांदीच्या बऱ्याच रुपयांमुळे आणि प्रॉमिसरी नोटांमुळे वस्तूंच्या किमती एकदम खूप वाढल्या. मॅक्नॅघटेनच्या सांगण्याप्रमाणे जून १८४१ पर्यंत काही अत्यावश्यक* गोष्टींच्या किमती पाचशेपट वाढल्या होत्या. हे विशेष करून धान्याच्या बाबतीत घडले होते. गरीब अफगाणी लोकांवर तर उपासमार होण्याची वेळ आली होती. मोहनलालच्या हे लक्षात आले. त्याने बर्नेसला याच्या परिणामांबद्दल सावध करण्याचा प्रयत्न केला. त्याने लिहिले –

---

* २००२ मध्ये काबूलमध्ये अमेरिकेचे नेतृत्व असलेले संयुक्त सैन्य येऊन पोचले तेव्हा असाच परिणाम झाला होता आणि काही महिन्यांमध्येच घरांच्या किंमती दसपट वाढल्या होत्या.

'मोदीखान्यासाठी धान्य विकत घेणाऱ्या आपल्या अधिकाऱ्याने जी खरेदी केली, त्यामुळे किमती फारच वाढल्या आणि सर्वसाधारण लोकांच्या आवाक्याबाहेरच गेल्या आहेत. गुरांसाठी गवत, भाज्या, मटण; थोडक्यात, सर्वच जीवनावश्यक वस्तूंच्या किमती खूप वाढल्या आहेत. सर्वत्र उपासमार होत असल्याचा ओरडा होऊ लागला, बऱ्याच लोकांना रस्त्यात भीक मागूनही रोटीचा तुकडा मिळेनासा झाला! आपण एवढी खरेदी केली नसती, तर सर्व काही भरपूर मिळाले असते!'

परिस्थिती आणखी बिघडली, कारण कशात कपात करायची आणि ती किती करायची, हे मॅक्नॅघटेनने थोडाही पाचपोच नसलेल्या, लोकांना अप्रिय असलेल्या निझाम-अल-दौलावर सोडले. त्याने भत्ते अशा तऱ्हेने कमी केले, ज्यामुळे शहाशुजाच्या अत्यंत स्वामिनिष्ठ अशा पाठीराख्यांचाही अपमान झाला. एक सप्टेंबरला सर्वांत वरिष्ठ असलेल्या लोकांनाही त्याने त्यांच्या सैन्यातील हुद्द्यांसाठी पुन्हा अर्ज लिहून देण्याची सक्ती केली आणि शहाशी एकनिष्ठ असल्याची शपथ घेण्यास सांगितले. सरदारांनी हे दोन्हीही करण्यास नकार दिला, कारण पूर्वी कधीच असे झाले नव्हते. हे त्यांच्या प्रतिष्ठेला धक्का पोहोचवणारे होते. त्यांनी सांगितले की, 'बादशहाने त्याच्या सेवकांवर अविश्वास दाखवणे व कागदावर अशा तऱ्हेने शपथ लिहून देणे, ही बादशहांची पद्धत नव्हती.' त्यांना सर्वांना हद्दपार करण्याची धमकी दिली गेली. पुन्हा दरबार भरला तेव्हा प्रथमच गंभीर विरोध दिसला. महम्मद हुसेन हेराती हा तेव्हा बाला हिसारमध्ये होता. त्याने लिहिले,

> एक दिवस सर्व दरबारी सरदार दरबारात हजर असताना आणि आपापल्या हुद्द्याप्रमाणे बसलेले असताना, झालबेग खान दुर्राणी बडुझाईचा नातू समद खान याने फिर्याद केली की, 'त्याचा पगार त्याला दिला जात नव्हता.' बादशहाने 'उत्तर द्यावे' अशी निझाम-अल-दौलाला खूण केली; पण त्याने 'तू खोटे बोलतो आहेस' एवढेच उत्तर दिले. समद खानने प्रत्युत्तर दिले, 'खोटे तू बोलत आहेस! जे सर्वजण बादशहांच्या कुटुंबावर प्रेम करतात व त्यांच्याशी एकनिष्ठ आहेत, त्या सर्वांचा तू अपमान केला आहेस!' हे स्पष्ट शब्द ऐकून निझाम-अल-दौला रागाने बेभान झाला व ओरडला, 'मी तुझे डोळे फोडायला सांगेन!' बादशहाच्या समोर हे जंगल्यासारखे बोलणे ऐकून समद खानने उत्तर दिले – 'आपण बादशहांच्या समोर उभे नसतो, तर माझ्या तलवारीने मी तुझी जीभ तोंडातून खेचून काढून छाटली असती! बादशहा परत येण्याच्या पूर्वीपासून आपण दोघे कितीतरी वर्षे या देशात राहिलो आहोत आणि सर्वांना चांगले ठाऊक आहे की, माझे कुटुंब या देशात सातत्याने उच्च आणि मानाच्या स्थानावर

राहत आले आहे, तेव्हा तू फक्त महम्मद झमान खानच्या लघवीच्या भांड्याची ने-आण करत होतास!'

या बोलण्यानंतर शहा उठून दरबारातून निघून गेला; असे करून त्यांनी दर्शवले की, समद खान खरोखरच दुर्राणी वंशातल्याही उच्च कुलापैकी होता. निझाम-अल-दौला 'गुपचूप बाहेर पडला आणि त्याने जे घडले त्याबद्दलचा वृत्तान्त त्याच्या मताप्रमाणे मॅक्नॅघटेनला सांगितला.' यावर मॅक्नॅघटेनने तत्काळ बादशहाला लिहिले की, 'समद खान हा दरबारात राहण्याच्या लायकीचा नाही, त्याला हाकलले पाहिजे!' इंग्रजांकडून आलेला प्रत्येक हुकूम ही स्वर्गातून आलेली आज्ञा आहे असे वाटणाऱ्या बादशहाने समद खानची दरबारातून हकालपट्टी केली! दुर्राणी संतापाने थक्क झाले आणि बराकझाई त्यांचा जय झाल्यासारखे कलकलाट करू लागले – शहाच्या मानसिक व राजकीय दौर्बल्याच्या या प्रदर्शनाने त्यांना खूपच आनंद झाला.

निझाम-अल-दौलाने असे सांगितले की, 'घिलझाईंना हजारो रुपये दिले जातात, जे विनाकारण फुकट जातात; ते बंद केले तर विरोध करण्याचा कोणाला धीर होणार नाही.' हा सल्ला ऐकून मॅक्नॅघटेनने घिलझाईंना दिली जाणारी मदत कमी केली; परंतु घिलझाईंनी विरोध करण्याचा धीर केला आणि चांगला जोरदार विरोध केला. 'कुठल्याही राज्यकर्त्याने कधीही आम्हाला दिली जाणारी मदत कमी केलेली नाही किंवा बंद केलेली नाही. आम्ही त्या मदतीच्या बदल्यात काम करतो, रस्त्यांवर पहारा ठेवतो, संरक्षण चौक्याही सांभाळतो, चोरीला गेलेला माल शोधून आणतो. आम्हाला मदत दिली जाते ती उगाच दिली जात नाही आणि त्यात कपात केलेली आम्हाला चालणार नाही!' घिलझाईंच्या म्हणण्यात तथ्य होते. मोगलांच्या वेळेपासून घिलझाईंना तसेच खैबर व पेशावर येथील टोळ्यांना रस्ते चांगले ठेवण्यासाठी आणि हिंदुस्तानात जात असणाऱ्या सैन्याला व व्यापाऱ्यांना रक्षण देण्यासाठी 'राहदारी' दिली जात असे. खट्टक टोळीचे लोक सिंधू नदीपासून पेशावरपर्यंतचा रस्ता सांभाळत असत तर आफ्रिदी टोळीचे लोक पेशावर ते जामरुड रस्ता सांभाळत असत. प्रत्येक राज्यकर्ता या कामांसाठी या सर्वांना आर्थिक साहाय्य देत असे; परंतु आता मॅक्नॅघटेनने त्याच्या मनात आले म्हणून या टोळ्यांबरोबर चालत आलेला रिवाज तसेच त्याने स्वत: लेखी दिलेले वचन मोडून जुलुमाने करार रद्द केला! हेरातीने लिहिले – 'परिस्थिती आणखी चिघळली, कारण निझाम-अल-दौलाने मूर्खपणा करून प्रमुखांचे म्हणणे ऐकून घ्यायलाही नकार दिला आणि त्यांच्याशी उद्धटपणाने बोलला. तेव्हा ते तेथून निघून गेले आणि रात्रीच काबूलहून निघून त्यांच्या डोंगरांमध्ये परतले. आता त्यांनी देशद्रोह करण्याचे ठरवून

बंड उभे केले. काफिले लुटायला आणि रस्ते अडवायला सुरुवात केली.'

मौलाना काश्मिरी त्याच्या 'अकबरनामा'मध्ये सर्व खान लोकांचे काबूल सोडून जाणे याकडे रागाने केलेला विरोध म्हणूनच नाही, तर विचार करून ठरवलेले डावपेच म्हणून बघतो. त्याच्या सांगण्याप्रमाणे अफगाण सरदारांना भीती वाटली की, त्यांचे वेतन कमी किंवा बंद केल्यावर पुढची पायरी त्यांना जबरदस्तीने हिंदुस्तानात किंवा थेट लंडनलासुद्धा पाठवून देऊन हद्दपार करण्याची असेल. त्यांनी त्याबद्दल काहीतरी करण्याचे ठरवले. ते सर्व एकत्र भेटले आणि कुराणावर हात ठेवून त्यांनी शपथ घेतली की, बंड पुकारायचे म्हणजे बरेचसे ब्रिटिश सैन्य काबूलच्या बाहेर येईल. ब्रिटिश अधिकाऱ्यांजवळ त्यांचे रक्षण करण्यासाठी जेव्हा अगदी थोडे सैनिक असतील, तेव्हा त्यांच्यावर हल्ला करायचा.

रात्र झाली तेव्हा काबूलचे सर्व खान अब्दुल्ला खान
अचकझाईंच्या घरी बसून विचार करायला एकत्र जमले.

'आता उपाय आपल्या हातात आहे' ते म्हणाले
धनुष्य तयार आहे आणि बाण आपल्या हातात आहे

या वादळाचे पाणी अजून आपल्या डोक्यापर्यंत पोहोचलेले नाही
आपण युद्धाला तयार झाले पाहिजे.

फिरंग्यांच्या तुरुंगामध्ये जगत राहण्यापेक्षा
रणांगणात लढताना तलवारीने मरण येणे जास्त चांगले!

सैतानासारख्या त्या बर्नेसचे हे सर्व दुष्ट काम आहे
लपूनछपून तो प्रत्येकाच्या मनात दुष्ट विचार भरवतो

म्हणून आजच रात्री महम्मद शहा खान घिलझाईने त्याच्या
टोळीची शूर आणि जहाल स्वभावाची माणसे घेऊन पुढे जावे

आणि त्यांनी युद्धाची आग पेटवावी
आगीत गंधक टाकावा

डोंगर-दऱ्यांमध्ये त्यांनी लपून बसावे
आणि रस्त्याने जाणाऱ्या व्यापाऱ्यांना व प्रवाशांना पकडावे

म्हणजे शहा त्याच्या सैन्याला युद्ध करायला पाठवेल
आणि सैन्य इकडे आले म्हणजे आपण बर्नेसचा समाचार घेऊ.

नशीब असे की, इकडे घिलझाईंचे बंड सुरू झाले आणि त्याच वेळी जनरल एल्फिन्स्टनला पुन्हा गाउटचा खूप त्रास होऊ लागला.

एक महिन्यापूर्वी एल्फिन्स्टनचे सर्जन डॉ. कॅम्पबेल यांनी त्यांच्या पेशंटला तपासले होते, तेव्हा त्यांना भयंकरच धक्का बसला होता. त्यांनी पाठवलेल्या गुप्त अहवालात त्यांनी लिहिले होते – 'जनरल एल्फिन्स्टन येथे आले तेव्हापासूनच गंभीर आजारी आहेत. त्यांचे दुखणे सर्वांगामध्ये पसरले आहे आणि त्यांची तब्येत फारच ढासळली आहे. मी नुकताच त्यांना भेटून आलो आणि त्यांच्यामध्ये पडलेला कमालीचा फरक बघून मला अत्यंत धक्का बसला. ते नुसता हाडांचा सापळा झाले आहेत, दोन्ही हात पीठ व पाण्यात (कालवून) ठेवलेले, पाय फ्लॅनेलमध्ये गुंडाळलेले आणि त्यांच्या मनाची स्थिती अतिशय खालावलेली व निराश झाली आहे इतकी की, मला खात्री आहे कितीही महत्त्वाची गोष्ट असली तरी त्यामध्ये लक्ष घालणे त्यांना शक्य नाही. माझे नम्र मत असे आहे की, त्यांची प्रकृती सुधारण्याच्या पलीकडे गेली आहे.' एल्फिन्स्टनने हा अहवाल ऑकलंडला पाठवला होता व त्याला त्याचे पद सोडायला परवानगी द्यावी असे लिहिले होते. तो हिंदुस्तानात परत जाण्याची व तेथून निवृत्ती घेऊन त्याच्या प्रिय स्कॉटलंडला परत जाण्याची तयारी करत होता.

अफगाणिस्तानातील खर्च कपातीच्या धोरणाला अनुसरून मॅक्नॅघटेनने तेथे शिल्लक ठेवलेली थोडीशी ब्रिटिश शिबंदी होती, ती आणखी कमी करण्याचे ठरवले. 'फाइटिंग बॉब' जनरल सेल व त्याची तुकडी यांना हिंदुस्तानात परत पाठवण्याचे ठरवले होते. सेलला सांगण्यात आले की, परत जाताजाता काही घिलझाई किल्ले पाडून टाकावेत आणि बंड होणार असल्याच्या काही खुणा दिसल्या, तर त्या दाबून टाकाव्या! मॅक्नॅघटेनने थंडपणाने लिहिले – 'या टोळ्यांनी बंड करायला अगदी योग्य वेळ शोधून काढण्याचा चांगुलपणा दाखवला आहे, हिंदुस्तानात परत जाताजाताच त्यांना पकडून घेऊन जावे.'

जनरल सेलचा मिलिटरी इंजिनिअर जॉर्ज ब्रॉडफूट एल्फिन्स्टनकडून माहिती घेऊन पूर्वेकडील घिलझाईंना कसे 'ताळ्यावर' आणावे याबद्दल बोलायला गेला, तेव्हा त्याला 'एल्फिन्स्टनची प्रकृती अत्यंत कीव येईल इतकी वाईट दिसली आणि ते काहीही काम करण्यास असमर्थ वाटले तसेच त्यांची मानसिक स्थितीही खूप गोंधळलेली दिसली.' ब्रॉडफूटला शंका आली की, जनरल मनाने तरी पूर्ण भानावर होते की नाही.

> त्यांनी उठून आधार घेत बाहेरच्या खोलीत जाण्याचा आग्रह धरला. एवढे करताना ते इतके कमालीचे थकले की, कामाबद्दल बोलू लागण्याआधी त्यांना अर्धा तास विश्रांती घ्यावी लागली. त्यापूर्वी त्यांनी कामात लक्ष

घालण्याचे इतके अयशस्वी प्रयत्न केले की, आलो हेच चुकले असे वाटून मला वाईट वाटले. ते म्हणाले की, घिलझाईंचे किती किल्ले आहेत, ते किती मजबूत आहेत, हे त्यांना माहीत नव्हते. त्यांनी फार कडवटपणे तक्रार केली की, त्यांची सर्व सत्ता काढून घेऊन त्यांना कवडीमोलाचे करून टाकले होते. काही दिवसांनी मी पुन्हा जनरलना भेटायला गेलो तेव्हा ते अंथरुणात होते व खूप थकलेले होते. त्यांनी पुन्हा एकदा मला सांगितले की, मॅक्नॅघटेनने सुरुवातीपासूनच त्यांना मानसिक यातना दिल्या होत्या आणि त्यांच्याच शब्दांत सांगायचे तर जनरलऐवजी मुख्य पोलीस करून ठेवले होते. मी तेथून जायला निघण्यापूर्वी त्यांना पुन्हा एकदा भेटावे असे त्यांनी सांगितले; परंतु 'जर काही गडबड झाली तर कसेही करून खिंडी लवकर मोकळ्या कराव्या म्हणजे मला निसटून जाता येईल. कारण काही गडबड झाली तर तिला तोंड देणे मला शक्य होणार नाही. मी शरीराने व मनाने पार थकलो आहे आणि मी लॉर्ड ऑकलंडना तसे कळवलेही आहे.' हे त्यांनी मला पुन:पुन्हा दोन-तीनदा सांगितले आणि म्हणाले की, येथून बाहेर पडले तरी ते त्यांच्या घरी पोहोचतील की नाही याची त्यांना शंकाच होती.

ब्रॉडफूटने निघताना त्याला वाटत असलेल्या काळजीबद्दल जनरलना सांगितले. त्याने शहरातले लोहार, ढाली बनवणारे अशा लोकांना भेटून घिलझाई किल्ले काबीज करण्यासाठी सुरुंग लावण्यासाठी हत्यारे तयार करण्यास सांगितले होते; परंतु 'फिरंगी लोकांसाठी काम करायला त्यांनी नकार दिला होता व सांगितले होते की, ते शस्त्रे बनवण्याच्या कामात व्यग्र होते. ही शस्त्रे कोणासाठी हे आम्हाला आता समजले आहे. बर्नेस मात्र म्हणत होता की, भटक्या टोळ्या इकडून तिकडे जाणार होत्या, त्यांच्यासाठी ते शस्त्रे बनवीत होते.'

इकडे मॅक्नॅघटेनला त्याच्या स्वभावाला अनुसरून, त्याचा सेनाप्रमुख एल्फिन्स्टन जाणार आहे, शहरात शस्त्रास्त्रे तयार करण्याचे काम चालू आहे किंवा घिलझाई पुढारी संतापून निघून गेले आहेत या कशाचीच काळजी वाटत नव्हती. त्याने ऑकलंडला लिहिले की, 'हे लोक त्यांच्या वेतनात थोडी कपात केली म्हणून संतापले आहेत. या त्यांच्या वागणुकीबद्दल त्यांना चांगला धडा शिकवला जाईल. या लोकांना आणखी बरेचदा शिक्षा करण्याची जरूर पडेल, मगच ते शांतपणे राहायला शिकतील.'

जनरल सेलच्या पलटणीतील आघाडीचे सुमारे एक हजार सैनिक नऊऑक्टोबरला सकाळी काबूलहून निघाले. छावणीपासून सुमारे पंधरा मैलांवर असलेल्या बुत्खाकपर्यंत ते जलालाबादला जाणाऱ्या रस्त्याने गेले. त्या रात्री, सैन्य खिंडीच्या तोंडाशी होते, तेव्हा अंधार पडल्यावर लगेचच त्यांना सावलीत असलेल्या उतारांवरून आणि त्यांच्या वरच्या बाजूचे उघडे बोडके डोंगरांचे सुळके यांच्यावरून प्रतिध्वनित होऊन एक विचित्र आवाज ऐकू आला. आनंददायी हिंदुस्तानात पोहोचण्याची वाट पाहत असलेला थॉमस सीटन हा अनेक तरुण अधिकाऱ्यांपैकी एक होता. त्याने लिहिले–

> आमचे जेवण नुकतेच संपले होते, तेव्हा समोर पहाऱ्यावर असणाऱ्या हिंदुस्तानी अधिकाऱ्यांनी एका शिपायाला आत पाठवून कर्नलना निरोप कळवला की, समोरच्या डोंगरावर बरेच लोक जमलेले दिसत होते आणि ते आपल्या (जुझेल्स) लांब नळ्यांच्या बंदुकांमध्ये गोळ्या ठोकून बसवत असल्याचा आवाज ऐकू आला होता. हे गोळे तसेच (आवरणाशिवाय) बंदुकांमध्ये घालून लोखंडी दांडक्याने जोरात ठोकून आत जरूर तेथे बसवावे लागतात. या ठोकण्याचा आवाज इतका मोठा आणि इतका वेगळा असतो की, ज्याने तो एकदा ऐकला, त्याला तो विसरणे शक्य नाही. हा निरोप ऐकून कर्नलनी त्यांच्या अधिकाऱ्यांना सांगितले, 'तुम्ही शक्य तितका कमी आवाज करून तुमच्या तुकड्यांना तयार ठेवा. ते लोक आत्ताच येऊन पोहोचतील.'

मग कर्नलनी छावणीभोवती माणसे पाठवून त्यांना सर्व दिवे मालवून टाकण्यास सांगितले आणि सीटनला दोन तुकड्या घेऊन, टेकडीच्या पायथ्याशी अफगाण जमले होते तेथे जाण्यास सांगितले. सैनिकांना सांगण्यात आले की, 'अजिबात आवाज न करता जा, खाली बसा किंवा वाका आणि जोपर्यंत शत्रू टेकडीवरून खाली येत नाही तोपर्यंत एकही गोळी मारू नका.' सीटनने लिहिले, 'मी माझ्या सैनिकांच्या पुढे निघालो आणि आम्ही तेथे पोहोचतो न पोहोचतो एवढ्यात संपूर्ण डोंगराचा वरचा भाग शेकडो जुझेल्स एकदम मारल्याने जणू पेटलाच. त्याच वेळी 'येल्ली' 'येल्ली' (अल्ला)च्या नावाने आरोळ्या मारणे, किंचाळणे सुरू झाले आणि त्याचबरोबर हजार कोल्हे कोल्हेकुई करत असतील तसा आवाजही.' हा हल्ला सुमारे तासभर चालला.

इतका वेळ छावणीमध्ये अगदी अंधार आणि शांतता कशी म्हणून

> अफगाणी लोक गोंधळून गेले. कारण आम्ही उलट गोळीबार करण्याचा प्रयत्नही केला नव्हता. त्यांची अशी कल्पना झाली की, एक तर आम्ही पळून गेलो असणार किंवा त्यांच्या त्या भयंकर बंदुकांच्या माऱ्यात सर्व 'मेलेल्या बापांची मुले' नरकात पोहोचली असणार. म्हणून दोन तुकड्या करून ते डोंगरावरून खाली उतरले. त्यांचा विचार छावणी मोडून टाकायचा आणि जखमी झाले असतील त्यांना मारून टाकायचा होता; खाली उतरतानाही मोठमोठ्याने किंचाळणे आणि ओरडणे चालूच होते. शेवटी अंधूक उजेडात आम्हाला ते समोर दिसू लागले. माझ्या दोन तुकड्यांचे सैनिक त्यांच्या बंदुका गुडघ्यांच्या मध्ये ठेवून जमिनीवर बसलेले होते; पण नुसते 'तयार' एवढे म्हटल्याबरोबर ते गुडघ्यांवर बसले आणि 'मारा' म्हटल्याबरोबर एकशेसत्तर माणसांनी एकदम सुरू केलेल्या गोळीबाराचा भयानक परिणाम झाला. आमचे जवळजवळ चाळीस सैनिक मरण पावले किंवा जखमी झाले; परंतु आमच्या कर्नलने दाखवलेल्या सावधपणामुळे आणि दूरदृष्टीने आमचे कमी नुकसान झाले, नाहीतर याच्या तिप्पट माणसे गमावली असती.

मॅक्नॅघटेनला या हल्ल्याबद्दल समजले तेव्हा तो संतापला. 'या हलकट माणसांचा आगाऊपणा तरी पाहा चार-पाचशे माणसे घेऊन राजधानीपासून केवळ पंधरा मैलांवर खुर्द-काबूल-खिंडीत हल्ला करतात!' 'फाइटिंग बॉब' सेलला ताबडतोब बारा ऑक्टोबरला त्याच्या पलटणीच्या उरलेल्या सोळाशे सैनिकांसह आघाडीच्या पलटणीला मदत करून खिंडींमधून पुढे जाण्यास पाठवण्यात आले.

खिंडीच्या तोंडाशी पहिली रात्र शांततेत गेली आणि दुसऱ्या दिवशी पहाटेच ते खुर्द-काबूल-खिंडीच्या वळणावळणाच्या चढावर जाऊ लागले. रेव्हरंड जी. आर. ग्लीग, ज्याला पलटणीबरोबर हिंदुस्तानात परत जायचे होते, त्याने लिहिले, आम्ही खिंडीत पुरते अडकेपर्यंत आम्हाला काही विरोध झाला नाही. मग –

> दोन्ही बाजूंच्या खडकांवरून आणि कड्यांवरून जोराने गोळ्यांचा भडिमार होऊ लागला. तेथे बरेच सैनिक असले पाहिजेत असे वाटत होते; अशा तऱ्हेच्या चकमकींमध्ये अफगाणींचे कौशल्य एवढे होते की, त्यांच्या बंदुकीतून सुटताना गोळीबरोबर जो प्रकाश दिसायचा तेवढा सोडला, तर गोळी मारणारा कोठे आहे हे कळणे अशक्य होते. एखाद्या तेरा इंचाच्या तोफेच्या गोळ्या एवढ्याच मोठ्या दगडामागेही ते छान लपलेले असायचे. सुळक्यांच्या वर त्यांच्या बंदुकांच्या लांब नळ्या आणि त्यांच्या पागोट्याचा

वरचा भागच तेवढा दिसे आणि त्यांची नेमबाजी इतकी चांगली होती की, आघाडीचे आणि मागच्या सैन्यातले सैनिकही खाली पडू लागले.

कलकत्त्याला जो अधिकृत खलिता पाठवला गेला, त्यात लिहिले गेले की, 'उंच खिंडीमध्ये अफगाणांशी त्यांच्या ओळखीच्या डोंगराळ भागात लढणे हिंदुस्तानी व युरोपियन सैनिकांना अतिशय अवघड होते. ते जास्त चपळाईने पाठलाग टाळू शकतात व त्यांच्या लांब नळ्यांच्या बंदुकांचा नेम लांबवर अगदी नेमका पोहोचू शकतो; आमच्या लहान बंदुका (मस्केटस) तिथे काही करू शकत नाहीत.' भोवतालच्या कडेकपाऱ्यांमध्ये ते असे काही बेमालूम दिसेनासे होतात की, ब्रिटिश सैनिकांना भीतीच वाटते. जनरल सेलने त्याच्या बायकोला लिहिले, 'ते गोळ्या मारू लागेपर्यंत तेथे कोणी माणूस आहे, हेही आम्हाला कळले नव्हते!' जखमी होणाऱ्यांत स्वत: 'फाइटिंग बॉब'च होता. लढाई सुरू झाल्याच्या पहिल्या मिनिटालाच त्याच्या पायात लांब बंदुकीची गोळी घुसली. ब्रिगेड मेजरने लिहिले, 'मला प्रौढ वयाच्या जनरल सेलचे कौतुक वाटल्याशिवाय राहिले नाही. ते माझ्याकडे वळून म्हणाले, 'वेड्, मलाच लागलीय गोळी!' आणि तरी मग तसेच घोड्यावर बसून लढणाऱ्यांना हुकूम देत राहिले. शेवटी अतिशय रक्तस्राव झाल्यामुळे त्यांना त्यांची जागा घेण्यास डेनीला सांगावेच लागले.

असे असूनही सेलचं सैन्य खिंडीतून पुढे जातच राहिलं. त्यांच्या मदतीला काबूलहून आणखी सैन्य पाठवण्यात आलं आणि जास्त प्रमाणात सैनिक मरू लागले. सेल आता त्याचं काम पालखीतून सांभाळू लागला होता. एक आठवड्यानंतर सतरा ऑक्टोबरच्या रात्री हल्ला होऊन आत्तापर्यंतच्या लढाईतील सर्वांत मोठी हानी झाली. संध्याकाळी सुमारे पाच वाजता तेझिन लोकांच्या एका प्रमुखानं ब्रिटिशांना एक चिठ्ठी पाठवली की, ते 'तुंग-इ-तरीखी' (अंधारी खिंड) मध्ये येऊन पोहोचले होते आणि आणखी दोन तासांत हल्ला करणार होते. एक सभ्य उत्तर पाठवण्यात आले की, 'तेझिनच्या प्रमुखांचे स्वागत करण्यात आम्हाला आनंदच होईल आणि त्यांना योग्य असं त्यांचं स्वागत करण्याचा आम्ही प्रयत्न करू.' ती चिठ्ठी ही एक क्लृप्ती होती; ब्रिटिशांना समोरून हल्ला होईल असं वाटावं म्हणून. हल्ल्याची सुरुवात झाली तेव्हा घिलझाईंनी ब्रिटिशांना आश्चर्याचा धक्का देत त्यांची मुख्य सेना मागच्या बाजूला आणली, जेथे शहाशुजाचं नव्यानं भरती केलेलं हाजिरबाश घोडदळ होते. त्यांना पैसे चारून ब्रिटिशांच्या सैन्यात सामील केलं गेलं होतं – 'ते त्याच टोळीतले होते आणि बाकीचे लढत होते, तेव्हा या सगळ्यांनी एक वेगळंच काम करून टाकलं – त्यांनी उंट हाकणाऱ्या सुरवानांना मारून टाकलं आणि उंटांच्या गुडघ्याच्या मागच्या शिरा कापून टाकल्या!'

त्या रात्री सेलच्या पलटणीतले आणखी एकोणनव्वद सैनिक मारले गेले तसेच त्यांचे बरेचसे सामान आणि दारूगोळाही कंपनी सरकारच्याच नव्वद उंटांवरून तेझिनमधल्या घिलझाईंच्या किल्ल्यावर नेण्यात आला. घिलझाईंना धडा शिकवण्यासाठी सुरू केलेल्या मोहिमेत ठरवलेल्या बळीपेक्षा वेगळाच बळी झाला! डोंगरांच्या खिंडीतल्या अरुंद जाळ्यामध्ये कोळ्याची माशी झाली! आणि शिकाऱ्यांना खूप आश्चर्य वाटून आणि खूप त्रास होऊन मग हे लक्षात आलं की, आता तेच भक्ष्य झाले होते!

तेवीस ऑक्टोबरच्या सकाळी चहूबाजूंनी वेढले गेलेले ब्रिटिश सैन्य पुन्हा पुढे सरकू लागले. तो तेझिनला पोहोचण्याच्या आधीचा रस्ता जरा जास्तच अरुंद होता. दोन प्रचंड खडकांजवळून ते वळले आणि 'त्या खोऱ्याच्या भोवताली असलेल्या सर्व टेकड्यांवर एकाएकी चहूकडे अफगाणी लोक दिसू लागले.' लपून हल्ले करत राहून आणि सामानावर व पाठीमागच्या भागातल्या सैन्यावर हल्ले करत राहून 'त्याही दिवशी त्यांनी आमचे बरेच लोक मारले आणि खूप सामान लुटले, त्यामध्ये नऊ नवे हॉस्पिटल-तंबू, बरेचसे फर्निचर आणि बंदुकीच्या तीस हजार गोळ्या भरलेली पिंपे असे सर्व होते.' हा दारूगोळा पुढे काबूलमधल्या उरलेल्या सैन्याशी लढण्यासाठी त्यांना चांगलाच उपयोगी पडला!

दुसऱ्या दिवशी ब्रिटिश सैन्य पुन्हा वेढले गेले; शिवाय त्यांचा तेझिनकडे जाण्याचा रस्ता प्रचंड घोडदळाने रोखून धरला होता. थोडा वेळ समोरासमोर उभे राहिल्यावर तहाचे निशाण घेऊन येणाऱ्या त्यांच्या प्रतिनिधींना भेटायला येऊ देण्याचे सेलने कबूल केले. तहाची बोलणी घिलझाईंच्या छावणीत झाली, जेथून राजकीय कामांसाठी सैन्याबरोबर असलेला अधिकारी जॉर्ज मॅकग्रेगरने कळवले की, टोळीप्रमुखांनी त्यांचे सभ्यपणाने स्वागत केले आणि बरोबर फक्त एक स्वार घेऊन जाण्यात त्याने त्यांच्यावर दाखवलेल्या विश्वासाचा त्यांना आनंद झाला. तेथील सर्वांमध्ये एकमत होते असे दिसले. त्यांचे बरेच प्रमुख तेथे होते, सातशे तरी अनुयायी होते आणि रोज हा आकडा वाढत होता.

अखेर मॅकग्रेगरने टोळीला ते मागतील ते सर्व देण्याचे कबूल केले. लेडी सेलने लिहिले, 'ज्या चाळीस हजार रुपयांवरून भांडण सुरू झाले होते, ते त्यांना द्यायचे आहेत आणि आमचे जे काही सामान त्यांना सापडेल, ते परत करण्याचे वचन त्यांनी दिले, म्हणजे आम्ही जेथे जाण्यास निघालो तेथे आम्हाला जाता येईल– अर्थात जे जखमी किंवा मृत होते ते, आमचा गेलेला दारूगोळा व सामान आणि अडकवून ठेवल्या गेलेल्या डाकेचा त्रास सोडून!' परंतु लेडी सेलला वाटले होते, त्याहून मामला गंभीर होता. तहाची बोलणी म्हणजे केवळ वेळकाढूपणा असं काहींना वाटलं तर हेन्री ड्युरांडसारख्या काहींना वाटत होते की, तहाची बोलणी

करणे हीच फार मोठी चूक होती. त्याच्या मते ही वेळ 'काहीतरी करण्याची' होती. त्याच्या मते 'फाइटिंग बॉब'ने बोलत बसण्यापेक्षा हल्ला करायला हवा होता; परंतु हेही खरे की, ते पैसे देऊन टाकल्यामुळे जखमी सैनिकांना सशस्त्र सैनिकांच्या पहाऱ्यात काबूलला परत पाठवता आले, ज्यामुळे तेथील अधिकाऱ्यांना बंड केवढे मोठे होते याची कल्पना येणार होती आणि उरलेल्या सैनिकांना वेगाने जलालाबादकडे जाताही येणार होते. शिवाय सदा दुर्मुखलेला चेहरा असणाऱ्या सर्जन जॉन मॅग्राथने लिहिल्याप्रमाणे 'मला बरे वाटते आहे की, आपण आणखी युद्ध करणार नाही – कारण आत्तापर्यंत सेल आणि डेनीने जे काही करायला घेतले त्याचा विचका होणार हे ठरलेलेच होते!'

नेमकं तसंच झालं. दोन दिवसांच्या शांततेनंतर पुन्हा हल्ले सुरू झाले. 'पिछाडीच्या सैनिकांवर रोज हल्ले होत राहिले आहेत आणि जो तळ उघड्यावर असतो त्यावर रोज रात्री गोळीबार होतो' असे सेलने आठवड्याच्या शेवटी कळवले. रोज सकाळी, 'पहाऱ्यावरच्या लोकांना ब्यूगल वाजवून आत बोलावले की, छावणीभोवतालच्या अर्ध्या मैलाच्या परिसरातल्या प्रत्येक खडक, दगडधोंडे, झुडुपे, टेकाडे या सर्वांमधून जादू केल्यासारखे अफगाणी लोक उठून उभे राहायचे आणि भोवताली शत्रूचा एक प्रचंड अर्धगोल उभा व्हायचा. अफगाणींची संख्याही वाढती होती. छावणीतून लेडी सेलने लिहिल्याप्रमाणे, 'काबूलच्या आसपासचे सर्व किल्ले रिकामे झाले आहेत आणि सर्व 'जवान' आमच्याविरुद्ध लढायला तेझिनला गेले आहेत असे सांगितले जाते.' अखेर दोन नोव्हेंबरला सेलची पलटण खिंडीच्या बाहेर सपाट मैदानावर येऊ शकली आणि गन्डामाक या लहानशा सुपीक खेड्यात पोहोचली. हे खेडे शहाजहानच्या निम्ला गार्डन्सजवळ होते, येथे शहाशुजाच्या पलटणीसाठी छोट्या बराकी होत्या.

येथे सेल व त्याचे अधिकारी विश्रांती घेऊन जरा ताजेतवाने होण्यासाठी दहा दिवस राहिले; पण पाद्र्याने बोलून दाखवले की, 'सर्वजण गंभीर व शांतच होते आणि कोणीही फार मद्य प्राशन केले नाही.' येथे मॅक्नॅघटेनने उभ्या केलेल्या 'जानबाज' या नव्या अफगाण पलटणीपैकी उरल्यासुरल्यांनी उघड बंड पुकारले आणि इंग्रज अधिकाऱ्यांना मारून टाकण्याचा प्रयत्न केला. आता हे उघड होते की, सर्व देशच आमच्या विरुद्ध उघडपणे बंड करून उठला होता, घिलझाई प्रमुखांना मिळणारी जी मदत बंद केली होती, ती पुन्हा सुरू करावी म्हणून फक्त त्यांनी केलेले बंड नव्हते.' इतक्या थोड्या दिवसांत पलटणीचे अडीचशेहून जास्त सैनिक मारले गेले होते आणि त्यांची स्थिती झपाट्याने जास्त वाईट होऊ लागली होती. त्यांच्या मागच्या बाजूच्या खिंडीमध्ये आणि खुद्द काबूलमध्येही तुंबळ लढाई चालू असल्याच्या अफवा येत होत्या. म्हणून युद्धासंबंधी एक बैठक बोलावण्यात आली

आणि पुढे काय करणे सर्वांत चांगले याचा विचार करण्यात आला. हिंदुस्तानला जाण्याचा प्रवास चालू ठेवणे किंवा काबूलला परत जाणे याऐवजी सेल व त्याचे अधिकारी यांनी उरलेला पस्तीस मैलांचा उतार उतरून जलालाबादला जाण्याचे ठरवले आणि ते गाव मजबूत करून तेथे थांबून पुढे काय होते ते पाहावे असे ठरवले; तेव्हा जरी कोणालाच कल्पना नव्हती, तरी या निर्णयाने लढाईचे स्वरूपच बदलले.

सेलची पलटण बारा नोव्हेंबरला जलालाबादला पोहोचली. विशेष विरोध न होता त्यांनी ते गाव ताब्यात घेतले. सैनिकांना हे गाव 'लहानसे व घाणेरडे' वाटले. गावाभोवती मातीने बांधलेल्या कमी उंचीच्या भिंती मोडकळीला आल्या होत्या; पण निदान जमीन सुपीक होती आणि एका बाजूला काबूल नदी वाहत होती; त्यात चवदार ट्राउट व महाशीर या जातींचे खूप मासे होते. भुकेल्या सैनिकांनी ते कोळशांवर भाजून खाल्ले. ग्लीग म्हणाला त्याप्रमाणे 'साध्या प्रवाशाला हे मोडकळीला आलेलं गाव अजिबात आकर्षक वाटणार नाही, तरी त्या शूर पण अतिशय त्रासलेल्या सैनिकांना येथे आकर्षण वाटण्यासारख्या बऱ्याच गोष्टी होत्या.'

ब्रॉडफूटने आल्या दिवशीच दुपारी गावाभोवती असलेल्या तटाच्या भिंती पुन्हा बांधण्याचे काम सुरू केले. मध्ये पडलेल्या भेगा बुजवल्या गेल्या. कठडे आणि भिंतींना मध्येमध्ये छिद्रे तयार केली गेली. बुरुजांवर दहा तोफा बसवून त्या उडवण्यासाठी तयार केल्या गेल्या. सैनिकांच्या तुकड्या अन्नधान्य आणि घोड्यांसाठी गवत गोळा करून आणायला पाठवल्या. आतून केलेल्या गोळीबाराला अडथळा ठरू शकणारी बांधकामे पाडून टाकण्याचे काम सुरू झाले. हे सर्व दुरुस्तीकाम अगदी वेळेवर झाले. दुसऱ्याच दिवशी सकाळी घिलझाई आणि शिनवारी टोळ्यांचे मोठाले जमाव 'गावाच्या दक्षिणेकडील लहान टेकड्यांवर दिसले. दिवस वर आला तसे ते पुढे सरकले.'

गावच्या वेशी बंद केल्या गेल्या होत्या; पण तसे करण्यापूर्वी सेलने एक शेवटचा खबऱ्या तातडीचा निरोप घेऊन हिंदुस्तानात अशा आशेने पाठवला की, तो सुरक्षितपणे खैबर खिंड पार करून पेशावरच्या ब्रिटिश ऑफिसला पोहोचावा. एका कागदाच्या तुकड्यावर त्याने खरडले,

> 'सेनापतींना मी हे कळवण्याची मुभा घेतो की, आम्हाला बंडखोरांनी वेढा घातला आहे. दोन तुकड्या आणि खंदक खोदणाऱ्यांची एक तुकडी, येथील लांब लांब भिंतींसाठी पुरेशा नाहीत. आमच्यावर अतिशय ताण पडत आहे. आम्हाला तातडीने पैशांची आणि बंदुकीच्या वीस हजार

गोळ्यांची गरज आहे. खरे म्हणजे आम्हाला सर्वच तऱ्हेच्या मदतीची फार जरूर आहे – सैन्य, पैसे, अन्नपुरवठा आणि दारूगोळा आणि तीही तातडीने! आम्हाला लगेच मदत मिळाली, तरच तिचा उपयोग होईल. सैनिकांना आता अर्धाच शिधा दिला जात आहे आणि आमच्याकडे फक्त सहा दिवस पुरेल एवढा तांदूळ आहे, गव्हाचे पीठ अजिबात नाही!

जलालाबादचा वेढा सुरू झाला होता.

संपूर्ण दक्षिण अफगाणिस्तानात एक मोठे बंड होणार हे आता उघड होते. कंदाहारमध्ये रॉलिन्सनला वाटत होते की 'लोकांच्या त्यांच्याविरुद्ध अशा भावना नक्कीच रोजच्या रोज वाढत होत्या आणि मला वाटते की, आता एकामागून एक दंगली होत राहणार. देशाच्या या टोकापासून त्या टोकापर्यंत त्यांचे धर्मगुरू आपल्या विरुद्ध प्रवचने देत आहेत.' सैन्यातील त्याच्या समकक्षातील अधिकारी जनरल नॉट यालाही तसेच वाटत होते. निराश होऊन त्याने त्याच्या मुलींना लिहिले की, या देशाची स्थिती अतिशय वाईट झाली आहे. सर विल्यम मॅक्नॅघटेनच्या चुका आणि पूर्ण पकड नसलेला कारभार यांचा परिणाम फार दुःखदायक होत आहे. हे बदलले तरी पाहिजे किंवा जगाच्या या भागातून आपण तरी बाहेर पडले पाहिजे. त्या मॅक्नॅघटेनने केलेल्या चुका निस्तरायलाच बहुधा कितीतरी वर्षे लागतील. लॉर्ड ऑकलंडने अशा माणसाला येथे अधिकारावर राहूच कसे दिले, ज्याच्यामुळे इंग्रज माणूस म्हटले की, सर्वत्र, सर्व गोष्टींबद्दल तिरस्कारच दिसतो?'

गझनीमध्ये तेथील शिबंदीचा मुख्य अधिकारी कर्नल थॉमस पामरही असाच काळजीत होता. त्याने जनरल नॉटला लिहिले की, 'देशाच्या या भागातील लोक दिवसेंदिवस जास्त अस्वस्थ दिसत आहेत. मला समजत नाही की, जनरल सेलची पलटण देश सोडून जाणे कसे जमवू शकेल. अर्थात ते तसाच नेट लावून पुढे जातीलही; पण त्यांच्या पाठीमागून जाऊन, शत्रूने हिंदुस्तानशी आपला डाकव्यवहार गेले पंधरा दिवस जसा बंद केला आहे, तसा पूर्णपणेच बंदही करू शकेल.' सर्वांत जास्त भीती छारिकारला असलेल्या एल्ड्रेड पॉटिंगरला वाटत होती – त्याला आता त्याच्या गुरखा सैनिकांच्या लहानशा शिबंदीचे सर्वजण मारून टाकले जातील अशी जवळजवळ खात्रीच वाटत होती. एल्फिन्स्टन आणि मॅक्नॅघटेनशी प्रत्यक्ष बोलून त्यांना पटवून द्यायला तो काबूलला आला. एल्फिन्स्टन खूप घाबरून, गोंधळून बसला होता; परंतु त्याने पॉटिंगरला काहीही सक्रिय मदत केली नाही. पॉटिंगरला अत्यंत निकडीने हवे असलेले घोडदळ व तोफखाना तर नाहीच नाही. त्याने

सांगितले की, सर्व सैन्याची तेव्हा काबूलमध्येच जरूर होती. इकडे मॅक्नॅघटेनने सांगितले की, पॉटिंगरला भेटायला त्याला सवड नव्हती. पॉटिंगरने पाठवलेल्या लेखी अहवालाची त्याने कुचेष्टा केली – 'पॉटिंगरने असे लिहिले आहे की, जणू काही मीर मस्जिदेचे निज्रोवीच त्याच्यावर आक्रमण करणार आहेत! परंतु मला वाटते, अशी भीती वाटण्याला फारसे कारण नाही. त्यांना जेव्हा समजेल की, घिलझाई आता गप्प बसले आहेत, तेव्हा तेही त्यांच्या 'बिळांमध्ये पळून जातील.'

असे दिसत होते की, कितीही भयंकर बातमी आली, तरी त्याची आत्मसंतुष्टता ढळू न देण्याचे त्याने ठरवून टाकले होते. ही वृत्ती खरोखरच विशेष म्हणावी अशी होती, कारण काबूलमध्येही गडबड सुरू झाली होती, हे उघड होते. तेथे रस्त्यातले दुकानदारही ब्रिटिशांचा उघडउघड अपमान करू लागले होते. कॉलिन मॅकेन्झीने म्हटल्याप्रमाणे 'ब्रिटिशांचा पूर्ण नाश करण्याची लोक आता वाट बघत होते.' बऱ्याच लोकांचे खून झाले होते. तंबूत झोपलेल्या घोडदळातल्या एका सैनिकाला एका अफगाण माणसाने पिस्तुलाने उडवले होते. एका सैनिकाचा गळा कापून, त्याला एका खड्ड्यात टाकले होते. एका मारेकऱ्याने कॅप्टन वॉलरला जखमी केले होते. लेडी सेल भयग्रस्त झाली होती. तिने तिच्या डायरीत लिहिले – 'एकूण सर्वांना असे वाटते आहे की, राजदूत असे समजून स्वत:लाच फसवत आहेत की, देश अगदी शांत आहे. जे होऊ घातले आहे, ते एका हाती थांबवणे – जर पुरेसे नैतिक धैर्य नसेल, तर त्याच्यासाठी फार अवघड काम आहे.'

मॅकनॅघटेनला नुकतीच अशी बातमी मिळाली होती की, अफगाणिस्तानातील त्याच्या कामाचे बक्षीस म्हणून ईस्ट इंडिया कंपनी त्यांच्या अधिकाऱ्याला देऊ शकेल अशी सर्वांत उत्तम नेमणूक लॉर्ड ऑकलंडने त्याला दिली होती – बॉम्बेच्या गव्हर्नरची जागा आणि मलबार हिलवरील गव्हर्नरसाठी बांधलेला अतिशय सुंदर बंगला! त्यामुळे इथलं काम चांगलंच पार पडलं आहे या स्वत:च्या कल्पनेत रमल्यामुळेही तो हटवादीपणा करत होता. शक्य तितक्या लवकर येथून बाहेर पडण्यात त्याला रस होता. नंतर काही गडबड झाली तर त्याचा दोष मग त्याच्या नंतर येणाऱ्यावर ढकलता आला असता! लॉर्ड ऑकलंड खूश होतील असे उत्तर त्यांनी लिहिले – 'आपण मला जो मान दिला आहे, तो मला अपेक्षितही नव्हता. तरीही तो आत्ता मिळण्यात मला विशेष आनंद अशासाठी वाटत आहे की, माझ्या सदसद्विवेकबुद्धीला स्मरून मी म्हणू शकतो की, मी हा देश सोडेन तेव्हा येथे शांतता असेल आणि सुधारणांकडे झपाट्याने वाटचाल होत असेल.'

मॅक्नॅघटेन गेल्यानंतर त्याची जागा मिळण्याची सर्वांत जास्त शक्यता अलेक्झांडर बर्नेसचीच होती. मॅक्नॅघटेनने अलीकडे त्याला वाढत्या प्रमाणात बाजूला ठेवले होते. आवडत्या लेखकांची पुस्तके वाचण्यापलीकडे त्याला फारसे कामच नसे.

त्याने ऑगस्टमध्ये घरी लिहिलेल्या पत्रात म्हटले होते की, 'माझ्या आयुष्यातले हे नक्कीच सर्वांत निष्क्रिय दिवस आहेत. येथील लोकांसाठी मी काहीही काम करत नाही, फक्त सल्ला देतो आणि केवळ महिन्याचा तीन हजार पाचशे रुपये पगार घेण्यापलीकडे माझ्यावर कुठलेच काम सोपवलेले नसल्यामुळे टॅसिटसची पुस्तके वाचण्यात आणि अहवाल किंवा पत्रे पाठवण्यात वेळ चांगला जातो.' मॅक्नॅघटेनची नव्या जागेवर नेमणूक झाल्याचे ऐकल्यावर त्याने लिहिले की, मॅक्नॅघटेनच्या जागी त्याची नेमणूक होईल ही 'त्याची आशा पुन्हा वाढली होती.' पण तरी त्याला हवे असलेले बक्षीस मिळणे शक्यतेच्या इतक्या जवळच्या टप्प्यात आल्यावर त्याच्या मनात पुन्हा विचार येऊ लागला की, खरोखर ती जागा त्याला किती हवी होती? त्याचा भाऊ जेम्स याला लिहिलेल्या त्याच्या शेवटच्या पत्रात त्याने म्हटले की, सत्ता आणि उच्च पद यांबद्दलची माझी इच्छा झपाट्याने कमी होत आहे, असे मला वाटू लागले आहे. मी स्वत:लाच विचारत राहतो की, येथील सर्वाधिकारी होण्यास मी मला समजतो तितका सर्वथैव लायक आहे का? कधीकधी मला वाटते की, माझी तितकी लायकी नाही; परंतु बंधने नसताना मला स्वतंत्रपणे काम करण्याची संधी मिळते, तेव्हा मी कर्तव्य पार पाडण्यात कधी अयशस्वी होत नाही. स्वत:बद्दलची ही शंका दूर व्हावी असे मला फार वाटते, कारण अशा चिंतेचा मनाला त्रास होतो. हाती घेतलेले काम अगदी मनापासून करण्याचा माझा स्वभाव आहे. जे हाती घेईन त्यात पुरते लक्ष घातले नाही असे मी कधीच करत नाही. खरे म्हणजे मी जर एखादी गोष्ट करायची ठरवले, तर मी त्याबद्दल उदासीन राहूच शकत नाही.'

तरीसुद्धा खरी गोष्ट अशी होती की, येथील कामात त्याचे बरेचसे ज्ञान व अक्कलहुशारी वाया गेली होती. एक मॅस्सनचा अपवाद सोडला, तर इतर कुठल्याही ब्रिटिश अधिकाऱ्यापेक्षा किंवा प्रवाशापेक्षा त्याला या देशाबद्दल जास्त माहिती होती. त्याला हा देश खूप आवडला होता, समजला होता. त्याला येथील राजकारणाबद्दल धूर्त अशी उपजत जाण होती आणि त्याची पारखही सहसा चुकत नसे. त्याची कमजोरी होती त्याची महत्त्वाकांक्षा, ज्यामुळे तो अनावश्यक आक्रमणात आणि अतिशय वाईट पद्धतीने हाताळलेल्या ताबा घेण्याच्या कामात गोवला गेला होता – जी दोन्ही कामे हाताळणारा एक मूर्ख वरिष्ठ अधिकारी होता, जो त्याचे म्हणणे ऐकतही नसे आणि त्याच्या कल्पनांचा आदरही करत नसे. त्याचा प्रतिस्पर्धी वित्केव्हिच, याच्याप्रमाणेच तो एक 'बाहेरून' आलेला माणूस होता, जो कठीण परिश्रम करून त्या काळामध्ये घडत असलेल्या सर्वांत मोठ्या भौगोलिक-राजकीय झगड्याच्या मध्यभागी येऊन पोहोचला होता; परंतु वेगवेगळ्या पद्धतीने असले तरी दोघांच्याही हे लक्षात येऊन चुकले होते की, शेवटी एका मोठ्या साम्राज्याच्या

खेळामधली ती दोघेही प्यादीच राहिली होती. वित्केव्हिचच्या जेव्हा लक्षात आले की, त्याने त्याच्या तोपर्यंतच्या आयुष्यातली सर्व वर्षे ज्या कामात घालवली, त्या कामाकडे दुर्लक्ष केले गेले होते आणि ते व्यर्थ गेले होते तेव्हा निराशा व तिटकारा यांनी घेरून जाऊन त्याने स्वत:वर गोळी मारून घेतली होती. याउलट बर्नेसची प्रतिक्रिया विषयोपभोग व ऐषआराम यांमध्ये स्वत:ला लोटून देण्याची होती. अशा वर्तणुकीमुळे अफगाणिस्तानात सर्वजण त्याचा तिरस्कार व द्वेष करू लागले. तिथे त्याच्याबद्दल आजही हेच मत आहे. अफगाणिस्तानातील लोकांनी लिहिलेल्या हकिगतीवरून काबूलमध्ये शेवटी सर्वनाशाचा जो स्फोट झाला, त्याचे कारण त्याचे हे वागणे आहे. अफगाणांच्या विचारांप्रमाणे बर्नेस हा अंतिम स्फोटाचे कारण कसे ठरला, त्याचे उत्तम वर्णन मिर्झा अताने केले आहे.

त्याने लिहिले की, काबूलमधल्या सरदारांमध्ये ब्रिटिशांनी ताब्यात घेतल्या-बद्दलचा राग वाढला होता. विशेषत: ज्या प्रकारे त्यांनी घिलझाई प्रमुखांना मिळणाऱ्या भत्त्यांमध्ये कपात केली होती, शहाशुजाला बाजूला ठेवून त्याचे महत्त्व कमी केले होते आणि त्याचा वझीर मुल्ला शकूर याला काढून टाकले होते, त्या सर्वांमुळे आणि अखेरीस शुजाने त्याच्या हतबल होण्याबद्दल केलेल्या तक्रारींनी सरदारांचा तीव्र अपमान झाला होता. त्यांच्या धार्मिक भावना वाईट प्रकारे दुखावल्या होत्या. ज्या इंग्रजांनी ताबा घेतला होता त्यांच्या सैन्यावरचा राग आता पराकोटीला गेला होता. मिर्झा अताने लिहिल्याप्रमाणे – 'प्रत्येकजण घरी गेला. पश्चिमेला सूर्यास्त होऊन चंद्राचे सुंदर चांदणे पडल्यावर ते चर्चा करून कुराणावर हात ठेवून चंद्राची शपथ घेण्यासाठी एकत्र जमले.' मौलाना हमीद काश्मिरीने लिहिले आहे की, काही प्रमुख सरदारांनी सेलचे सैन्य अजून खोर्द काबूलमध्ये परत आले नव्हते तेवढ्यातच ताबडतोब काम हाती घेण्याचा आग्रह धरला –

> 'बादशहाकडे सैन्य नाही, 'लाट हय जन्गी' (मॅक्नॅघटेन) हातात
> बाटली घेऊन पितो आहे आणि नाचतो, गातो आहे.
>
> बर्नेस उगाचच गर्विष्ठ होऊन आरामात बसून आहे,
> यापेक्षा चांगली वेळ कोणती?
>
> फार वेळ शिल्लक नाही, उशीर करण्यास वेळ नाही,
> आपण बसून न राहता योजना आखली पाहिजे.
>
> नाहीतर सशाला सुगावा लागायचा
> आणि आपली शिकार निसटून जायची.

> त्वरेने त्या दुरात्मा बर्नेसकडेच जाऊन
> उजाडेपर्यंत हे काम संपवू या.'

परंतु शेवटी असे ठरले की, त्यांच्या बंडाला तात्कालिक कारण मिळण्यासाठी, ताबा घेऊन बसलेल्यांकडून अजून एखादी वाईट गोष्ट घडेपर्यंत वाट बघावी; म्हणजे बंडाला समर्थन मिळेल. एक नोव्हेंबरच्या संध्याकाळी रमझानच्या पहिल्या आठवड्यात, सरदारांच्या पुढाऱ्यांना हवी असलेली संधी मिळाली. मिर्झा अताने लिहिले – 'अल्लाची मर्जी म्हणून असे झाले की, अब्दुल्लाखान अचाकझाईची एक दासी त्याच्या घरातून पळून अलेक्झांडर बर्नेसच्या घरी गेली. तपास केल्यावर जेव्हा समजले की, ती तेथे गेली, तेव्हा खान अत्यंत संतापला. त्याने त्याच्या नोकराला त्या मूर्ख मुलीला परत घेऊन यायला पाठवले. त्या उन्मत्त झालेल्या इंग्रजाने त्या नोकराला शिवीगाळ केली आणि बेदम मार देववून हाकलून दिले. हे सर्व पराकाष्ठेची चीड आणणारे होते.'

मोहनलालने लिहिले, 'अब्दुल्लाखान अचाकझाई त्याच्या नातेवाइकांना घेऊन अमीनुल्ला खान लोगारीकडे गेला आणि हातात कुराण धरून त्याला विनंती केली की, शहरात बंडाचा उठाव करण्यासाठी त्याला साथ द्यावी. त्याने जेव्हा होकार दिला, तेव्हा असंतुष्ट असलेल्या आणखी काही सरदारांना अचाकझाईच्या घरी येण्यासाठी निरोप दिला गेला. सर्वजण जमल्यानंतर अब्दुल्लाखान त्या सरदारांना म्हणाला,

> 'आता हे इंग्रजांचं जू पाठीवरून काढून फेकून देणं सर्वतोपरी रास्त आहे. त्यांचे जुलुमी हात आता लहान-मोठ्या कोणाही सामान्य नागरिकाचा अपमान करण्यापर्यंत पोहोचले आहेत. एखाद्या गुलाम स्त्रीला भोगणे हे नंतर अंघोळ केल्याने नष्ट होत नाही; परंतु हे आपण येथेच, आत्ताच थांबवले पाहिजे, नाहीतर या इंग्रजांच्या वासनांचे गाढव मूर्खपणाच्या प्रांतात शिरेल आणि थोड्याच दिवसांत असेही होईल की, आपल्याला सर्वांना कैद करून परदेशात तुरुंगवासातही पाठवण्यात येईल. मी अल्लावर भरवसा ठेवून आपल्या प्रेषित महम्मद पैगंबरचे जिहादचे निशाण उभारत आहे आणि लढाई करण्यास जात आहे. आपली फत्ते झाली तर आपल्याला हवे तसे होईल. लढाईत आपल्याला मरण आले, तर अपमान आणि अपकीर्ती होऊन जगत राहण्यापेक्षा ते जास्त चांगले!' इतर सरदार, जे त्याचे लहानपणापासूनचे मित्र होते, त्यांनीही कंबर कसली आणि जिहादची तयारी केली.

मोहनलालला त्याच्या खबऱ्यांकडून या कट करणाऱ्यांच्या बैठकीबद्दल समजले तेव्हा तो ताबडतोब काय घाटत होते, याबद्दल त्याला सावध करण्यासाठी बर्नेसच्या

घरी गेला. बर्नेसने त्याच्या भविष्यकाळाविषयी काळजी करण्यात तो सबंध दिवस घालवला होता. त्याने हिंदुस्तानात पाऊल टाकल्याला आज वीस वर्षे झाली होती आणि त्याला सारखे असे वाटत होते की, आजचा दिवस त्याचे आयुष्य बदलून टाकणार होता. त्याच्या वहीतील शेवटची नोंद अशी आहे – 'काय घेऊन येईल आजचा दिवस? मला वाटते, माझे आयुष्य सुधारेल तरी किंवा बरबाद तरी होईल. सूर्यास्त होईल तोपर्यंत मला समजेल.' परंतु घिलझाईंच्या बंडामुळे सर्व खिंडी बंद झाल्या होत्या आणि (हिंदुस्तानातून) त्या दिवशी काबूलमध्ये टपाल आलेच नाही.

मोहनलालने लिहिले – 'एक नोव्हेंबर अठराशे एक्केचाळीसच्या संध्याकाळी.

> मी सर अलेक्झांडर बर्नेसना भेटावयास गेलो आणि जे होऊ घातले होते त्याबद्दल सांगितले. त्यांनी उत्तर दिले की, 'राजदूतांनी जी व्यवस्था केली असेल त्यात ढवळाढवळ करण्यास मला आवडत नाही, कारण थोड्याच दिवसांत ते बॉम्बेला जातील आणि त्यानंतर मी सर्व सरदारांचे पूर्वीचे भत्ते चालू करून देऊन त्यांच्याशी सलोखा करेन.' मी त्यांना सांगितले की, अशा दुर्दैवी घटना वाढू देणे आणि शत्रू आपले जास्त नुकसान करण्यापूर्वी त्यांचा नायनाट न करणे हे त्यांच्या नोकरीच्या नियमांच्या विरुद्ध होते. माझे हे म्हणणे ऐकल्यावर ते खुर्चीवर बसले आणि त्यांनी मला सांगितले की, हा देश हातातून गेल्याचे दुःख करत आपण हा देश सोडून जाण्याची वेळ आता आलेलीच आहे.

मोहनलाल त्याच्या घरी परत जात होता तेव्हा तेथून जरा पुढे पुल-इ-खिश्ती बझारजवळ कट करणारे लोक लढाईची तयारी करत होते. मिर्झा अताने लिहिले–

> 'त्याच रात्री, पहाट होण्यापूर्वी ते बर्नेसच्या घरी गेले आणि त्यांच्या निर्दय तलवारींनी पहाऱ्यावरच्या सैनिकांना त्यांनी मारून टाकले! लढाईची बातमी शहरात सर्वत्र पसरली. कणखर योद्धे असलेले काबूलचे पुरुष बऱ्याच दिवसांपासून अल्लाकडे जे बक्षीस मागत होते ते अल्लाने त्यांना दिले. साऱ्यांनी या बातमीचे स्वागत केले. त्यांनी आपापली दुकाने बंद केली, शस्त्रे उचलली आणि दुर्राणी व घिलझाईंच्या युद्धाच्या आरोळ्या – 'या छहार यार – इस्लामच्या खऱ्या मार्गाने जाणाऱ्यांनो!' देत लढाई चालली होती तिकडे सर्वजण धावले. पहाट होत होती तेव्हा टोळधाड यावी तसे ते रस्त्यांवर गोळा झाले आणि अलेक्झांडर बर्नेसच्या घराभोवती जमले.

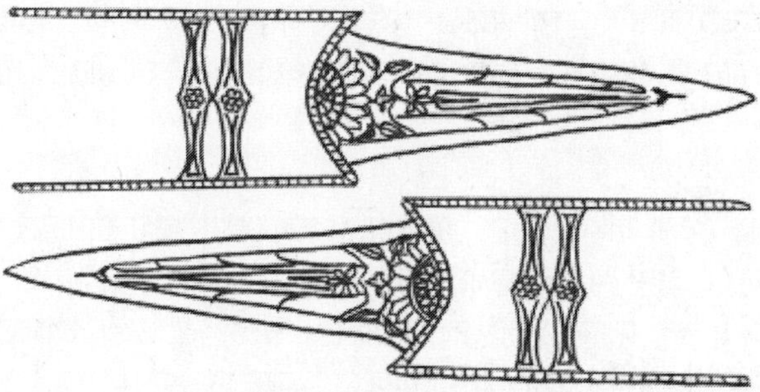

सर्व कारभार कोसळला

दोन नोव्हेंबर अठराशे एक्केचाळीसची सकाळ उजाडली, तेव्हा आकाश निरभ्र होते, हवेत खूप गारवा होता. हिवाळ्यातल्या तिरप्या किरणांनी काबूल शहराबाहेरच्या बागांमधल्या अफगाणी पाइन व सायप्रस वृक्षांच्या सावल्या लांब-लांब, ठळक अशा पडत होत्या. बागांच्या पलीकडे नव्याने बांधून झालेल्या छावणीत, शहाशुजाच्या सैन्याला पगार वाटणारा कॅप्टन ह्यू जॉन्सन लवकर जागा झाला होता. आदल्या रात्री पलटणीची पार्टी होती म्हणून तो येथेच राहिला होता. सुरक्षा ऐरणीवर येत चालली होती म्हणून त्याच्या सहकारी अधिकाऱ्यांनी त्याला पटवून दिले होते की, त्याने रात्री परत न जाता तेथे छावणीतच राहावे. खरे तर शहराच्या मध्यवर्ती भागातल्या शोर बाजार भागात तो जेथे राहत असे, तेथे त्याची अफगाण रखेल बिछान्यामध्ये त्याची वाट पाहत होती.

त्या रात्री त्याने त्याच्या डायरीत लिहिले, 'अजून सूर्योदय होत होता, मी अंथरुणातून उठलो नव्हतो, तेव्हा माझा एक नोकर मला सांगत आला की, मिशन कम्पाउंडमध्ये मी जे घर विकत घेतले होते, तेथे काम करणाऱ्या कामगारांनी त्या दिवशी त्यांची घरे लुटली जातील या भीतीने घर सोडून कामाला यायचे नाकारले होते. रात्री अशी अफवा पसरली होती की, शहरात दंगे होणार आहेत.' जॉन्सनला असे होणे असंभव वाटले. आदल्या संध्याकाळी तो शहरातून निघाला होता, तेव्हा दंगेधोपे होतील असे काहीच वाटले नव्हते आणि त्याचे घर अलेक्झांडर बर्नेसच्या घरासमोरच असल्याने त्याला कधी काही दंग्यांची बातमी मिळाली असती, तर त्याच्या मित्राने त्याला सावध केले असते, असे त्याला खात्रीने वाटले; परंतु माझा नोकर परत गेल्यावर सुमारे अर्ध्या तासाने तीन चपराशी सांगत आले की, जेथे

सरकारी तिजोरीही होती, त्या माझ्या घरासमोर जमाव गोळा झाला होता, ते आत घुसू बघत होते आणि बर्नेस त्यांना शांत करण्याचा प्रयत्न करत होता.' जॉन्सन पुढे लिहितो –

'मी उठून उभा राहिलो आणि 'माझा घोडा तयार करा' असे सांगितले; पण घोड्यावर आरूढ होण्यापूर्वी, राजदूतांचा युद्धसचिव कॅप्टन लॉरेन्स, याला मी जे ऐकले होते, ते सांगण्यास गेलो. त्यालाही त्याबद्दलच बर्नेसकडून चिठ्ठी आली होती आणि तो जनरलना भेटायलाच निघाला होता. तेवढ्यात माझा आणखी एक नोकर येऊन सांगू लागला की, बर्नेस आणि मी राहत होतो, तो संपूर्ण रस्ता जमावाने ताब्यात घेतला होता. त्यांच्यातले काहीजण माझ्या घराच्या आवाराचे प्रवेशद्वार फोडू बघत होते आणि सरकारी तिजोरीचा पहारेकरी त्यांच्यावर गोळीबार करत होता. माझ्या घोड्यावर खोगीर चढवलेले बघून त्याने मला सांगितले की, माझ्या घरी पोहोचणे अशक्य होते, कारण दर मिनिटाला बंडखोरांची संख्या वाढत होती आणि जे कोणी युरोपियन किंवा हिंदुस्तानी त्यांच्या वाटेत येतील, त्यांना ते मारून टाकत होते.

दंगे बंद करण्यासाठी, तसेच माझ्या ताब्यातील सरकारी तिजोरी आणि सर अलेक्झांडर बर्नेसचा जीव वाचवण्यासाठी जनरल ताबडतोब सैनिकांची एक तुकडी पाठवतील अशी माझी समजूत झाली. बर्नेस यांनी 'ताबडतोब मदत पाठवावी' अशी काकुळतीची विनंती करणारे आणखी एक पत्रही पाठवले होते. तिकडे जाणाऱ्या लोकांबरोबर मला जाता यावे म्हणून मी माझा घोडा तयारच ठेवला होता. शहरात काही गडबड असेल तर दिसते आहे का ते बघायला मी छावणीभोवतीच्या भिंतीवर गेलो. मी तेथे जाऊन पाच मिनिटेच झाली असतील, तेवढ्यात मला धुराचा लोट दिसला. तो ज्या दिशेने येत होता, त्यावरून माझी लगेच खात्री झाली की, बंडखोरांनी माझ्या घराला आग लावली होती. मला बरेच बंदुकांचे बारही ऐकू आले.

खुनाच्या व लुटालुटीच्या भयंकर बातम्या त्याला मिळू लागल्या.

'आणि तरीही सैनिकांची एकही तुकडी अजून पाठवली गेली नव्हती, याचे आम्हाला प्रचंड आश्चर्य वाटले. तासन्तास गेले होते; परंतु बंडखोरी थांबवण्यासाठी काहीही केले गेले नव्हते. एक अशी अफवा कानांवर आली, जी खरी होती असे नंतर समजले की, बंडखोरांनी

आवाराच्या प्रवेशद्वाराला आग लावून, आत शिरून माझ्या घराची भिंत सुरुंग लावून फोडली होती तसेच सरकारी तिजोरीचा ताबा घेतला होता. पहाऱ्यावर असलेले एक सुभेदार व अठ्ठावीस शिपाई, युरोपियन सैन्यातील अधिकारी, माझ्या नोकरांपैकी पुरुष-बायका-मुले सर्वांचे खून केले होते. सरकारी खजिन्यातले सर्व पैसे एक लाख सत्तर हजार रुपये लुटून नेले होते, गेल्या तीन वर्षांतली माझ्या ऑफिसमधील सर्व कागदपत्रे जाळून टाकली होती, ज्यात दहा लाख स्टर्लिंग्जचे अजून व्यवस्थित लिहून न झालेले हिशेब होते आणि माझे स्वत:च्या मालकीचे असे सामान ज्याची किंमत दहा हजार रुपयांच्याही वर होती, ती लुटून नेली होती!'

'जॉन्सनचा विश्वासच बसेना की, बर्नेस, सरकारी खजिना किंवा त्याचे नोकर यांना वाचवण्यासाठी विशेष काही केलेच जात नव्हते. पुढे काय ठरवले आहे असे त्याने पुन:पुन्हा विचारले तेव्हा असे समजले की, अडचण जनरल एल्फिन्स्टनमुळे झाली होती. जेव्हा ही माहिती मिळाली की, काबूलमध्ये दंगे सुरू झाले आहेत तेव्हा तो येऊन पोहोचल्यापासून प्रथमच त्याने त्याच्या घोड्यावर आरूढ होण्याचा प्रयत्न केला; परंतु तो धाडकन खाली कोसळला आणि घोडा त्याच्यावर पडला! कॅप्टन व्हिन्सेन्ट आयरच्या मते 'एल्फिन्स्टन कधीही मजबूत व स्वतंत्र समर्थ मनाचा नव्हता.' या प्रसंगानंतर त्याने म्हटले की, 'एल्फिन्स्टनला जवळजवळ म्हातारचळ लागल्यासारखेच झाले होते.'

छावणीत एक मनुष्य होता, जो सैनिकांना चेतवून काही करायला लावू बघत होता. तो होता मॅक्नॅघटेनचा उत्साही, तरुण युद्धसचिव जॉर्ज लॉरेन्स. जॉन्सनसारखाच तोही लवकर उठला होता. काहीतरी गडबड सुरू झाली आहे हे त्यालाही समजले होते. त्याने लिहिले – 'मी एका निरोप्याला एका गावात जाऊन काही बारीकसारीक वस्तू विकत घेऊन यायला पाठवले होते. तो खूपच उत्तेजित आणि क्षुब्ध होऊन धापा टाकत परत आला. त्याने सांगितले की, सर्व दुकाने बंद होती आणि सशस्त्र माणसांचे जमाव रस्त्यात गोळा होत होते. मी ताबडतोब उठलो आणि राजदूतांना भेटायला गेलो, तेव्हा सुमारे आठ वाजले होते आणि ते गंभीर होऊन जनरल एल्फिन्स्टनशी चर्चा करत होते. मी आत गेल्यावर सर विल्यमनी बर्नेसकडून आलेली एक चिठ्ठी माझ्या हातात ठेवली, ज्यात मदतीची याचना केली होती, कारण त्याच्या घरावर हल्ला होईल अशी त्याला भीती वाटत होती.'

लॉरेन्सने सुचवले की, छावणीतल्या पाच हजार सैनिकांना ताबडतोब शहरात बर्नेसच्या घरी पाठवावे आणि बंडाचे पुढारी म्हणून माहीत असलेल्या अमीनुल्ला खान लोगारी व अब्दुल्ला खान अचाकझाई या दोघांना अटक करावी, 'एक

सेकंदही उशीर करू नये!' परंतु त्याने नंतर लिहिल्याप्रमाणे 'माझी सूचना पूर्णपणे वेडेपणाची होती आणि सध्याच्या परिस्थितीत अजिबात शक्यही नव्हती' असे म्हणून ती ताबडतोब धुडकावून लावण्यात आली. माझी दुसरी सूचना मात्र स्वीकारली गेली की, अलीकडेच ज्याचे लग्न झाले होते, त्या लेफ्टनंट स्टर्टने घोड्यावरून त्वरेने ब्रिगेडिअर शेल्टनकडे जावे. शेल्टन शहराच्या दुसऱ्या टोकाला सियाहसंग येथे होता आणि जेथे अस्वस्थ परिस्थिती होती, त्या खोर्द काबूल खिंडीकडून शहरात येणाऱ्या रस्त्याचे रक्षण करत होता. स्टर्टने पुल-इ-खिश्तीजवळ जमून लूट करत असलेल्या जमावाबद्दल शेल्टनला सांगावे आणि त्याला आग्रहाने बाला हिसार गढीकडे कूच करण्यास सांगावे, जेथून तो शहरावर ताबा ठेवू शकेल आणि जरूर ते करू शकेल. इकडे लॉरेन्सने बाला हिसारला जाऊन शहाशुजाला या बेताबद्दल सांगावे.

बरोबर फक्त चार सैनिक घेऊन सकाळी नऊच्या सुमारास लॉरेन्स छावणीतून निघाला. त्या सैनिकांना त्याने सांगितले की, 'त्यांनी त्याच्या अगदी जवळ राहावे, जरूर पडल्यास घोड्याला टाच मारावी; पण काहीही झाले तरी वेग कमी करू नये किंवा थांबू नये.'

> 'महम्मद खानच्या गढीजवळ एका खंदकातून एक अफगाण एकदम बाहेर पडून धावत रस्त्यावर आला. त्याच्या हातात एक खूप मोठी दोन्ही हातांनी पकडलेली तलवार होती, ती उगारून तो त्वेषाने माझ्या अंगावर चालून आला; पण मी माझी काठी त्याच्या अंगावर फेकून त्याचा हल्ला चुकवला; माझी तलवार काढली आणि माझा घोडा त्याच्या अंगावर घातला. माझ्या एका सैनिकाने त्याच्या छोट्या बंदुकीने त्याला ठार मारले. आम्ही त्या रस्त्यावरून पुढे निघत होतो, तेवढ्यात कोणीतरी मोठ्याने ओरडले आणि खंदकात लपलेली आणखी काही माणसे बाहेर येऊन आमच्यावर जोरात गोळीबार करू लागली. आमचा वेग खूप होता आणि त्यांचा नेम खूप वर जात होता; त्यामुळेच आम्ही मरणाच्या जबड्यातून वाचलो.'

लॉरेन्स बाला हिसारला पोहोचल्यावर त्याला शहाशुजाच्या भेटीस नेण्यात आले. शहा खूप अस्वस्थ मन:स्थितीत आवारात फेऱ्या मारत होता.

> बादशहा उद्गारला, 'माझा सल्ला मानला नाही तर असे होईल, हेच मी राजदूतांना नेहमी सांगत होतो की नाही?' मग मी त्यांना माझ्या येण्याचे

कारण सांगितले आणि त्यांना विनंती केली की, ब्रिगेडिअर शेल्टनच्या सेनादलाने बाला हिसारला येऊन राहावे, असा हुकूम त्यांना देण्याची त्यांनी मला परवानगी द्यावी. बादशहाने सांगितले, ''थोडे थांब. माझा मुलगा फत्तेह जंग आणि वझीर उस्मानखान (निझाम-अल-दौला) दोघे माझे काही सैन्य घेऊन शहरात गेले आहेत; ही गडबड ते बंद करू शकतील याची मला खात्री आहे.''

लॉरेन्सच्या लक्षात आल्याशिवाय राहिले नाही की, ही केवढी उपरोधिक परिस्थिती होती! आत्तापर्यंत ब्रिटिश लोक शुजाचे वर्णन 'आळशी व कुचकामी' असे करत आले होते; परंतु जेव्हा कठीण प्रसंग उभा राहिला, तेव्हा बंड थांबवण्यासाठी केवळ शुजानेच परिस्थिती नियंत्रणाबाहेर जाण्यापूर्वी त्वरित निर्णय घेतला. त्याने त्या जमावाला तोंड देण्यासाठी बरीच वर्षे त्याच्या स्वतःच्या अंगरक्षकांचा प्रमुख असलेला स्वामिनिष्ठ अँग्लो-इंडियन विल्यम कॅम्पबेल याच्या आधिपत्याखाली एक हजार सैनिक व दोन मोठ्या तोफा पाठवल्या होत्या आणि त्याच्या स्वतःच्या आधिपत्याचा प्रतिनिधी म्हणून फत्तेह जंगला पाठवले होते. म्हणजे खरे पाहता गेली दहा वर्षे शहावर सर्वांत जास्त टीका करत असलेल्या अलेक्झांडर बर्नेसला वाचवण्याचा प्रयत्न करणारा शुजा हा एकटाच माणूस होता! शुजाबरोबर लॉरेन्स वाट बघत असताना फत्तेह जंग शहरात जाऊन वेगवेगळ्या भागांतल्या लोकांना शांत करण्यात यशस्वी होत असल्याच्या बातम्या येऊ लागल्या; परंतु अर्धी सकाळ उलटल्यानंतर परिस्थिती पालटू लागली - बिघडली. प्रथम असे झाले की, हातात तलवार असलेला व जखमांमधून खूप रक्त वाहत असलेला लेफ्टनंट स्टर्ट 'माझा खून होतोय' असे ओरडत दरबारात आला. त्याने सांगितले की, 'तो प्रवेशद्वाराशी घोड्यावरून उतरत असताना गर्दीतून धावत पुढे आलेल्या एका माणसाने त्याच्या चेहऱ्यावर व गळ्यावर तीन वार केले होते.' मग बातम्या आल्या की, शोर बझार भागातल्या अरुंद गल्ल्यांमधल्या घरांमध्ये लपून राहून गोळीबार करून कॅम्पबेल आणि फत्तेह जंगच्या सैनिकांवर हल्ले करून शंभराहून जास्त लोकांना बंडखोरांनी ठार केले होते. त्यांच्या दोन्ही तोफा त्यांनी गमावल्या होत्या आणि बर्नेसच्या घरापासून थोड्या अंतरावर त्या दोघांना रोखून धरले गेले होते. मग आपल्या मुलाबद्दलची शुजाची काळजी वाढू लागली. लॉरेन्सच्या विनंती न ऐकता, सुरुवातीला द्विधा मनःस्थितीत असलेल्या शुजाने पितृप्रेमाला बळी पडून शेवटी त्याच्या मुलाला आणि वजिराला परत बोलावून घेतले. धीट, प्रामाणिक व तडजोडी करण्यात विश्वास नसलेला वझीर शेवटी लढाई सोडून धापा टाकत परत आला आणि अतिशय रागाने बादशहाला म्हणाला, 'आम्ही जिंकण्याच्या अगदी बेतात असतानाच

नेमके आम्हाला परत बोलावलेत, आता तुमच्या सैनिकांचा पराभव होईल आणि आपल्या सर्वांची फार वाईट दशा होईल.'

मोहनलालला झोपून फक्त तीनच तास झाले होते तेव्हा पहाट होण्याच्या जरा आधीच, त्याला एका नोकराणीने येऊन उठवले. ती खूप घाबरीघुबरी झाली होती. तिने सांगितले की, बर्नेसच्या घराबाहेर खूप मोठा जमाव गोळा झाला आहे. बर्नेसचे घर बाजाराच्या दुसऱ्या टोकाला, या घरापासून थोडी घरे टाकूनच होते. "आगा!" (साहेब) ती म्हणाली, 'साऱ्या शहरात खळबळ माजलीय आणि आपण झोपलात!'

मोहनलाल उठून बाहेर त्याच्या बागेत आला तेव्हा त्याला आसपासच्या घरांतले लोक त्यांचे सामानसुमान घेऊन सुरक्षित जागी जात असलेले दिसले.

> 'दुकानदार दुकानातील सर्व सामान काढून घेत होते. सर्व शहरात खळबळ माजली असावी असे वाटत होते. सुलताना जानचा (हा बराकझाई बंडखोरांचा प्रमुख पुढारी, दोस्त महम्मद बुखारामध्ये असताना त्याच्याबरोबर होता) सचिव मिर्झा खोदाद हा माझ्या घरी आला. त्याची माझी खूप जुनी ओळख होती म्हणून मुद्दाम येऊन त्याने मला, मी माझे सामान न हलवता माझ्या घरातच राहण्यात किती धोका होता, हे सांगितले. नायब शरीफने (हा बर्नेसच्या मद्य-पार्ट्यांमधला एक जुना मित्र आणि किझिलबाश प्रमुखांपैकी एक होता) माझ्या सर्व किमती सामानासह मला पर्शियन वस्तीत घेऊन जाण्यासाठी स्वत:च्या सासऱ्याला पाठवले; परंतु त्यांनी इतक्या आपुलकीने दिलेला सल्ला घेण्याचे मी नाकारले; कारण मला वाटले की, मला घरातून निघून जाताना बघून लोकांची धोका असल्याची भीती जास्त वाढेल. म्हणून मी माझ्या नोकराला एक चिठ्ठी घेऊन सर अलेक्झांडर बर्नेसकडे पाठवले. त्यांचे घर माझ्या घरापासून थोडी घरे सोडून जवळच होते – चिठ्ठीत मला आलेल्या निरोपाबद्दल लिहिले होते. त्यांचे उत्तर आले की, 'मी माझ्या घरीच राहावे, त्यांनी सैन्य मागवले आहे, ते थोड्याच वेळात येऊन पोहोचेल.' त्यानंतर अर्ध्या तासाने माझ्या नोकराने मला सांगितले की, निझाम-अल-दौला बर्नेसला 'घर सोडून माझ्याबरोबर बाला हिसारला चला असे सांगत होता, कारण त्यांच्या जिवाला खूपच धोका होता.'

बर्नेसला त्याच्या सुरक्षिततेविषयी व लोकप्रियतेविषयी एवढा आत्मविश्वास होता

की, त्याच्याकडे फक्त बारा पहारेकरी होते. त्याने वजिराबरोबर जाण्याचे ठरवले आणि तो निघणार एवढ्यात त्याच्या जुन्या जमादाराने (पहारेकऱ्यांचा प्रमुख) त्याला आठवण करून दिली की, त्याने (बर्नेसने) मॅक्नॅघटेनला आत्ता नुकताच निरोप पाठवला होता, तर त्याच्या उत्तराची वाट पाहिली पाहिजे. म्हणून मग निझाम-अल-दौला एकटाच परत गेला. त्याने जाताना शहाशुजाची एक पलटण घेऊन परत येतो असे वचन दिले. तो घोड्यावरून परत जात असताना घराच्या छपरांवरून त्याच्यावर गोळ्या मारण्यात आल्या; पण तो उलट लढतलढत बाला हिसारला पोहोचला.

याच सुमारास बंडखोरांचे पुढारी 'आशिकान वा आरिफान' या शोर बझारच्या कोपऱ्यावरील जागेत गोळा झाले. हा (वेगवेगळ्या कारणांनी चिडलेल्या) अनेक लोकांचा मेळावा होता. बादशहाच्या बाजूचे; पण असंतुष्ट लोक, बराकझाई सरदार, सैन्यात केल्या गेलेल्या सुधारणांच्या विरुद्ध असल्याने खूप संतापलेले उच्च घराण्यातील सरदार, सरकारी नोकरीत पूर्वी चांगल्या नोकऱ्या असून त्या नोकऱ्या गेलेले लोक आणि शहाच्या नोकरीत नसलेले मध्यम दर्जाचे धर्मगुरू (उलेमा). अब्दुल्लाखान अचाकझाई बंडाच्या लढाईचा लगेचच प्रमुख झाला होता. त्याने सांगितल्याप्रमाणे ते बर्नेसच्या घराशेजारच्या बागेत ठिकठिकाणी बसले. कॉलिन मॅकेन्झीने त्याच्या डायरीत लिहिले आहे की, 'बंडखोरांच्या पुढाऱ्यांच्या मनात बर्नेसबद्दल अतिशय आकस व द्वेषबुद्धी होती. त्या सर्वांची समजूत होती की, ब्रिटिशांना त्यानेच अफगाणिस्तानमध्ये येण्यास मदत केली. त्यांचा असाही आरोप होता की, तो त्यांना योग्य त्या मानाने वागवत नसे. बर्नेसला स्वत:ला वाटत असे की, तो कनिष्ठ वर्गाच्या लोकांमध्ये लोकप्रिय आहे; परंतु ते खरे होते की नाही याची शंकाच आहे आणि सरदार मंडळींना तर त्यांना अजिबात पसंत नव्हती अशी नवी पद्धत त्यानेच सुरू केली होती असे वाटत होते;' त्यामुळे बर्नेसने जेव्हा दोन माणसांना बंडखोरांच्या प्रमुखांकडे 'तुमच्या तक्रारी काय आहेत ते सांगायला आणि त्याबद्दल समझोता करायला या' असा निरोप घेऊन पाठवले, तेव्हा त्यांनी दोघांपैकी एकाचा शिरच्छेद केला आणि दुसऱ्याला 'हे उत्तर आहे' असे सांगण्यास परत पाठवले! मग त्यांनी त्यांच्या माणसांना घरांच्या छपरांवर चढून तेथून बर्नेसच्या आवाराच्या मागच्या बाजूला आत उतरता येते का बघायला सांगितले. मोहनलालने लिहिले की, 'आता सर्व बाजूंनी सुमारे दोनशे माणसांनी त्याचे घर वेढले होते आणि सर अलेक्झांडर बर्नेस त्याच्या घराच्या वरच्या मजल्यावरच्या खोलीच्या खिडकीतून बंडखोरांना शांत होण्यास सांगत होता आणि तसे केल्यास सर्वांना भरपूर मोबदला देऊ करत होता.' परंतु त्याला काहीही दयामाया दाखवली जाणार नव्हती. बाल्कनीत त्याच्याबरोबर जनरल सेलच्या लाल केस असलेल्या इंजिनिअरचा

धाकटा भाऊ कॅप्टन विल्यम ब्रॉडफूट आणि बर्नेसचा नुकताच काबूलमध्ये येऊन पोहोचलेला धाकटा भाऊ चार्लस होता.

> बर्नेस जमावाशी जोरजोरात बोलत असतानाच कॅप्टन ब्रॉडफूटच्या छातीच्या जरा खाली बंदुकीने एक गोळी मारण्यात आली. सर अलेक्झांडर व चार्लस दोघांनी त्याला खालच्या मजल्यावरच्या खोलीत आणून ठेवले. पहाऱ्यावरचे शिपाई आता त्यांच्यावर होणाऱ्या हल्ल्याला उलट उत्तर देत होते. सर अलेक्झांडरच्या काही नोकरांचा विचार त्याला तंबूच्या कापडात गुंडाळून खांद्यावरून बाहेर, लूट नेल्यागत न्यायचा होता; परंतु त्याने सांगितले की, त्याचा स्वत:चा भाऊ आणि जखमी झालेला त्याचा मित्र कॅप्टन ब्रॉडफूट यांना सोडून तो जाणार नाही.

हे बोलणे चालू असतानाच जमावाने बर्नेसच्या घराच्या प्रवेशद्वाराला आग लावली आणि 'ज्या खोलीत उभे राहून सर अलेक्झांडर आणि त्याचा भाऊ त्या जमावाकडे बघत दयेची भीक मागत होते, त्या खोलीपर्यंत आगीचे लोळ येऊन पोहोचले. कॅप्टन ब्रॉडफूट त्या आगीत जळून मरण पावला. मग लेफ्टनंट चार्लस बागेत आला. त्याने त्यांच्यातील सहाजणांना मारले. त्यानंतर त्या लोकांनी त्याची खांडोळी केली.'

अतिशय भयभीत झालेला मोहनलाल त्याच्या घराच्या छपरावरून हे सारं पाहत होता. बर्नेसच्या घरावर होणाऱ्या गोळीबाराच्या गोळ्या त्याच्या घराच्या भिंतींवर आपटून भोके पडत होती. त्याच्या आसपासच्या खिडक्या फुटत होत्या. बंदूकधाऱ्यांचे लक्ष त्याच्याकडे गेल्याबरोबर तो झटकन तेथून पळाला. निसटून जाता यावे म्हणून त्याने आधीच आवाराच्या भिंतीला भोक पाडून ठेवले होते, त्यातून तो बाहेर पडला. चांगले संरक्षण असलेल्या किझिलबाशांच्या मुराद खानीच्या घरी पळत जाऊन पोहोचावे आणि तेथे असलेला ब्रिटिशांच्या बाजूचा खान शिरीन खान या शिया पंथीयांच्या पुढाऱ्याला बर्नेसच्या मदतीला आणावे, असा त्याचा बेत होता; परंतु तो रस्त्यातून पळत असतानाच समोरून येणाऱ्या बंडखोरांच्या टोळीने त्याला पकडले. त्यांनी त्याला चहूकडून घेरले. धर्मद्रोह्यांचा हेर म्हणून तो त्याचा शिरच्छेद करणार तेवढ्यात त्याच्या सुदैवाने बराकझाईंचा एक वयस्कर प्रमुख तेथे आला. हा दोस्त महम्मदचा सख्खा चुलत भाऊ महम्मद झमान खान होता. शरण येऊन शुजाच्या दरबारात सामील करून घेण्यास मोहनलालने त्याला वर्षापूर्वी मदत केली होती.

> 'नबाब महम्मदखान झमान खान त्याच्या घरातून बाहेर आला आणि ज्यांनी मला पकडले होते त्यांना रागावला. त्यांच्या पकडीतून मला हिसकावून सोडवून घेत तो मला आत घेऊन गेला. त्याच्या घरातल्या स्त्रिया जेथे होत्या, त्यांच्यात मला बसवले. त्या स्त्रियांना काही दिवसांपूर्वी मी काही मदत केली होती म्हणून असेल; पण त्यांनी माझ्या नाश्त्यासाठी एक मोठी बशी भरून पुलाव आणला. अफगाणी उच्चवर्गीय स्त्रियांचे हे आदरातिथ्य एरवी अनपेक्षित आणि खूपच मानाचे भोजन वाटले असते; पण आता एवढ्या मोठ्या संकटात असताना भाताचे प्रत्येक शीत जणू घशात अडकत होते! नंतर मला एका अंधाऱ्या खोलीत बंद करून, कुलूप लावून माझ्या बोटांमधील अंगठ्या काढून त्या कोठेतरी लपवून ठेवल्या; जेणेकरून त्याच्या लोभी मुलाला त्या अंगठ्यांसाठी माझी बोटे कापण्याचा मोह होणार नाही! एवढ्या वेळात तिकडे माझे घर संपूर्ण लुटले गेले होते.'

प्रत्यक्षदर्शी अहवाल सर्वाधिक जवळून देऊ शकणारा मोहनलाल आता जनानखान्यात कोंडून ठेवला गेलेला असल्याने बर्नेसच्या शेवटच्या क्षणांची प्रत्यक्ष माहिती उपलब्ध नाही. वेगवेगळ्या उपलब्ध हकिगती कमी-जास्त प्रमाणात ऐकीव माहितीवर लिहिलेल्या आहेत. मिर्झा अताने लिहिलेल्या अतिरंजित माहितीप्रमाणे बंडखोर जेव्हा आवारात घुसले,

> तेव्हा बर्नेस त्याच्या खासगी खोलीत त्याच्या रखेलीबरोबर विषयसुखाचा उपभोग घेण्यात गुंग होता. अशा वेळी बंडखोर आत घुसले आणि त्यांनी त्या दोघांना ओढत बाहेर आणून तलवारींनी त्यांना मारून मृत्यूच्या खाईत त्यांची प्रेते फेकून दिली. घरातले सर्व सामान लुटले. पैशांचे पेटारे फोडले. अंगावरील कपड्यांच्या घेरात खणखण आवाज करत कंपनीची सर्व नाणी भरली. त्यानंतर त्यांनी पगार वाटणाऱ्या कॅप्टन जॉन्सनचे घर फोडले आणि सर्व वस्तू व खजिना लुटला. जे कोणी इंग्रज त्या वेळी काबूलमध्ये होते, ते सर्व कसेही करून तेथून सटकून छावणीत पोहोचण्याचा प्रयत्न करू लागले.

याच कथेची जरा वेगळी हकिगत 'मुहारबा काबूल वा कंदाहार'मध्ये मुन्शी अब्दुल करीमने लिहिली आहे. मिर्झा अताप्रमाणेच त्याच्या मतेही बर्नेसच्या अत्यंत अनिर्बंध विषयांधतेमुळे परिस्थिती टोकाला गेली. मुन्शीच्या मते या परिस्थितीचा कडेलोट

व्हायला कारण अब्दुल्लाखान अचाकझाईच्या घरातली गुलाम मुलगी नसून 'एका अफगाण स्त्रीवर बर्नेसची विषयलोलुप नजर पडली आणि त्याने तिच्या पतीला पकडून कैदेत टाकले,' हे होते.

> असे सांगितले जाते की, एक दिवस तो शहराची पाहणी करत रस्त्याने चालत जात असताना त्याची नजर एका अत्यंत सुरेख तरुण अफगाण स्त्रीवर पडली. ती तिच्या घराच्या सपाट छपरावर उभी होती. त्याच्या मनात ताबडतोब तिच्याबद्दल अभिलाषा उत्पन्न झाली. ऑफिसमध्ये परत आल्याबरोबर स्वत:चे कर्तव्य, पावित्र्याची जाणीव किंवा लाजलज्जा सर्व विसरून त्याने पोलिसप्रमुखाला (कोतवालाला) बोलावले आणि अमूक विभागातल्या अमूक घराच्या मालकाला घेऊन येण्यास सांगितले. आज्ञा पाळायला तो धावत गेला आणि एका धर्मभीरू आणि स्वाभिमानी तरुण अफगाण सैनिकाला घेऊन परत आला. तो सैनिक त्या घराचा मालक आणि त्या सौंदर्यवान तरुणीचा पती होता. बर्नेस त्याला म्हणाला, 'माझे तुझ्याकडे एक काम आहे. मी सांगेन ते तू करशील तर मी तुला सैन्यात अधिकारपद देईन, तुला श्रीमंत करेन आणि माझ्या निकटच्या लोकांपैकी एक समजेन!'
>
> 'काय काम आहे सांगा, म्हणजे मी आपली इच्छा पूर्ण करण्याचा प्रयत्न करू शकेन?' त्या तरुण सैनिकाने विचारले.
>
> 'पौर्णिमेच्या चंद्रासारख्या तुझ्या बायकोला मी तुझ्या घराच्या छपरावर उभी असलेली बघितली. मी तिला विसरू शकत नाही. ती माझ्या मनात ठसली आहे. ती मला दे, मला माझ्या वासनेची भूक भागवू दे, मग तू मागशील ते तुला मिळेल!'
>
> तो तरुण सैनिक शरमेने थरथरू लागला. हा भयंकर अपमान असह्य होऊन तो फुत्कारला. 'अरे गलिच्छ, किळसवाण्या जनावरा, मी काय बायका पुरवण्याचा धंदा करणारा माणूस आहे की काय? सोन्यासाठी मी माझी बायको तुला विकेन? खबरदार! आणखी एक शब्द जरी बोललास तर तुला माझ्या तलवारीच्या पात्यानेच उत्तर मिळेल!' गांगरून गेलेल्या बर्नेसने त्या माणसाच्या हातात बेड्या ठोकल्या आणि एखाद्या खुनाच्या अपराध्याला टाकावे तसे त्याला भुयारातल्या तुरुंगात टाकले!

मुन्शी अब्दुल करीमच्या हकिगतीत या माणसाच्या नातलगांनी बर्नेसवर सूड उगवला.

त्या तरुण सैनिकाचे बारा नातेवाईक बर्नेसच्या खोलीत शिरले. दोघांनी त्याला पकडले, त्याला खाली पाडून ते त्याच्या छातीवर बसले आणि ओरडले, 'अरे जनावरा! उच्च कुळातल्या मुलींची अब्रू घेण्याचे धाडस करायचे आहे तुला? तू न्यायालयाचा प्रमुख आहेस ना? मग आम्हाला सांग, तुझ्यासारख्या अधम माणसाला कुठली शिक्षा योग्य आहे? ज्यू-ख्रिश्चन-झोराष्ट्रीयन- सर्वांच्या कायद्यांच्या पुस्तकांमध्ये काय लिहिले आहे?' बर्नेसने क्षमेची याचना केली, त्याचा जीव वाचवावा अशी भीक मागितली; पण त्या अफगाणांना दयेचा पाझर फुटला नाही. त्यांनी त्याला ठार मारले, तुकडे तुकडे केले, दाढी कापून टाकली आणि सर्व रस्त्यांवरून त्याचे शिर मिरवले. त्याचे घर लुटून त्याला आग लावली. जे कोणी त्याच्या मदतीला येऊ पाहत होते, त्या सर्वांना ठार केले. मग ते तुरुंगाकडे धावले, तेथील रक्षकांना पकडून त्यांना ठार मारले. त्या तरुण सैनिकाला व इतर कैद्यांना मोकळे केले. दुसऱ्या काहींनी सरकारी खजिन्यावर हल्ला केला, तेथील रक्षक व अधिकारी सर्वांना ठार मारले व खजिना लुटला.

अफगाण युद्धाच्या हकिगतीमध्ये व्हिक्टोरियाच्या काळातला तारीखवार इतिहास लिहिणारा एक मोठा लेखक सर जॉन के याला एक तिसरीच हकिगत जास्त बरोबर वाटली. त्याने लिहिले की, 'बर्नेसचे घर पेटवण्यात आल्यानंतर एक अनोळखी गूढ मनुष्य तेथे आला, तो काश्मिरी मुसलमान असल्याचे त्याने सांगितले आणि बर्नेसला तुमचा जीव वाचवतो असे सांगितले. ही गूढ व्यक्ती दुसऱ्या कुठल्याही हकिगतीत येत नाही. के च्या लिहिण्याप्रमाणे दोघे बर्नेस बंधू जमावाला तोंड देत असताना अचानक बाल्कनीत हा मनुष्य आला आणि कुराणावर हात ठेवून, 'मागच्या बागेतून मी तुम्हाला सुरक्षित बाहेर नेतो' असे त्यांना म्हणाला. एव्हाना हे तर उघड दिसत होते की, मॅक्नॅघटेनचा त्याच्या हाताखाली काम करणाऱ्या या तरुण अधिकाऱ्याला वाचवण्याचा अजिबात विचार नव्हता, तेव्हा दोघा भावांनी कपड्यांवरून अफगाणी (लांब झग्यासारखे) पोशाख पांघरले आणि त्यांच्या वाटाड्याबरोबर बागेत गेले. त्यांना आशा वाटली की, अजूनही कदाचित ते वाचतील; परंतु थोडी पावले गेल्याबरोबर तो काश्मिरी 'ज्यूडास' मोठ्याने ओरडला – 'हा बघा मित्रांनो! हा येथे आहे सिकंदर बर्नेस!' एका मिनिटाच्या आत जमावाने त्या दोघांना खलास केले!

मोहनलालने एक चौथी हकिगत लिहिली आहे, जी बहुतेक सर्वांत विश्वसनीय आणि नक्कीच हृदय हेलावून टाकणारी आहे. त्याने लिहिले की, जनानखान्यातल्या

खोलीत तासभर कोंडून घेतला गेल्यावर त्याने महम्मद झमान खानला खूप विनंत्या केल्या, तेव्हा शेवटी खानने त्याला आपल्या घराच्या छपरावर जाऊ देण्यास होकार दिला. एवढ्या वेळात सर्व संपले होते! त्याचा प्रवासामधला साथीदार आणि दहा वर्षे निकटचा मित्र असलेला बर्नेस मारला गेला होता आणि त्याचे घर जळून खाक झाले होते; परंतु नबाबाच्या पहारेकऱ्यांनी त्यांच्या वरवंडी (लहान भिंत) वरून शेवटचा प्रसंग बघितला होता–

> 'चार्लस बर्नेस मारला गेला आणि तो उभा होता ती सबंध खोलीही पेटली तेव्हा सर अलेक्झांडर बर्नेसला त्याच्या बागेत उघडणाऱ्या दाराशी यावेच लागले. तेथून त्याने जीव वाचवण्यासाठी जमावाच्या विनवण्या केल्या; पण त्यांनी त्याच्यावर शिव्यांचा भडिमार केला – तेव्हा जिवंत राहण्याची सर्व आशा त्याने सोडून दिली. त्याने त्याच्या गळ्याभोवतीचे काळे कापड काढले आणि ते स्वत:च्या डोळ्यांवर बांधले अशासाठी की, मृत्यूचा घाव त्याच्यावर कोठून येत आहे, हे त्याला दिसू नये. तसे डोळे बांधल्यावर तो दाराच्या बाहेर आला आणि एका मिनिटातच त्या अत्यंत प्रक्षुब्ध जमावाने त्याची खांडोळी केली!'

मौलाना काश्मिरीने लिहिले – 'दोनशे शूर अफगाणांच्या धारदार तलवारींनी त्याच्या शरीरातील हाडांचेही तुकडे केले.'

> त्यांनी ते तुकडे सर्वांना बघण्यासाठी दोरीत बांधून लटकवले;
> सर्व तुकड्यांमधून रक्त वाहत होतं!
>
> जसा वारा हिवाळ्यात झाडाची सगळी पानं काढून घेतो,
> तसं त्याचं सर्व सामान आणि संपत्ती त्यांनी लुटून नेलं.

यानंतर थोड्याच वेळात बंडखोरांनी देशभरातल्या सर्व सरदारांना एक जाहीरनामा पाठवला – 'रमादानच्या पवित्र महिन्यातल्या तिसऱ्या मंगळवारी सकाळी सिंहासारख्या लढणाऱ्या लढवय्यांबरोबर आम्ही सिकंदर बर्नेसच्या घराला वेढा घातला. पवित्र आणि सर्वत्र असणाऱ्या अल्लातालाच्या मेहेरबानीने शूर लढवय्यांनी सिकंदर बर्नेसला आणि इतर काही महत्त्वाच्या फिरंग्यांना तसेच पाचशे इंग्रज सैनिकांना गारद करून नरकात पाठवले.'

बर्नेसचे धड रस्त्यातल्या कुत्र्यांना खायला तेथेच टाकले होते. जवळजवळ

आठवडाभर त्याच्या चिंध्या झालेल्या शरीराचा काही भाग तरी वाचवावा असे कोणाच्या मनातही आले नाही. बर्नेसच्या ज्या मित्राबरोबर त्याने कितीतरी संध्याकाळचे तास मजेत घालवले होते, त्या नायब शरीफने शेवटी एका नोकराला ते सडत पडलेले तुकडे उचलून, बर्नेसच्या घराच्या बागेत पुरून टाकण्यास सांगितले. ती जागा नंतर काबूलमधील ख्रिश्चनांचे कब्रस्तान झाली. अजूनही ख्रिस्ती लोकांचे कब्रस्तान म्हणून ती वापरली जाते. अलीकडच्या काळातही होत असलेल्या, अफगाणिस्तानचे भवितव्य ताब्यात ठेवण्याच्या परकीय लोकांच्या चुकीच्या, असफल प्रयत्नांमध्ये बळी गेलेल्या बऱ्याचजणांचे अंतिम विश्रांतिस्थान त्याच जागी आहे!

होऊ घातलेल्या राजदूत आणि लढवय्या, हेर, प्रवासी व परराष्ट्रनीतीतज्ज्ञ असलेल्या सर अलेक्झांडर बर्नेसचे मृत्युसमयी वय केवळ छत्तीस वर्षे होते.

बर्नेसचे घर आणि जॉन्सनचे सरकारी तिजोरी असलेले घर जाळून तेथे राहणाऱ्या सर्वांना मारून टाकल्यावर संतप्त जमावाची लाट 'आशिकान वा आरिफान' हा सुन्नी लोकांचा मुख्य अड्डा आणि शोर बझार येथून शाह झमानच्या पुल-इ-ख्रिस्ती मशिदीपासून पुढच्या पुलावरून पलीकडे हल्ला करण्यासाठी आणखी जागा शोधण्यास निघाली. त्याच वेळी लूट करून पैसे मिळत असल्याची बातमी समजल्यावर इतर सशस्त्र टोळ्या देशाच्या आतल्या भागातून शहरात येऊ लागल्या. फैज महम्मदने लिहिले, शहाशुजा व काही इंग्रज अधिकारी पुढे काय बेत आखावेत या विवंचनेत होते. बर्नेसचा खून झाल्याची बातमी आसपासच्या गावातल्या लोकांना देत होते. घिलझाई तर बेधडक आत शिरले आणि त्यांच्या सैन्याने पाठीवरच्या किंवा घोडदळाने घोड्याच्या पाठीवरील अन्नाच्या पिशव्या उतरवण्यातही वेळ घालवला नाही.

लेडी सेलने आदल्या रात्रीच उशिरा तिच्या घराच्या छपरावरून खूप मोठ्या संख्येने सशस्त्र कोहिस्तानी घोडदळ शहरात येताना बघितले होते. आता चारी बाजूंनी, सर्व जाती-जमातीच्या लोकांच्या सशस्त्र टोळ्यांचा पूर काबूलमध्ये घुसत होता. मिर्झा अताने लिहिले, 'अब्दुल्लाखान अचाकझाई आणि अमीनुल्ला खान लोगारी यांनी आनंदाने नाचत, ढोल वाजवत आलेल्या सशस्त्र लोकांचे स्वागत केले. इस्लामच्या युद्धाच्या झेंड्याखाली काबूलच्या तटाबाहेर त्यांनी त्या सर्वांना एकत्र केले आणि हल्ला करण्याचा हुकूम दिला.'

जेव्हा बर्नेसच्या घरावर सकाळी हल्ला झाला तेव्हा सुमारे तीनशे बंडखोर होते; परंतु पुढच्या अठ्ठेचाळीस तासांत सुमारे तीन हजार बंडखोर जमा झाले होते. तीन आठवड्यांनंतर ब्रिटिशांच्या विरुद्ध वेगवेगळ्या कारणांनी व वेगवेगळ्या तक्रारींसाठी

लढायला आलेल्या अशा टोळ्यांमधील लोकांची संख्या पन्नास हजार झाली. वेगवेगळ्या आलेल्या आणि काही तर एकमेकांच्याही प्रतिस्पर्धी असलेल्या या टोळ्यांनी आपापल्या वेगळ्या छावण्या केल्या. खरे म्हणजे ब्रिटिशांची जशी कल्पना होती तशा या टोळ्या विशेषत: सुरुवातीला तरी एकछत्री नव्हत्याच. ज्या टोळ्या बराकझाईंना पाठिंबा देणाऱ्या होत्या, त्यांनी शहाजहानने बनवलेली एक जुनी मोडकळीला आलेली शहाबाग नावाची बाग होती, तेथे तळ ठोकला. कोहिस्तानी ताजिक लोकांनी देह मझांगमध्ये राहण्याचे ठरवले. पूर्वेकडच्या घिलझाईंनी महमूद खानच्या किल्ल्यात डेरा टाकला. अमीनुल्ला खान लोगारींसारख्या साडोझाई या बादशहाच्या वंशाच्या बाजूचे लोक प्रामुख्याने शहराच्या जुन्या भागात राहिले. बाहेरून आलेल्या लोकांपैकी बहुतेकजण दुर्राणी या उच्च जातीतले नव्हते, तुलनेने जरा कमी सामाजिक दर्जाच्या ज्या टोळ्या होत्या, त्यातील होते. काबूलच्या दक्षिणेला व पूर्वेला असलेल्या कोह दमन आणि लोगार अशा ज्या टोळ्या होत्या, त्यातील काही पश्तून होते; परंतु बर्नेस व सेलकडून आदल्या वर्षी खुनशी, दंडात्मक शिक्षा मिळालेले आणि नेहमीच बंडखोर प्रवृत्ती असलेले ताजिक कोहिस्तानी, हेच सुरुवातीला खूप मोठ्या प्रमाणात आले होते असे दिसते. त्यांना नक्सबंदी पीर आणि विशेषत: मीर मस्जिदीचा नातलग मीर आफताब जो बऱ्याच लोकांना घेऊन तीन नोव्हेंबरच्या संध्याकाळीच काबूलमध्ये पोहोचला होता, त्याचे प्रोत्साहन असावे. लोगारींसारखे काही त्यांच्या प्रमुखांबरोबर आले. काही जहाल सुन्नी, उलेमाच्या आवाहनामुळे आणि खूप लूट मिळत आहे अशा अफवा ऐकून उत्तेजित होऊन एकेकटेच आले. शुजाने नंतर लिहिले की, 'हे लोक धर्माचा विचार करून आलेले नसतात; परंतु धनाच्या लोभाने, मृत्यूची भीती न वाटता येतात.' परंतु बंडखोरांनी युद्धात सामील होण्यासाठी व त्यांच्या लढ्याचे समर्थन करण्यासाठी मात्र नक्कीच जिहादच्या भाषेचा उपयोग करून घेतला. अफगाणिस्तानच्या अंतर्गत इतिहासात ही तशी नवी युक्ती होती, कारण या पूर्वीच्या लढाया मुस्लिमांच्या आपापसांतीलच होत्या.* महम्मद हुसेन हेरातीने लिहिले आहे की, 'थोर व सामान्य, श्रीमंत व गरीब, नागरिक व सैनिक सर्वांना पवित्र कुराणावर हात ठेवून लढाईला पाठिंबा देण्याची शपथ घ्यायला लावण्यात आली.'

आता संख्येने वाढलेल्या सैन्याचे पहिले लक्ष्य शहर आणि छावणी यांच्या

---

* तसे दोन प्रसंग जिहादची भाषा वापरून यावपूर्वी नुकतेच घडले होते. शुजाचे आजोबा अहमदशहा दुर्राणी यांनी पंजाबवर आक्रमण केले तेव्हा जिहादची भाषा वापरली होती,आणि दोस्त महम्मदने रणजितसिंगकडऊन पेशावर परत मिळवण्याचा प्रयत्न केला, तेव्हा त्यानेही वापरली होती.

मधल्या भागात ज्या लहान गढ्या व बुरूज असलेली घरे होती, ती काबीज करणे हे होते; कारण ब्रिटिश सैन्याच्या अधिकाऱ्यांनी या जागा त्यांची गोदामे म्हणून वापरण्यास घेतल्या होत्या. हेरातीने लिहिले – 'या जागा शहराच्या जवळ होत्या. फळझाडांच्या बागांमधून सर्वत्र पाण्याचे पाट सोडलेले होते. दाट झाडीमुळे लपूनछपून युद्ध करण्यासाठी बंडखोरांना त्या सोईच्या होत्या.' बंडखोरांच्या पुढाऱ्यांना चांगले ठाऊक होते की, ब्रिटिशांनी त्यांचे (अन्नधान्य व शस्त्रास्त्रांचे) साठे छावणीत न ठेवण्याची व त्यांचे व्यवस्थित रक्षण न करण्याची चूक केली होती आणि ते साठे जाफरखान, निशानखान व महम्मद शरीफ यांच्या गढ्यांमध्ये ठेवले होते. बंडखोरांच्या पुढाऱ्यांच्या लक्षात आले की,

> या गढ्या त्यांनी काबीज केल्या किंवा नष्ट केल्या, तर ब्रिटिश लोक उपाशी तरी मरतील किंवा दारूगोळा संपल्याने शरण येतील किंवा दोन्ही होईल. म्हणूनच विचारपूर्वक लक्ष्य ठरवण्यात आले. म्हणून बर्नेसला मारल्यानंतर लगेचच ते शहराच्या बाहेरच्या या गढ्या आणि गोदामे नष्ट करण्यासाठी तिकडे गेले. काही मिनिटांमध्येच जाफरखानची गढी नष्ट करून तिला त्यांनी आग लावली. मग छावणीच्या जवळच असलेल्या महम्मद शरीफ खानच्या गढीकडे वळून ते तिथल्या भिंती पाडण्याच्या कामाला लागले. उंदरांप्रमाणेच त्यांनी पाया उकरायला सुरुवात केली.

निशानखानच्या गढीत असलेला कॅप्टन कॉलिन मॅकेन्झी सकाळी उठला. तेथे शहाच्या सैन्यासाठीचा मोदीखाना होता. या गढीत नऊ महिने पुरेल इतका गहू आणि घोड्यांसाठीचा चारा होता तसेच ब्रिटिशांचा औषधांचा साठा होता. ही गढी ब्रिटिशांच्या छावणीपासून मैलभर अंतरावर होती. एका बाजूला नदी व मुराद खानीच्या किझिलबाशांची वस्ती होती. दुसरी बाजू शहाबागला चिकटलेली होती. मॅकेन्झीने शहरात गडबड चालू आहे अशा अफवा ऐकल्या होत्या; पण तो त्याच्या पलटणीचे हिशेब लिहून काढण्यात व्यग्र होता. दुसऱ्या दिवशी राजदूतांबरोबर पेशावरला जाण्यास निघण्यापूर्वी त्याला ते पूर्ण करायचे होते.

> 'एकाएकी एक निर्वस्त्र मनुष्य माझ्यापुढे येऊन उभा राहिला. तो रक्ताने माखलेला होता, त्याच्या डोक्यावर तलवारीचे दोन खोल घाव होते आणि हातावर व शरीरावर पाच ठिकाणी बंदुकीच्या गोळ्या लागलेल्या होत्या. तो सर मॅक्नॅघटेनच्या घोडदळातील माणूस होता. त्यांचा संदेश घेऊन माझ्याकडे येत असताना बंडखोरांनी त्याला गाठले होते. गोष्टी कुठल्या

थराला पोहोचल्या होत्या, याची ही फारच जबरदस्त सूचना होती. मी ताबडतोब सर्व प्रवेशद्वारे बंद करण्याचा हुकूम दिला; त्याच वेळी जवळच असलेल्या कॅप्टन ट्राउपच्या घराच्या वरच्या भिंतींना भोके पाडण्यास सांगितले. त्या घरात एक नाईक व दहा शिपाई होते. हे करत असतानाच देह-इ-अफगाणनचे सशस्त्र लोक बागांमधून आत घुसले आणि आमच्यावर गोळीबार करू लागले. आमचा एक माणूस मारला गेला व दुसरा खूप जखमी झाला.

हल्ला करणाऱ्यांनी मग संपूर्ण शहाबाग ताब्यात घेतली. मॅकेन्झीच्या लोकांनी पुनःपुन्हा गोळीबार करूनही त्यांना तेथून बाहेर काढता आले नाही. मॅकेन्झीची माणसे मारली जाऊ लागली.

दिवसभर कॅनॉल बंद ठेवला गेला आणि त्याच्यावर इतका कडक पहारा होता की, पाणी आणता येतं का बघायला माझा एक मनुष्य गेला, तर त्याला गोळी मारण्यात आली; पण सुदैवानं आम्हाला एक जुनी विहीर सापडली, जिचं पाणी पिण्यासारखं होतं. सैनिकांच्या जवळच्या बटव्यांमध्ये जेवढी होती, तेवढी सोडून दुसरी काडतुसेच आता आमच्याकडे नव्हती. म्हणून दुपारच्या सुमाराला मी कॅप्टन ट्रेव्हरला तसे कळवले, तेव्हा त्याने दारूगोळा पाठवला; परंतु मदतीला आणखी माणसे पाठवली नाहीत. जर त्याला काही माणसे - दोन तुकड्या मिळाल्या, तर मदतीला येतो असे कॅप्टन लॉरेन्सने उमद्या मनाने सांगितले; परंतु एल्फिन्स्टन व मॅक्नॅघटेन यांनी त्याला 'नाही' म्हटले. संध्याकाळी मी सर्वांना सरकारी कोठारातून शिधावाटप केले. रात्रभर अधूनमधून हल्ले होत राहिले. ते आमचा उत्तर-पश्चिम दिशेचा बुरूज तोडत असावेत, अशी शंका आम्हाला भेडसावत राहिली.'

त्या दुपारी मॅकेन्झी त्याचे आयुष्य वाचवायला लढत होता, तेव्हा शहरामध्ये बंडखोरांचे पुढारी पुढे काय करावे याचा खल करत होते. दुपार होईपर्यंत त्यांनी सर्वांनी त्यांच्या घोड्यांवर खोगिरे चढवूनच ठेवली होती. कारण त्यांना ब्रिटिश लोक उलट हल्ला करून त्यांच्या मुख्य ठाण्यापर्यंत पोहोचतील असे वाटत होते. पण आता असे दिसत होते की, त्यांच्यावर व्यवस्थित उलट हल्ला करण्यासाठी ब्रिटिश लोक अजून त्यांना बसलेल्या धक्क्यातून बाहेर आले नव्हते. ज्या सरदारांनी सुरुवातीला ब्रिटिशांना मदत देऊ केली होती, ते ब्रिटिशांना असे गळाठलेले पाहून,

बंडखोरांना जाऊन मिळण्याचा प्रयत्न करू लागले. व्हिन्सेन्ट आयरने म्हटल्याप्रमाणे, 'आमच्या देशबांधवांचे झालेले खून, सार्वजनिक आणि खासगी मालमत्तेची लूट हे सर्व छावणीपासून मैलभराच्या अंतरावर बेधडकपणे होत होते. अगदी बाल हिसारच्या भिंतींच्या खालीही! आमच्या कमकुवतपणाचे प्रदर्शन बघून शत्रूला त्यांची शक्ती कशात आहे, ते समजले. बंडात सामील व्हावेसे वाटत असूनही जे आत्तापर्यंत अलिप्त राहिले होते, त्यांना त्यांनी त्यांच्या बाजूला करून घेतले. अखेर, सर्व देशाला एकजुटीने आमचा नाश करण्यास उत्तेजन मिळाले.' याची पहिली पायरी म्हणून बंडखोरांच्या पुढाऱ्यांनी ठरवले की, चटकन पळून जाता येण्याची तयारी करण्यापेक्षा त्यांनी एकत्र येऊन, एक तात्पुरते सरकार बनवून एक नेता निवडावा. कारण तसा नेता नसेल तर जिहाद पुकारणे कायदेशीर नसते.

बहुतेक सर्व प्रमुख सरदार बंडाच्या सुरुवातीला बादशहाच्या बाजूचे होते, म्हणून शहाशुजाला, त्याच्या नास्तिक पाठीराख्यांना हाकलून लावण्याची संधी देण्याचे त्यांनी ठरवले. ब्रिटिश लोकांनी शुजाचा भ्रमनिरास करून त्याला नाउमेद केले असे त्याला वाटते, हे सर्वांना माहीत होते; परंतु हेरातीच्या लिहिण्याप्रमाणे बंडखोरांच्या विनंतीला शहाने ठामपणे नकार दिला.

> बंडखोरांच्या पुढाऱ्यांनी बादशहांना भेटायला एक प्रतिनिधी मंडळ पाठवले. ते बादशहाला म्हणाले – 'आपण आमचे बादशहा आहात. परकीय लोक येथे आले आहेत, त्यांना बाहेर काढण्याच्या आमच्या लढ्यात आम्हाला तुमचा पाठिंबा हवा आहे. कृपा करून या परदेशी लोकांच्या टोळीपासून आपण विभक्त व्हावे!' बादशहांनी उत्तर दिले – 'इंग्रजांपासून आमची सत्ता दूर होणे शक्य नाही. आम्ही त्यांचे सन्माननीय पाहुणे म्हणून तीस वर्षे राहिलो होतो. उथमान खानसारख्या नालायक माणसाला त्यांनी जरी जबरदस्तीने आमचा निझाम-अल-दौला आणि वझीर म्हणून बसवले आहे, तरी त्यांच्या विरुद्ध आमची काही तक्रार नाही. त्यांच्यावर जे संकट येणार असेल, ते आमच्यावरही आले तरी चालेल!' बादशहाला आपल्या बाजूचे करून घेण्यात अपयश आल्यावर बंडखोरांनी त्यालाही 'नास्तिक, काफिर' म्हणून घोषित केले!

त्यांचा पुढारी म्हणून कोणी साडोझाई राहिला नाही, तेव्हा मग बंडखोर बराकझाईंकडे वळले. बरेच आठवडे अशा अफवा होत्या की, दोस्त महम्मदचा हुशार पण कठोर स्वभावाचा मुलगा अकबरखान बुखारातून एकदाचा निसटला होता; परंतु तो येथे येऊन पोहोचलेला नसल्यामुळे बराकझाई भावांपैकी वयाने सर्वांत ज्येष्ठ असा

महम्मद झमान खान ज्याने त्याच दिवशी सकाळी मोहनलालचा जीव वाचवला होता – त्याच्याकडे वळणे बंडखोरांना भाग होते. पहिल्यांदा जेव्हा झमान खानने दंग्यांबद्दल ऐकले, तेव्हा त्याने त्याचा धर्मपुत्र शुजा याला कॅप्टन ट्रेव्हरकडे मदत देऊ करायला पाठवले होते; परंतु आता वाऱ्याची दिशा बदलून, परिस्थिती बदलत असल्याचे पाहून त्याने बंडाचे नेतृत्व स्वीकारण्याचे कबूल केले व मॅक्नॅघटेनला नम्रपणे लिहिलेले पत्र पाठवले की, 'त्याने स्वेच्छेने नव्हे, परंतु परिस्थिती जास्त चिघळू नये म्हणून' हे नेतृत्व पत्करले होते. त्याने अशी भूमिका घेतली होती की, तो शुजाचा वझीर म्हणून काम करायला आणि शांततापूर्ण मार्गांनी ब्रिटिशांनी निघून जाण्याबद्दल बोलणी करण्यास तयार होता. त्याला नेतृत्व देणे आवडले नसलेल्या हेरातीने लिहिले – 'त्यांनी महम्मद झमान खान बराकझाईला त्यांचा नेता म्हणून निवडले; पण सर्वांचे मत तो श्रीमंत पण भटक्या जमातींमधला गावंढळ मनुष्य आहे असे होते आणि तोच आता काबूलमधला सर्वांत शक्तिशाली माणूस झाला!'

बंडाचे जे खरे म्होरके होते, त्यांना कोणी विसरले नव्हते. अमीनुल्ला खान लोगारीला झमान खानचा नायब (दुय्यम) वझीर नेमले गेले. त्याने मोठ्या अभिमानाने पुढे जन्मभर ती पदवी लावली. अब्दुल्लाखान अचाकझाई याला बंडखोरांच्या सैन्याचा मुख्य सेनापती केले गेले. एका जाहीरनाम्याद्वारे साऱ्यांना कळवण्यात आले की, 'अत्यंत दयाळू व धर्मपरायण अशा नबाब महम्मदखान बराकझाई यांना मुस्लिमांच्या सर्व टोळ्यांनी 'श्रद्धाळूंचा अमीर आणि जिहादच्या योद्ध्यांचा इमाम निवडला आहे.' हा जाहीरनामा बाहेर पडल्यावर थोड्याच वेळात मुल्ला व फकीर लोक त्यांचे ढोल पिटत, अधिकृतपणे धर्मयुद्ध पुकारत रस्त्यातून सर्वत्र धावत सुटले.

बंड जास्त वाढण्यापूर्वी ताबडतोब पाऊल उचलणे खूप महत्त्वाचे होते, हे इकडे बाला हिसारमध्ये शहाशुजाच्या लक्षात आले. मॅक्नॅघटेनने उलट हल्ला केला नाही याचे त्याला अतिशय आश्चर्य वाटले. त्या वागण्याने त्यांचा पराभव तर होणार होताच; परंतु शांततेच्या काळातसुद्धा अफगाणिस्तानच्या कारभाराच्या बारीकसारीक गोष्टीतही जातीने लक्ष घालण्याच्या त्याच्या वागण्याच्या हे अगदीच विरुद्ध होते आणि शहरात बेगुमान घाईने ज्या घडामोडी घडत होत्या, त्याला समांतर अशा ब्रिटिश छावणीत सर्व अगदी शांत होते, हे फार विचित्र होते. जणू ते भीतीने गारठून गेले होते. हेरातीने लिहिल्याप्रमाणे 'शेवटी बादशहाने त्याच्या प्रमुख सचिवाला छावणीत मॅक्नॅघटेनकडे असा निरोप घेऊन पाठवले की, आता ही आळस किंवा दिरंगाई करण्याची वेळ नाही. ताबडतोब शहरात सर्व बाजूंना सैन्य पाठवा आणि हे बंड हाताबाहेर जाण्याआधी थांबवा. बंडाच्या पुढाऱ्यांच्या हातात पूर्ण व्यवस्था जाण्यापूर्वी त्यांना कैद करा. अजूनही हे करता येईल!' हेरातीने पुढे लिहिले,

दुर्दैवाने मॅक्नॅघटेनला असे वाटले की, बादशहा विनाकारण जास्त घाबरले आहेत. त्यांना शांत करण्यासाठी त्याने तोफखान्यासह शिपायांची फक्त एक तुकडी बाला हिसारला पाठवून दिली. बादशहांनी पुन्हा एक तातडीचा निरोप पाठवला, 'आम्ही सध्या तरी बाला हिसार किल्ल्यात अगदी सुरक्षित आहोत, परंतु शहराची सुरक्षा अत्यंत गरजेची असून ती ताबडतोब केली पाहिजे, नाहीतर या बंडखोरांना कधीही आवरता येणार नाही!' यावर मॅक्नॅघटेनने एवढेच उत्तर पाठवले – 'इतकी घाई कशासाठी?' बादशहांचे सांगणे त्याने ऐकले असते आणि शहरात चारी बाजूंना इंग्रज सेना पाठवली असती. धाक बसवण्यासाठी पुढाऱ्यांची घरे जाळून टाकली असती, तर बंडखोर घाबरले असते आणि पुन्हा सर्व व्यवस्थित झाले असते! परंतु झाले असे की, मती कुंठित झालेल्या मॅकनॅघटेनने निर्णय घेतला नाही. बादशहांकडे केवळ त्यांचे व्यक्तिगत रक्षकच असल्यामुळे त्यांना करायचे होते ते करता आले नाही!

धक्कादायक रीतीने कनिष्ठ अधिकाऱ्याचा खून होऊनही परिस्थितीचे गांभीर्य मॅकनॅघटेनच्या लक्षात आलं नाही असं छावणीत उपस्थित इतर ब्रिटिशांनी लिहिलं. ते सर्व प्रसंगाचे साक्षीदार होते. व्हिन्सेन्ट आयरने लिहिले आहे, 'मॅक्नॅघटेनने सुरुवातीला बंडाचे गांभीर्य मनावर घेतले नाही. प्रजेच्या आमच्याबद्दल असलेल्या मतांबद्दल त्याने स्वत:ला तर भ्रमात ठेवलेच, परंतु जनरल एल्फिन्स्टनलाही चुकीची माहिती दिली; परंतु जे अप्रिय सत्य होते, ते लवकरच आमच्यावर येऊन कोसळले.' खरोखर कमाल म्हणजे, दुपार होऊ लागली तेव्हा उलट हल्ला करण्याऐवजी मॅक्नॅघटेनने शहरातले त्याचे आवार सोडून छावणीत राहायला जायचे ठरवले. एल्फिन्स्टनने छावणीच्या भिंतींभोवतालच्या रक्षकांची संख्या दुप्पट करायला सांगितले. पाच हजार सशस्त्र सैनिक, भरपूर घोडदळ आणि एक वर्ष पुरेल एवढा दारूगोळ्याचा साठा असूनही ब्रिटिश अधिकाऱ्यांनी काहीही केले नाही! एल्फिन्स्टनने मॅक्नॅघटेनला लिहिले, 'उद्या सकाळी काय होते ते बघून काय करता येईल त्याचा विचार केला पाहिजे.'

जबरदस्त शारीरिक व मानसिक शक्ती असलेल्या लेडी सेलला प्रचंड धक्काच बसला. तिने लिहिले, 'सगळा गोंधळ आणि निर्णय घेण्याची असमर्थता दिसत आहे. राजदूत घोड्यावर चढले, प्रवेशद्वारापर्यंत गेले, मग पुन्हा परत आले; परंतु थोड्याच वेळात, दुसऱ्याच घटनेत गुंतले. नुकताच तिचा जावई झालेल्या लेफ्टनंट स्टुर्टला बाला हिसारवरून 'रक्ताने माखलेल्या अवस्थेत स्ट्रेचरवरून आणण्यात आले. त्याला बोलताही येत नव्हते. चेहऱ्यावर आणि खांद्यावर झालेल्या जखमांमुळे

मज्जातंतूंच्या शिरा दुखावल्या होत्या, तोंड उघडता येत नव्हते, जीभ सुजून लुळी पडली होती. खूप रक्त गेल्यामुळे तो अगदी फिका व भयंकर दिसत होता. त्याला पाठीवर सरळ झोपता येत नव्हते, कारण घशात रक्त जाऊन तो गुदमरत होता. खूप प्रयत्नांनी त्याला धरूनधरून वर नेण्यात आले आणि पलंगावर ठेवण्यात आले. दुपारी एकच्या सुमारास डॉ. हारकोर्ट यांनी मलमपट्टी करून जखमा बांधल्या. एव्हाना रक्त साकळल्याने दहा वाजता झालेल्या त्या जखमा कडक झाल्या होत्या.'

छावणीत हे सर्व चालू असताना ब्रिगेडिअर शेल्टन इतक्या उशिरा त्याच्या पलटणीला घेऊन शहराच्या मागच्या भागाने बाला हिसारमध्ये आला; पण तेथे आल्यावर पुढे काय करायचे हे त्याला समजत नव्हते. तीन वाजण्याच्या सुमारास जॉर्ज लॉरेन्स शहाशुजाच्या दरबारात परत आला आणि सैरभैर झालेला शेल्टन सापडल्याचे त्याने सांगितले –

> 'तो त्याच्याकडे असलेल्या तोफांपैकी दोन तोफांमधून शहरावर कुठेही, कसाही गोळीबार करायला त्याच्या सैनिकांना सांगत होता. अशा कसोटीच्या प्रसंगी शेल्टनच्या या वागणुकीचे मला कमालीचे आश्चर्य वाटले. काय करावे हे न समजून तो बावचळल्यासारखा करत होता. त्याच्या संपूर्ण चेहऱ्यावर हतबलता ठळकपणे दिसत होती. त्याने लगेचच मला विचारले की, त्याने काय करावे? जेव्हा मी सांगितले की, 'ताबडतोब शहरात घुसा', तेव्हा त्याने लगेच रागाने मला म्हटले, 'माझ्याकडे पुरेसे सैन्य नाही आणि रस्त्यांवर होणारी लढाई कशी असते हे तुला ठाऊकच नाही असे दिसते.' केवढे दुर्दैव की, अशा अस्मानी संकटाच्या वेळी आमच्या नशिबी इतका घातक परिणाम करणारा मनुष्य होता! बादशहा मला आता पुन:पुन्हा विचारू लागले की, सैन्य काही करत का नव्हते. आम्ही काही करत नव्हतो याचा त्यांना राग येणे साहजिकच होते. ते खूप रागावलेले दिसत होते. शेल्टनला चांगले कळत होते की, त्याने दंगे थांबवायला काहीतरी करावे असे वाटून बादशहांना खूप काळजी वाटत होती; परंतु खरे तर शेल्टनच गळाठून गेला होता.'

सुरुवातीला केवळ काही असंतुष्ट सरदारांनी तात्पुरता उत्स्फूर्त विरोध केला आहे असे वाटत होते. त्यांना स्वत:लाही त्यांचा राग वृथाच व्यक्त करणे आहे असे वाटत होते; त्याचे मोठ्या बंडात रूपांतर होईल असे वाटत नव्हते; पण शेल्टनच्या हात-पाय गाळून बसण्यामुळे सरदारांच्या रोषाचे बंडात रूपांतर झाले. इस्लामच्या

झेंड्याखाली लोक एकत्र आले आणि बघताबघता, एकोणिसाव्या शतकातल्या ब्रिटिश साम्राज्याला ज्याला तोंड द्यावे लागले अशा सर्वांत धोक्याच्या आव्हानात त्याचे रूपांतर झाले. लॉरेन्सने शेवटी लिहिले – 'आमच्या सैन्याचे प्रमुख डळमळीत आणि कमकुवत मनाचे होते. ज्यांनी सकारात्मक निर्णय घेऊन धडाडीने काम करायला हवे होते, त्यांनीच मनाने कच खाल्ली. त्यांच्या या खेदजनक नामर्दपणामुळे एका क्षुल्लक कारणापायी झालेल्या भांडणाचे पर्यवसान जे थोड्या सैनिकांना ताबडतोब बोलावून दाबून टाकता आले असते, एक उत्तम, उमद्या लोकांची सेना खलास होण्यात झाले!'

शहाशुजाशी सख्य असलेले इंग्रज सेनाधिकारी संध्याकाळपर्यंत अधिकाधिक निराश झाले. त्यांना बरं वाटावं म्हणून शुजाने त्यांना मेजवानी देण्याची कल्पना मांडली; पण त्याला भिन्न प्रतिसाद मिळाला. अधिकारी म्हणाले, अशा प्रसंगी घालायचे आमचे कपडे छावणीत आहेत, मग खान्याला कसे येता येईल? इकडे काबूल जळत असताना, त्यांची सत्ता झपाट्याने कमजोर होत असतानाही, ब्रिटिश अधिकाऱ्यांचा आग्रह होता की, विशिष्ट प्रसंगी विशिष्ट पेहराव परिधान करण्याचा शिष्टाचार शेवटपर्यंत पाळला पाहिजे!

तीन नोव्हेंबरच्या सकाळी एल्ड्रेड पॉटिंगरला भीती वाटू लागली होती. त्याच्याकडे फक्त शंभर सैनिक होते. लघमानी येथील टेकडीवर काबूलपासून साठ मैल उत्तरेला आणि छारिकारमध्ये असलेल्या ब्रिटिश बराकींपासून थोड्याच अंतरावर असलेल्या धर्मशाळेला पक्क्या भिंती घालून केलेले त्याचे कोहिस्तानचा कारभार सांभाळण्याचे ठाणे होते. आता बुरूज असलेल्या त्याच्या उंच घराभोवती वाढत्या संख्येने आणि खूप शस्त्रास्त्रे घेऊन कोहिस्तानी गोळा होत होते. १८४० मध्ये निज्राव जिल्ह्यातले काही सरदार बंड करून उठले होते. आदल्या वर्षीच्या हिवाळ्याच्या सुरुवातीला सेलने त्यांना शिक्षा देण्यासाठी केलेल्या मोहिमांनी त्यांचे नुकसान झाले होते. वरकरणी तरी या सरदारांचा पॉटिंगर बरोबर समेट घडवून आणण्यासाठी ते आले होते; परंतु पॉटिंगरला मात्र खात्रीने वाटत होते की, काहीतरी काळंबेरं आहे. त्याने नंतर लिहिले –

> 'त्यांची संख्या वाढत गेली. मीर मस्जिदीच्या सैन्याचे जे प्रमुख कोहिस्तानी बंडखोर होते, त्यांच्या गढ्यांवर हल्ला करण्यास त्यांनी नकार दिला, तेव्हा माझी भीतीही वाढत गेली. म्हणून मग अनपेक्षित हल्ला झाला तर स्वत:चे रक्षण करण्यासाठी ज्या लहानलहान खबरदाऱ्या घेता येतील,

त्या मी घेतल्या; परंतु मला अशी धास्ती वाटत आहे असे दाखवणे मूर्खपणाचे ठरेल, म्हणून मी फार काही करत नव्हतो. तीन तारखेला माझ्या घराभोवती असलेल्या सशस्त्र लोकांची संख्या भीती वाटेल इतकी वाढली, तेव्हा मग मी घराच्या बुरुजांवर सैनिक बसवले. दुसऱ्या दिवशी सकाळी जे सरदार निझ्रावींना घेऊन आले होते, त्यांनी खूपच आग्रह केला की, मी त्यांना भेटावे, तसेच जे निझ्रावी पूर्वी आले होते, त्यांनी नजराणे मागितले. मी नकार दिल्यावर त्यांना खूप राग आला. मी त्यांना बरेचदा निरोप पाठवून कळवले की, मी सांगितलेली कामे त्यांनी केली, तर मी त्यांना नजराणे तर देईनच, पण बादशहांना सांगून त्यांना मानाचे पोशाखही देववेन.

मग पॉटिंगरचा दुय्यम अधिकारी चार्लस रॅटट्रे* या नव्या आलेल्या लोकांना भेटायला गेला. ते सुमारे तीनशे यार्ड (सुमारे १८० मीटर) दूर असलेल्या, कापणी झालेल्या रिकाम्या शेतात बसले होते. गुरखा हवालदार मोतीरामने लिहिलेल्या हकिगतीप्रमाणे, 'मिस्टर रॅटट्रे हा एका अफगाण सैनिकांच्या तुकडीचा प्रमुख होता. त्याने नोकरीसाठी आणलेल्या काही नव्या अफगाण सैनिकांना बघायला त्याला बोलावण्यात आले. ते सर्व घोडेस्वार होते. त्यांना एका रांगेत उभे करून रॅटट्रे बघत होता, तेव्हा ते डावीकडून व उजवीकडून पुढे आले, त्यांनी रॅटट्रेला घेरले आणि पिस्तुलाने गोळी मारली.' त्या वेळी पॉटिंगर काही निझ्राव सरदारांशी बोलत होता; तेवढ्यात त्याचा एक अफगाण सैनिक 'या दगाबाजीबद्दल मला सांगायला धावत आला' पॉटिंगरने लिहिले आहे,

'तो नुसत्या इशाऱ्यांनी सांगत असल्यामुळे त्याचा अर्थ माझ्या थोडाफार लक्षात येईपर्यंत गोळीबाराचे आवाज ऐकू आले आणि आम्ही घाबरलोच. माझ्याबरोबर असलेले ते सरदार उठले आणि पळाले. मी मागील दाराने गढीत शिरलो आणि दरवाजा आतून बंद करून घेऊन तटाच्या वरच्या भागात गेलो. तेथून सुमारे तीनशे यार्ड अंतरावर खूप जखमी होऊन पडलेला रॅटट्रे मला दिसला. नव्याने नोकरीसाठी आलेले लोक हाजिरबाशच्या तुकडीची केलेली लूट घेऊन सैरावैरा पळत सुटलेले दिसले. त्यांच्यातले काही त्या रिकाम्या शेतातून जात असताना त्यांना रॅटट्रे खाली पडलेला

---

* चार्लस् रॅटट्रे हा ज्या जेम्स पुढे युद्धाची शिळाछापाची प्रसिद्ध चित्रे काढून छापली, त्याचा भाऊ होता.

दिसला. त्याच्यापर्यंत धावत जाऊन एकाने त्याच्या डोक्यात गोळी मारली आणि इतर अनेकांनी त्याच्या शरीरावर ठिकठिकाणी गोळ्या मारल्या! एव्हाना पहारेकऱ्यांना 'जाग' आली होती. बंदुकांमध्ये काडतुसे भरून त्यांनी गोळीबार करायला सुरुवात केली आणि भोवतालचा परिसर मोकळा केला; परंतु जवळपास असलेल्या अनेक पाण्याच्या प्रवाहांच्या व भिंतींच्या आड लपून बसलेले शत्रूचे लोक आमच्यावर दबा धरून होते.

सैनिकांच्या बटव्यांमध्ये होता त्याखेरीज फारच थोडा दारूगोळा आम्ही आमच्या छारिकारच्या मुख्य छावणीतून बरोबर आणला होता. तो आता संपत आला होता. म्हणून दुसऱ्या रात्री गुरख्यांना बरोबर घेऊन पॉटिंगर शत्रूच्या वेढ्यातून अंधारात बाहेर पडला. त्याची शस्त्रास्त्रे, खजिना आणि कोहिस्तानी सरदारांकडून ठेवून घेतलेले अफगाणी ओलीस हे सर्व त्याने मागे ठेवले. वाटेत लढाई करत ते दरीच्या पायथ्याशी असलेल्या ब्रिटिश बराकींमध्ये पोहोचले.* तेथे साडेसातशे गुरखा सैनिक आणि त्यांच्या कुटुंबातली सुमारे दोनशे बायका-मुले होती. तेथे तीन तोफाही होत्या; परंतु घोडदळ नव्हते. येथे पॉटिंगरपुढे एक नवा प्रश्न उभा राहिला. अर्धवट बांधून झालेल्या व प्रवेशद्वारही नसलेल्या त्या बराकींमध्ये अजून विहीर केलेली नव्हती! त्यामुळे थोड्याच दिवसांत चहूकडून वेढल्या गेलेल्या त्या शिबंदीजवळचे पाणी संपत आले. जवळच्या कालव्यावरून पाणी आणण्यासाठी काही लोकांना रात्री पाठवले की, त्यांना गोळ्या घालून मारून टाकले जाई किंवा पकडून कैद केले जाई. जे थोडे पाणी आणले जाई, ते ज्यांच्या हातात पडेल ते ताबडतोब घेऊन पिऊन टाकत असत. हवालदार मोतीरामच्या आठवणींमध्ये त्याने लिहिले –

'जवळ एक झरा होता, ज्याचा प्रवाह अफगाणी लोकांनी दुसऱ्या दिशेला वळवला होता. आमचे सैनिक रात्री हळूच बाहेर पडून त्या झऱ्याकडे जात. ज्यांच्याकडे डबे असत ते डबे भरून घेत, ज्यांच्याकडे लोटे असतील ते लोट्याचा धातू चमकला तर पकडले जाऊ, म्हणून लोटा अंगावरील कपड्यांमध्ये झाकत असत. ज्यांच्याकडे लोटे किंवा डबे काहीच नव्हते, ते कपडे पाण्यात चिंब भिजवून आणत. या धीट लोकांपैकी कोणी गढीत परत आले की, सगळेजण त्यांच्याभोवती गोळा होत आणि पाण्याचा एखादा थेंब तरी मिळवायचा प्रयत्न करत; परंतु

---

* अमेरिकेच्या बाग्राम येथील हवाई अड्ड्यापासून थोड्याच अंतरावर या बराकी आजही आहेत!

अफगाणांना असे होत असल्याचा सुगावा लागला. जे कोणी झऱ्याजवळ येतील, त्यांना सर्वांना गोळ्या घालून मारून टाकले जाऊ लागले. गढीत थेंबभरही पाणी शिल्लक राहिले नव्हते. तहानेने लोकांना वेड लागण्याची वेळ आली.'

इकडे कोहिस्तानी टोळ्यांचे लोक मोठ्या संख्येने येतच होते. अठ्ठेचाळीस तासांमध्ये सुमारे वीस हजार ताजिक जमले होते आणि त्यांनी पॉटिंगर व त्याचे गुरखा सैनिक यांच्या अर्धवट बांधलेल्या बराकींभोवती वेढा घातला होता. पॉटिंगरचा डब्लिनमध्ये जन्मलेला सहकारी लेफ्टनंट जॉन हॉघटन याने लिहिले, 'असे वाटत होते की, संपूर्ण देशभरातले सर्व पुरुष आमच्याविरुद्ध गोळा झाले होते.' दुसऱ्या दिवशी वेढा घालणाऱ्या लोकांनी शेजारची गढी ताब्यात घेतली, जी आमच्या बराकींच्या जवळ आणि जरा उंचावर होती. तेथून मारलेल्या गोळ्या आमच्या आतल्या चौकात पडू लागल्या.' थोड्याच दिवसांत पॉटिंगरच्या मांडीला बंदुकीच्या गोळीने मोठीच जखम झाली आणि त्याच्या सैन्याचा प्रमुख कॅप्टन ख्रिस्तोफर कॉड्रिंग्टन तर छातीतच गोळी लागून मृत्यू पावला!

नंतरच्या दिवसांत बचाव करण्यासाठी लढणारे अगदी निराश होऊ लागले. हॉघटनने लिहिले – 'जे थोडे पाणी शिल्लक होते, ते फक्त प्रत्यक्ष लढणाऱ्या माणसांनाच दिले जात होते – एकेकाला अर्धा चहाचा कप, एवढेच आणि तेही गढूळ असे.' बरेचजण मेंढीच्या कच्च्या मांसाचे तुकडे तहान भागवण्यासाठी चोखत असत. लढाईत भाग घेणे म्हणजे नेहमी 'कोरडे काम'च असते; पण अजिबात पाणी न मिळता लढत राहणे जवळजवळ अशक्य आहे. अत्यंत त्रास होत होता– 'लवकरच आमचे आवाज बसले, ओठ चिराळले, चेहरे धुळीने व धुराने पार मळून गेले, डोळे लाल झाले.' आठवडा संपेपर्यंत पलटणीतल्या लोकांना चित्तभ्रम झाल्यासारखे होऊ लागले. हॉघटनने पुढे लिहिले –

'एका दुपारी मला सांगण्यात आले की, काबूलच्या बाजूने काही माणसांचा जथा इकडे येताना दिसत होता. मी ताबडतोब बाहेर जाऊन बघितले आणि खरोखरच मलाही ते दिसले; पण आम्ही ज्यांची वाट बघत होतो ते आमचे लोक आमच्या मदतीला येत होते की मग शत्रूचेच लोक होते? नक्कीच मदतीला येणारे होते, मला ते दुर्बिणीतून अगदी स्पष्ट दिसत होते. अगदी समोर होते ते आमचे पाचव्या घोडदळाचे घोडेस्वार होते. त्यांच्या डोक्यांवरच्या पांढऱ्या कपड्यांनी समजले. आम्ही एकमेकांशी हस्तांदोलन केले आणि माझ्या डोळ्यांतून आनंदाश्रू वाहू लागले. पण

अरेरे! थोड्याच वेळात लक्षात आले की, आमची फसगत झाली होती! पांढऱ्या रंगाच्या गाईंच्या चरणाऱ्या कळपाने आम्ही पूर्णपणे फसलो होतो! मृगजळासारखा आभास होता तो!'

संपूर्ण पूर्व अफगाणिस्तानभर हीच अवस्था होती. एका रात्रीत प्रत्येक खेडे त्यांच्या विरुद्ध जाऊन शत्रू बनले होते.

खैबर खिंडीत पेशबुलाकच्या ब्रिटिश ठाण्यावर हल्ला झाला आणि सैन्याला पेशावरपर्यंत मागे हटावे लागले. काबूलच्या दक्षिणेला तीन नोव्हेंबरला कॅप्टन क्रॉफर्डच्या नेतृत्वाखाली शिपायांची एक लहान तुकडी पकडल्या गेलेल्या काही अफगाण टोळी-प्रमुखांना कंदाहारहून घजनीला घेऊन जात होती. त्यातला एक शिपाई हिमत बनिया याने लिहिले आहे –

'आम्ही रात्रभर चाललो आणि उजाडता मुश्कीला पोहोचलो. साधारण आठ वाजता मुश्कीचे आणि जवळपासच्या खेड्यांमधले लोक गोळा झाले आणि सुमारे पाचशेजणांनी आमच्यावर हल्ला केला. (मॅचलॉक) व तलवारी घेऊन खूप आरडाओरडा करत ते आले आणि त्यांनी आमच्यापैकी बऱ्याचजणांना मारून टाकले. बाकीचे पळाले. आम्ही काहीजण एका गढीत, काहीजण दुसऱ्या गढीत असे होतो. मी असे ऐकले की, लेफ्टनंट क्रॉफर्ड मोनीपर्यंत पोहोचला. ते पाचशे लोक आमच्यावर चालून आले, तेव्हा त्यांनी माझ्या कपड्यांसह माझ्याजवळचे सर्व काही काढून घेतले. मी पळ काढून थोडे अंतर गेलो. अंदाजे पाच वाजता मी लपलो होतो तेथून दोन घोडेस्वारांनी मला शोधून काढले आणि कैद करून घरदेह नावाच्या किल्ल्यात नेले.'

त्यानंतर लवकरच घिलझाईंच्या मोठ्या जमावाने घझनीला वेढा घातला. फक्त कंदाहार तेवढे जनरल नॉटच्या पूर्णपणे सावध असण्याने शांत होते. नॉटने लिहिले– 'काबूलमधल्या माझ्या सहकाऱ्यांसारखा मी बेसावध असणार नाही. देशाच्या या भागाच्या सुरक्षिततेची सर्व तयारी मी केली आहे.'

तोपर्यंत तिकडे काबूलमध्ये ब्रिटिशांचा मोदीखाना असलेल्या दोन महत्त्वाच्या गढ्यांभोवतालचा वेढा जास्त मजबूत होत चालला होता. तीन नोव्हेंबरला शहाचा मोदीखाना असलेल्या गढीसमोरच असलेल्या कॅप्टन ट्रेव्हरच्या बुरूज असलेल्या उंच घरावर बंडखोरांनी हल्ला केला, त्याच्या जरा वेळ आधीच ट्रेव्हर व त्याचे

कुटुंब अंधारात मागच्या दारातून निसटले होते; जरी या गढ्यांमध्ये बराच लांबणारा संपूर्ण हिवाळाभर पुरेल एवढा ब्रिटिशांचा अन्नाचा साठा होता, तरीही एल्फिन्स्टन किंवा मॅक्नॅघटेन दोघांपैकी एकानेही तिकडे सैन्य पाठवले नाही किंवा बाहेरच्या या ठाण्यांचे रक्षण करत असलेल्यांना जास्त दारूगोळा पाठवला नाही! पाच हजार सशस्त्र शिपाई हुकमाची वाट बघत जिथे स्वस्थ बसून होते, तेथून दीड मैलाहूनही कमी अंतरावर ही दोन ठाणी होती! अधिकाधिक हताश होत चाललेल्या लेडी सेलने तिच्या डायरीत लिहिले – 'तग धरून राहण्यासाठी आमच्याकडे आता एकमेव ठिकाण शिल्लक आहे. त्याला वेढा पडला, तर त्याच्या रक्षणासाठी सैन्याने काहीही हालचाल केलेली नाही. हा जो उंदरांनी खालून पोखरलेला जुना किल्ला आहे, त्यात बेंगॉल मोदीखान्याचे संपूर्ण सामान आहे. हा जर त्यांनी जिंकून घेतला, तर आमचा संपूर्ण मोदीखाना तर जाईलच; परंतु शहराशी आमचा संपर्कही तुटेल. राजदूत आणि जनरल एल्फिन्स्टन हे दोघे अजूनही पूर्णपणे गलितगात्र झाल्यासारखे दिसत आहेत.'

ब्रिगेडिअर शेल्टनही याहून चांगले काही करत नव्हता. मोहनलालने लिहिले – 'सुरुवातीपासून शेल्टन यश मिळण्याची आशा नसल्यासारखाच दिसत होता; त्यामुळे प्रत्येक सैनिकाच्या मनावर घातक परिणाम झाला.' या मताशी जॉर्ज लॉरेन्सही सहमत होता – 'काही दिवसांपूर्वी दिवसाउजेडी हल्ला करून ज्यांनी कलातचा मजबूत किल्ला जिंकला होता, त्यांच्यापेक्षा जास्त मोठे सैन्य जवळ असूनही शेल्टनने काही केले नाही. अगदी सरळ, सहज करता येण्यासारखे काम म्हणजे जुनी मोगल शहाबाग आणि आपल्या छावणीजवळ असलेला आपल्या छावणीपेक्षा उंचावर असलेला महम्मद शरीफचा किल्ला हे ताब्यात घेण्याकडेही संपूर्ण दुर्लक्ष केले गेले. या दोन जागा तर आपल्या आणि मोदीखाना असलेल्या गढीच्या मध्ये आहेत आणि आपले जिवंत राहणेच त्या मोदीखान्यावर अवलंबून आहे.'

चार नोव्हेंबरला शहाशुजाच्या सैन्याला पगार देण्याचे काम करणारा ह्यू जॉन्सन एल्फिन्स्टनला भेटायला गेला. अगदी स्वच्छ, स्पष्ट शब्दांत त्याला परिस्थिती विशद केली. त्याने जनरलला सांगितले की, 'छावणीत फक्त दोन दिवसांचे शिधासामान इत्यादी शिल्लक होते. भोवतालच्या प्रदेशातून आपल्याला सामान आणता येणे शक्य नव्हते, कारण जवळच्या गढ्यांमध्ये शत्रूचे सैन्य मोठ्या संख्येने हजर होते; त्यामुळे आपले सैन्य उपासमारीने मरणे अटळ झाले असते; तेव्हा सर्व धोके पत्करून मोदीखाना असलेली गढी ताब्यात घेणे अत्यंत गरजेचे होते.' एल्फिन्स्टन नाइलाजानेच जॉन्सनच्या सांगण्याशी सहमत झाला आणि त्या किल्ल्याचे रक्षण करणाऱ्या पाचव्या देशी पायदळाच्या एन्साइन वॉरनला त्याने निरोप पाठवला

की, त्याला तेथे मदत करण्यासाठी पहाटे दोन वाजता सैन्य पाठवण्यात येईल. वॉरेन हा डोके थंड ठेवून काम करणारा, निश्चयी व धैर्यवान मनुष्य होता, जो फार बोलत नसे. त्याच्या बरोबर नेहमी दोन बुलडॉग्ज असत. निरोप पाठवल्यानंतर एल्फिन्स्टनने दिलेला शब्द पाळण्यासाठी काहीही केले नाही! वॉरेनने एकावर एक खूप निरोप पाठवून ताबडतोब मदत मिळावी म्हणून काकुळतीने विनंती केली आणि सांगितले की, त्याला ताबडतोब मदत मिळाली नाही तर त्याला गढी सोडून द्यावी लागेल, कारण त्याच्याकडे असलेल्या सत्तर लोकांपैकीही बरेचजण आता पळून गेले होते. शेवटी पहाटे पाच वाजता ती गढी सोडून दिली गेली. वॉरेन आणि त्याच्याबरोबर असलेल्या मूठभर माणसांनी मोठ्या धैर्याने एल्फिन्स्टनने सांगितलेल्या वेळेच्या पुढे तीन तास वाट बघितली होती. लेडी सेलने लिहिले, 'नंतर मग शत्रूने ताबडतोब त्या गढीचा ताबा घेतला आणि आमच्या उदरनिर्वाहाचे जवळजवळ शेवटचे सामानही त्यांच्याकडे गेले.'

आता ब्रिटिशांच्या मोदीखान्याची फक्त एकच जागा शिल्लक राहिली होती – कॉलिन मॅकेन्झी सांभाळत असलेला 'कलआ निशान खान,' ज्यामध्ये शहाशुजाच्या सैन्यासाठीचा भरपूर साठा शिल्लक होता. बंडखोर समोरच्या गढीतून कॅप्टन ट्रेव्हरच्या घरातले सर्व सामान लुटून नेत असताना ब्रिटिश लोक त्यांच्या कठड्यांवरून उदास मनाने बघत राहिले. मॅकेन्झीने लिहिले, 'ट्रेव्हरच्या घराच्या चाललेल्या लुटीचे दृश्य आमच्या तटावरून दिसत होते. शत्रू ट्रेव्हरच्या घराच्या वरच्या भागात पोहोचल्यावर त्यांच्या मोठाल्या तोफांचे गोळे माझ्या घराच्या पश्चिमेच्या बुरुजावर बरोबर नेम धरून टाकले जाऊ लागले.

> मी चक्क रांगत थोड्या पायऱ्या चढलो. वरच्या दारातून खूप त्वरेने बाहेर पडल्यावरच मला ज्या बुरुजाला ते सुरुंग लावत होते तेथे पोहोचता आले. एकदा मी तसा गेलो असताना तिथल्या पहारेकऱ्याने मला सांगितले की, ट्रेव्हरच्या घराच्या भिंतीतल्या भोकातून एक अफगाण इकडे नेम धरत होता. मला तो दिसला नाही; पण मी तेथून डोके बाजूला केल्यावर त्या पहारेकऱ्याने पुन्हा बघण्यासाठी त्या फटीला डोळा लावला – क्षणार्धात तिकडून आलेला गोळा त्याच्या कपाळातून गेला आणि तो माझ्या पायाशी मरून पडला! दुपारपर्यंत आमच्या घराच्या एका भिंतीला त्यांनी मोठे भगदाड पाडले आणि तिकडून मारल्या जाणाऱ्या तोफांच्या गोळ्यांनी आमच्या एका बुरुजाचा वरचा भाग हलू लागला. आमच्या उरल्यासुरल्या दारूगोळ्याचा काहीही उपयोग होत नसल्याने आमची निराशा वाढू लागली. अफगाणी लोक बरेचसे जळाऊ लाकूड आणि लांब

बांबूही घेऊन आले. त्या बांबूंच्या टोकांना पेट घेतील असे पदार्थ लावलेले होते, ते त्यांनी माझ्या गढीचे दार पेटवण्यासाठी भिंतींखाली ठेवून दिले.'

मॅकेन्झीच्या घोडदळातले काहीजण आता 'घोड्यावरून पळून जाण्याचा बेत करू लागले. तो बेत हाणून पाडण्यासाठी मी डबल बॅरल बंदूक घेऊन, खाली ते होते तेथे गेलो, बंदूक रोखूनच त्यांना 'प्रवेशद्वार बंद करा' असा हुकूम दिला आणि धमकी दिली की, 'जो पहिला सैनिक हुकूम मोडेल, त्याला गोळी घालेन.' माझा इरादा पक्का होता, कारण मी मरायलाही तयार होतो, हे त्यांनी बघितले आणि मग त्यांनी माझा हुकूम पाळला.' संध्याकाळपर्यंत 'अखंड चाळीस तास काम करून आणि लढत राहून' मॅकेन्झी आणि त्याचे सैनिक पार दमून गेले होते.

'असे उघड दिसत होते की, माझ्याच देशबांधवांनी मला सोडून दिले होते; परंतु माझे अफगाण सैनिक शेवटपर्यंत माझ्याशी निष्ठा राखून राहिले – मला सोडून देण्यासाठी त्यांना खूप लालूच दाखवली जात होती. शेवटी आमच्याकडचा दारूगोळा जवळजवळ संपत आला, तेव्हा हसनखान (मॅकेन्झीच्या तोफखान्याचा प्रमुख) माझ्याकडे आला आणि म्हणाला, 'मला वाटते, आपण शक्य तेवढे सर्व केले आहे. तुम्हाला जर असे वाटत असेल की, मरेपर्यंत आपण येथेच थांबले पाहिजे, तर आम्ही थांबू; पण मला वाटते, आपण आता शक्य ते सर्व केले आहे.'

म्हणून मग मॅकेन्झीने माघार घेण्याची व्यवस्था करण्याचे कबूल केले. रमझान चालू होता, म्हणून त्यांना वेढा घालणारे लोक सूर्यास्तानंतर इफ्तारच्या जेवणात गुंतलेले असतील, तेव्हा तेथून निघून जाण्याचा त्यांनी बेत केला. हसनखानच्या तोफखान्यातील नेमबाज लोकांनी पुढे राहायचे, जखमींना कामचलाऊ तयार केलेल्या डोल्यांमधून न्यायचे, त्यांच्या मागे बायका-मुले असतील आणि मॅकेन्झी स्वतः पाठीमागच्या लोकांबरोबर असेल असे ठरले. वाटेत येतील ती खेडी टाळून कालव्याच्या कडेने जात राहायचे आणि छावणी दिसू लागली की, शेतांमध्ये घुसून तिकडे जायचे असे ठरवले होते. सर्व सामान व अन्नधान्य गढीवरच सोडून द्यायचे होते. हे सांगणे सोपे होते, अमलात आणणे नाही. मॅकेन्झीने लिहिले,

'रात्री माघार घेणे हे बहुधा भयंकर संकटात सापडवणारेच असते. ही वेळ त्याला अपवाद नव्हती. कारण सर्व सामान मागे सोडण्याचा मी कडक हुकूम दिलेला असूनही, अगदी गरीब स्त्रियांनी त्यांचे थोडे बहुत सामान

खांद्यावर घेतले आणि मुलांना चालायला लावले; त्यामुळे त्या मुलांच्या रडण्याच्या आवाजाने पकडले जाण्याचा धोका वाढला. त्या बायकांनी माझा हुकूम पाळला आहे की नाही हे बघायला मी त्यांच्यामध्ये गेलो, तेव्हा एक लहान सोळा सतरा वर्षांची, कमरेला सामान बांधून कमरपट्ट्यात तलवार खोचलेली गुरखा मुलगी माझ्याकडे आली. तिच्याजवळ होते नव्हते ते सर्व सामान माझ्या पायांशी फेकत म्हणाली, 'साहेब, तुम्ही सांगताय ते बरोबर आहे. सामान नेण्यापेक्षा जिवंत राहणे जास्त चांगले.' ती फार सुंदर, गोरीपान, मोठाले काळे डोळे असलेली होती. कपडे अंगाभोवती गुंडाळून, तिने हातपाय मोकळे ठेवले होते. ती हिम्मत आणि चैतन्याची मूर्तिमंत प्रतिमा भासत होती. मला ती पुन्हा कधीही दिसली नाही. ती मारली गेली असणार किंवा पकडली गेली असणार या विचारांनीही मला भीती वाटते.'

ते सर्वजण फारतर अर्धा मैल गेले असतील, तेवढ्यात त्यांच्यावर गोळीबार होऊ लागला. त्यांचे समोर असलेले तोफखान्याचे लोक आणि तो यांच्यात अंतर पडले आणि रडणाऱ्या, ओरडणाऱ्या बायका-मुलांच्या मध्ये एक चपराशी व दोन घोडेस्वार या तिघांबरोबर तो एकटा गोळीबाराला तोंड देत राहिला. थोड्याच वेळात तो घेरला गेला. प्रथम त्याला वाटले की, त्याचीच माणसे आहेत, 'पण लगेचच भ्रमनिरास झाला, कारण 'ते फिरंगी आहेत' असा ओरडा झाला. तलवारी व सुरे घेऊन ते माझ्यावर हल्ला करू लागले.' मॅकेन्झीने त्याच्या घोड्याला टाच मारली आणि तो गर्रकन वळला.

देवाच्या दयेने मी डावीकडे-उजवीकडे सपासप वार करत, त्यांना चुकवत, निसटत राहिलो आणि त्यातल्या एका विशेष आक्रमक हल्लेखोराचा हातच कापला. माझी तलवार सरळ त्याच्या हातातून गेली; पण त्यानंतर लगेचच माझ्या डोक्यावर पाठीमागून इतक्या जोराचा प्रहार झाला की, मी जवळजवळ माझ्या घोड्यावरून खालीच पडलो; पण मी एक पाय रिकिबीत अडकवून ठेवला. नंतरचे मला जे आठवते ते असे की, मी पुन्हा माझ्या घोड्यावर नीट बसलो होतो आणि शत्रूच्या पुढे निसटलो होतो. ते पाठीमागून गोळ्या मारतच होते; पण मला गोळी लागली नाही. ते मागे येत राहिले; पण मी अंतर वाढवू शकलो आणि वेगाने बरीच शेते ओलांडली. जपून पुढे जात असताना समोर अफगाणांचा पुन्हा एक मोठा घोळका दिसला, तेव्हा मी घाबरलो. परत फिरणे अशक्यच होते, तेव्हा

देवावर हवाला ठेवून मी त्यांच्यात घुसलो आणि घोड्याच्या वजनामुळे, आकारामुळे मला पुढे जाता येईल अशी आशा केली. अगदी जरूर पडली तरच तलवार वापरण्याचे ठरवले. तो शहाणपणा झाला, कारण मी बऱ्याच लोकांना धक्के देत पाडल्यावर लक्षात आले की, ते माझ्याच तोफखान्याचे लोक होते!'

अखेर ते सगळे छावणीत पोहोचले. मॅकेन्झीने लिहिले, 'रात्रभरात माझ्याबरोबरचे बरेचजण येऊन पोहोचले. सुरुवातीपासून आत्तापर्यंत माझे सुमारे बारा लोक मारले गेले होते. आमच्या पराभवास कारण झालेल्यांमध्ये मला मदत न पाठवणे हे सर्वांत मोठे कारण होते. प्रत्येक जाणकार अफगाणाने कबूल केले आहे की, माझ्या मदतीला दोन पलटणी आल्या असत्या, तर शहर आमच्या ताब्यात राहिले असते.'

सरकारी खजिना बंडखोरांना लुटून नेऊ देण्याचा सेनाप्रमुखांचा मूर्खपणा बघून ह्यू जॉन्सनला आधीच धक्का बसला होता. आता अन्नधान्याचा सर्व साठाही गेल्याचे बघून तर तो जास्तच हादरला – बंड सुरू झाल्यापासून केवळ छत्तीस तासांत हे सर्व झाले होते. त्याने दुसऱ्या दिवशी त्याच्या डायरीत लिहिले – 'चार लाख रुपये किमतीचा गहू, बार्ली, मद्य, बिअर आणि इतर सर्व जरुरीच्या वस्तू शत्रूला जराही प्रतिकार न करता नेऊ दिल्या होत्या!

बरेचसे लोक आणि विशेष म्हणजे ज्यांचे समाजात वजन होते असे आणि संख्येने बरेच असलेले किझिलबाश टोळीचे लोक, आत्तापर्यंत या दंग्यांपासून अलिप्त राहिले होते. पहिले एक-दोन दिवस आम्ही काहीच न केल्याने, तसेच आमची तिजोरी लुटली जाणे, आमच्या रेसिडेंट अधिकाऱ्याचा खून होणे याचेही आम्हाला काही न वाटण्याचेही त्यांना कमालीचे आश्चर्य वाटले असणार. त्यांच्या कधी स्वप्नातही आले नसेल की, ज्या शिस्तबद्ध व शूर पाच हजार ब्रिटिश सैनिकांबद्दल आणि त्यांच्या पुढाऱ्यांच्या बुद्धिमत्तेबद्दल त्यांनी इतकी स्तुती ऐकली होती, ते मुकाट्याने बसून राहतील आणि थेट त्यांच्या छावणीत येऊन तुच्छ जंगली बंडखोर त्यांचा इतका अपमान करतील!

मात्र, आता संपूर्ण अफगाण राष्ट्राचे डोळे उघडले होते. प्रत्येक माणूसच आमचा शत्रू झाला होता आणि उच्च चारित्र्याचे असण्याबद्दल आमची जी कीर्ती होती, त्याऐवजी आमच्याबद्दल त्यांना अत्यंत तिरस्कार वाटू लागला होता. गोदाम असलेली गढी त्या दिवशी एखाद्या मुंग्यांच्या वारुळासारखी दिसत होती. दुपारपर्यंत अक्षरशः हजारोंच्या संख्येने लोक

कुत्र्यांच्या लायकीच्या इंग्रजांचे गोदाम लुटायला गोळा झाले होते. प्रत्येक माणूस त्याला जेवढे नेता येईल तेवढे उचलून नेत होता आणि आम्ही हतबल होऊन हे बघत होतो.'

अफगाणी लोकांनी लिहिलेल्या माहितीप्रमाणे चोवीस तासांमध्ये बंडखोरांनी तीन वर्षे पुरतील एवढे शस्त्रास्त्रांचे व अन्नधान्याचे साठे नेले होते आणि ते सर्व काबूलच्या भिंतींच्या आतच ठेवले होते. मुन्शी अब्दुल करीमने लिहिले – 'ते लोक सर्व काही डोक्यावर ठेवून उचलून नेत होते. हजारो मण धान्य त्यांनी खेडूत व भटक्या टोळ्यांमध्ये वाटले, म्हणून मग पोटभर खाऊन घेतल्यावर तेही बंडात सामील झाले. जे उचलून नेण्यास फार जड वाटले, त्याची त्यांनी मोडतोड करून नासधूस केली.'

लेडी सेलने जे झाले त्याच्या गांभीर्याबद्दल स्पष्टपणे लिहिले – 'शत्रूला आत्मविश्वास आला, खूप लूट मिळाली. युरोपियन लोकांना या सर्व प्रकाराची घृणा वाटली, तिटकारा वाटला. त्यांची सर्व रम तर गेलीच; पण त्याहून वाईट म्हणजे औषधांचा सर्व साठा, सॅगो आणि आरारूटचे पीठ, मद्य इत्यादी सर्व आजाऱ्यांसाठी लागणाऱ्या गोष्टीही गेल्या.' वेढ्यात सापडलेल्या जलालाबाद शहरातल्या जॉर्ज ब्रॉडफूटला काही आठवड्यांनंतर जेव्हा ही हकिगत कळली, तेव्हा त्याने त्याच्या डायरीत रागाने लिहिले –

'कॉलिन मॅकेन्झी शहराच्या हद्दीवरील भागात एका जुन्या गढीत होता. तो दोन दिवस लढत राहिला, मग बंडखोरांच्या मोठ्या जमावातून लढत बाहेर पडला, त्याला पकडणे त्यांना जमले नाही. त्याची सर्व माणसे, त्यांची बायका-मुले, सर्वांना त्याने सुरक्षित बाहेर काढले. या सगळ्यात त्याला तलवारीच्या दोन जखमाही झाल्या. इतक्या शौर्याने लढला गेलेला याहून दुसरा लढा झालाच नाही. बिचारी बायका-मुले नंतर मरून तरी गेली किंवा गुलाम म्हणून विकली गेली, कारण ते पन्नास लोक जे करू शकले, ते पाच हजार सैनिकांना करता आले नाही!

छावणीला वेढा पडल्यानंतर लवकरच 'भूक' हा प्रश्न उभा राहिला.

सैनिकांना निम्मा शिधा दिला जाऊ लागला; पण दोन वर्षांपूर्वी बोलानच्या खिंडीत झाले होते, तसेच सैन्याच्या मागून येणारे लोक व ओझे वाहणारी जनावरे यांचे प्रथम हाल होऊ लागले. एक आठवड्यानंतर जॉन्सनने त्याच्या डायरीत

लिहिले – 'आमच्या गुराढोरांना गेले काही दिवस उपाशी राहावे लागत आहे. त्यांच्यासाठी कोठेही ओले गवत, सुकी वैरण किंवा धान्य मिळत नाही.* शिल्लक आहे ती बार्ली मागून येणाऱ्या मदतनिसांना दिली जाते. ती त्यांना दिवसाला फक्त १ पावशेर मिळते. गुरे-ढोरे वाळक्या फांद्या, काटक्या-कुटक्या व झाडांच्या खोडांची साले खाऊन जगत आहेत आणि आता जनावरांपैकी एकालाही ओझे वाहण्याइतकी शक्ती नाही.' आणखी एका आठवड्यानंतर परिस्थिती आणखी वाईट झाली. 'सैन्यामागून येणारे लोक तर गेले दोन दिवस फक्त उपासमारीने मेलेल्या उंटांचे व घोड्यांचे मांस खाऊन जगत आहेत. आता वाळक्या फांद्या व खोडांची सालेही उरली नाहीत. छावणीतल्या झाडांना सालेच उरलेली नाहीत.'

लवकरच जॉन्सनने धान्य मिळू शकण्याची एक जागा शोधून काढली. छावणीच्या मागच्या बाजूला उत्तरेला अर्ध्या मैलावर, फार उंच नसलेल्या एका डोंगराच्या माथ्यावर सुफी लोकांचे पवित्र स्थान असलेले 'बिबी माहरू' (चंद्रमुखी) (ब्रिटिश लोक 'बेमारू' म्हणत) नावाचे खेडे आहे.** या खेड्याचा जो म्होरक्या होता, त्याच्याशी बोलणी करून शेवटी तेथून थोडासा गहू त्याने छावणीसाठी मिळवला; पण तो थोडे दिवस पुरेल एवढाच होता. या सर्व त्रासात भर म्हणून आता तापमानही खाली गेले. जमिनीवर पहिल्या बर्फाचे कण पसरू लागले. याच सुमाराला बंडखोरांनी शहरातून आणि मोदीखान्याच्या गढीतून मिळवलेल्या तोफांनी छावणीवर मारा सुरू केला. त्यांना नीट नेम धरण्याचे शिक्षण नव्हते. तोफा चालवणारी प्रशिक्षित माणसे मिळत नव्हती; त्यामुळे छावणीच्या भिंतींवर केव्हाही, कुठेही होणाऱ्या या माऱ्याने आत अडकलेल्या सैनिकांची मने अगदी त्रासून गेली.

दुसऱ्या दिवशी बंडखोरांनी महम्मद शरीफची गढी जिंकल्यावर तेथील बंदुकांच्या गोळीबाराची तोफांच्या भडिमारात भर पडली. ही गढी छावणीच्या प्रवेशद्वारासमोर, शहराकडे जाणाऱ्या रस्त्याच्या कडेकडेने होती. काहीही प्रतिकार न होता अफगाणांनी ती आत शिरून ताब्यात घेतली. गढीच्या भिंतींना लगेच भोके पाडली गेली. ब्रिटिश सैनिकांनी त्यांच्या मुख्य दारातून हल्ला करण्याचा प्रयत्न केला, तर त्यांना त्या दाराच्या भोकातून गोळ्या मारता येऊ शकल्या असत्या. सहा नोव्हेंबरला ब्रिटिशांच्या

---

* घिलझाई लोकांचे एक काम छावणीला धान्य व चारा पुरवणे हे होते. मॅक्नॅघटेनने त्यांना देण्यात येणारी पैशांची मदत कमी केल्यावर त्यांनी हे दोन्ही पुरवण्यास नकार देऊन उट्टे फेडले.

** हे खेडे व पवित्र स्थान अजूनही तेथे आहे. काबूलचा मोठा ISAFचा तळ, एअरपोर्टला जाणारा रस्ता व वाळूची खूप पोती रचलेले अमेरिकन दूतावासाचे आवार हे सर्व येथून वरून दिसते.

प्रतिकाराच्या प्रयत्नांमध्ये एल्फिन्स्टनने आणखी अडथळा आणला – त्याने भिंतींमधून येणाऱ्या गोळीबाराला प्रत्युत्तर देण्यास बंदी केली! 'गनपावडर थोडीच होती!' हे कारण त्याने दिले. यावर विश्वासच न बसून लेडी सेलने लिहिले, 'पडलेल्या वेढ्याला प्रतिकार करायला बारा महिने पुरेल एवढी गनपावडर आहे!'

आता सर्वांना कळून चुकले होते की, एल्फिन्स्टन म्हणजे एक ओझेच झाले होते. लेडी सेलने तिच्या डायरीत लिहिले की, 'आपल्या या प्रमुखांना बाजूला करावे असे म्हणायला लोक आता कचरत नाहीत.' बिचाऱ्या जनरलचे मन त्यांना दिल्या जाणाऱ्या वेगवेगळ्या सल्ल्यांनी गोंधळून गेले आहे. त्यांना असणाऱ्या अनेक आजारांनी त्यांची शक्ती कमी होत चालली आहे. 'माघार घ्यावी का? तसे केले तर आपले मुसलमान सैन्य आपल्याला सोडून जाईल का?' अशा मुद्द्यांवर दोषारोपांच्या फैरी झडतात. या सगळ्यामुळे सैनिकांच्या मनांवर वाईट परिणाम होतो, हे अगदी खरे होते. पलटणीतले लोक गोंधळून गेले होते आणि नेतेपणाचा अभाव आणि असलेल्या नेत्यांचा ढळलेला आत्मविश्वास जाणवून त्यांची हिंमतही खचत होती. शिपाई सीतारामने लिहिले – 'सैन्याचे नैतिक धैर्य खूप खाली गेले होते. रोज लढाई होत असे, परंतु युरोपियन सैनिकांसाठी चांगले जेवण नसल्याने त्यांचा धीर खचला होता. ते पूर्वीसारखे चांगले लढत नसत. परिस्थिती आणखी बिघडत गेली.

> कारण थंडी इतकी वाढली की, ईस्ट इंडिया कंपनीच्या शिपायांना हालचाल करणेदेखील सुचेना. रात्रंदिवस तोफांच्या भडिमाराने आम्हाला वैताग येई. शत्रूचे सैन्य हजारोंच्या संख्येने वाढत होते आणि आमच्या मस्केटस्पेक्षा त्यांच्या जुन्या तऱ्हेच्या लांब बंदुकांचा मारा जास्त दूर पोहोचत असे. त्यांना सरळ समोरासमोर कधीच चांगले लढता येत नसे. भिंतींच्या आणि घरांच्या आड लपून ते गोळीबार करत; त्याचा फार त्रास होत असे. सर्व सैन्याची स्थिती अतिशय वाईट झाली होती. अन्नाची किंमत प्रचंड वाढली होती. प्रत्येकाचे हाल होत होते. बऱ्याच गोऱ्या साहेबांना रागाने, वैतागाने अश्रू ढाळताना मी बघितले. त्यांच्या अपमानकारक परिस्थितीसाठी ते त्यांच्या नेत्यांना व जनरल्सना दोष देत असत. ते म्हणत की, त्यांचे नेते फार म्हातारे आणि जवळजवळ निरुपयोगी झाले होते.'

गाउटमुळे अपंग झाल्याने व पाठोपाठ झालेल्या पराभवांनी एल्फिन्स्टनचे मन आता निराशेने खचून कमकुवत झाले होते. म्हणून नऊ नोव्हेंबरला मॅक्नॅघटेनने त्याच्या जागेवरून बाला हिसारमधल्या शेल्टनला इकडे आणण्याचे ठरवले. ही आणखी

एक चूक होती. शेल्टन हा एल्फिन्स्टनइतका निष्क्रिय तर होताच; पण ब्रिटिशांची अवस्था अगदी निराशाजनक असल्याची तर त्याला जास्तच खात्री होती! कॉलिन मॅकेन्झीने लिहिले, 'त्याच्या येण्याने मदत किंवा आश्वासन तर मिळाले नाहीच. तो तर उघडउघड माघार घेण्याची भाषाच करत होता, तो येऊन पोहोचला, तेव्हा मॅकेन्झीने उत्साहाने त्याला 'कसे आहात' असे विचारले, तेव्हा शेल्टनने उत्तर दिले – 'तब्येतीने ठीक आहे!' यावर मॅकेन्झी म्हणाला, 'सध्याच्या कठीण दिवसांमध्ये तर ती चांगली गोष्टच आहे म्हणायची!' त्यावर त्याच्याकडे वळून बघत अत्यंत विषण्ण मुद्रेने ब्रिगेडिअर म्हणला – 'माती असशी, मातीत मिळशी!'

शेल्टनच्या येण्याने ब्रिटिशांच्या उच्च अधिकाऱ्यांमध्येही मतभेद होऊन दोन पक्ष पडले. मॅक्नॅघटेनचे मत होते की, 'कितीही धोका असला तरी तो पत्करून आपण पलटण आहे तेथेच ठेवली पाहिजे', तर शेल्टनचा आग्रह होता की, 'माघार घेऊन ताबडतोब जलालाबादला गेले पाहिजे.' व्हिन्सेन्ट आयरने लिहिले, 'इतक्या महत्त्वाच्या प्रश्नावर मतभेद असण्याचा परिणाम वाईटच झाला. एकमत असले म्हणजे जी मानसिक ताकद मिळते, ती त्यांच्या गरजेच्या वेळी जनरलना मिळाली नाही.'

शेल्टनला छावणीत बोलावून घेण्याचे आणखीही अनर्थकारक परिणाम झाले. काबूलमधला जो एकच खरा मजबूत व चांगला पुरवठा असलेला किल्ला होता, तो ब्रिटिशांनी सोडून दिला. छावणीतल्या जागेचा कमकुवतपणा सर्वांना उघड दिसत होता. छावणी सोडून सर्व ब्रिटिश सैन्य बाला हिसारला हलवणे हा योग्य लष्करी डावपेच ठरला असता. मॅकेन्झीच्या मते – 'आम्ही सगळे उपाशी राहत होतो आणि घोड्यांचे व उंटांचे मांस खात होतो; पण बाला हिसारमध्ये गेलो असतो, तर एक वर्ष टिकून राहू शकलो असतो. पंधरा दिवसांमध्ये बंडखोरांच्या टोळ्या निघून गेल्या असत्या. तेथून सर्व शहरावर हुकूमत राखता आली असती असा तो मजबूत किल्ला होता. तेथे सर्व सैन्य मावणे शक्य होते – पण आमच्या सेनाप्रमुखांना हा विचार पटला नाही!'

छावणीचे रक्षण करता येणे मुळातच का शक्य नव्हते, हे लेफ्टनंट स्टर्टइतके कोणालाच माहीत असणे शक्य नव्हते, कारण छावणीची आखणी व आराखडा त्यानेच केला होता. अंथरुणात झोपल्या झोपल्या, अर्धवट उठून बसत, 'सगळे काही चुकीचे होत जात होते,' याबद्दल रागाने, काळजीने डोके फिरवून घेत त्याने सेनाप्रमुखांना पुन:पुन्हा निरोप पाठवले की, शुजाच्या प्राचीन किल्ल्यातून इकडे न येता सर्वांनी तिकडे जावे. लेडी सेलने तिच्या डायरीत नोंद केली – 'स्टर्टचा सल्ला ऐकला असता, तर रोज रात्री तिकडे दारूगोळा पाठवता आला असता आणि तो पुरेसा तिकडे पोहोचल्यावर एका रात्री धीटपणाने, आपापल्या घोड्यांवर नेता येईल

तेवढेच सामान घेऊन सर्वांनी एका रात्री तिकडे जाता आले असते. मग (अगदी आरामात नाही, तरी) तिथल्या सर्वांबरोबर आम्हाला राहता आले असते. त्यांनी हिवाळ्यासाठी सर्व साठवण केलीच आहे, असेल ती किंमत देऊन वस्तू विकत घेता येतील आणि मग कितीही काळ आपल्याला सर्व अफगाणिस्तानला तोंड देता येईल.' परंतु स्टर्टच्या सूचनेला सेनाप्रमुखांचे उत्तर असे – 'छावणीसाठी आपण इतका खर्च केला आहे, आता ती सोडून कसे जाता येईल?'

शेल्टन छावणीत निघून गेल्यानंतर शहाचे जे सैन्य उरले होते ते आणि त्यासाठी नेमलेले काही ब्रिटिश अधिकारी इतकेच लोक शुजाबरोबर किल्ल्यात उरले. लेडी सेलने लिहिले –

> 'पुढे जितके दिवस वेढा होता तितके दिवस जनानखान्याच्या दाराच्या बाहेरच्या बाजूला तो राहत असे. जेथून छावणी अगदी पूर्ण दिसत असे, त्या खिडकीशी हातात दुर्बीण घेऊन तो सबंध दिवस बसून तेथे चाललेलं काम बघत राही. तो अधिकाधिक उदास होत गेला. त्याच्या अंगावरची सर्व राजचिन्हे त्याने तात्पुरती उतरवून ठेवली. तेथे असलेल्या अधिकाऱ्यांना त्याच्याजवळ खुर्चीवर बसायला लावले. तो काय करावे अशा संभ्रमित अवस्थेत होता.'

नोव्हेंबरच्या दुसऱ्या आठवड्यापर्यंत, बाला हिसार शहर आणि छावणीच्या भोवतालचे सर्व किल्ले आणि गढ्या ब्रिटिशांनी सोडून दिल्या किंवा त्या त्यांच्या ताब्यातून गेल्या; त्यामुळे लढाई बिबी माहरूच्या भोवतीच केंद्रित झाली होती; कारण अधिकाधिक निराश होत चाललेल्या ब्रिटिशांसाठी अन्नधान्य मिळण्याची ती एकच जागा राहिली होती. त्या खेड्याभोवतालच्या आणि छावणीपासून उंचावर असलेल्या गढ्यांच्या आसपास लहान पण हार-जीत काहीच न होणाऱ्या लढाया झाल्या. दहा नोव्हेंबरला दोन्ही बाजूंच्या उंचावर असलेल्या जागा बंडखोरांनी ताब्यात घेतल्या आणि ब्रिटिशांच्या भोवतीचा फास आणखी घट्ट केला. त्यांची संख्या 'मुंग्यांपेक्षा किंवा टोळधाडीपेक्षाही जास्त होती' आणि त्यांनी एका टेकडीवर असलेले 'रिकाब बाशीची गढी' म्हणून ओळखले जाणारे बुरूज असलेले घरही ताब्यात घेतले.

तीन दिवसांनंतर बंडखोरांनी ताब्यात घेतलेल्या दोन तोफा त्या टेकडीवर नेल्या. पूर्वीप्रमाणेच 'आपण हरलो तर काय?' असे म्हणत शेल्टनने काहीही करण्याचे नाकारले. वैतागलेला मॅक्नॅघटेन म्हणाला, 'ब्रिगेडिअर, तुम्ही शत्रूला तुमच्या दाढीला हात घालू दिलात, हल्ला करून आज संध्याकाळपर्यंत त्या दोन

तोफा परत ताब्यात घेतल्या नाहीत तर आपली जी नाचक्की होईल, त्यासाठी तयार राहा.' अखेर दुसऱ्या दिवशी पहाटे पायदळाने एक मोठा हल्ला केला. मिर्झा अताने लिहिले – 'अफगाणांच्या घोडदळाने टेकडीवरून खाली येत जोरदार उलट हल्ला करून शेकडो ब्रिटिश सैनिकांना गवतासारखे तुडवले. दोन्ही बाजूंकडे शौर्य आणि मृत्यूही बघायला मिळाले.'

ऐंशी सैनिकांचा मृत्यू झाल्यावर आणि जवळजवळ दोनशे जखमी झाल्यावर ब्रिटिश सैनिक एक तोफ निरुपयोगी करू शकले. दुसरी त्यांनी ओढत ओढत छावणीच्या आवारात आणली. ही घटना अधिकाधिक धीट होत चाललेल्या हल्लेखोरांसमोर घाबरून गेलेल्या पलटणीला धीर देणारी नक्कीच नव्हती.

पंधरा नोव्हेंबरला ब्रिटिशांच्या मनोबलाला आणखी धक्का बसला. पडलेल्या वेढ्यातून कशीबशी वाट काढत लक्तरं झालेल्या कपड्यातले दोघेजण अशी भयंकर बातमी घेऊन आले की, छारिकारमध्ये असलेल्या साडेसातशे लोकांच्या सैन्यापैकी फक्त एल्ड्रेड पॉटिंगर आणि जॉन हॉघटन दोघेच वाचले होते.

त्यांच्याभोवती दहा दिवस वेढा पडला होता. तहानेने व्याकूळ होऊन त्यांना वेड लागायची वेळ आली होती. शिवाय सैन्यातून पळून जाणाऱ्यांची संख्या वाढत असल्याने आणखी काळजी वाटत होती. त्यांच्या बराकींभोवती असलेल्या सैन्याच्या वेढ्यात ताजिक आणि साफी टोळ्यांच्या लोकांची भरच पडत होती. तेव्हा पॉटिंगरने ठरवले की, 'वेगाने काबूलकडे पळ काढण्याचा प्रयत्न करणे हीच सुटकेची एकमेव आशा आहे.' – 'होत असलेल्या हालअपेष्टांमुळे सैन्य अत्यंत विस्कळीत झाले होते. स्थानिक अधिकारी संपूर्णपणे अकार्यक्षम होते आणि त्यांच्या सैनिकांवर त्यांचा काहीही वचक नव्हता. सतत काम करून सैनिक अतिशय थकले होते तसेच अन्न व पाणी तर अजिबात नव्हते. म्हणून मला वाटले की, आमच्या पलटणीतल्या थोड्यातरी लोकांना वाचवण्याची एकच शक्यता म्हणजे काबूलला निघून जाण्याचा प्रयत्न करणे. जरी त्यातही खूपच धोके होते, तरी मला एक आशा होती की, जे लोक जास्त चपळ असतील आणि ज्यांच्याबरोबर बायका-मुले नसतील, तेवढे तरी कदाचित सुरक्षित पोहोचतील.'

परंतु मोदीखान्यातून मॅकेन्झीने रात्री माघार घेतली तेव्हा जसा गोंधळ झाला होता, तसाच गोंधळ पॉटिंगरचे सैन्य इमारतीच्या बाहेर पडल्यापडल्याच सुरू झाला. त्याने त्याच्या वरिष्ठांना सादर केलेल्या अहवालात कबूल केले की, 'प्रवेशद्वारातून बाहेर पडल्यानंतर काहीही व्यवस्था व शिस्त ठेवणे मला अगदी अशक्य झाले. मी त्यांच्या पुढ्यात राहण्याचा निष्फळ प्रयत्न करत होतो.' पाणी

शोधण्यासाठी वाटेल तसे पळत सुटलेल्या सैनिकांना गोळ्या घालून मारून टाकण्यात आले. तीनशे जखमी झाले म्हणून मागे सोडावे लागले आणि जे शिपाई (हिंदुस्तानी सैनिक) व त्यांच्या बायका जिवंत पकडल्या गेल्या, त्यांना ताजिक टोळ्यांच्या प्रमुखांमध्ये वाटून दिले जाऊन लगेचच गुलाम म्हणून विकले गेले.

पॉटिंगर आणि हॉघटन दोघांकडे घोडे होते. रात्री मुख्य रस्त्यापासून दूर राहून, कोह दामनच्या पश्चिमेच्या किनाऱ्याने येत आणि दिवसा लपून राहत, सरतेशेवटी ते कसेबसे काबूलला येऊन पोहोचले. त्यांच्या पाठोपाठ लडखडत अगदी थोडे शिपाई येऊन पोहोचले. ज्यांना पकडून गुलाम केले गेले, त्यात हवालदार मोतीराम होता. विशेष म्हणजे त्याने त्याला पकडले गेल्याची हकिगत लिहून ठेवली. तो इतर लोकांपेक्षा बराच पुढे आला होता. काबूल समोर दिसू लागले तेव्हा तो पकडला गेला. त्याने लिहिले – 'लढाई सुरू झाली तेव्हा गढीमध्ये दोन गुरखा फकीर होते, जे अफगाणिस्तानमधील हिंदू मठांना भेट द्यायला आले होते. या फकिरांनी शस्त्रे व दारूगोळा मागितला.

> आमच्या अधिकाऱ्यांनी त्यांना तो दिला. त्या मजबूत बांध्याच्या फकिरांनी त्यांच्या युद्धनैपुण्याने आम्हाला आश्चर्यचकित केले. आमच्यापैकी कोणीही अफगाणींशी त्यांच्यापेक्षा जास्त चांगले लढू शकले नाही.' रात्री काही हल्ला न होता आम्ही काराबागजवळच्या एका खेड्यापर्यंत पोहोचलो. येथे पुन्हा लढाई सुरू झाली आणि आम्ही लढतलढत पहाटे तीन वाजेपर्यंत तसेच पुढे जात राहिलो. तोपर्यंत शत्रूला आमची चाहूल लागली होती. मिनिटागणिक आमच्याभोवती त्यांची संख्या वाढत होती. रस्ता काराबागच्या मधून जात होता. दोन्ही बाजूंना द्राक्षांचे मळे व भिंती होत्या, तेथे अफगाण ओळीने उभे होते. ते वरचेवर आमच्यावर जोरदार गोळीबार करत राहिले. आमच्यातले बरेचजण मारले गेले – आम्ही पूर्णपणे हरलो होतो. एका द्राक्षाच्या मळ्याला रस्त्याच्या बाजूला एक दार होते. मी तेथून आत घुसलो. एका अफगाणाने माझे कपडे धरून मला पकडू बघितले; पण त्याला हिसडा मारून, निसटून मी पळत राहिलो; पण माझी बंदूक मात्र माझ्याजवळ जपून ठेवली – ज्यात घालायला माझ्या बटव्यात फक्त पाच गोळ्या शिल्लक होत्या!'

पहाटेच्या सुमारास ब्रिटिश छावणीपर्यंत पोहोचल्यावर मोतीरामच्या लक्षात आले की, तो भटकत भटकत नेमका ज्यांनी वेढा घातला होता, त्या अफगाण सैन्यात येऊन पोहोचला होता. 'माझ्या ताबडतोब लक्षात आले की, आता परत सुटण्याची

आशा नव्हती. माझ्या कंबरबंदमध्ये शहाकडे नोकरीला असताना मी साठवलेले शंभर रुपये होते, ते मी काढले आणि जमिनीत पुरून त्यावर एक दगड ठेवला – मला वाटले, नंतर मला तो ओळखता येईल आणि मग मुकाट्याने काय होईल ते बघू, म्हणून खाली बसून राहिलो. थोड्या वेळाने सुमारे पंचवीस घोडेस्वार तेथे आले. कोणी माझे पाय तर कोणी खांदे धरून मला पकडले.' अफगाणांनी मोतीरामला त्याच्याच बंदुकीने गोळी मारण्याचा प्रयत्न केला; पण तीन वेळा जेव्हा बंदूक उडालीच नाही, तेव्हा मोतीराने त्यांना सांगितले की, तो मुसलमान होता आणि ही अल्लाची मर्जी होती की, त्याला मारायचे नव्हते. त्यांनी त्याला 'कलिमा' म्हणून दाखवायला सांगितला – जो मुस्लीम श्रद्धेचा अविभाज्य भाग आहे, तो त्याने म्हणून दाखवला.

> 'मग माझ्या गळ्याशी धरलेला सुरा बाजूला करण्यात आला आणि ते मला त्यांचा प्रमुख बहा-उद-दीन याच्याकडे घेऊन गेले; पण त्याआधी त्यांनी माझा कोट, पटलून, रेशमी रुमाल, पिस्तूल, बूट आणि इतर काही सामान काढून घेतले; नुसता पायजमा अंगावर ठेवला. त्या खेड्यातले लोक मला जिवे मारण्याची धमकी देत राहिले; पण शेवटी बहा-उद-दीनने मला सोडून दिले. मी एक कोसभर गेलो होतो, तेव्हा रस्त्याच्या कडेला शेतात नांगरणी करत असलेल्या माणसाने मला पकडले आणि 'माझे नांगरायचे काम करून दे, नाहीतर मारून टाकीन' असे सांगितले. मी त्याच्या बरोबर असताना रात्री भयंकर थंडीचा मला अतिशय त्रास झाला. दिवसाच्या उजेडात मी त्या घराचे छप्पर नीट न्याहाळले आणि असे वाटले की, धूर जाण्याच्या चिमणीजवळच्या थोड्या विटा काढल्या तर कोणाला न दिसता मी बाहेर पडू शकेन. त्या रात्री मी तसे केले आणि तेथून निसटलो.

पण फार वेळ नाही! पाच कोस पुढे, जलालाबादला जाणाऱ्या रस्त्यावर, काबूलला लढत असलेल्या एका अफगाण सरदाराच्या मुलाने मला बघितले आणि काही घोडेस्वारांना मला त्याच्याकडे घेऊन यायला सांगितले. त्या खेड्यातले सगळे लहान-मोठे, बायका-पुरुष असे सर्वजण भोवताली गोळा झाले आणि 'हा काफिर किंवा फिरंगी आहे, याला मारून टाका - मारून टाका!' असे ओरडू लागले; पण त्या तरुण सरदारपुत्राने माझे रक्षण केले आणि मला त्याच्या घोड्याचा खरारा करण्यास सांगितले. तो तरुण मुलगा सारखा एका दुर्बिणीतून काबूलच्या दिशेने बघत होता. 'सर अलेक्झांडर बर्नेसनी त्याच्या वडिलांना ती भेट म्हणून दिली होती,

असे त्याने सांगितले!'

वीस नोव्हेंबरला बंडखोरांच्या बंदुका एकाएकी बंद झाल्या आणि पुढचे तीन दिवस छावणीवर मुळीच हल्ले झाले नाहीत. तेवीस तारखेच्या सकाळी असे लक्षात आले की, तेवढे दिवस बंडखोरांना आणखी दारूगोळा, लांब बंदुकांमध्ये भरण्याची पावडर हे सर्व तयार करण्यासाठी हवे होते. त्या पहाटेच मीर मस्जिदीच्या नेतृत्वाखाली कोहिस्तानी लोक खूप मोठ्या संख्येने छावणीजवळच्या उंच टेकड्यांवर गोळा होऊन खंदक आणि संरक्षणासाठी छातीइतक्या उंच भिंती बांधू लागले, ज्यामुळे बिबी माहरूमधून ब्रिटिशांना येणारा अन्नधान्याचा पुरवठा पूर्णपणे रोखला गेला. मग त्यांच्या तोफांनी त्यांनी छावणीवर मारा सुरू केला. थोड्याच वेळात शेल्टनला टेकड्या रिकाम्या करण्याचा प्रयत्न करायला पाठवण्यात आले.

मिर्झा अताने लिहिले – 'तोफांचा आवाज ढगांच्या गडगडाटासारखा येत होता. अब्दुल्लाखान घाझीने जोरात चाललेल्या लढाईचे आवाज ऐकले आणि तोही ताबडतोब बिबी माहरूवरील बंडखोरांना आणखी मदत घेऊन आला. ते इंग्रज सैनिकांना त्यांच्या घोड्यांच्या टाचांखाली तुडवत होते, धारदार तलवारींनी मारत होते. मग त्यांनी इंग्रजांची तोफही ताब्यात घेतली आणि 'अल्ला हो अकबर' असे ओरडत त्यांनी इंग्रजांवर हल्ला केला.'

डोंगराच्या माथ्यावर घोडदळापासून संरक्षण मिळवण्यासाठी शेल्टनने त्याच्या पायदळाच्या तुकड्यांचे दोन चौकोन बनवले. वॉटरलू येथे नेपोलियनच्या भाले घेऊन लढणाऱ्या घोडेस्वारांशी लढताना ब्रिटिशांची ही पद्धत फार परिणामकारक ठरली होती; परंतु अफगाणिस्तानमध्ये या खेळीचा भयंकर उलटा परिणाम झाला. अफगाण फक्त मागे सरले, त्यांच्या लांब बंदूकवाल्या सैनिकांना त्यांनी पुढे येऊ दिले आणि मग ते सैनिक खडक, दगड यांच्या मागून, घट्ट चौकोनात एकत्र असलेल्या ब्रिटिश सैनिकांवर गोळ्या मारू लागले – त्याच वेळी ते सैनिक ब्रिटिशांच्या लहान बंदुकांच्या गोळ्या त्यांच्यापर्यंत पोहोचणार नाहीत अशी काळजी घेत होते! डोंगरमाथ्याच्या टोकावर, अजिबात न हलता, तासन्तास उभे राहिलेल्या लाल युनिफॉर्म्समधील सैनिकांना टिपणं सोपं झालं. सैन्याबरोबर खंदक खोदणारे शंभरजण तेथे तात्पुरता तट उभा करायला गेले होते. तशा तटाच्या पाठीमागे आमच्या सैनिकांना शत्रूच्या लांब बंदुकांपासून चांगले संरक्षण मिळाले असते आणि त्यांना सुरक्षित वाटले असते; पण तसा तट उभाच करण्यात आला नाही! त्याऐवजी डोंगराच्या कडेला पूर्णपणे उघड्यावर समोर उभ्या असलेल्या सैनिकांच्या रांगा एकामागून एक उभ्याच्या उभ्या खाली पडत गेल्या. शेल्टन तेथेच जागच्या

जागी न हलता उभा होता. थक्क व्हावं इतका धीट व शूर; तरीसुद्धा पूर्णपणे कल्पनाशून्य! त्याचे सैनिक असे मरत असताना त्याची काय कारणमीमांसा द्यावी, हे तूर्तास तरी त्याला सुचत नव्हते.

शेल्टनची एक तोफ तापून चालेनाशी झाली; त्यामुळे अडचणीत भर पडली. अफगाणांच्या लांब नळीच्या बंदुकांना प्रत्युत्तर देता येईना. या वेळी व्हिन्सेन्ट आयरच्या डाव्या हाताला गोळी लागून तो तात्पुरता तरी काम करू शकेनासा झाला. कॉलिन मॅकेन्झीच्या डाव्या खांद्याला गोळी लागली. मॅकेन्झीने नंतर लिहिले, 'सैनिकांचा तसा घट्ट चौकोन पुन्हा तीन वेळा उभा करावा लागला. समोरच्या रांगा तर अक्षरश: गारदच झाल्या होत्या. आमचा दारूगोळा संपला होता आणि दुपारी एक वाजेपर्यंत थकवा आणि तहान यामुळे सैनिकांना चक्कर येऊ लागली होती; पण पाणी मिळण्यासारखे नव्हते आणि मृतांची व जखमींची संख्या क्षणोक्षणी वाढत होती.

> मी शेल्टननला 'आपण माघार घ्यावी' असे पटवून देण्याचा प्रयत्न केला, ज्यावर मला एवढेच उत्तर मिळाले की, 'नाही! आपण आणखी काही वेळ या टेकडीवरच राहू.' शेल्टनने माघार घेण्यास 'नाही' म्हटल्यावर अंगाने जाडजूड असलेला कर्नल ऑलिव्हर म्हणाला की, 'सैनिक उठून छावणीकडे पळत सुटतील हे आता अटळ होते आणि तो लठ्ठ असल्याने पळू शकणार नव्हता, तेव्हा जितक्या लवकर त्याला गोळी लागून तो मरेल तितके चांगले!' मग तो शत्रूच्या समोर उघड्यावर जाऊन उभा राहिला आणि शत्रूच्या बंदुकीच्या गोळीने जखमी होऊन पडला व मरण पावला!'

छावणीच्या छपरावरून हा सर्व भयंकर प्रकार लेडी सेल व इतर काही लोक बघत होते. लेडी सेलने लिहिले, 'चालू असलेली लढाई मला अगदी स्पष्ट दिसत होती. माझ्या जवळून, इकडून तिकडून सुंइऽ सुंइऽ करत गोळ्या जात होत्या. मी धुराड्याच्या चिमणीच्या मागे उभी राहून स्वत:ला वाचवत होते. अफगाण बंडखोरांची एक मोठी टोळी अब्दुल्लाखान अचाकझाईच्या स्वत:च्या नेतृत्वाखाली एका घळीतून इंग्रज सैनिकांच्या दिशेने हळूहळू सरकत वर येऊ लागली. पायदळाच्या त्या सैनिकांना ते दिसत नव्हते; पण आम्हा वर उभ्या असलेल्या बायकांना दिसत होते. काही सेकंदांमध्येच ते समोर आले आणि लाल कोटवाल्यांवर तुटून पडले.' 'तारिख-इ-सुलतानी'प्रमाणे, त्या क्षणी, अब्दुल्लाखान अचाकझाई, जो त्याच्या शौर्यासाठी प्रसिद्ध होता आणि त्या दिवशी सकाळच्या नमाजामध्ये ज्याने शहीद

होण्याची इच्छा व्यक्त केली होती, तो मोठ्याने ओरडला 'अल्लाची कृपा आहे, खरोखरच जीत होणार आहे!' आणि त्याच्या माणसांनी अक्राळविक्राळ सिंहासारखा किंवा गवतात असणाऱ्या सापासारखा हल्ला चढवला. त्याने इंग्रजांची तोफ काबीज केली. इंग्रज पायदळाच्या सैनिकांना मागे ढकलले आणि तेथून हाकलून लावले. इंग्रज सैनिक तो हल्ला सहन करू शकले नाहीत आणि त्यांनी पळ काढला.'

काही मिनिटांमध्येच सैनिकांचा सर्वांत जवळचा चौकोन कोलमडला. काबीज केलेली तोफ अफगाणी लोक ओढून नेऊ लागले. लेडी सेलने लिहिले, 'क्रूसेडर्सच्या युद्धाची चित्रे असतात, तसेच दृश्य होते. शत्रू जोराने चाल करून आला आणि आमच्या सैनिकांना त्यांनी लांडगा मागे लागलेल्या मेंढ्यांच्या कळपासारखे हाकलून लावले. त्यांनी आमची तोफ घेतली, तेव्हा आमचे तोफखान्याचे लोक शौर्याने लढले. दोघे तोफेजवळच मारले गेले. सार्जंट मलहॉलला तीन जखमा झाल्या. बिचारा लैंग तोफेवरून त्याची तलवार फिरवत सैनिकांना उत्तेजन देत असतानाच बंदुकीच्या गोळीने मारला गेला. ते करुण दृश्य होते. आमची मने हेलावून गेली.'

परंतु शेल्टन त्याच्या सैनिकांचा उरलेला एक चौकोन शाबूत ठेवू शकला. त्याने त्याच्या ब्यूगल वाजवणाऱ्याला लढाई तात्पुरती बंद झाल्याचा ब्यूगल वाजवण्यास सांगितले. नंतर त्याने संगिनींनी हल्ला केला, तोफ परत मिळवली आणि समोरासमोर लढाई करून मीर मस्जिदीला तसेच बंडखोरांचा सेनापती अब्दुल्लाखान अचाकझाई दोघांनाही ठार केले. सुलतान महम्मद खान दुर्राणीने लिहिले, 'अब्दुल्लाखानच्या मृत्यूच्या बातमीने प्रत्येक मुसलमानाला, विशेषतः अफगाणी टोळ्यांमधील लोकांना फार दुःख झाले. तो मृत्यू पावला नसता, तर गाझींनी ब्रिटिश छावणी त्या दिवशीच काबीज केली असती.'

काही वेळ ब्रिटिशांचे पारडे जड आहे असे वाटले; परंतु अफगाणांनी माघार घेतली आणि उरलेल्या सैनिकांनी जेव्हा पुन्हा दोन चौकोन तयार केले, तेव्हा लांब बंदूकवाल्यांची तुकडी पुन्हा गोळीबार करू लागली. आणखी शिपाई उभ्या जागी मरून पडू लागले. जॉर्ज लॉरेन्स, जो छावणीच्या भिंतींवरून भयभीत होऊन बघत होता, त्याने लिहिले की, 'मग ब्रिगेडिअरला आग्रह आणि विनंती करण्यात आली की, आता ही वेळ गाठून हल्ला करून सोक्षमोक्ष लावावा; पण तो डोंगरावरून हलायला काही केल्या तयार होईना. काय कारण होतं काय माहीत!'

मग तेथून न दिसणाऱ्या घळीत तलवारी घेतलेले आणखी बंडखोर गोळा झाले, ते शेवटचा हल्ला करायलाच आले होते. या वेळी सर्व सैन्य छावणीकडे सैरावैरा पळत सुटले. त्यांच्या पाठोपाठ अफगाणींचे घोडदळ होतेच. जॉर्ज लॉरेन्सने नोंद केली – 'सर्व कारभार कोसळला! मी उभा होतो तेथून मला दिसत होते की,

आमचे सैनिक पळत होते. त्यांचा त्वेषाने पाठलाग करणारे शत्रूचे सगळे सैनिक आमच्या सैनिकांना चारी बाजूंनी मारत सुटले होते. ते दृश्य इतके भयानक होते की, मी ते कधीच विसरणे शक्य नाही. आमचे पळत सुटलेले सैनिक आले आणि आम्हाला वाटले होते त्याप्रमाणे अफगाणही त्यांच्यामागे आलेच; परंतु आमच्या सुदैवाने आणि अगदी अनपेक्षितपणे, अफगाण घोडदळ एकदम उजवीकडे वळले. नंतर आम्हाला समजले की, तसे करण्यास महम्मद ओस्मान खान बराकझाईने सांगितले होते. ज्यांचा सर विल्यम मॅक्नॅघटेनशी संपर्क होता, अशा सरदारांपैकी तो एक होता; परंतु त्या रात्रीची भयानकता, आमची उडालेली गाळण यांचे वर्णन कसे करता येईल? कारण आता आमचे मरण ओढवले आहे, असेच आम्हाला वाटत होते. अर्थात आमचे सैन्य जसे वागले, त्याचे समर्थन करता येणार नाही; परंतु ब्रिगेडिअर शेल्टन पूर्णपणे असमर्थ ठरणे, काहीही विचार न करता त्याने विनाशकारी गोळीबाराला तोंड देत कितीतरी तास त्याच्या सैनिकांना उंच डोंगराच्या माथ्यावर थांबवून ठेवणे, मध्ये थोडा वेळ शत्रूने तात्पुरती माघार घेतली होती, तेव्हा त्यांना हाकलून लावता आले असते. दिवसभरात अशा कितीतरी संधी मिळाल्या होत्या, त्या आडमुठेपणाने न घेणे; या सर्व गोष्टींमुळे सैनिकांवरचा दोष बराच कमी होतो. जो प्रमुख होण्यास लायक नव्हता, अशा सेनापतीवर त्यांचा अजिबात विश्वासच राहिला नव्हता.

त्या दिवशी लढाईला वेगळे वळण लागले. दिवस भयंकर संकटाचा झाला होता. सकाळी जे अकराशे सैनिक शेल्टनबरोबर लढाईला बाहेर पडले होते, त्यापैकी तीनशेहून जास्त मारले गेले होते. जे जखमी होऊन पडले होते, त्यांची बायका-मुले डोंगराच्या खालून असहाय्यपणे बघत असताना, त्यांना भोसकून त्यांचे कोथळे बाहेर काढण्यात आले. जे बाकीच्या सैन्यापासून वेगळे पडले होते आणि छावणीत परत येऊ शकले नव्हते, त्यांना रात्री शोधून काढून मारण्यात आले. फैज महम्मदने लिहिले – 'जे लढाईतून वाचले आणि छावणीकडे पळाले पण रस्ता चुकले, ते गल्ल्यांमध्ये आणि सांदीकोपऱ्यात लपून राहिले होते. त्यांना एकेकाला शोधून शोधून मारून टाकण्यात आले. त्या दिवशी जी भयंकर संकटे आली त्यामुळे इंग्रजांचे चालू असलेल्या घटनांवर जे काही नियंत्रण होते, तेही गेले आणि ते जवळजवळ असहाय्य झाले.'

एवढे मात्र नक्की की, त्यानंतर ब्रिटिशांनी स्वत: होऊन लढाई सुरू करण्याचा प्रयत्न केला नाही. मॅकेन्झीने लिहिले – 'शेल्टन असमर्थ निघाल्याने अधिकाऱ्यांचे

शौर्य निष्फळ ठरले. त्यांचा उत्साह पार गेला आणि (सैन्यातली) शिस्तही जवळजवळ नाहीशीच झाली.' आयरने त्याच्या डायरीत नोंद केली – 'ज्या अधिकाऱ्यांना परिस्थिती सुधारेल अशी आत्तापर्यंत आशा होती, त्यांनाही आमच्या भविष्याबद्दल निराशाच वाटू लागली. आमच्या सैन्याची अवस्था संकटातून वाचवू शकेल असा चांगला समर्थ कप्तान नसलेल्या जहाजासारखी झाली होती. खडक आणि अगदी उथळ पाणी यांच्यामध्ये सापडल्यावर जहाजाची जशी धोकादायक अवस्था होते, तशी झाली होती. आता या अखेरच्या क्षणीही एखाद्या मजबूत, समर्थ माणसाकडे नेतृत्व गेले असते, तर आम्ही विनाशापासून वाचलो असतो; परंतु असा कोणी त्राता नसल्यामुळे आता हे उघड दिसत होते की, देवच आम्हाला वाचवू शकला असता.'

त्याऐवजी, त्या रात्री आणखी एक वाईट बातमी छावणीत येऊन पोहोचली. शहरातून स्वागताचे बंदुकीचे बार उडाल्याचे आवाज आले. दोस्त महम्मदचा सर्वांत लढाऊ वृत्तीचा आणि युद्धनिपुण मुलगा अकबरखान येऊन पोहोचला होता. बामियाहून मीर वालीचे सहा हजार लोकांचे उझबेक घोडदळ घेऊन तो आला होता आणि प्रतिकाराचे नेतृत्व त्याने ताबडतोब हाती घेतले होते.

अकबरखानने परत आल्यानंतरचे काही दिवस प्रजा करत असलेले अफाट कौतुक स्वीकारण्यात घालवले. मौलाना काश्मिरीने लिहिले – 'एखादी बाग वसंत ऋतूत फुलून यावी तसे वातावरण होते.

> सर्व सरदार आणि टोळीप्रमुख त्याला आदराने अभिवादन करण्यास पुढे आले. लहान-थोर, सर्व स्त्री-पुरुष त्याला आशीर्वाद देण्यासाठी आले.
>
> ते त्याला म्हणाले, "तुम्ही आमचे रक्षणकर्ते, संरक्षक,
> आश्रयदाते आहात, या धरतीचा मजबूत पाया आहात."
>
> सर्वांनी मिळून केलेल्या प्रार्थनेचा आवाज पृथ्वीतलावर एवढा घुमला की, स्वर्गातील सर्वांनी येशूला हा एवढा आवाज कसला आहे असे विचारले.

ब्रिटिशांना भीती होती तसाच त्यांचा हा शत्रू कडवा निघाला. थोड्याच दिवसांत त्याने बंडाचे स्वरूप बदलले. छावणीला होणारा पुरवठा प्रथमच सर्व बाजूंनी पूर्णपणे बंद केला. आसपासच्या सर्व खेडोपाडी मुल्लांना पाठवले व शेतकऱ्यांनी ब्रिटिशांना अन्नधान्य विकू नये असे सांगण्यास बजावले. पाठीमागच्या, बाजूच्या

खेड्यांमध्ये सैन्य ठेवून नाकाबंदी करण्यात आली तसेच धान्याचे किंवा गुरांच्या चाऱ्याचे एक पोतेसुद्धा जर ब्रिटिशांना विकले गेले, तर गावच्या मुखियाला ताबडतोब मृत्युदंडाची शिक्षा होईल, अशी धमकी देण्यात आली. काबूल नदीवर नव्याने लाकडी पूल बांधण्यात आला होता. जो पूल छावणीला हिसार व जलालाबादला जाणाऱ्या रस्त्याशी जोडत असे, तो जाळून टाकण्यात आला. मॅक्नॅघटेनला खूप राग आला की, छावणीतील सैन्याने हे थांबवण्याचा काहीही प्रयत्न केला नाही. जरी तो पूल त्यांच्या बंदुकांच्या आवाक्यात होता, तरी ते त्यांच्या भिंतींच्या मागून मुकाट्याने बघत राहिले. बेहमारूच्या डोंगरावर दोन मोठे पुढारी मारले गेल्यानंतर आत्तापर्यंत आपसात जराशी दुफळी असलेले सर्व बंडखोर अकबरखान आणि त्याचे बराकझाई लोक यांना जाऊन मिळाले. हताश झालेल्या मॅक्नॅघटेनने लिहिले – 'सर्व बंडखोरांमध्ये इतका एकोपा झाला आहे, ही खरोखर कौतुक करण्यासारखी गोष्ट आहे!' घिलझाई टोळीचा एक बलिष्ठ प्रमुख महम्मद शहा खान याच्या मुलीशी अकबरखानचे लग्न झाले असल्यामुळे बंडखोरांमधील जातिभेदाची भावनाही बदलू लागली. अब्दुल्लाखान अचाकझाई मरण पावला होता. मीर मस्जिदीच्या मृत्यूनंतर त्याच्या दफनविधीसाठी त्याचे सर्व अनुयायी गेले, त्यानंतर कोहिस्तानी ताजिक लोकांचे महत्त्वही कमी होत गेले; त्यामुळे फार व्यवहारज्ञानी व सुशिक्षित नसले तरी शक्तिशाली योद्धे असलेले घिलझाई आता बंडाच्या लढाईत महत्त्वाचे झाले. काबूलच्या भिंतींना लागूनच बाहेर असलेल्या महमूद खानच्या गढीत येऊन राहिलेल्या त्यांच्या सैन्यातील लोक आता घाबरून गप्प बसलेल्या छावणीभोवतालच्या टेकड्यांवर पसरले. त्यांना पाठिंबा देणाऱ्या बराकझाई सैन्याने खोऱ्याच्या तळाशी असलेल्या शहा बागेत तळ ठोकला होता.

छावणीमध्ये आता बर्फाची वादळे आणि उपासमार यांनी मानसिक धैर्य आणखी खचून तणाव खूपच वाढला होता. घोड्यांची इतकी उपासमार होत होती की, ते तंबूच्या खुंट्याही कुरतडताना दिसत आणि त्यांचीच लीद परत परत खात असत. लेडी सेलने एका भुकेल्या घोड्याला दुसऱ्या घोड्याचे शेपूट खाऊन टाकताना बघितले. तिची स्वत:ची घोडीही एका घोडागाडीचे चाक चावून खात होती. बऱ्याच इतर अफगाणींप्रमाणे मिर्झा अतालाही एके काळी मग्रुरीने वागणाऱ्या इंग्रजांची ही फजिती बघून गुदगुल्या होत होत्या. त्याने लिहिले – 'मग असे झाले की, इतका हिमवर्षाव झाला की, खुरासनचे बर्फ कधी न बघितलेले इंग्रज सैनिक वितळत असलेल्या बर्फाच्या बाहुल्यांसारखे दिसू लागले. बरेचसे भुकेने मरण पावले. काहींनी ओझे वाहणारे उंट व बैल मारले. मांस मुसलमानांना दिले आणि हिंदूंना चामडी दिली! अशा टोकाला गेलेल्या परिस्थितीत, नरकात पडल्यासारख्या अवस्थेत, धार्मिक रीतीरिवाज व निर्बंध विसरले गेले. सैन्याच्या मागून येणाऱ्या

लोकांना तर मारलेले घोडे व उंटही खायला मिळत नसत. ते आता रस्त्यात मोकाट हिंडणारी कुत्री मारून, भाजून खाऊ लागले!'

वर्षभर भुयारातल्या तुरुंगामध्ये खितपत पडल्यानंतर एक महिन्यापूर्वीच अकबरखानची तेथून सुटका केली गेली होती. मौलाना काश्मिरीच्या सांगण्याप्रमाणे, त्याची सुटका होण्यापूर्वी थोडेच दिवस अकबरच्या स्वप्नात एक सुफी फकीर आला होता व त्याने अकबरला सांगितले होते की, त्याने त्याचा फेटा बांधावा, कंबरेच्या पट्ट्यात तलवार अडकवावी आणि अल्लाने त्याला दिलेल्या त्याच्या स्वत:च्या देशाचे रक्षण करावे. मिर्झा अताला बराकझाईंच्या या वारसदाराचे खूप कौतुक वाटत असे. अकबरखानच्या बरोबर असणाऱ्या लोकांनी मिर्झा अताला असे सांगितले की, 'बुखारा या पवित्र शहराच्या उलेमांनी मध्यस्थी करून तेथील बादशहा नसीर-अल-दौला याला सांगितले की, सरदार मुहम्मद अकबरखानला व त्याच्या बरोबरच्या लोकांना सोडून द्यावे.' त्याने पुढे लिहिले, 'काबूलच्या सरदारांनी अकबरला पत्र लिहून 'त्याचे स्वागत आहे' असे लिहिले, त्याची सुटका झाल्याबद्दल आनंद व्यक्त केला आणि कळवले की, नुकत्याच झालेल्या लढाईनंतर इंग्रजांचे सैन्य अगदी दुर्बल झालेले होते. ते प्रतिकार करू शकण्याच्या स्थितीत नव्हते; त्यामुळे सरदार अकबरखानला आता तेथे येण्याची उत्तम संधी होती. हीच वेळ होती त्याचे महान वडील अमीर यांच्यासाठी बदला घेण्याची!' मग अकबरखान सरळ काबूलला गेला, जेथे सर्व सरदार व प्रमुख मंडळींनी त्याला इंग्रजांनी केलेल्या अन्यायांबद्दल सांगितले आणि त्याला विनंती केली की, त्याने न्याय मिळवून द्यावा. तेव्हा मग सरदार अकबरने मॅक्नॅघटेनला 'भेटायचे आहे' असे पत्र लिहिले आणि भेटीची वेळ ठरवली गेली.

> दुसऱ्या दिवशी सरदार मुहम्मद अकबरखान त्याच्या काही विश्वासू लोकांबरोबर काबूलच्या बाहेर ठरवलेल्या जागी गेला व छावणीतून निघून मॅक्नॅघटेनही तेथे गेला. ते दोघे (तेथील पद्धतीप्रमाणे) एकमेकांना मिठी मारून भेटले आणि मग खासगी मसलतीसाठी आत गेले. एवढे समजले की, सरदाराने इंग्रज राजदूताला सांगितले की, यापुढे त्यांनी काबूलमध्ये राहणे योग्य नव्हते. त्याने त्याच्या एका अधिकाऱ्याला येथे ओलीस म्हणून ठेवावे व हिंदुस्तानात परत जावे. परदेशात अटकेत ठेवलेल्या सरदाराच्या वडिलांची-अमीरची सुटका करण्यात येईल आणि ते खुरासनला येऊन पोहोचतील, तेव्हा ओलीस ठेवलेल्या इंग्रजाला सन्मानाने परत पाठवले जाईल. मॅक्नॅघटेनने याला कबुली दिली आणि हा तह लिहून ठेवला गेला. इंग्रजांना असे वाटले की, या तहानंतर आता आणखी

> लढाया होणार नाहीत. नंतर दोन्ही बाजूंचे लोक आपापल्या ठाण्यांवर परत गेले.

वस्तुस्थिती जरा जास्त गुंतागुंतीची होती. मोहनलाल शहरात सक्रिय होता. त्याच्या मार्फत, बंडाच्या सुरुवातीपासूनच मॅक्नॅघटेन बंडखोरांच्या बऱ्याच पुढाऱ्यांच्या संपर्कात होता आणि गेले कितीतरी आठवडे पैसे देऊन लढणाऱ्यांचा पाठिंबा मिळवण्याची शक्यता आहे का, याचा तपास करत होता. असे केल्याने अफगाणांमध्ये दोन भाग पाडता आले असते किंवा मानाने तेथून बाहेर पडता येईल असे काहीतरी करता आले असते. शेल्टनच्या सपशेल पराभवानंतर दोन दिवसांनी मॅक्नॅघटेनला भेटायला बंडखोरांचे एक शिष्टमंडळ आले आणि त्यांनी ब्रिटिशांनी बिनशर्त शरणागती पत्करावी अशी मागणी केली. मॅक्नॅघटेनच्या मृत्यूनंतर त्याच्या टेबलावर जी चिठ्ठी सापडली, त्यात त्याने लिहिले होते –

> ‘मी पुढाकार घेतल्यावरून बंडखोरांचे प्रतिनिधी पंचवीस तारखेला छावणीत आले, कारण त्यांच्याकडून असे संकेत आले होते की, आम्ही देश सोडायचे कबूल केल्यास सर्व शांततेने होईल. माझ्या मते कुठल्या सन्मानपूर्वक अटींवर देश सोडण्यास आम्ही कबूल होऊ हे मी त्याला सांगितले. दुसऱ्या दिवशी त्या अटींना विरोध करणारे पत्र आले, ज्यात लिहिले होते की, ‘आम्ही आमची शस्त्रास्त्रे देऊन टाकली नाहीत व बादशहांना त्यांच्या नशिबावर सोडून दिले नाही, तर आम्हाला लवकरच युद्धाला तयार राहावे लागेल.’ याला मी उत्तर पाठवले की, ‘अपमानापेक्षा आम्ही मरण पत्करू आणि सर्वांच्या वर असलेली ती शक्ती काय ते ठरवेल!’

मॅक्नॅघटेनने शुजा व त्याच्या कुटुंबीयांना अकबरखानच्या स्वाधीन करण्याचे नाकारून संबंध तोडून टाकल्यानंतर पुढचा पंधरवडा ब्रिटिशांसाठी भूक व काळजीमुळे स्वस्थ बसून राहण्यात गेला. घझनी, जलालाबाद किंवा कंदाहार येथून मदत येऊन पोहोचेल व छावणीतल्या खचून गेलेल्या सैन्याला वाचवेल या अंधूक आशेवर मॅकनॅघटेनचे पुढील धोरण अवलंबून होते. जलालाबाद येथे असलेल्या जनरल सेलच्या ब्रिगेडचा राजकीय अधिकारी मॅकग्रेगर याला त्याने पुन:पुन्हा पत्रे पाठवली की, ‘तुम्ही जनरल सेलच्या ब्रिगेडला घेऊन ताबडतोब काबूलला यावे. अजून निघाला नसाल, तर मी पुन्हा विनंती करतो की, लगेच निघावे. आमची परिस्थिती अतिशय डळमळीत, धोक्याची आहे; परंतु तुमची मदत मिळाली तर सर्व नीट

होईल. तुम्हाला आमची आयुष्ये व आपल्या देशाचा मान यांबद्दल काळजी असेल, तर ताबडतोब मदत पाठवावी.'

परंतु शेवटचा निरोप्या जो खोर्द काबूल खिंडीतून येऊ शकला, त्याने अशी बातमी आणली की, सेलच्या जलालाबादच्या किल्ल्याभोवतीच एवढा मोठा वेढा पडलेला होता की, काबूलला काहीही मदत पाठवणे त्याला अशक्य होते. त्याने असेही सांगितले की, खैबर खिंड इंग्रजांच्या ताब्यातून गेली होती आणि आता पेशावरहून काही सैन्य मदतीसाठी खैबरमधून येणे शक्य नव्हते. सात डिसेंबरला खूप बर्फ पडून रस्ता बंद झाल्यामुळे कंदाहारहूनही, निदान बर्फ वितळू लागेपर्यंत काही मदत येणे शक्य नव्हते. आठ डिसेंबरला सकाळी घझनीच्या ठाण्याहूनही निरोप आला की, त्यांच्याभोवतीही वेढा पडलेला होता आणि काबूलच्या मदतीला येणे त्यांनाही शक्य नव्हते. आता फक्त एक दिवसाचा अन्नपुरवठा शिल्लक होता आणि कोणतीही आशा राहिली नव्हती. उपासमारीचे संकट समोर उभे होते. सैन्याचे नेतृत्व लुळेपांगळे झालेच होते. शेल्टन आणि एल्फिन्स्टन दोघेही अत्यंत निराश झालेले होते. पराभूत आणि उपाशी सैन्य बंड करून उठण्याची शक्यता होती. ब्रिटिश सैन्याच्या दसपट मोठ्या संख्येने वाढलेली बंडखोरांची संख्या अंदाजे पन्नास हजार झाली होती.

या सर्व काळज्यांमुळे आठ डिसेंबरला संध्याकाळी तापलेल्या वातावरणात वरिष्ठ ब्रिटिश अधिकाऱ्यांची एक बैठक झाली. एव्हाना एल्फिन्स्टन, शेल्टन आणि मॅक्नॅघटेन एकमेकांशी जवळजवळ बोलेनासेच झाले होते. उगाचच पोरकटासारखा आरडाओरडा व बडबड करणारा शेल्टन मॅक्नॅघटेनविषयी जास्तच अपमानकारक बोलत होता. 'मी गुरकावेन त्याच्यावर' तो म्हणाला, 'मला आवडतं त्याच्यावर गुरकावायला' त्या बैठकीच्या वेळीही तो उघडउघड अपमानकारक वागत होता. स्वत:ला रजईत गुरफटून घेऊन तो खाली जमिनीवर निजला आणि त्याला विचारलेल्या प्रश्नांना स्वत: उत्तर देण्याऐवजी मोठ्याने घोरत असल्याचा आवाज काढू लागला!

बैठकीमध्ये एल्फिन्स्टनने मॅक्नॅघटेनने मागितलेले लेखी पत्र आणले होते, ज्यात त्याने शरणागती पत्करत असल्याची बोलणी करण्यासाठीची जबाबदारी घेत लिहिले होते –

> 'तीन आठवडे वेढा पडलेल्या स्थितीत घालवल्यानंतर धान्य, गुरांचा चारा नसल्याने, आमचे सैन्य चांगल्या स्थितीत नसल्याने, जखमी व आजारींची संख्या मोठी असल्याने, या ज्या चुकीच्या जागी असलेल्या मोठ्या छावणीत आम्ही आहोत तिचे रक्षण करणे अवघड होत असल्याने तसेच

> हिवाळा सुरू झाला आहे व आमचे (आमच्या लोकांशी) संपर्क तुटले आहेत. काही मदत मिळण्याची शक्यता नाही आणि सर्व देश आमच्याविरुद्ध लढण्यासाठी उभा झाला आहे; म्हणून मला असे वाटते की, आम्हाला या देशात आमची पत टिकवून राहणे शक्य नाही. तेव्हा तुम्हाला आम्ही बोलणी करू या असे म्हटले होते, तशी करावी.'

इतर अधिकाऱ्यांनीही एल्फिन्स्टनला एकत्रितपणे सांगितले की, ब्रिटिशांची स्थिती पाहता अशा तऱ्हेने युद्ध चालू ठेवणे शक्य नव्हते. 'त्यांचे पक्के व स्पष्ट मत असे होते की, सैन्याच्या त्यांच्या स्थितीत त्यांना आणखी लढणे शक्य नव्हते, म्हणून हिंदुस्तानात सुरक्षितपणे परत जाण्यासाठीची बोलणी करण्यास मुळीच विलंब करू नये. शहाशुजाबद्दल किंवा त्याच्या हिताच्या गोष्टींबद्दल बंडखोरांशी काही बोलू नये, कारण ब्रिटिश प्रमुखांचे पहिले कर्तव्य त्यांच्या हाताखालच्या ब्रिटिश सैन्याची प्रतिष्ठा व स्वास्थ्य यांचे रक्षण करणे हे आहे.' सैन्याचे शुजाला अशा तऱ्हेने सोडून देण्यास तयार असणे हे शुजाने ब्रिटिशांबद्दल दाखवलेल्या असामान्य निष्ठेच्या तुलनेत पूर्णपणे विपरीत होते. शुजाला बंडखोरांनी लोकांमध्ये अप्रिय असलेले त्याचे काफिर मित्र सोडून देण्यासाठी अनेक प्रलोभने दाखवली होती! मॅक्नॅघटेनने पुन:पुन्हा इशारा दिला की, आता शुजाला सोडून देण्याने ब्रिटिशांची 'कायमची बदनामी होईल.' परंतु त्याचे म्हणणे धुडकावून लावले गेले आणि त्याला हुकूम दिला गेला की, त्याने अकबरखानची भेट घेऊन, ब्रिटिशांनी अफगाणिस्तान ताबडतोब सोडल्यास त्यांच्या सुरक्षिततेसाठी त्याच्याकडून कोणकोणत्या गोष्टींची हमी मिळेल, ते विचारून घ्यावे.

काबूल नदीच्या बर्फाळ किनाऱ्यावर, जाळलेल्या पुलाच्या पलीकडे ही भेट झाली. मॅक्नॅघटेनच्या बरोबर लॉरेन्स, ट्रेव्हर व मॅकेन्झी होते. अकबर त्याच्या बरोबर बंडातले सर्व प्रमुख घेऊन आला. मॅक्नॅघटेनने त्याच्या स्वभावाप्रमाणे बडेजाव मिरवत, लबाडीने; पण अगदी अस्खलित दरबारी पर्शियन भाषेत लिहून आणलेली 'प्रस्तावना' वाचून दाखवली – 'अलीकडच्या घटनांवरून असे दिसून येत आहे की, ब्रिटिश सैन्याचे शहाशुजा उल् मुल्कला मदत म्हणून अफगाणिस्तानमध्ये राहणे, हे अफगाणिस्तानातील बहुसंख्य लोकांना पसंत नाही. या देशात सैन्य पाठवण्यामागे अफगाणांचे ऐक्य, सौख्य आणि स्वास्थ्य कायम ठेवण्याखेरीज ब्रिटिश सरकारचा दुसरा काहीही हेतू नव्हता. ब्रिटिश सैन्य येथे असण्याने जर हा हेतूच निष्फळ होत असेल, तर त्यांना येथे राहण्याची इच्छा असणे शक्य नाही.' येथून पुढे मॅक्नॅघटेनच्या तहाच्या मसुद्याचा मुख्य मुद्दा असा होता – 'पहिले म्हणजे सध्या काबूलमध्ये असलेले ब्रिटिश सैन्य शक्य तितक्या लवकर पेशावरला आणि

तेथून हिंदुस्तानला जाईल. ब्रिटिश सैन्याच्या प्रवासात त्यांना कोणताही त्रास दिला जाणार नाही. त्यांना मानाने वागवले जाईल आणि वाहने व धान्यपुरवठा यांसाठी शक्य ती सर्व मदत दिली जाईल, याकडे सरदारांनी लक्ष द्यावे.' एवढे वाचून झाले, तेव्हा मॅक्नॅघटेनने लिहून ठेवलेल्या शेवटच्या चिठ्ठीप्रमाणे, 'मुहम्मद अकबरने मला थांबवून म्हटले की, आम्हाला अन्नधान्य पुरवठ्याची काही जरूर नव्हती, कारण दुसऱ्या दिवशीच सकाळी आम्हाला बाहेर पडायला काहीच हरकत नव्हती.' हे मी अशासाठी लिहिले आहे की, 'त्या तरुण माणसाचा अविवेकी स्वभाव लक्षात यावा. त्याच्या या बोलण्याला त्याच्या बरोबरच्या इतर सरदारांनी विरोध दर्शवला. एवढी एक वेळ सोडली, तर तोही आमच्याशी आदराने वागला; परंतु एकाएकी त्याचे नशीब बदलून तो वर आल्यामुळे त्याच्या वागण्यावर परिणाम झाला होता.'

दोन तासांनंतर एक करारनामा तयार झाला. तीन दिवसांनंतर, चौदा डिसेंबरला ब्रिटिशांनी तेथून निघायचे होते. त्यांच्या सुरक्षेची हमी दिली जाणार होती. कॅप्टन ट्रेव्हरला ओलीस म्हणून येथे ठेवून घेण्यात येणार होते. जलालाबाद, घझनी व कंदाहार येथील सैन्यानेही बाहेर पडायचे होते. मोठ्या रोख रकमेच्या मोबदल्यात धान्य, अन्न व मालवाहू उंट, घोडे ब्रिटिशांना प्रवासात मदतीसाठी दिले जाणार होते. शहाशुजाला ब्रिटिशांबरोबर जायचे असेल, तर जाता येणार होते किंवा काबूलमध्ये एक साधा नागरिक म्हणून राहता येणार होते. तत्पूर्वी बाला हिसारमध्ये असलेले उरलेले ब्रिटिश अधिकारी तेथून बाहेर पडून किल्ला अकबरखानच्या स्वाधीन करणार होते. मधल्या वेळेत लुधियानाला नजरकैदेत असलेल्या दोस्त महम्मदला सोडले जाऊन पुन्हा तख्तावर बसू दिले जाणार होते. दुसऱ्या कोणत्याही परकीय सत्तेशी ब्रिटिशांच्या होकाराशिवाय अफगाणी लोक मैत्री करार करणार नाहीत, 'अफगाण पुढाऱ्यांनी विनंती करून बोलावल्याखेरीज ब्रिटिश लोकही अफगाण हद्दीत न शिरण्यासाठी वचनबद्ध असतील!'

प्राप्त परिस्थितीत मॅकनॅघटेनने ब्रिटिशांकरिता अधिकाधिक सोईस्कर मार्ग पदरात पाडून घेतला होता. नेहमीच्या भ्रमात राहण्याच्या स्वभावाप्रमाणे त्याने ऑकलंडला लिहिले, 'आम्ही अफगाणी लोकांचा मित्र म्हणून निरोप घेऊ आणि मला संतोष वाटतो की, यानंतर येथे जे सरकार येईल, तेही आपल्याबरोबर नेहमी चांगले संबंध ठेवण्याची इच्छा असणारे असेल.'

ज्या शहाशुजाच्या नावाने युद्ध पुकारले गेले आणि ताबा घेणारे राज्यकारभार चालवत होते, त्याच्याशी मात्र चकार शब्दानेदेखील चर्चा केली गेली नाही. एके काळी त्याचा कैवारी असलेल्या मॅक्नॅघटेनने अकबरखानशी केलेल्या तहाच्या अटी

ऐकल्यावर शहाशुजाची जी प्रतिक्रिया झाली, त्याची माहिती फक्त त्याचे चरित्र लिहिणाऱ्या महम्मद हुसेन हेरातीच्या लिखाणात आहे.

> 'जेव्हा बादशहाला या तहाबद्दल समजले, तेव्हा त्याने मॅकनॅघटेनला पुढीलप्रमाणे पत्र लिहिले – 'आमच्या शत्रूच्या हाती आम्हाला देऊन टाकायलाच तुम्ही आम्हाला या देशात परत आणलेत काय? तुम्हाला बराकझाईंच्या आणि या देशातील लोकांच्या बेइमानी स्वभावाची अजूनही कल्पना आलेली नाही का? खुनशी स्वभाव असलेल्या या लोकांना एवढे पैसे देण्याने तुम्ही केवळ तुमचा स्वत:चा आणि माझा मृत्यू तसेच सर्वनाश जास्त जवळ आणता आहात! ही शहाणपणाची गोष्ट आहे का?' यावर मॅक्नॅघटेनचे उत्तर फक्त एवढेच आले – 'जो तह झाला आहे, तो बदलण्यास आता फार उशीर झाला आहे!' हे वाचल्यावर अत्यंत अस्वस्थ झालेला बादशहा रात्रंदिवस हात चोळत सारखा इकडून तिकडे येरझारा घालत होता आणि म्हणत होता – 'मॅक्नॅघटेनचे डोकेच फिरले आहे! यामुळे आम्हा दोघांचेही मरण ओढवेल!'

मॅक्नॅघटेनने बाला हिसारमधील ब्रिटिश सैन्याला तेथून बाहेर पडण्याचा हुकूम पाठवला आणि अकबरखानला कळवले की, किल्ल्यातून ब्रिटिश सैन्य काढून घेतले आहे, तेव्हा त्याने त्याची शिबंदी तेथे पाठवावी.

> महम्मद अकबरखानने ताबडतोब लांब बंदुकावाल्या दोन हजार घिलझाईंना तेथे पाठवले. हे बघून काबूलच्या सभ्य, सुसंस्कृत नागरिकांना धक्काच बसला. त्यांना भीती वाटली की, 'जर अकबरखानने किल्ला ताब्यात घेतला, तर शहाशुजाच्या जनानखान्यातील स्त्रिया, मुले आणि शुजाचे आश्रित या सर्वांचे काय होईल? खुदा त्यांना मदत करो!'
>
> बलात्कार व लूटमार होईल या विचाराने बादशहा अत्यंत चिंताग्रस्त झाला; परंतु बाला हिसारमध्ये राहणारी बहुतेक सर्व माणसे ही खूप वर्षांपासून तेथे राहणारी होती, तेथेच जन्मलेली आणि बादशहाच्या कुटुंबाच्या मदतीने व संरक्षणाखाली तेथेच वाढलेली स्वामिनिष्ठ सेवक होती. ती मात्र हातपाय गाळून निराश झाली नाहीत. इंग्रज फौजेपैकी शेवटचा मनुष्य बाहेर पडल्याबरोबर त्यांनी धीटपणे प्रवेशद्वारे बंद केली आणि जे बंडखोर सैनिक मधल्या वेळात आत शिरले होते, त्यांना ठार मारले; त्यामुळे अकबरखानच्या सैन्याला निराश होऊन परत जावे लागले.

अकबरखानच्या सैन्याने बाला हिसारच्या मुख्य प्रवेशद्वारावर हल्ला करण्याचा आणखी दोनदा प्रयत्न केला; परंतु शहाशुजाचे खासगी सैन्य, ज्यांची ब्रिटिश लोक 'कुचकामी बाजारबुणगे' म्हणून कुचेष्टा करत असत, त्यांनी बऱ्याचजणांना मारून टाकत हाकलून देण्यात यश मिळवले. लॉरेन्सने लिहिले – 'त्या लोकांची अशा कठीण परिस्थितीत, ताबडतोब हल्ला परतवण्याची क्षमता व धैर्य बघून आम्हाला कौतुक वाटल्याशिवाय राहिले नाही आणि मनापासून असे वाटले की, आमच्या पुढाऱ्यांनीही असा उत्साह व शौर्य दाखवावे, परंतु ते अजूनही आमचा मान व सुरक्षितता सांभाळण्यासाठी काही करू शकण्यास असमर्थच दिसत होते.'

जरी ब्रिटिशांनी शुजाच्या धोक्याच्या इशाऱ्यांकडे दुर्लक्ष करत, नमते घेऊन शरणागती पत्करली, तरी शहा बाला हिसारमध्ये सुरक्षित राहिला आणि किल्ल्याचे रक्षण करत राहिला. बर्फ वितळू लागल्यावर मगच हा सुरक्षित आणि सर्व सामान पुरेसे साठवलेले असलेला किल्ला सोडून बाहेर पडण्याचे त्याने स्वत:च बऱ्याच महिन्यांनी ठरवले.

इकडे मॅक्नॅघटेन खुशाल थंडपणे शहाशुजाला बळी देत होता, तेव्हा काहीशा अनपेक्षितपणेच शुजाचा जुना प्रतिस्पर्धी दोस्त महम्मद याला लॉर्ड ऑकलंडने कलकत्त्यात डान्स पार्टीला बोलावले होते.

सिमल्याच्या सुखद हवेनंतर एडन मंडळी कलकत्त्याच्या उन्हाळ्यातील दमट उष्णतेने घाबरीघुबरी होऊन हबकून गेली. एमिलीने एका मैत्रिणीला लिहिले, 'अफगाणिस्तानच्या राजकारणानंतर इकडे खाली आल्यावर जिवंत भाजले जाण्यापासून स्वत:ला वाचवणं हे रोजचं कठीण कर्म बनलं आहे. ते महत्त्वाचं आहे; पण त्याहून अधिक अवघड आहे.' उन्हाळ्याच्या त्या त्रासाने तिचे हे मत पक्के झाले की, त्यांनी सगळ्यांनी आशियाच्या भयानक परिस्थितीतून बाहेर पडण्याची आणि लवकरात लवकर केन्सिंग्टनच्या सुरक्षित जागी पोहोचण्याची आता वेळ आली होती. 'आमच्या जॉर्जने इंडियामध्ये छान काम केले आहे की नाही? तो अत्यंत उष्ण हवेतही छान काम करत असे याबद्दल आम्हाला त्याचे खूप कौतुक वाटत असे, हे तुला ठाऊक आहेच. आता मला असे वाटते की, त्याने पुष्कळ काम केले आहे आणि आता त्याने घरी परत जायला हरकत नसावी; परंतु आपल्या देशातील लोकांपैकी कोणीही हे ऐकून घ्यायला तयार नाही – या महिन्यात झालेल्या पत्रव्यवहाराने मला भीतीच बसली आहे.'

परंतु कर्तव्य तर केलेच पाहिजे, म्हणून महाराणी व्हिक्टोरियाच्या वाढदिवसाला, चिंब भिजवून टाकणाऱ्या बंगालमधील जूनच्या दमट उन्हाळ्यात, भारतातील सर्वांत वाईट हवामानात, एडन बहिणींनी डान्स पार्टी करायचे ठरवले. नंतर

लवकरच एमिलीने पत्रात लिहिले, 'आमची राणीसाठीची डान्स पार्टी अतिशय उत्तम झाली आणि मला आशा आहे की, ही शेवटचीच असेल – म्हणून मला विशेष आनंद होत आहे की, ती इतकी छान झाली. मी माझे हिऱ्यांचे दागिने घातले होते! सर्वांचे लक्ष वेधून घेणारा प्रमुख पाहुणा ज्याच्याबद्दल लोकांना तर कुतूहल होतेच, पण लॉर्ड ऑकलंडच्या परदेशविषयक धोरणाच्या विशेष यशाची, त्याचे तेथे असणे ही जाहिरातच होती – खुद्द अमीर! आम्ही दोस्त महम्मद, त्याचे पुत्र व इतर परिवार सर्वांना बोलावले होते.

> युरोपियन स्त्रियांना त्यांच्या 'धीट' कपड्यांमध्ये त्याने प्रथमच बघितले होते; परंतु त्याने नृत्य बघितले नाही – जॉर्ज त्याला दुसऱ्या खोलीत घेऊन गेला! तो मोठा राजबिंडा मनुष्य आहे आणि स्वत:ची बंदिस्त सिंहाची अवस्था तो कौशल्याने हाताळतो. जॉर्जला थोडा मोकळा वेळ मिळावा म्हणून मी त्याला बुद्धिबळ खेळायला बोलावले. आम्ही एकानंतर एक असे बरेच डाव खेळलो – हेच एक यश म्हटले पाहिजे, कारण या देशातील बुद्धिबळाच्या खेळाचे नियम आपल्यासारखे नाहीत आणि आम्ही खेळत गेलो तसे तो नवनवे नियम शोधत राहिला! तो दोस्त महम्मद होता म्हणून नाहीतर हा न्यायपूर्ण खेळ नव्हताच.'

नंतर एमिलीने बुद्धिबळातल्या तिच्या या खेळाडूला विचारले की, ती त्याचे व त्याच्या बरोबरच्या लोकांचे चित्र काढू शकेल का? चित्र काढून घेण्यासाठी तो तिच्यासमोर बसायला कबूल झाला; पण कलकत्त्याच्या दमट उन्हाळ्याचा तिच्याइतकाच त्यालाही त्रास होत होता; त्यामुळे तिची चित्रं पूर्ण होण्यापूर्वी तिला न सांगताच, तो उत्तरेला लुधियानाकडे निघून गेला. एमिलीने जरा चिडूनच इंग्लंडमधल्या तिच्या बहिणीला लिहिले – 'मी दोस्त महम्मदचे व त्यांच्या कुटुंबातल्या इतरांचीही चित्रे काढत होते आणि तो आज सकाळी उत्तरेकडच्या प्रांतामध्ये निघून गेला. ज्याचे चित्र अजून काढायचे बाकी आहे, असा एक पुतण्या तेवढा इथे राहिला आहे. म्हणून मी आज सकाळी घाईघाईने लवकर उठले. कोल्व्हिन त्या पुतण्याला आगबोटीवरून घेऊनच आला आणि सकाळच्या नाश्त्याच्याही आधी त्याला चित्र काढून घ्यायला बसवले. हा पुतण्या अगदी ज्यूडास इस्कारियटच्या चित्रासारखा दिसतो; पण चित्र काढायला तो चांगला विषय आहे. कोल्व्हिनचा सकाळचा नाश्ताही झाला नव्हता; पण तो छान उत्साहाने पर्शियनमध्ये बोलत होता.'

दोस्त महम्मद कलकत्त्याहून निघाला त्यानंतर लवकरच अफगाणिस्तानमधील परिस्थिती झपाट्याने बिघडत चालली होती. पंधरा दिवसांपूर्वी बातमी आली होती

की, लंडनमध्ये टोरी पक्षाचे सरकार आले होते आणि म्हणून, त्याला काय करता येणे शक्य होते याचा बराच विचार केल्यानंतर लॉर्ड ऑकलंडने गव्हर्नर जनरलपदाचा राजीनामा दिला होता. लॉर्ड एलेनबरो ज्याने मुळात लिहून दिलेल्या अहवालाप्रमाणे बर्नेसला सिंधू नदीमधून उत्तरेकडे दहा वर्षांपूर्वी पाठवण्यात आले होते – त्याला ऑकलंडच्या जागी नेमण्यात आले.

एक आठवड्यानंतर बर्नेसच्या खुनाची आणि झपाट्याने उलगडत गेलेल्या लॉर्ड ऑकलंडच्या अफगाणिस्तानबद्दलच्या चुकलेल्या धोरणाबद्दलची बातमी टपालातून आली. तीन आठवड्यांपूर्वी जनरल सेलने जलालाबादहून लिहिलेल्या लहान चिठ्ठीत ऑकलंडला काबूलमधील भयंकर घटनेबद्दलच्या अफवा आणि त्याच्या भोवती पडलेल्या वेढ्याबद्दल कळवले होते. सरकारी कार्यालयात पोहोचलेली ती पहिली बातमी होती. त्या रात्री ऑकलंडने सरसेनापती सर जास्पर निकोलसला लिहिले – 'आलेल्या या बातम्यांमुळे मला अत्यंत दुःख झाले आहे हे सांगण्याची जरूर नाहीच. या घटनांबद्दल गंभीर आणि अत्यंत अडचणीत टाकणारे तर्क उभे राहतात – परंतु मी मला काय वाटते त्याबद्दल बोलणार नाही, प्रश्न हा आहे की, आता काय करावे?'

मग त्याने वेगवेगळे पर्याय समोर मांडले; परंतु त्याच्या काबूलमधल्या जनरल्सप्रमाणेच, मनःस्थिती बिघडवणाऱ्या बातम्या क्रमाक्रमाने येत गेल्यामुळे त्याचेही डोके चालेनासे झाले होते. सुरुवातीपासूनच तो ताबडतोब सैन्य पाठवून कारवाई करून उलट उत्तर देण्याच्या विरुद्ध होता. त्याने लिहिले, 'मी उद्या कौन्सिलची विशेष बैठक बोलावणार आहे; परंतु मला असे वाटते की, आपण आणखी जास्त सैन्य नेऊन त्या प्रदेशावर पुन्हा विजय मिळवण्याचा विचार करू नये, तेथे आपला पराजय होण्याचीच शक्यता आहे असे दिसते. एकूणच अफगाणांचा राष्ट्राभिमान पेटून उठला आहे.'

खरी गोष्ट अशी होती की, बऱ्याच महिन्यांपूर्वी ऑकलंडच्या हे लक्षात आले होते की, त्याचे अफगाणिस्तानबद्दलचे संपूर्ण धोरण हे मोठी आपत्ती उभी होण्याइतके चुकले होते आणि त्यामुळे संपूर्ण हिंदुस्तान सरकारचे दिवाळे निघण्याचा धोका होता. आता मोठे संकट समोर उभे असताना आणि त्याचा सरकारी खजिना रिकामा झालेला असताना त्याने अजिबात न घुटमळता निर्णय घेतला की, तेथील सर्व काम बंदच करावे आणि जेथे ते हरतच होते, त्या ठिकाणी आणखी खर्च करू नये.

शहाशुजा, मॅक्नॅघटेन आणि त्याचा जुना शिकारी मित्र 'एल्फी बे' या सर्वांना अडचणीतून बाहेर पडण्यासाठी कलकत्त्याहून काहीही मदत मिळणार नव्हती, त्यांना वाऱ्यावर सोडून देण्यात येणार होते!

डिसेंबरच्या दुसऱ्या आठवड्यात काबूलमध्ये खूप बर्फ पडले. हिंदुकुश पर्वतावरून येणाऱ्या हिमवर्षावाच्या लाटांमुळे, शहराभोवतालच्या धुळीने भरलेल्या टेकड्या बघताबघता पांढऱ्याशुभ्र होत होत्या. छावणीच्या आवाराच्या लहान भिंतींवर त्याचे दाट थर साठत होते. काबूल नदी गोठून गेली होती. मिर्झा अताने लिहिले, 'सरदार आणि गाझी लोक अगदी मजेत होते. त्यांना बर्फाचा मुळीच त्रास होत नव्हता; परंतु हिंदुस्तानातून आलेल्या सैन्याला बर्फाची सवय नव्हती; त्यामुळे त्यांच्यातले बरेचजण मृत्यू पावले आणि बऱ्याचजणांना आत्यंतिक गारठ्यामुळे युद्ध करणे अशक्य झाले.'

परंतु मॅक्नॅघटेनच्या काळज्यांमध्ये बर्फ पडणे ही महत्त्वाची काळजी नव्हती. ठरल्याप्रमाणे छावणीजवळच्या दोन गढ्या आणि सरदारांनी मागितलेल्या मोठ्या रकमा त्याने दिल्या होत्या. या रकमांमध्ये अकबरखानला द्यायचे वीस हजार रुपयेही होते; परंतु त्यांनी कबूल केल्यानुसार धान्य व चारापुरवठा पुरेसा होत नव्हता. सैन्य व ओझे वाहणारी जनावरे यांची जवळजवळ उपासमारच होत होती. ज्या गाड्या व जनावरे त्यांना हिंदुस्तानात जाण्यास निघण्यासाठी देण्याचे कबूल करण्यात आले होते, त्यांचा कोठे पत्ताच नव्हता; त्यामुळे काबूल सोडण्यासाठी ठरलेली चौदा डिसेंबर ही शेवटची तारीख काहीही हालचाल न होताच गेली. छावणीतल्या सैन्याच्या उरल्यासुरल्या प्रतिकाराच्या भावना ओसरून सर्वजण आता भयंकर त्रस्त आणि भीतीच्या मन:स्थितीत पोहोचले होते. मॅकेन्झीने लिहिले – 'साध्या साध्या गोष्टीही उमजेनाशा झाल्या होत्या.

> शत्रूचे शेकडो सशस्त्र लोक छावणीत येऊन सगळीकडे बघत, शोधत हिंडत होते. लेफ्टनंट स्टर्टने एका घिलझाईबरोबरच्या उद्धट मित्रांना, सहा पौंड वजनाचा गोळा असलेली एक तोफ होती, तेथे जाण्यापासून थांबवण्याचा प्रयत्न केला, तेव्हा त्याने ताबडतोब स्टर्टवर तलवार उगारली! पहारेकऱ्यांना 'गोळी मारायची नाही' अशी इतकी सक्त ताकीद दिलेली होती की, छावणीबरोबर असणारी माणसे किंवा काही मित्रत्वाने वागणारे अफगाण यांना आमच्या आवारापासून अगदी काही यार्ड अंतरावरसुद्धा लुटले जाई किंवा ठारही मारले गेले; आमच्या भिंतींपासून दीडशे यार्ड अंतरावरही, आमच्या पाचव्या घोडदळाच्या बकऱ्या, सर्व शिबंदीच्या डोळ्यांसमोरही पकडून नेल्या गेल्या.'

ब्रिटिशांची अशी हताश दुरवस्था झालेली लक्षात आल्यावर अकबरखानने त्याच्या मागण्या आता आणखी वाढवल्या. जेवढ्या तोफा अजून ब्रिटिशांकडे होत्या, त्या

सर्व त्याला देऊन टाकायला सांगितले. ओलीस म्हणून आणखी माणसे ठेवण्यास सांगितले. या न संपणाऱ्या मागण्या बघून मॅक्नॅघटेनने त्याच्या सैन्याच्या अधिकाऱ्यांपुढे पुन्हा एकदा, बाला हिसारला परत जाण्याची कल्पना ठेवली किंवा मग अफगाणी लोक बेसावध होते तेव्हा, लॉरेन्सच्या शब्दांत – 'एकदम बाहेर पडून लढाई सुरू करायची, काबूलमध्ये प्रवेश करायचा किंवा काबूलच्या भिंतींजवळच युद्ध करायचे.' त्याला अशी आशा होती की, बाला हिसारमधील सैन्य परत आले असल्यामुळे जनरलना हा सरळ आणि उघडउघड मार्ग घ्यावासा वाटेल; परंतु पुन्हा एकदा शेल्टन व एल्फिन्स्टनने त्याच्या सर्व बेतांना विरोध केला. आता तर अफगाणिस्तानमधून शक्य तितक्या लवकर बाहेर पडण्याची त्यांना पूर्वीहून अधिक घाई लागली होती. 'त्याच दिवशी त्या दोन गढ्या सोडून देण्यात आल्या आणि अफगाणांनी त्या ताबडतोब ताब्यात घेतल्या. मी आणि राजदूत मशिदीशेजारच्या एका ढिगावर उभे राहून आमचे लोक त्या गढ्या खाली करताना बघत होतो आणि हे सांगायला मला संकोच वाटत नाही की, आमचे डोळे दुःखाच्या व संतापाच्या अश्रूंनी भरून गेले होते. या मजबूत गढ्या, ज्या काबूलमधल्या आमच्या डळमळीत झालेल्या स्थानाचे शेवटचे खांब होत्या आणि ज्या जिंकायला आणि रक्षण करायला आम्ही इतकं रक्त सांडलं होतं, त्या दोन्ही आमच्या खूश झालेल्या विश्वासघातकी शत्रूला देऊन टाकल्या जात असताना आम्ही बघत होतो.'

आणि मग काहीही कल्पना नसताना आशेची आणि प्रकाशाची एक छोटीशी फट दिसली. मॅक्नॅघटेननं शुजावर जो वझीर म्हणून लादला होता, त्यानं वीस नोव्हेंबरला निरोप पाठवला की, त्याचा भूतपूर्व वरिष्ठ, बराकझाईंचा एक पुढारी नवाब झमान खान ज्यानं सुरुवातीला बंडाचं नेतृत्व केलं होतं, त्याला 'लोक महम्मद अकबरला साथ देऊ लागल्यानं अपमान वाटला होता आणि त्याला इंग्रजांशी हात मिळवायचे होते. अफगाणांच्या धारदार तलवारींपासून रक्षण शोधतच असल्यानं, इंग्रजांना निझाम-अल-दौलाचं पत्र म्हणजे स्वर्गातून आलेली मदतच वाटली!' त्याच वेळी दुसरी अशी एक बातमी आली की, बरेचसे बंडखोर सैनिक खाण्या-पिण्याच्या वस्तूंच्या किमती फार वाढल्यामुळे अकबरखानवर नाराज होते.

मॅक्नॅघटेनने ताबडतोब दुफळी निर्माण करून पुन्हा सत्ता मिळवण्याचा प्रयत्न सुरू केला. त्याला कसेही करून हिवाळ्याच्या मध्यावर धोक्याच्या असलेल्या डोंगरांमधून परत जाण्यामध्ये जो प्रचंड धोका होता, तो टाळायचा होता; त्यामुळे त्याने वेगवेगळे बेत हाती घेतले. 'जी प्रत्येक नवी कल्पना पहिल्या कल्पनेपेक्षा चांगली वाटेल, ती हाती धरायचा तो विचार करत असे.' मोहनलालमार्फत त्याने किझिलबाश व घिलझाई टोळ्यांच्या प्रमुखांना बंडखोरांपासून वेगळे होऊन ब्रिटिशांच्या मदतीला येण्यासाठी प्रत्येकी वीस हजार रुपयांची रक्कम देऊ केली. त्याने

सांगितले, 'जर काही अफगाणांची अशी इच्छा असेल की, आमच्या सैन्याने या देशात राहावे, तर मला असे वाटते की, मी परत जाण्यासाठी केलेली बोलणी रद्द करू शकतो, कारण ती बोलणी सर्व अफगाण राष्ट्राच्या इच्छेला धरून केली आहेत, अशा समजुतीने मी केली होती.'

परंतु मॅक्नॅघटेनला वस्तुस्थितीची अजिबात कल्पना नव्हती. मनाच्या गोंधळलेल्या अवस्थेत त्याने मोहनलालला लिहिले, 'नक्की काय करावे हे ठरवणे फार अवघड आहे.' अकबरखानचे लग्न घिलझाईंच्या मुलीशी झालेले आहे आणि हे नाते किती मजबूत असते हे त्याच्या लक्षात आले नाही, तसेच बहुतेक सर्व अफगाणी लोक त्यांच्या देशात घुसलेल्या काफिर लोकांचा किती द्वेष करत असत, याची तर त्याला अजिबात कल्पना नव्हती. शिवाय अकबरचे हेर मोहनलालवर लक्ष ठेवून होते आणि कारस्थाने करण्याचे मॅक्नॅघटेनचे जे नवशिके प्रयत्न चालू होते, तेही हे हेर अकबरपर्यंत पोहोचवत होते. याशिवाय त्याचे नुकसान व बदनामी होईल अशा अफवाही बंडखोरांमध्ये पसरल्या होत्या की, जो कोणी अकबरखानला व शत्रू पक्षातल्या इतर प्रमुखांना ठार करेल, त्याला मॅक्नॅघटेनने बक्षीस देऊ केले होते. मिर्झा अताने लिहिले आहे की, मॅक्नॅघटेनने एक गुप्त खलिता टोळ्यांच्या प्रमुखांना पाठवला होता की, 'जो कोणी महम्मद अकबरखानचं डोकं उडवून घेऊन येईल, त्याला दहा हजार रुपयांचं बक्षीस दिलं जाईल आणि शिवाय राजदूतांचा सहाय्यक म्हणून नोकरी दिली जाईल.' हे पत्र वाचल्याबरोबर खान मंडळींनी ते अकबरखानकडे पाठवलं, जे त्यानं स्वत:जवळ ठेवलं. ही गोष्ट खरी असूही शकेल. कारण मोहनलालच्या पत्रव्यवहारात पुरावास्वरूप एक पत्र आहे की, अब्दुल अझीझ नावाच्या एका माणसानं मोहनलालकडून पैसे घेऊन, तेवीस नोव्हेंबरला अब्दुल्लाखान अचाकझाईंशी शेल्टन लढत असताना, अब्दुल्लाखानच्या पाठीत विष लावलेली बंदुकीची गोळी मारली आणि तसं मोहनलालला कळवलं, म्हणजे मोहनलाल बंडखोरांच्या पुढाऱ्यांना मारण्यासाठी पैसे देऊ करत असणार आणि राजदूतांकडून तसे काही अधिकार दिले गेले असल्याशिवाय त्याला असे काही करण्याचे धैर्य होईल हे असंभव आहे.

हे ऐकल्यावर अकबरखानने मॅक्नॅघटेनचा दुटप्पीपणा उघडकीस आणण्यासाठी एक सापळा रचला. बावीस डिसेंबरला संध्याकाळी त्याने त्याच्या दोन चुलत भावांना छावणीत पाठवले. त्यांचे स्वागत करून आत घेऊन जाण्यासाठी कॅप्टन जेम्स स्किनर हा तरुण अँग्लो-इंडियन आला होता, जो घोडदळात अधिकारी होता. स्किनर्स हॉर्स या घोडदळाची स्थापना त्याच्या वडिलांनी केली होती. बंड सुरू झाले त्या दिवशीच बाईचा बुरखा घालून पळून जाण्याचा प्रयत्न करत असताना ते स्वत: पकडले जाऊन कैद केले गेले होते.

जेवण चालू असताना बराकझाई दूतांनी मॅक्नॅघटेनसमोर एक नवा बेत मांडला, जो चकित करणारा होता. त्यानुसार वसंत ऋतू सुरू होईपर्यंत ब्रिटिश लोक अफगाणिस्तानात राहू शकतील आणि शहाशुजा सत्तेवर राहू शकणार होते. ब्रिटिशांनी अकबरखानला शहाचा वझीर करून त्याच्या हातात खरी सत्ता राहण्यासाठी पाठिंबा द्यायचा होता. शिवाय, मॅक्नॅघटेनने त्याला मदत करण्याचे लेखी आश्वासन दिले आणि तीन लाख पौंड एवढी प्रचंड रक्कम रोख दिली व चाळीस हजार पौंडांचे वर्षासन दिले, तर अकबरखान त्याला अमीनुल्ला खान लोगारीचे मुंडके आणून देणार होता. म्हणजे अलीकडेच केलेला तह मोडून टाकून मॅक्नॅघटेनला अकबरखानशी नवा गुप्त तह करण्याची संधी दिली जात होती. ब्रिटिशांची परिस्थिती या वेळी किती डळमळीत होती, याचा विचार करता, या अटी शंका येण्याइतक्या उदार होत्या; परंतु अखेरपर्यंत अहंमन्य राहिलेल्या मॅक्नॅघटेनने स्वत:ला पटवून दिले असावे की, त्याने अलीकडे केलेली कारस्थाने इतकी चलाखीने केलेली होती की, अकबरला त्याच्या सुरक्षेसाठी तडजोड करावी लागत होती! मॅक्नॅघटेनने सांगितले की, अमीनुल्ला खानचा शिरच्छेद करू नये, फक्त त्याला कैद करून ब्रिटिशांचा कैदी म्हणून त्यांच्या स्वाधीन करावे. बाकीच्या सर्व अमिषांना तो बळी पडला आणि पर्शियनमध्ये लिहून आणलेल्या कागदावर त्याने सही केली. मोहनलालच्या म्हणण्याप्रमाणे, 'मॅक्नॅघटेनला अजिबात शंका न येता त्याने या अटी स्वीकारल्या असे नव्हते; परंतु त्याला सैन्याची मदत मिळण्याची काहीही आशा नव्हती आणि माघार घेणे हे ब्रिटिशांच्या नावाला बट्टा लावणारे वाटत होते; त्यामुळे 'बुडत्याला काडीचा आधार' तसे त्याचे झाले होते.'

मॅक्नॅघटेनच्या दुट्टप्पीपणाचा हा अंतिम पुरावा अकबरखानला मिळाला. त्याने तो कागद अमीनुल्ला खानला दाखवला आणि इतर सर्व प्रमुखांनाही धोक्याचा इशारा दिला की, मॅक्नॅघटेन हा त्याच्याबरोबर झालेल्या तहाच्या बाबतीत विश्वासघात करायला व त्यांना कळू न देता दुसरे गुप्त तह करायला तयार होणारा माणूस होता. मग त्याने मॅक्नॅघटेनला निरोप पाठवला की, नव्या तहाचे मुद्दे पक्के करायला दुसऱ्या दिवशी सकाळी त्यांनी भेटावे. मॅक्नॅघटेनने ते कबूल केले.

जॉर्ज लॉरेन्स, मॅकेन्झी व ट्रेव्हर यांना मॅक्नॅघटेनने पहाटेच बोलावून घेतले आणि या नव्या बेताबद्दल सांगितले. लॉरेन्सच्या लिहिण्याप्रमाणे, मॅक्नॅघटेन म्हणाला,

> 'त्याला बऱ्यापैकी आशा होती की, या तहाने त्यांच्या सध्याच्या अडचणी लवकरच व चांगल्या तऱ्हेने संपतील, तसेच अकबर अमीनुल्ला खानला कैदी म्हणून आपल्या ताब्यात देणार आहे.' मग सर विल्यमने मला

बजावले की, मी वेगाने घोड्यावरून बादशहाकडे जाऊन त्याला अकबरच्या नव्या बेताबद्दल सांगायला जायला तयार राहावे. मी जेव्हा पुन्हा म्हटले की, हा बेत धोक्याचा वाटत होता आणि विचारले की, त्यांना विश्वासघात होईल असे वाटत नव्हते का, तेव्हा त्यांनी उत्तर दिले की, धोका तर होताच; पण जर यशस्वी झाला, तर धोका पत्करण्यासारखा होता. बंडखोरांनी पहिल्या तहातली एकही अट पूर्ण केलेली नाही आणि माझा त्यांच्यावर मुळीच विश्वास नाही; परंतु जर असे करण्याने आपली इज्जत राहणार असेल, तर सर्व ठीक होईल आणि काही झाले, तरी गेल्या सहा आठवड्यांचा काळ पुन्हा जगण्यापेक्षा तो शंभरदा मरण पत्करायला तयार होता!'

मॅकेन्झीच्या लांब बंदूकधारी अफगाणांचा प्रमुख हसन खान ज्याने एकनिष्ठ राहून मोदीखान्याच्या गढीतून माघार घेताना नेतृत्व केले होते, तो आता या बोलण्यात मध्ये पडला. त्याने सर विल्यमना पुन:पुन्हा धोक्याचा इशारा दिला की, 'अफगाण सरदारांबरोबरच्या अशा धोकादायक भेटींचा शेवट मृत्यूत होऊ शकतो. त्याचे म्हणणे होते की, त्याच्या देशातील लोकांचे हेतू तो सर विल्यमपेक्षा नक्कीच जास्त चांगले समजू शकत होता आणि विश्वासघात करणे ते कमीपणाचे समजत नसत.' मॅकेन्झीनेही म्हटले की, हा नवा बेत फारच संशयास्पद वाटत होता; परंतु मॅक्नॅघटेनने उत्तर दिले की, 'नवा बेत! ते माझ्यावर सोडा! माझ्यावर भरवसा ठेवा!' एल्फिन्स्टननेही तीच हरकत घेतली, तेव्हाही मॅक्नॅघटेनने आत्मप्रौढीने म्हटले, "ते माझ्यावर सोडा! तुमच्यापेक्षा या गोष्टींबद्दल मला जास्त कळते!"

शेल्टनने सैन्याच्या घोडदळापैकी काहीजण त्याच्याबरोबर द्यायचे ठरले होते – पण नेहमीप्रमाणे घोडदळ विस्कळीत अवस्थेत होते आणि वेळेवर तयार नव्हते. थोडा वेळ वाट पाहिल्यावर घायकुत्या स्वभावाच्या मॅक्नॅघटेनने त्याच्या थोड्याशा अंगरक्षकांबरोबर निघण्याचे ठरवले. त्याच्याबरोबर त्याचे कनिष्ठ अधिकारी लॉरेन्स, ट्रेव्हर व मॅकेन्झी होते. ठरल्या जागी अकबरखान आधीच येऊन वाट बघत होता. त्याच्याबरोबर त्याचा सासरा सुलतान खान बराकझाई, घिलझाई सरदार महम्मद शहाखान आणि तिसरा एक सरदार होता, ज्याला ब्रिटिशांनी ओळखले नाही; पण तो अमीनुल्ला खान लोगारीचा धाकटा भाऊ होता, जो मॅक्नॅघटेनच्या विश्वासघातकीपणाचा साक्षीदार म्हणून आला होता.

भेटीला अदबीने सुरुवात झाली. मॅक्नॅघटेनने अकबरखानला, मागच्या एका भेटीत त्याला आवडलेला एक किमती घोडा भेट दिला आणि बंडखोरांच्या त्या

तरुण पुढाऱ्याने अगदी नम्र भाषेत मॅक्नॅघटेनने आदल्या दिवशी पाठवलेल्या डबल बॅरल पिस्तुलांबद्दल आणि दोन घोड्यांच्या घोडागाडीबद्दलही आभार मानले. सर्वजण घोड्यांवरून उतरले आणि घोड्यांवर घातलेली ब्लँकेट्स तिथल्या एका लहानशा टेकडीवर अंथरण्यात आली. अफगाणी लोकांनी दाखवले की, त्या टेकडीवर आता बर्फ नव्हते. छावणीतून ती टेकडी फारशी दिसत नव्हती. मग मॅक्नॅघटेन अकबरच्या जवळ बसला. ट्रेव्हर व मॅकेन्झी त्याच्याजवळ बसले. लॉरेन्स मॅक्नॅघटेनच्या मागे उभा होता; पण अकबरने पुन:पुन्हा सांगितले म्हणून मग तो एक गुडघा टेकवून बसला. लॉरेन्सने मग इकडे लक्ष वेधले की, तेथे येत असलेल्या अफगाणांची संख्या वाढत होती आणि बैठक जर गुप्तपणे होणार असेल, तर त्या सर्वांनी तेथून जावे. मॅक्नॅघटेनने त्याचे हे म्हणणे अकबरला सांगितले, तेव्हा त्याने उत्तर दिले की, 'ते सर्व या गुप्त बैठकीत सामीलच आहेत.'

लॉरेन्सने नंतर लिहिले की, 'तो असे सांगतो न सांगतो तेवढ्यात मला हातकड्या घातल्या गेल्या, माझे पिस्तूल व तलवार माझ्या बेल्टमधून खेचून काढून घेतली गेली आणि मला बळजबरीने उठवून ओढत लांब नेले गेले. ज्या महम्मद शहाखान घिलझाईने त्याला पकडून धरले होते, तो त्याच्यावर ओरडला व म्हणाला – 'तुला तुझ्या जिवाची पर्वा असेल, तर मुकाट्याने चल!' मी वळून बघतो, तर मॅक्नॅघटेन खाली पडला होता. आधी त्याचे पाय होते, तेथे त्याचे डोके होते. त्याचे हात अकबरने पकडले होते. त्याच्या चेहऱ्यावर अनपेक्षित धक्का व प्रचंड भीती होती. मिर्झा अताच्या लिहिण्याप्रमाणे, लॉरेन्सला ओढून नेले जात असतानाच अकबर मोठ्याने ओरडून मॅक्नॅघटेनला म्हणाला –

> 'तू एका मोठ्या बादशहाचा मंत्री आहेस. एका पराक्रमी सैन्याचा प्रमुख आहेस. परदेशातले सर्व मोठे लोक तुझ्या ज्ञानाचे व अनेक कौशल्याचे गुणगान करतात, परंतु मला मात्र त्यांचे सांगणे पटत नाही – मला वाटते की, तू मूर्ख आहेस. तुझ्या शब्दावर विश्वास ठेवता येत नाही. तुझा विश्वासघातकीपणा तुझ्या लिहिण्यातून समजून येतो! लढाईत तू आम्हाला जिंकू शकला नाहीस आणि आता फसवणूक करून आमचा नाश करू बघतो आहेस? अरे विश्वासघातक्या! लबाडा! फसव्या! आपल्यात झालेला तह इतक्या लवकर मोडू बघत होतास? तुला असं वाटलं का की, माझ्या काबूलमधल्या नागरिकांपेक्षा मी तुझ्यावर विश्वास ठेवेन? तुझ्या सोयीसाठी आम्ही एकमेकांशी लढून खलास होऊ, असे करणे तुला इतके सोपे वाटले? तुझ्या लक्षात तरी येतंय का की, किती हास्यास्पद आहे तुझं हे वागणं? लाज वाटली पाहिजे तुला – सगळे तुझी

टर उडवून हसतील! माझा हेतू तुला मानानं काबूलच्या बाहेर हिंदुस्तानात पाठवण्याचा होता – पण तुझा बेत माझ्यावर मारेकरी घालण्याचा होता! गर्विष्ठ कल्पनांच्या काळ्या धुरानं काळं झालंय मन तुझं! चल आता माझ्याबरोबर काबूलला!'

प्रचंड घाबरून घारीच्या पकडीतून सुटू बघणाऱ्या कबुतरासारखा फडफडत मॅक्नॅघटेन सुटण्याची धडपड करू लागला. अकबरनं त्याला पकडून धरलं, तलवार बाहेर काढून त्याच्यात पोटात खुपसली आणि मग त्याचा शिरच्छेद केला! सुप्रसिद्ध मॅक्नॅघटेन साहेबाचं शिरावेगळं धड एखाद्या वेड लागलेल्या कुत्र्याच्या मढ्यासारखं तुकडे करून फरपटत शहरात नेण्यात आलं आणि तेथे त्याचं डोकं, हॅट आणि धड चार छपरांच्या बाजारात लटकवून ठेवलं गेलं!'

कॉलिन मॅकेन्झी, ज्यानं हे प्रत्यक्ष बघितलं, त्यानं जरा वेगळी हकिगत लिहिली आहे – त्यानं लिहिलं की, काही सशस्त्र अफगाण त्या बसलेल्या लोकांकडे येत होते, तेव्हा अकबरखाननं मॅक्नॅघटेनला 'काहीतरी गुप्त सांगायचंय' म्हणून एका बाजूला बोलावलं. मॅक्नॅघटेन त्याच्या बाजूला वाकल्याबरोबर अकबरखान 'पकडा! पकडा!' असं मोठ्यानं ओरडला आणि त्यानं मॅक्नॅघटेनला खाली दाबून धरलं. अकबरचा चेहरा राक्षसी, क्रूर दिसत होता आणि मॅक्नॅघटेनचा अत्यंत आश्चर्यचकित व प्रचंड घाबरलेला. तो किंचाळला – 'खुदाची कसम; असं करू नका!' अकबरनं त्याच्या कंबरेला पकडून, बंदूक दाखवत त्याला घोड्यावर बसवून त्याच्या बरोबर काबूलला घेऊन जाण्यासाठी जबरदस्ती करून बघितली. राजदूतानं ते नाकारलं आणि म्हटलं, 'काय करणार आहात तुम्ही माझं?' मग सुलतान जान अकबरला म्हणाला, 'लवकर आटपा. छावणीतून सैन्य बाहेर येताना दिसतंय, ते आपल्या सगळ्यांना पकडतील.' अकबरनं हे ऐकल्यावर मॅक्नॅघटेनला त्यानंच दिलेल्या पिस्तुलानं गोळी मारली. तो अजून जिवंत होता; पण अकबरनं त्याच्या नोकराला त्याच्या लांब बंदुकीनं त्याला मारून टाकायाचा हुकूम दिला, तेव्हा ब्रिटिश राजदूत मरण पावला. मग अकबरनं त्याचं डोकं कापायला सांगितलं आणि हुकूम दिला की, सुलतान जाननं मारून टाकलेल्या कॅप्टन ट्रेव्हरचं व मॅक्नॅघटेनचं, दोघांची धडं रस्त्यातून फरफटत घेऊन जावीत.

ही हिंसा चालू झाल्याबरोबर मॅक्नॅघटेनचे सोळा घोडेस्वार अंगरक्षक, त्यांच्या अधिकाऱ्यांना वाचवायचा काहीही प्रयत्न न करता पळून गेले. ते वेगानं छावणीकडे जात असताना मागाहून येत असलेलं घोडदळ त्यांना वाटेत भेटलं, ते लोकही मग मागे वळून पळाले, लॉरेन्सनं लिहिलं –

'काय झालं आहे ते बघायला छावणीतून कोणालाही पाठवलं गेलं नाही. उलट हल्ला केला गेला नाही. शत्रूचे घोडदळ व पायदळ बैठकीच्या जागेपासून महम्मदखानच्या गढीकडे भराभरा जाताना दिसले. त्यांच्यावर एकही बंदुकीची गोळी मारण्यात आली नाही. बरेच अधिकारी म्हणाले की, त्यांच्या लहान दुर्बिणींमधून बैठकीच्या जागी खाली पडलेले दोन देह त्यांना स्पष्ट दिसत होते; पण ते घेऊन येण्याचा काहीही प्रयत्न केला गेला नाही. अशा रीतीनं, आम्ही आमच्या छावणीत असताना, दिवसाउजेडी, लहान बंदुकीची गोळीही पोहोचेल एवढ्या अंतरावर, ब्रिटिश राजदूताचा रानटीपणाने खून करण्यात आला होता, त्याचे छिन्नविच्छिन्न झालेले शरीर कितीतरी तास तेथेच पडून राहू दिले गेले. शेवटी एका क्रूर जंगली जमावाने येऊन त्या मृत शरीराचे वाटेल तसे धिंडवडे काढत, ओढत नेऊन शहरात सगळीकडे फिरवले! परंतु यातील काहीही थांबवण्याचा किंवा या तुलनाच होऊ शकत नाही इतक्या भयंकर कृत्याचा बदला घेण्याचा काहीही प्रयत्न केला गेला नाही.'

इकडे मॅकेन्झी आणि लॉरेन्स दोघांना पळवून नेले जात होते. दोघांच्याही भोवती घिलझाईंनी त्यांच्या तलवारी परजत आणि लांब बंदुकांचे खटके उघडलेले ठेवून घोळका केला होता आणि ते 'काफिरांना मारा,' 'काफिरांना मारा' असे त्वेषाने ओरडत होते – परंतु अकबरखानने त्यांचे रक्षण केले. मॅकेन्झीने कृतज्ञतेने नोंद केली – 'त्याने त्याची तलवार काढली व ती शौर्याने फिरवत राहिला; परंतु मग पुन्हा जेव्हा त्याला वाटले की, मी आता सुरक्षित होतो, तेव्हा त्याच्या सभ्यतेवर त्याच्या गर्वाने मात केली आणि तो माझ्याकडे वळून विजयी आणि कुचेष्टेच्या सुरात पुन:पुन्हा म्हणत राहिला – "माझा देश ताब्यात घेणार आहात काय?" याच वेळी तिकडे संतापलेल्या घिलझाईंच्या जमावाने 'बळी द्या' 'बळी द्या' ओरडत लॉरेन्सला बंदुकीच्या धाकात ठेवलं होतं. घिलझाईंचे मुख्य ठाणे होते त्या महमूदखानच्या गढीवर त्यांना नेण्यात आले. दोन्ही कैद्यांना एका लहान कोठडीत ढकलण्यात आले. दार बंद होताहोता टोळीतल्या एका माणसाने तलवारीने मॅकेन्झीवर वार करण्याचा प्रयत्न केला; पण जवळच उभ्या असलेल्या महम्मद शहाखान घिलझाईने मॅकेन्झीला वाचवण्यासाठी स्वत:चा हात त्याच्याभोवती टाकला आणि तो घाव स्वत:च्या खांद्यावर झेलला.

नंतर थोड्याच वेळात अमीनुल्ला खान लोगारी जो मॅक्नॅघटेनच्या कारस्थानाचा बळी होणार होता, तो आत घुसला आणि त्याने सांगितले की, त्या दोघांना

लवकरच तोफेच्या तोंडी देण्यात येणार होते. त्यांच्या खोलीच्या बाहेर जमलेले घिलझाई त्या दोन्ही काफिर कैद्यांना टोमणे मारत, त्यांच्यावर थुंकत त्यांच्या तलवारी आणि बंदुका गजामधून आत घालून भोसकल्यासारखे करत, कोठडीचं दार तोडण्याचा प्रयत्न करत राहिले. पहारेकऱ्यांनी कसेबसे त्या जमावाला त्या कैद्यांचा खून करण्यापासून रोखून धरले. काही मिनिटांनी बाहेर गलका झाला म्हणून त्या कैद्यांनी बाहेर बघितले, तर एका बांबूवर खोचलेला एका माणसाचा हात होता. घिलझाईंनी ओरडून त्यांना सांगितले – ''बघा! नीट बघा! थोड्याच वेळात तुमच्या हाताचीही हीच अवस्था होईल!''

तो हात मॅक्नॅघटेनचा होता. त्यानंतर भाल्याच्या टोकांवर मॅक्नॅघटेन व ट्रेव्हरची डोकी अशीच फिरवण्यात आली. त्यांची धडे रस्त्यातून फरफटत नेण्यात आली आणि मग त्यांची कातडी सोलून ती मटण अडकवायच्या आकड्यावर बाजारात लटकवण्यात आली! मॅक्नॅघटेनचा मोठा निळा चश्माही तसाच ठेवण्यात आला. मिर्झा अताने लिहिले – 'हे सर्व बघण्यासाठी लोक गोळा झाले आणि तिरस्काराने थुंकले.

> आपल्या वर्तणुकीतला प्रामाणिकपणा व आदराची वागणूक यांना सर्वत्र मान दिला जातो. जो तसा वागतो त्याचा कितीही वाईट परिस्थितीत अपमान होत नाही. तुम्ही प्रामाणिक व सच्चे असाल तर लोक तुमच्यावर प्रेम करतील. फसवणूक केलीत तर लोक तुम्हाला दूर ढकलतील व तुमचा तिरस्कार करतील!' शेवटी सरदार महम्मद अकबरखानची कीर्ती सर्वत्र पसरली. सगळे म्हणू लागले की, इंग्रजांना त्यांच्या फसलेल्या महत्त्वाकांक्षेची गाढवे घेऊन इंडियाला परत जावे लागले आणि इंडियातील स्त्रियांना त्यांच्या मृत नवऱ्याच्या शोकासाठी विधवेची वस्त्रे घालावी लागली. सर्वांना हे समजून चुकले की, जे इंग्रज स्वत:च्या दूरदर्शी धोरणाच्या व लढाईतील शौर्याच्या बढाया मारत असत, ते खुरासनच्या सरदारांपुढे अगदी कुचकामी ठरले. खरे तर ते निव्वळ चिखलात अडकलेले खेचर होते!

रणशिंगांचा कोलाहल

सहा जानेवारी १८४२ रोजी सकाळी नऊ वाजल्यानंतर लवकरच काबूलहून माघार घेऊन परत जाण्यास सुरुवात झाली.

आता पूर्ण बऱ्या झालेल्या लेफ्टनंट स्टर्टने आदल्या रात्री छावणीच्या मागच्या दरवाजाच्या डाव्या बाजूच्या भिंतींमध्ये काही भागांत सुरुंग लावून ठेवले. सुरुंग फुटले की, तयार होणाऱ्या भगदाडातून तो, उरलेले तीन हजार आठशे सैनिक, सातशे युरोपियन पायदळाचे सैनिक आणि सैन्याच्या मागून येणारे चौदा हजार लोक बाहेर पडणार होते. ते सुरुंग पहाटे फोडले गेले. भिंती बाहेरच्या बाजूला पाडल्या गेल्या, ज्यामुळे खंदकावरून जायला पूल तयार झाला.

भिंतीतल्या या मोकळ्या झालेल्या वाकड्यातिकड्या जागेतून काबूलभोवतालच्या चमचमणाऱ्या पांढऱ्या डोंगरांच्या मंडलामागून उगवणाऱ्या सूर्यामुळे दिवस अत्यंत स्वच्छ, चुरचुरीत दिसत होता. जमिनीवर जवळजवळ फूटभर खोल बर्फ होते. तरीसुद्धा तुलनेने सुरक्षित अशा छावणीच्या भिंतींमधून अफगाणिस्तानच्या डोंगरांमधल्या अनिश्चित भवितव्याला तोंड द्यायला बाहेर पडणाऱ्या सैन्याचं दृश्य उत्साहवर्धक नव्हतं. उदास झालेल्या जॉर्ज लॉरेन्सला वाटलं, खचून गेलेली, हताश व गलितगात्र झालेली ही फौज, काही दिवसांपूर्वीच किती तरतरीत, आनंदी, उत्साही दिसायची! त्याला आणि कॉलिन मॅकेन्झीला माघार घेण्याच्या कामावर देखरेख करण्यासाठी ठेवण्यात आलं होतं. त्यानं लिहिलं, 'बाहेर पडल्यावर थोड्याच वेळात सैनिकांचं प्रत्येक पाऊल नुकत्याच घडलेल्या फूटभर बर्फात रुतू लागलं – आमचा सर्वनाशच होणार होता, याची खात्री वाटल्यासारखं माझं मन खचून गेलं.'

त्यांचा येथील राजकीय प्रमुख सर विल्यम हे मॅक्नॅघटेनचा अकबरखाननं खून

केला होता, हे खात्रीलायकपणे कळण्याला आता पंधरा दिवस झाले होते. दोन दिवस उलटसुलट अफवा येत असताना, चिंता वाटत वाट पाहण्यात गेल्यावर सैन्याची अत्यंत वाईट भीती खरी ठरली होती – ब्रिटिशांनी खरोखरच त्यांचा प्रमुख गमावला होता आणि लेडी मॅक्नॅघटेननं तिचा पती.

उद्दाम फिरंगी आक्रमकांच्या इतक्या आश्चर्य वाटण्यासारख्या संपूर्ण पराभवामुळे अफगाणींना विजयाचा आनंद झाला; पण निदान कवींनी तरी लेडी मॅक्नॅघटेनबद्दल स्त्रीदाक्षिण्य व्यक्त करणारी सहानुभूती दाखवली. मौलाना हमीद काश्मिरीनं त्याच्या 'अकबरनामा' या खंडकाव्यात, तिचा पती परत येणार नाही हे तिला सांगितलं गेल्यावर तिच्या तोंडी शोक व्यक्त करणारे शब्द घातले आहेत.

> 'लाट-हे-जंगी' या युद्धप्रमुखाच्या पत्नीनं
> तिच्या कपड्यांची कॉलर धरून फाडली,
>
> अत्यंत दु:खानं रडत तिने शोक व्यक्त केला. 'फिरंग्यांच्या देशातल्या राजपुत्रा!
> युरोपमध्ये तुला मान मिळाला, इथिओपियात तू प्रसिद्ध झालास;
>
> पण या देशात तुझा मृत्यू होणार
> असं विधिलिखित होतं!
>
> परतून ये! तुझ्याबरोबर दारिद्र्यातही मी सुखी राहीन!
> अशा मोठ्या पदापेक्षा भीक मागणंही जास्त चांगलं!
>
> आज रस्त्यावरची उजाड पोरं आणि गल्लीबोळांतले उंदीर
> तुझ्या शिराशी एखाद्या चेंडूबरोबर खेळावं तसे खेळत आहेत!
>
> परत ये माझ्या अभिमानी विजेत्या!
> तुझ्यामुळं महत्त्व होतं, तुझ्या उच्च पदाला आणि शिरपेचाला!
>
> परंतु आज काबूलमध्ये रस्त्यावरच्या धुळीत पडलंय
> तुझं शिराविनाचं शरीर आणि शिरपेच नसलेलं शीर!

आणि तरीही, मौलाना हमीद काश्मिरीनं दाखवलेल्या सहानुभूतीला एक किनार होती. एके काळी बलाढ्य असलेले ब्रिटिश ज्या कमालीच्या वेगाने कोसळले, त्याला मुख्य कारण खुदाची गैरमर्जी हे होतं – खोटं बोलणाऱ्या, फसवणूक करणाऱ्या काफिरांना त्यांच्या लायकीप्रमाणे फळ मिळालं होतं! मौलाना काश्मिरींच्या म्हणण्याप्रमाणे याचा अखेरचा पुरावा म्हणजे काबूलमध्ये पूर्वी कधी झाली नव्हती अशी उग्र बर्फाची वादळं झाली आणि त्यामुळे शापग्रस्त नास्तिकांना जास्तच त्रास झाला.

इतकं दुःख, शोक, वेदना;
अल्लाने त्यांचे हाल थांबवले नव्हते.

त्यांचा नाश करण्याचा चंग बांधून अल्लानंच कधी नव्हे
इतक्या कडक हिवाळ्यात काबूलला पकडलं.

आकाशातून प्रचंड शापाचा इतका वर्षाव झाला की,
घराचं अंगण आणि छप्पर बर्फ पडून एकमेकांत मिसळून गेले.

वाहत्या नदीत पाणी नव्हतं, प्रकाश देणाऱ्या सूर्यात ऊब नव्हती.
बाहेर जनावरं ओरडत, रडत, भेकत होती.

वाऱ्याच्या तीक्ष्ण झोतांनी त्यांची
शरीरं फाटून जात होती.

आधीच दुर्दैवानं गांजलेल्या फिरंग्यांना बर्फाच्या वादळ-वाऱ्याचा
भयंकर आवाज आणि बर्फवृष्टीचं अस्मानी संकट होतं.

सैनिक अनेक होते आणि शिधा कमी होता,
ईश्वरी निवाडा झाला होता, मृत्यू समोर उभा होता.

तेथे राहणं शहाणपणाचं नव्हतं आणि निसटून जाणं अशक्य होतं.
शांततेची आशा नव्हती, युद्ध करणं शक्य नव्हतं.

एव्हाना ब्रिटिशांनाही वाटू लागलं होतं की, हा जणू त्यांच्यावर ईश्वरी कोपच झाला होता. अगदी दुर्दम्य स्वभावाच्या, निश्चयी वृत्तीच्या लेडी सेललाही हे स्वीकारावं लागलं की, कोंडी झालेल्या फौजेची परिस्थिती अतिशय वाईट होती. जे असेल ते कमी महत्त्वाचं करून लिहिण्याच्या तिच्या खास शैलीत तिनं लिहिलं –

> खिसमसचा दिवस, पण उदास! आमची परिस्थिती आनंदी वाटण्यासारखी मुळीच नाही. लॉरेन्स परत आला आहे. तो खूप थकलेला आणि चिंतेमुळे दहा वर्षांनी म्हातारा झालेला दिसतो – नायब शरीफनं सर अलेक्झांडर बर्नेसच्या देहाचं दफन करण्यासाठी पैसे दिले; परंतु त्याचं दफन झालंच नाही आणि अनेक तुकडे केले गेलेल्या त्याच्या शरीराचे काही तुकडे त्याच्या बागेतल्या झाडांवर अजून लटकत आहेत. मॅक्नॅघटेनचं शिर चौकात एका भुशाच्या पिशवीत ठेवलं आहे आणि अकबर म्हणतो की, ते तो बुखाराच्या बादशहाला दाखवायला पाठवणार आहे. त्याला दाखवायला की, त्यानं इथल्या फिरंग्यांना कसं पकडलं आहे आणि तो त्यांची काय

दशा करणार आहे – आम्ही झालेला तह पाळला किंवा नाही पाळला, तरी मला भीती आहे की, आमच्यातले फारच थोडे इंडियाला जिवंत पोहोचतील...'

तिने पुढे लिहिले की, माघार घेऊन परत जाताना कोणत्या वस्तू बरोबर न्याव्यात असे बघत असताना तिला थॉमस कॅम्पबेलच्या कवितांचे एक पुस्तक सापडले होते, जे पान उघडले, ते 'होहेनलिंडेन' या कवितेचे होते, त्यातले एक कडवे रात्रंदिवस माझ्या मनात घोळत राहिले –

फ्यु, फ्यु शॅल पार्ट, व्हेअर मेनी मीट,
द स्नो शॅल बी देअर वाइंडिंग शीट
ॲन्ड एव्हरी टर्फ बिनीथ देअर फीट,
शॅल बी अ सोल्जर्स सेपल्कर

(खूपजण भेटलो आहोत, त्यातले फार थोडे परत पोहोचतील; बर्फ हेच त्यांच्या देहांना गुंडाळण्याचं वस्त्र होईल आणि त्याच्या पायाखालील गवत हे प्रत्येक सैनिकाचे थडगे होईल!)

मॅक्नॅघटेन मारला गेला, तेव्हा तो अफगाण सरदारांशी त्याने सह्या करून केलेला तह मोडण्याचा प्रयत्न करत होता! हे समजल्यावर तर ब्रिटिश फौजांची परिस्थिती अधिक खालावली. ब्रिटिशांचे संपर्क तुटले होते. त्यांची उपासमार होत होती. त्यांचे डावपेच हाणून पाडण्यात आले होते आणि आता त्यांना समजले होते की, त्यांचे उच्च नैतिक अधिष्ठानही त्यांनी गमावले होते! आणि शिवाय, ज्या अफगाण सैनिकांनी युक्तीने आणि जास्त चांगले लढून त्यांचा पराभव केला होता, ते सगळे काही डोंगरांमध्ये राहणारे उत्तम लढवय्ये नव्हते. 'काहीजण तर काबूलमधले व्यापारी आणि कारागीर होते; त्यामुळे आम्हाला तेवढेही, विषण्ण का होईना; पण समाधान मिळाले नाही की, या देशातल्या लढवय्या टोळ्यांना आम्हाला तोंड द्यावे लागले.'

बराच जखमी असलेला एल्ड्रेड पॉटिंगर हा मॅक्नॅघटेनच्या मृत्यूनंतर जिवंत असलेला सर्वांत वरिष्ठ असा राजकीय अधिकारी होता. त्याने एल्फिन्स्टनला सांगितले की, अकबरवर विश्वास ठेवू नये व हेही आग्रहपूर्वक सांगितले की, बाला हिसार हे एकमेव आशास्थान होतं; परंतु तरीसुद्धा पॉटिंगरला डोलीतून शरणागती पत्करण्याची आणि माघार घेण्यासाठीच्या अटींची बोलणी करण्यास पाठवले गेले. त्याने नंतर लिहिले – 'मला आजारी अवस्थेत बाहेर काढून, स्वतःचा नाश करून

घ्यायला जे करता येईल ते करणाऱ्या या मूर्खांच्या सुरक्षिततेची बोलणी करण्यासाठी पाठवण्यात आले! शिधापुरवठा आणि सुरक्षित प्रवासाची हमी यांच्या बदल्यात अकबरने आता त्यांचा उरलासुरला सर्व तोफखाना आणि खजिना मागितला.

अन्नधान्य व सामान लादण्यासाठीच्या जनावरांची वाट बघत ब्रिटिश थांबले होते, तेव्हाही त्यांचा छळ चालूच होता. सर्वांत जास्त त्रास वाढत्या संख्येने येत राहिलेले गाझी देत होते. ते छावणीच्या प्रवेशद्वारांशी गोळा होऊन शिवीगाळ करत आणि आता असहाय्य झालेल्या या आक्रमकांना आणि त्यांच्याशी मैत्रीने वागणाऱ्या अफगाणांना लुटत असत. व्हिन्सेन्ट आयरने लिहिले – 'या लोकांकडून रोजच खूप छळ होत असे.

> शांतपणे वागणारे जे विक्रेते धान्य किंवा जनावरांचा चारा विकायला येत, ते छावणीच्या बाहेर पडले रे पडले की, हे लोक त्यांना लुटत असत. बरेचदा ते आमच्या शिपायांवरही हल्ला करत असत. कितीदा तरी त्यांना गोळ्या मारण्याची परवानगी देऊनही काही उपयोग होत नसे. सरदारांनी स्वत:च आम्हाला तसे करा असे सांगितले होते – परिणामी, आमच्या सैनिकांना रोज अत्यंत अपमानकारक आणि तिरस्कारपूर्ण टोमणे ऐकून घ्यावे लागत असत – तेही अशा लोकांकडून ज्यांना बायोनेटने एकदा दणका घालून हाकलून देता आले असते – पण आमचे सैनिक मुकाट्याने सर्व सहन करत होते; त्यामुळे त्यांना आणखी जोर चढे, कारण त्यांना साहजिकच असे वाटे की, आमच्यामध्ये तेवढीही धमक नाही!'

सर्वांत दुःखदायक गोष्ट ही होती की, ज्या अफगाणांचा ब्रिटिशांशी अजून संपर्क होता, त्यांना पूर्ण खात्री होती की, आम्ही आपण होऊन सापळ्यात अडकणार होतो. २९ डिसेंबर १८४१ रोजी ह्यू जॉन्सनने त्याच्या डायरीत लिहिले –

> 'माझे कितीतरी स्थानिक (अफगाण) मित्र रोज मला भेटायला येतात. सर्वांचे या बाबतीत पूर्ण एकमत आहे की, आमचे दुर्दैव आम्ही स्वत:च ओढवून घेतलेले आहे. बंड सुरू झाले तेव्हा आम्ही केलेले दुर्लक्ष व मूर्खपणा हे त्याचे कारण आहे. ते मला असेही सांगतात की, माघार घेऊन जातानाची आमची सुरक्षा केवळ आमच्या स्वत:वरच अवलंबून आहे. सरदारांच्या वचनांवर मुळीच विश्वास ठेवू नये – त्यांना सर्वांना ठाऊक होतं की, या सर्व सरदारांना, आमचा नाश करण्यासाठी शक्य ते सर्व प्रयत्न करण्यासाठी आधीच पैसे देऊन ठेवलेले आहेत.'

संपूर्ण काबूलमध्ये मोहनलालइतक्या ओळखी आणि संधान दुसऱ्या कोणाचेच नव्हती. त्यानं पुन:पुन्हा ताकीद देणारे इशारे पाठवले की, ब्रिटिश लोकांवर वाटेत सरळ हल्लेच होणार होते. त्याने किझिलबाश सरदारांकडून त्यांच्या लोकांना पाठवण्यात आलेला निरोप मिळवून त्याबद्दलही ब्रिटिशांना कळवले की, त्यांना सर्वांना मारून टाकण्यात येईल – पण त्याच्या सांगण्याकडे दुर्लक्ष करण्यात आले. सगळीकडे अशा भयंकर अफवा पसरल्या की, अफगाणी लोक सर्व ब्रिटिश स्त्रियांना पकडून नेतील आणि एक माणूस वगळून इतर सर्व पुरुषांना मारून टाकण्यात येईल. त्या एका माणसाला खैबर खिंडीच्या तोंडाशी नेले जाईल, तेथे त्याचे हातपाय कापून टाकून त्याला रस्त्यात टाकण्यात येईल आणि त्याच्या छातीवर एक चिठ्ठी टोचून ठेवण्यात येईल; ज्यामध्ये ब्रिटिशांना धमकी दिलेली असेल की, पुन्हा अफगाणिस्तानमध्ये प्रवेश करण्याचा प्रयत्न करू नये. लेडी सेल, जी वस्तुस्थितीला नेहमीच सरळ सामोरी जात असे, तिने उदास शब्दांत तिच्या डायरीत नोंद केली – 'अफगाण आम्हाला सांगत आहेत की, आता आमचे दिवस भरले आहेत.'

खिंडीमध्ये ब्रिटिशांच्या नशिबी काय असेल याबद्दल त्यांना धोक्याचे जितके इशारे शहाशुजाने दिले, तितके कोणीच दिले नाहीत! महम्मद हुसेन हेरातीने नोंद केली की, 'बादशहांनी पॉटिंगरला लिहिले – "या अतिशय कडाक्याच्या हिवाळ्याच्या मध्यावर छावणी सोडून जाणे, हे अत्यंत मूर्खपणाचे आहे. माझे ऐका, जलालाबादला जाण्याचा विचारच करू नका! तुम्हाला छावणी सोडणे भागच असेल, तर इकडे या आणि हिवाळा आमच्याबरोबर बाला हिसारच्या किल्ल्यात घालवा. येथे आपण सर्वजण मिळून हिवाळा संपण्याची वाट पाहू आणि जर धान्याचा साठा संपला तर जवळपास छापे मारून किंवा हल्ले करून, लूट करून आपण धान्य आणू." पण या देऊ केल्या गेलेल्या मदतीचा स्वीकार केला गेला नाही...'

मोहनलालने म्हटले त्याप्रमाणे शुजाला सोडून जाण्याचा ब्रिटिशांचा निर्णय हा अर्थातच फार मोठा विश्वासघात होता. त्याने लिहिले – 'त्रिपक्षीय तहातील अटींचा काहीही मान ठेवला गेला नाही आणि शहाशुजा-उल-मुल्कला सर्वस्वी शत्रूच्या अधीन करून ठेवले गेले. त्याच्या गेल्या दोन वर्षांच्या राज्यकारभारात आम्ही या शत्रूंना आश्रय दिला होता. आम्ही असे केले नसते तर एक स्वतंत्र बादशहा म्हणून त्याने बराकझाईंचा नाश केला असता आणि आम्हाला व त्यालाही मरणप्राय परिणामांपासून मुक्त केले असते.'

शुजा स्वत: मात्र ब्रिटिशांच्या विश्वासघाताने अस्वस्थ होऊन रागावण्यापेक्षा मित्रपक्षाच्या आश्चर्यकारक मूर्ख वागणुकीने आश्चर्य वाटून गोंधळून गेलेला दिसत होता. लुधियानात त्याने घालवलेल्या इतक्या वर्षांमध्ये त्याच्या ब्रिटिश यजमानांशी

त्याचे बरेचदा मतभेद होत असत, तरी कंपनीच्या अत्यंत व्यवस्थित कारभाराच्या पद्धतीचे त्याला कौतुक वाटू लागले होते; परंतु गेले सहा आठवडे तो जे बघत होता, ते खरेच वाटत नव्हते! ब्रिटिश लोक, विशेषत: एके काळी इतक्या कौशल्याने काम हाताळणारा मॅक्नॅघटेन इतका मूर्खासारखा कसा वागला? निराश झालेल्या शुजाने ऑकलंडला लिहिले – 'सर विल्यम मॅक्नॅघटेननी माझे म्हणणे ऐकले नाही. त्याने पुन:पुन्हा राजदूतांना समजावून सांगितले की, –

> या लोकांना मारून किंवा कैदेत टाकण्याशिवाय दुसरे काही करता येणार नाही, मी त्यांना चांगला ओळखून आहे – पण माझ्या बोलण्याचा काहीच उपयोग झाला नाही.
>
> बरेच वेळा मी म्हटले की, मी देश सोडून जातो, कारण नक्कीच बंड होईल असे मला वाटते; पण राजदूत मला सांगत असत की, मी स्वस्थ राहावे; काही सैन्याच्या तुकड्यांनी ते देशात शांतता ठेवतील. मी त्यांना पुन्हा सांगितले की, तुम्ही सावध राहा, तुम्हाला फसवले जात आहे. मी येथून निघून जातो – परंतु माझ्या कुटुंबीयांच्या जबाबदारीने मीही अडकलो होतो. मग हिवाळा सुरू झाला आणि म्हणून मी गेलो नाही आणि मग गोष्टी निकरावर आल्या. कुत्र्यांसारखे आहेत हे लोक! माझी इच्छा व आशा होती की, खोरासन आणि पर्शियाच्या सर्व प्रदेशात मी शांतता प्रस्थापित करेन – कोण माझ्या विरुद्ध जाणार होते? परंतु या लोकांनी त्याला काफिर विरुद्ध इस्लाम असे स्वरूप दिले आणि म्हणून सर्व लोक माझ्याविरुद्ध उठले.'

शुजाला याची विशेष चीड आली की, मॅक्नॅघटेनने त्याच्या शेवटच्या वाटाघाटींमध्ये अकबरखानला प्रचंड रकमा दिल्या. इतके दिवस तो शुजाला देण्यात येणाऱ्या पैशांमध्ये कपात करत आला होता; त्यामुळे चांगली सेना उभी करायला त्याच्याकडे पुरेसे पैसे नव्हते –

> 'महम्मद अकबर आणि इतर लोक उपाशी मरत होते – तुम्ही तुमच्या पैशांनी त्यांना पुन्हा उभे केलेत. तुम्ही तुमच्या शत्रूला पैसे दिलेत; तुम्हाला मारायला तुम्हीच त्याला शस्त्रे दिलीत. तो जे करतो आहे, ते तुमच्या पैशांनी करतो आहे! ते पैसे नसते, तर तो दहा दिवसही तग धरून राहू शकला नसता.'

'मी सर विल्यम मॅकनॅघटेनच्या परवानगीशिवाय पाणीसुद्धा पीत नसे आणि बरेचदा त्यांना म्हणत असे की, आपल्याला खलास करून टाकले जाईल. कॅप्टन लॉरेन्स हयात आहे. त्याच्यासमोर मी असे बरेचदा म्हणालो आहे. कॅप्टन बर्नेसचा आता मृत्यू होऊन गेला आहे, ते त्यांच्या मनाला येईल तसे वागत असत आणि लोकांच्या बोलण्याने ते फसत असत. मी त्यांना सांगितले होते की, लोक तुमच्यावर असंतुष्ट आहेत आणि तुमच्या वाईटावर आहेत; फशी पडू नका – पण काही उपयोग झाला नाही. आत्तापर्यंत काही ना काही करून मी गाडे चालू ठेवले आहे; पण आता अकबरचे लोक माझ्याकडे माणसे पाठवतात आणि म्हणतात की, शहा इस्लाम धर्म बुडवतो आहे. लोक म्हणतात की, मी तुमच्या - ब्रिटिशांच्या बाजूचा आहे आणि म्हणून लोक मला सोडून गेले आहेत.'

शेवटी त्याच्या खास शैलीत त्याने लिहिले– 'अल्लाची मर्जी असेल तसे होईल.'

जॉर्ज लॉरेन्स हा एक अधिकारी जिवंत राहिला होता. त्याच्याशी शुजाचे निकटचे संबंध होते, म्हणून शुजाने त्याला शेवटचा निकडीचा निरोप पाठवला आणि विनवणी केली की, पुन्हा एकदा जनरलला धोक्याचा इशारा द्यावा की, छावणी सोडू नये. अकबरखानच्या वचनांवर अजिबात विश्वास ठेवता येत नाही. लॉरेन्सने नंतर लिहिले – 'बादशहाने आग्रहाने सांगितले – 'आम्ही आमच्या जागेवर असू तोपर्यंत ते आम्हाला काही करू शकणार नाहीत; पण जर आम्ही जागा सोडून बाहेर पडलो, तर आम्ही मेलोच असे समजा.' या सगळ्या ताकीदवजा सूचना मी रीतीप्रमाणे पॉटिंगरला सांगितल्या, तेव्हा त्याने मला जनरल एल्फिन्स्टनकडे नेले, ज्याला मी त्या परत सांगितल्या; परंतु आम्हाला सांगण्यात आले की, 'आता आम्ही जेथे होतो तेथे राहून चालणार नव्हते, आपण बाहेर पडून निघूनच गेले पाहिजे.'

सुरक्षित माघार घेऊन जाणे शक्य नाही हे छावणीतील अधिकारी व्यक्तींना पटवून देता आले नाही, तेव्हा शुजाने त्याच्या अजून काही उरलेल्या ओळखीच्या लोकांना वाचवण्याचा त्याच्याकडून खूप प्रयत्न केला. व्हिन्सेन्ट आयरने नोंद केली आहे –

'लेडी मॅक्नॅघटेन आणि जितक्या इतर स्त्रियांची तिच्या बरोबर येण्याची इच्छा असेल, त्यांनी सैन्याच्या छावणीतून बाहेर पडावे. असा त्याने आग्रह धरला, कारण सगळे सैन्य खलास करण्यात येईल– आणि बाला हिसारमध्ये त्याच संरक्षणाचा फायदा घ्यावा. शहाच्या सैन्याचा प्रमुख

> ब्रिगेडिअर ॲनक्वेटिललाही त्याने म्हणून बघितले की, 'त्याच्या गरजेच्या वेळी त्याला सोडून देणे आणि ज्या सैन्याला तो त्याचे सैन्य समजत होता त्या सैन्याची त्याला मदत न मिळणे ही चांगली गोष्ट होती का?' परंतु या सगळ्याचा काही उपयोग झाला नाही. जनरल आणि त्याचे सल्लागार यांनी ठाम निश्चय केला होता की, आपण येथून गेलेच पाहिजे आणि त्याप्रमाणे आम्ही निघालो.'

लेडी सेलच्या लिहिण्याप्रमाणे पाच जानेवारीच्या रात्री उशिरा शुजाने एक, शेवटची विनंती करणारी चिठ्ठी पाठवली, ज्यात विचारले की, 'त्याच्या सैन्यातील एकही अधिकारी त्याच्याबरोबर थांबणार नाही का?'

परंतु त्याला सोडून दिल्यावर आणि त्याच्या सर्व सल्ल्यांकडे दुर्लक्ष केल्यावर शुजाचे अधिकारी आता पार निघण्यासाठी सामान बांधण्यात गुंतले होते; चिठ्ठीला उत्तर पाठवायलाही त्यांना वेळ नव्हता!

सहा जानेवारीला सकाळी नऊ वाजता रणशिंगे आणि ढोल यांच्या आवाजात ब्रिटिश सैन्याची पहिली तुकडी छावणीतून बाहेर पडून गुडघ्याइतके खोल बर्फ तुडवत जलालाबादच्या रस्त्यावरून खोर्द काबूल खिंडीकडे पायपीट करू लागली. सकाळचे स्वच्छ ऊन पडलेले होते, तरी लेडी सेलजवळच्या थर्मामीटरमध्ये तापमान शून्याच्या बरेच खाली होते!

काही आशादायक चिन्हे दिसत होती – साधारण शंभर-एक अफगाणी लोक त्यांना जिंकायला आलेल्यांना माघार घेताना बघायला आले होते; पण प्रवेशद्वाराशी सारखे घोटाळणारे ते गाझी कसे काय ते नाहीसे झाले? तेव्हा आघाडीची तुकडी काहीही प्रतिकार न होता बाहेर पडली. गळफासासारख्या चहूकडून असलेल्या गढ्यांमधून गेले सहा आठवडे अधूनमधून गोळीबार होत असे, तेथेही पूर्ण शांतता होती, 'त्यांच्या तटांवर एकही माणूस दिसत नव्हता –' सुटल्यासारखे वाटून ह्यू जॉन्सनने नोंद केली.

यामुळे आघाडीची तुकडी खूपच उत्साहात होती.

> गेले दोन महिने आणि तीन दिवस, छावणीत कितीदा तरी झालेल्या बऱ्याच लहान लढायांमध्ये आमचे बरेच सैनिक व अधिकारीही आम्ही गमावले होते तसेच सैनिकांना तर पुरेशा अन्नाअभावी, थंडीमुळे आणि अतिशय श्रमांमुळे खूप त्रास सहन करावा लागला होता. काबूलच्या या

> अत्यंत वाईट हवेत, हिवाळ्यात शेकोट्या पेटवण्यासाठी साठवलेले सर्व सरपणही संपून गेले होते. छावणीतील जवळजवळ सर्व फळझाडेही कापून जळणासाठी वापरली गेली होती.

लेडी सेलचा शेवटचा ब्रेकफास्ट तिच्या डायनिंग टेबलचे पाय कापून ते जाळून केला गेला होता. मग तिने तिच्या अफगाण मैत्रिणींच्या सल्ल्याप्रमाणे डोक्याला पागोटे बांधले आणि अंगात मेंढीच्या कातड्याचा कोट (पुस्तिन) घातला आणि तिच्या बावीस वर्षांच्या गर्भवती मुलीला बरोबर घेऊन स्किनर्स हॉर्सच्या रंगीबेरंगी कपडे असलेल्या सैनिकांमध्ये मिसळली. कॅप्टन लॉरेन्सनं त्या दोघींना संरक्षण देऊ केलं होतं; पण तिला आघाडीला असलेल्या स्किनर्स हॉर्समध्ये मिसळून जाणं जास्त बरं वाटलं.

सरदारांनी सोबतीला माणसं पाठवू असं ब्रिटिशांना जे वचन दिलं होतं, त्यांचा काही पत्ता नव्हता. घाईघाईनं तयार करण्यात येणार होता, तो बर्फानं गोठलेल्या काबूल नदीवरचा पूलही वेळेवर तयार झाला नव्हता. लेडी सेलचा जखमी जावई लेफ्टनंट स्टर्ट रात्रभर कंबरेइतक्या पाण्यात उभा राहून तोफा ओढून न्यायचे गाडे नदीत टाकून त्यावर फळ्या टाकत होता. पूल ओलांडून जायला त्यांना एक तास रांगेत उभे राहावे लागले. सैन्याच्या मागून येणाऱ्या हजारो घाबरलेल्या, उपाशी आणि गारठलेल्या लोकांनी त्यांच्या स्वतःच्या रक्षणासाठी मुद्दामच पलटणीतल्या शिपायांबरोबर मिसळून जाऊन गोंधळ निर्माण केला होता. माघार घेणाऱ्या सैन्याला अफगाणांच्या तलवारींपेक्षा बर्फाचा जास्त धोका होता. जॉर्ज लॉरेन्सने लिहिले की, 'सर्व काही गोठून अगदी टणक झाले होते आणि अत्यंत गारठा होता. स्थानिक सैनिक आणि बाजारबुणग्यांची मला अगदी मनापासून कीव आली. गुडघ्याइतका बर्फ आणि वितळणाऱ्या बर्फाचा चिखल यातून ते चालत होते. माझ्या देखरेखीखाली असलेल्या सर्वांना एकत्र ठेवणे सोपे नव्हते. काही भराभरा पुढे जात होते, तर बायका-मुलांच्या पालख्या आणि डोल्या घेऊन येणारे मागे राहत होते.

पहिला प्रश्न अकरा वाजल्यानंतर थोड्याच वेळात आला, जेव्हा नवाब झमान खान बराकझाईंचा निरोप आला की, त्यांच्या सुरक्षेची जरूर ती सर्व व्यवस्था अजून झाली नव्हती, म्हणून त्यांनी प्रवास थांबवावा. एव्हाना ब्रिटिशांनी स्टर्टने तयार केलेला तात्पुरता पूल ओलांडायला सुरुवात केली होती आणि नदी व छावणी यांच्या मधल्या अंतरात सैन्याची लांबचलांब, जिच्यावर सहज हल्ला करता येईल अशी रांग, थंडगार बर्फात उभी होती. कधीही चटकन निर्णय घेऊ न शकणाऱ्या एल्फिन्स्टनने थांबण्याचा हुकूम दिला आणि मग पुढे काय करावे याबद्दल तो गोंधळात पडला! साधारण याच वेळी, सकाळी न दिसलेल्या गाझींसह अफगाणांचा

एक मोठा घोळका बिबी माहरू खेड्यातून खाली उतरू लागला आणि आनंदाने आरडाओरडा करत, मुख्य छावणीच्या उत्तरेस असलेल्या मिशन कम्पाउंडमध्ये लूट व जाळपोळ करू लागला. इतक्या जवळून येणारे बंदुकांचे आवाज व धुराचे लोट यामुळे सर्वजण घाबरून गेले आणि काही हमाल व सैन्याच्या पिछाडीतले काही लोक रांग मोडून प्रवेशद्वाराच्या बाहेर पळू लागले; त्यांनी उचलून आणायचे असलेले सामान तेथेच टाकले. त्यांच्या सैन्यात मिसळून जाण्याने सगळ्यांमध्ये खूपच गोंधळ माजला.

तासाभराने, साधारण दुपारी, गाझी लोक मिशन कम्पाउंडच्या भिंतीवरच चढले आणि रांगेत उभ्या असलेल्या सैनिकांवर गोळीबार करू लागले. सैन्यातले पिछाडीचे लोक छावणीच्या भिंतींवरून उलट गोळीबार करू लागले. एक वाजेपर्यंत युरोपियन पायदळातले पन्नास लोक मेले किंवा जखमी होऊन बर्फात पडले. कॉलिन मॅकेन्झीला उघडउघड दिसत होते की, आता त्यांची कत्तलच होणार होती – सैन्य अर्धे बाहेर आणि अर्धे छावणीत होते, एल्फिन्स्टन अजूनही घुटमळत होता – हे बघून 'थांबा'च्या त्याच्या हुकुमाला न जुमानता मॅकेन्झी वेगाने पुढे गेला – जनरल अशक्त आवाजात मागून ओरडत राहिला की, 'मॅकेन्झी, तसे करू नको!' पण त्याने पुलापर्यंत पुढे जाऊन शेल्टनला पुढे जाणे सुरू करायला सांगितले. मॅकेन्झीने ठोस निर्णय घेतल्यानंतरही, मध्ये वेळ वाया गेल्याने उजेड कमी होऊ लागल्यामुळे, पिछाडीच्या सैनिकांना छावणीतून बाहेर पडायला जवळजवळ पाच वाजले होते. अकरा तास छावणीच्या भिंतींवर पहारा देत ते उपाशीपोटी उभे होते. ते भिंतींवरून उतरल्याबरोबर गाझी सरळ छावणीत घुसले, त्या भिंतींवर चढले आणि त्यांच्या लांब बंदुकांनी सैनिकांच्या रांगेवर गोळीबार करू लागले!

बरेचसे सैन्य पहिल्या रात्री जेथे थांबायचे ठरले होते, त्या बाग्रामीजवळ पोहोचले होते; पण बरेचसे सामान व दारूगोळा अजून पुलाच्या पार व्हायचा होता! एव्हाना बरेचसे सैन्य, पिछाडीचे सैनिक बंदुकीच्या टप्प्यात आल्याबरोबर गाझींनी गोळीबार सुरू केला. पिछाडीस असलेले सैनिक उभेच्या उभे खाली कोसळू लागले! उरलेले घाबरून धक्काबुक्की करत पूल ओलांडू बघू लागले.

> या भीतीच्या वातावरणात, त्या अपमानकारक दिवसांतील हृदय पिळवटून टाकणाऱ्या अनेक दृश्यांपैकी एक दृश्य कॉलिन मॅकेन्झीच्या लक्षात कायम राहिले. एकाएकी त्याला अंगात काहीही कपडे नसलेले एक लहान हिंदुस्तानी मूल दिसले. ते तेथे बर्फात बसले होते, जवळ आई-वडील कोणीही नव्हते. ती सुमारे दोन वर्षांची सुंदर छोटी मुलगी होती. गुडघे मुडपून ती ताठ बसली होती. तिच्या छोट्याशा नाजूक मानेभोवती

कुरळ्या केसांच्या बटा होत्या आणि तिचे मोठे काळे डोळे आणखी विस्फारून ती बंदूकधारी सैनिक, घोडदळ अशा सगळ्या अनोळखी गोष्टींकडे बघत होती! अशीच आणखी बरीच निष्पाप लहान मुले आणि बायका तलवारींनी गारद होऊन पडली होती. त्यांचे केस त्यांच्याच रक्तात भिजले होते. थोड्या वेळानंतर बर्फातून हिंडणारे अफगाण मरायला टेकलेल्यांना मारून टाकताना आणि पायदळातल्या जखमी सैनिकांना सुऱ्याने भोसकून टाकताना दिसले.

स्टर्टने जनरलना सांगितले होते की, पुलाच्या पलीकडे नदीच्या भागातून उंट व घोडे सहज पलीकडे जाऊ शकतील. मात्र, ही महत्त्वाची माहिती कोणाला सांगितली गेली नव्हती असे वाटते. छावणीच्या भिंतींवरून होणारा गोळीबार वाढत गेला. प्रचंड घाबरलेले उरलेले शिपाई, मागून येणाऱ्या बायका-मुलांशी धक्काबुक्की करत नवीन पुलावरून जात राहिले. संध्याकाळी सूर्य डोंगरांमागे जाऊ लागला. सावल्या लांब होऊ लागल्या. नदीचा काठ बर्फाने आच्छादलेली दलदलच झाला होता. तो इतका घसरडा झाला होता की, सामानवाहू उंटांना त्याच्या जवळ पोहोचणेही अशक्य झाले. छावणीच्या भिंतींवरून जास्त प्रमाणात व अधिक अचूक गोळीबार होऊ लागला; त्यामुळे भांबावून लोक तंबू, बंदुकीच्या दारूची पिंपे, लहान बंदुकीच्या गोळ्यांच्या पेट्या, कपड्यांच्या व खाद्यान्नाच्या पेट्या अशा सगळ्या वस्तूंचे ढीग काबूल नदीच्या काठावर सोडून देऊ लागले. सामानाची टाकून दिलेली पोती व जनावरांवर लादता येतील अशा थैल्या, आता आग लावलेल्या छावणीच्या उजेडात दिसत होत्या. ब्रिटिशांना ज्या नऊ तोफा नेण्याची परवानगी देण्यात आली होती, त्यातल्या दोन जड तोफा बर्फातून ओढून नेणे अशक्य झाल्यामुळे पिछाडीच्या सैनिकांना त्या भोके पाडून निरुपयोगी करून टाकाव्या लागल्या. सरतेशेवटी इतकी घबराट निर्माण झाली की, जवळजवळ कुठलेच सामान पुलावरून नेता आले नाही. अशा तऱ्हेने एल्फिन्स्टनने हल्ल्याच्या सुरुवातीला केलेली फार मोठी चूक पुन्हा दुसऱ्यांदा केली – मोदीखान्याचे संरक्षण करू न शकण्याची!

आयरने आठवणींमध्ये लिहिले होते – 'आता रात्र पडली होती, परंतु गाझींनी आमचं वसतिगृह आणि छावणीतली जवळजवळ प्रत्येक इमारत पेटवून दिल्यामुळे आसपासच्या कित्येक मैलांच्या परिसरात त्या आगीच्या ज्वाळांचा उजेड पसरला होता – ते अत्यंत भीतिदायक दृश्य प्रचंड दडपण आणणारं होतं.' सूर्यास्त झाल्यावर तापमान आणखी खाली गेलं. बाग्रामीला मुक्काम करण्यासाठी सैनिकांचा मुख्य जथा तंबू, लाकडे व अन्न यांची व्यर्थच वाट बघत राहिला. बाग्रामी आणखी सात मैल दूर होते. तास जात राहिले, रात्र आणखी अंधारी व थंड होऊ लागली.

सामान व शिधा हातचा गेला आहे ही बातमी पसरू लागली. माघार घ्यायला सुरुवात केल्यानंतर काही तासांमध्येच सैन्याने त्यांचा अन्नधान्याचा सर्व साठा गमावला होता!

त्या रात्री बाग्रामीमध्ये सर्वत्र नुसता गोंधळ होता. पिछाडीचे लोक येऊन पोहोचायला रात्रीचे दोन वाजले. 'त्या सर्व वाटचालीत त्यांना लढाई करतच आणि मरून किंवा जखमी होऊन पडलेल्या स्त्रिया-पुरुष-मुले यांच्यामधून वाट काढत पुढे यावे लागले होते – ते थंडीने गारठून किंवा जखमी होऊन पडले होते. त्यांना जागचे हलता येत नव्हते. म्हणून ते पुढे जाणाऱ्या लोकांना विनवत होते की, त्यांना मारून टाकून त्यांचे हाल थांबवावेत!' अगदी बाग्रामीच्या मुक्कामाच्या तळापर्यंत 'कितीतरी असे सैनिक व इतर लोक त्यांना दिसले, जे अत्यंत निराश होऊन तेथेच बर्फात मरून जायला वाटेतच बसले होते!'

फारच थोड्या नशीबवान लोकांना त्या दिवशी काही खायला मिळालं. जॉर्ज लॉरेन्सला लेडी मॅकूनॅघटेननं स्वतःसाठी बरोबर आणलेल्या खाण्याच्या पदार्थांमधून थोडंसं शिजवलेलं मटण आणि शेरी दिली. बाकी जवळजवळ सगळे उपाशीच राहिले. 'छप्पर, विस्तव, अन्न काहीच नाही अशा अवस्थेत त्यांना नुसत्या बर्फावर पडून राहावं लागलं. सगळे ज्या तऱ्हेनं निपचित पडून होते, त्यातूनच त्यांचं नैराश्य आणि थकव्यानं आलेलं मांद्य समजत होतं. – एकाचाही आवाज ऐकू येत नव्हता.'

लेडी सेलची अवस्था इतरांपेक्षा चांगली होती. तिचं सगळं सामान गेलंच होतं आणि खायला काही नव्हतं, तरी तिनं तिच्या आयाला घोड्यावर बसताना खाली घालायला स्वतःचं अंथरूण दिलं होतं; त्यामुळे तिला आणि तिच्या कुटुंबाला निदान पांघरूण तरी मिळालं होतं. आणखी काहीजणही थोडे नशीबवान होते. चिडचिड्या स्वभावाच्या डॉ. मॅग्राथना एक रिकामी डोली सापडली, त्यात ते झोपले. आतापर्यंत हे स्पष्ट झालं होतं की, विशेषतः बंगालमधले शिपाई बर्फाशी सामना करू शकत नव्हते. मॅकेन्झीच्या एकनिष्ठ, लांब बंदुकावाल्या अफगाण सैनिकांनी कसं करायचं ते दाखवलं. त्याबद्दल आयरनं कौतुकानं लिहिलं होतं, 'मुक्कामाच्या जागी पोहोचल्याबरोबर त्यांनी सर्वांत आधी बर्फ बाजूला करून थोडी मोकळी जागा तयार केली; मग त्या जागेत ते गोलाकारात चिकटून चिकटून, सगळ्यांचे पाय मध्यभागी येतील असे झोपले. त्या सर्वांकडे मिळून जे काही गरम कपडे होते, ते त्यांनी सर्वांवर पांघरले. एकमेकांच्या अंगाची मिळून पुरेशी ऊब झाली आणि ते हिमबाधा होण्यापासून वाचले. कॅप्टन मॅकेन्झीही स्वतः त्यांच्याबरोबर तसाच झोपला आणि त्यानं नंतर सांगितलं की, त्याला थंडीचा फारच थोडा त्रास झाला.'

अशा युक्त्या किती जरुरीच्या होत्या हे दुसऱ्या दिवशी सकाळी समजलं.

सैन्यातले बरेचजण रात्री केवळ थंडीनं गारठून मरून गेले होते! जॉर्ज लॉरेन्सनं लिहिलं, 'माझ्या तंबूजवळच एक केस पिकलेला वृद्ध वाटाड्या मॅकग्रेगर थिजून मरून पडलेला दिसला. अतिशय थकून त्यानं मुकाट्यानं मरण पत्करलं होतं!' शहाशुजाच्या सैन्यातल्या तीस वर्षांच्या अगदी अबोल स्वभावाच्या स्कॉटिश असिस्टंट सर्जन विल्यम ब्रायडनला बरेचजण शोधत होते. मेंढीच्या कातडीच्या कोटात गुरफटून घेतल्यानं चांगली ऊब येऊन तो झोपला होता. पहाटे उठून सगळीकडे भराभरा जाऊन, जेवढे जिवंत होते तेवढ्यांना ऊब यावी म्हणून 'उठून उड्या मारा' असं प्रोत्साहन देत तो हिंडत राहिला. त्याने त्याच्या डायरीत लिहिले – 'माझ्याजवळ झोपलेल्या हिंदुस्तानी सैनिकांना उठवायला मी हाका मारल्या; पण फारच थोड्यांना तसं करता आलं. त्यांच्यातले काहीजण तर माझ्या सल्ल्याला हसले. त्यांनी त्यांच्या पायांकडे बोट दाखवले – ते जळून काळ्या पडलेल्या लाकडासारखे दिसत होते! बिचाऱ्यांच्या पायांना हिमबाधा झाली होती. शेवटी त्यांना तेथेच सोडून द्यावे लागले!'

माघार घेण्याचा दुसरा दिवस पहिल्या दिवसापेक्षाही जास्त गोंधळाचा होता. व्हिन्सेन्ट आयरने लिहिले – 'एव्हाना अर्ध्याहूनही कमी शिपाई काम करू शकण्याच्या स्थितीत होते. थंडीमुळे अगदी सशक्त माणसांचेसुद्धा हात-पाय निकामी झाले होते. त्यांची शक्ती पार गेली होती. ते काहीही काम करू शकत नव्हते. घोडदळाच्या लोकांना उचलून घोड्यांवर बसवावे लागत होते – दगडासारख्या झालेल्या बर्फाची मोठमोठी ढेकळे घोड्याच्या खुरांना इतकी घट्ट चिकटली होती की, ती काढायला छिनी आणि हातोडाच लागले असते. आम्ही घेतलेला श्वास बाहेर सोडताना त्या हवेचे आमच्या दाढी-मिशांवर बर्फाचे कण व्हायचे – एव्हाना लढण्याजोगे सैनिक केवळ शेकड्यांमध्येच राहिले होते.'

सैनिक शरीरांनी अतिशय अशक्त झालेच होते; पण त्यांचा निश्चय आणि स्वत:वरचा ताबा त्याहूनही कमी झाला होता. ह्यू जॉन्सनने त्याच्या डायरीत लिहिले – 'सकाळी सुमारे साडेसात वाजता, कोणताही हुकूम मिळाला नव्हता किंवा रणशिंग वाजले नव्हते, तरी आघाडीच्या तुकडीतले लोक पुढे चालू लागले. काही शिस्त राहिलीच नव्हती.' उरलेले सामान उचलून उंट व घोड्यांवर ठेवण्यापूर्वीच कडेच्या डोंगरांच्या उतारांवरून मोठ्या संख्येने अफगाण खाली येऊ लागले आणि हाताला येईल ते लुटून नेऊ लागले. एक लहान, मातीच्या विटांनी बांधलेली गढी आमच्या मुक्कामाच्या जवळच होती. खेचरे ओढून नेत असलेल्या तीन तोफा तेथून पुढे जात होत्या, तेव्हा एका अफगाण जमावाने एकदम हल्ला केला आणि त्या

काबीज केल्या. ज्या शिपायांकडे तोफांचे रक्षण करायचे काम होते, ते ताबडतोब पळून गेले! सैन्य पुढे जात असताना भोवताली जमलेल्या अफगाण घोडेस्वारांची संख्या वाढत गेली. ते ब्रिटिश सैन्याच्या समांतर असे दोन्ही बाजूंनी येत राहिले; मध्ये घुसणाऱ्या, मागून येणाऱ्या लोकांवर मधूनच केव्हाही गोळ्या झाडत राहिले. घाबरलेल्या मेंढ्यांना धनगर नेतात तसे हे होते, खूप घाबरलेल्या शिपायांना आता लढून प्रतिकार करण्याचीही अजिबात इच्छा राहिली नव्हती.

एक सबंध हिंदुस्तानी तुकडी, जी शहाशुजाची एकोणतिसावी तुकडी होती, ती सर्वच्या सर्व त्या सकाळी अकबरखानला जाऊन मिळाली. इतर बरेच शिपाई, जे हिमबाधेने पुढे जाऊच शकत नव्हते, त्यांनी आता त्यांची शस्त्रे टाकून दिली आणि ते या आशेने काबूलच्या दिशेने परत गेले की, गावातल्या गुलामांच्या व्यापाऱ्यांचे, त्यांच्याकडे लक्ष जाण्यापासून त्यांच्या जखमा त्यांना वाचवतील – आणि नाहीतरी 'सैन्याबरोबर जात राहण्याने मृत्यू अटळ होता हे आता स्वच्छ दिसत असल्याने, त्यापेक्षा परत जाऊन कैदी होणे त्यांना बरे वाटले!' पुढे कित्येक महिन्यांनी शेकडो लुळे, पांगळे, पंगू झालेले पूर्वी शिपाई असलेले लोक लंगडत, खुरडत, काबूलच्या बाजारांमध्ये भीक मागताना दिसत राहिले.

आता सैन्याच्या मुख्य भागालाही जलालाबादला पोहोचेपर्यंत पुरेल इतके अन्न किंवा दारूगोळा उरला नव्हता. तरीही, एल्फिन्स्टनने दुसऱ्या दिवशी दुपारी खोर्द काबूल खिंडीच्या तोंडाशी, सैन्य जेमतेम पाच मैल पुढे गेले होते तेव्हा थांबायला सांगितले. जॉन्सनने लिहिले – 'यामुळे आणखी एक दिवस वाया गेला.

> आम्ही काबूल सोडले तेव्हा प्रत्येकी एक चतुर्थांश शिधा, फक्त पाच दिवस मिळू शकेल एवढे धान्य शिल्लक होते. जनावरांसाठी चारा नव्हता आणि वाटेत काही मिळण्याची शक्यताही नव्हती. एल्फिन्स्टनच्या हुकुमामुळे, आधीच थंडीने ज्यांचे हातपाय जवळजवळ काम करेनासे झाले होते, अशा आमच्या कमनशिबी सैन्याला निवाऱ्याशिवाय आणखी एक रात्र बर्फात काढावी लागली. कोठे मुक्काम करायचा हे आधी ठरलेलेच नसल्याने एकच गोंधळ माजला. तीन चतुर्थांश शिपाई तरी मागून येणाऱ्या लोकांमध्ये मिसळले होते आणि त्यांच्या सैन्याचे मुख्य ठाणे कुठे आहे हेही त्यांना कळत नव्हते.

जनरल एल्फिन्स्टनच्या नेतृत्वगुणांबद्दल लेडी सेललाही तिरस्कार व संताप वाटत होता. तिला आता पूर्वीपेक्षाही जास्त खात्री वाटू लागली की, सर्वनाश होणे अटळ आहे.

तिने लिहिले – 'या अनावश्यक मुक्काम वाढवण्यामुळे आमच्या जवळचा शिध्याचा साठा आणखी कमी झाला. सैनिकांसाठी किंवा अधिकाऱ्यांसाठी निवाऱ्याची काहीही जागा नसल्याने थंडीने सर्वांचेच गारठून गेलेले हातपाय चालेनासे झाले आहेत.'

बर्फ अजूनही एक फुटापेक्षाही खोल आहे. माणसांना किंवा जनावरांना खायला काही नाही. जवळच्या नदीतले पाणी आणणेही अवघड आहे, कारण पाणी आणायला गेलेल्या लोकांना गोळ्या मारल्या जातात! पण आमचे वरिष्ठ इतक्या विचित्र मानसिकतेचे आहेत की, आम्हाला अजूनही सांगितले जाते की, (अफगाण) सरदार प्रामाणिक आहेत; अकबरखान आमचा मित्र आहे आणि ते आम्हाला थांबायला सांगत आहेत कारण खिंडी मोकळ्या करण्यासाठी ते त्यांचे सैन्य पाठवणार आहेत! यात शंका नाही की, ते सैन्य पाठवतील; पण आम्ही निघण्यापूर्वी जे भाकीत केले होते, ते तंतोतंत खरे ठरत आहे!'

अशा तऱ्हेने दुसऱ्या रात्रीही सैन्य उपाशीपोटी, दाट बर्फामध्ये झोपले; परंतु या वेळी कडेच्या डोंगरउतारांवर सर्व बाजूंनी अफगाण गोळा झाले होते, अंधारात गोळीबार करत होते. अशा अफवा पसरल्या होत्या की, अकबरखान स्वत:च गोळीबार करायला सांगत होता. आयरने लिहिले – 'उपासमार, गारठा, प्रचंड थकवा आणि मृत्यू यांची ती रात्र होती. झोंबणाऱ्या थंडीमुळे शरीराच्या प्रत्येक भागाची संवेदनशीलता ताणली जाऊन संपते. मग वेदनांच्या तीव्रतेखाली आत्म्याचे खोलवर दफन होते. असा मृत्यू सर्वाधिक भयानक असतो.'

पण पहिल्या दोन दिवसांचे हाल तिसऱ्या दिवशी सकाळी जे होणार होते, त्याच्या तुलनेत काहीच नव्हते.

खोर्द काबूलच्या खिंडीच्या उंचचउंच कड्यांच्या पायथ्याशीच बुत्खाक आहे. दोनहून जास्त महिन्यांपूर्वी येथेच, फाइटिंग बॉब सेलची पलटण झोपण्याची तयारी करत असताना त्यांच्यावर हल्ला करण्यात आला होता. आता त्याच कड्यांवरून त्यापेक्षा खूप जास्त रक्तरंजित हल्ला पहाटे झाला. या हल्ल्यापूर्वीही, न दिसणाऱ्या त्या लांब बंदुका भरल्या जात असल्याचा अंगावर काटा आणणारा आवाज येत राहिला आणि मग गोळीबार सुरू झाला.

सूर्योदयाच्या जरा आधी अंधारातच, ब्रिटिशांच्या तळाच्या पाठीमागे अफगाण

मोठ्या संख्येने गोळा झाले होते. शिपाई झोपेतून जागे झाल्यावर त्यांना उरलेल्या तंबूभोवती गोठून मरून पडलेले देह दिसू लागले. तेव्हाच लढाई सुरू झाली. ह्यू जॉन्सनने लिहिले – 'उजाडताच दिसलेलं दृश्य भीतिदायक होतं.

> सैन्य पूर्णपणे विस्कळीत झालेलं होतं. प्रत्येक मनुष्य थंडीनं गलितगात्र झाल्यामुळे कोणालाही पाऊल पुढे टाकता येत नव्हतं की स्वत:ची बंदूक हातात धरता येत नव्हती. रात्रभर उघड्यावर जिथे आम्ही तळ ठोकला होता त्याच्या मागच्या बाजूनं शत्रूसैन्य येताना दिसले. त्याबरोबर त्या भागात असलेले पुरुष, बायका-मुलं समोरच्या भागाकडे धावत सुटले. जमिनीवर दारूगोळ्याच्या पेट्या आणि इतर अनेक वस्तू पडल्या होत्या. थोड्याच वेळात मोठ्या संख्येने शत्रूचे लोक गोळा झाले. ते आमच्यावर चालून आले असते, तर आम्ही काहीही प्रतिकार करू शकलो नसतो आणि आमच्यातल्या प्रत्येकाला सहज मारून टाकलं गेलं असतं.'

त्याऐवजी सर्वांत आघाडीचं सैन्य आणि मागून घोळक्यानं पुढे आलेली माणसं सर्वांनाच मोठ्या कौशल्यानं खोर्द काबूल खिंडीच्या तोंडाकडे वळवण्यात आलं. बायकांचं नेतृत्व लेडी सेल करत होती, तिनं नंतर लिहिलं – 'एक टंबलर भरून शेरी प्यायल्यानं मला खूप बरं वाटलं – एरवी कुठल्याही वेळी एवढी शेरी पिणं माझ्या सभ्यतेला शोभलं नसतं!' तेवढ्यात जनरल एल्फिन्स्टनच्या लोकांना लांब अंतरावर काही अफगाण घोडेस्वार एका निशाणाखाली उभे राहिलेले दिसले. ते मागच्या बाजूला जरा लांब उभे राहून उघडउघड हुकूम देत होते. असं वाटलं की, हा अकबरखानच असणार. ते बरोबर निघालं. मॅकेन्झी आणि लॉरेन्सला अकबरखाननं ब्रिटिश सैन्याला सुरक्षित जाऊ देण्याचं वचन दिलं होतं. त्याबद्दल पुन्हा बोलणी करण्यासाठी त्यांना पाठवण्यात आलं. अकबरखाननं सांगितलं की, त्याचे मित्र मॅकेन्झी व लॉरेन्स यांना पुन्हा ओलीस म्हणून ठेवण्यात आलं, तर तो त्याच्या लोकांमध्ये खूप वजन असलेल्या माणसांना पुढे पाठवेल आणि घिलझाईंना खिंड रिकामी करायला सांगेल. ही अट कबूल करण्यात आली.

लॉरेन्सने नंतर लिहिले, 'अकबरच्या दोन माणसांच्या बरोबर, शत्रूच्या गर्दीतून आम्ही सरदारपर्यंत (अकबर) पोहोचलो. तो एका टेकडीच्या कडेला बसून सकाळचा नाश्ता करत होता; त्याने शिष्टाचाराप्रमाणे आम्हालाही त्याच्याबरोबर खायला बोलावले आणि त्याच वेळी आमची शस्त्रे काढून घेण्याचा त्याच्या नोकरांना हुकूम दिला! मग आम्ही खाली बसलो. ज्या माणसाने आत्ता अलीकडेच आमच्या राजदूताचा - मॅक्नॅघटेनचा खून केला होता, त्याच्याच ताटात (त्यांच्या पद्धतीप्रमाणे)

खाण्याच्या विचाराने अंगावर काटा आला. मग अकबर त्या दोन तरुण अधिकाऱ्यांना, तो त्यांच्या संरक्षणाची व्यवस्था करू शकण्यापूर्वीच काबूल सोडल्याबद्दल दोष देऊ लागला. तेव्हाच खिंडीतून बंदुकांचा प्रचंड भडिमार होत असलेला त्या दोघांना ऐकू आला. आघाडीच्या लोकांना बरोबर खिंडीत पकडून गारद करण्यात येत होते!

नंतर असे समजले की, घिलझाई बरेच दिवसांपासून या वेळेची तयारी करत होते. कठडे आणि दगडांचे ढीग अशा तऱ्हेने तयार उभारण्यात आले होते की, ब्रिटिशांच्या लहान बंदुकांच्या गोळ्या तिथपर्यंत पोहोचणारच नाहीत; पण दरीच्या पायथ्यापासून अफगाणांच्या लांब बंदुकांच्या गोळ्या मात्र ब्रिटिशांपर्यंत पोहोचू शकतील! ब्रिटिशांची आघाडीची तुकडी खिंडीच्या कडेच्या उंच उंच डोंगरांच्या पुरेशी आत शिरली, तेव्हा अफगाणी पायदळाच्या नेहमीच्या पद्धतीप्रमाणे वरच्या डोंगरांच्या कडेने हल्ला करावयास हवा होता. तो केलाच नाही. त्याऐवजी हा अनपेक्षित हल्ला करण्यात आला.

लेडी सेलने त्या रात्री लिहिले – 'आम्ही अर्धा मैलही गेलो नव्हतो, तेव्हा आमच्यावर जबरदस्त गोळीबार झाला. अकबरचे जे लोक पुढे जात होते, ते म्हणत होते की, आम्ही त्यांच्याबरोबर राहावे; ते त्यांच्या माणसांना सांगत होते की, त्यांनी ओरडून डोंगरावरच्या लोकांना गोळीबार करू नका असे सांगावे; पण त्यांच्या सांगण्याचा काही उपयोग होत नव्हता. अकबरच्या माणसांनाही आमच्याइतकाच धोका होता –

> पण मला तर वाटते की, आम्हाला त्यांच्या देशातून बाहेर काढण्यासाठी ते स्वतःच जीवदेखील गमवायला तयार होते. गोळीबारातून पुढे गेल्यावर आम्हाला मेजर थाइनचा घोडा दिसला. त्याच्या मागच्या दोन पायांमधून गोळी गेली होती. आम्ही जरा सुरक्षित जागी पोहोचलो होतो असे वाटले म्हणून बिचारा स्टर्ट त्याच्या घोड्यावरून मेजर थाइनला बघायला गेला, तेव्हा त्याच्याच घोड्याला गोळी मारली गेली आणि स्टर्ट खाली पडला. जमिनीवरून उठण्याचा प्रयत्न करण्यापूर्वीच त्याच्या पोटात गोळी लागून मोठी जखम झाली. खूप प्रयत्न करून दोन लोकांनी त्याला एका लहान घोड्यावर बसते करून धरून ठेवले आणि खोर्द काबूलच्या तळावर आणले.
>
> मिसेस स्टर्ट ज्या लहान घोडीवर होती, त्या घोडीच्या कानाला व मानेला गोळी लागली. सुदैवाने माझ्या फक्त एका हाताला एक गोळी लागली. दुसऱ्या तीन गोळ्या माझ्या मेंढीच्या कातड्याच्या कोटातून अगदी खांद्याजवळून गेल्या; पण मला लागल्या नाहीत. जे आम्हाला गोळ्या मारत होते, ते

> आमच्यापासून पन्नास यार्डांहून कमी अंतरावर होते. त्या अतिशय वाईट रस्त्यावरूनही आम्ही आमच्या घोड्यांना जितके जलद नेता येईल तितके घेऊन गेलो म्हणूनच वाचलो.

लवकरच खिंडीत खूप गर्दी झाली. बराच वेळ जोरात गोळीबार होत असतानाही आम्ही हलू शकत नव्हतो – एका जागीच होतो. सदतिसावी पलटण एकही उलट गोळी न मारता हळूहळू पुढे जात राहिली, कारण ते सर्व थंडीने इतके गारठले होते की, त्यांच्या वरिष्ठ अधिकाऱ्यांनी त्यांना कितीही सांगण्याचा प्रयत्न केला, तरी ते शत्रूला हाकलण्याचा काहीही प्रयत्न करू शकत नव्हते. शत्रूने त्यांच्यातल्या काहीजणांकडून त्यांची शस्त्रे तर काढून घेतलीच; पण त्यांच्या अंगावरचे कपडेही काढून घेतले. चव्वेचाळिसाव्या पलटणीच्या बऱ्याच लोकांनी या शिपायांच्या बटव्यांतून दारूगोळा काढून घेतला – वरून होणाऱ्या गोळीबाराने इकडे आमचे लोक भराभर मरून किंवा जखमी होऊन पडत होते. आमच्या सैन्यातली कमीतकमी पाचशे माणसे आणि मागून येणाऱ्यांपैकी सुमारे पंचवीसशे माणसे मारली गेली.'

आणि तरी, नंतर जे आले, त्यांच्या म्हणण्याप्रमाणे लेडी सेल ज्या आघाडीच्या लोकांबरोबर गेली, त्यांचे तुलनेने कमी हाल झाले. ह्यू जॉन्सनने लिहिले की, 'आघाडीच्या लोकांचे खूप हाल झाले हे खरे, पण मागून आलेल्यांच्या तुलनेत ते सुदैवी होते.

> नंतरच्या कत्तलीचे दृश्य अत्यंत भयंकर होते. आम्हाला या युद्धाच्या भयानक हल्ल्याला सुमारे पाच मैल चालत जाताजाता तोंड द्यावे लागले. सर्व सामान टाकून दिले गेले. प्रत्येक डोंगरावरचे दोन्ही बाजूंचे खडक, गुहा येथून शत्रू मारा करतच होता; पण खाली खिंडीत उतरूनही ते बायका-पुरुष-मुले सर्वांना ठार करत होते. पाच मैल लांब रस्ता मेलेल्या आणि मरत असलेल्या लोकांनी भरून गेला होता. देशी शिपायांच्या सदतिसाव्या पायदळातले निम्म्याहून जास्त लोक आणि त्यांच्या बरोबरचे तितकेच लोक मेले. जे जिवंत राहिले, त्यांना हिमबाधा झाल्यामुळे जवळजवळ हातपाय हलवताही येत नव्हते. आमच्या हालांमध्ये भर घालायला आम्ही खोर्द काबूलमध्ये पोहोचल्यावर बर्फ पडायला सुरुवात झाली!'

लॉरेन्स आणि मॅकेन्झीला संपूर्ण सकाळ अकबरबरोबर इकडचे-तिकडचे बोलत बसून राहावे लागले. खिंडीतला गोळीबार ऐकत राहावे लागले. मॅकेन्झीला बऱ्याच

भाषा येत होत्या. 'दारी' भाषा बऱ्याच ब्रिटिशांना समजत होती. अकबर त्या भाषेत त्याच्या लोकांना सांगत होता की, 'ब्रिटिशांना सोडून द्या.' अफगाण टोळ्यांची पुश्तू भाषा फक्त मॅकेन्झीला आणि दुसऱ्या काहींना येत होती, त्या भाषेत अकबर सांगत होता की, 'सर्वांना मारून टाका!' दुपार टळल्यावर या दोन ओलिसांना कैद करून जाऊ देण्यात आले – मॅक्नॅघटेनच्या खुनाच्या दिवसासारखे – पण या वेळी त्यांच्या रक्षणाला अकबरचा चुलतभाऊ सुलतान जान बराकझाई होता. हे लोक जेथून पुढे गेले, तेथील दृश्य अत्यंत भयंकर होते. लॉरेन्सने वर्णन केले आहे –

> शिपाई आणि मागून जाणाऱ्या लोकांचे कपडे काढून घेण्यात येत होते. त्यांच्याजवळ असेल ते सर्व लुटून घेण्यात येत होते आणि जे त्यांचे पैसे आणि किमती वस्तू द्यायला नाही म्हणतील, त्यांना ताबडतोब भोसकून किंवा तलवारीने मारून टाकण्यात येत होते – आम्हाला बघितल्याबरोबर ते बिचारे लोक मदतीसाठी हाका मारू लागले. त्यांच्यातल्या बऱ्याचजणांनी मला ओळखले आणि नावाने हाका मारल्या; पण आम्ही काय करू शकणार होतो? घिलझाईंना आता रक्ताची चटक लागली होती. त्यांची वाघासारखी मनोवृत्ती उघड दिसत होती. अत्यंत खुनशीपणे आमच्याकडे बघत, आमचा बळी द्यायला आम्हाला त्यांच्या ताब्यात द्यावे अशी मागणी ते करू लागले. त्यांचे रक्ताने माखलेले लांब सुरे आमच्या चेहऱ्यांसमोर नाचवत ते म्हणत होते – 'तुमच्या भोवताली पडलेली प्रेते बघा. तुम्हीसुद्धा लवकरच त्यांच्यातले होणार आहात!' 'फळं खायला आलात काय तुम्ही काबूलला? आता कसं वाटतंय?' ते ओरडत होते.

लॉरेन्सला एका इंग्रज माणसाचा देह रस्त्याच्या कडेला पडलेला दिसला. लॉरेन्सनं घोडा तिकडे नेला आणि बघितलं, तर तो जिवंत होता –

> 'बिचाऱ्यानं डोकं उचलून बघितलं आणि मला ओळखल्यावर तो ओरडला, 'दया करा कॅप्टन लॉरेन्स, मला इथं सोडून जाऊ नका!' मी घोड्यावरून खाली उडी मारली, त्यानं सुलतान जानच्या दोन माणसांना मदतीला बोलावलं. आम्ही त्याच्याजवळ जाऊन त्याला उठवलं. तो चव्वेचाळिसाव्या पलटणीचा सार्जंट होता. आधी असं वाटलं की, त्याचा फक्त डावा हात गेला आहे. त्याला उचलल्यावर मला दिसलं की, त्याच्या मानेपासून पाठीच्या कण्यापर्यंत त्याचे तुकडे केले गेले होते! ते पाहून मला भयंकर वाईट वाटलं.' 'याला उचलून काय उपयोग आहे?' ते अफगाण म्हणाले,

हा काही मिनिटांच्या वर जगणार नाही! नाइलाजानं मला त्यांच्या म्हणण्याला होकार द्यावा लागला. मी त्या बिचाऱ्याला सांगितलं की, आम्ही त्याच्यासाठी काही करू शकत नव्हतो – तेव्हा तो म्हणाला, 'मग दया करा आणि मला गोळी मारा!' मी अत्यंत दु:खानं म्हटलं की, 'मी तेही करू शकत नाही!' तेव्हा तो म्हणाला, 'मग मला इथं मरायला सोडा आणि जा!' आणि आम्हाला नाइलाजाने तेच करावं लागलं.

आम्ही पुढे गेलो तेव्हा आम्हाला शत्रूचे बरेच घोडेस्वार आणि पायदळाचे लोक काबूलकडे परत निघालेले दिसले. त्यांनी तऱ्हतऱ्हेची लूट भरून घेतली होती. एका दुष्ट माणसाच्या घोड्यावर त्यानं त्याच्या पाठीमागे एका लहान हिंदुस्तानी मुलीला बसवलं होतं...'

त्या रात्री, खिंडीच्या वरच्या भागात पोहोचल्यावर ब्रिटिशांना तळ टाकायला आदल्या रात्रीपेक्षाही थंड जागा मिळाली. इथे ते उघड्यावरच असताना, संध्याकाळी बर्फ पडू लागला. रात्री नऊ वाजेपर्यंत बर्फाचं मोठं वादळ सुरू झालं. सर्व सैन्यासाठी मिळून फक्त चार तंबू बाकी होते. त्यातला एक लेडी सेल आणि तिची मुलगी यांना देण्यात आला. जळण किंवा अन्न काहीच नव्हतं; पण निदान काही डॉक्टरांकडे अजून त्यांच्या औषधांच्या पेट्या होत्या. लेडी सेलनं लिहिलं, 'डॉ. ब्रायडनचा मित्र आणि त्याच्यासारखाच स्कॉटिश असलेला डॉ. अलेक्झांडर ब्राइस यानं येऊन स्टर्टची जखम बघितली, त्यानं बँडेज वगैरेही बांधलं; पण त्याच्या चेहऱ्यावरून मला समजलं की, काही आशा नव्हती! नंतर त्यानं माझ्या मनगटातली गोळीही काढली आणि माझ्या दोन्ही जखमांना मलमपट्टी केली. त्या रात्री शिपाई आणि मागून येणारे लोक जे अर्धे गोठून गेले होते, त्यांनी जबरदस्तीनं आमच्या तंबूतच नव्हे तर आमच्या अंथरुणातही येण्याचा प्रयत्न केला. त्या रात्री तंबूच्या भोवताली बरेच लोक मरून गेले. बऱ्याच बायका आणि मुलांना पळवून नेण्यात आलं.'

आयरनं लिहिलं – 'सर्वांसाठी बर्फ हेच अंथरूण होतं. त्यातल्या बऱ्याचजणांसाठी सकाळपर्यंत तेच मृतदेह गुंडाळायची चादर झालं होतं. त्या भयंकर रात्री आमच्यातले काहीजण जिवंत राहिले हेच नवल आहे!' मौलाना हमीद काश्मिरीनं 'अकबरनामा'मध्ये असंच लिहिलं आहे –

'हिवाळ्यानं अत्यंत निर्दयपणानं
काबूलच्या शूर लोकांवर प्रेमाचा वर्षाव केला

कारण काफिर जर बर्फानं मेले नाहीत
किंवा लुटारूंच्या तलवारींनी,

तर चहूकडून येणाऱ्या रानटी कोल्हे, लांडगे, तरसं यांना
कोल्ह्यानं मांसाच्या मेजवानीसाठी हाका मारल्या.

वर घारी घिरट्या घालत होत्या
आणि सर्व मांसभक्षक प्राण्यांना बोलावत होत्या

त्या रस्त्यावर जिवंत सुटले किती?
सगळे खाली पडले होते, बर्फात बुडून गेले होते.

पिछेहाटीच्या चौथ्या दिवशी सकाळी, नऊ जानेवारीला उत्तुंग उंचीवरील शून्य अंशाखालच्या भीषण थंडीत, जेव्हा बर्फाचं जोरदार वादळ सुरू झालं तेव्हा मात्र काळजीची जागा घोर निराशेनं घेतली. शहाशुजाच्या सैन्याच्या मदतीसाठी आलेल्या तुकडीतल्या, बचावलेल्या मूठभर सैनिकांमधल्या कॅप्टन विल्यम ॲन्डरसन यांनी, लिहून ठेवलेल्या वृत्तान्तात म्हटलंय, 'माणसांच्या पायांवरलं मांस सोलवटून त्याचे बारीकबारीक पापुद्रे झडू लागले होते. रात्रीच्या वेळी थंडीनं गोठून जाऊन असंख्य माणसं मरण पावली.'

बर्फाच्या वादळाची तीव्रता आणखी वाढत गेल्यामुळे, संपूर्ण दिवसात त्यांनी जेमतेम मैलभराची वाटचाल केली. मुन्शी अब्दुल करीमनं नमूद केलं, 'संपूर्ण आकाश बर्फानं भरून गेलं होतं.' त्यानं वृत्तान्त लिहिला :

'क्षितिज दिसेनासं झालं. इतका जोरदार वारा सुटला की, वृक्ष मुळापासून उखडले गेले. काळ्याकुट्ट ढगांची दाटी झाली आणि जोरदार गडगडाटाबरोबर विजांचा चमचमाट सुरू झाला. हिमवृष्टी झाल्यामुळे थंडीचा कडाका वाढला आणि सारा आसमंत कापरासारख्या शुभ्र हिमाच्या भुकटीनं आच्छादला गेला. इंग्रज सैनिक गोठून गेले. त्यांच्या हाताच्या बोटांची पेरं गळून पडली. त्यांच्या हाडांवरचं मांस गळून पडलं. त्यांची पावलंसुद्धा घोट्यांपासून अलग झाली. गोठलेल्या अवस्थेतल्या निश्चल माणसांमधून जिवंत आणि मृत हा फरक ओळखणं अशक्य झालं. अशा भीषण हवामानाची सवय असलेल्या अफगाणी टोळ्यांनी डोंगरांवर गर्दी केली आणि असहाय्य इंग्लिश सैनिकांची लूटमार करण्यासाठी ते डोंगरावरून झपझप खाली उतरले. मरणपंथाला लागलेले, नाहीतर दगडाप्रमाणे

> गोठून गेलेले इंग्रज सैनिक त्यांना आढळले. ते स्वत:ची शस्त्रं, सोनं-नाणं, मालमत्ता अशा गोष्टींची काळजी करण्याच्या परिस्थितीतच नव्हते. त्यांची शुद्ध जवळजवळ हरपत आलेली होती. त्यांना फक्त आपल्यावर कोसळलेल्या भीषण परिस्थितीचीच जाणीव उरली होती.'

त्या दिवशी संध्याकाळी एल्फिन्स्टननं, आपलं सैन्य हरलं आहे या सत्याचा स्वीकार केला आणि सर्व ब्रिटिश स्त्रियांना त्यानं अकबरखानच्या हाती सोपवलं. संपूर्ण दिवसभर, अकबर या ब्रिटिश तुकडीच्या पिछाडीस घुटमळत होता आणि सतत ठामपणे सांगत होता की, तो घिलझाईंना नियंत्रणात ठेवण्याचा पूर्ण प्रयत्न करत होता. त्याचं म्हणणं होतं की, रक्ताला चटावलेले घिलझाई लोक त्यांच्या सरदारांनासुद्धा जुमानेनासे झाले होते. स्त्रिया, मुलं आणि हार मानायला तयार असलेले जखमी अधिकारी यांना सुरक्षित ठेवण्याची त्यानं तयारी दर्शवली. शेवटी दोन पुरुष, आठ स्त्रिया आणि नऊ मुलं अशा एकूण एकोणीसजणांना त्यानं संरक्षण देऊन तेथून दूर नेलं. लेडी सेल आणि त्यांची मुलगी ॲलेक्झांड्रिना यांना नुकताच थरथरत्या तट्टूवर बांधलेल्या अवस्थेतला स्टर्ट मरण पावताना दिसला होता. लेडी सेलनं लिहून ठेवलं, 'हादरे बसल्यामुळे त्याच्या यातना वाढल्या आणि त्यामुळे तो लवकर मरण पावला; परंतु त्याची पत्नी आणि मी त्याच्या सोबत असल्याची त्याला जाणीव झालेली होती. दु:खात सुख एवढंच की, ख्रिस्ती धर्मानुसार त्याचं दफन करता आलं.' त्यानंतर तिनं नमूद करून ठेवलं :

> 'कौटुंबिक विवंचनांपायी जेरीला आल्यामुळे, मला किंवा श्रीमती स्टर्टना निर्णय घेता येत नव्हता की, आम्ही सरदारानं (अकबरखान) देऊ केलेलं संरक्षण स्वीकारावं की नाही! आम्ही सुरक्षितपणे जलालाबादला पोहोचण्याची आशा अगदी क्षीण होती; त्यामुळे आम्ही इतरांपाठोपाठ गेलो... आम्हाला खूप वळणावळणाच्या मार्गानं खुर्द काबूलच्या किल्ल्यांकडे नेण्यात आलं. तिथं आम्हाला महम्मद अकबरखान आणि ओलीस ठेवलेले इतर लोक दिसले. आमच्यासाठी तीन खोल्या रिकाम्या करून दिल्या गेल्या. या खोल्यांना एका लहान दरवाजाखेरीज दुसरा प्रवेशमार्ग नव्हता आणि अर्थातच त्या खोल्या काळोख्या आणि घाणेरड्या होत्या. मध्यरात्री थोडी बोकडाची हाडं आणि तुपकट भात त्यांनी आमच्यापुढं ठेवला. आम्ही ज्या कपड्यांनिशी काबूल सोडलं त्याखेरीज श्रीमती स्टर्ट आणि माझ्याजवळ दुसरं काहीही नव्हतं.'

ज्या लोकांना ते निष्ठुर, जंगली जनावरं समजत होते, त्याच लोकांच्या हाती आपल्या बायकांना सोपवावं लागणं ही ब्रिटिश सैन्यासाठी फार मोठी मानखंडना होती! त्याउलट, ब्रिटिश मेमसाहिबांना संरक्षण देऊ करणं, ही गोष्ट अफगाणी लोकांना मोठी स्त्रीदाक्षिण्याची वाटत होती. मुन्शी अब्दुल करीमनं लिहून ठेवलं होतं, 'रणांगणावर निष्ठुरपणे लढा देणाऱ्या कप्तान अकबरखाननं जेव्हा स्त्रियांची आणि मुलांची भीषण परिस्थिती पाहिली, तेव्हा त्याला त्यांची दया आली.' मुन्शी अब्दुल करीमनं पुढं नमूद केलं :

> 'देवावरील भक्तीमुळे आणि सर्वसाधारण सौजन्यामुळे त्यानं मृतांपासून जिवंत राहिलेल्यांना दूर करवलं. त्यांना उबेच्या जागी नेलं आणि त्यांना मेंढ्यांची कातडी आणि मऊ केसांच्या सेबल प्राण्यांची कातडी यांच्यापासून बनवलेल्या शालीचं पांघरूण घातलं. त्यांच्या अंगात ऊब आणण्यासाठी, त्यांना धगधगत्या कोळशांनी भरलेल्या लोखंडी शेगड्यांजवळ ठेवलं; कारण भीषण गारठ्यामुळे त्यांच्या धमन्यांमधलं रक्त गोठून गेल्यासारखं झालं होतं. अफगाणी पाहुणचार हा असा असतो! अगदी अटीतटीच्या भयानक लढाईनंतरसुद्धा, यातना सहन करणाऱ्या दुर्बलांची ते अशा प्रकारे शुश्रूषा करतात की, जणू ते त्यांचे आप्तस्वकीयच आहेत! कारण जर खुदाच्या मनात आले, तर काफिरांच्या हातून काहीतरी चांगलं घडू शकतं.'

परंतु माघार घेत असलेल्यांची दुर्दशा मात्र सुरूच होती. दुसऱ्या दिवशी म्हणजे १० जानेवारीच्या सकाळी खोर्द काबूलच्या उंच सुळक्यांवर अडकलेल्या ह्यू जॉन्सननं थोडक्यात पण स्पष्ट शब्दांत नमूद केलं, 'आमच्या संपूर्ण काबूल सैन्यातील एकही शिपाई शिल्लक राहिलेला नव्हता. आमचं सारं सामान नाहीसं झालं होतं. आम्ही हरल्यातच जमा होतो. आमच्यापैकी प्रत्येकाला खात्री वाटत होती की, सरत्या तासागणिक मृत्यूची अटळता वाढणार होती. थंडी आणि उपासमारीनं तरी मृत्यू आला असता किंवा आमच्या शत्रूनं कत्तल केल्यामुळे. बर्फातून परावर्तित होणाऱ्या सूर्यकिरणांमुळे माझे डोळे इतके सुजले आहेत की, मी जवळजवळ आंधळा बनलो आहे. असह्य वेदना होत आहेत. अनेक अधिकारी अगदी दृष्टिहीन बनले आहेत.'

लेडी मॅक्नॅघटेनला त्या दिवशी सकाळी अकबरखानच्या हाती सोपवलं गेलं, तेव्हा तिच्या साठवणीतलं मागे राहिलेलं अन्न डॉक्टर ब्रायडनच्या हाती लागलं, हे त्यांचं सुदैवच होतं! जॉर्ज लॉरेन्ससमवेत तिनं चाखलेलं मटण आणि शेरी हे मद्य केव्हाच संपून गेलं होतं; परंतु अजूनही 'काही अंडी आणि मद्याची एक बाटली

शिल्लक राहिली होती... अंडी उकडलेली नव्हती, तर गोठून, त्यांचा दगड झालेला होता. मद्यसुद्धा मधासारखं दाट झालेलं होतं...' ब्रायडनना थोडं अन्न मिळालं हे त्यांचं नशीबच म्हटलं पाहिजे, कारण पिछेहाटीचा तो सर्वांत वाईट दिवस ठरला होता. बर्फामुळं दृष्टिहीन झालेले आणि हिमबाधा झालेले सैनिक तेझिन खिंडीतल्या चिंचोळ्या मार्गानं धडपडत पलीकडे पोहोचले, तेव्हा काळजीपूर्वक व्यूहरचना केलेलं सैन्य, दबा धरून त्यांच्यावर हल्ला चढवायला सिद्ध होतं. त्या रात्री, ब्रायडननं त्याच्या रोजनिशीत नोंद केली, 'हा भीषण प्रवास होता.' तो पुढे लिहितो :

> 'शत्रूचा गोळीबार अव्याहतपणे चालू होता. बर्फामुळे दृष्टिहीन झालेल्या सैनिकांना आणि अधिकाऱ्यांना आपण कुठे चाललो आहोत, हेच कळत नव्हतं. त्यांची कत्तल केली गेली. मी बॅननेस नावाच्या ग्रीक व्यापाऱ्याला उंचावरचं बरंच अंतर कापायला मदत केली. मला कित्येक वेळा खूप आंधळेपणा जाणवत होता. मी मूठभर बर्फ माझ्या डोळ्यांवर चोळत होतो आणि तसंच करावं असं इतरांनासुद्धा सुचवत होतो; कारण त्यामुळे खूप बरं वाटत होतं. तेझिन खिंडीकडच्या उतारावर इतकं भरगच्च शुभ्र बर्फ नव्हतं. सूर्य अस्ताला जाऊ लागल्यावर आमचं अंधत्वसुद्धा दूर झालं; परंतु त्याबरोबरच शत्रूचा गोळीबारही वाढला. त्यांची संहारक्षमता वाढली. पूर्ण मार्गभर, शत्रूनं आमच्यावर बाजूनं आणि पिछाडीनं जोरदार हल्ला केला. संध्याकाळच्या सुमाराला तेझिनचं खोरं गाठेपर्यंत काबूलहून निघालेल्या स्थानिक तुकड्यांपैकी केवळ मूठभर लोक शिल्लक राहिले होते. खिंडीत प्रवेश करताक्षणीच डॉक्टर ब्राइसच्या छातीच्या आरपार बंदुकीची गोळी गेली. मरतेवेळी त्यांनी आपलं मृत्युपत्र कप्तान मार्शलच्या हाती दिलं.'

एल्फिन्स्टननं सरकारकडे पाठवलेल्या अधिकृत निवेदनात नमूद केलं, 'शिपायांनी जवळजवळ काहीच प्रतिकार केला नाही. त्यांच्यापैकी बऱ्याचजणांची हातांची किंवा पायांची बोटं गळून पडली होती. गोठलेल्या बर्फानं आच्छादलेल्या त्यांच्याजवळच्या चापाच्या बंदुका कुचकामी, चालवायच्या लायकीच्या उरल्या नव्हत्या. झालेली कत्तल भीषण होती. आम्ही कुब्बेर-जुब्बेरला पोहोचलो, तेव्हा सैनिक आणि त्यांच्या पाठोपाठ येणारे छावणीसाठीचे नोकर यांच्यातला फरक ओळखणं अशक्य झालं होतं. जवळजवळ सर्व सैनिकांनी त्यांची शस्त्रास्त्रं, लष्करी पोशाख आणि सरंजाम फेकून दिलेले होते. आमच्या रानटी आणि रक्तपिपासू शत्रूच्या भक्ष्यस्थानी ते अगदी सहजपणे सापडले.' नेहमीप्रमाणेच, एल्फिन्स्टननं दिलेल्या हुकुमामुळे गोष्टी आणखी बिघडल्या.

लॉरेन्सनं नमूद केलं, 'आमचे सैन्याचे अधिकारी तत्पूर्वीच्या चढाईएवढेच माघार घेतेवेळी नेतृत्व करण्यात असमर्थ ठरले. त्यांनी अत्यंत विकृतपणे आमच्या सैनिकांना आज्ञा केली की, कोणत्याही परिस्थितीत त्यांनी गोळीबाराला प्रत्युत्तर देऊ नये. याचा परिणाम असा झाला की, सैनिकांच्या रांगा कचाट्यात सापडल्या आणि तेझिन गाठेपर्यंत प्रतिकार न करणाऱ्या सैनिकांची अनिर्बंधपणे कत्तल होत राहिली...' थकून गेलेल्या आणि निराश झालेल्या जॉन्सननं लिहून ठेवलं, 'आम्ही इतके दाटीवाटीनं चालत होतो की, झाडलेली प्रत्येक गोळी तुकडीतल्या कुणाला तरी लागत होती.'

अकरा जानेवारीच्या संध्याकाळी दिवसभर झालेल्या कत्तलीनंतर संख्येनं रोडावलेली तुकडी तेझिन खिंडीबाहेर पडून सुपीक खोऱ्याच्या तळाशी असलेल्या जगदालक खेड्याकडे जाऊ लागली, तोवर मृतांची संख्या १२ हजारच्या वर पोहोचली होती. कसेबसे दोनशे सैनिक शिल्लक राहिले होते. त्यांना पाठीमागच्या बाजूनं खंदेपणानं संरक्षण देत शेल्टन नेतृत्व करत होता. त्यानं प्रथमच आपल्या शौर्याची चुणूक दाखवली आणि अफगाणी लोकांना दूर थोपवून धरलं. जॉन्सननं लिहून ठेवलंय, 'शेल्टनच्या शौर्याला सीमाच नव्हती. अनेक बाजूंनी हल्ला चढवून त्याच्या डोक्याचा, शेपटीचा आणि बाजूचा चावा घेऊ पाहणाऱ्या गावठी कुत्र्यांच्या झुंडीला तोंड देणाऱ्या बुलडॉगसारखी त्याची अवस्था झालेली होती. शेल्टनच्या लहानशा तुकडीवर घोडदळ आणि पायदळ या दोहोंनी हल्ला चढवला होता आणि त्यांची संख्या पन्नासपट जास्त असूनही शत्रूचा एकही माणूस जवळ येऊ धजला नाही... तो खोऱ्यात उतरला, तेव्हा आम्ही पूर्ण इंग्रजी इतमामानं त्याचा जयजयकार केला. डोंगरावरच्या शत्रूला आमच्यावर नेम धरणं सहजशक्य आहे याची आम्ही पर्वा केली नाही.'

त्या रात्री, जगदालकमधल्या मोडकळीस आलेल्या भिंतींच्या आडोशाला जमलेल्या उरलेल्या उपाशी सैनिकांना शत्रूनं वेढा घातला होता, त्या वेळेस अकबरखाननं जनरल एल्फिन्स्टन आणि ब्रिगेडियर शेल्टन यांना तडजोडीची बोलणी करण्यासाठी बोलावणं धाडलं. ह्यू जॉन्सन त्यांच्यासाबेत गेला. त्याने लिहून ठेवलंय, 'आम्हाला दिसलं की, सरदार आणि त्याच्या तुकडीनं उघड्यावरच छावणी ठोकली होती. सरदारानं ज्या दयाळूपणानं आणि सहानुभूतीनं आमचं स्वागत केलं, त्याची तुलना कशाशीच होऊ शकत नाही. आम्ही तहान-भुकेनं व्याकूळ झालो आहोत हे कळताक्षणीच त्यानं आम्ही जमिनीवर जिथे बसलो होतो, तिथेच आमच्या पुढ्यात चादर पसरायची आज्ञा केली.' त्यानं त्यांना शेकोटीजवळ बोलावलं, त्यांना जेवण दिलं आणि त्यांना त्यांच्या सैनिकांकडे परत जायला परवानगी दिली नाही!

दुसऱ्या दिवशी रात्री नऊ वाजेपर्यंत, दिवसभर अव्याहत गोळीबाराला तोंड दिल्यानंतर, उरलेले सर्व नेते एकतर पकडले तरी गेले किंवा मरण तरी पावले हे स्पष्ट झालं. जगले वाचलेले लोक, चोवीस तास केलेल्या प्रवासात तहान-भुकेनं इतके व्याकूळ झाले होते की, त्यांनी ठरवलं की, आता जगण्याचा एकच पर्याय शिल्लक आहे; तो म्हणजे रात्रीच पुढे जायचा प्रयत्न करणे! परंतु खिंडीच्या सर्वांत अरुंद भागात होली ओकच्या काटेरी फांद्या एकत्र गुंफून सहा फूट उंचीची काटेरी भिंत उभी करण्यात आली होती. आपल्या हातांनी ती भिंत तोडू पाहणाऱ्यांना किंवा ती चढून जायचा प्रयत्न करणाऱ्यांना गोळ्या घालून शत्रूनं ठार केलं. फारच थोडेजण ती भिंत चढून जाऊ शकले. ती चढण्यात अपयशी झालेल्यांपैकी सीतारामनं नमूद केलंय :

'जनरल साहेब निघून गेल्यावर उरलीसुरली शिस्त नाहीशी झाली; त्यामुळे अफगाणी लोक आम्हाला आणखी त्रास देऊ शकले... अनेक शिपाई आणि अन्य मदतनीस आपला जीव वाचवण्यासाठी शत्रूला जाऊन मिळाले. माझी पूर्ण तुकडी नष्ट झाली होती आणि मी एका उरल्यासुरल्या युरोपीय तुकडीत सामील झालो. मला वाटलं होतं की, त्यांच्या बरोबर राहिलो तर या तिरस्करणीय देशाबाहेर पडण्याची थोडी तरी शक्यता असेल, पण हाय रे दैवा! नशीब कोण टाळू शकलंय? पावलागणिक आम्ही प्रतिकार करत राहिलो आणि माणसं गमावत राहिलो. आमच्यावर पुढून, मागून आणि डोंगरमाथ्यावरून हल्ला होत राहिला. खरं सांगायचं तर तो शुद्ध नरक होता! तेव्हाची भीषण परिस्थिती मला शब्दांतही मांडता येत नाहीय! अखेरीस आम्ही रस्ता अडवून धरणाऱ्या उंच भिंतीपाशी पोहोचलो. ही भिंत ओलांडण्याच्या प्रयत्नात आमची पूर्ण तुकडी नष्ट झाली. आमचे लोक देवासारखे लढले; पण शत्रूची संख्याच इतकी मोठी होती की, त्यांचा टिकाव लागला नाही. माझ्या डोक्यावर बाजूनं आदळलेल्या जेझेल या ठासणीच्या बंदुकीच्या गोळ्यांमुळे मी खाली कोसळलो.'

सीताराम बेशुद्ध पडला. तो शुद्धीवर आला तेव्हा त्याला दिसलं :

'मला घोड्याच्या पाठीवर आडवं बांधून टाकण्यात आलं होतं. तो घोडा लढाईपासून दूर, काबूलच्या दिशेनं जोरात नेला जात होता. मला तेव्हाच समजलं की, मला गुलाम म्हणून विकण्यासाठी तिथं नेत आहेत. मी त्यांना विनवलं की, त्यांनी मला गोळी तरी घालावी किंवा माझा गळा तरी

> कापून टाकावा. मी त्यांना पुश्तू भाषेत आणि माझ्या मायबोलीत शिव्या दिल्या... परंतु मला पकडणाऱ्यांनी मला धमकावलं की, मी गप्प बसलो नाही तर ते मला तिथंच, ताबडतोब मुस्लीम करून टाकतील. वाटेत मला कसली भीषण कत्तल दिसली! बर्फाबाहेर हात-पाय डोकावत होते. युरोपीय आणि हिंदुस्तानी लोक बर्फात अर्धे गाडले गेले होते... जिवात जीव असेपर्यंत तरी ते दृश्य मी विसरणार नाही.'

त्या काटेरी भिंतीपलीकडे पोहोचू शकलेल्या थोड्या लोकांपैकी एकजण होते, जगलेले शेवटचे शल्यविशारद डॉक्टर ब्रायडन. त्यांनी लिहून ठेवलंय, 'महाभयानक गोंधळ माजला होता.' ते पुढे लिहितात :

> 'थांबा! थांबा! घोडदळाला मागे राहू द्या!' अशा आरोळ्या अव्याहतपणे सुरू होत्या. खिंडीपलीकडे पोहोचल्यावर मी मोठ्या प्रयासांनी पुढे गेलो. आम्ही अंधारात फार पुढे गेलो नव्हतो, तोच मला चहूबाजूंनी घेराव पडला. त्याच क्षणी माझा खिदमतगार माझ्यापाशी धावत येऊन म्हणाला की, तो जखमी झालाय, त्याचं तट्टू मेलंय आणि त्यानं त्याला माझ्या घोड्यावर उचलून घेण्याबद्दल मला विनवलं. मला तसं करता येण्यापूर्वीच, कुणीतरी माझ्याच कट्यारीनं माझ्या डोक्यावर वार केला. वास्तविक त्या वारामुळं मी मेलोच असतो; परंतु मी ब्लॅकवुडच्या बंदुकीचा गोळ्या भरण्याचा भाग माझ्या टोपीत ठेवला होता; त्यामुळे माझ्या कवटीची पातळशी कपची तासून निघाली आणि मला जवळजवळ मूर्च्छाच आली. मी माझ्या गुडघ्यांवर बसलो आणि आणखी एकदा हल्ला होतोय हे पाहून मी माझ्या तलवारीच्या पात्यानं त्याचा प्रतिकार केला. मला वाटतं की, मी हल्लेखोराची काही बोटं कापली असावीत; कारण त्याच्या हातातली कट्यार जमिनीवर पडली. तो एका बाजूला पळाला तर मी दुसऱ्या! माझ्या डोक्यावरची टोपी तेवढी गायब झालेली होती. खिदमतगार मरण पावला होता. माझ्या बरोबर जे लोक होते, ते मला पुन्हा कधीही दिसले नाहीत. मी आमच्या तुकडीत परतलो. खिंडीत उभारलेल्या झाडाच्या काटेरी भिंतीवरून चढून पलीकडे गेलो आणि टेकडीवरून खाली धावत येऊन रस्ता ओलांडून माझ्यावर चाल करून आलेल्या अफगाणानं माझ्या खांद्यावर जोरदार प्रहार केला.'

गंभीर प्रकारे जखमी झालेले डॉक्टर ब्रायडन वाचले ते एकाच गोष्टीमुळे! त्यांनी

एका अधिकाऱ्याच्या घोड्याची रिकीब घट्ट धरून ठेवली होती; त्यामुळे ते त्या घमासान लढाईतून पलीकडे घोड्यामागे फरफटत खेचले गेले. चंद्रप्रकाशात, आणखी प्रेतांवरून अडखळत पुढे मार्ग काढताना त्यांना एक प्राणांतिक जखमी झालेला घोडदळातला शिपाई दिसला. बंदुकीची गोळी त्याच्या वर्मी लागली होती आणि त्याचा लाल गणवेश रक्तानं माखला होता. त्यानं ब्रायडनचा हात घट्ट धरला आणि त्याला विनवलं की, इतर कुणीतरी त्याचं तट्टू पळवण्यापूर्वी ब्रायडननं ते हस्तगत करावं. एवढं बोलून तो घोडदळातला शिपाई मरण पावला. आपल्या अनाम कृपावंताबद्दल मनोमन कृतज्ञता बाळगून आणि जगल्या वाचलेल्यांचा शोध घेण्यासाठी ब्रायडन त्या घोड्यावर स्वार झाले आणि अंधारात पुढे मार्गस्थ झाले.

सुटकेचे असेच आणखी काही चमत्कार घडले. छारिकार गुरखा शिबंदीपैकी बचावलेला शेवटचा शिपाई, हवालदार मोतीराम काबूलला पोहोचता क्षणी गुलाम बनला होता. त्यानं ऐकलं की, काबूलची शिबंदी उठवली जात आहे. त्यानं सहा जानेवारीच्या रात्री, त्याला कैद करणाऱ्यांच्या तावडीतून पळ काढला. त्याला अडवणाऱ्या अफगाणी लोकांना त्यानं थाप मारली की, शहाशुजाच्या नोकरीत तो उंट हाकायचं काम करत असे आणि नुकतंच त्याला नोकरीतून काढून टाकण्यात आलं आहे. ज्या दगडाखाली त्यानं त्याची आयुष्यभराची कमाई पुरून ठेवली होती, तो दगड त्यानं शोधून काढला आणि त्याच्या सहकाऱ्यांसमवेत तो मार्गस्थ झाला; परंतु अवघ्या दोनच दिवसांत खोर्द काबूल खिंडीत घडलेल्या कत्तलीत तो सापडला. नंतर त्यानं नमूद करून ठेवलं :

> 'जगदालक येथे ब्रिटिश फौजांना अकबरखानच्या घोडदळानं वेढा घातला आणि शक्य तेवढ्यांना त्यांनी मारून टाकलं. अंधारात मी या कत्तलीच्या जागेवरून निसटलो आणि पुन्हा एकदा डोंगरमाथ्याचा आश्रय घेतला. दिवसभर मी उंच डोंगरावर थांबलो. गेल्या चोवीस तासांमध्ये मी अन्न चाखलं नव्हतं आणि त्यापूर्वीसुद्धा मला पोटभर जेवण मिळालेलं नव्हतं. थंडीनं माझी गात्रं बधिर झाली होती. आता वेदना इतक्या दुःसह झाल्या होत्या की, त्यातून सुटका मिळवण्यासाठी मी मृत्यू यावा अशी प्रार्थना करू लागलो होतो. मी रस्त्यावर उतरलो. जवळ आलेल्या पहिल्या अफगाणाला माझी ओळख करून द्यायचं ठरवलं. त्यायोगे त्याच्या तलवारीनं तरी मला मरण आलं असतं. लोकांचा एक समूह जवळ येत असलेला पाहून मला खात्री पटली की, आता माझी घटका भरत आली आहे.'

परंतु हा समूह पाच हिंदू व्यापाऱ्यांचा होता.

'ते व्यापारी म्हणाले, 'तू हिंदू आहेस म्हणून आम्ही तुझा जीव वाचवू; परंतु त्यासाठी तू आम्हाला मोबदला दिला पाहिजेस.' त्यांनी माझी झडती घेतली आणि माझ्या कमरबंदातून त्यांनी शंभर रुपये बाहेर काढून त्यातले दहा रुपये मला परत दिले. त्यांनी मला हिंदू फकीर वास्तव्य करत असलेल्या एका धर्मशाळेत नेलं. मी त्या फकिराला विनंती केली की, त्यानं मलासुद्धा संरक्षण द्यावं. उरलेले दहा रुपये मी त्याला देऊन टाकले. त्यानं मला फकिराची भगवी वस्त्रं घालायला दिली; माझ्या चेहऱ्यावर राख फासली. मी त्याचा चेला म्हणून प्रवास करणार होतो आणि तो हरिद्वारला तीर्थयात्रेला जात असून, मी त्याच्यासोबत जात असल्याची बतावणी करणार होतो. त्यानंतर काही फळांचे व्यापारी तिथं येऊन पोहोचले. फकीर, आधीचे पाच हिंदू व्यापारी आणि मी त्यांच्यासमवेत जाऊ लागलो. आम्ही ज्या उंचावरच्या मार्गानं गेलो, तो पेशावरच्या बऱ्याच डावीकडून जात होता. वाटेत मी भिक्षा मागत प्रवास केला आणि एक मार्चला लुधियानाजवळच्या सर जास्पर निकोलसच्या छावणीत पोहोचलो.

जे शेकडो शिपाई आणि छावणीमधले सेवक निसटू शकले नाहीत, गुलाम बनवले गेले नाहीत किंवा मारलेही गेले नाहीत, ते सर्वांत कमनशिबी ठरले. तेझिन खिंडीतच त्यांच्यापैकी १५०० जणांना अफगाणांनी त्यांच्या अंगावरच्या कपड्यांसह लुटलं आणि भुकेनं तडफडत आणि थंडीनं गोठत बर्फात मरायला सोडलं. त्यांना त्यांच्या ब्रिटिश मालकांनी वाऱ्यावर सोडून दिलं होतं आणि पकडणाऱ्या अफगाणांनी तिरस्कारानं वागवलं. लेडी सेल आणि तिच्या सोबतचे अन्य युद्धकैदी काबूलला परत जात होते तेव्हा त्यांना असे असंख्य लोक दिसले. लेडी सेलनं तिच्या रोजनिशीत लिहून ठेवलं, 'छिन्नविच्छिन्न झालेल्या, नग्नावस्थेतल्या अशा असंख्य भीषण प्रेतांनी रस्ता भरून गेला होता.' तिनं पुढे लिहिलं :

'आम्ही अशी दोनशे प्रेतं पाहिली. त्यातले अनेकजण युरोपियन होते. ते नग्न होते आणि त्यांच्या अंगावर भळभळ वाहणाऱ्या मोठ्या जखमा होत्या... छावणीतले अनेक नोकर अजूनही जिवंत होते. हिमदंश आणि भुकेमुळे ते बेजार झालेले होते. काहीजण पूर्णपणे भ्रमिष्टावस्थेला पोहोचले होते आणि वेड लागल्यासारखे वागत होते... ते दृश्य भयंकर होतं.

रक्ताच्या दुर्गंधानं मळमळत होतं. प्रेतांची इतकी दाटी झालेली होती की, त्यांच्याकडे नजर टाकणंसुद्धा शक्य होत नव्हतं. घोड्याचे खूर प्रेतांवर पडू नयेत म्हणून घोडा हाकताना खूप काळजी घ्यावी लागत होती.'

वाटेत त्यांना छावणीचे अनेक सेवक दिसले. अफगाणांच्या खुनशी कट्यारींपासून आणि भीषण गारठ्यापासून संरक्षण मिळावं म्हणून ते गुहांमध्ये किंवा मोठाल्या शिळांमागे लपून बसले होते. ते हळूहळू तेथून बाहेर पडत होते. लेडी सेलनं अहवालात म्हटलं :

'त्यांचं सारं काही लुटून नेलं होतं आणि अवघे काही यार्ड अंतर हातापायांवर रांगत जाण्याइतकंही त्राण त्यांच्या अंगी शिल्लक राहिलं नव्हतं. कारण त्यांच्या पायांना हिमदंश झालेला होता. इथं जॉन्सनला त्याच्या नोकरांपैकी दोघेजण सापडले. एका नोकराच्या हातापायांना हिमदंश झाला होता, हातावर तलवारीच्या वारानं भयंकर जखम झाली होती आणि त्याच्या पोटात बंदुकीची गोळी गेली होती. दुसऱ्याचा उजवा हात हाडासह कापून काढलेला होता. दोघांच्या अंगावर बोटभरही वस्त्र नव्हतं आणि ते पाच दिवसांचे भुकेले होते... जखमी आणि भुकेल्या अवस्थेत, थोडी ऊब मिळावी म्हणून त्यांनी गवत आणि झुडपं पेटवून दिली होती आणि एकमेकांना ऊब देण्यासाठी ते चिकटून बसलेले होते. कालांतरानं आम्ही ऐकलं की, या आपत्तीतून जवळजवळ कोणीच बचावलं नाही. भुकेनं व्याकूळ होऊन अखेरीस ते आपल्या मृत सहकाऱ्यांचं मांस भक्षण करून जिवंत राहू पाहात होते.'

बारा जानेवारीच्या रात्री, जगदालक येथील काटेरी कुंपण ओलांडून जिवंतपणे बाहेर पडण्यात फक्त ऐंशी लोक यशस्वी झाले.

यातले वीस चव्वेचाळिसाव्या तुकडीतले अधिकारी, पंचेचाळीस सामान्य सैनिक, एक-दोन तोफखानाचालक आणि काही शिपाई योग्य रस्त्याची खात्री नसल्यामुळे, पहाटेच्या वेळी दहा मैलांवरच्या गंडामक डोंगरमाथ्यावर अनिश्चित मन:स्थितीत उभे असताना अफगाणांना स्पष्टपणे दिसले आणि त्यांनी त्यांना वेढा घातला. अफगाणी लोक मोठ्या संख्येने तिथं पोहोचले. 'प्रत्येक झोपडीतले लोक खून आणि लूटमार करण्यासाठी भसाभस गर्दी करू लागले. सैन्याजवळ फक्त वीस बंदुका आणि दोन फैरी झाडण्याएवढ्याच गोळ्या होत्या; तरीही त्यांनी

अटीतटीचा लढा द्यायचं ठरवलं. त्यांनी चौकोनात व्यूव्हरचना केली आणि स्वत:चं रक्षण करायचा प्रयत्न केला. 'त्यांनी अनेक वेळा अफगाणांना डोंगरावरून खाली लोटलं.' त्यांच्याजवळच्या गोळ्या संपल्यावर त्यांनी संगिनी वापरून बचाव केला. त्यानंतर मात्र त्यांच्यापैकी एकेकाची कत्तल करण्यात आली.* अफगाणांनी फक्त नऊ युद्धकैदी पकडले. त्यांपैकी एकजण होता कप्तान थॉमस सूटर. त्यानं त्याच्या तुकडीचा झेंडा त्याच्या कमरेभोवती गुंडाळून घेतला होता. त्याला घिलझाई टोळीतल्या लोकांनी कैद केलं. त्यांना वाटलं, इतक्या रंगीबेरंगी कपड्यांमधली ही आसामी कुणीतरी मातब्बर व्यक्ती असणार तसेच ओलीस धरण्यायोग्य असणार. थॉमस सूटरनं लिहून ठेवलंय, 'इतक्या चमकदार कपड्यांमधला हा माणूस कुणीतरी बडा असणार, असं समजून दोघांनी मला पकडलं. माझ्या खांद्यावर झालेल्या वारामुळे माझी तलवार गळून पडली होती आणि माझ्या पिस्तुलाच्या गोळीचा नेम चुकला; त्यामुळे त्यांनी मला पकडलं, त्या जागेवरून दूर नेलं आणि माझी पँट आणि टोपी याखेरीज माझे सारे कपडे काढून घेतले; नंतर ते मला एका खेड्यात घेऊन गेले.'

घोडदळातले आणखी पंधरा लोक फतेहाबादपर्यंत पोहोचले. तेथे एका खेड्यातल्या लोकांकडून नाश्ता स्वीकारण्यासाठी खाली बसलेल्या दहाजणांना गोळ्या घालून ठार मारण्यात आलं. आपल्या घोड्यावर बसून खेड्याबाहेर पडू पाहणाऱ्या चौघांना घराच्या छपरावरून गोळ्या घालून ठार मारण्यात आलं. आणखी एकजण - एल्ड्रेड पॉटिंगरचा तरुण भाचा थॉमस - शहाजहानच्या सुंदर निम्ला उद्यानात सायप्रस वृक्ष आणि कालव्यांजवळ लपलेला असतानाच त्याचा शोध घेत तिथवर आलेल्यांनी त्याला पकडून त्याचं डोकं उडवलं.

या जागेपलीकडे फक्त एकच माणूस पोहोचू शकला! डॉक्टर ब्रायडन, अजूनही जलालाबादच्या सुरक्षित ठाण्यापासून पंधरा मैल अंतरावर होते. त्यांनी लिहिलं :

> 'मी एकटाच पुढे निघालो होतो. मग मला माझा मार्ग अडवून उभे असलेले वीस लोक दिसले. मी जवळ आल्यावर ते मोठमोठे दगड उचलू लागले... मी मोठ्या मुश्किलीनं माझ्या घोड्याला टाच मारली आणि लगाम तोंडात धरून त्या जमावातून पुढे जात असताना मी माझ्या तलवारीनं डावी-उजवीकडे सपासप वार करत मार्ग काढला. त्यांच्या कट्यारी माझ्यापर्यंत पोहोचू शकत नव्हत्या आणि मला फक्त एक-दोन दगडच

---

* जेव्हा नॅन्सी आणि लुई डुप्री या लेखकद्वयानं १९७० साली गंजमकला भेट दिली, तेव्हा त्यांना हाडं, व्हिक्टोरियाकाळच्या शस्त्रांचे अवशेष आणि लष्करी सामग्री खेड्यालगतच डोंगरावरच्या खडकाळ उतरणीवर सापडली.

लागले. आणखी काही अंतरावर मला असाच जमाव दिसला. मी आधीप्रमाणेच मार्ग काढायचा प्रयत्न केला; परंतु घोड्याला टाच मारून चौखूर धावायला लावण्यासाठी या वेळी मला त्या बिचाऱ्याला तलवारीनं टोचावं लागलं. या जमावातल्या एकाजवळ बंदूक होती. तो रस्त्यालगतच्या उंचवट्यावर बसलेला होता आणि त्यानं मला अगदी जवळून गोळी मारली आणि माझी तलवार तोडली. मुठीपासून फक्त सहा इंचाचं पातं शिल्लक राहिलं.'

या हल्लेखोरांच्या तावडीतून ब्रायडन निसटले खरे, परंतु त्यांच्या लक्षात आलं की, बंदुकीची गोळी बिचाऱ्या घोड्याच्या जांघेत लागली आहे आणि तो त्यांना वाहून नेण्याच्या स्थितीत राहिलेला नाही.

'मग मला लाल गणवेशातले पाच घोडेस्वार दिसले. ते आमच्या अनधिकृत घोडदळापैकी काहीजण असावेत, या समजुतीनं मी त्यांच्या दिशेनं जाऊ लागलो; परंतु जवळ गेल्यावर माझ्या लक्षात आलं की, ते अफगाण आहेत आणि कप्तान कॉलियरचा घोडा बरोबर नेत आहेत. मी दूर निघून जायचा प्रयत्न केला; परंतु माझा घोडा हालचाल करण्यास पूर्णपणे असमर्थ झाला होता आणि त्यांनी त्यांच्यापैकी एकाला माझ्यामागे पाठवून दिलं. त्यानं माझ्यावर वार केला. माझ्या तलवारीच्या शिल्लक राहिलेल्या वीतभर पात्यानं त्या वाराचा मी प्रतिकार करू लागलो, तर ते पातं तलवारीच्या मुठीतून विलग होऊन गेलं. तो मला ओलांडून पुढे गेला; परंतु पुन्हा वळून माझ्यावर चाल करून येऊ लागला. या वेळी तो वार करू लागला, तेव्हा मी तलवारीची मूठच त्याच्या डोक्यावर फेकली. तो नेम चुकवण्यासाठी त्यानं झुकांडी दिल्यामुळे त्यानं केलेला वार फक्त माझ्या डाव्या हाताच्या मागच्या बाजूला चाटून गेला. तो हात निकामी झालेला पाहून, मी उजवीकडे खाली वाकलो आणि लगाम हाती घेण्याचा प्रयत्न करू लागलो. मला वाटतं, माझ्या शत्रूची समजूत झाली असावी की, मी पिस्तूल उचलण्यासाठी वाकलो असणार; कारण तो ताबडतोब माघारी वळला आणि शक्य तितक्या त्वरेनं दूर निघून गेला. मग मला खिशात ठेवलेल्या माझ्या पिस्तुलाची आठवण झाली; परंतु ते नाहीसं झालेलं होतं. मी पूर्णपणे नि:शस्त्र झालो होतो आणि इतक्या दुर्बल घोड्यावर स्वार झालो होतो की, तो मला जलालाबादपर्यंत नेईल अशी सुतराम शक्यता नव्हती.'

शल्यविशारद ब्रायडनना एकाएकी थकून गेल्यासारखं वाटू लागलं. ते लिहितात,

'मी इतका घाबरून गेलो होतो की, मला सावल्यांचीसुद्धा भीती वाटू लागली होती. मी खरोखरच माझ्या खोगिरातून खाली पडलो असतो. केवळ त्याच्या उंचवट्यामुळे मी अडकून राहिलो...' परंतु जलालाबाद किल्ल्याच्या सर्वांत उंच बुरुजावर उभ्या असलेल्या एका गरुड दृष्टीच्या लष्करी अधिकाऱ्याची नजर त्यांच्यावर पडली आणि त्यांच्या बचावासाठी ताबडतोब कुमक पाठवण्यात आली.

> 'त्यांच्यापैकी सर्वांत आधी पोहोचलेली व्यक्ती होते कप्तान सिन्क्लेअर. त्यांच्या नोकरानं माझ्या पायांवर त्याचे स्वत:चे बूट चढवले. त्यांनी मला बांधकाम करणाऱ्या सैनिकांच्या भोजनगृहात नेलं. डॉक्टर फोरसाइथनी माझ्या जखमा साफ करून त्यांवर मलमपट्टी केली. उत्तम जेवणाचा आस्वाद घेतल्यावर मी देवाचे आभार मानत गाढ झोपेचं सौख्य अनुभवलं... तपासणीनंतर मला असं आढळलं की, माझ्या डाव्या गुडघ्यावर तलवारीमुळं छोटीशी जखम झालीय; माझ्या डोक्यावर आणि डाव्या हातावर जखम झालेलीच होती आणि बंदुकीची गोळी माझ्या पाटलोणमधून वरपर्यंत जाऊन माझ्या कातडीला थोडंसं खरचटलं आहे... गरीब बिचाऱ्या घोड्याला त्यांनी ताबडतोब तबेल्यात नेलं. तो आडवा पडला तो पुन्हा उठलाच नाही. एकूण परिस्थितीचं मी वर्णन केल्याबरोबर, जनरल सेल यांनी त्या मैदानात आमच्या लोकांचा शोध घेण्यासाठी तुकडी खाना केली... परंतु त्यांना फक्त कप्तान हॉपकिन्स, कॉलियर आणि डॉक्टर हार्पर यांचे मृतदेह आढळले...'

त्या रात्री जलालाबाद किल्ल्याच्या दरवाजांवर दिवे प्रज्ज्वलित करून ब्यूगलांचा निनाद करण्यात आला. जमावाच्या मागे राहिलेल्या एखाद्या वाट चुकलेल्या सैनिकाला मार्ग कळावा म्हणून या गोष्टी करण्यात आल्या होत्या; परंतु एकही सैनिक तिथं आला नाही. 'दक्षिणेकडून जोरदार वारा वाहत होता; त्यामुळे ब्यूगलांचा आवाज निनादत होता.' अशी कप्तान सीटन यांनी आठवण सांगितली. 'या ब्यूगलांचा विव्हळल्यासारखा रुदन विलाप मी कधीही विसरणार नाही. कत्तलीत मारल्या गेलेल्या आमच्या सैनिकांसाठी जणू ते शोकगीतच होतं आणि सारी रात्र ते कानी पडत होतं. त्या आवाजामुळे मनात जी शोकभावना आणि निराशा उसळली, तिचं शब्दांत वर्णन करता येणार नाही. डॉक्टर ब्रायडनने सांगितलेला वृत्तान्त ज्यांनी ज्यांनी ऐकला, त्यांची मनं भीतीनं बधिर होऊन गेली... संपूर्ण सैन्याचा नायनाट झाला होता आणि ही दारुण वार्ता पोहोचवण्यासाठी फक्त एक माणूस निसटून येऊ शकला होता.'

पुढच्या काही दिवसांमध्ये, वाचलेले आणखी काही लोक लंगडत तिथवर पोहोचले. डॉक्टर ब्रायडनचा मित्र, श्रीयुत बॅननेस, ग्रीक व्यापारी आणि अनेक काटक गुरखा सैनिक तिथवर पोहोचले होते. कालांतरानं दंतकथा पसरली की, अफगाणिस्तानातील संपूर्ण ब्रिटिश सैन्य मृत्युमुखी पडलं. अर्थात ही गोष्ट काही खरी नव्हती : जलालाबाद आणि कंदाहार येथील मोठी शिबंदी शिल्लक राहिली होती आणि काबूलमधील लष्करातले दोन हजार शिपाईसुद्धा पस्तीस ब्रिटिश अधिकारी, पन्नास साधे सैनिक, बारा स्त्रिया आणि बावीस मुलं यांच्यासह मायदेशी आले. हे सर्वजण एकतर ओलीस म्हणून पकडले गेले होते (युरोपियन लोक) किंवा काबूलला पोहोचून रस्त्यावर भीक मागत जिवंत राहिले होते (हिंदुस्तानी लोक). तरीसुद्धा हा नि:संशयपणे ब्रिटिशांचा दारुण पराभवच होता आणि अकबरखानच्या अफगाणविरोधक बंडखोरांचा अद्‌भुत विजय होता. ब्रिटिश साम्राज्य उत्कर्षाच्या शिखरावर असताना ज्या क्षणी ब्रिटिश लोक जगाच्या अर्थकारणावर अभूतपूर्व नियंत्रण ठेवत होते, जेव्हा उद्योगप्रधान ब्रिटननं मालकीच्या वसाहतींमध्ये नियुक्त केलेली सेना स्थानिक सैन्याची कत्तल करून त्यांचा धुव्वा उडवत होती; तेव्हा ब्रिटिश सेनेचा असा संपूर्ण पाणउतारा व्हावा, ही एक अत्यंत दुर्मीळ घटना होती.

ही कहाणी अफगाण कवींनी आणि गायकांनी ताबडतोब सर्वदूर प्रसृत केली. प्रत्येक नव्या कहाणीबरोबर मृत्युमुखी पडलेल्या ब्रिटिशांची संख्या आणि विजयाची व्याप्ती रंगवून, वाढवून सांगितली गेली. मिर्झा अतानं म्हटलं, ‘साठ हजार ब्रिटिश सैनिकांपैकी निम्मे बंगालमधून आणि उरलेले अन्य प्रांतांमधून अफगाणिस्तानात आले.

> त्यांच्यापैकी मूठभरच जखमी आणि विपन्न अवस्थेत जिवंत परत गेले. उरलेल्यांना ना मूठमाती दिली गेली ना कफन लाभलं. अफगाणिस्तानच्या धरणीवर कुजलेल्या गाढवांप्रमाणे मृतावस्थेत ते विखरून पडले. इंग्रजांना सोनं-नाणं आणि पैशांचा इतका लोभ आहे की, श्रीमंती मिळवून देणाऱ्या कोणत्याही जागेवर डल्ला मारल्याशिवाय राहणं त्यांना शक्यच होत नाही; परंतु अफगाणिस्तानात त्यांच्या हाती काय लागलं? एकीकडे त्यांचा खजिना या चढाईत रिकामा झाला, तर दुसरीकडे त्यांच्या सैन्याला नामुष्की पत्करावी लागली! असं म्हणतात की, काबूलमध्ये सज्ज असलेल्या ४०००० इंग्रज सेनेपैकी अनेकजण (परतीच्या) वाटेत कैद केले गेले. अनेकजण लुळ्यापांगळ्या अवस्थेत काबूलमध्ये भीक मागत फिरले आणि उरलेले डोंगरवाटेतच, नामोनिशाण न राहता बुडून गेलेल्या जहाजाप्रमाणे नष्ट झाले. कारण खुरासानचं साम्राज्य पादाक्रांत करून तिथं ताबा मिळवणं ही काही सोपी गोष्ट नव्हे!’

राजाचा मृत्यू

संपूर्ण ब्रिटिश सैन्याची कत्तल झाल्याची बातमी आजूबाजूला झपाट्यानं पसरली.

बुखारा येथील स्वतंत्र सुलतानानं या सुवार्तेचा आनंद साजरा करण्यासाठी ताबडतोब त्याच्या दोन ब्रिटिश कैद्यांची - चार्ल्स कॉनली आणि आर्थर स्टोडार्ट यांची - हत्या करण्याचा हुकूम सोडला. ही संधी साधून हेरातमध्ये, वझीर यार मोहम्मदनं, त्याचा राजा कामरान शाह साडोझाई याचा गळा घोटला; कारण त्याला आता पूर्णपणे माहीत होतं की, ब्रिटिश किंवा शहाशुजा - आता त्याला थोपवण्याच्या परिस्थितीत नाहीत. या बातमीनं हिंदुस्तानात तर आणखी उत्तेजित वातावरण तयार झालं. दिल्लीमध्ये चांदणी चौकाच्या बाजारातल्या पतपेढ्यांच्या सावकारांना ही खबर ब्रिटिश अधिकाऱ्यांच्या दोन दिवस आधीच समजली होती. पारंपरिक व्यापारात वापरली जाणारी पत्रलेखनाची पद्धत ब्रिटिशांच्या हरकारा निरोप्यांच्या खिळखिळ्या कार्यपद्धतीपेक्षा कितीतरी जास्त झपाट्यानं आणि सुसूत्रपणे बातम्या पोहोचवू शकत होती. कलकत्त्याला ही बातमी पोहोचली, तोवर ईस्ट इंडिया कंपनीच्या शासकीय अमलाच्या विरोधात असलेल्या देशभरातल्या असंख्य विरोधकांना नवी आशा आणि उत्तेजन मिळाले होते. जेव्हा १८५७च्या बंडाला तोंड फुटलं, तेव्हा त्याची सुरुवात खोर्द काबूलमध्ये ज्या शिपाई तुकड्यांना ब्रिटिश अधिकाऱ्यांनी वाऱ्यावर सोडून दिलं होतं, त्याच तुकड्यांपासून झाली, हा काही निव्वळ योगायोग नव्हता. तसेच इराणी छापखान्यांनी ब्रिटिशांच्या पराजयाचे वर्णन करणारी अफगाण महाकाव्यं आणि गद्य अहवाल लखनौ, आग्रा आणि कानपूर यांसारख्या ज्या शहरांमध्ये उत्साहानं पुनर्प्रकाशित केले, तिथून या बंडाला प्रारंभ झाला, हासुद्धा निव्वळ योगायोग नव्हता!

या भीषण उलथापालथीची बातमी लॉर्ड ऑकलंड यांना जवळजवळ सर्वांत शेवटी कळली. डॉक्टर ब्रायडनने आणलेली बातमी गव्हर्मेंट हाउसपर्यंत तब्बल दोन आठवड्यांनंतर पोहोचली. ३० जानेवारी १८४२ रोजी! एमिली एडन हिनं नमूद केल्याप्रमाणे, 'या बातमीमुळे बिचारा जॉर्ज दहा तासांमध्ये दहा वर्षांनी म्हातारा झाल्यासारखा दिसू लागला.' त्यानं आरडाओरडा केला, संतापानं आदळआपट केली आणि त्यानंतर अंथरूण धरलं. त्यातून तो सावरला तेव्हा त्याला पक्षाघात झाला होता आणि त्यामुळे तो अर्धवट लुळा पडला होता असं म्हटलं जातं. यानंतरच्या काळात त्याच्या बहिणी अधिकच सचिंत होऊ लागल्या. त्यांचा फिकुटलेला भाऊ दिवसभर व्हरांड्यात येरझारा घालतोय आणि रात्री गारव्यासाठी बाहेरच्या गवतावर गवतात तोंड खुपसून पालथा पडून राहतोय याकडे असहाय्यपणे पाहण्याखेरीज त्यांना काहीही करता येत नव्हतं. अवघ्या काही आठवड्यांपूर्वी, त्याचा विश्वासू सहाय्यक मॅक्नॅघटेन यानं त्याला काबूलहून खलिता पाठवला होता आणि 'अफवांवर विश्वास ठेवू नये. सारं काही ठीक आहे,' असा निरोप पाठवला होता आणि आता त्याचं संपूर्ण साम्राज्यवादी धोरण, समाजकल्याण आणि समाज सुरक्षेसाठीच्या त्यानं भिस्त ठेवलेल्या त्याच्या सर्व योजना ज्या भीषण पराजयानंतर मातीमोल झाल्या होत्या, त्याची इतिहासातील इतर कशाशीही तुलनाच होऊ शकत नव्हती.

ऑकलंडला ही संपूर्ण दुर्घटना जितकी अनाकलनीय वाटत होती, तितकीच ती शरमेची वाटत होती. त्याहूनही भीषण बातमी पुढे वाढून ठेवलेली होती की, अकबरखान ब्रिटिशांच्या जलालाबाद, घझनी आणि कंदाहार येथील उरलेल्या तीन शिबंदी समूळ नष्ट करण्यासाठी चाल करून येत होता! मग संपूर्ण हिंदुस्तानभर अफवा पसरली की, ऑकलंडचं, चीनमधलं अफूचं युद्ध लढण्यामध्ये व्यग्र असलेलं बहुसंख्य हिंदुस्तानी सेनादल पाहून, अफगाण पूर्वीप्रमाणेच खैबर खिंडीमधून हिंदुस्तानच्या सुपीक खोऱ्यांमध्ये लुटालूट करण्यासाठी बहुसंख्येनं चाल करतील.

लंडनवासीयांना ही घटना आणखी एका आठवड्यानंतर समजली. 'द टाइम्स' या वृत्तपत्रानं देशभरात हे वृत्त सांगितलं : 'आमच्या वार्ताहरांनी जी बातमी आम्हाला दिली आहे ती अत्यंत भीषण आणि दु:खद आहे.' आणखी काही दिवसांनंतर, 'द टाइम्स'नं छापलेला लेख, हा रशियाबद्दलच्या त्यांना वाटणाऱ्या अकारण तीव्र भीतीचाच निदर्शक होता. त्या लेखात या दुर्घटनेमागे रशियाचा हात असल्याचं ज्या तीव्रपणे ध्वनित केलं गेलं होतं, ते गृहीतक पूर्णत: बिनबुडाचं होतं. त्या लेखात त्यांनी म्हटलं होतं की, खुनासाठी सर्वांत आधी त्यांनी 'वित्केव्हिचचा मोठा प्रतिस्पर्धी आणि रशियन हस्तकांचा कडवा शत्रू' असलेल्या सर ॲलेक्झांडर बर्नेसनाच लक्ष्य बनवलं होतं.

सर रॉबर्ट पील यांच्या नेतृत्वाखालचं नवं टोरी सरकार, त्यांच्या आधीच्या

व्हिग सरकारनं अफगाणिस्तानात घालून ठेवलेल्या गोंधळापासून अलिप्त राहून, अफगाणिस्तानातलं संपूर्ण सैन्य काढून घ्यायच्या मार्गानं जाणार होतं; परंतु या बातमीनंतर मात्र मंत्रिमंडळानं निर्णय घेतला की, प्रथम देशाच्या लष्करी कीर्तीला लागलेला कलंक दूर करणं अगत्याचं आहे. ऑकलंडच्या जागेवर, नव्या टोरी सरकारनं लॉर्ड एलनबरोला भारतात गव्हर्नर जनरल या पदावर रवाना केलं. एलनबरोनं सुरुवातीपासूनच संसदेत ऑकलंडच्या धोरणांचा कडाडून निषेध केलेला होता. त्याचं जहाज मद्रास किनाऱ्याला लागल्यावर, २१ फेब्रुवारी रोजी त्याला या भीषण दुर्घटनेची बातमी कळली. गव्हर्नरच्या बंगल्यावरून त्यानं पंतप्रधान पील यांना ताबडतोब निरोप धाडला की, 'अफगाण कधीही विसरणार नाहीत, असा धडा त्यांना शिकवायचा मी निश्चय केला आहे.' त्यानं खलित्यात लिहिलं, 'आपल्या लष्कराची इभ्रत अफगाणिस्तानात नव्यानं प्रस्थापित केलीच पाहिजे... हिंदुस्तान सुरक्षित ठेवण्यासाठी प्रत्येक संकटाचा सामना करून, त्यावर मात केली पाहिजे.' अठ्ठावीस तारखेला एलनबरो - कलकत्त्याला पोहोचला. त्याचा पूर्वाधिकारी असलेल्या आणि बदनाम होऊन मेटाकुटीला आलेल्या ऑकलंडशी किंवा त्यांच्या बहिणींशी तो एक शब्दही बोलला नाही. तोपर्यंत तिथं बातमी येऊन पोहोचली होती की, घिलझाईंनी घझनीसुद्धा ताब्यात घेतलं आहे आणि काबूलप्रमाणेच तिथल्या शिबंदीतले लोक कैद तरी झालेत, त्यांची कत्तल तरी झालीय किंवा त्यांना गुलाम तरी बनवलं गेलंय.

या वेळेपर्यंत, मीरत आणि फिरोझपूर येथील लष्करी छावण्यांमधून, भरपूर शस्त्रास्त्रं असलेल्या सहा तडफदार पलटणी, 'बदला घेणारं सैन्य' या अनिष्टसूचक बिरुदानं रवाना करण्यात आलेल्या होत्या. त्यांना सतलज ओलांडून पेशावरकडे जायची आणि बदला घेण्याची आज्ञा करण्यात आली होती. ऑकलंडनं, जनरल पदासाठी, एल्फिन्स्टनसारखाच एक वृद्ध आणि जुना, जाणता अनुभवी माणूस निवडला होता; परंतु सैन्याचं नशीब जोरावर होतं. थकला भागलेला, लटपटता सर हॅरी लमली, याला वैद्यकीय सल्ल्यानुसार बाद करण्यात आलं; त्यामुळे मेजर जनरल जॉर्ज पोलॉक याच्याकडे नेतृत्व सोपवण्यात आलं. आग्र्याच्या बंगल्याच्या व्हरांड्यात, सकाळच्या नाश्त्यानंतर चिरूट ओढत असतानाच त्यानं हे आज्ञापत्र स्वीकारलं. पोलॉक हा नेमकं बोलणारा, सुज्ञ आणि अत्यंत निग्रही व कार्यक्षमतेनं काम करणारा लंडनवासी होता. त्यानं हिंदुस्तानात तीस वर्षांपेक्षा जास्त काळ व्यतीत केला होता. त्याला नेपाळ आणि ब्रह्मदेश येथील युद्धांचा अनुभव होता. जॉर्ज लॉरेन्सच्या धाकट्या भावानं त्याचं वर्णन केलं होतं, 'तो अगदी पाठवण्यायोग्य नेता आहे.' जेव्हा वेढा पडलेल्या जलालाबाद किल्ल्यातील जॉर्ज ब्रॉडफूटनं ही बातमी ऐकली, तेव्हा त्यानंसुद्धा या निवडीबद्दल समाधान व्यक्त केलं. त्यानं

लिहिलं, 'जरी तो नेपोलिअन नसला, तरी या भागात मला दिसलेल्या कोणत्याही अधिकाऱ्यापेक्षा तो उजवा आहे!'

पोलॉकवर नव्या कामगिरीची जबाबदारी सोपवण्यात आली, त्याच वेळी, दोस्त मोहम्मदची राखण करणाऱ्या कॅप्टन निकोलसनलासुद्धा फर्मान सोडण्यात आलं की, त्यानं त्याच्या कैद्याला अफगाण सीमेवरून हलवावं आणि एकांतवासात, कडक नजरेखाली बंद ठेवावं. 'हे पत्र मिळताक्षणी अजिबात वेळ न दवडता, दोस्त मोहम्मद खानला कैदेत ठेवण्यासाठी अत्यंत कडक यंत्रणा कार्यान्वित करावी,' अशी सूचना निकोलसनला वायव्य सरहद्दीवरील कारभारी जॉर्ज क्लार्क यानं दिली. निकोलसनला सूचना देण्यात आली, 'त्याला सक्त कैदेत ठेवावं आणि तुमच्या परवानगीखेरीज त्याच्याशी किंवा त्याच्या लव्याजम्याशी कोणत्याही अफगाणाला किंवा हिंदुस्तानी माणसाला संपर्क साधू देऊ नये.'

अवघ्या काही दिवसांतच, मसुरीपलीकडच्या, उंचावरल्या एकाकी जागी दोस्त महम्म्द याला हलवण्यात आलं. त्याच्या कैद्याला सक्त कैदेत ठेवण्यासाठी निकोलसननं उचललेली पावलं पाहून, त्या काळी ब्रिटिशांच्या मनात उसळलेल्या भीतीची आणि मनोविकृतीची कल्पना येते. मूठभर शिपायांच्या रखवालीच्या जागी, आता नव्यानं आलेल्या राणीच्या पलटणीतले एकशे दहा इंग्रज सज्ज करण्यात आले होते. स्किनरची तर संपूर्ण तुकडी नष्ट झाली होती. काबूलहून माघार घेताना त्याचा घोडा, त्याचप्रमाणे त्याचा मुलगा जेम्स यांना त्या भागातून दूर करण्यात आलं होतं. कारण, 'रिसाला येथे मुस्लिमांचं प्रमाण इतकं जास्त आहे की, ज्या लोकांच्या धर्माला साद घालून त्यांना कर्तव्यच्युत (फितूर) करण्याचा प्रयत्न करणं शक्य होईल - मग त्यांची भावना आमच्याबद्दल किती का चांगली असेना - अशांना नोकरीवर न ठेवलेलंच बरं.'

दोस्त महम्मदला निसटून जाता येऊ नये किंवा अफगाण बंडखोरांबरोबर त्याला पत्रव्यवहार करता येऊ नये, म्हणून खूपच तपशीलवार उपाययोजना कार्यान्वित करण्यात आली होती. निकोलसननं लिहून ठेवलं होतं, 'सैनिक रात्रंदिवस अमीरच्या बंगल्याची राखण करत असतात. लँडोर आणि राजपूरहून तिथं येणाऱ्या रस्त्यांवर सैनिकांची सतत नजर असते. अमीरच्या लव्याजम्यापैकी कुणालाही सैनिकांच्या वेढ्याबाहेर जाता येत नाही. कुणाही अपरिचित माणसाला सैनिकांच्या वेढ्यातून आत येणं शक्य होत नाही. फक्त परवाना दिला गेला असेल तरच त्यांना आत येता येतं आणि गरज असेल तरच असा परवाना दिला जातो तसेच बाहेर जाणाऱ्या माणसासोबत एक युरोपियन रखवालदार असतो.' पत्रव्यवहार करता येऊ नये म्हणून आणखी सावधगिरी बाळगली गेली होती :

..... मी पर्वताच्या पायथ्याजवळ एक छोटं पोलीस ठाणं सुरू करतोय. पश्चिमेकडून येणारे अनोळखी लोक - विशेषत: अफगाण किंवा काश्मिरी लोक - यांच्यावर या ठाण्याची नजर असेल आणि कुणी संशयास्पद व्यक्ती आलीच, तर मला त्याची त्वरित खबर दिली जाईल... या ठाण्याच्या मुख्य पदावर मी माझा सध्याच्या छावणीतला माणूस नियुक्त करणार आहे. त्याला सिंधूनदीच्या आजूबाजूच्या सर्व देशांच्या भाषा बोलता येतात. त्याच्या मदतीला एक हिंदू चपराशी आणि चार पहाडी लोक सज्ज असतील. कोणत्याही संशयास्पद व्यक्तीमागून गुपचूप, डोंगर चढून जायचं आणि ती व्यक्ती सर्वांत जवळच्या सैनिकापर्यंत पोहोचली की, त्या व्यक्तीला त्या सैनिकाच्या ताब्यात द्यायचं, अशी या लोकांना आज्ञा केलेली आहे. हा रखवालदार सैनिक अमीरच्या बंगल्याजवळच सज्ज ठेवला जाणार आहे.

आणखी खबरदारी म्हणून, निकोलसननं विशेष परवानाधारकांखेरीज अन्य सर्व काश्मिरी लोकांना मसुरीच्या डोंगरावर येण्यास मज्जाव केला.

'कारण दोस्त महम्मदखानसारख्या, सतत कडक नजरेखाली असलेल्या कैद्याशी, अफगाणी निरोप्या स्वत: संपर्क साधण्याऐवजी, ज्याच्यावर संशयाची नजर पडणार नाही अशा कुणाचीतरी - बहुधा एखाद्या काश्मिरी माणसाचीच मदत घेईल!'

'निरोप्या म्हणून काश्मिरी लोक इतके कुख्यात आहेत की, त्याबद्दल मी पुनरुक्ती करायची गरजच नाही आणि त्यांच्याबद्दल मला विशेष भीती वाटते. म्हणून मी सुचवेन की, लुधियाना आणि अंबाला येथे सूचना द्यावी की, स्वत: तुम्ही परवाना दिल्याखेरीज कोणत्याही काश्मिरी माणसाला (मसुरी) पायथ्याशी किंवा डोंगरावर येण्याची परवानगी दिली जाऊ नये. जर अंबाला जिल्ह्याच्या पोलीस अधिकाऱ्याने कोणत्याही काश्मिरी प्रवाशाबद्दल मला टपालानं माहिती कळवली, तर माझ्या प्रयत्नांना मदत मिळेल आणि माझ्याकडच्या ठाण्याच्या लोकांवरही त्यामुळे नियंत्रण ठेवता येईल.'

क्लार्कनं निकोलसनच्या या सर्व खबरदारीला पसंती दिली आणि त्याखेरीज निकोलसनला 'कोणत्याही संशयास्पद व्यक्तीला कैद करून त्याची संपूर्ण झडती घेण्याचा'

विशेष अधिकार दिला.

दरम्यान, सर्वचजण ऑकलंडवर आग पाखडू लागले होते. ज्या रात्री ब्रायडन तिथं आला त्या रात्री जलालाबाद येथे, थॉमस सीटन यानं स्वत:च्या रोजनिशीत लिहिलं, 'एल्फिन्स्टनचा महामूर्खपणा हे या नामुष्कीचं आणि भीषण आपत्तीचं तात्कालिक कारण आहे, ही गोष्ट वादातीतच आहे; परंतु ज्यानं या अवघड आणि जबाबदारीच्या कामासाठी संधिरोगानं हातपाय जर्जर झालेला, शारीरिक त्रासामुळे बुद्धिभ्रम झालेला आणि जो त्याच्या कुवतीबद्दल कधीच नावाजला गेला नव्हता, असा माणूस नियुक्त केला; तोच माणूस या सर्व अनर्थाला खराखुरा जबाबदार म्हटला पाहिजे!' लवकरच ब्रिटिश प्रसारमाध्यमे आणि अनेक संसद सदस्यांसह सारेजण याच निर्णयाप्रत आले! विशेषत: अत्यंत हुशार आणि तरुण अशा टोरी पक्षाच्या बेंजामिन डिझरेली नावाच्या सांसदानं, संसदेत, ऑकलंडच्या विरोधात दीर्घकालीन मोहीम सुरू ठेवली.

कलकत्त्याला पोहोचल्यावर एलनबरो त्याचा पूर्वाधिकारी असलेल्या ऑकलंडशी इतक्या उर्मटपणे वागला की, ऑकलंडनं लंडनमधल्या त्याच्या हॉब हाउस नावाच्या मित्राला पत्रात विचारलं, 'एलनबरोचं डोकं ठिकाणावर आहे का?' घडलेल्या नामुष्कीच्या पराजयाची संपूर्ण जबाबदारी स्वीकारून, मानहानी झालेल्या अवस्थेत मायदेशी परत जाण्याखेरीज ऑकलंडपुढे दुसरा पर्यायच उरलेला नव्हता. त्याची या सुमाराची पत्रं निराशेनं भरलेली होती, यात काही आश्चर्य नाही. त्यानं हॉब हाउसला लिहिलं होतं, 'मला अतिशय विफल वाटतंय. अफगाणिस्तानमधील आपली हाताबाहेर गेलेली परिस्थिती सुधारण्यापलीकडची आहे असं मला वाटतं; परंतु या दुर्दशेतूनही हाती लागण्याजोगं वाचवण्यासाठी आपण आणखी धोका पत्करलाच पाहिजे... आणखी भीतिदायक आपत्तींबद्दल ऐकणं आपल्या भाळी लिहिलेलं आहे अशी मला आशंका वाटते.'

ऑकलंडला एक गोष्ट अजिबात उमगलेली नव्हती; ती म्हणजे, काबूलमध्ये त्यानं प्रस्थापित केलेली राजवट अजिबात नष्ट झालेली नव्हती.

ब्रिटिशांनी नेहमीच शहाशुजाला उणं लेखून दुर्लक्षिलं होतं; आता बर्नेस आणि मॅक्नॅघटेन हे दोघेही मरण पावल्यावर आणि त्यांच्या काबूलमधील सैन्याच्या गोठलेल्या प्रेतांवर बर्फाच्छादित घिलझाई खिंडींमध्ये गिधाडं ताव मारत असताना, स्वत: शुजा मात्र बाला हिसारच्या उंच भिंतीमागे पूर्णपणे सुरक्षित अवस्थेत होता. खरे तर, त्याचे ब्रिटिश मित्र नष्ट झाल्यावर, शहाशुजाची वैयक्तिक लोकप्रियता काबूलमधील सरदारांमध्ये आणि सर्वसामान्य जनतेमध्ये खूपच वाढलेली स्पष्टपणे

जाणवत होती. आता त्याला चुकीचा सल्ला द्यायला मॅक्नॅघटेन तिथं नव्हता. संकटकाळातही नेहमीच्याच खंबीरपणानं निर्णय घेणारा शुजा, आता अफगाण टोळ्यांचं राजकारण हाताळण्यातली त्याची कुशलता सिद्ध करायला मोकळा झाला होता.

उरलेल्या दोन मूळ बंडखोर नेत्यांना - अमीनुल्ला खान लोगारी आणि नवाब झमान खान बराकझाई यांच्या मनात - नव्यानं उदयाला आलेल्या अकबरखानबद्दल वाटणाऱ्या मत्सराचे निखारे फुलवत ठेवून शुजानं आपला फायदा करून घेतला. या दोघांनी ब्रिटिशांचा पराभव केल्यानंतरच अकबरखाननं बंडाचं नेतृत्व स्वतःच्या हाती घेतलं होतं. अकबरखान काबूलपासून दूर होता. प्रथम तो त्याच्या ब्रिटिश युद्धकैद्यांना लाघमन येथील सुरक्षित किल्ल्यावर पोहोचवण्यात व्यग्र होता. त्यानंतर तो जलालाबादला वेढा घालण्यासाठी तिथं परत गेला होता. त्याच्या अनुपस्थितीचा फायदा घेऊन शहाशुजानं अवघ्या काही दिवसांतच बोलणी करायला सुरुवात केली आणि मित्रत्वाची नवी हातमिळवणी केली. त्यायोगे आपण स्वतः सत्तेत राहू आणि अकबरखान एकटा पडेल अशी त्याला आशा वाटत होती.

ज्या दोन माणसांमुळे शुजानं मैत्रीचा प्रस्ताव ठेवला, त्यांच्या अंगी वेगवेगळे गुण होते. अकबरखानचा काका या नात्यानं, नवाब झमान खान याचा बराकझाई सत्तेवर वरचा वारसाहक्क होता. त्याखेरीज त्याच्या हाती हुकुमाचा एक्का होता : काबूलमध्ये मागे राहिलेले सर्व आजारी आणि जखमी ब्रिटिश लोक त्याच्या ताब्यात होते; परंतु त्याच्याजवळ अन्य कोणतंही आर्थिक किंवा बौद्धिक बळ नव्हतं आणि त्याच्या अंगी कोणतीही लष्करी क्षमता नव्हती. त्याउलट, वयानं मोठा परंतु अजूनही चाणाक्ष असलेला नायब अमीनुल्ला खान लोगारी यानं काबूलमधील हिंदू सावकारांकडून मोठमोठ्या रकमा वसूल केल्या होत्या. ब्रिटिशांनी पराभव मान्य करतेवेळी त्याच्याजवळ ज्या हुंड्या दिल्या होत्या, त्या हिंदू सावकारांकडे वटवून त्यानं या रकमा मिळवल्या होत्या तसेच त्या रकमांचा विनियोग करून त्यानं स्वतःची सेना उभी केली होती आणि लोगर येथून आलेल्या त्याच्या स्वतःच्या टोळीच्या लोकांनासुद्धा पगार दिले होते. ज्या दोन लष्करी नेत्यांनी ब्रिटिशांचा काबूलमध्ये संपूर्णतः पराजय केला, त्या दोघांपैकी एक नेता असल्याचा सन्मानही त्यानं मिळवला होता; परंतु तो साडोझाई कुळातला नव्हता किंवा बराकझाई कुळातलाही नव्हता. तो एका सामान्य कुळातला होता आणि उपरोक्त दोन वरिष्ठ कुळांपैकी एका कुळातील माणसाचा पाठिंबा मिळाल्याखेरीज त्याला सत्ता मिळवणं शक्य होणार नव्हतं. नवाब झमान खान आणि शहाशुजा या दोघांबरोबर संधान बांधल्यावर त्याला या दोन्ही कुळांचा पाठिंबा मिळणार होता. नायब अमीनुल्ला हा नेहमीच साडोझाई कुळाचा निष्ठावंत अनुयायी राहिला होता; तर नवाब झमान खान

याला वैयक्तिक आकर्षणाचं तेजोवलय लाभलेल्या त्याच्या अकबरखान या पुतण्याविषयी नेहमीच दु:स्वास वाटत आलेला होता. अंगी फारशी कुवत नसलेल्या, परंतु अवास्तव महत्त्वाकांक्षा असलेल्या सुमार कुवतीच्या माणसांना खरीखुरी हुशारी आणि कुवत असलेल्यांबद्दल जो कडवट मत्सर वाटतो, तसंच अकबरबद्दल झमान खानला वाटणाऱ्या दु:स्वासाचं स्वरूप होतं. ही तिघाजणांची युती टिकून राहील असा रंग दिसत होता; कारण त्यायोगे या युतीतील तिघांचाही काहीतरी फायदा होणार होता आणि या तिघांपैकी प्रत्येकजण इतरांना जरूर असलेली कोणतीही गोष्ट पुरवणार होता.

शुजाचं चरित्र लिहिणारा महम्मद हुसेन हेराती याच्या म्हणण्यानुसार, शुजानं सारं धोरण अगदी निर्दोष काटेकोरपणे आखलं होतं. त्यानं लिहिलंय, 'अमीर (शहाशुजा), चाल करून येणाऱ्या इंग्रजांपासून वेगळे ओळखताच येत नाहीत, हा बराकझाईंनी केलेला प्रचार लहान-थोर सगळ्यांच्याच मनावर बिंबत चालला होता.' तो पुढे म्हणतो :

> 'या अपप्रचाराला प्रत्युत्तर देण्यासाठी आणि 'राजवट उलथून टाकू शकेल' अशा सध्याच्या बंडातून मार्ग काढण्याचा एकमेव उपाय आहे, अमीनुल्ला खान लोगारीला आपल्या बाजूला वळवून घेणं,' हा सल्ला अमलात आणण्यासाठी, शहाशुजा महाराजांनी त्यांचा लाडका आणि सर्वांत हुशार मुलगा राजपुत्र शाहपूर याला अमीनुल्लाच्या घरी पाठवून दिलं. त्यानं नवाब झमान खान बराकझाई यालासुद्धा दोन लाख रुपयांची भेट देण्याचं आश्वासन दिलं; त्यामुळे अमीनुल्ला आणि इतर बरेच सरदार आता महाराज शहाशुजा यांच्या पाठीशी उभे राहिले. ते म्हणू लागले, "जेव्हा महाराज शहाशुजा परदेशी आणि नास्तिक शक्तींपुढे नतमस्तक झालेले आहेत असं दिसत होतं, तेव्हा नवाब झमानना खलिफा म्हणून निवडून दिलं होतं; पण आता महाराजांनी स्वत:चं स्वातंत्र्य परत मिळवलंय आणि ते पुन्हा खरेखुरे मुस्लीम राजे बनले आहेत; त्यामुळे आता खलिफाची जरूर नाही आणि झमान खानला वजिराच्या स्थानावरच संतुष्ट राहावं लागेल आणि ते स्थानसुद्धा पुरेशा सत्तेचं आहे." या नव्या हातमिळवणीत अकबरखानचा समावेश झालेला नव्हता.'

या कराराला अधिकृत मान्यता देण्यासाठी, १७ जानेवारी १८४२ रोजी राजपुत्र शाहपूर, अमीनुल्ला खान लोगारी आणि झमान खान बराकझाई बाला हिसार किल्ल्यात भरलेल्या दरबारात जातीनं उपस्थित राहिले. 'त्यांनी सोबत त्यांची

स्वतःची निशाणं व झेंडे आणि स्वतःचे घोडेस्वार तर आणलेच; परंतु त्याखेरीज दुर्राणीचे खान, घिलझाईंचे नेते आणि कोहिस्तान आणि काबूलमधील फारशी भाषिक खान यांचे झेंडे आणि घोडेस्वारही त्यांच्यासोबत आणले आणि महाराजा शहाशुजाचं स्वागत करून, त्यांच्या आज्ञांचा स्वीकार केला.' हेरातीनं पुढं लिहिलं आहे, 'तेव्हापासून दररोज सकाळी आणि संध्याकाळी हीच प्रथा रूढ झाली आणि नव्यानं हातमिळवणी करून आलेल्या या बंडखोर नेत्यांना महाराजांनी प्रतिष्ठेचं स्थान, तनखा आणि आर्थिक बक्षिसांची आश्वासनं देऊन गुंतवून ठेवायचं. दरम्यान, त्याने जलालाबादमधील जॉर्ज मॅक्ग्रेगर आणि इतर ब्रिटिश अधिकाऱ्यांना पत्रानं कळवलं की, 'अखेरीस परिस्थिती नियंत्रणाखाली येऊ लागली आहे.''

फेब्रुवारीचा पहिला आठवडा संपेपर्यंत, गेल्या तीन महिन्यांतल्या साऱ्या दुर्घटना लक्षात घेतल्यावरसुद्धा, एक गोष्ट आणखी स्पष्ट होऊ लागली होती की, अकबरखानचा विजय झाल्यासारखं वाटलं असलं, तरी ते नक्कीच अंतिम सत्य नव्हतं. शहाशुजाच्या हाती हुकुमाची पुष्कळ पानं शिल्लक राहिली आहेत. शुजाच्या आयुष्यात, नशिबानं अनेक वेळा पलटी मारली होती. पुन्हा एकदा शुजाचे ग्रह बदलले आणि तो त्याच्या आजवरच्या कारकिर्दीत प्रथमच त्याच्या वारसा हक्कांच्या जमिनीवर थेट ताबा मिळवू शकला. वारे कसे वाहत आहेत हे लक्षात येताक्षणी, उरलेल्या दुर्राणी आणि किझिलबाश सरदारांनी त्यांची निष्ठा शहाशुजाकडे वळवली आणि ते त्यांची निष्ठा व्यक्त करून त्याची माफी मागण्यासाठी एकापाठोपाठ त्याच्या दरबारात हजर राहू लागले. 'नवीन निष्ठा पक्क्या होऊ लागल्यावर, शहाशुजा दरबारात सर्व सरदारांचं म्हणणं ऐकून घेऊ लागले,' असं मौलाना काश्मिरीनं नमूद केलं आहे.

> 'त्यानं सर्व सरदारांना आणखी उच्च पद दिले
> आणि सैनिकांकडे त्याची कृपादृष्टी वळवली
>
> काबूलला हिंसा आणि विकृती यांपासून मुक्ती लाभली
> आणि शाहनं पुन्हा राज्यकारभार चालवायला सुरुवात केली
>
> परंतु त्यानं अकबरला कोणतंही स्थान दिलं नाही
> त्याच्या हृदयातली द्वेषाची ज्वाला अजून थंडावली नव्हती'

परिस्थिती अजूनही खूपच नाजूक होती. बाला हिसार बाहेर पडण्याचं धाडस करायला अजूनही शुजा धजावत नव्हता. तो अजूनही त्याच्या नव्या दोन मित्रांवर - विशेषतः अमीनुल्ला खानच्या बलदंड पाठिंब्यावर - अवलंबून राहिला होता.

मिर्झा अताच्या म्हणण्यानुसार, अमीर दोस्त महम्मदखानप्रति दीर्घकालीन निष्ठा बाळगणाऱ्या या दोन्ही काबूलच्या सरदारांबद्दल त्याच्या मनात संशय होता. 'ते मला ठार मारायची योजना तर आखत नसतील?' त्यातच बातमी आली की, इंग्रज पुन्हा जवळ येत आहेत आणि खुरासनवर पुन्हा ताबा मिळवण्याचा त्यांच्याकडून प्रयत्न होण्याचा खूप संभव आहे. शुजाची अवस्था कात्रीत सापडल्यासारखी झाली होती. तरीसुद्धा राजापाशी त्या वेळेस दहा हजारांचं सैन्य होतं, बारा तोफा होत्या, अमाप खजिना होता आणि भरपूर दारूगोळा होता. इतक्या समस्या असूनही गेल्या अनेक महिन्यांपेक्षा सध्या शुजाचं भवितव्य अधिक उज्ज्वल भासत होतं.

सात फेब्रुवारी रोजी त्यानं स्वतःच्या हातानं त्याच्या मनीचं गूज सांगणारं पत्र 'माझा प्रिय पुत्र' राजपुत्र तिमूर याला लिहिलं. तिमूर त्या वेळी कंदाहारमध्ये जनरल नॉटजवळ होता. मोहनलाल काश्मिरी काबूलमध्येच राहिला असल्यामुळे कत्तलीतून वाचला होता. त्यानं त्याचं हेरांचं आणि निरोप्यांचं जाळं वापरून हे पत्र कंदाहारमधील ब्रिटिश शिबंदीच्या आतवर पोहोचवण्याचं कबूल केलं. शुजानं पत्राच्या सुरुवातीलाच, दैवाच्या स्वरूपात प्रकट होणाऱ्या, अनाकलनीय ईश्वरेच्छेचा स्वीकार केला आणि जे घडलं त्याबद्दल त्याला वाटत असलेली शरम आणि दुःख व्यक्त केलं. 'इथल्या लोकांनी वारंवार जो तमाशा केला, त्याचीच इथं पुन्हा पुनरावृत्ती पाहायला मिळाली. काय घडणार आहे याची पूर्वसूचना मी इंग्रजांना अनेकवार दिली; परंतु त्यांनी माझ्या म्हणण्याकडे अजिबात लक्ष दिलं नाही. ज्या घटना आणि जे दृश्य मला पुन्हा कधीही पाहावं लागू नये अशी मी प्रार्थना करत होतो, त्याच घटना घडवणं दैवाला मंजूर होतं. काबूलच्या लोकांनी इस्लामचे अनुयायी नसलेल्या लोकांच्या विरोधात युद्ध पुकारलं. त्यांनी मलासुद्धा त्यांच्यापासून दूर लोटलं.' ते म्हणू लागले, 'शुजा इंग्रजांच्या बाजूचा आहे.' त्यानंतर त्यानं त्याच्या मुलाला समजावून सांगितलं की, जिवंत राहण्यासाठी त्याला स्वतःला ढोंग आणि कपट करणं भाग पडलं. मी त्यांना (काबूलमधल्या इस्लाम धर्मीयांना) म्हटलं, 'इंग्रज माझे कोण लागतात? त्यांनी मला दयाबुद्धीनं वागवलं ही गोष्ट नाकारता येणार नाही आणि मी दीर्घकाळपर्यंत त्यांच्या देशाचा पाहुणा म्हणून राहिलो - पण त्यापलीकडे काय घडलं?' ही गोष्टसुद्धा मी करायला नको होती आणि (मित्रांकडे पाठ फिरवल्याबद्दल) मला वाटणाऱ्या शरमेपासून देव माझं रक्षण करो! 'जर दैवकृपेनं मी तुला पुन्हा भेटू शकलो, तर मी तुला माझ्या मनीचं गूज सांगेन. मी जसं वागलो, तसं वागणंच माझ्या भाळी लिहिलेलं होतं.'

त्यानंतर त्या पत्रात त्यानं तिमूरजवळ त्याला वाटत असलेली आशा व्यक्त केली. 'दुःख वाटून घेऊ नकोस. आणखी बऱ्या घटना घडणार आहेत. आनंदात आणि समाधानात राहा - ज्या उद्दिष्टांबाबत आपली निराशा झाली, ती उद्दिष्टं आपण

अजूनही साध्य करू घेऊ शकू आणि मी तुझी काळजी घेईन. इच्छा असूनही मी तुला जास्त तपशीलवार माहिती देऊ शकत नाही; कारण मार्ग अजूनही धोक्याचा आहे. सांगण्यासारखं पुष्कळ आहे - जर गोष्टी मनाप्रमाणे घडल्या आणि नीटपणे पार पडल्या, तर सारं काही लवकरच तुझ्या कानी येईल!'

आतापर्यंत अफगाण बंडखोर नेत्यांमध्ये पडलेली फूट वाढत चालली होती; त्यामुळे शुजाच्या पत्रात त्याचा वाढता आत्मविश्वास व्यक्त होऊ लागला होता. जलालाबादमधील मॅक्ग्रेगरला त्यानं त्वरेनं काबूलवर चाल करून येण्याबद्दल गळ घातली. त्यानं हमी दिली, 'तुमच्या मांजरालासुद्धा कुणी हात लावणार नाही,' आणि त्यानंतर तो बराकझाईंच्या दगाबाजीच्या त्याच्या आवडत्या पालुपदाकडे वळला. त्याचा जुना शत्रू, दोस्त महम्मद याला ब्रिटिश अजूनही इतमामाची वागणूक देत आहेत असं त्याला वाटत होतं. त्यानं त्याबद्दल जोरदार तक्रार करत म्हटलं, 'तुम्हाला तुमच्या इभ्रतीची पुरेशी पर्वा आहे असं मला वाटत नाही.' त्यानं पुढे पुस्ती जोडली :

> 'जे काही घडलं, त्यानंतर दोस्त महम्मद आणि त्याचे कुटुंबीय तिथं ऐशआरामात का राहत आहेत? तुम्ही त्या कुत्र्याला कसं वागवलंत आणि त्या दगलबाजानं उपकारांची फेड अपकारानं कशी केली, ते आठवतंय ना? या देशात जे अनेक साहेब मृत्यू पावले आहेत, त्याचा सूड उगवण्यासाठी दोस्त महम्मद आणि त्याची बायका-मुलं अनाथाप्रमाणे हिंदुस्तानच्या बाजारात आणि रस्त्यावर भीक मागत फिरलेली दिसायला हवीत. देव माझ्या मनीची ही इच्छा पूर्ण करो! जर अकबर माझ्या तावडीत सापडला तर त्याला मी असं वागवीन!'

शुजानं सुचवल्याप्रमाणे ब्रिटिशांनी दोस्त महम्मदवर सूड उगवला नाही, त्यामागचं एक कारण म्हणजे अकबरखानच्या ताब्यात आता मोठ्या संख्येनं युद्धकैदी होते.

काहीजण जखमी झाले होते आणि त्यांना काबूलमध्येच ठेवलं गेलं होतं; काहीजणांना तहाच्या कलमानुसार ओलीस म्हणून शत्रूच्या ताब्यात दिलं गेलं होतं. इतर काहीजणांनी सपशेल शरणागती तरी पत्करली होती किंवा त्यांनी आश्रय घेतलेल्या गुहांमधून आणि खेड्यांमधून त्यांना कैद करून फरफटत नेण्यात तरी आलेलं होतं. एकूण एकशेवीस युरोपियन पकडले गेले होते. त्यांच्यापैकी चाळीसजण अकबरच्या ताब्यात होते. अकबरच्या ताब्यात असलेल्यांमध्ये लेडी मॅक्नॅघटेन आणि तिचं मांजर यांचा समावेश होता. (काबूलमधून माघार घेतल्यावर तिचा लांब

शेपटीचा रंगीबेरंगी पोपट वाचलेला दिसत नव्हता.) त्याखेरीज वैधव्य आलेली श्रीमती ट्रेव्हर आणि तिच्या वैधव्य आलेल्या गर्भार मुलीबरोबर - ॲलेक्झांड्रिनाबरोबर - आलेली भीतिदायक श्रीमती सेल या देखील अकबरच्या ताब्यात होत्या.

पहिले काही दिवस अत्यंत कष्टप्रद होते; कारण अकबरच्या कैद्यांना बर्फानं झाकून गेलेल्या खिंडीमधून प्रवास करावा लागला होता आणि त्यांना पर्वतमाथ्यावरच्या गलिच्छ किल्ल्यांमध्ये आणि दूरदूरच्या बुरुजांवरील खोल्यांमध्ये मुक्काम करावा लागला होता. अनेक दिवस थंडगार बोचऱ्या वाऱ्यातून प्रवास करताना, त्यांना त्यांच्या सहकाऱ्यांच्या रक्ताळलेल्या आणि छिन्नविच्छिन्न झालेल्या प्रेतांमधून मार्ग काढावा लागला होता. अधूनमधून त्यांना एखादा जवळचा मित्र त्या प्रेतांमध्ये आढळत होता. उदाहरणार्थ मॅकेन्झीला जेम्स 'जंटलमन जिम्' स्किनर याचं प्रेत अन्य प्रेतांच्या ढिगावर पडलेलं जगदालक येथे सापडलं. त्यानं थांबण्याची परवानगी मागितली आणि उथळ खड्डा खणून त्याला मूठमाती दिली. वाटेत त्यांना त्यांचे शिपाईसुद्धा ढिगानं दिसले. 'ते नग्नावस्थेत, जखमी आणि हिमदंश झालेल्या स्थितीत एकमेकांना बिलगलेल्या अवस्थेत सापडले...' 'आम्हाला फार खेद वाटला की, त्या गरीब बिचाऱ्या लोकांसाठी आम्हाला काहीही करता येत नव्हतं आणि ते सारेच अवघ्या काही दिवसांचे सोबती होते.' स्वत:च कैद झालेल्या ब्रिटिश अधिकाऱ्यांना त्यांच्या शिपायांना वाचवण्यासाठी आणखी काही करता येणं शक्य होतं की नाही याचा अंदाज बांधणं कठीण होतं; परंतु खिंडीमधून लगेचच हिंदुस्तानपर्यंत अफवा मात्र पोहोचू लागल्या की, ब्रिटिश लष्करी अधिकाऱ्यांनी स्वत:ची कातडी वाचवली आणि त्यांच्या हाताखालच्या लोकांना मात्र मरायला किंवा गुलाम व्हायला सोडून दिलं.

एका किल्ल्यात या कैद्यांना प्रवेश नाकारण्यात आला, कारण ते 'काफिर' (पाखंडी : इस्लामचे अनुयायी नसलेले) लोक होते. त्यांना एका 'गचाळ गोठ्यात' आसरा घ्यावा लागला. या कैद्यांना बर्फाळ पंजशीर नदीच्या अनेक उपनद्या ओलांडण्याचं दिव्य करावं लागलं. 'त्यातलं पाणी फक्त खोलच नव्हतं; तर त्याच्या प्रवाहालाही खूप ओढ होती. अशी एक उपनदी ओलांडते वेळी त्यांच्यावर अफगाण लुटारूंच्या एका जमावानं हल्ला चढवला. 'नदी किनाऱ्यावर थांबलेल्या सर्वांवर त्यांनी हल्ला केला... अनेकांनी घाबरून नदीत उड्या मारल्या आणि ते बुडून मेले.' यानंतर एक खडा चढ चढून जाऊन त्यांना एका खिंडीपर्यंत पोहोचावं लागलं. लेडी सेलनं नमूद केलंय, 'इथं मला घोड्याची आयाळ घट्ट धरून ठेवावी लागली. अन्यथा मी खोगिरासह घसरून पडले असते.' माथ्यावरील खिंडीपर्यंत पोहोचल्यावर ते दोन टोळ्यांच्या रक्तपिपासू मारामारीत सापडले; परंतु खोर्द काबूलमध्ये नुकताच त्यांनी जो गोळीबार अनुभवला होता, तो पाहता ही दंगल अगदी क्षुद्र पातळीवरची वाटली.

निदान लेडी सेलला तसं वाटलं. तिनं म्हटलंय, 'गावठी बंदुकीचे काही बार उडाले; आरडाओरडा आणि गोंगाट झाला आणि त्यानंतर सारं काही शांत झालं.' ओलीस म्हणून कैद झालेल्यांना त्या वेळी अगदी साधीसाधी सुखंसुद्धा चैनीची परमावधी वाटू लागली होती. एके दिवशी सकाळी आनंदी प्रवृत्तीच्या लेडी सेलनं लिहून ठेवलं, 'आपले चेहरे धुता आल्याचा आम्हाला फारच आनंद झाला आणि त्यानंतर आम्हाला डाळ व मुळ्यांचा अप्रतिम नाश्ता मिळाला.'

अकबरखानच्या किल्ल्यावर ते पोहोचले, त्यानंतर मात्र त्यांची परिस्थिती खूपच सुधारली. सर्व अफगाण अहवालांमध्ये आणि हिंदुस्तानी मुस्लिमांच्या अनेक अहवालांमध्ये अकबरखाननं त्याच्या कैद्यांना दिलेली सौजन्याची वागणूक अगदी आदर्श आणि अनुकरणीय म्हणून नावाजण्यात आली आहे तसेच महाकाव्यांमध्ये त्याचं वर्णन 'स्त्रीदाक्षिण्याचा आदर्श' - 'सलादीनची अफगाण प्रतिमा' - अशा भाषेत करण्यात आलंय आणि आजसुद्धा त्याची स्मृती त्याच स्वरूपाची आहे. मुन्शी अब्दुल करीमचा अहवाल त्याच्या नेहमीच्या शैलीतलाच आहे. त्यानं लिहिलंय :

'जेव्हा सेनापती अकबरचे पाहुणे थोडे बरे झाले आणि त्यांना उभं राहून त्यांची गोठलेली गात्रं हलवता येऊ लागली, तेव्हा सेनापती महोदय त्यांची सौजन्यानं भेट घेण्यासाठी किल्ल्यावर आले.'

> सारे कैदी घाबरून थरथरत एका रांगेत कृतज्ञता व्यक्त करण्यासाठी उभे होते. सेनापती अकबर यांनी त्यांना आश्वस्त केलं आणि जनरल एल्फिन्स्टन आणि धर्मगुरूंची विधवा पत्नी यांच्याशी ते अत्यंत आदरपूर्वक वागले. त्यांनी त्यांना सेबलचं अस्तर असलेले, जरीच्या कापडाचे अंगरखे दिले आणि स्वत:च्या हातानं ते अंगरखे या दोघांच्या खांद्याभोवती लपेटले. सेनापती महाशयांनी त्या दोघांना मेंढ्यांच्या केसाळ कातडीचे उबदार कोट दिले आणि साश्रु नयनांनी ते म्हणाले, 'देवेच्छा आणि नशिबाचा फेरा यांचं भाकीत कुणालाच आधी वर्तवता येत नाही किंवा त्यात बदलही घडवता येत नाही. माझ्या सैन्यातले वृद्ध सैनिक मला सांगत आहेत की, इतकी कडक थंडी, हिमवृष्टी आणि बर्फ या भागात पडलेला त्यांनी आयुष्यभरात कधीही पाहिलेला नव्हता. अजिबात चिंता करू नका. मी तुमचं संरक्षण करेन आणि सूर्याचा मीन राशीत प्रवेश होऊन बर्फ वितळून हिंदुस्तानचा मार्ग खुला होईपर्यंत मी तुम्हाला विश्रांती घेऊन बरं होण्यासाठी लाघमनच्या उबदार हवेत पाठवून देईन.' सेनापती अकबर यांची आदर्श अशी अनुकरणीय वर्तणूक, त्यांच्या कुलीन रीतिभाती, वैयक्तिक नम्रता

> आणि त्यांनी घेतलेली आस्थापूर्वक काळजी पाहून त्यांच्या सर्व अतिथींनी त्यांची प्रशंसा केली आणि त्यांच्या प्रति आजन्म कृतज्ञ राहू अशी भावना व्यक्त केली. ओलीस ठेवलेले अतिथी लाघमनला पोहोचले तेव्हा तेथे स्त्रियांसाठी मोठमोठ्या खोल्या राखून ठेवण्यात आल्या होत्या आणि त्यांच्या सेवेसाठी मोलकरणी सज्ज होत्या. जेवणसुद्धा सहजपणे पुरवलं जात होतं : धान्य, मटण, लठ्ठ मेंढ्यांच्या शेपट्या, कोंबडी, अंडी तसेच सर्व प्रकारची सुकवलेली आणि ताजी फळं.'

विशेष आश्चर्याची गोष्ट अशी की, काही ब्रिटिश अहवाल युद्धकैद्यांच्या यातनांवर भर देत असले, तरी अनेक अहवालांत अकबरनं त्यांची ज्या नीटपणे काळजी घेतली होती, त्याची प्रशंसासुद्धा केलेली दिसते. पॉटिंगरनं जनरल पोलॉकला पाठवलेल्या अधिकृत अहवालात त्याला आश्वस्त केलं, 'कैद्यांना अपेक्षित असलेली सर्व प्रकारची अफगाण पद्धतीची सेवा-सुविधा आम्हाला पुरवली गेली आणि आमच्याशी कुणी अपमानास्पद पद्धतीनं वागलंच असेल तर तसं वागणारे कनिष्ठ दर्जाचे हस्तक होते; त्यांनी तसं वागावी अशी महम्मद अकबरखानची अजिबात इच्छा नव्हती. आम्ही त्याबद्दल तक्रार केली असता अकबरखान त्यांना शक्य होईल तेवढी चुकीची भरपाई करण्याबद्दल प्रयत्नशील असत.' लॉरेन्सनं त्याहीपुढे जाऊन म्हटलं, 'अकबरनं आपली पालखी लेडी सेल आणि लेडी मॅक्नॅघटेन यांना वापरायला देऊन टाकली,' आणि 'तो नेहमीच अत्यंत सौजन्यानं वागत असे. विशेषत: लेडी मॅक्नॅघटेनबरोबर आणि त्यानं या स्त्रियांना आश्वासन दिलं की, त्या त्याच्या सन्मान्य पाहुण्या होत्या. त्याला शक्य होईल ते सर्व काही तो त्यांना पुरवायला सज्ज होता. रस्ते सुरक्षित झाल्याबरोबर तो त्यांना जलालाबादला पोहोचवणार होता. दरम्यान, त्या त्यांच्या मित्रमंडळींशी मनाप्रमाणे पत्रव्यवहार करायला मोकळ्या होत्या.' जेव्हा लॉरेन्सनं अकबरला म्हटलं की, कैद्यांना थोड्या पैशांची गरज आहे, तेव्हा त्यानं ताबडतोब हजार रुपये दिले : 'मी त्याला त्या रकमेची पावती देऊ लागलो, तेव्हा त्यानं पावतीचा कागद फाडून टाकला आणि म्हटलं की, अशा गोष्टी व्यापाऱ्यांमध्ये गरजेच्या असतात; प्रतिष्ठित इसमांमध्ये त्यांची काहीही गरज नसते!' नंतर लॉरेन्सनं जेव्हा तक्रार केली की, एका नोकरानं त्याचा अपमान केला, तेव्हा अकबरनं त्या नोकराला चांगला चोप दिला आणि म्हटलं, 'जर ही शिक्षा पुरेशी नसेल तर मला वाटल्यास तो त्याचे कान कापून माझ्या हाती देईल!'

आश्चर्याची गोष्ट म्हणजे ओलीस ठेवल्या गेलेल्या कैद्यांनी अफगाणी लोकांच्या सद्गुणांची मुक्तकंठानं प्रशंसा केली. कॉलिन मॅकेन्झीनं कैदेत असताना लिहिलं, 'युरोपियन आणि हिंदुस्तानी लोकांपेक्षा युरोपियन आणि अफगाणी लोकांचं एकमेकांशी

खूपच जास्त जमतं यात काही शंकाच नाही. अफगाण ही अत्यंत कणखर, धीट आणि स्वतंत्र वृत्तीची जमात आहे. ते अतिशय बुद्धिमान आहेत आणि त्यांना हास्यविनोदाची जी उपजत देणगी आहे त्यामुळे त्यांचा सहवास फार आनंदाचा वाटतो... खानदानी अफगाण लोक सौजन्याबाबत अत्यंत जागरूक असतात आणि त्यांची वर्तणूक अत्यंत सुसंस्कृत असते.'

व्हिन्सेन्ट आयरने दुजोरा दिला, 'अफगाण पुरुषांची सोबत प्रवासात अत्यंत सुखकारक वाटली.' लॉरेन्सच्या लक्षात आलं की, ज्या सुलतान जाननं अवघ्या एक महिन्यापूर्वी त्याचा मित्र कॅप्टन ट्रेव्हर याचा खून केला होता, 'तो स्वभावत: अत्यंत ऋजू वृत्तीचा माणूस असून त्याला मुलं फार आवडतात.'

त्यांच्यापैकीच काहीजणांबद्दल युद्धकैद्यांची तक्रार होती. लेडी मॅक्नॅघटेननं महत्प्रयासांनी आपलं सामान सुखरूपपणे इथवर आणलं होतं; परंतु तिनं आपले कपडे किंवा शेरी हे मद्य कुणाबरोबरही वाटून घेतलं नाही आणि ती सर्वांमध्ये अत्यंत नावडती झाली. अँग्लो-इंडियन श्रीमती वेड् आणखी नावडती झाली. लाघमनला पोहोचल्याबरोबर तिनं तिच्या इंग्लिश नवऱ्याला घटस्फोट दिला आणि तिला कैद करणाऱ्यांपैकी एका माणसाबरोबर ती पळून गेली; तिनं इस्लाम धर्म स्वीकारला, 'मुसलमान लोकांसारखे कपडे घालायला सुरुवात केली आणि आपली मूलतत्त्वं बदलून टाकण्याचं तिनं जाहीर केलं... (ब्रिटिश) लोकांनी सुटण्यासाठी आखलेल्या काही योजनांची तिनं (अफगाणांना) बातमी दिली, त्यापायी जवळजवळ त्यांचे गळेच कापले जाणार होते... तिच्या (माजी) नवऱ्यानं स्वत:च्या कपड्यांत काही सोन्याच्या मोहरा दडवून आणल्या असल्याची बातमी तिनं तिच्या नव्या प्रियकराला सांगितली आणि मग अर्थातच त्याच्या जवळच्या सोन्याची लूट झाली हे सांगायलाच नको!' त्यांना सर्वांत जास्त तिरस्कार वाटत असे संतापी आणि तिरसट स्वभावाच्या ब्रिगेडियर शेल्टनचा. तो जवळजवळ प्रत्येक युद्धकैद्याबरोबर भांडला होता. अगदी एकोणीस फेब्रुवारीच्या दिवशी झालेल्या भीषण भूकंपात ते सारेजण अगदी मरणाच्या दारातून परत आले होते, त्या दिवशीही त्यानं त्या घटनेचा कुरापत काढण्यासाठी उपयोग करून घेतला! जेव्हा भूकंप झाला, तेव्हा तो किल्ल्याच्या सपाट छतावरच्या एका बाकावर मॅकेन्झीजवळ बसलेला होता :

> 'आपलं बाकडं कोण हलवतंय, हे पाहण्यासाठी त्यानं रागारागानं चहूकडे पाहिलं. मॅकेन्झी जोरात ओरडला, 'ब्रिगेडियर! हा भूकंप आहे!' आणि लेडी सेलला हाका मारत त्यानं पायऱ्यांकडे धाव घेतली. त्या पायऱ्यांना भेगा पडत होत्या आणि पायऱ्यांचे तुकडे पडू लागले होते. देवकृपेने ते सारेजण तळमजल्यावर सुखरूप पोहोचले. संध्याकाळी शेल्टन मॅकेन्झीजवळ

आला आणि म्हणाला, 'मॅकेन्झी, मला तुझ्याबरोबर काहीतरी बोलायचं आहे!' मॅकेन्झी म्हणाला, 'ठीक आहे, ब्रिगेडियर!' त्याच्या हातून घडलेल्या भयंकर उपमर्दाची त्याला जाणीव व्हावी म्हणून शेल्टन अत्यंत गंभीर स्वरात म्हणाला, 'मॅकेन्झी, आज तू माझ्या आधी खाली गेलास!' त्यावर मॅकेन्झीनं शांतपणे उत्तर दिलं, 'ब्रिगेडियर, भूकंप झाला की असंच करायची पद्धत आहे. हे मी मनिला येथील स्पॅनिश लोकांकडून शिकलो.'

दरम्यान, लेडी सेल तिच्या नेहमीच्या सकारात्मक वृत्तीनं भूकंपाला सामोरी गेली : 'आमच्या खोलीचं छप्पर जोरात खाली आदळलं. मी पायऱ्यांवरून उतरत असतानाच, पायऱ्यांवरचं छप्पर कोसळलं; पण मला कोणतीही इजा झाली नाही. मला श्रीमती स्टर्टबद्दलच खूप काळजी वाटत होती; पण मला फक्त कचऱ्याचा ढीगच दृष्टीस पडला. मी अगदी गोंधळून गेले होते, त्याच वेळी मला हर्षभरित स्वरात हाक ऐकू आली, 'लेडी सेल! इकडं या! सारेजण सुखरूप आहेत;' खरोखरच अंगणात सारेजण सुखरूप अवस्थेत दिसले. लेडी एम्चं मांजर कोसळलेल्या ढिगाखाली पुरलं गेलं होतं; पण त्याला त्या ढिगाबाहेर काढण्यात आलं.'

त्याच एकोणीस फेब्रुवारीच्या सकाळी, थॉमस सीटनला एक कुदळ घेऊन काम करणाऱ्यांचं नेतृत्व करण्यासाठी जलालाबादच्या दक्षिण महाद्वाराबाहेर पाठवण्यात आलं होतं.

त्याला आणि त्याच्या हाताखालच्या पलटणीला, शहरालगतच्या मातीच्या ढासळलेल्या भिंती जमीनदोस्त करण्याची आज्ञा देण्यात आली होती. या भिंतींच्या आडोशाला लपलेले अफगाण घोडदळाचे शिपाई वैरण गोळा करण्यासाठी दररोज तिथं येणाऱ्या ब्रिटिशांच्या मोतद्दारांना हैराण करत असत. सीटनला सूचना देण्यात आली होती की, त्यानं ती मातीची भिंत पाडून टाकावी; म्हणजे किल्ल्याच्या दरवाजाजवळच्या तोफेचा गोळा विनाअडथळा पलीकडे जाऊ शकेल आणि तो सारा भाग, गवत कापणारे मोतद्दार आणि ते गवत सुकवणारे इतर नोकर यांच्या दृष्टीनं सुरक्षित बनेल. हे काम ताबडतोब होणं गरजेचं होतं. सूर्य मावळण्यापूर्वी ते काम पुरं करावं अशी सीटनला कडक सूचना देण्यात आली होती; कारण ब्रिटिशांना त्यांच्या हेरांकरवी बातमी मिळाली होती की, अकबरखान आणि त्याचं सैन्य जलालाबादपासून अवघ्या एका दिवसाच्या टप्प्यावर पोहोचलं आहे. त्यानं त्याचे युद्धकैदी ब्रिटिशांना सुटका करता येणार नाही किंवा त्याच्या प्रतिस्पर्ध्यांना पळवता येणार नाही, इतक्या दूरच्या ठिकाणी नेऊन ठेवले आहेत आणि

अफगाणिस्तानातले उरलेसुरले ब्रिटिश साफ करण्यासाठी अकबरखान आता परत येतोय.

सकाळी अकरा वाजायच्या सुमाराला, सीटननं क्षणभर विश्रांती घेण्यासाठी कुदळ खाली ठेवून दरीतलं दृश्य न्याहाळण्याकरिता नजर टाकली. अचानक त्याला पायाखालची जमीन हलत असल्याचा भास झाला. मंदसा गडगडाट त्याच्या कानी पडला. क्षणभर स्तब्धता होती आणि नंतर :

> 'क्षणभरातच गडगडाटाचा आवाज वाढला आणि कानठळ्या बसू लागल्या. मालानं गच्च भरलेल्या हजारो गाड्या खडबडीत रस्त्यावर अत्यंत वेगानं गेल्यावर जसा आवाज येईल, तसा तो आवाज होता. मी अतिशय घाबरून गेलो. जमीन उसळत्या समुद्राप्रमाणे वरखाली होऊ लागली आणि सारं मैदान लाटालाटांनी आमच्यावर चाल करून येतंय असं वाटू लागलं. इतके जोराचे हादरे बसत होते की, मी जवळजवळ खाली फेकला गेलो. कोणत्याही क्षणी पूर्ण गावच्या गाव जमिनीच्या पोटात गुडूप होईल असं मला वाटू लागलं. माझे डोळे किल्ल्याकडे वळले. परिसरातली घरं, भिंती आणि किल्ल्याची तटबंदी पुढेमागे झुलून भयंकररीत्या गदगद हलताना आणि पूर्णपणे ढासळताना माझ्या नजरेस पडली. किल्ल्याच्या संपूर्ण दक्षिण आणि पश्चिम बाजूला आम्ही प्रचंड कष्ट करून आणि घाम गाळून ज्या तटाच्या भिंती उभ्या केल्या होत्या, त्या वाळूप्रमाणे ढासळू लागल्या होत्या. सारा किल्लाच प्रचंड मोठ्या आणि अभेद्य अशा धुळीच्या ढगामध्ये गुरफुटून गेला होता आणि आत अडकलेल्या शेकडो लोकांनी भीतीनं केलेला आक्रोश ऐकू येत होता.

जेव्हा 'भयानक आवाज आणि गदगद हलणं' थांबलं, तेव्हा सगळीकडे मृतवत शांतता पसरली. 'माझ्याबरोबरचे लोक भीतीनं काळवंडून गेले होते आणि मीसुद्धा भीतीनं पांढराफटक पडलो होतो. खोऱ्यावर नजर फिरवल्यावर, सगळीकडे भीषण दैवी आपत्ती कोसळल्याची लक्षणं दिसू लागली होती. प्रत्येक गाव आणि प्रत्येक किल्ला धुळीच्या दाट ढगात लपेटला होता. काही जागांवरून धुळीचे असे लोट उठत होते की, तिथं आग लागल्याचा भास होत होता. इतर काही ठिकाणी खांबासारख्या आकाराचे, धुळीचे भरगच्च लोट वर जात होते. एखाद्या खाणीत स्फोट झाला असावा, असा भास होत होता.' एकही खेडं, गाव किंवा किल्ला बचावलेला नाही, हे स्पष्टपणे दिसत होतं.

वाऱ्यामुळे जलालाबादवरची धूळ दूर ढकलली गेली, तेव्हा विध्वंसाचं आणि विनाशाचं भेसूर स्वरूप दिसू लागलं. अवघ्या काही मिनिटांपूर्वी तटबंदीमागून वर डोकावणारे घरांचे नीटनेटके आणि देखणे वरचे मजले आता नाहीसे झालेले होते. तुळया, खांब, दरवाजे, फळ्या, खिडक्या, भिंतींचे तुकडे, छतांच्या कडा, जमीन आणि माती सारं काही ढिगाऱ्याच्या गोंधळात एकत्र मिसळून गेलं होतं. भिंतीसुद्धा अतिशय भेसूर दिसत होत्या. चहूबाजूची तटबंदी कोसळून भिंतीच्या पायालगत कचऱ्याच्या ढिगाऱ्याच्या रूपात जमा झाली होती. अनेक ठिकाणी भिंतींना भेगा पडलेल्या होत्या आणि अनेक ठिकाणच्या तटबंदीचा बाहेरचा भाग ओरबाडून काढल्यासारखा नष्ट झालेला होता. पूर्वेकडच्या भिंतीला खिंडार पडलं होतं; ते इतकं मोठं होतं की, खांद्याला खांदा लावून दोन पलटणी तेथून बाहेर पडू शकल्या असत्या. शंभर तोफांनी महिनाभर मारा केल्यावरही जितकं नुकसान झालं नसतं, तितकं नुकसान या भूकंपानं अवघ्या काही सेकंदांमध्ये घडवलं होतं.'

मुख्य अभियंता जॉर्ज ब्रॉडफूट जनरल सेल यांना फुटलेल्या संरक्षक भिंती दाखवण्यासाठी काही तासांत येऊन पोहोचले. जे काही दिसलं, ते पाहून जनरल सेल यांना धक्काच बसला. त्यांनी कलकत्त्याला पाठवलेल्या खलित्यात म्हटलं, 'मी जलालाबादला दोन महिन्यांपूर्वी प्रथम आलो, तेव्हा इथल्या भिंती ज्या अवस्थेत होत्या, त्या पाहून इथलं संरक्षण कसं करता येईल अशी विवंचना वाटणं अगदी क्षम्य ठरलं असतं. प्रचंड शारीरिक कष्ट करूनच किल्ल्याची तटबंदी सुरक्षित करण्यात आली होती. सैनिकांनी केलेले अथक आणि आश्चर्यकारक प्रयत्न आणि कप्तान ब्रॉडफूट यांचा उत्साह आणि तंत्रज्ञान यांची जोड यामुळे हे गाव संरक्षण करण्याजोगं बनलं होतं. आता पुन्हा नव्यानं संरक्षणाचे प्रयत्न हाती घ्यायला हवेत, कारण भूकंपामुळे आम्ही बांधलेल्या तटबंदीच्या सर्व भिंतीचा विध्वंस झालाय. गावातले एक तृतीयांश लोक जखमी झालेत. पेशावरच्या दिशेच्या तटबंदीच्या एका भागाला खूपच मोठं खिंडार पडलं आहे. काबूल दरवाजा तर विध्वंस झालेला आकारहीन ढिगारा बनला आहे.'

संपूर्ण शिबंदीची कामाच्या तुकड्यांमध्ये विभागणी करून, पडलेली खिंडारे बुजवण्यावाचून त्यांच्यापुढे अन्य कोणताही पर्यायच उरलेला नव्हता. 'कामाला जरा वेग येतो न येतो तोच सूर्यास्ताच्या वेळी अकबरच्या छावणीतले काही घोडेस्वार टेहळणी करण्यासाठी येऊन पोहोचले. तोफखान्यात सज्ज असलेला ऑगस्टस ॲबट लक्ष ठेवून होता. त्यानं त्या जमावातच तोफेचा गोळा डागला व त्यांना पळवून लावलं. ब्रॉडफूट पुटपुटला, 'आता अकबरची पाळी आहे.'

अकबरचा प्रतिकार करणाऱ्यांच्या नशिबानं, भूकंपामुळे वेढा घालणाऱ्यांचंसुद्धा त्यांच्याएवढंच नुकसान झालेलं त्यांना दिसत होतं; कारण पुढच्या महत्त्वाच्या पाच दिवसांत त्यांना पुन्हा अफगाण दिसले नाहीत. त्या काळात, शिबंदीचे लोक जवळजवळ झोपलेच नाहीत. सीटननं लिहिलंय, 'पहाट होताक्षणी, शिबंदीतला प्रत्येक माणूस उठून उभा राहत असे आणि पुरेसं उजाडलं की, कामाला सुरुवात करायला सज्ज होत असे. अधिकारी आणि मजूर दोघेही नेमून दिलेलं काम नेटानं आणि चिकाटीनं पार पाडत असत... चोवीस तारखेच्या संध्याकाळपर्यंत तटबंदीची खिंडारं बुजवली गेली आणि सभोवारची संरक्षक भिंत पुन्हा उभी राहिली. काही ठिकाणी तर ती पूर्वीपेक्षाही दुप्पट मजबूत बनवण्यात आली होती. अपरिमित कष्ट करावे लागले होते; संध्याकाळी माझे हात इतके सुजून जात की, बोटांच्या चिमटीत सुरी - काटा पकडणंसुद्धा मला शक्य होत नसे. त्या चार दिवसांत, एकाही अधिकाऱ्यानं किंवा कोणा सैनिकानं अंगावरचे कपडे उतरवले नाहीत. तटबंदीवर नेमून दिलेल्या आपापल्या जागेवरच प्रत्येकजण झोपत असे आणि हल्ला झाला तर त्याला प्रत्युत्तर देण्यासाठी किंवा पहाट होताक्षणी कामाला लागण्यासाठी सज्ज असे.'

अखेर पंचवीस फेब्रुवारीच्या सकाळी, अकबरखाननं नदी ओलांडली आणि बराकझाई घोडदळाची पिसं क्षितिजावर उमटली. ते गावाच्या दक्षिणेकडची पायपर्स हिल (पावा वाजवणाऱ्यांची टेकडी) चढून वर आले होते. 'सारेजण उमद्या घोड्यांवर आरूढ झालेले होते आणि हाती आपली निशाणं उंच धरत त्यांनी खूपच भपकेदार देखावा केला.' अवघ्या काही मिनिटांत त्यांनी पळ काढणाऱ्या गवतकाप्यांच्या आणि घोड्यांसाठी वैरण बनवणाऱ्यांच्या अंगावर चाल केली. किल्ल्याचे दरवाजे बंद होते आणि बहुसंख्य पायदळासमवेत अफगाण घोडदळ मोठ्या आवेशानं आमच्या किल्ल्याच्या सभोवार फेऱ्या मारू लागलं. आता शहराभोवतीचा शत्रूचा वेढा प्राणपणानं घातला गेलेला असला, तरी शिबंदी जेव्हा अत्यंत कमकुवत अवस्थेत होती ती घटका पार पडली होती.

काबूलप्रमाणेच इथेसुद्धा, अकबरखाननं शहरात येणारी रसद पूर्णपणे रोखण्यासाठी अत्यंत कार्यक्षमतेनं पावलं उचलली. स्थानिक खेड्यातल्या लोकांनी फिरंग्यांना धान्य, गंधक, सोरामीठ (पोटॅशियम नायट्रेट) आणि दारूगोळा विकला तर त्यांना ठार मारण्यात येईल अशी अकबरनं त्यांना धमकी दिली. लवकरच सीटननं स्वतःच्या रोजनिशीत स्वतःच्या वाढत्या उपासमारीचं वर्णन लिहायला सुरुवात केली : 'दोन मार्च. आमची सारी सुखं झपाट्यानं नाहिशी होऊ लागली आहेत. चहा केव्हाच संपला. आज कॉफीसुद्धा संपली. साखर अगदी तळाला गेलीय, लोणी संपलंय. गायींसाठी चारा उरलेला नाही. मेणबत्त्या संपल्या आहेत. वाइन आणि

दारूची केवळ स्मृतीच शिल्लक आहे. काही दिवसांतच आमचा अन्नाचा भत्ता, माणशी अर्धा पौंड राखलेलं बीफ (गोमांस) आणि अर्धा पौंड जाडीभरडी साखर इतका खाली येणार आहे आणि तो भत्ता त्याहूनही कमी होण्याची भरपूर शक्यता आहे.' आणखी काही दिवसांनंतर त्याच्या रोजनिशीतली नोंद होती, 'आज जेवणाचा फाका, मांस दुर्मीळ झालंय.' तेवीस मार्च रोजी सेलनं पेशावरमधील जनरल पोलॉकला निरोप पाठवला की, त्याला आणखी तग धरणं शक्य होणार नाही. त्यानं मालवाहतूक करणारे त्याच्याजवळचे सारे उंट मारून टाकले होते. म्हणजे त्यायोगे वाचलेली वैरण घोडदळातील घोड्यांना देता येईल. त्याच्या हिशेबानं, कोठारात उरलेलं खारवलेलं मांस चार एप्रिलपर्यंत संपून जाणार होतं. ठासणीच्या बंदुकींसाठीचा दारूगोळासुद्धा अगदी थोडा उरलेला होता.

अकबरनं पुन्हा एकदा इस्लामचा खंदा प्रवर्तक अशी स्वत:ची प्रतिमा उभी करायला सुरुवात केली. पवित्र धर्मयोद्धा अशा स्वत:च्या सद्य कीर्तीचा वापर करून त्यानं एरवी त्याच्या नेतृत्वाबद्दल साशंक असलेल्या लोकांसह तमाम जनतेकडून मित्र आणि सहाय्यक घ्यायला सुरुवात केली. मार्चच्या मध्यावर मॅक्ग्रेगरनं पोलॉकला कळवलं की, अकबर स्वत:चं चित्र रेखाटतोय : 'मला घर नाही, कुटुंब नाही, कोणतीही नाती नाहीत; स्वार्थ नाही. फक्त सच्च्या धर्माची पुनर्प्रतिष्ठापना आणि शत्रूचं निर्दालन एवढंच माझं उद्दिष्ट आहे.' लाघमनहून जलालाबादला प्रवास करताना अकबर जिथं जिथं रात्रीच्या मुक्कामासाठी तळ ठोकत असे, तिथूनही त्या वेळाचा सदुपयोग करून, छावणीतून अनेक चतुराईचे संदेश पाठवून त्यानं अफगाण सरदारांना आपल्या गोटात घेण्याचा जोरदार प्रयत्न सुरू केला होता. त्यानं किंवा अन्य कुणाही अफगाण माणसानं आजवर कधी वापरली नसेल अशी कल्पक, अधिक थेट आणि स्पष्ट पद्धत वापरून इस्लाम आणि जिहादचा नारा आळवायला त्यानं प्रारंभ केला होता. त्यानं सूचित केलं की, ज्या कुणी शहाशुजाशी हातमिळवणी केली असेल, त्याला धर्मभ्रष्ट मानायला हवं. शिवाय कुणाचीच बाजू न घेता तटस्थ राहण्याची परवानगी कुणालाच दिली जाणार नाही. सैद अहाई उद्दीन या शहाच्या आतल्या वर्तुळातल्या सरदाराला अकबरनं लिहिलं :

> एका गोष्टीबद्दल निश्चिंत राहा! जर फिरंग्यांशी संबंध ठेवण्यासाठी तुमच्यावर झालेल्या सक्तीच्या परिणामांबद्दल तुमच्या मनात कोणतीही भीती असेल, तर ती मनातून काढून टाका, अशी मी तुम्हाला नम्र विनंती करतो. कारण त्या वेळी गरजेचं होतं, तसं तुम्ही वागला आहात. स्वत:च्या हिताच्या दृष्टीनं प्रत्येक लहानथोराला, कमी-अधिक प्रमाणात फिरंग्यांशी संबंध ठेवणं भाग पडलं आहे; परंतु आता त्या तिरस्करणीय जमातीचा ग्रंथ

आटोपला आहे आणि इस्लामच्या योद्ध्यांची संपूर्णपणे एकजूट झालेली आहे, तेव्हा आता तुम्ही दूर का राहता? मी तुम्हाला मन:पूर्वक विनंती करतो की, सारा दुरावा बाजूला सारून आणि माझं घर आपलं घर मानून तुम्ही ताबडतोब इकडं यावं. म्हणजे आपली भेट होऊन आपली मैत्री आणखी दृढ होईल. तुम्ही या दिशेनं त्वरित मार्गस्थ व्हाल, अशी मी आशा करतो.

तुराबाझ खान या दुसऱ्या एका सरदाराला अकबरनं अधिक स्पष्टपणे धार्मिक आणि गूढ असं कळकळीचं आवाहन केलं की, त्यानं काफिरांची संगत सोडून खऱ्याखुऱ्या धार्मिक मुस्लीम धर्मियांच्या गोटात सामील व्हायलाच हवं. अकबरनं त्याला लिहिलं :

'आमच्या कानी आलंय की, तुम्ही लालपुरातून बाहेर पडून डोंगरात आश्रय घेतला आहे. यावरून असं दिसतं की, तुम्हाला इस्लामच्या सुपुत्रांपासून दूर व्हायचं आहे. माझ्या आदरणीय मित्रा, आता ही देवाज्ञाच झाली असं समज. गेल्या चार पवित्र महिन्यांमध्ये या भूमीवरच्या सुज्ञ आणि वंदनीय लोकांना सुंदर स्वप्नं पडली आहेत आणि त्यांना दृष्टान्तही झाले आहेत. त्यात आपल्या पवित्र प्रेषितानं आणि चार मित्रांनी - पहिले चार कलिफ (धर्मगुरू) - इस्लामच्या सेवेसाठी कंबर कसली आहे आणि तलवार परजली आहे. साऱ्या इस्लामपूजकांनी एकदिलानं धर्मनिंदकांविरोधात युद्ध पुकारलं आहे. नास्तिकांची जमात पराभूत झाली आहे, पूर्णपणे नष्ट करण्यात आलेली आहे. ही माणसानं नव्हे तर देवानं दिलेली शिक्षा आहे. तुम्ही तुमच्या धर्माचं हितच लक्षात घेतलं पाहिजे. तुम्हीच ठरवा की, आपण मुसलमानांमध्ये आदरपात्र ठरावं की पाखंडी काफिरांसमवेत आयुष्य व्यतीत करावं. जर तुम्ही इस्लामचं भलं करू इच्छित असाल, तर माझं घर आणि माझी संपत्ती स्वत:चीच समजा; परंतु जर तुम्हाला काफिरांशीच जवळीक ठेवायची असेल, तर आपले काहीही संबंध राहणार नाहीत. मला तुमचं मत शक्य तितक्या लवकर कळू दे.'

अशा प्रकारच्या आर्जवामुळे लोकांच्या मनाच्या तारा हलल्या : अकबरखानचं सैन्य लगेचच फोफावलं. कारण पवित्र धर्मयुद्धाचा प्रवर्तक अशी त्याची वाढती कीर्ती पर्वतरांगांमध्ये पसरली. मिर्झा अता त्याच्या अनेक भाटांपैकी एकजण होता. तो म्हणतो :

‘सरदार महम्मद अकबरखान महोदय यांनी इंग्रजांच्या शिबंदीला वेढा घातला आणि दवंडी पिटणाऱ्यांना आजूबाजूच्या प्रदेशात दवंडी पिटण्यासाठी पाठवून दिलं की, ‘जो कुणी सच्चा मुस्लीम असेल, त्यानं कुराणाची आज्ञा पाळायलाच हवी : तुमची संपत्ती आणि तुमचा देह यांचा विनियोग देवाप्रमाणे युद्ध करण्यासाठी करावा; त्यातच तुमचं भलं आहे. फक्त तुम्हाला तेवढं कळायला हवं.’ ख्रिस्ती धर्मियांविरुद्ध लढण्यासाठी त्यानं प्रत्येकाला संप्रेरित केलं. त्याच्या घोषणांमुळे दोन हजार उत्साही तरुण योद्धे त्याच्या सैन्यात दाखल झाले. बुखारा येथील कैदेतून मुक्त केल्यानंतर हा तरुण नेता काबूलला आला होता, तेव्हा त्याच्याकडे पद, पैसा, प्रतिष्ठादेखील नव्हती. आता मात्र इंग्रजांकडून त्यानं लुटलेल्या संपत्तीनं त्याचा खजिना ओसंडून वाहत होता. इंग्रजांकडून हस्तगत केलेल्या बंदुका आणि दारूगोळा यांनी त्याचं शस्त्रागार ठासून भरलं. त्याच्या यशस्वी चढाईत हजारो शूर योद्धे सामील होऊ लागले. इंग्रज अधिकाऱ्यांना जिवंत पकडून, काबूलप्रमाणेच इथंसुद्धा त्यांचा खजिना ताब्यात घ्यायची त्याची योजना होती. म्हणजे हिंदुस्तानात कैदेत असलेल्या त्याच्या पित्याची - अमीर दोस्त महम्मदखान याची त्याला खात्रीनं सुटका करता आली असती. दोन महिने तो शिबंदीला वेढा देऊन जलालाबादला थांबला. त्यानं खंदक खणले आणि छातीइतक्या उंचीची संरक्षक भिंत बांधून काढली.’

मार्चअखेरपर्यंत, वेढा घालणारे यशस्वीरीत्या हळूहळू पुढे सरकले. वेढ्याची यंत्रणा आणि मेढेकोट (उभ्या वाशांचा अडथळा म्हणून उभारलेला कोट) त्यांनी आता शहराच्या भिंतींपासून अवघ्या ऐंशी यार्ड अंतरापर्यंत हलवला होता. शहरात अजिबात काहीही रसद पोहोचत नव्हती. दिवसागणिक किल्ल्यावरची अन्नाची कोठारं रिती होत चालली होती. अकबरजवळ फक्त तोफांचीच उणीव होती. तोफा नसल्यामुळे त्याला किल्ल्याच्या तटाला खिंडार पाडणं शक्य होत नव्हतं; परंतु काबूलमध्ये त्यानं ज्या प्रतिस्पर्ध्यांचा सामना केला होता, त्यांच्यापेक्षा जनरल सेल हा फारच जोरदार प्रतिस्पर्धी निघाला. किल्ल्यातील प्रत्येक लहानसहान नोकरालासुद्धा आता शस्त्रं पुरवण्यात आली होती. अगदी मोतद्दार आणि उंट-हाके यांनासुद्धा गावठी भाले देऊन भिंतींच्या रक्षणासाठी उभं करण्यात आलं होतं. विशेषत:, वेढा घालणाऱ्या शत्रूवर वेढ्यातले इंग्रज जेव्हा जोरदार आणि आकस्मिक हल्ला करणार होते, त्या वेळी ही संरक्षण व्यवस्था मोलाची भूमिका बजावणार होती. प्रतिकार करतेवेळी त्यांच्याजवळ पुरेसा दारूगोळा नसे, तेव्हा ते माणसाच्या आकाराची

तिरकी टोपी घातलेली नकली प्रतिकृती भिंतीच्या वर येईल अशा प्रकारे धरून ठेवत असत. फसलेला शत्रू या प्रतिकृतीवर गोळीबार करत असे. मग संध्याकाळी, वेढा घालणारे लोक आपल्या छावण्यांमध्ये परत गेले की, किल्ल्यातले लोक बाहेर जाऊन निकामी झालेली काडतुसं गोळा करून आणत आणि ती काडतुसं साच्यातून काढून शिबंदीसाठी वापरात आणत. सीटननं लिहून ठेवलंय, 'आम्ही रखवालीसाठी नेमून दिलेल्या जागेवरच झोपत असू. अधिकाऱ्यांनी तर क्वचितच कमरेची तलवार काढली किंवा पायांतले जोडे काढले. आमच्यापैकी कुणीही गणवेश घालत नसे. आमचे गणवेश आम्ही काळजीपूर्वक पेटीत ठेवून दिले होते. आम्ही उंटाच्या केसांपासून विणलेल्या कापडाचे कपडे घालत होतो. खोदणं, पाडणं, दमटपणा, धूळ आणि चिखलाचा या कपड्यांवर परिणाम होत नसे, ते मळके दिसत नसत. अवघ्या काहीच दिवसांमध्ये अकबरच्या हे लक्षात आलं असावं की, आमची उपासमार घडवणं हाच त्याच्यापुढचा यशाचा एकमेव मार्ग होता.'

त्यामुळे १ एप्रिल रोजी किल्ल्यातल्या वेढा पडलेल्या शिबंदीनं जेव्हा त्यांना वेढा घालणाऱ्या शत्रूचं अन्न यशस्वीरीत्या पळवलं, तेव्हा शत्रूच्या दृष्टीनं तो मोठाच आघात होता. मार्चअखेरीस अकबरनं ठरवलं की, बाहेरचं उरलंसुरलं गवत नाहीसं करून शिबंदीला वैरणीवाचून तडफडत ठेवायचं. त्यासाठी तो घोडदळाच्या देखरेखीखाली त्याच्या मालकीचे मेंढ्यांचे कळप चारा असलेल्या कुरणांकडे नेऊ लागला होता. उरलंसुरलं गवत साफ करण्याच्या हेतूनं त्यानं हा उद्योग आरंभला होता. किल्ल्याच्या वेढ्याची पकड आणखी आणखी मजबूत होत असलेली पाहून अकबरचे मेंढपाळ इतके निर्धास्त बनले होते की, ३१ मार्च रोजी त्यांनी त्यांचे कळप किल्ल्याच्या समोरच्या बाजूच्या उतरणीच्या शिखरापासून अवघ्या ४०० यार्डांवर आणले. सूर्यास्ताच्या वेळी किल्ल्यातल्या उपाशी लोकांना त्यांचं हे संभाव्य जेवण दूर जाऊन नाहीसं होताना पाहावं लागलं; परंतु दुसऱ्या दिवशी जनरल सेल पूर्ण तयारीत होता. पहाटे घोडदळाला घोड्यांवर स्वार होऊन तयारीत राहायची सूचना देण्यात आली. पायदळाच्या ६५० सैनिकांबरोबर ते शांतपणे प्रतीक्षा करत होते. काही स्वखुशीनं सामील झालेले भालेधारक आणि ब्रॉडफूटच्या हाताखाली बांधकामासाठी सज्ज असलेले अठरापगड सैनिकसुद्धा शांतपणे योग्य क्षणाच्या प्रतीक्षेत होते. मेंढ्यांचे कळप त्यांच्या आवाक्यात आल्याबरोबर, बांधकामासाठीच्या सैनिकांना उत्तरेकडच्या महाद्वारातून बाहेर पाठवण्यात आलं. त्यांनी शत्रूनं बांधलेल्या छातीएवढ्या उंचीच्या संरक्षक भिंतींवर गोळीबार सुरू करून वेढा घालणाऱ्यांचं लक्ष त्या बाजूला वेधून घेतलं. दरम्यान, दक्षिणेकडचं महाद्वार हळूच उघडून घोडदळाला त्वरेनं तिथून बाहेर धाडण्यात आलं. अफगाण मेंढपाळ आणि त्यांची पाठराखण करणारे घोडेस्वार तिथून पळून गेले. घोडदळातील सैनिकांनी चटकन मेंढ्यांभोवती कडं केलं आणि

ओढून घेता येण्याजोग्या झुलत्या पुलावरून त्यांनी मेंढ्यांचे कळप त्वरेनं किल्ल्यात नेले. अवघ्या दहा मिनिटांत ही कारवाई आटोपली. अफगाण घोडदळ तिथं पोहोचेपर्यंत मेंढ्यांचे कळप आणि सैनिक किल्ल्यांच्या भिंतीच्या आत सुरक्षित जागी पोहोचले होते. विजयोत्सव साजरा करण्यासाठी त्या रात्री खरपूस भाजलेल्या मेंढ्यांच्या मांसाची मेजवानी देण्यात आली. त्यानंतर सीटननं त्याच्या रोजनिशीत नोंद केली, 'आम्ही सारेजण अत्यंत आनंदी आणि उत्तेजित होतो. जेव्हा शत्रूसैन्य संतापून थयथयाट करत होते, तेव्हा आम्ही 'बा ऽ बा ऽ' असं भिंतींवरून ओरडून त्यांना भरपूर खिजवलं. आम्ही चारशे एक्याऐंशी मेंढ्या आणि थोडे बकरे हस्तगत केले होते; त्यामुळे मांसाचा शिधा आम्हाला सोळा दिवस पुरला असता. तोही नेहमीच्या तुलनेत पाऊणपट देऊन... तिसऱ्या दिवशी एका हेरानं आमच्याकडे येऊन आम्हाला सांगितलं की, आम्ही त्याचे मेंढ्यांचे कळप पळवल्याचं जेव्हा अकबरला समजलं, तेव्हा त्यानं संतापून इतका थयथयाट केला की, त्याचे लोक त्याच्या जवळ जायलासुद्धा धजावेनात.'

यानंतर काही काळातच अकबरची आणखी गंभीर स्वरूपाची पीछेहाट झाली. त्यानं शहरावर हल्ला चढवण्यासाठी दिवसभर नेतृत्व केलं होतं. चाकरी देऊ करणाऱ्या खजरानी टोळ्यांमधील सैनिकांचं स्वागत करण्यासाठी तो संध्याकाळी आपल्या छावणीत परतला. ब्रिटिशांना सहानुभूती दाखवणाऱ्या एका सरदारानं प्रसृत केलेल्या अहवालानुसार :

> 'नवागतांचं स्वागत केल्यानंतर, दिवसभरात अन्नाला स्पर्शही न केलेला अकबर उठून उभा राहिला आणि त्याच्यासाठी आणलेलं जेवण घेण्यासाठी काही पावलं एका बाजूला वळला. एकीकडे खजरानी जलालाबादवर हल्ला करण्यासाठी चालले होते, त्यावर त्याची दृष्टी खिळलेली होती. अकबर असा उभा होता, तेव्हाच दोन नळ्यांच्या बंदुकीतून झाडलेली गोळी त्याच्या मांसल दंडातून वक्षात गेली आणि बाहेर पडली. दोन माणसांना पकडण्यात आलं. त्यातला एकजण यापूर्वी शहाशुजाचा भोजनगृहातला सेवक होता. त्यांनी गयावया करून म्हटलं की, 'अपघातानं गोळी सुटली. सरदार अंथरुणाला खिळला आहे आणि त्याचे श्वशुर मोहम्मद शाह खान घिलझाई, यांच्याखेरीज इतर कुणालाही त्यांच्याजवळ जायची परवानगी मिळत नाहीय; त्यामुळे सैनिकांचं मनोबल खूपच खचलं आहे.'

सर्व अफगाण अहवालांनी गृहीत धरलं की, हा गोळीबार म्हणजे खुनाचाच प्रयत्न

होता. या प्रयत्नामागे ब्रिटिश लोक कारणीभूत होते, असं मिर्झा अतानं नमूद केलं आहे. तो म्हणतो, 'सरदाराला स्थानभ्रष्ट करण्यासाठी जनरल सेल सर्व प्रकारच्या क्लृप्त्या वापरत होता; परंतु त्याला यश मिळत नव्हतं. अखेरीस सरदाराच्या खुनासाठी त्याच्या विश्वासू स्वीय सेवकाला दोन लाख रुपयांची लाच देण्यात त्याला यश आलं. त्या क्षुद्र माणसानं आपली निष्ठा आणि इभ्रत त्या पैशांसाठी विकली. सरदारावर गोळी झाडण्याची संधीच तो शोधत होता. जरी त्याला लक्ष्यावर गोळी झाडता आली होती आणि अकबरखानचा खांदा जायबंदी करता आला होता, तरी परमेश्वर शूर सरदाराचं रक्षण करत होता; त्यामुळे सरदार मरण पावला नाही.'

परंतु जवळजवळ सर्व निरीक्षकांनी मात्र साडोझाईंनाच दोषी ठरवलं. फैज मोहम्मदचं म्हणणं होतं :

> 'तिथं उपस्थित असलेल्यांपैकी काहीजणांनी ताबडतोब गोळीबारासाठी जबाबदार असलेल्या त्या कृतघ्नाला पकडलं. अकबरच्या जखमेला मलमपट्टी केल्यावर त्यांनी त्या नोकराला जखमी सरदारापुढे उभं केलं. सरदारानं त्याची खरडपट्टी काढली आणि त्याच्या कृत्यामागचं कारण विचारलं. त्या माणसानं पश्चात्ताप व्यक्त केला; भूमीचं चुंबन घेतलं आणि या खुनासाठी ५०००० रुपये देऊ करणारं शहाशुजाचं पत्र सरदारापुढे ठेवलं. त्यानं गौप्यस्फोट केला की, शुजा आणि इंग्रज यांनी त्याला प्रारंभीच २५ हजार रुपये दिले होते आणि काम फत्ते झाल्यावर उरलेले २५ हजार रुपये देण्याचं कबूल केलं होतं. सरदारानं शहाशुजाचं पत्र ठेवून घेतलं आणि त्याला माफ केलं; परंतु गोटातल्या अन्य शूर योद्ध्यांनी त्या माणसाला आणि त्याच्या कटात सहभागी होणाऱ्या दुसऱ्या एका माणसाला बोलावून घेतलं आणि त्या दोघांनाही ठार मारलं.'

हे असंच घडलं असणार! खुनाचा प्रयत्न करणारा गुन्हेगार त्याच्या गुन्ह्यासाठी जिवंत जाळण्यात आला ही बातमी तुरुंग अधिकाऱ्याकडून ओलीस ठेवलेल्या कैद्यांना समजली.

मार्च संपून एप्रिल उजाडला. आता फक्त अकबरच सचिंत नव्हता. काबूलमध्ये शुजाचं नवं दोस्त सरकारसुद्धा संकटात सापडू लागलं होतं; कारण शुजानं निवडलेले नवे सहकारी, अमीनुल्ला खान लोगारी आणि नवाब झमान खान सत्तेसाठी आणि काबूलमधील संपत्तीवर ताबा मिळवण्यासाठी झगडू लागले होते.

शहरातल्या टांकसाळीकडून वसुली करण्याच्या मुद्द्यावर, मार्चच्या मध्याला, त्यांच्या दोघांच्या वैयक्तिक सैनिकांनी शहराच्या रस्त्यांमध्येच अटीतटीचं युद्ध केलं होतं.

अकबरखाननं स्पष्टपणे धर्मयुद्धासाठी शस्त्र धारण करण्याचं जे जाहीर आवाहन केलं होतं; त्यामुळे शहाशुजाच्या मुस्लीम नेतेपदाच्या बांधिलकीबद्दल आता उघडपणे शंका व्यक्त केली जात होती. ही फार काळजीची बाब होती. फैज मोहम्मदनं लिहिलंय :

> 'अकबरखाननं आजूबाजूच्या टापूतील लोकांना पत्रं पाठवून निरोप दिला की, "जर शहाशुजा इस्लामच्या अनुयायांशी प्रामाणिकपणे वागत असेल, त्याला इंग्रजांबद्दल काहीही ममत्व वाटत नसेल आणि तो तुमच्या हिताच्या दृष्टीनं राजकीय व धार्मिक कर्तव्यं पार पाडत असेल, तर तुम्ही त्याला धर्मयुद्ध पुकारायचं आवाहन करा. म्हणजे एकजुटीनं आपण सारेजण इंग्रजांवर हल्ला चढवू आणि आपल्या देशातलं त्यांचं अस्तित्वच नष्ट करून टाकू!' त्याच्या या भाषेनं सगळ्यांना भडकवायचं काम केलं. सरदार अकबर लोकांपुढे वारंवार धर्मयुद्धाचं आवाहन ठेवत गेला. अखेरीस त्याच्या सूचनांनुसार धर्मग्रंथांचे अभ्यासक आणि त्यांचे शिष्य यांनी संतांच्या कबरीत ठेवलेले कुराणाचे ग्रंथ आपल्या मस्तकावर ठेवले आणि ते प्रत्येक खेड्यातल्या आणि प्रत्येक वस्तीतल्या लोकांपुढे गेले. कुराण पठण करणाऱ्यांनी व मुआझ्झिननी (मशिदीच्या मनोऱ्यातून, प्रार्थनेसाठी बोलावण्यासाठी बांग देण्यासाठी नेमलेला माणूस) लोकांना जिहादसाठी प्रेरित करावं म्हणून लोकांनी शुजाच्या राजवाड्याच्या दरवाजापुढे घोळक्यांनी जमा होऊन धर्मयुद्ध जाहीर करावं, अशी मागणी करत आवाहन केलं. विरोधदर्शक गलबला करू लागले. 'इंग्रजांना या देशाबाहेर हाकलून लावू या!' अशा आरोळ्या ते ठोकू लागले.

यामुळे शुजा मोठ्या अवघड पेचात सापडला. लोकांसमोर त्याला त्याच्या उपकारकर्त्या ब्रिटिशांचा धिक्कार करावा लागत होता. दरबारात त्याला जाहीर करावं लागलं होतं की, तो (इस्लामनिंदक) नास्तिकांचं निर्दालन करण्यासाठी कंबर कसेल; परंतु मनोमन मात्र त्याला अजूनही ब्रिटिशांबद्दल कृतज्ञता वाटत होती. बराकझाईंचा पाडाव करण्यासाठी ब्रिटिशांची मदत अपरिहार्य ठरेल, अशी खात्री वाटत होती. याच कारणास्तव त्यानं मॅक्ग्रेगरला असंख्य पत्रं पाठवली आणि शक्य तेवढ्या त्वरेनं ब्रिटिश सैन्य काबूलकडे पाठवण्याची याचना करत राहिला. ब्रिटिश सैन्य

केव्हा पोहोचेल हे जाणून घेण्यासाठी तो घायकुतीला आला होता. मोहम्मद हुसेन हेरातीनं लिहिलं :

'महाराज चालढकल करून वेळ काढत होते. इंग्रजांनी राज़ीखुशीनं देशाबाहेर जावं, म्हणून इंग्रजांचं मन वळवण्यासाठी आपण संदेशवाहक पाठवू, असं आश्वासन देत होते; परंतु प्रत्यक्षात मात्र हे सारे निरोप त्यांची इंग्रजांप्रती असलेली अखंड निष्ठा व्यक्त करण्यासाठीच पाठवले जात होते. प्रथम त्यांनी इनायतुल्ला खान बामिझाई या त्यांच्या स्वीय सचिवाला पाठवलं. मग त्यांनी दिन मुहम्मद खान या त्यांच्या स्वीय सेवकाला पाठवलं. तिसऱ्या खेपेस महाराजांनी गुप्तपणे पत्र पाठवलं, 'या कटकारस्थानं करणाऱ्या अप्रामाणिक बराकझाईंचा आणि खवळलेल्या काबूलवासीयांचा वाढता दबाव आपल्याला कसा टाळता येईल?' मॅक्ग्रेगरनं त्याला उत्तर देणारं पत्र पाठवलं, "पेशावरकडून वाढीव कुमक येऊ घातली आहे; तेव्हा महाराजांनी आणखी दोन आठवडे काबूलमध्ये टिकाव धरून राहावं.'

त्याचा भूतकाळ लक्षात घेता, शुजाची ब्रिटिशांबद्दल अजूनही बांधिलकी असणार, अशी काबूलमधल्या लोकांना दाट शंका वाटत होती. तो ढोंग करतोय हा त्याच्या अनेक सरदारांचा होरा अगदी अचूक होता. सिराज उल् - तवारिख यानं नमूद केलं, 'त्याची चालढकल पाहून, बराकझाई लोक उघडपणे म्हणू लागले, "शुजा ब्रिटिशप्रेमी आहे. त्याच्या शब्दांवर विश्वास ठेवून फसू नका. त्याचे शब्द आणि त्याची कृती यात कोणताही ताळमेळ नाही. जर आमचं म्हणणं खरं नसेल, तर तो अजून जलालाबादकडे का कूच झालेला नाही? त्यानं पाठवलेल्या निरोपांनुसार इंग्रज अजून का देशाबाहेर गेले नाहीत?" '

मार्च सरत आला. जलालाबादमध्ये अकबरनं गाजवलेल्या शौर्याच्या कहाण्या काबूलमध्ये पसरू लागल्या. मुख्य दोस्त अमीनुल्ला खान लोगारीसह शुजाच्या बाजूचे अधिकाधिक लोक त्याला त्याची बांधिलकी सिद्ध करण्यासाठी ताबडतोब जलालाबादवर चाल करण्याचा सल्ला देऊ लागले. नाहीतर त्यानं त्याच्या जागी त्याच्या एका मुलाला फौजेचं नेतृत्व करण्यासाठी रवाना करावं, असा आग्रह धरू लागले.

अशा अवघड पेचात सापडलेल्या आणि ब्रिटिशांच्या मनात त्याच्याबद्दल अविश्वास निर्माण होऊ नये म्हणून प्रयत्नशील असलेल्या शुजानं त्याच्या अनेक सरदारांना लाच दिली आणि त्याशिवाय जलालाबादकडे जाण्यास प्रवृत्त केलं. दोन

मार्च रोजी राजपुत्र तिमूर याला जलालाबादकडे पाठवण्यात आलं; परंतु तो खोर्द काबूलच्या मुखाशी असलेल्या बुत्खाकपलीकडे गेलाच नाही. अठरा मार्च रोजी अमीनुल्ला खान आणि इतर बराकझाई लोक बाला हिसार येथे आले. त्यांनी जाहीरपणे शुजाला आवाहन केलं की, त्यानं आपल्या किल्ल्याबाहेर निघावं आणि पाखंड्यांविरोधात अकबरखाननं सुरू केलेल्या युद्धात सामील होण्यासाठी त्यानं त्याच्या ८ हजार सैनिकांचं नेतृत्व करावं. बराकझाईंनी शुजाच्या दुटप्पी राजकारणाची अकबरच्या निधड्या शौर्याशी केलेली तुलना, मौलाना हमीद काश्मिरीनं नमूद केली आहे. :

'एके दिवशी सरदार आणि सेनानींच्या गटानं
शुजाच्या मुलाखत कक्षात प्रवेश मिळवला

ते त्याला म्हणाले, 'हे कीर्तीवंत बादशाह,
तू काय करणार आहेस, ते आम्हाला सांग!

तू तुझं सत्तास्थान टिकवून आहेस,
कारण तुझ्याशी निष्ठावान राहू असा आम्ही शब्द दिलाय.

आम्हाला वाटलं होतं की, तू देशाचं रक्षण करशील,
तू नेतृत्व करशील आणि कायद्यांचं पालन करून राज्यकारभार करशील.

तर मग आम्हाला सांग की, अकबरनं असा कोणता अक्षम्य गुन्हा केलाय?
की, तू त्याच्या विनाशासाठी कंबर कसावीस?

त्याचा गुन्हा एवढाच आहे की, त्यानं तुला या भूमीचं राज्यपद दिलं
आणि दुष्ट शक्तीचं निर्दालन आणि निःपात केला

त्याची प्रशंसा करण्याऐवजी
तू त्याचा नायनाट करू पाहावंस?

त्याला ठार मारण्याचं काम
तू काही दगलबाज समाजकंटकांवर सोपवावंस?

दिवस-रात्र तुझी लेखणी घासून
तू आमच्या शत्रूला पत्रं लिहीत असतोस!'

तीन एप्रिल रोजी शुजावरचा दबाब आणखी वाढला; कारण नुकतीच हत्या झालेल्या मीर मस्जिदीचा थोरला भाऊ, मीर हाजी हासुद्धा धर्मयुद्ध पुकारण्यात

सहभागी झाला होता. त्याच्या शुक्रवारच्या प्रवचनात त्यानं शुजाला आवाहन केलं की, त्यानं काफिरांविरुद्ध धर्मयुद्ध करण्यासाठी मुस्लीम धर्मियांच्या सेनेचं नेतृत्व करावं.

मोहनलाल काश्मिरी, मीर हाजीला दगलबाज आणि दांभिक म्हणत असे. त्यानं लिहिलंय, 'त्या दगलबाज आणि दांभिक मीर हाजीनं जलालाबादच्या रस्त्यावर त्याचा तंबू ठोकला. शहरात दवंडी पिटणाऱ्यांना पाठवून त्याने दवंडी पिटवली की, तो धर्मयुद्धासाठी निघाला असून जो मुसलमान असूनही त्याच्या बरोबर युद्धासाठी निघणार नाही, त्याला धर्मभ्रष्ट, पाखंडी समजण्यात येईल.' त्यानंतर त्यानं एका लांबलचक मिरवणुकीच्या अग्रभागी राहून जलालाबादच्या दिशेनं कूच केली. या मिरवणुकीत रानटी फकीर सामील झाले होते. युद्धामध्ये लोकांना प्रेरित करण्यासाठी उंच दांडीवर पताका लावलेल्या असतात, तशा दांड्या, पवित्र कुराणाचे ग्रंथ आणि दर्ग्यांमधले पवित्र अवशेष - हाती घेऊन आणि प्रार्थनाघोष करत या फकिरांचा लांबलचक तांडा मोठी मिरवणूक काढून जलालाबादच्या दिशेनं मार्गस्थ झाला.

हेरातीनं लिहून ठेवलंय, 'ही कदाचित केवळ राजकारणाची एक खेळी असू शकेल; परंतु महाराजांच्या लक्षात आलं की, ते त्यांच्याबरोबर गेले नाहीत तर काबूलमध्ये एका वेगळ्याच बंडाला तोंड फुटेल.'

आता परिस्थिती अतिशय गंभीर बनली होती. त्या रात्री झमानखाननं एक मोहोरबंद कुराण सोबत देऊन, त्याच्या निष्ठेची ग्वाही देण्यासाठी आपल्या पत्नीला राजवाड्यावर पाठवून दिलं. 'त्याच्या पत्नीनं शुजाला विनंती केली की, त्यानं अगदी निर्भयपणे बराकझाईंबरोबर जलालाबादवर आक्रमण करण्यासाठी कूच करावी. तिनं पुढं म्हटलं की, तिचा नवरा या कामासाठी सर्वतोपरी साहाय्य करेल आणि एका निष्ठावान सेवकाच्या रूपात महाराजांच्या पाठीशी उभा राहील.' मीर हाजीची जाहीर घोषणा लक्षात घेऊन आणि त्याच्या साऱ्या सरदारांचा जलालाबादवर चढाई करण्याचा सल्ला विचारात घेऊन, अखेरीस मोठ्या नाइलाजानंच शहाला आपली छावणी टाकण्यासाठी माणसं पाठवावी लागली आणि सेनेबरोबर कूच करायचं त्यानं मान्य केलं.

शाही सेनेची छावणी जलालाबाद रस्त्यावरच्या सिया संग येथे टाकण्यात आली. काळजीत पडलेल्या मोहनलालनं जलालाबादला इंग्रजांकडे निरोप धाडला, 'तो प्रत्यक्षात चाल करून जाईल यावर माझा अजिबात विश्वास नाही आणि तसा तो चाल करून गेलाच, तर बराकझाई त्याला ठार तरी करतील किंवा त्याचे डोळे तरी फोडून टाकतील.' आणखी एक आठवडा, शहा बाला हिसारमध्येच राहिला. खैबर खिंडीतून जनरल पोलॉकने आपलं सैन्य पुढे आणण्यात यश मिळवलंय की नाही, ही बातमी मिळवण्याची तो मोठ्या उत्कंठेनं प्रतीक्षा करत होता. त्यानं अत्यंत

निराश होऊन मॅक्ग्रेगरला लिहिलं, ‘जवळजवळ एक महिनाभर मी जलालाबादला सेना पाठवायची टाळाटाळ करत आलो; परंतु या कालावधीत तुमच्याकडून काहीही पत्र आलेलं नाही. मला तुमच्या मनोदयाबद्दल काहीही कळलेलं नाही. जर पुढल्या दहा-पंधरा दिवसांत ब्रिटिश सैन्य आलं, तर धकवता येईल; पण ते सैन्य शक्य तितक्या लवकर आलेलं बरं. तसं ते आलं नाही, तर मी काय करावं? ही क्षुल्लक बाब नव्हे! जे कारण योग्य ठरेल असं तुम्हाला वाटतं, ते मला समजेल अशा स्पष्ट शब्दांत सांगा; म्हणजे मला त्यानुसार व्यवस्था करता येईल.’

त्यानं पुढे म्हटलं, ‘मी तुमच्यामुळे सर्व मुसलमानांमध्ये अप्रिय झालो आहे आणि तरीही ही गोष्ट तुमच्या लक्षातच आलेली नाही. कृपा करून लक्षात घ्या. ते म्हणू लागलेत की, मी सच्च्या धर्माचा नाश करायला निघालोय. हा जीवन-मृत्यूचा सवाल आहे... आता देवच माझं रक्षण करो.’

मेजर जनरल पोलॉकला घाईगर्दी करायला लावलेली अजिबात आवडत नसे. काळजीपूर्वक आखलेल्या योजना आणि अत्यंत दक्षतेनं आखलेलं व्यूहशास्त्र याबद्दल ते सुप्रसिद्ध होते. जानेवारीत, काबूलमधल्या ब्रिटिश सेनेची झालेली अनपेक्षित कत्तल लक्षात घेता, पूर्ण तयारी झाल्याशिवाय एक क्षणभरही आधी हालचाल सुरू करायची नाही, ही त्यांची धारणा आणखी पक्की झाली. कलकत्त्यात असलेल्या सर जास्पर निकोलस या सरसेनापतींची पोलॉकच्या धोरणाला पूर्ण सहमती होती. त्यांनी लंडनला पाठवलेल्या खलित्यात म्हटलं, ‘शांत आणि सावधगिरीनं वागणारा कंपनीचा सेनानी या मोहिमेच्या नेतृत्वपदी आहे, ही अनुकूल गोष्टच आहे! कीर्तीसाठी आसुसलेल्या एखाद्या सेनानीनं घिसाडघाईनं चढाई केली, तर त्याचा प्रचंड दुष्परिणाम होईल!’

पोलॉक पाच फेब्रुवारी रोजी पेशावरला पोहोचला, तेव्हा सैनिकांच्या मनाची उभारी रसातळाला गेली होती. अनेक शिपाई रुग्णालयात दाखल करावे लागले होते. जवळजवळ अठराशे शिपाई आजाऱ्यांच्या यादीत समाविष्ट होते. माघार घेतलेल्यांपैकी बचावलेले मूठभर सैनिक, हिमदंश झालेल्या लुळ्यालंगड्या अवस्थेत पेशावरला येऊन पराजयाच्या आणि त्यांच्यावर नेतृत्व करणाऱ्या अधिकाऱ्यांनी त्यांना वाऱ्यावर सोडून पळ काढल्याच्या कहाण्या सांगू लागले तेव्हा वातावरण आणखी स्फोटक बनू लागलं. पोलॉक जाणून होता की, हे खच्ची झालेलं मनोबल वाढवणं अत्यंत आवश्यक आहे. त्यानं शिपायांना आश्वस्त करायला सुरुवात केली. त्याने ताबडतोब पिळदार लोकरीपासून बनवलेले हातमोजे आणि गुडघ्यांपर्यंत येणारे पायमोजे सैनिकांना देऊन त्यांचं कडाक्याच्या थंडीपासून रक्षण केलं. त्यानं

निकोलसना कळवलं, 'मी वारंवार रुग्णालयात जाऊन त्यांची वास्तपुस्त करेन आणि त्यांच्या सुखासाठी शक्य तेवढं करून मी मला त्यांच्याप्रति वाटणारी आस्था त्यांच्यापर्यंत पोहोचवेन.' दिवसागणिक आजाऱ्यांची संख्या घटू लागली आणि छावणीतल्या वातावरणात जाणवण्याएवढा बदल दिसू लागला.

पुढच्या दोन महिन्यांत आणखी पलटणी आणि सामानाचा पुरवठा करणाऱ्या गाड्या आल्या. त्यानं हळूहळू सेना आणि अन्न-शस्त्रांचा साठा एकत्र करायला सुरुवात केली. त्याचे आक्रमण रोखण्यासाठी, खैबर खिंडीलगतच्या आफ्रिदी टोळीतले लोक, ज्या कौशल्यानं दगडांचा तात्पुरती, छातीभर उंचीची तटबंदी उभारत होते, त्याची दुर्बिणीतून टेहळणी करण्यासाठी तो दररोज घोड्यावरून रपेट मारत तिथं जाऊ लागला. त्याच्या प्रत्येक शिपायाला प्रत्येकी दोनशे फैरी झाडता येण्यासाठी दोन लाख पंचाहत्तर हजार फैरी झाडता येतील एवढा दारूगोळा गरजेचा आहे, असा त्यानं हिशेब केलेला होता. मार्चच्या मध्यापर्यंत तो दारूगोळा येऊन पोहोचला. उंट हाकणारे त्याचे लोक पळून गेल्यामुळे त्याला आणखी एक आठवडा थांबावं लागलं, कारण माल वाहून नेण्याची पूर्ण सोय होणं गरजेचं होतं. त्यानं फिरोझपूरला पत्र पाठवून आणखी एक घोडदळाची पलटण आणि घोड्यांवरून तोफा डागणाऱ्यांच्या अनेक तुकड्यांची मागणी केली. दरम्यान, मेटाकुटीला येत चाललेल्या जलालाबादमधील सेलला त्यानं कळवलं, 'तुमच्या बिकट परिस्थितीचं मला कधीच विस्मरण होत नाही... केवळ आत्यंतिक गरजेपोटीच मला इथं अडकून पडावं लागलं आहे; त्यामुळे तुम्ही कोणतंही अनमान न करता मला कळवा की, कोणत्या अंतिम तारखेपर्यंत तुम्हाला तिथे खिंड लढवून टिकाव धरता येईल!' सेलनं भाताच्या पेजेच्या पाण्यानं पत्र लिहून पाठवलं. त्यावर आयोडीन लावल्यावरच ती अक्षरं उमटली असती. त्यानं कळवलं की, त्याच्याजवळचा खारवलेला मांसाचा साठा चार एप्रिल रोजी संपला असता.

अखेर २९ मार्च रोजी उंट, घोडदळ आणि तोफा येऊन पोहोचल्या. त्याच संध्याकाळी पोलॉकनं छावणी उठवून खैबर खिंडीच्या तोंडाशी असलेल्या जामरुड किल्ल्याकडे कूच करण्याची आज्ञा केली. आणखी एका आठवड्यानं, ५ एप्रिल रोजी, त्यानं त्याच्या सैनिकांना अंधारात, गुपचूप, तीन रांगांमध्ये खैबरकडे जाणाऱ्या अरुंद दरीतून वर चढायची आज्ञा केली. सूर्योदयापर्यंत दगडी तटबंदीच्या दोन्ही बाजूंच्या शिखरांवर पोलॉकची सेना पोहोचल्याचं दृश्य आफ्रिदी टोळ्यांच्या नजरेस पडलं. आणखी काही तासांतच टोळीतल्या लोकांनी, त्यांनी काळजीपूर्वक उभारलेल्या संरक्षक तटबंदीपासून पळ काढला. दुपारी दोन वाजेपर्यंत पोलॉकच्या मध्यवर्ती तुकडीनं अलि मस्जिद येथील किल्ला ताब्यात घेतला आणि जलालाबादच्या किल्ल्यातील सेनेला त्वरेनं साहाय्य करण्यासाठी मार्गस्थ होण्यासाठी त्यांनी सेनेची

वेगवेगळ्या तुकड्यांमध्ये पुनर्रचना करायला प्रारंभ केला.

ज्या दिवशी सकाळी, पोलॉकचे शिपाई खैबरवर चढाई करून पुढे आले होते, त्याच दिवशी अखेरीस शहाशुजानं त्याच्या ब्रिटिश मित्रांच्या मदतीची उरलीसुरली आशा सोडून दिली. त्याच्या शेवटच्या आणि अत्यंत धास्तावलेल्या मन:स्थितीत लिहिलेल्या पत्राला मॅक्ग्रेगरकडून कोणतंही उत्तर आलेलं नव्हतं; त्यामुळे आपल्या किल्ल्याच्या आसऱ्यातून बाहेर पडून, जलालाबादकडे कूच करण्याखेरीज आपल्यापुढे अन्य कोणताही पर्याय नाही, असा शहानं निष्कर्ष काढला.

सारी रात्र त्यानं झोपेविना काढली होती. 'रात्रभर तो देवाचा धावा करत येरझारा घालत होता आणि त्याच्या नपुंसक नोकरांना रात्रीचे किती वाजले आहेत, हा प्रश्न सतत विचारत होता.' त्यानंतर त्यानं विधिपूर्वक स्नान केलं, त्याच्या पत्नींचा निरोप घेतला. त्यानं त्याच्याजवळ शिल्लक राहिलेल्या जवाहरखान्यातली निवडक रत्नं - हिरे, माणिक, पाचू - प्रवासासाठी एका लहान थैलीत भरून घेतली. 'पहाटे झुंजूमुंजू झाल्याबरोबर, महाराजांनी किल्ल्यातल्या त्यांच्या खासगी कक्षात, त्यांच्या नेहमीच्या प्रार्थनेतली दोन साष्टांग लोटांगणं घातली आणि उरलेली दोन अनिवार्य लोटांगणं सियासंग येथील छावणीत पोहोचल्यावर घालण्याचा विचार केला. पालखीत बसल्यावर त्यांनी वाहकांना शक्य तेवढ्या जलद गतीनं चालण्याची विनंती केली, म्हणजे छावणीत पोहोचून करायच्या प्रार्थनेची वेळ टळून गेली नसती. महाराजांसमवेत त्यांचे स्वत:चे फारच थोडे खासगी सेवक निघाले होते.'

२ नोव्हेंबरला उसळलेल्या बंडानंतर, शहानं प्रथमच ४ एप्रिलला बाला हिसारबाहेर पाऊल टाकलं होतं. तो सियासंग येथील त्याच्या छावणीपर्यंत घोड्यावरून गेला. तिथं त्यानं त्याच्या सैन्याचं पुनरावलोकन केलं आणि काबूलच्या सरदारांचा दरबार भरवला. या दरबारातच त्यानं त्याच्या जलालाबादकडच्या प्रस्थानाची अधिकृत घोषणा केली आणि आपल्या गैरहजेरीत काबूलमधलं आधिपत्य आपला प्रिय पुत्र शहाजहा शाहपूर याच्यावर सोपवत असल्याची घोषणा केली. मिर्झा अतानं अहवालात नमूद केलं, त्यानुसार शहानं त्याच्याबरोबर रोख दोन लाख रुपये आणले होते आणि दुहेरी शालींचे अनेक तागे आणले होते. या शाली देऊन तो, त्यांच्या प्रतिष्ठेनुसार आणि कुवतीनुसार काबूलमधल्या नेत्यांना सन्मानित करणार होता. त्याचा अत्यंत विश्वासू बनलेल्या अमीनुल्ला खान लोगारी याचा त्यानं विशेष इतमामानं सत्कार केला. त्यानंतर शुजा आपल्या मुलाबरोबर पालखीत बसला आणि आपल्या जनान्याबरोबर रात्र घालवण्यासाठी बाला हिसारला परत गेला.

परंतु शुजाला काडीमात्रही कल्पना नव्हती की, अमीनुल्ला खानचा जाहीरपणे गौरव करण्याच्या त्याच्या कृतीचा अर्थ, त्याचा दुसरा प्रमुख निकटवर्ती सहाय्यक नवाब झमान खान बराकझाई यानं त्याचा जाणूनबुजून केलेला अपमान असा काढला होता. तो आणि नायब अमीनुल्ला खान यांच्यात आता जवळजवळ पूर्ण अबोला होता आणि शहानं सियासंग येथील दरबारात जाहीरपणे आपली अमीनुल्लाशी असलेली जवळीक प्रकट केल्यामुळे नवाबाच्या गोटातील लोकांचा प्रचंड अपमान झालेला होता. कारण नवाब झमान खान अमीनुल्लापेक्षा खूपच उच्च कुळातला होता. मिर्झा अतानं लिहिलं,

'आपल्या सेवेत मोठी युद्धसेना बाळगणारा झमान खान हा मोठा मातब्बर सरदार होता; तर अमीनुल्ला खान लोगारी अगदी अलीकडच्या काळापर्यंत केवळ त्याचा एक मामुली सेवक होता. दरबारात, नवाब झमान खान आणि अमीर दोस्त महम्मदखानचे अन्य निकटवर्ती मानाच्या महावस्त्रांतून वगळण्यात आले होते आणि महाराजांच्या कृपादृष्टीपासून वंचित ठेवण्यात आले होते. हा पक्षपात नवाबाला रुचला नाही. जर महाराजांनी अधिक समानतेची वागणूक दिली असती, तर हे सुप्त वैर चिघळण्याऐवजी निवळलं असतं; परंतु महाराजांनी त्यांची अजिबातच दखल घेतली नाही, हे पाहून नवाब आणि त्याचे अनुयायी अतिशय संतापले.'

सर्वांत अधिक रागावला होता, झमान खानचा सर्वांत मोठा मुलगा शुजा अल् दौला. 'त्याला त्याचं नाव त्याचे धर्मपिता शहाशुजा यांनी स्वत: कानात सांगितलं होतं. त्याच्या जन्माच्या वेळी शहाशुजा उपस्थित होते.'

'शुजा अल् दौला या नावाचा अर्थ होतो शौर्य किंवा धैर्य आणि त्याचा स्वभाव त्या नावाला साजेसाच आहे. त्यानं त्याच्या पित्याजवळ पुढीलप्रमाणे तक्रार केली : 'तो अमीनुल्ला खान लोगारी आपला एक यत्किंचित नोकर होता. तो आणि कोणतंही सामाजिक स्थान नसलेले लहानसहान नेते आता राजाचे लाडके झाले आहेत. त्यांना महत्त्वाची पदं दिली जात आहेत. दरम्यान, 'आपल्याला पूर्णपणे वगळण्यात आलं. आपण केलेली राजाची सेवा आणि त्याच्या हितासाठी केलेला त्याग त्याच्या खिजगणतीतही नाही. आपण सुकल्या ओठांनी नुसतं पाहत बसलो. सारी प्रशंसा इतरांच्या वाट्याला आली. मला शक्य होईल तेव्हा मी त्याला ठारच मारणार आहे!' जरी त्याच्या पित्यानं त्याला विरोध करून म्हटलं की, ही सुडाची

> वेळ नव्हे; आता एकजुटीनं इंग्रजांशी लढणं गरजेचं आहे, तरी मुलानं त्याकडे अजिबात लक्ष दिलं नाही. राजा सकाळी किल्ल्यातून सैन्याच्या छावणीत यायला निघाला की, त्याच्यावर हल्ला चढवायची योजना त्यानं आखली. पहाटेपूर्वी, महाराजांच्या रक्षणासाठीचं घोडदळ जवळ येण्यापूर्वीच, पंधरा बंदूकधारी सैनिकांसमवेत तो दबा धरून बसला.'

बाला हिसारपासून येणाऱ्या वळणावळणाच्या गोल रस्त्यानं शहाशुजाची पालखी खाली आली, तेव्हा नवाबाचा मुलगा समोर आला आणि त्यानं त्याच्या धर्मपित्याच्या पालखीचं स्वागत केलं. पालखी वाहून नेणारे भोई थांबले आणि त्यांनी पालखी खाली ठेवली. शहाशुजानं पडदा बाजूला सारून, बाहेर डोकावून पाहिलं आणि त्याच क्षणी दबा धरून बसलेल्या बंदूकधारी शिपायांनी गोळीबार सुरू केला. रक्तानं माखलेल्या शहाशुजाची आकृती धडपडत मेण्याबाहेर पडून शेतांतून पलीकडे लंगडत जायचा प्रयत्न करू लागली. मारेकऱ्यांनी तिथून पोबारा करायला सुरुवात केली होती. तेव्हा त्यांच्यापैकी एकाचं लक्ष शहाकडे गेलं आणि त्यानं ओरडून आपल्या धन्याला सावध केलं की, त्यानं आपलं काम नीटपणे पूर्ण करावं. 'त्यामुळे शुजा अल् दौलानं शहाचा पाठलाग केला आणि उताण्या पसरलेल्या राजाला त्यानं निष्ठुरपणे आपल्या तलवारीनं भोसकत आरोळी ठोकली, 'दे आता मला सन्मानाची ती महावस्त्रं!' मरण पावलेल्या राजाच्या अंगावरची रत्नं आणि त्याच्या दंडावरचा सोन्याचा बाजूबंद, त्याचा कमरपट्टा आणि तलवार त्यानं ओरबाडून काढली. या सर्वांची किंमत तेव्हा अंदाजे दहा लाख रुपये होती. 'उत्तम लोकरीच्या व मखमलीच्या मऊ गाद्यांवर विसावण्याची सवय असलेला राजाचा कोमल देह आता पायांना धरून खडकाळ जमिनीवरून दरदर खेचत नेऊन एका खड्ड्यात भिरकावून देण्यात आला.' हेरातीनं लिहून ठेवलंय,

> 'निष्कलंक असा तो राजा, दोन प्रार्थनांच्या मधल्या काळात हौतात्म्य पावला. त्याच्या पहाटेच्या सूक्तपठणाच्या वेळी तो सतत खुदाचं पवित्र नाम जपत होता; तर दुष्ट खुन्यांनी मात्र निरंतर नरकवास मिळवला. महाराजांच्या सेवकांपैकी शहानवाझनं प्रतिकार करायचा प्रयत्न केला आणि दोन खुन्यांना जायबंदी केलं; पण त्यानं जेव्हा पाहिलं की, ही जागा अगदी निर्जन व रिकामी आहे आणि प्रवासात न्यायची रत्नांची संदूक रक्षणाशिवाय रस्त्यात पडलीय, तेव्हा त्यानं ती हातात पकडली आणि तो किल्ल्याकडे पळत सुटला. ती संदूक त्यानं किल्ल्याच्या जुन्या भिंतीला पडलेल्या एका फटीत लपवली. नंतर केव्हातरी ती हस्तगत

> करून त्यातली रत्नं विकावीत असं त्यानं ठरवलं होतं; परंतु त्याच्या हालचालींवर नजर असल्यामुळे, ती रत्नं शहाशुजाच्या खुन्याच्या आणि त्याच्या पित्याच्या नवाब झमान खानच्या हाती पडली.'
>
> 'दुर्दैवी राजा शाही उद्यानातल्या पथांवर फिरू शकला; परंतु त्याची आशा आणि महत्त्वाकांक्षा मात्र कधीही साध्य करू शकला नाही! त्याऐवजी तो रक्ताळलेल्या, धूळभरल्या स्थितीत मूठमाती न मिळता उघड्या मैदानावर पडून राहिला. तो सफरच्या मासाच्या तेविसाव्या दिवशी मरण पावला आणि स्वर्गातल्या अढळस्थानी पोहोचला. "कारण आपण देवाचेच असतो आणि त्याच्याकडेच परत जाणार असतो!" '

शाहजादा शहापूरनं ताबडतोब राजस्त्रिया आणि मुलांच्या रक्षणासाठी बाला हिसार किल्ल्याकडे धाव घेतली. ज्या जागी त्याचा पिता मारला गेला, त्याच जागी त्याचा देह पुढचे चोवीस तास पडून राहिला; कारण सर्व साडोझाई वंशाच्या लोकांनी किल्ल्याचे दरवाजे बंद करून घेतले होते. वृद्ध आणि अंध झमानशाहच्या नेतृत्वाखाली सारेजण एकत्र जमून मसलत करण्याच्या आणि त्यांची सत्ता टिकवण्याच्या आणि खुन्यांवर सूड उगवण्याच्या दृष्टीनं धोरण आखायचा प्रयत्न करत होते. 'दरम्यान, बराकझाईंनी मोठ्या आनंदानं एकमेकांचं अभिनंदन करत जल्लोष आरंभला होता. मीर हाजी अजिबात वेळ न दवडता, त्याच्या धर्मयुद्धाच्या बतावणीला रजा देऊन, युद्धध्वज घेऊन माघारी वळला आणि त्यानं जाहीर केलं, "आम्ही सम्राटाला, शहाशुजाला कनिष्ठ राजाच्या मॅक्नॅघटेनच्या भेटीसाठी रवाना केलंय." सारेजण एकमेकांचं अभिनंदन करत म्हणत होते, "या धर्मभ्रष्ट फिरंग्यांचा अखेरीस आपल्या देशातून आपण नायनाट केला आहे!" '

खून झालेल्या शहाच्या प्रेताजवळ थांबणं हे आपलं कर्तव्य आहे, असं फक्त एकाच व्यक्तीला वाटलं. शुजाचा एकनिष्ठ पाणक्या, मेहेतर जान खान इशाकझाई. शुजा लुधियानात हद्दपार झाला असताना तो त्याच्या सोबत निष्ठेपोटी गेला होता. त्या रात्री तो शहाच्या प्रेताजवळ परत आला आणि प्रेत कुणी आणखी छिन्नविच्छिन्न करू नये म्हणून प्रेतापाशी राखण करत थांबला. दुसऱ्या दिवशी सकाळी त्यानं आणि शहाच्या आणखी एका जुन्या विश्वासू नोकरानं - आझिम गोल खान यानं - दफनासाठी प्रेत तयार केलं. खून झालेल्या जागेजवळच एक भग्नावस्थेतली मशीद होती. त्या मशिदीत त्यांनी दफनासाठी उथळ खड्डा खणला. कुणाच्याही मदतीवाचून त्यांनी स्वत:च ते काम केलं. त्या खड्ड्यात राजाचं दफन करून त्यांनी तो खड्डा मातीनं भरून टाकला आणि त्यावर राजाची पालखी ठेवली. त्यांनी

खुनाच्या जागी स्मारक म्हणून दगडांची रास रचली.

या दोन जुन्या विश्वासू नोकरांनी ज्या जागी रक्तरंजित पालखी आणि दगड ठेवले होते, ते उन्हाळ्यातही तिथंच पडून होते.

एकोणिसाव्या शतकाच्या अखेरीस, इतिहासकार फैज मोहम्मद याला सांगण्यात आलं होतं की, त्याच्या वडिलांचं तिमूरशहाचं जिथं दफन झालं होतं त्या भव्य मुघल धर्तीच्या कबरीतच, मूठमाती देऊन शहाशुजा साडोझाईचं दफन करण्यात आलं. तसं असूही शकेल आणि त्या इमारतीच्या तळघरात पुरुषांची जी तीन थडगी आहेत, त्यातलं एक थडगं त्याचंसुद्धा असू शकेल; परंतु तसं असलं, तरी त्या कबरीवर कोणतीही तशी निशाणी केलेली नाही. अफगाणिस्तानात आज शहाला काय किंमत दिली जाते, याचंच ते प्रतीक आहे.

शहाशुजाच्या स्वत:च्या काळातसुद्धा, या दोन कुळांमधील संघर्षाबद्दलच्या विजयी बराकझाईंनी केलेल्या वक्तव्यालाच कवी-लेखकांनी प्राधान्य दिलं आहे. या मागचं महत्त्वाचं एक कारण असू शकेल की, जे कवी हा वृत्तान्त शब्दबद्ध करत होते, त्यांना बराकझाईच उदार आश्रय देत होते. उदाहरणार्थ, मौलाना हमीद काश्मिरी यानं शहाच्या खुन्याच्या तोंडी जे भाषण घातलं आहे - मरण पावणाऱ्या शुजाला तो ऐकवतो ते भाषण, शुजाच्या वारसाहक्काबद्दलचं बराकझाईंचं मतच व्यक्त करतं : 'हे निष्ठुर हुकूमशहा!' तो खुनी टोमणा मारून म्हणतो, 'तू स्वत:ला शहा म्हणवतोस; पण तू शहा केव्हा होतास?' तो पुढे म्हणतो :

> 'ज्या देशानं तुला 'शहा' या पदवीनं गौरवलं,
> त्या देशाला गर्तेत लोटून तू त्या देशाचा विनाश केलास
>
> वेडानं उन्मत्त झालेल्या हत्तीप्रमाणे वागून
> तू फिरंगी सेनेला मोकाट सोडलंस आणि त्या सेनेला मदत केली.
>
> घझनी आणि काबूलचा विध्वंस झाला.
> घरोघरी जुलूमजबरदस्ती केली गेली.
>
> तू इस्लामच्या पवित्र भूमीला धर्मद्रोही पाप्यांची भूमी बनवलंस
> तू मोठ्या जोमानं कृतघ्नपणाचा जोरदार बाजार मांडलास
>
> वरकरणी तुझा पोशाख मक्केच्या पवित्र यात्रेकरूंसारखा असला,
> तरी अंतर्यामी तू मुस्लिमांचं रक्तशोषण करण्यासाठी आसुसला होतास.

तू माझ्या अनेक बांधवांना मारून टाकलंस.
आणि आता मी तुझा खून करतोय, असं तू म्हणतोस?

मी कायद्याला अनुसरून रक्ताचा बदला रक्तानं घेतो आहे.
तुझ्या गळ्यातल्या रक्तानंच मी तुझं रक्त धुवून काढीन.'

शुजाच्या अंगी अनेक दोष होते आणि त्यानं अनेकदा चुकीचे निर्णय घेतले, ही गोष्ट निश्चितच मान्य केली पाहिजे. युद्धात तो प्रभावी नेता म्हणून क्वचितच चमकत असे. त्याचा उर्मटपणा आणि आढ्यता यामुळे त्याच्या संपूर्ण कारकिर्दीत अनेक संभाव्य अनुचरांनी त्याच्याकडे पाठ फिरवली होती. १८१६ मध्ये त्यानं पहिल्या प्रथम सीमा ओलांडून ब्रिटिशांच्या ताब्यातील हिंदुस्तानात प्रवेश केला, तेव्हा विल्यम फ्रेजरनं टिप्पणी केली होती : 'त्याच्या इच्छा आणि अपेक्षा कमालीच्या उच्च आणि अवाजवी असतात.' स्वत:च्या कुळाबद्दलचं त्याचं पूर्णत: टिमरुड* पद्धतीचं असलेलं मत पाहूनच लोकांचा असा ग्रह होत असे. त्यानं १८३४ मध्ये लॉर्ड बेंटिंकना लिहिलं होतं, 'विशेष लक्ष पुरवून खुदा माझं रक्षण करत असतो.'

हे सगळं खरं असलं, तरी शुजा हा एक असामान्य माणूस होता ही गोष्ट मान्य केलीच पाहिजे : तो उच्चविद्या विभूषित, हुशार, निश्चयी होता आणि अविचल वृत्तीचा होता. आपल्या संपूर्ण आयुष्यात त्याला वारंवार गंभीर आपत्तींना सामोरं जावं लागलं होतं. बरेचदा त्याच्या ताब्यात नसलेल्या घटनांमुळेच त्याच्यावर अशी संकटं ओढवलेली होती; परंतु तो कधीही खचला नाही किंवा निराशही झाला नाही. त्याच्या भावाला पदच्युत करून त्याचे डोळे फोडल्यावर त्यांना पळ काढावा लागला होता. त्या वेळेस तरुण वयातच त्यानं लिहिलं होतं, 'संकट आलं म्हणून निराश होता कामा नये. काळ्याकुट्ट ढगांमधून लवकरच स्वच्छ पाऊस बरसू लागतो.' त्याच्या संपूर्ण आयुष्यात, हा आशावाद हे त्याचं बलस्थान ठरतं. 'अगदी प्रतिकूल परिस्थितीतसुद्धा त्याची औचित्यपूर्ण वागणूक आणि प्रतिष्ठा अभंग राहत असे,' असं निरीक्षकांनी सतत म्हटलं आहे. ब्रिटिश त्याला दुर्बल समजत असत. विशेषत: 'आपल्या पूर्वजांचं राज्य हातचं घालवणारा,' अशी बर्नेस त्याची सतत हेटाळणी करत असे; परंतु जेव्हा नोव्हेंबर १८४१ मध्ये बंड उसळल्यावर दाराशी संकट येऊन उभं राहिलं, तेव्हा कार्यक्षमतेनं त्याचा लष्करी प्रतिकार करणारा संपूर्ण काबूलमधला एकमेव माणूस फक्त शुजा होता आणि बर्नेसला वाचवण्याचा थोडाफार प्रयत्न करणारासुद्धा तो एकटाच माणूस होता. बर्नेसनं जरी त्याचा नेहमीच अपमान केलेला असला, तरी त्याला वाचवायला प्रयत्न करायला फक्त शुजाच पुढे आला.

शुजा त्याच्या मित्रांशी असाधारण निष्ठेनं वागत असे. दिलेला शब्द प्राणपणानं पाळत असे. ज्या देशात हे दोन्ही गुण फारसे दिसत नाहीत, त्या देशातल्या शुजाच्या अंगी मात्र हे दुर्मीळ गुण होते. फारशी बोलणाऱ्या अत्यंत सुसंस्कृत अशा टिमरुड संस्कृतीचे आपण वारस आहोत असं तो समजत असे. तो स्वत: उत्तम कविता आणि गद्य तर लिहीतच असे, परंतु त्या जोडीला तो कवी आणि पंडित यांना सढळ हस्ते मदतही करत असे; असं १८०९ मध्ये शुजाच्या दरबारात काही काळासाठी आलेल्या एल्फिन्स्टननं आश्चर्यानं नमूद केलं आहे. शुजाच्या मते त्याचं राज्य डोंगराळ, दुर्गम टापूतलं एकाकी राज्य नव्हतं; तर ते मैत्रीच्या करारांनी बाहेरच्या विस्तीर्ण जगाशी जोडलं गेलेलं होतं. या मैत्रीच्या करारांच्या माध्यमातूनच सार्वत्रिक पर्शियन संस्कृतीचा त्या भागातल्या इतर देशांशी राजनैतिक, सांस्कृतिक आणि आर्थिकदृष्ट्या मिलाफ होणार होता. हे त्याचं स्वप्न पूर्ण होण्याची दुर्दैवानं आजही फारशी शक्यता दिसत नसली, तरी हे स्वप्न पूर्णपणे नष्ट मात्र झालेलं नाही.

शुजाची कारकीर्द त्याच्या स्वत:च्या दोषांमुळे कोसळली नाही. ऑकलंड आणि मॅक्नॅघटेन यांनी अफगाणिस्तानवरचं आक्रमण आणि त्यावरचा ताबा घेताना आपत्तीला आमंत्रण देणाऱ्या चुका केल्या. जनरल एल्फिन्स्टन यांनी वाईट पद्धतीनं पराजय ओढवून घेतला, या गोष्टी शुजाच्या अधोगतीला कारणीभूत ठरल्या. ब्रिटिशांनी त्याच्यावर अविश्वास दाखवला आणि स्वत:च्या स्वार्थासाठी एक प्यादं म्हणून त्याचा वापर केला, तर देशभरातील लोकांनी धर्मनिंदक काफिरांच्या हातचं बाहुलं अशी त्याची उपेक्षा केली. असं असूनही १८४२ चं बंड हे शहाशुजाच्या विरोधात नव्हतं; ते पूर्णपणे ब्रिटिशांच्याच विरोधात होतं. अफगाण अहवालांवरून स्पष्ट होतं की, बंडात भाग घेणाऱ्या लोकांना प्रामाणिकपणे वाटत होतं की, आपल्या स्वार्थासाठी ब्रिटिशांनी शहाला ज्या सोनेरी पिंजऱ्यात डांबून ठेवलंय, त्यातून ते या बंडाद्वारे त्याची मुक्तता करू पाहत होते. बंडखोरांनी शुजाला या बंडाचं नेतृत्व करण्याची संधीसुद्धा देऊ केली होती! तो त्याच्या ब्रिटिश आश्रयदात्यांना जेव्हा दूर सारायला तयार होईना, तेव्हाच ते त्याच्या विरोधात जाऊ लागले होते. अकबरखान क्षितिजावर अवतरल्यानंतर मात्र हे बंड म्हणजे निव्वळ साडोझाई - बराकझाई वंशांमधली रस्सीखेच बनली. जेव्हा अकबरखान काबूल सोडून जलालाबादला गेला तेव्हा अनेक सरदारांनी त्यांची निष्ठा पुन्हा शहाकडे वळवली. आश्चर्याची गोष्ट म्हणजे, हा सर्व काळ, शुजाची लोकप्रियता टिकून राहिली होती. या फटफजितीला कारणीभूत असणाऱ्या इतर सर्वजणांपेक्षा, शुजा अधिक काळ जगला. फक्त बर्नेस, मॅक्नॅघटेन आणि काबूलमधील उरलेली सेनाच नव्हे, तर त्याच्या मालकीची सर्वांत मोलाची गोष्ट पळवणाऱ्या रणजितसिंगपेक्षासुद्धा शुजा

जास्त जगला.

अकार्यक्षम ब्रिटिश आश्रयदात्यांच्या सेनेवर अवाजवी भिस्त टाकणं, ही त्याची सर्वांत मोठी चूक ठरली. १८३९ मध्ये त्याला राजगादीवर बसवल्यावर ताबडतोब सर्व ब्रिटिश सेनेनं माघारी जायला हवं, असा त्यानं आग्रह धरायला हवा होता. अफगाणिस्तानच्या सर्वांत सुज्ञ निरीक्षकानं, चार्लस मॅस्सननं लिहून ठेवलं होतं, 'अफगाणांचा या 'स्थळा'ला विरोध नव्हता. त्यांचा विरोध होता फक्त 'प्रियाराधनाच्या पद्धतीला.' १८४२ मध्ये ब्रिटिश निघून गेल्यावर त्याची लोकप्रियता नव्यानं वाढली, यावरून सिद्ध होतं की, अजूनही साडोझाई सत्तेला पाठिंबा देणारे खूप लोक होते; फक्त त्यांच्यावर भिस्त ठेवायचा आत्मविश्वास त्यानं दाखवायला हवा होता. त्याऐवजी तो सतत अफगाणांच्या नावडत्या अशा त्याच्या इंग्रज मित्रांवरच विसंबून राहिला. ब्रिटिशांशी सारे संबंध तोडून टाकण्याची त्याची अनिच्छाच अखेरीस त्याच्या विनाशाला कारणीभूत ठरली.'

शुजाचं बरंचसं आयुष्य जसं अपयशाच्या छायेत व्यतीत झालं होतं, तशाच अपयशी पद्धतीनं त्याच्या वादळी आयुष्याची समाप्ती झाली. त्याच्या अकाली मृत्यूमुळे, त्याच्या वारसांना काहीही उरलं नाही. मौलाना हमीद काश्मिरीनं म्हटल्याप्रमाणे : 'त्याचे पुत्रपौत्र आता मेंढपाळाच्या संरक्षणाशिवाय कुरणात चरायला निघालेल्या मेंढ्यांच्या कळपाच्या अवस्थेला पोहोचले.' काबूलसेनेची कत्तल झाल्यावर जरी काही काळ साडोझाई सत्तेचा उदय होण्याची चिन्हं दिसू लागली होती, तरी त्याच्या मृत्यूनंतर त्याची मुले आणि त्याचा अंध भाऊ शाह झमान यांची परिस्थिती अगदी निराशाजनक झाली. त्यांच्या कुळाची सत्ता पुन्हा मजबूत करता येण्याची सारी शक्यताच नष्ट झाली.' हेरातीनं नमूद केलंय, 'साडोझाईंच्या दृष्टीनं आता दिवसाचं रूपांतर काळ्याकुट्ट रात्रीत झालं होतं... खून झाला, तेव्हा महाराज ६५ वर्षांचे होते. त्यांनी त्यांच्या प्रदीर्घ आयुष्यात अनेक यश-अपयशं अनुभवली होती आणि त्यांच्या चंचल प्रजेवरचा त्यांचा विश्वास उडून गेलेला होता. उच्चकुलीन शहाशुजा उल् मुल्कनं, अनेक वर्षं पाहुणचार करणाऱ्या ब्रिटिशांशी कृतघ्नपणे वागण्याचं निंद्य कृत्य कधीही केलं नसतं; परंतु मॅक्नॅघटेननं सतत घेतलेल्या चुकीच्या निर्णयांमुळे, शहाशुजाचं कधीही भरून काढता येणार नाही, असं अपरिमित नुकसान झालं.'

शुजाच्या मृत्यूमुळं खून किंवा युद्ध संपलं नाही. कारण शुजाचा मृतदेह काबूलच्या धुळीत पडला, त्याच वेळेस पोलॉकची 'सूड उगवण्यासाठी' आलेली सेना जलालाबादकडे निघाली होती. लेडी सेलनं तिला कैद करणाऱ्या सचिंत अधिकाऱ्यांकडून ऐकलं होतं, त्यानुसार पोलॉकची सेना युद्धकैदी घेणार नव्हती आणि कुणाला जीवदानही देणार नव्हती.

कोणतंही सुज्ञ उद्दिष्ट नसलेलं युद्ध

सहा एप्रिल १८४२ च्या संध्याकाळी, अकबरखानच्या सैन्यातील तोफखान्यानं विजयोत्सव निदर्शक गडगडाट करायला प्रारंभ केला. रात्रभर बंदुकींच्या विजयनिदर्शक फैरी झडत होत्या आणि त्यासोबतच इंग्रजांच्या शिबंदीला ऐकू जावे अशा उद्देशानं गाणं-बजावणं आणि नृत्य यांची आतषबाजी सुरू होती. हा सारा कल्लोळ वेढा घालणाऱ्यांच्या अगदी दूरच्या तटबंदीपलीकडे सुरू होता.

हा विजयोत्सव शुजाच्या मरणाच्या आनंदाप्रीत्यर्थ साजरा करायची आज्ञा स्वत: अकबरखाननंच दिली होती. बराकझाईंनी त्यांचं कट्टर हाडवैर असलेल्या साडोझाई प्रतिस्पर्ध्यांचा समूळ नि:पात केल्याबद्दल हा सारा आनंदाचा जल्लोष सुरू होता.

परंतु वेढा पडलेल्या इंग्रज शिबंदीच्या आतल्या लोकांनी मात्र या विजयोत्सवाचा पूर्णत: निराळा अर्थ काढला. शिबंदीतल्या लोकांना ठाऊक होतं की, खैबर खिंडीतून जोरदार लढत देऊन पुढे येण्याचं अत्यंत अवघड काम पोलॉक कोणत्याही घटकेला हाती घेणार आहे. त्यांनी अर्थ काढला की, त्याचा पराजय झाल्याबद्दलच हा विजयोत्सव सुरू झाला आहे. ब्रिटिशांच्या खबऱ्यानं त्यांना चुकीची माहिती देऊन त्यांचा हा समज दृढ केला आणि पोलॉकच्या उरल्यासुरल्या सेनेची कत्तल करण्यासाठी अकबरखाननं खैबर खिंडीकडे आणखी कुमक रवाना केली आहे असं सांगून त्या गैरसमजात भर टाकली.

जलालाबाद शिबंदीला सुरक्षित ठेवण्याचे सारे हिशेब करताना, जनरल सेलनं गृहीत धरलं होतं की, कोणत्याही घटकेला पोलॉक नक्कीच त्याच्या मदतीला येऊन पोहोचणार आहे. आता त्याच्याजवळचा दारूगोळा जवळजवळ संपत आला

होता आणि शिबंदीतल्या लोकांना जेवण देण्यासाठी फक्त पाचशे मेंढ्या शिल्लक होत्या; त्यामुळे आपल्यापुढे सीमित पर्याय आहे, असं सेलला वाटू लागलं. तो अत्यंत विफल मानसिक अवस्थेत असल्यामुळे, त्यानं त्याच्या तरुण अधिकाऱ्यांचा सल्ला मानला की, अकबरची घिलझाई आणि शिनवारी टोळ्यांची प्रचंड मोठी सेना शिबंदीतील सैन्याच्या तिप्पट आकाराची असली, तरी सारं काही पणाला लावून आपण निकराची लढत देण्याचा शेवटचा एक प्रयत्न करायलाच हवा. रेव्हरंड जी. एच्. ग्लीगनं लिहिलंय, 'युद्धाच्या मसलतीसाठी सभा भरवण्यात आली. तिथं प्रत्येकानं ठामपणे आपलं मत मांडलं की, आपण मरणारच असलो, तर हाती शस्त्र घेऊन वीरासारखं तरी मरू या.' 'ते आता सारं काही पणाला लावूनच शेवटची खेळी खेळणार होते. या त्यांच्या शेवटच्या लढाईचा शेवट कसा का होईना! लढाईनंतर बंदुका आणि दारूगोळा शत्रूच्या हाती पडू नये म्हणून शेवटचा दारूगोळा संपेपर्यंत ते लढत देणार होते; त्यामुळे त्यांचा नुसता जयच नव्हे, तर असा संपूर्ण जय होणं गरजेचं होतं की, त्यांना खैबरपर्यंतचा आणि कदाचित त्यापुढचाही मार्ग सरळपणे पार पाडता यावा.'

त्या संध्याकाळी त्यांनी एक सोपं धोरण आखलं. जखमी झालेले सैनिक आणि तळावरचे इतर नोकर त्यांच्या हाती गावठी भाले घेऊन तटबंदीचं रक्षण करतील. प्रत्येक कार्यक्षम सैनिकाला तीन तुकड्यांपैकी एका तुकडीत घेतलं जाईल. या साऱ्या तुकड्या 'थेट अकबरच्या तळावरच हल्ला चढवतील. तो तळ जाळून टाकतील आणि शत्रूंना नदीमध्ये लोटून देऊन शत्रूच्या बंदुका हस्तगत करतील.' जर यात अपयश आलं, तर त्यांच्यापुढे अन्य कोणतीही पर्यायी योजना नव्हती.

दुसऱ्या दिवशी, सात एप्रिलच्या थंडगार पहाटेस शिबंदीचे दरवाजे उघडण्यात आले. डिसेंबरअखेरीस त्यांनी जलालाबाद किल्ल्यात प्रवेश केल्यापासून पहिल्यांदाच शिबंदीतले झाडून सारे सैनिक बाहेर निघाले होते. वेढा घालणाऱ्यांना आश्चर्यचकित करता येईल असं सेलला वाटलं होतं; परंतु जनरल खेळणार असलेल्या जुगाराची बातमी बाहेर फुटली होती आणि जलालाबादच्या पूर्वेच्या पर्वतांवर सूर्य डोकावला तेव्हा गाफील अवस्थेत पकडलं न जाता, अकबरखाननं आपलं संपूर्ण सैन्य युद्धासाठी सज्ज ठेवलं होतं. साहजिकपणे हजारो सैनिक युद्धाला सिद्ध झालेले होते.

ताबडतोब बंदुकीच्या फैरी झडायला सुरुवात झाली. सर्वांत पश्चिमेकडच्या तुकडीतले सैनिक सर्वांत आधी बळी पडले. लांब दाढी राखणाऱ्या, इव्हॅन्जेलिकल पंथाच्या, मद्याला स्पर्शही न करणाऱ्या हेन्री हॅवलॉक् यांच्या हाती या तुकडीच्या नेतृत्वाची जबाबदारी सोपवण्यात आली होती. अकबरनं आपल्या सर्वांत घातक बंदुका असलेलं घोडदळ हॅवलॉक्कडे वळवलं. मोठ्या संख्येने घोडेस्वार जवळ

येऊ लागले, तेव्हा हॅवलॉक्नं शांतपणे तुकडीला एका चौरस जागेत उभं केलं आणि हल्ल्याचा प्रतिकार करून सभोवार फिरणाऱ्या शत्रूच्या अनेक घोडेस्वारांना ठार केलं. हॅवलॉक्नं नंतर लिहिलेल्या अहवालात म्हटलं, 'महान येशू सारा काळ माझ्या पाठीशी उभा आहे, असं मला सतत वाटत होतं.' शिबंदी वेढ्यात होती, तेव्हा हॅवलॉक्च्या तुकडीतले लोक त्याची प्रवचनं ऐकून वैतागले होते; परंतु युद्धात त्यांच्या नेत्यानं जवळजवळ दैवी स्वरूपाच्या स्थितप्रज्ञतेनं जे अविचल धैर्य दाखवलं होतं, ते पाहून मात्र त्याच्या हाताखालचे लोक अतिशय दिपून गेले. एकानं नंतर लिहिलंय, 'गोळ्यांचा वर्षाव होत होता, तेव्हा तो स्त्रियांनी भरलेल्या दिवाणखान्यात उभा असावा असा शांतपणे तिथे उभा होता.'

या संपूर्ण युद्धात, हॅवलॉक्च्या तुकडीला, किल्ल्याच्या तटावरल्या तोफखान्यानं मोठ्या चातुर्यानं साहाय्य पुरवलं. काबूलचं रक्षण करणाऱ्यांना ही गोष्ट साध्य करता आली नव्हती; परंतु चढाईच्या त्यापूर्वीच्या युद्धांप्रमाणेच इथंसुद्धा निशाण्यावर अचूक लागणारा आणि प्रभावी असा तोफगोळ्यांचा वर्षाव जयासाठी अत्यंत निर्णायक ठरला. कारण अफगाण टोळ्यांच्या तुकड्यांना आधुनिक तोफगोळे आणि लक्ष्यावरच्या अचूक नेमबाजीची सवय नव्हती. त्याशिवाय जलालाबाद इथली सपाट भूमी ब्रिटिशांच्या पायदळाच्या शिस्तबद्ध युद्धपद्धतीला अधिक साजेशी ठरली. अफगाणांना खिंडीतून पर्वतांवरलं गनिमीयुद्ध खेळता आलं होतं आणि इंग्रजांच्या दृष्टीनं ते अत्यंत विनाशक ठरलं होतं. त्याप्रकारचा गनिमीकावा करणं, अफगाणांना या सपाट भूमीवर शक्य होणार नव्हतं. जवळजवळ लगेचच स्पष्ट चित्र दिसूं लागलं होतं की, सहा महिन्यांनंतर प्रथमच आता इंग्रजांची सरशी होऊ लागली होती.

चढाई क्षणभर स्थगित करण्यात आली; कारण सेलनं त्याच्या द्वितीय पदावरच्या सेनानीला, विल्यम डेनीला शिबंदी आणि अकबराची छावणी यांच्या मधोमध असलेल्या एका लहानशा मातीच्या किल्ल्यावर चाल करून जायची आज्ञा केली. डेनीनं १८३९ मध्ये कंदाहारवरच्या आक्रमणाचं नेतृत्व केलं होतं. त्यानंतर एका वर्षानं त्यानं बामियान येथे दोस्त महम्मदला पराभूत केलं होतं. सेनेच्या अग्रभागी राहून वेगानं किल्ल्याबाहेर पडताना बंदुकीची गोळी लागून तो मरण पावला; परंतु तरीसुद्धा त्याच्या सेनेनं जोरदार हल्ला चढवण्यासाठी पुढे जाणं निर्भयपणे चालूच ठेवलं. अकबरचं सैन्य जवळ येऊन या तुकडीवर गोळीबार करू लागलं, तेव्हा इंग्रजांची ही तुकडी संगिनी उगारून त्यांच्या अंगावर धावली. त्यांच्या अग्रभागी होता थॉमस सीटन. 'आमची तुकडी लवकरच जवळजवळ छावणीपर्यंत पोहोचली.'

'आम्ही जोरदार आक्रमण केलं आणि अजिबात खंड न पाडता ते सुरूच

ठेवलं. शत्रूची सेना पलीकडच्या झाडांच्या गर्द राईतून जीव घेऊन पळत सुटली आणि त्यातल्या अनेकजणांनी पूर आलेल्या आणि प्रचंड ओढ असलेल्या नदीच्या पाण्यात उड्या टाकल्या. त्यात अनेकजण मरण पावले. शत्रूचं घोडदळ आणखी थोडा वेळ टिकून राहिलं; परंतु आमच्या घोडदळानं बंदुकींनी जोरदार प्रत्युत्तर दिल्यावर ते मागे हटले आणि नदीतीरानं जाऊ लागले. अकबरची संपूर्ण छावणीच आमच्या हाती पडली. त्याच्या बंदुका, दारूगोळा, निशाणं, त्यानं लुटलेली संपत्ती - त्याच्याजवळचं सारं काही आमच्या हाती लागलं. ब्यूगल वाजला आणि आम्हाला लढाई थांबवण्याची सूचना देण्यात आली. मी एक तुकडी घेऊन इतरांपासून वेगळा झालो. तंबूंवर, झाडाच्या फांद्या आणि बोरूंपासून बनवलेल्या झोपड्यांवर गोळीबार करून आम्ही आग लावून दिली. आगीच्या ज्वाळा आणि धूर यांनी आमच्या विजयाची बातमी संपूर्ण खोऱ्यात प्रसृत केली. असंख्य उंट आणि धान्याचे ढीग आमच्या हाती लागले. छावणीपासून दूर ठेवलेल्या सैन्यावर आक्रमण करताना आमच्या हातून घडलेल्या दुःखद चुकीमुळे विल्यम डेनी मरण पावला असला, तरी आमची फक्त अकरा माणसं धारातीर्थी पडली.'

सकाळी सात वाजेपर्यंत सारं काही संपलंसुद्धा! पराभूत आणि जखमी झालेले, वेढा घालणारे अफगाण लवकरच मोठ्या संख्येनं गंडामकच्या दिशेनं पळ काढू लागले होते. लष्कराला धान्यपुरवठा करणाऱ्या लष्करी शाखेचे लोक, ताब्यात घेतलेला धान्याचा मोठा साठा, दारूगोळा, तोफगोळे आणि बंदुकीची काडतुसं आधीच किल्ल्यावर नेऊ लागले होते. इकडे तिकडे फडफडत उडणाऱ्या कोंबड्यासुद्धा त्यांनी किल्ल्यावर नेल्या. हर्षोत्फुल्ल झालेल्या ग्लीगनं लिहून ठेवलं, 'हा संपूर्णपणे निर्णायक विजय होता. अकबर आणि त्याचं दाणादाण उडालेलं सैन्य काबूलच्या दिशेनं पळून गेलं. विरुद्ध दिशेच्या सर्व स्थानिक सरदारांनी आपण शरणागती पत्करली असल्याचं कबूल केलं.'

मदतीसाठी आलेली पोलॉकची सेना अखेर नऊ दिवसांनी जेव्हा दृष्टिपथात आली, तेव्हा शिबंदीतील लोकांनी घोड्यांवरून पुढे जाऊन त्यांना सन्मानपूर्वक आत आणलं. 'सूड उगवण्यासाठी' पाठवलेल्या सेनेला वाटलं होतं की, दाढी वाढलेले, भुकेनं सुकून गेलेले, फाटक्या कपड्यांतले लोक दृष्टीस पडतील. त्याऐवजी 'गोरेगुलाबी, लठ्ठमुठ्ठ, उत्तम प्रकृती असलेले, घोटून गुळगुळीत दाढी केलेले आणि भारतातील उत्कृष्ट छावण्यांमधल्या सैनिकांसारखा नीटनेटका गणवेश घातलेले' सैनिक आमच्या दृष्टीस पडले. त्यांना सोडवायला आलेले आम्ही लोक

नेमके त्याउलट दिसत होतो. आमचे कोट आणि विजारी फाटक्या आणि मळक्या होत्या. आमचे ओठ व चेहरे प्रखर उन्हामुळे भाजून निघून फोडांनी भरले होते.

पोलॉकची सेना किल्ल्यावर आली, तेव्हा त्यांना टोमणा म्हणून त्यांच्या स्वागतासाठी बॅगपाइपवर पुरातन जॅकोबाइट धून वाजवण्यात आली. त्याचे शब्द होते, 'ओ! तुम्ही यायला फारच विलंब केला आहे!'

जनरल पोलॉक नेहमीप्रमाणेच कोणीही केलेल्या घाईला अजिबात जुमानत नव्हता. त्याची आगेकूच नेहमीप्रमाणेच अत्यंत सुनियोजित, निष्ठुर आणि विध्वंसक होती.

तो खैबर खिंडीवर आपली पकड दृढ करण्यात व्यग्र होता, तेव्हाच त्याच्या शिपायांनी, अफगाणांनी केलेल्या यापूर्वीच्या क्रूर कृतींचा बदला घेण्यासाठी, त्यांनी ठार केलेल्या आफ्रिदी टोळीच्या लोकांची मुंडकी छाटून ती त्यांच्या संगिनींवर ठेवली आणि त्या मुंडकं ठेवलेल्या संगिनी एखाद्या विजयध्वजाप्रमाणे मिरवत त्यांनी छावणीत प्रवेश केला. मृतांमध्ये अनेक आफ्रिदी स्त्रियासुद्धा समाविष्ट होत्या. जेव्हा लेफ्टनंट ग्रीनवुड नावाच्या पोलॉकच्या एका अधिकाऱ्यानं स्त्रियांना ठार करणाऱ्या शिपायांची कानउघाडणी केली, तेव्हा त्यांच्यापैकी एक शिपाई म्हणाला, 'साहेब, या शापित खिंडीत मी माझे बारा भाऊबंद गमावले आहेत आणि मी मातेचं दूध पिणारं महिन्याचं खैबरी मूलसुद्धा आनंदानं संगिनीनं ठार मारेन!'

अशा वृत्तीला आवर घालण्याचा कोणताही प्रयत्न करण्याच्या फंदात पोलॉक पडला नाही. त्याचं सैन्य जलालाबादच्या दिशेनं जाऊ लागलं, तेव्हा शत्रूत्व दाखवत असलेल्या खेड्यांना या 'सूड उगवणाऱ्या' सैन्यानं आग लावून दिली. एका लहानशा खेड्यात लूट केलेली काही ब्रिटिश मालमत्ता आणि कत्तल करण्यात आलेल्या ब्रिटिश सैनिकांचे गणवेश सापडले, तेव्हा पद्धतशीरपणे त्या संपूर्ण खेड्याचा विध्वंस करण्यात आला. पोलॉकनं पुढल्या अधिकृत सरकारी बातमीपत्रात अगदी तटस्थ अलिप्ततेनं लिहिलं होतं, 'अली बोघानचा विध्वंस, हा अचानक उसळलेल्या भावनांच्या तीव्र उद्रेकांचा परिणाम होता. हा भावनांचा उद्रेक पूर्णत: अनपेक्षितपणे घडला असल्यामुळे, कोणतीही खबरदारी घेण्याचा प्रश्नच उद्‌भवला नव्हता.'

जलालाबादला पोहोचल्यावर, पोलॉक पुन्हा एकदा थांबला. शिबंदीतल्या अनेकांचं मत होतं की, त्यानं अजिबात वेळ न दवडता, पळून गेलेल्या अकबरचा काबूलपर्यंत पाठलाग करावा. तरीही पोलॉक कोणताही धोका पत्करायला तयार नव्हता. शिबंदीतील लोकांनी आधीच सारे उंट मारून खाऊन टाकले होते; त्यामुळे सैन्यासाठी आवश्यक ते सारं सामान पुढे न्यायला आपल्यापाशी पुरेसे मालवाहू

प्राणी नाहीत, असं त्याला वाटत होतं. त्याच्या मते, किमान ९ हजार नवे उंट मिळाल्याखेरीज, काबूल पुन्हा ताब्यात घेण्यासाठी चढाई करणं शक्य नव्हतं.

त्याशिवाय, नवा गव्हर्नर जनरल आपल्याला कुठवर चढाई करायला परवानगी देईल, याचा त्याला अंदाज येत नव्हता. एकेकाळी ससाण्याच्या आक्रमक वृत्तीचा असलेला एलनबरो, आता चढाईला घाबरू लागला, अशी चिन्हं दिसू लागली होती. कलकत्त्यातला रिकामा झालेला खजिना पाहून काळजीत पडलेल्या एलनबरोनं पोलॉक आणि नॉटला निरोप पाठवायला सुरुवात केली होती की, आता जलालाबादची वेढ्यातून सुटका झाली आहे; अकबरखानचा पराजय झाला आहे तेव्हा त्यांनी तिथला मुक्काम हलवायची तयारी सुरू करून परतीची वाट धरावी. गरज पडली तर ओलीस धरलेल्या लोकांना आणि युद्धकैद्यांना त्यांच्या नशिबाच्या हवाली करावं! जलालाबाद आणि कंदाहारच्या शिबंदीमधील सेनेचा विश्वासच बसेना की, अकबरखान जीव घेऊन पळ काढत असताना, त्यांना काबूलवर पुन्हा ताबा मिळवण्यापासून रोखलं जातं. ही बातमी ऐकल्यावर, ब्रॉडफूटनं लिहून ठेवलं, 'या देशात कोणतं तरी दुर्दैव आपला पाठपुरावा करतंय. आपण जर या क्षणी राजधानीवर जोरात चाल केली, तर आपण नक्कीच विजयी होऊ आणि त्यानंतर सारा देश पराजय स्वीकारून आपल्या पायांशी लोळण घेईल... परंतु सरकारकडून जनरलना तशी कोणतीही सूचना देण्यात आलेली नाही. जरी त्यांना चाल करून जाणं शक्य होणार असलं, तरीही सरकारमधील सर्वोच्च पदावरच्या मंडळींची मतं समजल्याखेरीज त्यांना तसं करता येणार नाही.'

कंदाहारमध्ये रॉलिन्सन अजूनही संपूर्ण अफगाणिस्तान खालसा करून ब्रिटिश हिंदुस्तानला जोडण्यासाठी तडफडत होता. आता उरलेल्या देशाबरोबरच कंदाहारवरही पाणी सोडायचंय, ही बातमी वाचून त्याला धक्काच बसला. त्यानं लिहिलं, 'माघारी वळायची कडक आणि अनुल्लंघनीय आज्ञा आमच्यावर एखाद्या वज्राप्रमाणे आदळली!' जनरल नॉट तर त्याच्यापेक्षा जास्त वैतागला. यशाची संधी त्यांच्या हातून हिरावून घेतली जात आहे, हे पाहून त्यांची अगदी घालमेल झाली. त्याने त्याच्या मुलींना पत्रात लिहिलं,

> 'त्यांचं डोकं तरी फिरलंय किंवा कोणत्या तरी सुज्ञ हेतूनं देवानं त्यांना आंधळं तरी केलंय! मला इथे काम करायचा अगदी वीट आलाय! मला या देशाचाच वीट आलाय आणि माझ्या देशबांधवांच्या मूर्खपणाचासुद्धा मला वीट आलाय! माझ्या सैनिकांचा चार महिन्यांचा पगार थकलाय. कंदाहारच्या कोषागारात एक रुपयादेखील शिल्लक राहिलेला नाही; पैसे उसने घेणं शक्यच नाही. आजारी आणि जखमी सैनिकांसाठी माझ्याजवळ

औषधं नाहीत. सैन्यासाठी माल वाहून नेणारी जनावरं माझ्यापाशी नाहीत. ती विकत घेण्यासाठी माझ्याजवळ पैसाही नाही. जवळ फारच थोडा दारूगोळा शिल्लक राहिलाय. मी गेले सहा महिने कंठशोष करून या साऱ्याची मागणी करतोय; परंतु मला कोणतीही मदत करण्यात आलेली नाही... ऑस्ट्रेलियातील एखाद्या चांगल्या जागी नेमणूक व्हावी, अशी मला तळमळ लागलीय!'

माघारी वळण्याची तयारी नसलेले दोन सेनानी जनरल पोलॉक आणि जनरल नॉट - एलनबरोला अनेक सबबी सांगत वेळकाढूपणा करत राहिले. परत वळता येत नाही; कारण हवा वाईट आहे, सामान वाहणारी पुरेशी जनावरं नाहीत, पैसे नाहीत अशा अनेक सबबी त्यांनी पुढे केल्या. त्याबरोबरच भारतातील आणि मायदेशातील आक्रमक स्वभावाच्या लोकांवर त्यांनी एलनबरोचं मतपरिवर्तन करण्याची जबाबदारी सोपवली. हे काम करण्यासाठी एका पायावर तयार असलेल्या ड्यूक ऑफ वेलिंग्टननं गव्हर्नर जनरलला लिहिलं, 'पूर्वेकडची आपली कीर्ती पुन्हा एकदा प्रस्थापित करणं किती गरजेचं आहे, हे मी कितीही ठासून सांगितलं तरी ते उणंच ठरेल!' पोलॉकनं कलकत्त्याला पाठवलेल्या अनेक पत्रांमध्ये हाच मुद्दा मांडला आणि ठामपणे म्हटलं, 'जर आपण या क्षणी माघारी वळलो, तर त्याचा अत्यंत प्रतिकूल परिणाम होईल. आपला पाडाव झालाय, असा त्याचा अर्थ काढला जाईल आणि 'एक बलाढ्य राष्ट्र' अशी आपली या भागातली प्रतिमा पूर्णपणे नष्ट होईल.' अकबरखाननं ओलीस ठेवलेल्या लोकांना सोडवायची आणि ब्रिटिशांच्या कीर्तीला लागलेला डाग धुवून काढायची पुढे चालून आलेली संधी गमावल्याचा आपल्यावर आरोप होईल, ही गोष्ट लक्षात आल्यावर एलनबरोनं आपलं धोरण बदलण्याचा मार्ग शोधायला सुरुवात केली.

एलनबरोनं दावणीतून आपल्याला मुक्त करावं, याची प्रतीक्षा करत असतानाच, पोलॉक टप्प्यातल्या अफगाणांवर सूड उगवण्याच्या कामात व्यग्र राहू लागला. जलालाबाद खोऱ्यातल्या टोळ्यांना घाबरवून नमवण्यासाठी, त्यांना त्रास देऊन जेरीला आणण्यासाठी त्यानं सैनिकांच्या तुकड्या पाठवल्या. या सैनिकांनी, 'काही खेड्यांमधल्या घरांची छप्परं उडवली... पेट घेईल असं सारं काही जाळून टाकलं.' एका तुकडीला त्यानं दक्षिणेच्या शिनवारी टोळीवर हल्ला चढवायला धाडलं. शिनवारी टोळीच्या संपूर्ण टापूतले सर्व किल्ले जाळून टाकावेत, खेडी पेटवून द्यावीत आणि वृक्ष तोडून टाकावेत, असा त्यानं आदेश दिला. एकाच दिवशी पस्तीस किल्ल्यांना आग लावण्यात आली. चव्वेचाळिसाव्या तुकडीतल्या जगल्यावाचलेल्या उरल्यासुरल्या सर्व शिपायांची कत्तल करणाऱ्या गंडामकमधील

खेड्यातल्या लोकांवर सूड उगवण्यासाठी, ऑगस्टस ॲबट या तोफखान्याच्या तुकडीच्या प्रमुखाच्या नेतृत्वाखाली आणखी एक तुकडी त्या बाजूला पाठवून देण्यात आली. त्यानं नंतर नोंद केली, 'आम्ही द्राक्षाच्या सर्व मळ्यांचा विध्वंस केला. दोनशे वर्षं जुन्या वृक्षांच्या बुंध्यांभोवती आम्ही खोल खाचा पाडल्या.* त्यांच्या घरांचा आणि किल्ल्यांचा आम्ही विध्वंस केला. आम्ही घरांच्या भिंती उडवून दिल्या आणि त्यांचे सुंदर वृक्ष नष्ट केले. हा बदला संपूर्ण आणि दीर्घकाळ टिकेल असा होता. घडवली गेलेली हानी खंत करण्याजोगी होती; पण त्यांना धडा शिकवणं गरजेचं होतं.'

सेनेमधल्या मॅक्ग्रेगर या राजनैतिक अधिकाऱ्यानंसुद्धा या क्रौर्याची आणि विध्वंसाची प्रशंसाच केली. त्यानं म्हटलंय, 'तोडलेल्या भिंती लगेचच दुरुस्त करता येतील; परंतु झाडांचा विध्वंस (ही कृती सुसंस्कृत मनाला जरी रानटीपणाची वाटली तरी) हा अफगाणांना आमच्या शक्तीची खात्री पटवून द्यायचा एकमेव मार्ग होता. कारण त्यांच्या झाडांची छाया त्यांना अत्यंत प्रिय असते.' 'अकबरखानला या खेड्यानं मदत केलीय,' अशी नुसती शंका जरी आली, तर ताबडतोब सैनिकांना, 'विध्वंसाचं काम ताबडतोब हाती घेऊन अफगाणांसाठी एकही किल्ला, घर, झाड, धान्याचा कण किंवा वैरण शिल्लक ठेवू नये' अशी आज्ञा करण्यात येत होती.

दरम्यान, उन्हाळ्याची प्रखर उष्णता आणि त्यापाठोपाठ फैलावणारी रोगराई यामुळे जलालाबादमध्ये ताटकळत थांबलेल्या सैनिकांच्या विफलतेत भरच पडली. लेफ्टनंट ग्रीनवुड यांनी लिहिलं आहे :

'अधिकारी अतिशय निराश झाले होते. सुरुवातीला अनेक दिवस आणि त्यानंतर अनेक महिने जाऊनही आम्ही निष्क्रिय अवस्थेत नुसते बसून राहिल्यावर सैनिक जोरानं तक्रारींना वाचा फोडू लागले होते.

> ...उंट आणि मालवाहू जनावरं मोठ्या संख्येत मरण पावू लागली होती आणि त्यांच्या मृतदेहांची दुर्गंधी आणि एवढ्या प्रचंड छावणीमुळे होणारी घाण दु:सह झाली होती. चहूबाजूला फैलावलेल्या घाणीत लक्षावधी माश्या जन्म घेऊन फोफावत होत्या. त्या माश्यांमुळे आसमंत काळाकुट्ट दिसत होता. त्यांचा उपद्रव इतका भीषण होता की, मिनिटभराची विश्रांती

---

* शोमाली खोऱ्यातील फळबागा आणि द्राक्षाचे मळे यांचा तालिबाननं अशाच पद्धतीनं १९९०च्या दशकात विध्वंस केला; कारण परवानमधील ताजिक खेड्यांबद्दलची त्यांची सहनशक्ती संपुष्टत आली होती.

घेणंसुद्धा केवळ अशक्य झालं होतं. जवळच्या अन्नसामग्रीचा साठा घटला होता आणि खराबही होऊ लागला होता. माणसं मोठ्या संख्येनं आजारी पडू लागली होती आणि अत्यंत कडवटपणे म्हणू लागली की, त्यांना या उंदीर-घुशींच्या बिळात नामर्दासारखं मरण्यासाठी ठेवण्यात आलं आहे. त्याऐवजी शत्रूवर चाल करून वीरमरण पत्करणं त्यांना श्रेयस्कर वाटलं असतं.

लवकरच तापमान ११० पर्यंत वर गेलं आणि अनेक अधिकारी थंडाव्यासाठी जुन्या घरांच्या तळघरांमध्ये आसरा घेऊ लागले.

किल्ल्यावर एक माणूस विशेष अस्वस्थ झालेला होता. दररोज संध्याकाळी सैनिक भोजनाला बसले की, जनरल सेल आमच्या प्रगतीचा आढावा घेण्याच्या मिषानं एकटेच दूर जात, असं थॉमस सीटननं लिहिलं आहे. तो म्हणतो, 'परंतु प्रत्यक्षात ते त्यांच्या पत्नीवर आणि मुलीवर ओढवलेल्या भीषण आपत्तीबद्दल विचार करत असत आणि त्यांची सोडवणूक करण्याच्या शक्यतेबाबत विविध पर्याय पडताळून पाहत असत.' सीटनच्या लक्षात आलं की, आता शिबंदीला पडलेला वेढा उठल्यामुळे त्याबद्दलची चिंता दूर झाली होती आणि सेलचे विचार त्याच्या कुटुंबीयांच्या भविष्यावर जास्तजास्त केंद्रित होऊ लागले होते. अफगाणिस्तानातून ब्रिटिश सेनेला माघारी वळवावं आणि युद्धबंद्यांना त्यांच्या नशिबाच्या हवाली सोडून द्यावं, असा एलनबरोचा वाढता कल पाहून जनरल सेलच्या चिंतेत भरच पडलेली होती. वेढा पडलेला असताना, जोरदारपणे एक अफवा पसरली की, अकबर लेडी सेलना किल्ल्याच्या भिंतींसमोर आणून जनरल सेलना दिसेल अशा प्रकारे त्यांचा शारीरिक छळ करेल आणि त्यामुळे जनरल सेलना शरणागती पत्करावी लागेल. एके दिवशी सायंकाळी, जनरल सेल एकट्यानं फेऱ्या मारत होते, तेव्हा सीटन रखवालीसाठी उभा होता. त्यानं धीर करून जनरल सेलना विचारलं की, ही अफवा खरी ठरली तर ते त्या वेळी काय करतील. सीटननं नमूद केलं, 'ते माझ्याकडे वळले. त्यांचा चेहरा पांढराफटक पडला आणि रागीट दिसत होता; परंतु त्यांचा स्वर भावनेनं थरथरत होता. त्यांनी उत्तर दिलं, "मी प्रत्येक बंदूक तिच्याकडे वळवेन. माझी म्हातारी हाडं या किल्ल्याच्या भग्नावशेषांमध्ये गाडली गेली तरी बेहत्तर! परंतु मी कधीही शरणागती पत्करणार नाही!" '

जनरल सेलनी अकबरचा पराजय केला. लेडी सेल आणि तिच्याबरोबर ओलीस म्हणून ठेवलेल्या अन्य कैद्यांच्या दृष्टीनं ते संमिश्र वरदान ठरलं.

जलालाबाद शिबंदीच्या कानावर पोलॉकचा पराजय झाल्याची चुकीची बातमी पडली होती, ती बातमी या युद्धकैद्यांनीसुद्धा ऐकली होती; परंतु जनरल सेलचा जय झाल्याची आणि पोलॉकना खैबर खिंडीतून यशस्वीपणे पुढे येता आल्याची बातमी त्यांच्यापर्यंत पोहोचली, तेव्हा काही काळ त्यांना नव्यानं अनिश्चितता वाटू लागली. अकरा आठवडे स्वस्थतेत काढल्यावर, त्यांना पुन्हा घोड्यांवर बसून उत्तरेकडे जावं लागलं. ब्रिटिशांना त्यांची सोडवणूक करता येऊ नये, म्हणून ही खबरदारी घेतली जात होती. काही काळानं त्यांच्या कानी आलं की, जलालाबादच्या लढाईनंतर अनेक सरदार - विशेषतः पूर्वेकडचे घिलझाई सरदार मागणी करत होते की, युद्धकैद्यांना ताबडतोब मारून टाकावं. केवळ अकबरखानच्या वैयक्तिक रदबदलीमुळे ते वाचले होते.

ते उत्तरेकडे निघण्यापूर्वी, त्यांच्या मालकीच्या निवडक गोष्टी त्यांचा जेलर, अकबरखानचा सासरा - महम्मद शाह खान घिलझाई - यानं लुटून नेल्या. लेडी सेलनं लिहिलं, 'लेडी मॅक्नॅघटेनची एक लाख रुपयांपेक्षासुद्धा अधिक किमतीची रत्नं आणि ३० हजार ते ४० हजार रुपये किमतीच्या तिच्या शाली त्याने लुटून नेल्या.' परंतु लेडी सेल स्वतःची अशी लूट होऊ देणार नव्हती. 'त्यांनी मोठ्या हर्षभरानं अनेक खण असलेली माझी मोठी पेटी ताब्यात घेतली. मी त्या खणांमध्ये टाकाऊ गोष्टी आणि मला नको असलेल्या काही लहान बाटल्या ठेवल्या होत्या. अफगाणांनी बाटल्यांमधला द्राव औषध म्हणून वापरावा आणि त्यांना तो गुणकारी वाटावा (!) अशी मी आशा करते; एका बाटलीत होतं नत्राम्ल आणि दुसरीत होतं सिल्व्हर नायट्रेट क्षार.'

अनेक दिवसांनी युद्धकैद्यांना नेणारा काफिला, जखमी झालेल्या अकबरखानला काबूलला नेणाऱ्या काफिल्यासमोर आला. जॉर्ज लॉरेन्सला पालखीतून जाणारा अकबरखान दिसला. 'तो फिकुटलेला आणि आजारी दिसत होता,' असं त्यानं लिहून ठेवलं आहे. त्यानं पुढं लिहिलंय :

> 'त्यानं त्याचा जखमी झालेला हात, आधार देणाऱ्या कापडी झोळीत अडकवला होता. आमच्या नमस्काराला त्यानं मोठ्या सौजन्यानं प्रतिनमस्कार केला. मी त्याच्याजवळून जात असताना त्यानं स्मित केलं आणि खुणेनं मला त्याच्या जवळ बोलावलं. त्यानं मोठ्या मनमोकळेपणे आणि उमदेपणे सेलचा जय आणि त्याचा स्वतःचा पराजय यांबद्दल सांगितलं. त्याच्या पांढऱ्याशुभ्र घोड्यावरून सेनेच्या अग्रभागी राहून नेतृत्व करणाऱ्या सेलबद्दल आणि त्याच्या शूर शिपायांबद्दल त्यानं गौरवोद्गार काढले. त्याची स्वतःची सेना घाईघाईनं पळून गेली आणि त्याला स्वतःच्या पालखीबाहेर येऊन

घोड्यावरून पळ काढावा लागला, हे त्यानं कबूल केलं. जर आपल्या सेनेनं नदीतीरावरून फक्त आणखी काही मैल त्याचा पाठलाग केला असता, तर तो नक्कीच कैद झाला असता, कारण त्याला नदीपलीकडे नेण्यासाठीचा तराफा तयार होईपर्यंत, तो तिथं काही तास अडकून पडला होता.'

निरोप घेऊन अकबरखान काबूलच्या दिशेला गेला; तर युद्धकैद्यांना वेगळ्या मार्गानं तेझिन खिंडीच्या माथ्यावरच्या एका किल्ल्यात नेण्यात आलं. जानेवारीत माघार घेऊन निघालेल्या ब्रिटिश सेनेच्या मार्गानंच त्यांना काही अंतर जावं लागलं. त्या वेळच्या भीषण घटनांची आठवण करून देणारी अनेक भेसूर दृश्यं त्यांच्या नजरेस पडली. 'बर्फात पुरली गेलेली अनेक प्रेतं अजिबात बदलली नव्हती; बऱ्याच प्रेतांचे फक्त सांगाडेच शिल्लक राहिले होते,' असं लॉरेन्सनं नमूद केलंय. 'शिपायांच्या सेनेचे मृतावशेष बघणं तर फारच कठीण होत होतं. काही शिपाई अजूनही गुहांमध्ये लपून बसले होते. त्या गुहांच्या तोंडाशी मानवी हाडांचे मोठाले ढीग होते आणि गुहेच्या तोंडाशी दिसणाऱ्या रक्तावरून शंकेला पुष्टी मिळत होती की, गुहेत लपलेले लोक, एकमेकांचं भक्षण करून जिवंत राहू पाहत होते. आपल्या हातांवर आणि गुडघ्यांवर सरपटत असलेल्या भुतासारख्या तीन आकृत्या मला गुहेत दिसल्या. आम्ही गुहेसमोरून जात असताना आमच्या मदतीची याचना करणारी त्यांची हाकही आमच्या कानी पडली,' असं लेडी सेलनं लिहून ठेवलंय.

पुढचे काही दिवस युद्धकैद्यांवर लादला गेलेला प्रवास त्यांना जोरदार पावसातून आणि रपरपत्या चिखलातून करावा लागला. 'सरोबी'जवळ फारच जोरदार पाऊस होता; त्यामुळे अखेर आजारी असलेल्या जनरल एल्फिन्स्टन्नी जगाचा निरोप घेतला. सीमेवरच्या मैदानात ग्राउज पक्ष्याची शिकार करण्यासाठी त्यांना कधीही पुन्हा परत जाता येणार नाही, असं भाकीत त्यांनी पूर्वीच केलं होतं. युद्धबंद्यांच्या सध्याच्या दारुण अवस्थेसाठी फक्त तेच जबाबदार होते. असं असूनही, त्यांच्या वैयक्तिक आकर्षकपणामुळे शेवटपर्यंत इतर युद्धबंद्यांनी मोठ्या निष्ठेने त्यांची शुश्रूषा केली. मॅकेन्झी आणि लॉरेन्स यांनी विशेष आस्था दाखवली आणि वृद्ध जनरलची प्रकृती खालावत गेल्यावर, मुअर या त्यांच्या वैयक्तिक लष्करी नोकराबरोबर त्यांनी देखभालीसाठी वेळा ठरवून घेतल्या. 'जरी औषधं उपलब्ध नव्हती, तरी डाळिंबाच्या सालांपासून बनवलेला पौष्टिक काढा देऊन मॅकेन्झीनं त्यांच्या अंतिम यातना काही अंशी सुसह्य केल्या,' असं लॉरेन्सनं नमूद केलं. त्यानं पुढं लिहिलं आहे, 'ते मला सतत म्हणत होते की, ते मृत्यू यावा अशी आशा आणि प्रार्थना करत आहेत. झोपेत किंवा जागेपणी त्या भीषण माघारीची भयानक दृश्यं त्यांच्या

डोळ्यांपुढून कधीही हलत नाहीत. आम्हाला त्यांच्याबद्दल मनापासून अनुकंपा वाटत होती आणि आम्ही त्या वृद्धाची समजूत घालून त्याचं सांत्वन करायचा खूप प्रयत्न केला. परंतु त्याचा काहीही फायदा झाला नाही; घडल्या गोष्टीमुळं ते देहमनानं खचून जाऊन अतिशय दुःखीकष्टी झाले होते. त्यांची जखम भरून येत नव्हती; पण त्याकडे त्यांचं लक्ष नव्हतं. त्यांच्या मनाची व्यथा इतकी दारुण होती की, शारीरिक दुःखामुळेसुद्धा त्यांचं चित्त दुसरीकडे वळत नव्हतं...'

शेवटच्या रात्री, एल्फिन्स्टननी मुअरला पाण्याचं तसराळं आणि स्वच्छ शर्ट आणायची विनंती केली. पाण्यानं स्वच्छ होऊन कपडे बदलल्यावर त्यांनी मॅकेन्झीला मृतांसाठीच्या प्रार्थना वाचायला सांगितल्या आणि रडणाऱ्या मुअरला आपलं डोकं वर उचलायला सांगितलं. लॉरेन्सनं लिहिलंय, 'मी गरीब बिचाऱ्या जनरलजवळ नुसत्या जमिनीवर झोपलो होतो.

> त्यांच्या यातना इतक्या दारुण होत्या की, सारी रात्र त्यांनी डोळे मिटले नाहीत. मी अनेकदा त्यांच्याशी बोललो; परंतु त्यांनी फक्त माझे आभार मानले आणि म्हटलं की, मी त्यांच्यासाठी काहीही करू शकणार नाही आणि सारं काही लवकरच आटोपेल... त्यांना प्रचंड यातना होत होत्या; परंतु त्यांनी आपल्या साऱ्या यातना अविचल धैर्यानं आणि स्थितप्रज्ञ वृत्तीनं सहन केल्या. माघार घेतेवेळीच त्यांना मृत्यू आला नाही, याबद्दल त्यांनी अनेकदा माझ्याजवळ त्यांना वाटणारी खंत व्यक्त केली. त्यांचा दयाळू आणि सौम्य स्वभाव आणि सौजन्यपूर्ण अलिप्तता यांच्यामुळे आम्हा सर्वांना त्यांच्याबद्दल निस्सीम आदर वाटत होता आणि त्यांचं आमच्यामधून झालेलं प्रयाण आम्हाला खूपच दुःखद वाटलं; परंतु मृत्यूमुळे त्यांना मात्र सुखदायक मुक्ती लाभली.'

जनरलच्या मृत्यूची बातमी कळल्यावर, अकबरखाननं मोठ्या सौजन्यानं आज्ञा दिली की, मुअरच्या देखरेखीखाली, जनरलचा देह जलालाबादला पाठवण्यात यावा; परंतु मृत्यूनंतरसुद्धा एल्फिन्स्टनचं दुर्दैव संपलं नव्हतं. वाटेत, बाजूनं जाणाऱ्या लढवय्यांच्या जमावाच्या लक्षात आलं की काय नेलं जातंय. त्यांनी शवपेटी उघडली, जनरलच्या अंगावरचे कपडे ओरबाडून काढून त्यांचा देह विवस्त्र केला आणि त्यावर दगड मारले. अकबरनं प्रेताची आणि मुअरची सुटका करण्यासाठी घोडदळाची दुसरी तुकडी पाठवली आणि मुअरसमवेत त्या देहाला एका तराफ्यावरून काबूल नदीतून जलालाबाद किल्ल्याच्या दरवाजापर्यंत पोहोचतं केलं.

अखेरीस तिथं, ३० एप्रिल रोजी, दुर्दैवी जनरलला पोलॉक आणि सेल यांनी

पूर्ण लष्करी इतमामानं मूठमाती दिली.

अकबरखानचा संपूर्ण पराजय झाल्याची बातमी काबूलला पोहोचली आणि आठ एप्रिलच्या संध्याकाळी त्याचे जखमी झालेले आणि सोडून निघालेले सैनिक काबूलमध्ये लंगडत परत येऊ लागले तेव्हा सर्वत्र खूपच घबराट पसरली; बराकझाईंचे अनेक पाठीराखे पर्वताकडे पळून जाऊ लागले.

शहाशुजाच्या मृत्यूनंतर फत्तेह जंग आणि जे साडोझाई राजपुत्र बाला हिसार किल्ल्यात घाबरून दडी मारून बसले होते, त्यांच्या आशा आता नव्यानं पालवू लागल्या. त्यांनी अन्नधान्य, शस्त्रं आणि दारूगोळा यांची जमवाजमव सुरू केली. त्यांचा प्रमुख दोस्त अमीनुल्ला खान लोगारी याच्या उत्तेजनामुळे त्यांनी आणखी सेना जमवण्यासाठी कोहिस्तानच्या ताजिकी लोकांशी वाटाघाटी सुरू केल्या. भूतकाळात अनेकदा झालं होतं, त्याप्रमाणे आतासुद्धा बराकझाई आणि साडोझाई या प्रतिस्पर्धी गटांमुळे काबूलचे दोन तुकडे होऊ लागले. नवाब झमान खानची बराकझाई सेना, अमीनुल्ला आणि त्याचे साडोझाई दोस्त यांच्याशी अटीतटीचा लढा देऊन आपल्या क्षेत्राचं प्राणपणानं रक्षण करू लागली. १० एप्रिल रोजी जलालाबादला पाठवलेल्या खलित्यात, मोहनलाल काश्मिरीनं कळवलं, 'अमीनुल्लाची सत्ता दिवसागणिक वाढत चाललीय. शाह आणि फत्तेह जंग यांच्या खजिन्यावर त्याचं नियंत्रण आहे आणि तो त्याच्या स्वत:च्या टोळीचे लोगारी लोक एकत्र आणतोय.'

लेडी सेलनं तिच्या स्वभावानुसार या घटनांचा अधिक निर्भिडपणे अर्थ लावला. तिनं आपल्या रोजनिशीत लिहिलं, 'काबूलमध्ये प्रत्येक पक्षाचे लोक राज्यावर आपला हक्क सांगू लागले. नवाब झमान खान म्हणतो की, तोच राजा होणार! अकबर तेच म्हणतो. जुब्बार खान तेच म्हणतो. अमीनुल्लाची तशीच महत्त्वाकांक्षा आहे. महम्मद शाह खान, फत्तेह जंग आणि राजपुत्र यांचीसुद्धा तीच महत्त्वाकांक्षा आहे.' तिनं पुढे लिहिलंय.

> 'सैनिक बाहेर पडून रोज लढत आहेत... शत्रूवर घाव घालण्याची हीच योग्य वेळ आहे; परंतु आम्ही मूठभर लोक अकबरच्या ताब्यात आहोत, म्हणून चालढकल केली जाईल याची मला मोठीच चिंता वाटते आहे. आपल्या देशाच्या इभ्रतीपुढे आमच्या प्राणांची काय किंमत? माझा गळा कापला जावा, अशा मताची मी नक्कीच नाही! अफगाणिस्तानवर पुन्हा ब्रिटिश झेंडा फडकताना पाहण्यासाठी जिवंत राहावं अशीच माझी इच्छा

आहे. त्यानंतर अमीर दोस्त महम्मद खानला गादीवर बसवलं, तर मला त्याचं काहीही दु:ख वाटणार नाही. फक्त त्यापूर्वी आपण त्यांना दाखवून द्यायला हवं की, आम्ही त्यांना जिंकू शकतो. त्यांच्या दगलबाज सरदारांना अपमानित करून धुळीला मिळवू शकतो आणि आमच्या सैनिकांच्या घातपातानं घडवलेल्या मृत्यूंचा बदला घेऊ शकतो! परंतु मार खाऊन, शेपूट घालून पळ काढणाऱ्या गावठी कुत्र्याप्रमाणे गुपचूप देशाबाहेर पडून आपण ब्रिटिशांच्या नावाला काळिमा लावता कामा नये!

आपले गव्हर्नर जनरल आणि लष्कराचे सर्वोच्च पदावरचे अधिकारी यांनी याबद्दल हालचाल केली पाहिजे. मी तूर्त माझ्या नातवंडांसाठी मोजे विणत असले, तरी मी प्रदीर्घकाळ एका सेनानीची पत्नी आहे; त्यामुळे आपल्या कीर्तीला कलंक लागताना दिसत असताना, गप्प बसून ते बघत राहाणं मला शक्य नाही... जर मी सत्तेवर असते, तर मी सेनानींना त्यांच्या आद्य कर्तव्याची आठवण करून दिली असती. स्त्री जेव्हा सूड उगवते, तेव्हा तो अत्यंत भीषण असतो, असं म्हणतात; परंतु अकबर, सुलतान जान आणि मोहम्मद शाह खान यांच्यावर कितीही सूड उगवला तरी माझा अंतरात्मा शांत होणार नाही.'

कुंठित झालेली चढाई आणि अनिश्चितता यांचा ९ मे रोजी भंग झाला; कारण अकबरखान काबूलला परत आला. त्याच्या नेहमीच्या जोमानं आणि निर्णायक वृत्तीनं त्यानं ताबडतोब त्यांच्या किल्ल्यात दडी मारून बसलेल्या साडोझाईंना वेढा घातला. सर्वांत कमकुवत मनोऱ्यांखाली खणून त्यानं अनेक भूसुरुंग पेरले. जी क्लृप्ती वापरून त्यानं जलालाबादमध्ये मदत देणारे सरदार जमवले होते, पुन्हा एकदा तीच क्लृप्ती वापरून त्यानं 'इस्लामचा संरक्षक' अशी आपली प्रतिमा उभी केली आणि 'साडोझाई हे काफिरांना फितूर झालेले काफिरांचे मित्र आहेत' असा प्रचार करायला सुरुवात केली. त्यानं वेगवेगळ्या सरदारांना खलिते पाठवले की, 'भरकटलेल्या धर्मभ्रष्ट जमातीशी लढताना इस्लामच्या सर्व सच्च्या अनुयायांनी एकत्र येऊन लढणं अत्यंत महत्त्वाचं आहे; त्यामुळे सच्च्या इस्लामच्या सर्व एकनिष्ठ अनुयायांनी मला त्यांचा नेता म्हणून निवडावं आणि माझ्या सल्ल्यानुसार वागावं.'

अवघ्या एकाच आठवड्यात त्यानं अमीनुल्ला खानला साडोझाई गटातून फोडून आपल्याकडे वळवले. आणखी एका आठवड्यानं त्यानं मीर हाजीला आपल्याकडे वळवलं. त्याच्या पाठोपाठ काबूलमधले उलेमा आणि कोहिस्तानी लोकही अकबरला सामील झाले. ब्रिटिशांनी माघार घेतली तेव्हा ब्रिटिशांना सोडून

पळ काढणाऱ्या भारतीय शिपायांना हाताशी धरून अकबरनं पायदळ आणि घोडदळाच्या सशस्त्र तुकड्या तयार केल्या. मेअखेरपर्यंत त्याच्या ध्वजाखाली १२ हजार सैनिक सज्ज झाले. साडोझाईंजवळच्या सेनेच्या तिपटीनं अकबरनं सेना जमा केली होती. महिनाभर सतत तोफा आणि भुसुरुंगांचा मारा झाल्ल्यावर आणि स्वत:जवळचा बंदुकीच्या काडतुसांचा आणि तोफगोळ्यांचा साठा संपून गेल्यावर फत्तेह जंगला अखेर शरणागती पत्करणं भाग पडलं. ७ जून रोजी अकबरखाननं बाला हिसारमध्ये प्रवेश केला.

महिनाअखेरपर्यंत फत्तेह जंगला सारी सत्ता अकबरच्या हाती सोपवणं भाग पडलं. अकबरनं स्वत:कडे वझीर हे पद घेतलं आणि ताबडतोब फत्तेह जंगची सारी मालमत्ता ताब्यात घेतली. फत्तेह जंगला त्यानं पोलॉकला पत्र लिहून विशद करायला लावलं : 'मी माझ्या संपूर्ण मालमत्तेच्या आणि कारभाराच्या सर्व व्यवस्थापनाची संपूर्ण जबाबदारी सरदार महमद अकबरखानवर सोपवली आहे आणि सर्व प्रश्नांचा सर्व दृष्टीने निवाडा करून निर्णय घेण्याचा पूर्ण हक्क मी त्याला कायमस्वरूपी बहाल केला आहे. इंग्रज सरकारबरोबर त्यानं कोणतीही बोलणी आणि तह केला, तरी मी ग्वाही देतो की, त्यात कोणताही बदल घडवला जाणार नाही.'

असं दिसतं की, प्रारंभी आपली राजवट कायदेशीर भासावी यासाठी अकबरला साडोझाईंपैकी एक नामधारी पुढारी गरजेचा वाटत होता. जरी साडोझाई कुलानं निंद्य काफिरांशी हातमिळवणी करून आपल्या कुळाला कलंक लावला होता, तरी अहमदशाह दुर्राणीच्या वंशाला इतरांना मंत्रमुग्ध करणारं इतकं तेजोवलय लाभलेलं होतं की, या घटकेलाही एक साडोझाई वंशाचा नामधारी पुढारी घेणं अकबरला श्रेयस्कर वाटलं; परंतु जुलै उजाडला, तोवर त्याचा या तेजोवलयावरचा विश्वास उडू लागला होता आणि जुलैच्या मध्याला जेव्हा फत्तेह जंग आणि पोलॉकमधलं पत्र त्यानं वाटेतच अडवलं, तेव्हा मात्र त्यानं ताबडतोब सर्व साडोझाई राजपुत्रांना आणि वृद्ध, आंधळ्या शाह झमानला पकडलं आणि बाला हिसार किल्ल्याच्या सर्वांत वरच्या मजल्यावर कैदेत टाकलं.

फैज महम्मदनं लिहिलंय, 'या पत्रामुळे दिलेला शब्द पाळण्याची सारी परंपरा नष्ट झाली आहे आणि शाहनं अकबरबरोबर केलेल्या कराराचासुद्धा भंग केला आहे, असं अकबरला वाटलं; त्यामुळे त्यानं शाहला कैदेत टाकलं आणि फत्तेह जंगनं मिळवलेली सारी रत्नं आणि मौल्यवान वस्तू अकबरनं जप्त केल्या. तेवढ्यानंही समाधान न झाल्यामुळे वझीरला वाटलं की, शाहला फटक्यांची शिक्षा देऊन आणि त्याच्या मालकीच्या सर्व गोष्टी जप्त करून, त्याला अद्दल घडवायला हवी.'

आता बाला हिसार अकबरचा खासगी राजवाडा बनला होता आणि वझीर

म्हणून त्याची सत्ता सर्वोच्च पदाला पोहोचली होती; त्यामुळे घझनी पडल्यावर जे ब्रिटिश अधिकारी पकडले गेले होते आणि जे त्याच्या आज्ञेनुसार इतर ओलिसांबरोबर काबूलला आणण्यात आले होते, त्यांना मेजवानीच्या भोजनासाठी आमंत्रित करायचं अकबरनं ठरवलं. ज्यानं काही काळानं भारतीय इतिहासाचा मार्गच बदलून टाकला, त्या मितभाषी उलस्टरमनचा या युद्धकैद्यांमध्ये समावेश होता. कॅप्टन जॉन निकोलसनचाही समावेश होता. निकोलसनवर सहजासहजी कशाचाही प्रभाव पडत नसे; परंतु त्यानंसुद्धा आईला पाठवलेल्या पत्रात म्हटलं :

'मी आजवर कधीही यांच्यापेक्षा अधिक कुलीन आणि सुसंस्कृत माणसं पाहिलेली नाहीत. ते अतिशय देखणे आहेत. सारे अफगाण सरदार देखणेच असतात आणि ते अतिशय प्रतिष्ठेनं वागतात... मी वर्तुळात नजर फिरवली तेव्हा मला मातृ-पितृवध करणारे आणि राजहत्या करणारे असे दोन्ही प्रकारचे लोक दिसले - आपल्या राजदूताचा खून करणारा माणूस या मंडळींपेक्षा कदाचित सर्वांत कमी रक्तलांच्छित असावा.' निकोलसनचा सहकारी लेफ्टनंट क्रॉफर्डसुद्धा अकबरखानचे उत्कृष्ट रीतिरिवाज पाहून थक्क झाला होता. त्यानं लिहिलं, 'त्यानं आमचं अत्यंत अगत्यानं स्वागत केलं.' त्यानं पुढे लिहिलं :

> 'माझा तर विश्वासच बसेना की, हा धष्टपुष्ट, आनंदी, मनमोकळा तरुण जो आमच्या प्रकृतीची इतक्या आस्थेनं चौकशी करत होता आणि आम्हाला प्रवासाचा शीण तर जाणवत नाही ना, असं विचारत होता, तो मॅक्नॅघटेनचा खुनी आणि आमच्या सेनेची कत्तल करणाऱ्यांचा नेता असू शकेल!... त्यानं जेवण मागवलं आणि आमच्या भेटीसाठी ट्रुप आणि पॉटिंगरला बोलावणं धाडलं. ते दोघे आल्यावर आम्ही सारेजण रुचकर भोजनाचा आस्वाद घेण्यासाठी बसलो. अनेक महिन्यांमध्ये मी चाखलेलं ते सर्वोत्कृष्ट भोजन म्हटलं पाहिजे. जेवत असताना वझीरानं अनेक विषयांवर गप्पा करून हास्यविनोद केला... दुसरे दिवशी त्या कट्टर सैतानानं आमच्यासाठी उत्कृष्ट नाश्ता पाठवला... आम्हाला आवश्यक असलेल्या कपडे इत्यादी गोष्टींची यादी मागवून त्या गोष्टी देण्याचं आम्हाला आश्वासन दिलं.'

एका व्यक्तीला मात्र या नव्या वझीराकडून इतकी सौजन्याची वागणूक मिळाली नाही. ती व्यक्ती म्हणजे बर्नेसचा पूर्वीचा मुन्शी आणि हेरगिरीचा मुख्य अधिकारी मोहनलाल काश्मिरी. मोहनलालनं ब्रिटिशांशी केलेला काही पत्रव्यवहार अकबरखाननं वाटेतच अडवला होता. त्याच्या लक्षात आलं होतं की, हा मुन्शी मोठ्या जोमानं

फत्तेह जंगसाठी शस्त्रे आणि दारूगोळा यांची जमवाजमव करत होता. इतर ब्रिटिश कैद्यांच्या अगदी विरुद्ध वागणूक मोहनलालला देण्यात आली. त्याला ताबडतोब एकट्याला तुरुंगवासात टाकण्यात आलं, आधी मारहाण आणि नंतर त्याचा भीषण शारीरिक छळ केला गेला. घाईघाईनं खरडलेलं अशुद्ध भाषेतलं एक पत्र मोहनलालनं जलालाबादला चोरून पाठवण्याची व्यवस्था केली होती. त्यात त्यानं लिहिलं होतं, 'मला जमिनीवर झोपवून माझ्या अंगावर सोफा ठेवण्यात आला. त्या सोफ्यावर लोक उड्या मारत होते आणि मला काठीनं झोडपत होते. ते अत्यंत क्रूर आणि निष्ठुरपणे माझा शारीरिक छळ करत होते. अकबर माझ्याकडे ३० हजार रुपयांची मागणी करतोय. ती रक्कम दिली नाही तर तो माझे डोळे काढण्याची धमकी देतोय. माझा देह माराच्या वळांनी भरून गेलाय; परंतु सरकारच्या परवानगीशिवाय मी त्याला काही देऊही शकत नाही. माझा विनाश मला स्पष्ट दिसू लागलाय. माझ्या पायाच्या तळव्यावर काठीचे फटके मारल्यामुळे माझ्या पायांना जखमा झाल्या आहेत.'

आणखी एका आठवड्यानं त्यानं निरोप पाठवला की, त्याची परिस्थिती आणखी खालावलीय. 'कधीकधी मला दाबून धरलं जातं आणि माझ्या पाठीवर जड दगड ठेवण्यात येतो. माझ्या नाकाडोळ्यांपुढे लाल मिरच्या जाळून त्यांचा धूर सोडला जातो. कधीकधी माझ्या पायांच्या तळव्यांवर काठीचे फटके मारले जातात. मला असंख्य मार्गांनी देहपीडा दिली जाते. त्याला ३० हजार रुपये हवे आहेत. मला देहपीडा देऊन त्यानं त्यांपैकी १२ हजार रुपये वसूल केले. आणखी दहा दिवसांत उरलेले पैसे चुकते केले नाहीत, तर तो माझे डोळे बाहेर काढून मला तापलेल्या लोखंडाने भाजून काढणार आहे.' त्यानं पुढे विचारलं की, त्याला ठार मारण्यात आलं तर सरकार दिल्लीत असलेली त्याची पत्नी, दोन मुलं आणि वृद्ध पित्याचा सांभाळ करेल का?

आणखी काही दिवस शारीरिक छळ सोसल्यावर, मोहनलाल अत्यंत निराश झाला आणि तो स्वत:चा उल्लेख तृतीय पुरुषात करू लागला; जणू काही त्याची परिस्थिती आता आटोक्याबाहेर जाऊन त्याला कोणतीही आशा उरलेली नाही. त्यानं लिहिलं, 'मोहनलालला तीन वेळा बेदम मारण्यात आलंय. त्याला अत्यंत वाईट आणि निष्ठुर पद्धतीनं वागवण्यात आलंय. आतापर्यंत त्याला १८ हजार रुपये द्यावे लागले आहेत. अजून कोणतं संकट त्याच्यावर कोसळणार आहे हे ईश्वरच जाणे; या वेदनांमधून त्याला मुक्ती मिळावी म्हणून कृपा करून कुणीतरी मदत करा.' परंतु बर्नेस त्याचं संरक्षण करायला आता हजर नव्हता. पोलॉकच्या गटात त्याचे कोणीही मित्र नव्हते. जलालाबादच्या त्याच्या साहेबांकडून त्याच्या पत्राला कोणतंही उत्तर आलं नाही किंवा कुणी त्याला मदतीचं आश्वासनही दिलं नाही. त्याच्या सुटकेसाठी

आवश्यक ती रक्कम उभी करण्याचा प्रयत्न फक्त एकाच माणसानं केला; तो होता त्याचा दिल्ली कॉलेजातला जुना मित्र आणि मोहनलालच्याच जोडीनं हेरगिरी करणारा, 'वेड्'चा मुन्शी - शहामत अली. त्यानं इंदोरहून काबूलच्या हिंदू पतपेढीवाल्यांकडून मोहनलालच्या सुटकेसाठी आवश्यक ती रक्कम उभी करण्याचा प्रयत्न केला. अखेर या प्रयत्नांत त्याला यश आलं. त्यासाठी पोलॉकनं अकबरकडे उशिरा का होईना तक्रारीचं एक पत्र पाठवलं; परंतु मोहनलालची सुटका होण्यापूर्वी त्याला इस्लाम धर्म स्वीकारावा लागला होता.

त्या काळात अकबरनं बाला हिसारची संरक्षक तटबंदी नव्यानं बांधून काढली आणि सभोवार खंदक खणून घेतले. किल्ल्यात अन्नधान्य आणि दारूगोळ्याचा भरपूर साठा तयार ठेवला. ब्रिटिशांनी काबूलवर पुन्हा ताबा मिळवण्याचा प्रयत्न केल्यास, त्यांना तोंड देण्यासाठी आता तो पूर्णपणे सज्ज होता. त्यानं तेझिन खिंड आणि खोर्द काबूल खिंड यातील सर्वांत अरुंद भागांभोवती छातीएवढ्या उंचीची दगडी संरक्षक भिंत बांधण्यासाठी माणसांना पाठवून दिलं. त्यानं हे काम अगदी वेळेत केलं होतं.

अखेर, तीन महिने ज्या आज्ञेची ते प्रतीक्षा करत होते, ती आज्ञा पोलॉक आणि नॉट् यांना २२ जुलैला मिळाली. सारी जबाबदारी दोघा जनरल्सवर सोपवणाऱ्या भाषेत लॉर्ड एलनबरोनं कळवलं की, 'त्यांनी निर्णय घेतला असेल तर या दोघा जनरल्सनी काबूलमार्गे परत वळावं आणि ब्रिटिश सेनेच्या सामर्थ्याचा निर्णायक ठसा यांनी उमटवावा.' आता या दोन जनरल्समध्ये काबूलला प्रथम पोहोचण्याची चुरस लागली. नॉटला त्यासाठी तीनशे मैल अंतर कापावं लागणार होतं; तर पोलॉकला अवघं शंभर मैल अंतर कापावं लागणार होतं.

उत्तेजित मनःस्थितीत नॉटनं त्याच्या मुलींना लिहिलं, 'त्यांनी माझे बांधून ठेवलेले हात आता बंधनातून मुक्त केले आहेत आणि मी ठासून सांगतोय की, माझ्या पायतळी तृणांकुरसुद्धा उगवू शकणार नाहीत! मी इथे विश्वासपूर्वक लिहितोय की, माझी सुंदर, शूर पलटण त्यांचा धुव्वा उडवेल.'

आणखी फक्त एकच माणूस या बातमीमुळे याहूनही हर्षोत्फुल्ल झाला होता. जनरल सेलनी चढाईची घोषणा झाल्यावर लिहिलं, 'मी इतका उत्तेजित झालोय की माझ्यानं लिहिणंसुद्धा शक्य होत नाहीय.'

अखेरीस खूप गोंधळ आणि गडबडीत जनरल नॉट आपली सहा हजारांची सेना घेऊन ८ ऑगस्ट रोजी कंदाहारबाहेर पडून चढाईसाठी मार्गस्थ झाला.

त्याच्या माघारी त्यानं शहराची जबाबदारी शहाशुजाच्या सर्वांत लहान मुलावर

- राजपुत्र सफदरजंगवर - सोपवली. हा देखणा तरुण राजपुत्र लुधियाना-मधल्या एका नर्तकीचा मुलगा असल्याची वदंता होती. त्यानं साडोझाईंसाठी या शहराच्या रक्षणाची शपथ घेतली असली, तरी आपण कंदाहारबाहेर पडल्यानंतर राजपुत्र फार काळ टिकाव धरू शकेल का याबद्दल नॉट खूपच साशंक होते. त्यांना वाटत होतं की, 'आपण इथून निघून गेल्यावर खूप गोंधळ माजेल आणि रक्तपात होईल.' असं असलं तरी तरुण राजपुत्र शक्य तेवढा प्रतिकार करून कंदाहार सुरक्षित ठेवण्याबाबत अगदी निश्चयी होता. नॉटनी कंदाहार सोडल्यावर थोड्याच दिवसांत सफदरजंगने नॉटना लिहिलं, 'महाराजांच्या खुनाचा बदला घेण्याखेरीज अन्य कोणतीही भावना आमच्या मनात येणार नाही. या घटकेला माझं रक्त त्वेषानं इतकं उसळतंय की, सूड उगवण्याचा सर्वोत्तम मार्ग शोधण्याखेरीज माझ्या डोक्यात अन्य कोणताही विचार येत नाही. मी अल्लापुढे शपथ घेतो की, माझ्या देहात प्राण असेपर्यंत मी याखेरीज अन्य कोणतीही गोष्ट हाती घेणार नाही. मी माझ्या पित्याच्या मार्गानं तरी जाईन किंवा त्यांच्या मृत्यूचा बदला घेईन.'

आणखी अकरा दिवसांनी, पोलॉक सुमारे आठ हजार सैनिक घेऊन आक्रमणासाठी जलालाबादबाहेर निघाला. त्याचा मार्ग खूपच जास्त भीतिदायक होता. 'सूड उगवणारी' त्याची सेना जसजशी पुढे गेली, तसतसा त्यांचा प्रवास आणखी भेसूर होत गेला. प्रथम त्यांना, 'गंडामकच्या टेकडीवर साठ सांगाडे पसरलेले दिसले. अजूनही कवटीला चिकटलेल्या अवस्थेतले लांब केस असलेले लष्करी अधिकारी स्पष्टपणे ओळखू येत होते.' सेना जगदालकपर्यंत आल्यावर, 'खिंड प्रेतांनी खचाखच भरून गेली होती. तोफा पुढे नेण्यापूर्वी आम्हाला ती प्रेतं बाजूला करावी लागली. ते दृश्य अत्यंत भीषण होतं. त्या दुर्घटनेचा पुरेसा बदला न घेता आल्याच्या भावनेमुळे आमचा मानसिक क्षोभ अधिकच वाढला,' असं थॉमस सीटननं लिहून ठेवलंय. त्यानं पुढे लिहिलंय, 'संपूर्ण रस्ताभर, प्रत्येक खोल, अरुंद दरीत आणि प्रत्येक कोपऱ्यात, काबूलमधून पळून निघालेल्या सेनेचे देह आणि सांगाडे, थकव्यामुळे कोसळून भीषण थंडीत नष्ट झालेल्या, छिन्नविच्छिन्न झालेल्या अवस्थेत पडलेले आम्हाला दिसले.' 'काही तर निव्वळ सांगाडे होते,' लेफ्टनंट ग्रीनवुडनं पुढे लिहिलंय :

> 'तर इतर काही अजूनही बऱ्या अवस्थेत होते. त्यांचा चेहरा रंगहीन झालेला असला तरी जसाच्या तसा राहिला होता. नरभक्षक पक्ष्यांनी, चोचींनी त्यांचे डोळे बाहेर काढलेले स्पष्टपणे कळत होते. माझ्या डोक्याभोवती सतत घिरट्या घालणाऱ्या त्या पक्ष्यांना, मी त्यांच्या हुकुमतीच्या क्षेत्रात प्रवेश करणारा आगंतुक वाटत होतो. एका मोठ्या खडकावरून जाताना,

> पाच-सहा प्रेतांच्या ढिगावर ताव मारणारं एक गिधाड नजरेस पडलं. ते निष्काळजीपणे काही अंतरावर टुणटुण उड्या मारत गेलं. त्याचे मोठे पंख ते फडफडवत होतं; परंतु उडून जायचा आळस करत होतं. मी दुःखी कष्टी मनानं त्या घृणास्पद दृश्यापासून बाजूला झालो; परंतु अफगाणांच्या क्रूरपणाचा बदला घेण्यासाठी शक्य तेवढा प्रयत्न करण्याचा मी दृढ निश्चय केला!'

त्याहून आणखी भीषण दृश्य अजून यायचंच होतं. जगदालकजवळच्या होली वृक्षांच्या काटेरी भिंतीवर अंधारात चढण्याचा प्रयत्न करताना बंदुकीच्या गोळ्यांना बळी पडलेल्यांची प्रेतं, मारल्याजागीच अडकून पडली होती. त्यापलीकडे, जगदालक येथील मातीच्या किल्ल्याच्या ठेंगण्या भिंतींच्या आत फेकून दिलेले सुमारे शंभर सांगाडे त्यांना दिसले. अकबरशी वाटाघाटी करून शेल्टन आणि एल्फिन्स्टन परत यायची वाट पाहत एक दिवस आणि दोन रात्री इथं थांबलेली पलटण दोहींकडून होणाऱ्या घिलझाईंच्या गावठी बंदुकांच्या गोळ्यांना बळी पडली होती. सीटननं लिहिलंय, 'सैनिकांच्या आडव्या रांगाच्या रांगा मारल्या गेल्या होत्या. त्याच अवस्थेत ते सैनिक आम्हाला सापडले. त्यांच्या देहावरचं मांस अजूनही जसंच्या तसं होतं. प्रत्येक चेहरा त्यांच्या परिचयाच्या लोकांना ओळखता येत होता.' खोऱ्याजवळच असलेल्या सर्वांत उंच जागी टेहळणीसाठी एक लहानसा गोल बुरूज होता. इथं त्यांना शेकडो शिपायांचे आणि छावणीतल्या सेवकांचे देह ढिगांनी टाकून दिलेले दिसले. त्यांना अफगाणांनी पकडलं होतं, त्यांचे कपडे काढून घेतले होते आणि मरणासाठी त्यांना बर्फात ढकलून दिलं होतं.

> 'त्या संपूर्ण खोलीत सांगाडे आणि कुजणारी प्रेतं खच्चून भरली होती. पार छतापर्यंत त्यांचा ढीग पोहोचला होता; खोलीबाहेरही त्यांचा ढीग पसरला होता. दरवाजाच्या अर्ध्या अंतरावर, भिंतीपासून सत्तावीस फूट अंतरावर, साऱ्या पायऱ्यांभर प्रेतंच पसरली होती. ते भयानक दृश्य होतं. पळून निघालेले गरीब बिचारे सैनिक इथं निवाऱ्यासाठी शिरले असावेत आणि शेवटी आलेल्या लोकांनी आधी आलेल्या लोकांना पायदळी तुडवत, त्यांना गुदमरवून टाकत त्यांची प्रेतं बाहेर फेकून दिली असावीत. त्यांची स्वतःचीसुद्धा तीच अवस्था झाली असणार - त्यांच्या नंतर आलेल्यांनीसुद्धा त्यांना तुडवून, गुदमरवून त्यांना बाहेर फेकून दिलं असणार.
> युद्धापाठोपाठ एक अत्यंत भीषण दुष्ट प्रवृत्ती जागी होते - युद्धामुळे सुडाची भावना निर्माण होते आणि वाढीस लागते. माणसाच्या अंतःकरणात

सुप्तावस्थेत असलेली सारी द्वेषभावना त्यामुळे उफाळून येते आणि ती द्वेषभावना, त्याच्याकडून देवाच्या प्रतिकृतीला साजेसं वर्तन न घडवता, त्याला एखाद्या दैत्याप्रमाणे वागायला प्रवृत्त करते... आता शिपाई शक्य होईल तेव्हा जिवंत व्यक्तींवर आणि ते शक्य झालं नाही तर मृतांवरसुद्धा सूड उगवू लागले होते.'

अकबरखानशी संबंधित असलेल्या कोणत्याही जागेवर ते विशेष सूड उगवू लागले. बागा आणि फळबागांनी वेढलेलं एक रमणीय खेडं वझीर अकबरखानच्या आवडत्या उन्हाळी स्थानांपैकी एक आहे, असं सैनिकांना वाटलं. हाती शस्त्रही न घेता, संपूर्ण खेड्यानं पूर्ण शरणागती पत्करली असताना 'प्रत्येक घराचा विध्वंस करण्यात आला. प्रत्येक झाडाची साल तरी सोलून काढण्यात आली, नाहीतर ते झाड तोडण्यात तरी आलं. त्यानंतर भरपूर बैल, मेंढ्या आणि बकऱ्या ताब्यात घेऊन सेना छावणीकडे परत गेली.'

पोलॉकपेक्षा नॉटचा प्रवास सुरुवातीला अधिक शिस्तबद्ध आणि कमी विध्वंसक होता; परंतु एका खेड्यात घिलझाई टोळीच्या वृद्धांनी अधिकृत शरणागती स्वीकारल्यानंतरही अनेक सैनिकांना मारण्यात आलं. त्यानंतर मात्र सैनिकांनी भीषण कत्तल सुरू केली. वयात आलेल्या आणि त्यावरील वयाच्या साऱ्या पुरुषांची डोकी संगिनीनं उडवण्यात आली. स्त्रियांवर बलात्कार केले गेले आणि घरातल्या वस्तूंची लूट करण्यात आली. नेव्हिल चेंबरलेननं लिहिलंय, 'अश्रू आणि विनवणी यांचा काहीही परिणाम झाला नाही. हेतुपुरस्सर बंदुका उंचावल्या गेल्या. चाप ओढले गेले. मृत्यू पावले ते नशीबवान ठरले. हे भीषण खून हा (खून म्हणतोय कारण अल्लाच्या नजरेत याला खूनच समजलं जाईल.) खरोखरच दुष्टपणा होता... अफगाणिस्तानमधलं हे सर्वांत सुंदर खोरं आहे; परंतु आम्ही त्याला संपूर्णत: उद्ध्वस्त करून टाकलं. हिंदुस्तानी लोक तर अफगाणांवर इतके संतापले आहेत की, उद्ध्वस्त करता येईल अशा प्रत्येक गोष्टीचा ते नाश करत आहेत. आमच्या टप्प्यातले सर्व किल्ले आणि सर्व जागा आम्ही लगेचच पेटवून दिल्या.'

नॉट्चा चॅपलीन (धर्मगुरू), रेव्हरंड आय्. एन्. ॲलन याला तर प्रचंड धक्का बसला. त्यानं लिहिलं, धर्मगुरूवर अशी दृश्यं पाहण्याची वेळ क्वचितच येते. प्रत्येक दरवाजा जबरदस्तीनं उघडायला लावला गेला. हाती लागलेल्या प्रत्येक पुरुषाची खांडोळी करण्यात आली. अंगणाअंगणांत आणि प्रत्येक बुरुजामध्ये त्यांचा पाठलाग करण्यात आला. फारच थोडे निसटून जाऊ शकले. अनेक वेळा ठोकल्यावरही एक दरवाजा जेव्हा उघडण्यात आला नाही, तेव्हा त्या दरवाजावर सहा पौंडी तोफगोळा डागून तो दरवाजा उडवून लावला गेला आणि आतील प्रत्येक

व्यक्तीची संगिनीनं खांडोळी करण्यात आली. एका सैनिकानं दुसऱ्या दिवशी खेड्यातल्या एका किल्ल्यावर फेरी मारली. त्यानं वर्णन केलं की, त्याला किल्ल्यात शंभर मृतदेह पडलेले दिसले आणि सहा ते आठ मुलांचा जळून कोळसा झालेला दिसला. या मुलांना पेंढ्याच्या ढिगाखाली लपवून ठेवण्यात आलं होतं. पेंढ्याला आग लावून दिल्यामुळे ही दडलेली मुलं जळून भस्मसात झाली. फक्त एकच स्त्री त्या किल्ल्यात जिवंत राहिली होती. तिच्या आजूबाजूला मरून पडलेल्या तिच्या पित्याकडे, भावाकडे, नवऱ्याकडे आणि मुलांकडे शून्य नजरेनं पाहत ती निराश होऊन बसून राहिली होती. तिनं त्या सर्वांचे देह एकाच जागी खेचून आणले होते आणि ती त्यांच्या मधोमध भकासपणे बसलेली होती.'

घझनीबाहेर पोहोचल्यावर, त्या प्रांताच्या प्रशासकाच्या आधिपत्याखाली असलेल्या १२ हजार दुर्राणी सैनिकांशी नॉटला अगदी थोड्या वेळासाठी, पण अटीतटीची लढाई करावी लागली. घझनीचे रक्षण करणारे शहराच्या भिंतींआड लपायला गेल्यावर, नॉटनं त्यांच्या बंदुकांच्या टप्प्याबाहेरील स्थानावर छावणी ठोकली. दुसऱ्या दिवशी सकाळी ब्रिटिशांना हे संपूर्ण शहर निर्मनुष्य अवस्थेत आढळलं. सुलतान जानच्या आधिपत्याखाली त्यांच्याकडे काबूलहून वाढीव कुमक पाठवली गेली असूनही, घिलझाई हिंमत हरला होता. रातोरात त्यानं घझनीतून पोबारा केला. पहाटे नॉटनं शहराचे दरवाजे तोफांनी उडवून दिले. त्यानं अधिकृत अहवालात संक्षिप्त भाषेत मुद्देसूदपणे लिहिलं, 'मी आतल्या संरक्षक किल्ल्यासह आणि पूर्ण तटबंदीसह संपूर्ण घझनी शहराचा विध्वंस करण्याची आज्ञा दिली.'

फक्त एक अंतिम विधी करायचा शिल्लक राहिलेला होता. जेम्स मिलनं लिहिलेलं 'हिस्टरी ऑफ इंडिया' हे पुस्तक एलनबरोनं वाचलेलं होतं. मिलनं हे पुस्तक लिहिताना ना कधी हिंदुस्तानला भेट दिली होती, ना कोणी हिंदुस्तानी लोक त्याच्या परिचयाचे होते, ना कधी तो कोणतीही हिंदुस्तानी भाषा शिकला होता. हे पुस्तक प्रसिद्ध झालं होतं आणि ते पुस्तक वाचून एलनबरोला संपूर्णत: चुकीची माहिती मिळाली होती की, घझनीच्या महमुदाच्या (९९८ ते १०३०) कबरीचे दरवाजे हे गुजरातमधील अत्यंत सुविख्यात अशा सोमनाथाच्या हिंदू मंदिराचे सुलतानानं चोरून आणलेले चंदनी दरवाजे आहेत. वस्तुत: हे दरवाजे अकराव्या शतकातील सेलजुक कारागिरी केलेले आणि कबरीच्या काळातलेच होते, रॉलिन्सनला दरवाजांवरची अरेबिक भाषेतील अक्षरं ताबडतोब ओळखू आली. त्याभोवतीची सहा टोकांच्या चांदण्यांची आणि फांद्या व पानांची नक्षीदेखील अगदी इस्लामी धर्तीचीच होती; पण त्यामुळे त्याला फरक पडणार नव्हता. एलनबरोला ते दरवाजे हवे होते आणि नॉट ते दरवाजे त्याच्यासाठी घेऊन जाणार होता.

एलनबरोनं ताबडतोब उत्तर आणि पश्चिम भारतातील सरदारांना आणि राजपुत्रांना

खलिते पाठवून जाहीर केलं की :

'८०० वर्षांपूर्वी झालेल्या हिंदुस्तानच्या अपमानाचा पूर्णपणे बदला घेण्यात आला आहे आणि ब्रिटिशपूर्व काळातलं भारतावरचं अफगाणांचं आधिपत्य आता परतवून उलट फिरवण्यात आलंय. जे दरवाजे एकेकाळी हिंदूंच्या अपमानाचं प्रतीक बनले होते, तेच दरवाजे आता सिंधू नदीपलीकडच्या देशांतल्या हिंदुस्तानच्या लष्करी वर्चस्वाचं प्रतीक बनले आहेत आणि हे ब्रिटिशांमुळे घडू शकलं!'

या दरवाजांची हिंदुस्तानभर मोठ्या इतमामानं मिरवणूक काढण्यात आली आणि बुचकळ्यात पडलेल्या जनतेपुढे गाजावाजा करून त्या दरवाजांचं प्रदर्शन करण्यात आलं. ब्रिटिशांची सत्ता कशी अबाधित आहे आणि प्रजेवर त्यांचे किती उपकार आहेत ही गोष्ट लोकांच्या मनावर बिंबवणं, हा या साऱ्या उपद्व्यापामागचा हेतू होता; परंतु हिंदुस्तानातील राजपुत्रांनी कोणतीही प्रतिक्रिया व्यक्त केली नाही. हिंदूंनी तर काहीच प्रतिक्रिया व्यक्त केली नाही; कारण त्यांच्या देशातले दरवाजे लुटून नेण्यात आले असल्याचं त्यांना ठाऊकच नव्हतं. ते सुंदर सेलजुक कारागिरीचे लाकडी दरवाजे काढले जात असताना, रॉलिन्सन त्या कामावर देखरेख करत होता. त्यानं म्हटलंय, 'हे दरवाजे सोमनाथाच्या मंदिरातले नाहीतच; त्यामुळे ते तिथं बसवणं शक्य नाही.' ते मंदिर हजार वर्षं भग्न स्थितीतच होतं. या सर्व देखाव्याबद्दल हिंदू लोक उदासीनच होते!

हे दरवाजे नेल्याबद्दल अफगाणांनाही फारसं दु:ख झालं नाही. या कबरीची देखभाल करणाऱ्या माणसानं फक्त खांदे उडवले आणि म्हटलं, 'या जुन्या लाकडाचा तुम्हाला काय उपयोग होणार?' मिर्झा अतानं अधिक तिखटपणे लिहिलं आहे, 'एलनबरोनं हे दरवाजे हिंदुस्तानात आणण्याची आज्ञा केली. तिथे खोरासन पुन्हा जिंकून घेतल्याची जाहिरात करण्यासाठी या दरवाजांचा उपयोग झाला असता आणि अफगाणिस्तानात मोहिमेचा इतका प्रचंड खर्च करून त्यातून इतका कमी फायदा झालेला असताना, त्या मोहिमेबद्दल तरफदारी करण्यासाठी हे दरवाजे उपयुक्त ठरले असते. असं म्हटलं जातं की, जिथं खरंखुरं बळ असतं, तिथं अशा सवंग जाहिरातबाजीची गरजच नसते. दीर्घकाळ टिकलेली आमच्या बळाची दृश्य निशाणी म्हणजे अजूनही खोरासनचे रस्ते आणि गल्ल्या तुंबवून ठेवणारी ब्रिटिश सेनेची कुजून चाललेली ढीगभर प्रेतं!'

संपूर्ण जुलै महिनाभर, युद्धकैद्यांची देवघेव करण्याबाबत बोलणी करण्याचे अनेक प्रयत्न करण्यात आले. प्रथम मॅकेन्झीला आणि नंतर लॉरेन्सला पोलॉकशी बोलणी करायला जलालाबादला पाठवण्यात आलं; परंतु अखेर वाटाघाटींमधून काहीही

निष्पन्न झालं नाही आणि हे दोघेजण अकबरला दिलेला शब्द पाळून, प्रामाणिकपणे बंदिवासात परत गेले.

सर्व ब्रिटिश अधिकारी आणि त्यांच्या स्त्रियांची सुटका करून, अनेक असहाय्य शिपायांना अफगाणिस्तानातच अडकून पाडणारा करार करू नये, अशी सावधगिरीची सूचना पॉटिंगरनं पोलॉकला आधीच दिलेली होती. त्यानं लिहिलं होतं :

> ''आपण थोड्याशा युरोपियांना सोडवण्यासाठी पैसे दिले, तर आपली हिंदुस्तानातली रयत आणि हिंदुस्तानातले आपले सैनिक यांचं ब्रिटिशांबद्दलचं मत नक्कीच कलुषित होईल. विशेषत: आपले हजारो स्थानिक सैनिक आणि छावण्यांसाठीचे सेवक अफगाणिस्तानात गुलामगिरीच्या अवस्थेत पोहोचले असताना, अशा कृतीमुळे ब्रिटिशांचं नाव आणि चारित्र्य यांना कलंक लागेल. इतर अनेक अभागी लोक, हात-पाय गमावलेल्या किंवा छिन्नविच्छिन्न अथवा रोगग्रस्त झालेल्या अवस्थेत भीक मागून जीव जगवायचा प्रयत्न करत आहेत. अशा माणसांची जर सुटका झाली नाही तर येत्या हिवाळ्यात त्यांच्यापैकी सगळे किंवा निदान अनेकजण तरी नक्कीच मरण पावतील आणि जर खंडणी भरून फक्त आमचीच सुटका करण्यात आली, तर सरकार नक्कीच पक्षपाताच्या आरोपाला आणि (हिंदुस्तानी) जनतेच्या तिरस्काराला आमंत्रण देईल!''

अडकून पडलेल्या हिंदुस्तानी लोकांची परिस्थिती आणखी बिकट होत चालली होती. ओलीस धरलेल्या युद्धकैद्यांना ज्या किल्ल्यात डांबून ठेवण्यात आलं होतं, तिथं गुलामांचा व्यापार करणारा एकजण आला होता. त्यानं लेडी सेलला सांगितलं, 'चारशे हिंदुस्तानी लोकांना काबूलमध्ये, सुखरूपपणे जलालाबादला पोहोचवण्याच्या आश्वासनावर डांबून ठेवण्यात आलंय... पुरुषांची विक्री माणशी सेहेचाळीस रुपयांवर आणि स्त्रियांची विक्री प्रत्येकी बावीस रुपयांवर केली जात आहे.' अफगाण बाजारात उझबेक व्यापाऱ्यांचं वर्चस्व होतं आणि त्यांच्या कैदेत असलेल्या लोकांना निष्ठुरपणे पशुतुल्य वागणूक देण्याबद्दल ते कुख्यात होते. जेव्हा जोसिया हर्लान खुल्ममधून जात होता तेव्हा त्यानं पाहिलं होतं की, एका अत्यंत अघोरी पद्धतीनं उझबेक लोक त्यांच्या कैद्यांना त्यांच्या खोगिरांना चक्क शिवून टाकत असत. त्यानं वर्णन केलंय, 'कैद्यानं खोगिरावर ताठ बसून राहावं म्हणून एका लांब आणि वाकड्या दाभणात ओवलेला घोड्याचा जाडाभरडा केस कैद्याच्या गळ्याच्या हाडाभोवती (कॉलरबोन), गळ्याचं हाड छातीच्या हाडाशी जुळतं त्या जागेच्या जवळ गुंडाळला जात असे. अशा गुंडाळलेल्या केसाची गोल वेसण तयार होत

असे. या वेसणीतून घातलेला दोर ते खोगिराला बांधून टाकत. अशा प्रकारे माघारी वळणाऱ्या घोडेस्वाराच्या मागच्या बाजूला कैदी जखडून टाकला जात असे. कैद्याचे हात त्याच्या पाठीशी बांधून टाकले जात असत; त्यामुळे तो पूर्णपणे असहाय्य बनत असे.' जेव्हा अकबरनं पोलॉकला इशारा दिला की, त्यानं काबूलवर पुन्हा ताबा मिळवायचा प्रयत्न केला तर सारे ब्रिटिश युद्धकैदी ताबडतोब उत्तरेला पाठवले जातील आणि त्यांना बुखारामधील गुलामांच्या बाजारात विकून टाकलं जाईल, तेव्हा युद्धकैद्यांच्या मनात चिंता निर्माण होणं अगदी स्वाभाविक होतं.

ब्रिटिश युद्धकैदी काबूलजवळच्या एका किल्ल्यात बऱ्या स्थितीत राहत असतानाच अकबरनं ऐकलं की, पोलॉक आणि नॉट्‌ची सेना दोन वेगवेगळ्या दिशांकडून त्याच्या राजधानीवर काबूलवर चाल करून येत आहे. त्याचा सर्वांत जवळचा सहकारी मोहम्मद शाहखान घिलझाई यानं त्याला प्रेरित केलं की, त्यानं काफिरांबरोबर शेवटची जीवन-मरणाची झुंज द्यावी. त्यानं आपल्या जावयाला लिहिलं, 'त्यांना युद्ध हवंय. आपण त्यांच्या गळ्याला कट्यार लावत त्यांना झुंज देऊ या. आपण त्या साऱ्यांचा नायनाट करून टाकू या.' त्या शुक्रवारी वझीर अकबरखान काबूलच्या जामा मशिदीत गेला आणि त्यानं मशिदीतील उंच व्यासपीठावरून लोकांना चेतवलं की, ब्रिटिशांविरुद्ध शेवटचं आणि निर्णायक धर्मयुद्ध लढायला सर्वांनी सज्ज व्हावं.

पंचवीस ऑगस्टच्या रात्री युद्धकैदी झोपायला निघालेले असतानाच त्यांना संकटाची पूर्वसूचना देणारी आज्ञा देण्यात आली की, त्यांना ताबडतोब उत्तरेला हिंदुकुशमध्ये हलवण्यात येत आहे. चंद्रप्रकाशाच्या साहाय्यानं, त्यांच्यासाठी अकबरनं पाठवलेल्या घोड्यांवर आणि उंटांवर, त्यांना त्यांचं उरलंसुरलं थोडंसं सामान चढवायला लावलं गेलं. या वेळेस प्रथमच स्त्रियांना पायघोळ बुरखा घालायला लावला गेला. मॅकेन्झी तापानं खूप फणफणत होता. आपली घटका भरत आलीय असं त्याला वाटू लागलं. त्याला कजवाह नावाच्या वेताच्या टोपलीत बसवून ती टोपली उंटावर एका बाजूला लटकवण्यात आली होती. काबूलबाहेरून, बाबरच्या थडग्याच्या भिंतीजवळून ते पुढे निघाले आणि कोहिस्तानकडे जाणाऱ्या रस्त्याला लागले. अकबरखानच्या सर्वांत उत्तरेच्या किल्ल्यावर त्यांचा पहिला मुक्काम पडणार होता. या किल्ल्यातून बौद्ध धर्मीयांचं बामियानचं पुरातन खोरं आणि तिथल्या स्मारकरूपी प्रचंड बुद्ध मूर्ती दृष्टीस पडत असत.

त्यांच्या रखवालीसाठी धाडल्या गेलेल्या हंगामी चाकरीतील चारशे घोडेस्वारांचा प्रमुख घोडदळातला एक अधिकारी किझिलबाश वंशाचा होता. त्याचं नाव होतं सालेह मोहम्मद खान. त्यानं अल्पकाळ शहाशुजासाठी काम केलं होतं आणि १८४० मध्ये दोस्त महम्मदखान बुखारातून परत आल्यावर तो दोस्त महम्मद

खानच्या सेनेत सामील झाला होता. त्या वेळेपासून जॉर्ज लॉरेन्स आणि ह्यू जॉन्सन यांचा त्याच्याशी थोडासा परिचय होता. एल्ड्रेड पॉटिंगरला साक्षात्कार झाला की, पहारेकऱ्यांपैकी दहाजण त्याचे पूर्वीचे सैनिक होते आणि १८३८ मध्ये हेरातला घातलेल्या वेढ्याच्या वेळी त्यांनी त्याला साहाय्य केलं होतं. त्यातल्या दोघांनी, लष्करी छावणीला पडलेल्या वेढ्याच्या वेळी मॅकेन्झीच्या खांद्याला खांदा लावून गावठी बंदुकांनी लढा देण्यासाठी त्याला मदतही केलेली होती. पॉटिंगर, लॉरेन्स, जॉन्सन आणि मॅकेन्झी या सर्वांनीच ही सुसंधी हेरली आणि त्यांच्या रखवालदारांपैकी कुणीही लाच घ्यायला तयार होतील का, हे चाचपून पाहण्यासाठी त्यांनी ताबडतोब संवाद साधायला प्रारंभ केला. सुरुवातीला साऱ्यांनीच आढेवेढे घेतले; पण जेव्हा हे सर्वजण उत्तरेला, काफिल्याच्या खड्या चढणीच्या आणि खोल दऱ्यांच्या मार्गानं, कुलूच्या उत्तुंग डोंगरांवरून आणि हजारा प्रांताच्या उंचावरील भूकंपप्रवण भागातून मार्ग काढू लागले आणि जेव्हा पोलॉक आणि नॉटच्या निर्णायक जयाच्या बातम्या कानांवर येऊ लागल्या, तेव्हा रखवालदारांच्या मानसिकतेत बदल घडू लागला.

सर्वांत प्रथम जॉन्सननं चंचूप्रवेश केला. २५ ऑगस्ट रोजी त्यानं त्यांच्या रोजनिशीत लिहिलं होतं,

> 'सालेह मोहम्मद हा सुस्वभावी आणि आनंदी स्वभावाचा माणूस आहे आणि त्याच्या मनात काफिरांविरोधात कोणताही दुष्टग्रह नाही. तो पैशांसाठी लढणारा माणूस आहे. तो कोणाला कैद करतोय याबद्दल त्याला काहीही सुख-दुःख वाटत नाही. त्यानं बुखारात युद्ध केलंय. काही महिन्यांपूर्वी कौसेम ताब्यात घेतेवेळीसुद्धा तो लढला आहे. मी सारा वेळ त्याच्या समवेतच हा प्रवास केला आहे. त्याच्या प्रवासाच्या कथा ऐकून माझी भरपूर करमणूक झाली. त्याच्या मते तो सर्वोच्च प्रतीचा धाडसी योद्धा आहे; त्यानं गाजवलेल्या शौर्याला सीमाच नाही. या कथा मी दोन कारणांमुळे आनंदानं ऐकून घेतो : एक तर त्यामुळे माझी करमणूक होते आणि दुसरं म्हणजे मी लक्ष देऊन ऐकून घेतल्यामुळे त्याची अस्मिता सुखावते. त्याच्या अहंकाराला खतपाणी घातल्यामुळे आमचा हेतू साध्य करून घेता येईल, अशी मला आशा वाटतेय.'

आणखी काही दिवसांनी, केवळ ते दोघेच असताना, जॉन्सननं संधी साधून त्याच्यापुढे प्रस्ताव ठेवला. त्याबद्दल त्यानं लिहिलंय :

'आमच्या लष्करी अधिकाऱ्याबरोबर माझी पुष्कळ जवळीक झाल्यामुळे मी

आणखी कुणी जवळ नसल्याची संधी साधून त्याच्या कानात कुजबुजलो की, आम्हाला बामियानला नेण्याऐवजी जर त्यानं विरुद्ध दिशेला जनरल नॉटच्या सैन्याजवळ नेलं, तर मी त्याला डोंगराएवढे पैसे देईन. मी हिंदुस्तानमधील सुखद आयुष्याचेसुद्धा भरपूर गोडवे गायले आणि आम्हाला सोडवल्यावर त्याला तिथं जावंसं वाटलं तर ती जागा चांगली आहे, अशी पार्श्वभूमी तयार केली. मी जो प्रस्ताव अर्धवट थट्टेनं आणि अर्धवट गांभीर्यानं मांडला होता, तो ऐकून प्रथम तो थोडासा चकित झाला; कारण तो प्रस्ताव गांभीर्यानं घ्यावा की नाही हे त्याला उमगत नव्हतं; पण लवकरच सालेह मोहम्मदनं स्पष्ट केलं की, आमच्या मुक्ततेसाठी आम्ही काय करायला तयार आहोत त्याबद्दल आम्ही गंभीरपणे ठोस प्रस्ताव मांडावा.'

हे लोक बामियानला पोहोचल्यानंतरसुद्धा वाटाघाटी सुरूच राहिल्या. अत्यंत कल्पक अशा मोहनलालनं, काबूलमधील त्याच्या किझिलबाश मित्रांच्या हस्ते अनेक हुंड्या पाठवल्यामुळे वाटाघाटींना वजन प्राप्त झालं. जेव्हा अकबरखाननं पत्र पाठवून कैद्यांना आणखी उत्तरेला खुल्म इथे पाठवण्याची आज्ञा केली, तेव्हा लॉरेन्सनं लाचेचा आकडा वाढवला आणि ताबडतोब २० हजार रुपये आणि त्यानंतर आयुष्यभरासाठी महिना १ हजार रुपये द्यायचं कबूल केलं. अता मोहम्मदनं लिहिलं आहे; 'सोनं ही एक अफलातून चीज आहे. सोनं पाहून डोळे निवतात. त्याचा आवाज ऐकून दुःख दूर होतं. या प्रस्तावामुळे खानचं चित्त भरकटलं आणि कैद्यांना मुक्त करायला तो तयार झाला.'

सालेह मोहम्मद खाननं इशारा करताक्षणी, त्यांना कैदेत जिथे ठेवण्यात आलं होतं, तो किल्लाच कैद्यांनी ताब्यात घेतला. त्यांची सुटका होईपर्यंत त्यांना सुरक्षित ठेवण्यासाठी लढा दिला, तर चार महिन्यांचा जास्तीचा पगार देऊ, असं कैद्यांनी त्यांच्या पूर्वीच्या रखवालदारांना सांगितलं. जेव्हा सालेह मोहम्मद खाननं कैद्यांनी स्वत:ला सुरक्षित ठेवावं म्हणून त्यांच्यापुढे गावठी बंदुकींची रास रचली, तेव्हा अनेक महिने कैदेत काढलेल्या कैद्यांना आपलं भविष्य आता आपल्या ताब्यात आहे, या आश्चर्याचा इतका धक्का बसला की, रखवाली करण्यासाठी शस्त्र धरायला कुणीच पुढे येईना. अखेरीस लेडी सेलच पुढे आली. तिनं लिहिलंय, 'शरम वाटून पुरुषांनी आपलं कर्तव्य करायला पुढे यावं, म्हणून मी लॉरेन्सला म्हटलं, 'मला एक बंदूक दे आणि मीच तुमचं नेतृत्व करते!' '

लवकरच, लेडी सेलच्या सावध नेतृत्वाखाली युद्धकैद्यांनी पुरेसा आत्मविश्वास मिळवला आणि किल्ल्यावरील स्तंभावर युनियन जॅक हा ब्रिटनचा राष्ट्रध्वज फडकवला. त्यानंतर लवकरच पॉटिंगरनं कोहिस्तानमधला राजदूत म्हणून धुरा हाती घेतली आणि जवळपासच्या सर्व सरदारांना आपल्या दरबारात उपस्थित राहून

सन्मानाची राजवस्त्रं स्वीकारण्याची विनंती केली. जॉन्सननं १४ सप्टेंबर रोजी त्याच्या रोजनिशीत लिहिलं :

> 'आमचा कट अधिकाधिक यशस्वी होतोय. आजूबाजूला अनेक मैलांमध्ये राहणारे मातब्बर सरदार आमच्याबद्दल आदर व्यक्त करण्यासाठी आमच्या भेटीला आले... आमच्या प्रति निष्ठा व्यक्त करून, गरज पडल्यास लढण्यासाठी कुमक पुरवण्याची त्यांनी शपथ घेतली. आमची सेना काय करते किंवा ती कुठे आहे, याबद्दल जरी आम्ही अजूनही अंधारात आहोत, तरी आम्ही धरून चाललो आहोत की, आमची सेना काबूलजवळ पोहोचली असावी आणि बहुधा अकबरशी आमच्या सेनेनं युद्धही केलं असावं. तसं झालं असेल तर कोणत्याही क्षणी पाचशे ते सहाशे घोडेस्वार घेऊन अकबर आमच्या खोऱ्यात आला, तर मला अजिबात आश्चर्य वाटणार नाही. आम्ही आमचा किल्ला अधिक बळकट करण्याकडे लक्ष वळवलं आहे आणि शत्रूला प्रवेश करता येण्याजोग्या कमकुवत जागा बळकट करत आहोत. म्हणजे त्यांनी लुडबूड केलीच तर आम्ही त्यांचा चांगलाच समाचार घेऊ.'

आणखी एका आठवड्यानं, लेडी सेलच्या नेतृत्वाखाली या पूर्वीच्या युद्धकैद्यांनी त्या टापूतून जाणाऱ्या काफिल्यांकडून करसुद्धा वसूल करायला सुरुवात केली होती.

एक सप्टेंबरच्या पहाटे, एक घोडेस्वार जगदालक येथील पोलॉकच्या छावणीभोवती सुरक्षा राखणाऱ्या सैनिकांच्या कड्याजवळ आला. रखवाली करणाऱ्या सैनिकानं त्याला अडवल्यावर त्यानं आपण शाह फत्तेह जंग असल्याचं जाहीर केलं.

ऑगस्ट अखेरपर्यंत बाला हिसार किल्ल्यावर वदंता पसरली होती की, साडोझाई घराण्याच्या या तरुण वारसाला ठार मारायचा अकबरचा विचार आहे. त्यापूर्वी तो त्याला तापलेल्या लोखंडानं चटके देणार आहे. ही अफवा मूळ धरू लागली तेव्हा किल्ल्याच्या जुन्या रक्षकांनी हालचाल केली. त्यांनी किल्ल्याच्या मातीच्या छताला भोक पाडलं आणि तेथून शाहला बाहेर काढून भिंतींखालच्या बोगद्यातून त्याला चिंदावोल येथील किझिलबाश भागात नेलं. तेथे खोगीर चढवलेले घोडे त्याच्यासाठी सज्ज ठेवण्यात आले होते. चोवीस तासांनी तो जनरल पोलॉक समवेत नाश्ता घेत होता.

फैज मोहम्मदनं वर्णन केलेल्या ऐकीव बातमीनुसार, तरुण शाहनं त्यानंतर ब्रिटिशांवर आरोप केला की, त्यांनी त्याच्या पित्याचं रक्षण केलं नाही आणि मागणी केली की, त्याच्या साडोझाई कुळाची राजवट चालू ठेवण्यासाठी मदत करायचं ब्रिटिशांनी दिलेलं आश्वासन त्यांनी पाळावं.

फत्तेह जंगनं पोलॉकला हे तपशीलवारपणे सांगितलं, असा फैज मोहम्मदचा दावा आहे.

> 'अफगाणिस्तान ताब्यात घेण्यामागे वैयक्तिक फायद्याखेरीज ब्रिटिशांचा कोणताही अन्य हेतू नव्हता. माझ्या मारल्या गेलेल्या बापाला त्यांनी कोणतीही मदत केली नाही किंवा त्याच्याबद्दल काही विचारही केला नाही... परंतु मी अजूनही त्रिपक्षी कराराची बांधिलकी मानतो. हा करार इंग्रज आणि माझे पिता यांमध्ये झालेला होता. जर तुम्ही दिलेला शब्द पाळणार असाल, तर मला मदत करण्यासाठी तुम्ही काबूलवर आक्रमण करावं हेच सांगण्यासाठी मी इथं आलो आहे. जर तुम्ही दिलेला शब्द पाळणार नसाल, तर माझ्याबद्दल तुमचं कोणतंच कर्तव्य शिल्लक राहात नाही. तसं केलंत तर तुमची महत्त्वाकांक्षा आणि वैरभाव साऱ्या जगाला कळेल.' शाह फत्तेह जंगचे शब्द ऐकून जनरल पोलॉक खजील झाला आणि त्यानं सौजन्यापोटी आणि इंग्रजांच्या नावाला लागलेला कलंक दूर करण्यासाठी शाहला मदत करायचं कबूल केलं.

हे संभाषण खरोखरच घडलं की नाही हे सांगता येत नसलं, तरी पोलॉकनं फत्तेह जंगचं स्वागत केलं आणि सुरुवातीपासूनच त्याला आदरानं वागवलं. मॅक्नॅघटेननं शुजाबरोबर, त्याचं सिंहासन त्याला परत मिळवून देण्यासाठी तीन वर्षांपूर्वी याच खोऱ्यातून प्रवास करतेवेळी शुजाला ज्या आदरभावानं वागवलं होतं, त्याच सन्मानानं पोलॉकनं फत्तेह जंगलासुद्धा वागवलं; परंतु खासगीत मात्र पोलॉकनं या राजपुत्राबद्दल, त्याला मनातून बाद करणाऱ्या भाषेत लिहिलं होतं : 'बिचारा दुःखी राजपुत्र... सडपातळ आणि बऱ्यापैकी देखणा तरुण माणूस; परंतु त्याला बुद्धीची किंवा नीतिमत्तेची फारशी देणगी नाही.' (नीतिमत्तेबद्दलच्या टिप्पणीमागचं कारण होतं : १८३९-४० मध्ये, कंदाहारमध्ये असताना, शिबंदीतील शिपायांवर अधूनमधून समलिंगी संभोगाची जबरदस्ती करण्याची या राजपुत्राची सवय.) पोलॉकनं असंही लिहून ठेवलंय की, त्यानं शाहपासून एक वस्तुस्थिती मुद्दामच लपवून ठेवली होती की, एलनबरोनं त्यांच्यापुढे ठेवलेलं सीमित उद्दिष्ट साध्य केल्यावर, ब्रिटिश काबूलमधून माघारी फिरणार आहेत. एलनबरोनं त्यांच्यावर

सोपवलेलं उद्दिष्ट होतं : अकबरखानचा पराभव करणे, ओलीस ठेवलेले कैदी आणि युद्धकैदी यांना मुक्त करणे, हाती लागतील तेवढ्या ब्रिटिश सेनेच्या शिपायांना परत आणणे आणि दगाबाजीबद्दल अफगाण टोळ्यांना शिक्षा करणे.

आणखी एका आठवड्यानं, ८ सप्टेंबर रोजी, पोलॉकची सेना जगदालकमधून तेझिन खिंडीच्या मुखाकडे जाऊ लागली. काबूलवर हल्ला करण्याच्या मार्गातला हा शेवटचा अडथळा होता. दिवस जसजसा वर येऊ लागला तसतशा खिंडीच्या सभोवारच्या डोंगरमाथ्यांवरून झडणाऱ्या बंदुकींच्या फैरी वाढू लागल्या. अंधार पडू लागल्यावर छावणीवर गावठी बंदुकांचे बार बरसू लागले. पोलॉकनं आजूबाजूच्या सर्व शिखरांवर काळजीपूर्वक रक्षक सैनिक सज्ज केलेले असूनही बंदुकींच्या फैरी झडत होत्या. लेफ्टनंट ग्रीनवुडनं त्याच्या रोजनिशीत लिहिलं होतं : 'अर्थातच सेनेला बाहेर काढून सावध राहायला सांगण्यात आलं होतं. आमच्या पूर्णपणे ताब्यात नसलेल्या प्रत्येक डोंगरावरून शत्रू आमच्या छावणीवर सतत गोळीबार करत होते. त्यांच्या गोळ्या गारांच्या वर्षावाप्रमाणे आमच्या तंबूंवर बरसत होत्या. त्यांच्या गावठी बंदुकांच्या चकमकीमुळे टेकड्यांचे उतार चोहीकडून चमचमत होते. आमच्या सुरक्षा सैनिकांच्या बंदुकींमुळे या ठिणग्यांमध्ये भरच पडत होती.' दुसऱ्या दिवशी सकाळी, सूर्य उगवता उगवता, पोलॉकच्या खबऱ्यांनी बातमी आणली की, मोहम्मदखान घिलझाई आणि अमीनुल्ला खान लोगारी यांच्या कुमकेसह अकबरखाननं खोर्द काबूलमधून पुढे यायला सुरुवात केली आहे आणि त्यांचे १६ हजार सैनिक ब्रिटिशांच्या पुढ्यात तेझिनच्या डोंगरांवर जमा झाले आहेत.

पोलॉकनं आपली सेना तीन तुकड्यांमध्ये विभागली. हायलंडमधील झगाधारी स्कॉट्स आणि पायघोळ झगा घातलेले अफगाण बंदूकधारी सैनिक यांना त्यानं खिंडीच्या दोन्ही बाजूंच्या उतारांवर उभं केलं आणि जनरल सेलच्या नेतृत्वाखाली खालच्या खोऱ्यातून तोफखाना आणि घोडदळ यांना काळजीपूर्वक कूच करायला सांगितलं. ग्रीनवुडनं लिहिलंय, 'आम्ही उभ्या रांगा करून पुढे निघालो. वाटेत कुठं शत्रूचं नामोनिशाणही दिसलं नाही. आम्ही अरुंद दरीतून दोन मैल गेलो असू. अचानक दोन्ही बाजूंच्या टेकड्यांवरून आगीची लांब ज्वाळा खाली येऊ लागली आणि आमच्या डोक्यावर हजारो तोफगोळे बरसले. पर्वतरांगांवर शत्रू खच्चून भरले होते. त्यांनी जोरदार मारा करायला सुरुवात केली होती. जे लोक अगदी थोडक्यात बचावले, त्यांपैकी एकजण होते डॉक्टर ब्रायडन. त्यांनी पलटणीचा शल्यविशारद म्हणून आपलं काम करायला सुरुवात केलेली होती. 'एका लांब दांड्याला अडकवलेल्या डोलीतून ते प्रवास करत होते. त्याच वेळेस शत्रूच्या तोफेतून एक सहा पौंडी तोफगोळा येऊन आदळला आणि दांड्यांच्या बांबूची दोन शकलं झाली; परंतु डॉक्टर ब्रायडन यांना मात्र कोणतीही इजा झाली नाही.'

गेल्या वेळी डॉक्टर ब्रायडन याच खिंडीतून गेले होते, तेव्हा त्यांचे सैनिक हिमदंशानं आंधळे होऊन खाली पडत होते आणि कोणताही प्रतिकार न करता कत्तलीला बळी पडत होते. या वेळेस मात्र पोलॉकची सेना तयारीत होती. अॅबटनं त्याच्या सैनिकांना बंदुकींच्या फैरी झाडायची आज्ञा केली. त्याच वेळेस, 'सर रॉबर्ट (सेल) यांनी तेराव्या तुकडीला उजवीकडच्या पर्वतांवर चढून शत्रूला बरबाद करायची आज्ञा केली आणि नवव्या आणि एकतिसाव्या तुकडीला डावीकडच्या पर्वतांवर पाठवलं,' ग्रीनवुडनं लिहिलंय. त्यानं पुढे वर्णन केलंय.

> 'आम्ही प्राणपणानं पुढे गेलो. डोंगर खूपच उंच आणि उभ्या कड्याचा असल्यामुळे एरवीसुद्धा सहज चढून जाण्यासारखा नव्हता; परंतु शत्रूच्या गोळीबारामुळे आमची हालचाल जलद होऊ लागली. अवघ्या काही वेळात आम्ही शत्रूच्या समोर ठाकलो. गोळीबार प्रचंडच झाला. चहूबाजूंनी बंदुकीच्या गोळ्या रोंरावत येत होत्या. शत्रू असंख्य होते आणि हे पर्वत ताब्यात ठेवण्यासाठी शेवटपर्यंत लढा द्यायला सिद्ध होते; परंतु आमच्या सैनिकांनी पर्वतमाथ्यावर पोहोचल्याबरोबर संगिनी बाहेर काढल्या आणि जोरजोरात विजयनाद करत ते शत्रूवर धावून गेले. अफगाण त्यांचा 'अल्लाह इल उल्लाह' हा युद्धनारा गर्जत आम्हाला 'कुत्रे, काफिर' अशा विविध शिव्या देत आम्ही काबूलला कधीच पोहोचू शकणार नाही, असे टोमणे मारत होते. कॅप्टन ब्रॉडफूटच्या सॅपर्सनी (बांधकामावर सज्ज असलेल्यांची तुकडी) शेलक्या भाषेत त्यांच्या शिव्यांना जोरदार प्रत्युत्तर दिले!'

अफगाणांना एकदा दबा धरलेल्या जागेवरून हुसकावून लावता आल्यावर, सेलनं त्याच्या सैनिकांना उंचवट्याच्या माथ्यावरून प्रत्येक शिखरावरून शत्रूची हकालपट्टी करायला पाठवून दिलं. दरम्यान, खालच्या दरीत घोडदळ अकबराच्या तोफखान्यावर चाल करून गेलं होतं. अकबरानं एल्फिन्स्टनच्या सेनेचा सारा तोफखाना ताब्यात घेतला होता आणि त्या तोफा चालवायला ईस्ट इंडिया कंपनीचे पक्ष बदललेले शिपाई सज्ज केले होते. आपलं नशीब अजमावून पाहण्यासाठी या शिपायांनी अकबरखानची चाकरी स्वीकारली होती. ब्रिटिशांचं घोडदळ चाल करून आल्यावर, पक्ष बदलणारे हे दुर्दैवी हिंदुस्तानी शिपाई ताबडतोब तलवारींना बळी पडले. लढाई पूर्ण दिवस चालू राहिली. अफगाणांनी खूप शौर्य दाखवलं. संगिनींच्या माऱ्यामुळे शिखरांमागून शिखरं सोडून पळ काढावा लगेपर्यंत, ते इंचभरही जागा द्यायला तयार नव्हते; परंतु दुपार होईपर्यंत सर्व पर्वतशिखरे इंग्रजांनी जिंकून घेतली. मागे वळून

पळ काढण्याखेरीज अकबरखानच्या सेनेपुढे अन्य पर्याय उरला नाही. त्यांचा सेनानी आणि घिलझाई सरदार त्यांच्या पाठीमागून येऊन, चिकाटीनं शत्रूशी लढून त्यांना संरक्षण देत होता. अकबरच्या सेनेचा झालेला पराजय इतका निर्णायक होता की, दुसऱ्या दिवशी खोर्द काबूलची याहूनही खडी चढण चढून जाताना ब्रिटिशांना बंदुकीची एकही गोळी झाडावी लागली नाही.

१५ सप्टेंबरच्या सायंकाळी, पोलॉकचे थकलेले सैनिक जेव्हा काबूलमध्ये शिरले, तेव्हा अकबरखानसह शहरातली जवळजवळ सारी प्रजा शहर सोडून पळून गेली होती. मॅक्नॅघटेनच्या आज्ञेनुसार, तीन वर्षांपूर्वी जे घोड्यांच्या शर्यतींचं मैदान बांधण्यात आलं होतं, त्या मैदानात त्या रात्री त्यांनी छावणी ठोकली. दुसऱ्या दिवशी बाला हिसारच्या सिंहासनावर शाह फत्तेह जंग याला बसवण्यात आलं; परंतु या वेळेस खांबावर मात्र ब्रिटिशांचा राष्ट्रध्वज फडकत ठेवण्यात आला होता.

नॉट आणि त्याची कंदाहारमधली सेना दोन दिवसांनी काबूलमध्ये पोहोचली. २१ सप्टेंबरला बातमी आली की, १२० युद्धकैदीसुद्धा काबूलपासून जवळ आले आहेत. पोलॉकनं त्यांना शोधण्यासाठी सर रिचमंड शेक्सपिअर नावाच्या त्याच्या एका तरुण अधिकाऱ्याला, सातशे किझिलबाश - घोडदळासमवेत पाठवून दिलं होतं. युद्धकैदी आधीच मुक्त झाले आहेत याची गंधवार्ताही नसल्यामुळे, त्यांच्या पूर्वीच्या जेलर्सच्या संरक्षणाखाली आत्मविश्वासानं त्यांच्या दिशेनं येत असलेल्या युद्धकैद्यांना पाहून शेक्सपिअरला आश्चर्याचा धक्काच बसला. 'आम्ही वाचलो,' असा आनंदाचा गलका चाललेला असताना, एकच असमाधानी आवाज उमटला होता. लेडी सेलनं लिहिलंय, 'शेल्टनचा वरिष्ठ लष्करी हुद्दा लक्षात घेऊन त्याला साजेसा मान दिला गेला नाही; सर रिचमंडनी त्याचं नाव सर्वांत आधी घेऊन त्याच्या आगमनाची वर्दी दिली नाही, म्हणून ब्रिगेडियर शेल्टनना फारच अपमान झाल्यासारखं वाटलं.' मॅकेन्झी इतका आजारी होता आणि तापानं इतका फणफणला होता की, त्याला उठून उभंही राहता येत नव्हतं. त्याची सुटका झाल्याची बातमी त्याला सांगितल्यावर त्यानं कष्टानं फक्त 'आहा!' असा उद्‌गार काढला. जेव्हा सर रिचमंडनी सालेह मोहम्मद खानबरोबर फेट्यांची अदलाबदल केली, तेव्हा त्याच्या डोक्यात फक्त एकच शंका आली की, या अदलाबदलीमुळे (सालेह मोहम्मदचा फेटा आपल्या डोक्यावर चढवल्यामुळे) त्यातले कीटक तर सर रिचमंडच्या केसांत शिरणार नाहीत ना?

युद्धकैद्यांनी काबूलमध्ये प्रवेश केला, त्याच्या आदल्या दिवशी त्यांचं स्वागत करायला उत्तरेला निघालेल्या जनरल सेलशी त्यांची गाठ पडली. लेडी सेलनं लिहिलंय, 'सेलना जवळ येताना पाहून आमच्या भावना इतक्या अनावर झाल्या की, त्याचं शब्दांत वर्णन करणं शक्य होणार नाही!' तिनं वर्षभरात तिच्या पतीला

पाहिलं नव्हतं. तिनं पुढे लिहिलंय, 'मला आणि माझ्या मुलीला हा आनंद लाभायला इतका प्रदीर्घ विलंब लागला होता की, आम्ही त्याची आशा जवळजवळ सोडूनच दिली होती. अनपेक्षितपणे लाभलेल्या या आनंदामुळे आम्ही प्रत्यक्षात अगदी गांगरून आणि गुदमरून गेलो. त्या अकल्पित धक्क्यामुळे आमच्या डोळ्यांतून आनंदाश्रूही झरेनात!' अजूनही तापानं फणफणलेल्या स्थितीत असलेला मॅकेन्झी जेव्हा धडपडत पुढे आला आणि सेलना म्हणाला, 'जनरल, मी तुमचं अभिनंदन करतो!', तेव्हा त्या शूरवीरानं त्याच्याकडे तोंड करून त्याला उत्तर देण्याचा प्रयत्न केला; परंतु त्याला इतकं दाटून आलं की, त्याच्या चेहऱ्याच्या स्नायूंची फक्त हालचालच होऊ शकली. त्यानं घोड्याला टाच मारली आणि शक्य तेवढ्या वेगानं तो तिथून दूर निघून गेला.

अखेर युद्धकैदी जेव्हा काबूलमध्ये पोहोचले, तेव्हा एकवीस तोफांच्या सलामीनं त्यांचं स्वागत करण्यात आलं; छावणीत प्रवेश करणाऱ्या सर्व युद्धकैद्यांच्या स्वागतासाठी पायदळ दोन्ही बाजूला रांगेत उभं राहून जयजयकार करू लागलं. पायदळातील कनिष्ठ अधिकारी, ग्रेव्हिल स्टेपलायटन यानं लिहिलंय, 'युद्धकैदी अगदी अफलातून दिसत होते! त्या साऱ्यांनी अफगाण वेश धारण केलेला होता; लांब दाढी-मिशा राखल्या होत्या. आपले मित्र ओळखून काढायला प्रयासच पडत होते!'

सूड घ्यायला आलेलं सैन्य काबूलमध्ये अवघे दोन आठवडे राहिलं. पहिले काही दिवस सैनिकांनी द्राक्षाच्या मळ्यांतली द्राक्षं आणि फळबागांमधली सफरचंद यांचा आस्वाद घेत शहरातील रमणीय स्थळं पाहण्यात आनंदात घालवले. गेल्या हिवाळ्यात जिथं भयानक दुष्ट कृत्यं घडली होती, त्या जागा अनेकजणांनी शोधून काढल्या. काबूलमध्ये इंग्रज राहत असताना, ज्यांनी काबूल पाहिलं होतं, त्यांना तर विशेष धक्का बसला. चित्रकार जेम्स रॅट्रे यानं लिहिलंय, 'माझ्या गैरहजेरीत मोठे बदल आणि भयानक घटना घडल्या होत्या. सपाट झालेली घरं आणि जाळल्यामुळे काळ्या पडलेल्या भिंती माझ्या नजरेस पडल्या. कुठेही चिटपाखरू दिसत नव्हतं. शहर ओस पडलं होतं. त्यातली घरं जाळलेली आणि रिकामी दिसत होती. आम्ही रस्त्यातून घोड्यावरून जात असताना एकही जिवंत माणूस आम्हाला दिसला नाही. फक्त इंग्रजांचं रक्त चाखलेल्या, अर्धवट वेड्या कुत्र्यांचं भुंकणं तेवढं ऐकू येत होतं. बंद झालेल्या बाजारपेठेच्या प्रशस्त रस्त्यांवरून आमच्या दबक्या संभाषणाच्या आवाजाचे आणि आमच्या घोड्यांच्या टापांचे प्रतिध्वनी घुमत होते.'

नेव्हिल चेंबरलेन, १८३९ सालच्या नाताळच्या मेजवानीच्या वेळेस ॲलेक्झांडर

बर्नेसच्या घरी गेला होता. त्या वेळी बर्नेस पूर्णपणे स्कॉटिश हायलँडर्सच्या पोशाखात आला होता. स्कॉटिश झग्याच्या पोशाखात त्यानं टेबलावर उभं राहून गिरक्या घेत नृत्य केलं होतं. आता तेच घर जळून भस्मसात झालेलं दिसत होतं. खजिन्याचा शोध घेणाऱ्या लुटारूंनी त्याचा कोळसा झालेला पाया खोदून काढला होता. चेंबरलेननं आपल्या अहवाल वहीत लिहिलं होतं, 'मी सर ॲलेक्झांडर यांच्या घरात अनेक तास आनंदात व्यतीत केले होते. ते घर आता भग्नावस्थेत होतं. सर्व लष्करी छावण्यांचा विध्वंस करण्यात आलेला होता. ज्या जागेसाठी इतका पैसा खर्च केला गेला होता, त्या जागी एकही घर, एकही बराक किंवा एकही झाड शिल्लक राहिलेलं नव्हतं.'

ह्यू जॉन्सनला तर याहूनही जास्त धक्का बसला होता. 'त्या रस्त्यावरून जाताना, ज्या घरात मी दोन वर्षं मोठ्या आनंदानं व्यतीत केली होती, त्या घराच्या भग्नावशेषांकडे पाहिल्यावाचून माझ्यानं राहवलं नाही. घरावरचं छप्पर जरी उडवलं गेलं असेल तरी ते घर इतकं पूर्णपणे उद्ध्वस्त झालं असेल, असं मला वाटलं नव्हतं. विटेवर उभी एक वीटही शिल्लक राहिलेली दिसत नव्हती! माझं आणि शेजारी असलेलं सर ॲलेक्झांडर बर्नेसचं घर पूर्णपणे जमीनदोस्त झालं होतं. ती घरं म्हणजे आमच्या दुर्दैवी लोकांच्या मातीला मिळालेल्या देहांना आच्छादणारे मातीचे ढिगारे बनले होते. सर ॲलेक्झांडर यांच्या बागेतील एका जागेकडे निर्देश करून, त्यांचं दफन केलेली जागा मला दाखवण्यात आली. 'देव त्यांच्या आत्म्याला शांती देवो!' लुळे पांगळे झालेले जे शिपाई काबूलच्या रस्त्यांवर भीक मागत हिवाळ्यात कसेबसे जिवंत राहू शकले होते, त्यांना पाहून हृदय अतिशय पिळवटून निघत होतं. सदसद्विवेकबुद्धी शाबूत असलेल्या अधिकाऱ्यांनी आपल्या तुकडीतली जगली वाचलेली माणसं एकत्र आणण्यासाठी परिश्रम सुरू केले. या गोष्टीत सर्वाधिक यश मिळालं लेफ्टनंट जॉन ह्यूटनला. तो एल्ड्रेड पॉटिंगर बरोबर छारिकार येथून निसटला होता. त्यानं आता त्याच्या तुकडीतल्या १६५ गुरख्यांना काबूलच्या शेतांमधून, रस्त्यांमधून आणि गुलामांच्या बाजारातून शोधून काढलं आणि गुलाम झालेल्यांना गुलामगिरीतून मुक्त करवलं. एकूण २ हजार शिपाई आणि छावणीत काम करणारे सेवक जिवंत स्थितीत सापडले. त्यांना एकत्र आणण्यात आलं आणि त्यांना अन्नपाणी तसेच वैद्यकीय उपचार (काही वेळा हातपाय तोडण्याची शस्त्रक्रिया) पुरवण्याच्या कामावर देखरेख करण्यासाठी दोन अधिकारी नियुक्त करण्यात आले.

अजूनही शहरभर विखुरलेल्या हजारो ब्रिटिश आणि भारतीय सैनिकांच्या प्रेतांना मूठमाती देण्यासाठी खड्डे खणण्याच्या कामावर सैनिकांना पाठवण्यात आलं. 'ही प्रेतं 'आमच्या खुनाचा बदला घ्या!' असा आक्रोश करत होती,' असं मोहनलालनं वर्णन केलं होतं. 'काबूलच्या लोकांना शिक्षा करण्यासाठी जाहीरपणे

काहीतरी ठोस कृत्यं करावीत,' असा तगादा पोलॉकमागे लावायला सैनिकांनी लवकरच सुरुवात केली. पोलॉकला उत्तेजनाची गरज नव्हतीच!

पराजय झाल्यानंतर अकबरखान उत्तरेला खुल्म येथे पळून गेला होता. तो आता हाती लागणार नव्हता; परंतु नायब अमीनुल्ला खान लोगारी आणि त्याच्या टोळीतले लोक, त्याचप्रमाणे परवानचे घाझी लोक स्वत:ला सुरक्षित करण्यासाठी काबूलच्या उत्तरेला अवघ्या पस्तीस मैलांवर असलेल्या इस्तलिफ या रमणीय स्थळी डेरा टाकून बसले होते.

अफगाणिस्तानातील सर्वांत रमणीय जागा, असा इस्तलिफचा पूर्वापार लौकिक होता. सोळाव्या शतकात सम्राट बाबर त्याच्या प्रेमात पडला होता. तेथील गुलाबपुष्पांच्या वाटिकेत आणि त्याच्या उन्हाळी निवासस्थानात तो मद्याच्या मेजवान्या देत असे. त्यानंतर तीनशे वर्षांनी, काबूलमधील राजनैतिक गहनतेपासून दूर येऊन आराम करण्यासाठी आणि प्रतलावरील अक्रोडाची झाडं, माशांनी भरलेले पर्वतीय खळाळते झरे, फळांनी आणि द्राक्षांनी लगडलेल्या फळबागा आणि द्राक्षमळे यांचा आनंद लुटण्यासाठी बर्नेससुद्धा इथेच आला होता. याच जागेवर आपला सूड केंद्रित करावा, असं पोलॉकनं ठरवलं.

काबूलमधून बाहेर पडून शोमाली मैदानातील द्राक्षाच्या मळ्यांमधून प्रवास करताना, या पर्वतावरील स्थळाच्या आजूबाजूचे स्फटिकासारखे निर्झर आणि हिरवीगार शेतं पाहून पोलॉकचे सैनिक मंत्रमुग्ध झाले. त्यांच्या आधी तिथे येऊन गेलेले अनेक प्रवासी त्यांच्याप्रमाणेच ते सौंदर्य पाहून मंत्रमुग्ध झालेले होते. असं असलं तरी त्या जागेचा विध्वंस करून ती जागा उजाड करण्याचं मात्र त्यांनी थांबवलं नाही. त्यांनी त्या शहराला वेढा घातला, त्यावर आक्रमण केलं आणि त्यानंतर पद्धतशीरपणे लुटालूट केली. जेव्हा त्यांना तळघरांमध्ये साखळदंडांनी जखडून कैदेत टाकलेले आणि गुलाम केलेले ५०० शिपाई अत्यंत दयनीय अवस्थेत दिसले, तेव्हा जखमी झालेले अफगाण त्यांनी ढिगांनी एकत्र केले. याच शिपायांनी या जखमी अफगाणांच्या सुती कपड्यांना आग लावून त्यांना जिवंत जाळलं. मग फासे टाकून त्यांनी इस्तलिफमधील स्त्रियांची सैनिकांमध्ये वाटणी केली.

नेव्हिल चेंबरलेनचं घोडदळ त्यांना संरक्षण देण्यासाठी त्यांच्या मागून येत होते. चेंबरलेन इस्तलिफमध्ये पोहोचला तोवर त्याच्याच शब्दांत, 'प्रसंग हाताबाहेर गेला होता... तंबू, इतर सामान, सर्व प्रकारच्या गोष्टी रस्ताभर विखरून पडल्या होत्या. इथून निघायला विलंब लावलेल्या दुर्दैवी लोकांचे देह रस्ताभर पसरले होते. एक तर त्यांनी इथून निघायला विलंब तरी केला होता किंवा जिवात जीव असेपर्यंत

आपल्या बायका-मुलांचं आमच्यापासून रक्षण करण्यासाठी थांबलेले ते बहाद्दर होते.' त्यानं पुढे लिहिलं आहे :

> 'चौदा वर्षांवरील वयाचा एकही पुरुष जिवंत राहू दिला नव्हता, हे मी सांगायची गरजच नाही, असं मी धरून चालतो... अनेकांना तर माझ्यादेखतच मारून टाकलं होतं. कधीकधी ते फक्त जखमी झालेले असत आणि मग त्यांना पुन्हा बंदूक डागून उडवलं जात असे. काही सैनिक - मी तर त्यांना जनावरंच म्हणेन - स्त्रियांवरच सूड उगवत होते... काबूलच्या बाजारपेठेतला बराचसा माल आणि मुख्य सरदारांचे जनाने इस्तलिफला हलवण्यात आले होते. आमच्या आक्रमणाची बातमी ऐकल्यावर त्यांनी हे सावधगिरीचं कृत्य केलं होतं, कारण इस्तलिफ अभेद्य आहे, अशी अफगाणांची ठाम समजूत होती... लुटालुटीचं दृश्य भीषण होतं. प्रत्येक घरात युरोपियन आणि हिंदुस्तानी सैनिक घुसले होते, त्यांनी घरं पेटवून दिली होती. लाकडी सामान, कपडे, सर्व प्रकारचा माल खिडक्यांमधून रस्त्यावर भिरकावून देण्यात आला होता. कुणी शस्त्रं पळवली, कुणी रत्नं पळवली, कुणी पुस्तकं पळवली... सैनिकांनी मनसोक्त लूट केल्यावर ते छावणीतल्या नोकरांना मोकाट आत सोडत होते. ते उरलीसुरली लुटालूट पूर्ण करत होते. बांधकाम तुकडीतले सैनिक दिवसभर गाव जाळून टाकण्याचं काम करत होते तर अन्य सैनिक आणि छावणीतले नोकर उरल्यासुरल्या गोष्टी लुटून नेत होते.'

इस्तलिफमधील निष्पाप स्त्रिया आणि मुलं यांच्यावर ओढवलेलं संकट पाहून त्याला विशेष दुःख झालं.

> 'आम्ही शहरावर ताबा मिळवत असताना गुबगुबीत गालांचा एक मुलगा रस्त्याच्या कडेला बसून धाय मोकलून रडत होता; तो बिचारा हरवला तरी होता किंवा घाईघाईत निघताना त्याच्या आई-वडिलांनी त्याला मागे तरी सोडला होता... एके ठिकाणी एक आई मरून पडली होती आणि तिचं तीन-चार महिन्यांचं मूल तिच्या बाजूला जिवंत होतं. त्या चिमुकल्या मुलाच्या जांघा तोफेच्या गोळ्यांमुळे छिन्नविच्छिन्न झालेल्या पाहून मला धक्काच बसला. आम्ही त्या मुलाला छावणीत नेलं; परंतु लवकरच मृत्यूनं त्याची त्या भीषण यातनांमधून सुटका केली. आणखी काही अंतरावर एक स्त्री जखमांमुळे विव्हळत होती. तिला विवस्त्र अवस्थेत रात्र

> काढावी लागली होती. तिनं तिचं मूल छातीशी घट्ट धरून ठेवलं होतं. तिला सहन कराव्या लागणाऱ्या वेदनांमुळे तिची ममता आणखी वाढलेली दिसत होती... रस्ताभर वृद्ध आणि तरुण, श्रीमंत आणि गरीब... साऱ्यांचेच देह पसरले होते... अतिशय दुःखी आणि उदास मनःस्थितीत मी छावणीत परतलो. तेव्हा मला एक गरीब, खंगलेली वृद्ध स्त्री दिसली. आम्ही निघून गेलो आहोत या समजुतीनं ती तिच्या लपायच्या जागेतून बाहेर निघून आपली तहान भागवण्यासाठी खुरडत खुरडत एका लहानशा ओढ्याकडे जात होती... मी तिला तिची कळशी भरून दिली; परंतु ती म्हणाली, 'सारे फिरंगी मसणात जावोत!' मला स्वतःचा, साऱ्या जगाचा आणि माझ्या व्यवसायाचा राग आला; उद्विग्न मनःस्थितीत मी घरी आलो. खरं सांगायचं तर आम्ही परवानाधारक खुनीच आहोत!'

इस्तलिफहून डोंगर उतरून सूड उगवणारं सैन्य खालच्या खोऱ्यातल्या छारिकार या जिल्ह्याच्या ठाण्यावर पोहोचलं. इथंच एका वर्षापूर्वी पॉटिंगर, हॉघटन आणि त्यांच्या गुरखा पलटणीला वेढा घालण्यात आला होता. सैन्यानं या ठाण्यातही लुटालूट केली आणि आग लावली. सुलतान मोहम्मदखान दुर्राणीनं 'तारिख-इ-सुलतानी'मध्ये लिहून ठेवलं आहे, 'त्यांनी पूर्ण जिल्ह्यालाच आग लावून दिली.' लुटीचं सामान घेऊन सूड उगवणारी सेना त्यानंतर काबूलला माघारी वळली.

इथं त्यांना आढळलं की, त्यांच्या गैरहजेरीत त्यांच्या सहकाऱ्यांनीसुद्धा भरपूर उद्योग केले होते. ब्रॉडफूटच्या सॅपर्सनी चहार सकमधील बाजाराच्या इमारतीतील मनोऱ्यांमध्ये सुरुंगाचा दारूगोळा भरला होता. बाजाराची ही इमारत शहाजहानच्या राजवटीत बांधण्यात आली होती. मुघल स्थापत्यकलेचा मनोहर आविष्कार म्हणून ती प्रसिद्ध होती. शिवाय संपूर्ण मध्य आशियातली अत्यंत नामांकित इमारत म्हणून ती गणली जात होती. अत्यंत डौलदार इमारत, तिच्या महिरपदार कमानी आणि उत्कृष्ट नक्षीदार आकृतिबद्ध फरशा यांमुळे ती अफगाणिस्तानातली सर्वांत सुंदर इमारत समजली जात असे. पोलॉकनं विध्वंस करण्यासाठी याच इमारतीची निवड केली; कारण याच इमारतीत ब्रिटिशांच्या इज्जतीचा जाहीर पंचनामा करण्यासाठी मॅक्नॅघटेनचा मृतदेह खाटकाच्या आकड्याला टांगून ठेवून त्याचं जाहीर प्रदर्शन करण्यात आलं होतं. एक सुप्रसिद्ध म्हण सर्वश्रुत आहे, 'तुम्ही उंटाला शिक्षा देण्याएवढे बलवान नसता, तेव्हा तुम्ही गाढवाच्या पाठीवरची टोपलीच धोपटून काढता!' या युद्धामध्ये घडलेल्या विविध विरोधाभासांपैकी एक विरोधाभास असा होता की, हिंदुस्तान आणि अफगाणिस्तान यातील व्यापार वाढावा या प्रमुख हेतूनं बर्नेसला प्रथम सिंधू नदीतून वर पाठवण्यात आलं होतं. या खळबळजनक कहाणीचा

शेवट याच भागातील प्रमुख व्यापारी केंद्र, केवळ सूड उगवण्यासाठी उद्ध्वस्त करण्यात झाला होता. खूप गवगवा केलेली, सिंधू नदीतून व्यापारासाठी ने-आण करण्याची योजना अर्थातच बारगळली होती. आता ब्रिटिशांनी माघारी वळून सतलजपार जाण्यापूर्वी आशियातली सर्वांत मोठी बाजारपेठ जाळून टाकली.

ही प्रचंड मोठी आणि सुंदर इमारत सुरुंग लावून उडवून दिल्यानंतर, काबूलमध्ये बलात्कार, लुटालूट आणि खून यांचं अव्याहत सत्र सुरू झालं. इस्तलिफचा विनाश घडवला होता त्याच पद्धतीनं! सात ऑक्टोबरला परत आल्यावर चेंबरलेननं लिहिलं, 'जलालाबाद आणि कंदाहार या दोन्ही ठिकाणचे सैनिक आणि छावणीतले सेवक गावात लुटालूट करत आहेत. इकडे तिकडे वर उसळणारे धुराचे काळेकुट्ट ढग पाहिल्यावर खात्री पटते की, कुणातरी सरदाराच्या घराला पेटत्या लाकडानं आग लावून दिली आहे... अर्धं शहर पेटून निघालंय.' या आगी काही अपघातानं लागलेल्या नव्हत्या! लेफ्टनंट ग्रीनवुडनी त्यांच्या डायरीत नोंद केलीय, 'आम्ही काबूलला दोन आठवडे राहिल्यानंतर,

> एके दिवशी संध्याकाळी आम्हाला फर्मान सोडण्यात आलं की, दुसऱ्या दिवशी सकाळी शहरात प्रवेश करण्यासाठी आम्ही पूर्ण तयारीत राहावं. त्यामागचं कारण आम्हाला सांगण्यात आलं नव्हतं; परंतु आम्हाला काय करायला सांगितलं जाणार आहे याची आम्हाला बऱ्यापैकी कल्पना होती. आमची अपेक्षा खरी ठरली. दुसऱ्या दिवशी सकाळी आम्ही शहरात गेलो आणि शहरातल्या सर्व प्रमुख चौकांना आणि बाजारांना आगी लावून दिल्या. घरं भुरुभुरु जळून भस्मसात झाली. मलमलीचे तागे, कापडाचे तागे, फरचे कोट, ब्लँकेट्स, वेगवेगळे कपडे घराबाहेर काढून नष्ट करण्यात आले... अर्थात काही लोकांना पूर्वी इंग्रजांच्या ताब्यात असलेल्या अनेक प्रकारच्या मांसाच्या सीलबंद पेट्या सापडल्या आणि त्यावर त्यांनी ताव मारला हे सांगायलाच नको!'...

विध्वंसाचं हे काम रात्रीपर्यंत सुरू राहिलं. त्यानंतर लोक शिणू लागले.

> 'आमचे अनेक लोक, आग आणि धुरामुळे चिमण्यांची धुराडी साफ करणाऱ्या कामगारांसारखे काळेकुट्ट दिसू लागले होते. पुढच्या काही दिवसांत अन्य तुकड्या धाडल्या गेल्या आणि बाला हिसारचा किल्ला आणि किझिलबाशखेरीज संपूर्ण काबूल शहर पूर्णपणे जाळून भस्मसात करण्यात आलं... सारी घरं हलक्या, सुकलेल्या लाकडाची बनवलेली

होती. एकदा आग लावल्यावर ती आग आटोक्यात आणणं ही केवळ अशक्य गोष्ट होती. आम्ही जवळपास असताना, सारा वेळ तो आगीचा डोंब धुमसतच राहत होता... एल्फिन्स्टनच्या सेनेवर विजय मिळवल्याच्या आनंदाप्रीत्यर्थ अफगाणांनी एक मोठी मशीद बांधली होती. तिला ते 'फिरंग्यांची मशीद' म्हणत असत. ती मशीदही उडवून नष्ट करण्यात आली!'

ग्रीनवुडच्या तुटक अहवालातून एक गोष्ट नीटपणे स्पष्ट होत नाही की, त्यांच्या तथाकथित शत्रूंची घरं आणि दुकानं नष्ट करण्याखेरीज, लूटमार करत फिरणाऱ्या ब्रिटिशांनी त्यांच्या किझिलबाश आणि हिंदू मित्रांवर जे अत्याचार केले, ते आज युद्धगुन्हा समजले गेले असते. खरोखरच ज्या शांत स्वभावाच्या हिंदू व्यापारी समाजानं अनेक शतकं त्यांचे पैसे लुटायला टपलेल्या असंख्य अफगाण राज्यकर्त्यांच्या मनमानी धरपकडींना आणि यातनामय छळणुकीला तोंड देत टिकाव धरला होता, तो संपूर्ण समाज अवघ्या अठ्ठेचाळीस तासांमध्ये, लुटालूट आणि विध्वंस करणाऱ्या ब्रिटिशांनी नष्ट करून टाकला. एका अधिकृत चौकशीनंतर ब्रिटिशांनी हे सत्य मान्य केलं. ऑगस्टस ॲबटनं नंतर एलनबरोपुढं कबुली दिली, 'काबूलमध्ये इतकी हिंसा केली गेली, ही गोष्ट दुर्दैवानं खरी आहे.' त्यानं पुढं नमूद केलं :

'आम्ही तिथे पोहोचण्यापूर्वीच अफगाणी शहरातून निघून गेले होते. फक्त हिंदू आणि इराणी लोक तिथे राहिले होते. काबूलच्या आपल्या ब्रिटिश सेनेचा धुव्वा उडाल्यानंतर, जगलेल्या आपल्या शेकडो अभागी सैनिकांना हिंदूंनी अन्न आणि निवारा पुरवला होता तसेच आम्ही त्यांना सुरक्षित ठेवू अशी त्यांची अर्थातच अपेक्षा होती आणि हिंदूंचा मोहोल्ला जरी (तटबंदीशिवाय) उघडाच होता, तरी तेथील रहिवासी आमच्यावर भिस्त ठेवून आपल्या मुलाबाळांसह आणि चीजवस्तूंसह आपापल्या घरी राहिले होते. आमचे पकडले गेलेले कैदेतले सैनिक शोधून काढण्यात इराणी लोकांनी आम्हाला मदत केली होती आणि आम्ही त्यांना मित्र समजत होतो. त्यांचा चिंदावोल भाग अर्थातच इतका मजबूत आणि सुरक्षित होता की, आज्ञेचे उल्लंघन करणाऱ्या कुणाही गुंडाला तिथं काहीही उपद्रव पोहोचवता आला नसता. जेव्हा ९ ऑक्टोबर १८४२ रोजी बाजारपेठेचा विध्वंस करण्यासाठी इंजिनियरना पाठवण्यात आले, तेव्हा छावणीत एक सर्वसाधारण समज पसरला की, काबूलमध्ये लुटालूट करायला आपल्याला परवानाच मिळाला आहे. शिपाई, अनेक युरोपियन सैनिक आणि छावणीतले नोकर यांनी नीटशी तटबंदी नसलेल्या शहरात सहजपणे प्रवेश केला. इंजिनियरना

सुरक्षा पुरवण्यासाठी धाडले गेलेले सैनिक बाजारपेठेजवळील एक-दोन दरवाजांशीच सज्ज केले गेले होते. हिंदूंच्या राहत्या भागात कोणता हैदोस घातला जातोय, याची त्यांना गंधवार्ताही नव्हती. तिथं घराचे दरवाजे फोडून आत प्रवेश करण्यात आला, स्त्रियांवर बलात्कार केले गेले आणि मालकांना गोळ्या घालून कुत्र्यांसारखे ठार मारण्यात आले.'

ज्या हेन्री रॉलिन्सननं १८३७ मध्ये अफगाण सीमेवर (रशियातील) वित्केव्हिचला पाहिल्यामुळे युद्धाला पहिलं तोंड फुटलं होतं आणि ज्यानं आजवर ब्रिटिशांच्या कल्याणकारी राजवटीवरचा आपला विश्वास कसाबसा टिकवून धरला होता, त्याला आता काबूलमधल्या ब्रिटिशांच्या वास्तव्याच्या अखेरच्या कालखंडातल्या हीन अभिरुचीच्या निदर्शक घटना पाहून प्रचंड शिसारी आली. त्यानं त्या सायंकाळी आपल्या अहवालात लिहिलं :

'आम्ही त्यांना सुरक्षित ठेवू या आमच्या आश्वासनांवर विश्वास ठेवून, अनेक लोक काबूलला परत आले होते. त्यातल्या अनेकांनी पुन्हा आपली दुकानं उघडली होती. अशा लोकांची अवस्था आता अगदी बिकट झाली आहे. त्यांचं सामान लुटलं गेलं आहे. त्यांची राहती घरं पेटवून देण्यात आली आहेत. विशेषतः हिंदूंची पाचशे कुटुंबं आता आपलं सर्वस्व गमावून बसली आहेत. आमच्या सैन्याच्या पाठोपाठ अक्षरशः भीक मागत येत त्यांना हिंदुस्तान गाठावा लागणार आहे. चिंदावोल भाग थोडक्यात बचावला आहे. आमचे लुटारू सैनिक तिथं हैदोस घातल्यावाचून राहिले नसते. फक्त त्यांच्या प्रवेशद्वाराशीच त्यांचे कसलेले रखवालदार शस्त्रं परजून आमरण लढा द्यायला सज्ज असल्यामुळे आमच्या लुटारू सेनेला काहीच करता आलं नाही.'

नॉटचासुद्धा असाच दारुण भ्रमनिरास झाला होता. 'आम्ही इथं कशासाठी थांबलो आहोत, हेच मला उमगत नाही. अफगाणींनी आणि साऱ्या दुनियेनं आमच्याकडे कुत्सितपणे बघून हसावं एवढंच आमच्या इथल्या उपस्थितीचं प्रयोजन मला दिसतंय,' त्यानं ९ ऑक्टोबरच्या रोजनिशीत लिहून ठेवलंय.

दहा तारखेला ब्रिटिश सकाळी जागे झाले तेव्हा काबूलभोवतीच्या डोंगरांवर हिवाळ्याची पहिली भुरभुरती हिमवृष्टी झालेली त्यांच्या दृष्टीस पडली. ज्या भीषण हिमवर्षावामुळे

एल्फिन्स्टनची सेना नष्ट करणं अफगाणांना शक्य झालं होतं, तशा भीषण हिमवृष्टीत सापडणं टाळण्यासाठी आणि आता सारं काबूल जाळून टाकण्याचं काम पूर्ण झाल्यामुळे, त्याच सकाळी पोलॉकनं आज्ञा फर्मावली की, आणखी दोन दिवसांनी ब्रिटिश सेना माघारी वळेल.

ब्रिटिश अफगाणिस्तान सोडून निघून जाणार असल्याची बातमी पूर्णपणे गुप्त ठेवण्यात आली होती; ब्रिटिश पूर्वीप्रमाणे काबूलमध्येच राहणार या विश्वासानं काबूलमधले अनेक सरदार ब्रिटिशांच्या गोटात सामील झाले होते. मोहनलालनं अनेकदा मध्यस्थाचं काम केलं होतं. त्याला ही दगलबाजी पाहून धक्काच बसला. त्यानं पुढे लिहिलं, 'आम्ही काबूलहून माघारी वळलो, तेव्हा त्यांना तोंड दाखवणं मला शक्य होईना. ते सारे साश्रू नयनांनी आले होते आणि म्हणत होते, "आम्ही (ब्रिटिशांनी) त्यांची फसवणूक करून त्यांना गर्तेत लोटलंय; त्यांना त्यांच्या देशबांधवांच्या विरोधात जायला लावून आता आम्ही त्यांना सिंहाच्या तोंडी सोडून इथून निघून जात आहोत." ' मोहनलालप्रमाणेच इतरांनाही खात्री वाटत होती की, ब्रिटिश निघून गेल्यावर अकबरखान काबूलमध्ये नक्कीच परत येईल, ब्रिटिशांची बाजू घेणाऱ्या सर्वांना कैद करून त्यांचा शारीरिक छळ करेल आणि त्यांना लुबाडून त्यांचा अपमान करेल. असंच घडेल, याची शाह फत्तेह जंगलासुद्धा खात्री वाटत होती. पोलॉकनं माघारी वळत असल्याचं जाहीर केल्यावर एकाच दिवसात त्याने राजसिंहासनाचा त्याग केला आणि जाहीर केलं की, तो त्याच्या अंध काकाला - शाह झमानला - घेऊन इंग्रजांबरोबरच हिंदुस्तानला परत जाणार आहे. त्याचा धाकटा भाऊ आणि शहाशुजाचा आवडता पुत्र शहापूर यानं त्याची गादी सांभाळायची तयारी दर्शवली आहे; परंतु अवघ्या काही आठवड्यांपलीकडे त्याची सत्ता टिकेल, असं कुणालाच वाटत नव्हतं.

शहापूरची राजसत्ता टिकायला थोडी मदत व्हावी, या हेतूनं ११ ऑक्टोबर रोजी, पोलॉकनं काबूलमध्ये शिल्लक राहिलेल्या सरदारांना नमवून बाला हिसारला यायला लावलं आणि शहापूरशी एकनिष्ठ राहू अशी शपथ त्यांना घ्यायला लावली. त्याच्याशी एकनिष्ठ राहू असं वचन देणारा करार घाईघाईत तयार करण्यात आला. या करारावर त्या सर्वांनी आपापल्या राजमुद्रा उमटवल्या आणि कुराणावर हात ठेवून एकामागोमाग शपथ घेतली : 'या आनंदाच्या क्षणी, सुलतानपुत्र शहापूर शाह आमचा सम्राट म्हणून घोषित केला जात असताना आम्ही अल्लाची, त्याच्या प्रेषिताची आणि सर्व प्रेषितांची शपथ घेऊन सांगतो... की, या नामांकित राज्यकर्त्याखेरीज आम्ही अन्य कुणीही राज्यकर्ता निवडणार नाही. पूर्ण समर्पिततेनं आम्ही त्याची चाकरी करू. त्याची आज्ञा आम्ही सदैव पाळू आणि पूर्ण देशाला, पूर्ण प्रजेला आणि सर्व सेनेला त्याची आज्ञा पाळायला लावू.' जमलेल्या सरदारांनी याचना

करूनही त्यांना कोणती शस्त्रं किंवा दारूगोळा पुरवायला पोलॉकनं नकार दिला; त्यामुळे त्यांच्या शपथांना कोणताच अर्थ उरला नाही. ज्या त्वरेने ब्रिटिश सेनेनं काढता पाय घेतला; त्यामुळे त्यांच्या बाजूच्या सरदारांवर संकट कोसळलं; परंतु कैदेत असलेले अनेक ब्रिटिश सैनिक मागे राहिले. शिसारी बसल्यामुळे कॉलिन मॅकेन्झीनं लिहून ठेवलंय, 'आमचे कैद झालेले इतर सैनिक शोधून काढून त्यांना मुक्त करण्यासाठी आम्ही आणखी काही दिवस इथं राहायला हवं होतं. शेकडो लोक गुलाम म्हणून मागेच राहिले होते.' अनेक वर्षांनी गुलाम बनवला गेलेला आणि कैदेतून सुटून कसाबसा हिंदुस्तानात पोहोचलेला एक शिपाई मॅकेन्झीला भेटला. या माणसानं मॅकेन्झीला सांगितलं, 'आपल्या युद्धकैद्यांनी सारे डोंगर भरून गेले होते. त्यातल्या अनेकांना त्यानंतर गुलाम म्हणून बाल्खला पाठवलं गेलं होतं. त्यात काही इंग्लिश सैनिकसुद्धा होते.' मॅकेन्झीनं म्हटलंय, 'आमच्या सेनेला आणखी काही दिवस राहण्याची परवानगी मिळाली असती, तर त्या सर्वांना आपण हिंदुस्तानात परत आणू शकलो असतो.'

१२ ऑक्टोबर १८४२ रोजी सूर्योदयाला, ब्रिटिशांनी बाला हिसारवरचा ब्रिटिशांचा राष्ट्रध्वज खाली उतरवला. रेव्हरंड आय्. एन्. ॲलन यांच्या शब्दांत, 'पूर्वीची फजिती आणि आताचा जुलूम यांकडे पाठ फिरवून आम्ही निघून जात आहोत, हे अत्यंत दुःखद आणि शरमेचं कृत्य होतं.' त्यांच्या मागचं काबूलचं संपूर्ण आकाश ज्वाळांनी लालभडक दिसत होतं असं नेव्हिल चेंबरलेननं लिहून ठेवलंय. काबूलचे उरलेसुरले भाग अजूनही कसेबसे उभे होते. एकेकाळी जे फुलबागांचं शहर बर्नेसला या भागातलं सर्वांत सुंदर शहर वाटलं होतं, ते आता जळून कोळसा होण्याच्या मार्गावर होतं. 'विनाश आणि सूडभाव यांमुळे घरं आणि कुटुंबं उद्ध्वस्त झाली होती. अवघे मूठभर मान्यवर नागरिक मागे उरले होते. बाजारपेठेतल्या दुकानांची तोडफोड करून विनाश घडवण्यात आला होता; एकावर एक रचलेल्या प्रेतांनी मोकळ्या जागा खचाखच भरून गेल्या होत्या. घाणीमुळे हवेत प्रचंड दुर्गंधी भरून राहिली होती. एकेकाळी सुंदर असणाऱ्या बागा आता घुबडं आणि गिधाडं यांचं भोजनस्थान बनल्या होत्या. दुर्दशा झालेले भिकारी धुळीत अन्नकण शोधत फिरत होते,' असं मुन्शी अब्दुल करीम यानं लिहून ठेवलं आहे.

जरी अनेक सैनिकांना आपल्या हिंदुस्तानी छावणीत परत जाता येणार याचा आनंद वाटत असला, तरी एकूण दृश्य विदारकच होतं; कारण ऑकलंडच्या अयशस्वी साहसापायी भिकेला लागून उद्ध्वस्त झालेले अनेक लोक ब्रिटिशांबरोबर काबूलबाहेर निघाले होते! यात ब्रिटिशांना साहाय्य करणाऱ्या अफगाणी सरदारांचा समावेश होता. प्रामुख्यानं किझिलबाश या इराणी वंशजांचा. माघारी वळणाऱ्या त्यांच्या ब्रिटिश मित्रांपाठोपाठ घाईनं सामान आवरून निघण्याखेरीज त्यांच्यापुढे

अन्य पर्याय उरलेला नव्हता. १८४२ मध्ये माघार घेतेवेळी, एल्फिन्स्टनच्या अधिकाऱ्यांनी ज्या जखमी आणि अपंग झालेल्या शिपायांना वाऱ्यावर सोडून दिलं होतं, त्यांच्या लांबलचक रांगा ब्रिटिश सेनेपाठोपाठ निघाल्या होत्या. त्यातल्या अनेकांच्या जखमा सडत गेल्यामुळे त्यांचे पाय कापून टाकावे लागले होते. त्यांना डोलीतून किंवा उंटांच्या बाजूला टांगलेल्या टोपल्यांमधून न्यावं लागत होतं. बलात्कार आणि विध्वंस यांमुळे ५०० हिंदू कुटुंबे आता निराधार बनली होती तसेच बेघर आणि निष्कांचन झाली होती. तीसुद्धा ब्रिटिशांपाठोपाठ निघाली. सर्वांत शेवटी साडोझाई राजवंशाचे जगले - वाचलेले लोक आणि शहाशुजा, झमान आणि फत्तेह जंग यांचा जनाना निघाला होता. राजसत्ता परत मिळवण्याच्या या सर्वांच्या आशा, ब्रिटिशांच्या तिथल्या अकार्यक्षमतेमुळे आणि जनतेत ते अत्यंत नावडते झाल्यामुळे, धुळीला मिळालेल्या होत्या. पुन्हा एकदा परक्या देशात त्यांना अनिश्चित भविष्याला सामोरं जावं लागत होतं. 'वकियत ए शहाशुजा'मध्ये समारोप करताना मोहम्मद हुसेन हेरातीनं लिहिलं होतं, 'अशा प्रकारे इंग्रजांनी अफगाणिस्तानातील साडोझाई राजवंशाचा संपूर्ण विनाश घडवून आणला!'

पोलॉकने आपली क्लांत सेना खोर्द काबूलच्या व्हिया डोलोरोसाच्या बाजूने न्यायला सुरुवात केली. तो भाग एल्फिन्स्टनच्या सेनेच्या दु:खद भग्न अवशेषांनी आणि मानवी सांगाड्यांनी भरलेला होता. त्यामध्ये हातमोजे, मोजे, शिपायांचे कंगवे, फुटलेले चिनीमातीचे कप अशा अनेक गोष्टी होत्या; त्यामुळे ब्रिटिश सेनेच्या यातना आणि अपमानांची आठवण जागी होत होती. ज्या वेळी घोडदळाची चाकं मेलेल्या ब्रिटिश सैनिकांच्या कवट्यांचा चुरा करून चालली होती; त्याच वेळेस बातमी येऊन पोहोचली की, ज्या राजवंशाच्या मदतीला जाण्याच्या मिषानं ब्रिटिशांनी अफगाणिस्तान पादाक्रांत केला होता, त्याच राजवंशाचा अखेरचा विश्वासघात एलनबरोच्या अध्यक्षतेखाली केला जात होता! दोन आठवड्यांपूर्वी १ ऑक्टोबर रोजी गव्हर्नर जनरलने सिमल्याहून एक जाहीरनामा काढला. त्यानुसार ब्रिटिशांनी अधिकृतपणे साडोझाईंपासून अंतर राखायला प्रारंभ केलेला होता. हे करताना त्यांनी पूर्णपणे खोटी सबब पुढे केली होती की, ज्या सरकारनं शहाशुजाला गादीवर बसवलं, त्या सरकारप्रति असलेल्या त्याच्या एकनिष्ठेबद्दल त्याच्या कृतींमुळे संशय उभा राहिला होता. ही चक्क थाप होती! शुजाचे दोष काहीही असोत! शुजा ब्रिटिशांशी नेहमी पूर्णपणे एकनिष्ठेनं वागला होता. त्यांनी डिसेंबर १८४१ मध्ये त्याच्याबरोबर केलेल्या तहाचे कागद एकतर्फी निर्णय घेऊन फाडून टाकले असले आणि त्याला वाऱ्यावर सोडून दिलं असलं, तरी त्यानं आपली निष्ठा कधीही सोडली नव्हती.

एलनबरोनं जाहीरनाम्यात पुढे म्हटलं होतं, 'अफगाणांनी आपल्या कर्मानं जी

अराजकता ओढवून घेतली आहे, त्यातून मार्ग काढून सरकार बनवण्याची जबाबदारीसुद्धा गव्हर्नर जनरल अफगाणींवरच सोपवत आहे.' या जाहीरनाम्याचा शेवट ऑर्वेलच्या धर्तीनं करण्यात आला होता. 'नाखूश प्रजेवर बळजबरीनं राज्यकर्ता लादणं ही गोष्ट ब्रिटिश सरकारच्या धोरणांमध्ये किंवा तत्त्वांमध्ये बसत नाही! त्यामुळे अफगाणी स्वेच्छेनं जे सरकार निवडतील आणि जे सरकार आजूबाजूच्या राज्यांशी मित्रत्वाचे संबंध राखण्यास इच्छुक आणि समर्थ असेल, त्या सरकारला गव्हर्नर जनरल आनंदानं मान्यता देतील.'

परंतु प्रत्यक्षात एलनबरोला ठामपणे असं वाटत होतं की, फक्त एकच माणूस अफगाणिस्तानात शिस्त आणू शकेल. ज्या वेळेस सिमल्यात हा जाहीरनामा काढला गेला त्याच वेळी अगदी गुपचूपपणे, मसुरीमध्ये अमीर दोस्त महम्मदची स्थानबद्ध कैदेतून सुटका करण्यात आली. मिर्झा अतानं लिहिलंय : 'अमीरनं सुटकेचा आनंद साजरा करण्यासाठी तमाम लोकांसाठी मेजवानी आयोजित केली. तिथे त्यानं गव्हर्नर जनरलशी खासगीत संभाषण करून त्यांचा निरोप घेतला. त्याच्या पाठवणीसाठी त्याच्या सोबत ५०० घोडेस्वार आणि पायदळाचे सैनिक देण्यात आले होते. त्याच बरोबर, त्याचे सामान वाहून नेण्यासाठी हत्ती, उंट आणि बैलगाड्या देण्यात आल्या होत्या. हैदरखान हा अमीरचा मुलगा (ज्याला घझनी जिंकल्यानंतर पकडण्यात आलं होतं) आणि हाजी खान काकर (ज्यानं औट्रमच्या तपास पथकाला उशिरा पाठवून अमीरला बुखाराला पळून जायला वेळ दिला होता) या दोघांनाही अमीरच्या काफिल्यात सामील होण्यासाठी लुधियाना येथे पाठवून देण्यात आलं होतं. दोन महिन्यांनी अमीर आणि त्याच्या गोटातले लोक, अफगाणिस्तानात जायला निघाले. लॉर्ड एलनबरोनं त्याला सन्मानाची भरजरी राजवस्त्रं दिली. रात्री उशिरापर्यंत त्याच्याशी खासगीत वार्तालाप केला आणि त्याला सल्ला दिला की, त्यानं ब्रिटिशांना राग येईल असं किंवा ब्रिटिशांच्या विरोधात जाऊन काहीही करू नये आणि शिखांशी वैर न धरता, त्यांच्याशी मित्रत्वाचे संबंध राखावेत. त्यानं सल्ला दिला की, अमीरनं त्याचा मुलगा अकबर याला नियंत्रणात ठेवावं. त्यानंतर त्यांनी एकमेकांचा निरोप घेतला. गव्हर्नर जनरलनं आज्ञा केली की, अमीर खैबर खिंडीपलीकडे जाईपर्यंत त्याला त्याचा दैनिक भत्ता दिला जावा.'

काबूलहून दुसऱ्यांदा घेतली जाणारी परतीची वाट तशी शांततेत व्यतीत झाली.

खोर्द काबूल आणि तेझिन खिंडीमधून सैनिक, निर्वासित, छावणीतले नोकर यांच्या लांबच लांब रांगा जात असताना बंदुकीचा एकही बार उडवावा लागला नाही. जेव्हा ते जगदालकजवळच्या घिलझाईंच्या पूर्वेकडच्या वस्तीजवळ गेले, तेव्हाच गोळीबार सुरू झाला.

नेव्हिल चेंबरलेन तुकडीच्या अगदी मागच्या बाजूला होता. त्यानं लिहिलंय :

> मी माझ्या नोकरासमवेत सर्वांच्या पाठीमागून चाललो होतो. माझ्या हातात बंदूक होती आणि मी त्या हरामखोरांवर गोळ्या झाडत होतो. त्याच वेळेस मी माझ्या नोकराच्या ज्या घोड्यावर बसून गोळ्या झाडत होतो, नेमक्या त्याच घोड्याच्या मानेची गोळीबारामुळे चाळणी झाली. मी काही पावलं पुढे गेलो असेन-नसेन, तोच मलासुद्धा गोळी लागली. मी गोल वळलो आणि जमिनीवर पडलो; परंतु लवकरच उठून उभा राहिलो आणि असह्य वेदनांमुळे लटपटत पुढं पावलं टाकत राहिलो. माझा त्यांनी खात्मा केलाय, हे सुख अफगाणींना मिळू द्यायचं नाही, असा मी दृढनिश्चय केला होता. मी माझ्या पाठीवर माझा हात फिरवला तेव्हा 'सारं काही संपलंय' असंच मला वाटलं; परंतु कँपवर पोहोचल्यावर असं दिसलं की, गोळी कातडीतून खोल गेलेली नाही. डॉक्टरांनी त्वचेला स्पर्श करताक्षणी ती बाहेर निघून आली.

'इतर सर्व इतके नशीबवान नव्हते. पहिल्या वेळच्या माघारीची प्रतिकृती असावी, अशा पद्धतीनं छावणीतले नोकर आणि निर्वासित लोक रस्त्याच्या कडेला मूर्च्छित होऊन, थकून पडू लागले होते. आमच्याजवळ त्यांना पुढे नेण्याचं कोणतंही साधन नसल्यामुळे त्यांना तसंच घिलझाईंच्या तावडीत सोडून आम्हाला पुढे जावं लागत होतं. मी माझा स्वत:चा घोडा अशा अभाग्यांसाठी रिकामा करून दिला आणि इतर घोडेस्वारांनासुद्धा त्यांच्या घोड्यांवरून उतरायला लावून त्यावर या गरीब बिचाऱ्या माणसांना बसवलं; परंतु अशक्तपणामुळे त्यांना जेव्हा घोड्यावर स्वारही होता येईना किंवा घट्टपणे मांड टाकून बसताही येईना तेव्हा नाइलाजानं मला त्यांना त्या निष्ठुरांच्या सुऱ्यांना बळी पडण्यासाठी तिथंच टाकून द्यावं लागलं होतं. हे दुष्ट लोक खंगलेल्या असाहाय्य लोकांचे गळे चिरण्यातच भूषण मानतात. क्षणोक्षणी, आमच्या आधी गेलेल्या तुकड्यांमधल्या मागे राहिलेल्यांचे देह आमच्या नजरेस पडत होते,' असं चेंबरलेननं लिहून ठेवलं आहे.

चेंबरलेन जलालाबादला पोहोचला तेव्हा त्यांनी आधी दोनदा नव्यानं बांधून

काढलेल्या आणि मग मोठ्या शौर्यानं रक्षण केलेल्या किल्ल्याच्या भिंतीखाली सुरुंग लावणारे ब्रॉडफूटचे सैनिक त्याच्या दृष्टीस पडले. प्रत्येक बुरुजाखाली सुरुंगाची दारू ठासून भरण्यात आली होती; बाजूच्या तटबंदीखालीसुद्धा थोडेफार सुरुंग लावण्यात आलेले होते.

२७ ऑक्टोबरला पोलॉक तिथून बाहेर पडताक्षणी प्रचंड मोठा स्फोट झाला आणि जलालाबादची अवस्था काबूलसारखीच झाली. आगीनंदेखील ते धुमसणारा विध्वंसाचा ढीग बनले.

माघारीच्या पुढच्या टप्प्यावर, खैबर खिंडीकडच्या उतारावर, ब्रिटिशांना अत्यंत अटीतटीच्या विरोधाला सामोरं जावं लागलं. नेहमीप्रमाणेच आफ्रिदी टोळीचे लोक पर्वतांवरच्या त्यांच्या खेड्यांमधून बाहेर पडून, बाजूनं जाणाऱ्या तुकड्यांवर गोळीबार करायला, त्यांचा नाश करायला आणि लुटालूट करायला सज्ज झाले. पुन्हा एकदा सुडानंच सुडाचा बदला घेतला गेला. २९ च्या रात्री चेंबरलेननं घाईघाईनं खरडलं, 'आम्ही त्यांना अजिबात दयामाया दाखवली नाही. आम्ही १५० ते २०० माणसं मारली... गवताच्या साऱ्या गंजी आणि खेडी आम्ही लुटली आणि जाळून टाकली.' १ नोव्हेंबर रोजी, जॉन निकोलसनची अल्पकाळासाठी त्याचा धाकटा भाऊ ॲलेक्झांडर याच्याशी भेट झाली. त्यानंतर जॉनला चेंबरलेनच्या मागच्या तुकडीत पाठवलं गेलं.

दुसऱ्या दिवशी, चेंबरलेन आणि जॉन निकोलसन वळणावळणाच्या रस्त्यानं अली मस्जिदच्या थोडंसं खाली पोहोचले. त्यांच्यासोबत धर्मगुरू ॲलनसुद्धा होते. एक जोराचं वळण घेऊन पुढे आल्यावर, त्यांना त्यांच्या सहकाऱ्यांच्या प्रेतांनी खच्चून भरलेला रस्ता दिसला. आदल्याच दुपारी त्यांनी या सहकाऱ्यांचा निरोप घेतला होता. त्यांच्या संपूर्ण तुकडीवर आफ्रिदी टोळीनं दबा धरून अवचित हल्ला चढवला होता आणि त्यांना खिंडीत पकडून ठार केलं होतं. 'आता त्यांचे उघडेनागडे देह, छिन्नविच्छिन्न अवस्थेत इतस्ततः विखुरलेले दिसत होते. त्यातल्या काही देहांचे कुत्र्यांनी आणि गिधाडांनी आधीच लचके तोडले होते. त्यात दोन हिंदुस्तानी स्त्रियासुद्धा होत्या. त्यातली एक तरुण आणि देखणी होती.' मृतांमध्ये निकोलसनचा धाकटा भाऊसुद्धा होता. त्याचा देह नग्न होता आणि त्याचे तुकडेतुकडे करण्यात आले होते. आफ्रिदी प्रथेनुसार, अलेक्झांडरचं जननेंद्रिय कापून टाकून, ते त्याच्या तोंडात कोंबण्यात आलं होतं. या घटनेमुळे निकोलसनच्या अणुरेणूतून अगदी मानसिक असमतोलाच्या स्तरावर मुस्लिमांबद्दल द्वेष आणि तिरस्कार उफाळून आला. त्यांचा विनाश घडवण्याची प्रचंड तृष्णा त्याच्या मनात जागी झाली. पुढील काही वर्षांत त्याला ती अधूनमधून शमवता आली. १८५७ च्या बंडाच्या वेळी ती त्याला पूर्णपणे भागवता आली.

दुसऱ्या दिवशी सकाळी, अफगाणिस्तानमधील त्याच्या वास्तव्याच्या शेवटच्या

दिवशी, दबा धरून बसलेल्यांच्या अवचित हल्ल्याला सामोरं जायची वेळ चेंबरलेनवरच गुदरली. जामरुडच्या किल्ल्याकडे नेणाऱ्या रस्त्याच्या अखेरचा उतार उतरत असताना, तो तुकडीच्या पाठीमागच्या बाजूला होता. त्याच वेळी त्याच्या तुकडीवर त्यांच्या वरच्या अंगाच्या घळीत लपलेल्या बंदूकधारी लोकांनी गोळ्यांचा मारा करायला सुरुवात केली. त्यानं लिहिलंय, 'मी माझ्या तुकडीपासून काही पावलं पुढे होतो.

> गोळ्या अगदी जवळून जात होत्या. मी वळून एका अधिकाऱ्याला म्हटलं, 'या लोकांची नेमबाजी काही वाईट नाही!' आणि खरोखरच क्षणभरातच मला गोळी लागली. ती गोळी मला जोरात लागली. माझा मित्र मला म्हणाला, 'तुला गोळी लागलीय!' पण याची जाणीव करून द्यायला शब्दांची आवश्यकता नव्हती. तुकडीचे लोक गोळ्यांच्या माऱ्यातून वाचण्यासाठी घोडे दौडवत त्वरेनं पुढे गेले. मला घोड्यावरून खाली उतरावं लागलं; मी घोड्यावरून अर्धवट पडलोच म्हणा ना! माझा मोतद्दार आणि एक शिपाई यांनी मला आधार देऊन खेचत नेलं आणि एका खडकामागे झोपवलं. त्या खडकामुळे गोळीबारापासून मला संरक्षण मिळालं. थोड्या वेळानं माझ्यासाठी एक डोली पाठवण्यात आली आणि त्यातून मला जामरुडच्या छावणीत नेण्यात आलं.'

चेंबरलेनला युद्धातील अगदी शेवटच्या गोळीबाराला सामोरं जावं लागलं होतं. जामरुडपासून एक अदृश्य सीमा सुरू झाली होती. त्यानंतर अफगाणिस्तानातील खुनी हिंसाचार अचानक बंद झाला. संध्याकाळपर्यंत रेव्हरंड आय्. एन्. ॲलन पेशावरबाहेरच्या एका वेगळ्याच दुनियेत पोहोचले. त्यांनी आश्चर्यानं नमूद केलंय, 'इथं लोक रस्त्याच्या कडेला बसून धान्य आणि मिठाई विकत होते. अनेक महिने शत्रूखेरीज अन्य कुणीही मनुष्यप्राणी नजरेला न पडलेल्या आम्हा लोकांना, हे दृश्य काही वेगळंच वाटत होतं!'

त्यानंतर पाच आठवडे पंजाबमधून प्रवास केल्यावर ही सेना सतलजवरच्या ईस्ट इंडिया कंपनीच्या हद्दीत, फिरोजपूरला पोहोचली. सारा रस्ताभर चेंबरलेनला मऊ बिछान्यात ठेवून उचलून न्यावं लागलं होतं. त्यानं लिहिलंय, 'मला इतकं बरं वाटत नव्हतं की, आजूबाजूची दृश्यं बघणं किंवा करमणूक करून घेणं केवळ अशक्य होतं. थकव्यानं किंवा जखमांमुळं वाटेत आमचे शेकडो लोक मृत्युमुखी पडले. त्यांच्या तुलनेत मी नशीबवान ठरलो; परंतु मला जे काही सहन करावं लागलं, तशी वेळ माझ्यावर पुन्हा कधीही न येवो अशीच मी प्रार्थना करतो!'

नाताळच्या आधी २३ डिसेंबरला पहिली पलटण फिरोझपूरला पोहोचली.

नदीतील बोटीवरून जाणाऱ्या पुलावरून ते सैनिक पुढे गेले, तेव्हा स्वत: लॉर्ड एलनबरो जातीनं त्यांचं स्वागत करायला तिथे उभे होते आणि पलटणीचा बँड, 'बघा विजेता सेनानी परत आला!' हे गाणं वाजवत होता. कॉलिन मॅकेन्झीची मेहुणी आणि आघाडीची छायाचित्रकार, ज्यूलिया मार्गरेट कॅमेरॉन हिनं केलेल्या संस्मरणीय वर्णनानुसार, 'एलनबरो हा व्यवसायाबाबत अत्यंत चंचल वाटला, तरी सर्व लष्करी बाबींबद्दल त्याचा उत्साह उतू जात असे. त्याच गोष्टींमध्ये त्याला खराखुरा रस वाटत असे.'

रंगीत कापड, पताका आणि बांबूंनी बनवलेली एक भव्य स्वागत कमान उभारण्यात आली होती. मॅकेन्झीनं लिहिलंय, 'ती कमान एखाद्या प्रचंड वधस्तंभासारखी दिसत होती; त्यामुळे त्या कमानीखालून जाताना सैनिकांना हास्याच्या उकळ्या फुटत होत्या. त्या कमानीपलीकडे, सजवलेल्या अडीचशे हत्तींची दोन मैल लांब रांग उभी होती. त्या हत्तींच्या सोंडा रंगवायला स्वत: गव्हर्नर जनरलनं मदत केली होती. जी जागा या सैन्यानं तीन वर्षांपूर्वी सोडली होती, त्याच जागी विजयी होऊन परत आल्याचा आनंदोत्सव साजरा करण्यासाठी त्यानं अनेक मेजवान्या आणि सैन्याच्या कवायती आयोजित केल्या होत्या. सेल, पोलॉक आणि नॉट यांना एकवीस बंदुकींच्या बारांची सलामी देण्यात आली आणि झेंडूच्या फुलांनी सजवलेले सोमनाथ मंदिराचे तथाकथित द्वार आत आणल्यावर तशीच सलामी देण्यात आली. प्रचंड मोठ्या शामियान्यांमध्ये मेजवान्यांची लयलूट उडाली होती; परंतु नुकतंच जे काही दु:ख भोगलं होतं, त्यानंतर अशा आनंदोत्सवाला साजेशी मनोवृत्ती फारच थोड्यांच्या ठायी शिल्लक राहिली होती. मॅकेन्झी आपल्या तंबूत जाऊन विश्रांती घेऊ लागला. त्यानं लिहिलंय, 'जसा आनंद वाटेल अशी अपेक्षा होती, तसा आनंद फारच थोड्याजणांना वाटला... पूर्वी कैदेत असलेल्या सर्व युद्धकैद्यांना वैफल्यग्रस्ततेनं पछाडलं होतं. आयरसारखे काहीजण तर अतिशय निराश झाले होते. अनेक स्त्रियांनी जी भीषण दृश्यं पाहिली होती, त्याची भीतिदायक स्वप्नं त्यांना सुटका झाल्यानंतरही अनेक रात्री पडत होती.'

कमांडर-इन-चीफ सर जास्पर निकोलसन यांचंही या सर्व मौजमजेत मन लागत नव्हतं. थोडा वेळ लष्करी कवायत पाहिल्यावर ते कचेरीत आपल्या टेबलापाशी गेले आणि लष्कराला अशा अभूतपूर्व दुर्घटनेला कशा प्रकारे सामोरं जावं लागलं, याचा अधिकृत अहवाल लिहू लागले. त्यांनी लिहिलंय, 'माझ्यावर कितीही स्तुतिसुमनं उधळली गेली असती, तरी तेवढ्यासाठी मी तशा प्रकारच्या आक्रमणाचा कधीच सल्ला दिला नसता.' शंकास्पद कायदेशीर कारणांनी लढल्या गेलेल्या आणि प्रचंड खर्च करून अमाप नाश घडवणाऱ्या या युद्धामुळे ब्रिटिश लष्कराच्या कीर्तीला कलंक लागला आणि ब्रिटिश सत्तेला सुरुंग लागला होता.

एक कोटी पन्नास लाख पौंड खर्चून (आजच्या आकड्यातले ५० अब्ज पौंड खर्चून), हिंदुस्तानातला खजिना रसातळाला नेऊन, हिंदुस्तानातील सावकारी अर्थव्यवस्था विनाशाच्या काठावर पोहोचवून, ईस्ट इंडिया कंपनी कायमची दिवाळखोर बनवून, ४० हजार माणसं आणि ५० हजार उंट मृत्युमुखी पडून आणि बंगालच्या जवळजवळ सर्व लष्कराचं वैर ओढवून घेऊन, त्यांना बंडखोरीला प्रवृत्त करून ब्रिटिशांनी अफगाणिस्तान सोडला, तेव्हा त्याची मूळची अवस्था त्यांना अजिबात सुधारता आलेली नव्हती. त्यानं समारोप करताना लिहिलं, 'तिथं टोळ्यांमध्ये तशीच अनागोंदी सुरू होती. दोस्त महम्मद हद्दपारीतून परत येऊन आपलं सिंहासन पुन्हा ताब्यात घेणार होता. सैनिक पोहोचण्यापूर्वी तातडीनं सर्वांत ताजी बातमी आलेली होती की, कंदाहारमध्ये राजपुत्र सफदरजंग आणि काबूलमध्ये राजपुत्र शहापूर या दोघांनाही त्यांच्या बराकझाई शत्रूंनी राजगादीवरून हाकललं आहे.'

एलनबरोचा विजयाचा दावा, पोकळ गर्जना करणाऱ्या गव्हर्नर जनरलखेरीज इतर कुणालाही पटलेला नव्हता. नेहमीच आशावादी असणारा आणि आंधळं देशप्रेम असणारा रेव्हरंड जी. एन्. ग्लीग यानंसुद्धा त्याच्या अधिकृत अहवालाचा समारोप करताना लिहून ठेवलंय की, हे सारं साहस म्हणजे, 'कोणत्याही सुज्ञ हेतूवाचून सुरू केलेलं युद्ध होतं. अविचार आणि भेदरटपणा यांच्या चमत्कारिक मिश्रणानं ते लढलं गेलं होतं. खूप हालअपेष्टा आणि आपत्ती ओढवून घेतल्यानंतर ते थांबवण्यात आलं होतं. त्या युद्धामुळे त्या युद्धाचा आदेश देणारं सरकार किंवा ते लढणारे असंख्य सैनिक यांपैकी कुणालाच फारशी कीर्ती प्राप्त झालेली नव्हती. त्या युद्धामुळे एकही राजकीय किंवा लष्करी फायदा मिळवता आलेला नाही. अखेर आम्ही तो देश सोडून बाहेर पडलो, ही गोष्ट पराभूत झालेल्या सैन्याच्या माघारीसारखीच वाटत होती!'

ब्रिटिशांच्या विजयाच्या दाव्यांवर अफगाणांचा यत्किंचितही विश्वास बसलेला नव्हता. मिर्झा अतानं लिहिलं आहे, 'उरलेलं सैन्य जेव्हा सुखरूपणे अफगाणिस्तानबाहेर पडलं, तेव्हा गव्हर्नर जनरलने मोठी भाषणं ठोकून त्याचं स्वागत केलं. अफगाणिस्तान हा बहिरी ससाण्यांचा देश आहे; परंतु हिंदुस्तान हा मृत जनावरांचं कुचकं मांस खाणाऱ्या कावळ्यांचा देश आहे!' त्यानं पुढं लिहिलंय :

> 'असं म्हणतात की, इंग्रज अफगाणिस्तानात दुसऱ्यांदा केवळ इंग्रज युद्धकैद्यांना सोडवण्यासाठी आले. आत प्रवेश करता यावा यासाठी त्यांनी अफगाणांना लाखो रुपयांची लाच दिली; पाठीमागे आणखी हजारो मृतांना सोडलं आणि काबूलची बाजारपेठ उद्ध्वस्त करून ताबडतोब हिंदुस्तानात परत जाण्याचं लाजिरवाणं कृत्य करून त्यांचा खरा स्वभाव उघड केला.

त्यांना आशा वाटत होती की, ते अफगाणिस्तानात आपलं बस्तान बसवू शकतील आणि रशियन लोकांचं आक्रमण रोखू शकतील; परंतु इतका खजिना खर्च करून आणि इतकी आयुष्यं मातीला मिळवून शेवटी फक्त विनाश आणि नामुष्कीच त्यांच्या पदरात पडली. जर इंग्रजांना खरोखरच अफगाणिस्तान जिंकून ताब्यात ठेवता आला असता, तर त्यांनी कधीतरी हा देश सोडला असता का? ज्या देशात ४४ वेगवेगळ्या प्रकारची द्राक्षं आणि सफरचंद, डाळिंब, पेअर, ऱ्हबार्ब, तुती, कलिंगड, खरबुज, जर्दाळू आणि पीच यांसारखी फळं तयार होतात आणि हिंदुस्तानातल्या मैदानावर कधीही न मिळणारं बर्फासारखं थंडगार पाणी मिळतं, तो देश त्यांनी कधीतरी सोडला असता का?'

त्यानं लिहिलंय, 'इंग्रज आणि हिंदुस्तानी लोकांनी अफगाणिस्तानवर स्वारी करून पैसे, लष्करी सामग्री आणि प्रचंड संख्येने गोऱ्यांची आणि काळ्यांची आयुष्यं वाया घालवली.

ही लढाई म्हणजे दगलबाज हिंदुस्तानी कावळे आणि शूर अफगाण ससाणे यांच्यामधलं युद्ध होतं. त्यांनी एक पर्वत सर केला की, पुढच्या पर्वतावर जोरदार बंड त्यांची वाट पाहत उभं असे. खरं सांगायचं तर इंग्रजांना अनेक वर्षांनंतरसुद्धा खोरासनला शांत करता आलं नसतं. इंग्रज त्यांच्या कावळ्यांसारख्या हिंदुस्तानी सेनेबरोबर अफगाणिस्तानच्या पर्वत उतारांवर मूठमाती न मिळता मरून पडले तर शूरवीर अफगाण योद्धे हौतात्म्य मिळवण्यासाठी लढले आणि या जगात तसंच पुढच्याही जगात विजयी ठरले. जे लोक हौतात्म्याचा अमृतकुंभ चाखतात, ते खरोखरच भाग्यवान असतात!'

मिर्झा अताच्या लढवय्या वीरांना युद्धानंतरच्या अफगाणिस्तानमध्ये किंवा स्वर्गात त्यांना अपेक्षित असा कृपाप्रसाद मिळालेला असो वा नसो. एक गोष्ट अगदी निर्विवाद आहे की, युद्धात इंग्रजांच्या आणि साडोझाईंच्या बाजूनं लढणाऱ्या फारच थोड्यांची आयुष्यं भरभराटीस गेली. युद्धापूर्वीच अफगाणींनी ब्रिटिशांना सावधगिरीची सूचना दिली होती की, दुर्दैवी शहाशुजाला शाप आहे की, त्यानं काळजीपूर्वक आखलेल्या योजनासुद्धा मातीला मिळतात. शुजाच्या मृत्यूनंतर अनेक वर्षांनी हाच शाप, दोस्त महम्मदला पदच्युत करण्याच्या त्याच्या प्रयत्नांमध्ये सहभागी होणाऱ्या

सर्वांना बाधक ठरताना दिसला!

रणजितसिंग, बर्नेस, वित्केव्हिच आणि मॅक्नॅघटेन केव्हाच मरून गेले होते. वेड्नं सीमेवरचं आपलं अबाधित ठेवलेलं स्थान त्याला शिखांच्या विनंतीमुळे गमवावं लागलं आणि त्याला इंदोरमधील कनिष्ठ स्थानावर हलवण्यात आलं. बर्नेसनं सफोकमधले उमदे घोडे मोठ्या कष्टानं सिंधू नदीतून पलीकडे नेले होते; तेसुद्धा मरण पावले. ते जोरदार चढाई करायला असमर्थ आहेत, हे कळल्यावर रणजितसिंगलासुद्धा त्यांच्यात गम्य वाटेनासं झालं. त्यांना गोठ्यात कोंडून घातलं गेलं आणि लाहोरमध्ये त्यांचा काय उपयोग करावा, हे कुणालाच न कळल्यामुळे लवकरच ते मरून गेले.

युद्धपूर्व काबूलमधली वाचलेली आणखी एक व्यक्ती म्हणजे चार्ल्स मॅस्सन. त्याचासुद्धा दुःखद शेवट झाला. १८३७-३८ मध्ये बर्नेसचा कार्यभाग अयशस्वी झाल्यावर, कंपनीनं अफगाणिस्तानबरोबर युद्धाची तयारी करायला सुरुवात केली आणि मॅस्सनला बाजूला सारलं. कोणत्याही इंग्रजापेक्षा त्याला तो देश अगदी जवळून माहीत होता; तरीही त्याचं महत्त्व कमी झालं. काही काळानं १८४० मध्ये काबूलला जायच्या प्रयत्नात तो ब्रिटिशांनी उद्ध्वस्त केलेल्या मार्गानं कलातपर्यंत पोहोचला; तोच ब्रिटिशांनी त्या शहरावर आक्रमण केलं. ते शहर त्यांनी जिंकलं तेव्हा दगलबाज, फितूर आणि हेर समजून त्यांनी त्याला कैद केलं. आपलं निर्दोषत्व सिद्ध करून, सुटका करून घ्यायला त्याला सहा महिने झगडावं लागलं. जेव्हा हेन्री रॉलिन्सनला काही काळानं तो कराचीत दिसला तेव्हा या भागातला सर्वांत श्रेष्ठ पुरातत्त्व संशोधक या नात्यानं अत्यंत पूज्य वाटणाऱ्या या माणसाची अवस्था पाहून त्याला धक्काच बसला. त्यानं आपल्या रोजनिशीत लिहून ठेवलंय:

> ‘कराचीतल्या छावणीत असताना मी एक दिवस घोड्यावरून रपेट करत शहरात गेलो. ज्याच्याबद्दल मी खूप वाचलं आणि ऐकलं होतं, तो मॅस्सन मला तिथं दिसला. तो एका भिकार झोपडीत, जवळजवळ नग्न अवस्थेत आणि अर्धवट झिंगलेल्या स्थितीत काही बलुची लोकांशी बोलत होता. मी अनेक तास त्याच्याजवळ थांबलो आणि मला जे काही दिसलं, ते पाहून मी अतिशय व्यथित झालो. सुरुवातीला तो इतक्या उर्मट भाषेत बोलत होता की, त्याचं डोकं फिरलंय असं मला वाटू लागलं; परंतु अखेरीस त्यानं मला सांगितलं की, रात्री लिहीत बसलेला असताना त्यानं जेवणाऐवजी फक्त मद्याची एक बाटली रिचवली होती आणि सकाळी उठल्यावर अजूनही त्याचं डोकं जडच वाटत होतं; परंतु मला खरोखरच वाटलं की, तो भ्रमिष्ट झाला आहे. त्यानं मला अनेक पानं

वाचायला दिली. तो ज्या असंबद्ध आणि नीरस भाषेत बोलत होता, तशा भाषेत ती लिहिलेली होती. त्यानं ज्या पद्धतीनं सारी माहिती एकत्र केली होती, त्यातून काहीच अर्थबोध होत नव्हता. बर्नेस, वेड् आणि लॉर्ड ऑकलंड यांच्याबद्दल त्याच्या मनात खूपच कडवट भावना आहे. अफगाणिस्तानातला त्याचा प्रवास आणि तिथं त्यानं केलेलं काम, याबद्दल त्यानं आधीच दोन ग्रंथ लिहिले आहेत; सध्या तो तिसरा ग्रंथ लिहिण्यात व्यग्र आहे. या ग्रंथातले अनेक भाग त्यानं मला दाखवले आणि ते अतिशय विलक्षणच म्हटले पाहिजेत; परंतु ते प्रसिद्ध होऊ शकतील, असं मला वाटत नाही... त्याची भाषा शब्दबंबाळ आहे. त्याचे विचार संदिग्ध आणि कल्पनाविलासात रमलेले वाटतात. लोकांच्या आजच्या अभिरुचीला ते अजिबात स्वीकारार्ह वाटणार नाहीत. पॉटिंगरनं ते आताच्या रूपात छापायला परवानगी दिली तर लोकांना, मॅस्सन कष्टाळू आणि सदसद्विवेकबुद्धी असलेला माणूस न वाटता, उद्दाम आणि अडाणी वाटेल. त्याला मुंबईला न्यायची काहीतरी व्यवस्था केली जाईल, अशी मी आशा करतो.'

परंतु तसं काहीही घडलं नाही. मॅक्नॅघटेन अफगाणिस्तानात घोडचुका करत होता तेव्हा मूकपणे त्याच्या चुका बघत बसण्याखेरीज त्याला काहीही करता आलं नाही. तो फक्त वर्तमानपत्रांकडे निनावी आणि कडवट पत्रं पाठवत राहिला. त्यानं पाठवलेलं एक पत्र म्हणतं, 'तुमच्या वर्तमानपत्रात मी वाचलं की, अफगाणिस्तानात महामूर्ख लोक नियुक्त केले जाणार आहेत. असं पाऊल उचलण्यामागचं कारण काय असू शकेल? देशातले उंट संपलेत का? राजनैतिक खात्यात महामूर्ख लोकांचा भरणा झालेला आम्ही अनेक वर्षं पाहत आहोत. आता सर्व खात्यांमध्ये समानता आणण्यासाठी लष्करातही महामूर्खांचा भरणा केला जात आहे का?' कालांतरानं तो इंग्लंडला पोहोचला. रॉलिन्सननं भाकीत वर्तवलं होतं, त्याप्रमाणे तिथे त्यानं प्रसिद्ध केलेल्या साहित्याची टर उडवणारे अभिप्राय छापून आले आणि पुराणवस्तूंचा अभ्यासक म्हणून त्यानं मिळवलेल्या कीर्तीला त्याच्या घरबशा प्रतिस्पर्ध्यांनी उणं लेखायला सुरुवात केली. १८५३ मध्ये पॉटर्स बारजवळ, अत्यंत हलाखीच्या अवस्थेमध्ये तो 'निदान न झालेल्या मेंदूच्या रोगानं मरण पावला. आणखी १६० वर्षांनी अफगाण पुरातत्त्वशास्त्राचा आद्यपुरुष म्हणून तो नावाजला जाणार आहे, याची तेव्हा त्याला काय कल्पना असणार?'

अफगाणिस्तानात त्यानं केलेल्या कामाबद्दल एल्ड्रेड पॉटिंगर याला काहीही बक्षीस मिळालं नाही आणि त्यानं कंपनीला राजीनामा लिहून दिला. तो हाँगकाँग येथे

त्याचे काका - सर हेन्री पॉटिंगर - यांच्या समवेत राहू लागला. त्यांनी चिन्यांना दमदाटी देऊन, त्यांच्याकडून हे बेट मिळवलं होतं. पूर्वीचा 'ग्रेट गेम'चा हा प्रवर्तक नुकताच हाँगकाँगचा स्वयंघोषित असा पहिला गव्हर्नर बनला होता. तिथं १८४३ मध्ये एल्ड्रेड मरण पावला. शारीरिक जखमा, युद्धाचे कष्ट आणि शारीरिक व मानसिक विफलता यांमुळे त्याचा मृत्यू झाला.

अफगाणिस्तानातील बंड अतिशय वाईट पद्धतीनं हाताळून आपत्ती ओढवून घेतल्याच्या जबाबदारीतून, लष्करी-तपास-कोर्टानं ब्रिगेडियर शेल्टनना निर्दोष म्हणून मुक्त केलं, हे मोठं आश्चर्यच म्हटलं पाहिजे; परंतु ते शेवटपर्यंत सर्वांना अतिशय अप्रिय वाटत राहिले. ते जेव्हा त्यांच्या घोड्यावरून पडले आणि १८४४ मध्ये डब्लिनमध्ये मरण पावले, तेव्हा त्यांच्या हाताखालचे सैनिक कवायतीसाठी मैदानावर जमले आणि त्यांच्या मृत्यूबद्दल आनंद व्यक्त करण्यासाठी त्यांनी तीनदा जयघोष केला.

लेडी सेल आणि तिच्या पतीची अफगाणिस्तानातली साहसं, या विषयावर ॲस्टलीज सर्कस येथे 'द कॅप्टिव्हज ॲट काबूल (काबूलमधील बंदी)' नावाचा विनोदी नाट्यप्रयोग सादर केला जाऊ लागला. प्रत्यक्षात 'फायटिंग बॉब' नावानं प्रसिद्ध असलेले जनरल सेल, आणखी तीन वर्षांनी १८४५ च्या इंग्रज आणि शिखांमधल्या लढाईत, मूडकी येथे जॉर्ज ब्रॉडफूटसमवेत मारले गेले. ईस्ट इंडिया कंपनी पंजाबमधली सुपीक जमीन आपल्या ताब्यात घेण्याची संधी शोधत होती; त्यामुळे हे युद्ध लढलं गेलं होतं. कंपनीचा हा हेतू सफल झाला. वैधव्य ओढवलेली लेडी सेल साउथ आफ्रिकेत स्थलांतरित झाली आणि १८५३ मध्ये केपटाउन इथं तिचा मृत्यू झाला. तिच्या थडग्यावरील शिलेवर कोरलेले शब्द अगदी समर्पक आहेत : 'लेडी सेलचं जे काही मरण पावू शकलं, ते या शिलेखाली विसावा घेत आहे.'

कंपनीच्या नोकरीत असलेल्यांपैकी फक्त डॉक्टर ब्रायडनच काबूलमधल्या माघारीच्या वेळी जलालाबादला पोहोचू शकले होते. ते हिंदुस्तानातल्या पुढच्या मोठ्या आपत्तीतूनसुद्धा सुखरूपपणे बचावले. पंधरा वर्षांनी, १८५७ च्या बंडाच्या वेळेस, त्यांनी जॉर्ज लॉरेन्स याचा धाकटा भाऊ - हेन्री - याच्या नेतृत्वाखाली लखनौची रेसिडन्सी (ब्रिटिश राज प्रतिनिधीची राहायची जागा) सुरक्षित ठेवण्यासाठी लढा द्यायला मदत केली होती. अखेर १८७३ मध्ये स्कॉटिश हायलंडवरील ब्लॅक ऑइलमधील निग् येथे शांतपणे निवृत्त आयुष्य व्यतीत करत असताना, बिछान्यातच ते मरण पावले.

अर्धवट नामुष्कीच्या परिस्थितीत, ऑकलंडनं केन्सिंग्टन येथे काळ व्यतीत केला आणि १८४९ मध्ये पासष्टाव्या वर्षी तो मरण पावला. त्यानंतर तीन महिन्यांनी, त्याची बहीण फॅनीसुद्धा मरण पावली. साम्राज्य उभं करणं ही या कुटुंबाची खासियत ठरली नाही. तसा प्रयत्न करणारा पुढचा ईडन कुटुंबीय, ॲन्थनी

ईडन, ११४ वर्षांनी सुएझ येथील सर्वंकष पाडावासाठी जबाबदार ठरला.

वेढ्याच्या वेळी, मॅक्नॅघटेनला मदत करण्यासाठी मोहनलालनं स्वत:च्या नावे मोठी कर्जं घेतली होती. त्यातला काही भाग बंडखोर अफगाण नेत्यांच्या खुनासाठी पैसे देण्याकरता उभा करण्यात आला होता. १८४२ मध्ये त्यानं पुन्हा एकदा युद्धकैद्यांच्या मुक्ततेसाठी आणखी पैसे कर्जाऊ घेतले होते. कंपनीनं त्याला देणं असलेल्या, त्याच्या हिशेबाप्रमाणे ७९,४९६ रुपयांपैकी एकाही रुपयाची कंपनीनं परतफेड केली नाही. परिणामत: उरलेलं सारं आयुष्य त्याला कर्जबाजारी अवस्थेत कंठावं लागलं. न्याय मिळवण्यासाठी शेवटी तो शहामत अली या त्याच्या मुन्शी सहकाऱ्याबरोबर ब्रिटनला गेला. तिथे कंपनीच्या संचालकांपुढे धरणं धरते वेळी, नुकत्याच निवृत्त झालेल्या कर्नल वेड्नं आणि त्याच्या तरुण, नूतन पत्नीनं त्यांचं इस्ली ऑफ वाइट इथं आगतस्वागत केलं. मोहनलाल स्कॉटलंडलासुद्धा गेला आणि त्यानं बर्नेसची उरलीसुरली पत्रं आणि अहवाल मॉंटरोझ येथील त्याच्या कुटुंबीयांच्या हवाली केले. एडिंबरा येथे तेव्हाचे आघाडीचे छायाचित्रकार डेव्हिड ऑक्टव्हियस हिल् आणि रॉबर्ट ॲडम्सन यांनी मोहनलालला आकर्षक अफगाण-काश्मिरी पेहराव धारण करायला लावून त्याचे फोटो काढले. 'द टाइम्स'नं या पोशाखाचं वर्णन 'भपकेदार हिंदू वेष' अशा शब्दांत केलं. बर्नेसबरोबर मध्य आशियात केलेल्या प्रवासाच्या, इंग्रजीत शब्दबद्ध केलेल्या आठवणी त्यानं ब्रिटनमध्ये असताना प्रकाशित केल्या. त्याचप्रमाणे दोस्त महम्मदचं दोन खंडांतलं ९०० पानी चरित्रसुद्धा त्यानं प्रकाशित केलं. त्यानं राणी व्हिक्टोरिया आणि राजपुत्र अल्बर्ट यांचीसुद्धा भेट घेतली; परंतु अफगाण युद्धाची काळीकुट्ट सावली आयुष्यभर त्याचा पिच्छा पुरवत राहिली आणि त्यामुळे त्याचं व्यावसायिक आयुष्य बरबाद झालं.

लंडनहून दिल्लीला परत आल्यावर त्यानं मागणी केलेल्या नोकरीतल्या जागा त्याला कधीच मिळाल्या नाहीत. लखनौ आणि हैदराबाद येथील सन्मान्य ब्रिटिश ठाण्यांमध्ये इराणसाठीचा सचिव म्हणून नेमणुकीसाठी त्यानं अर्ज केला होता. ते स्थान त्याला मिळालं नाही. ब्रिटिश अधिकाऱ्यांचा त्याच्यावर विश्वास नव्हता. ते वारंवार शेरे लिहीत की, तो उर्मट आहे आणि त्याच्या लायकीपेक्षा जास्त वरच्या हुद्द्यावर पोहोचला आहे. त्याला सरकारमध्ये तर नोकरी मिळाली नाहीच; पण त्याच्या स्वत:च्या काश्मिरी पंडित समाजानंदेखील त्याला वाळीत टाकलं. १८५७ च्या बंडात त्याच्या जिवावरच बेतणार होतं; परंतु त्यातून तो वाचला. त्या वेळी तो ब्रिटिशांना अतिशय सहानुभूती दाखवत असल्यामुळे बंडखोर शिपायांनी त्याला ठार मारण्याचा प्रयत्न केला होता. १८७७ मध्ये दरिद्री आणि उपेक्षित अवस्थेत तो मरण पावला. ब्रिटिश आणि स्थानिक अशा दोन्ही समाजांनी त्याला दूर सारले होते.

साडोझाई राजपुत्रांच्या वाट्यालासुद्धा असेच भोग आले. मार्च १८४३ पर्यंत ते सारेजण लाहोर येथेच अडकून पडले होते. त्यांना अफगाणिस्तानात परत जाणं शक्य नव्हतं आणि ब्रिटिशांच्या ताब्यातल्या हिंदुस्तानात त्यांना प्रवेश दिला जात नव्हता. तीस वर्षांपूर्वी त्यांच्या वडिलांवर जशी वेळ ओढवली होती, तशीच त्यांच्यावरसुद्धा ओढवली होती. त्यांचे शीख यजमान त्यांची उरलीसुरली संपत्तीसुद्धा लुटून नेतील, याच धास्तीत ते जगत होते. अखेर जेव्हा त्यांना सीमा ओलांडून, त्यांच्या बालपणीच्या लुधियाना या निवासस्थानाच्या गावात येण्याची परवानगी देण्यात आली, तेव्हा स्पष्ट अट घालण्यात आली होती की, शहाशुजाला देण्यात आलं होतं त्यापेक्षा कमी निवृत्तिवेतन आणि त्या वेळेपेक्षा लहान घर त्यांना देण्यात येईल. सर्व राजपुत्र कर्जबाजारी झाले होते. नॅशनल अर्काइव्हज् ऑफ इंडिया (भारत सरकारचा दफ्तरखाना) मध्ये त्यांचे सावकार आणि सरकार यांच्यात झालेल्या पत्रव्यवहाराच्या कागदांची अनेक भेंडोळी आढळतात. या राजपुत्रांना कर्ज देणारे सावकार, १८६० पर्यंत, त्या कर्जाची वसुली करण्याच्या प्रयत्नात व्यग्र होते. सरसकट सारे राजपुत्र दरिद्री अवस्थेत मरण पावले.

कॉलिन मॅकेन्झीला सरहद्दीवरची फौज तयार करण्यासाठी लुधियानाला पाठवण्यात आलं होतं. त्यानं लुधियानामधील मोठ्या संख्येच्या अफगाण निर्वासितांच्या दारुण परिस्थितीचं हृदयद्रावक वर्णन केलं आहे. १८४७ मध्ये नव्यानं विवाह करून तो लुधियानात गेला, तेव्हा हा समाज उपजीविकेसाठी धडपडत होता. त्यानं त्याच्या स्मृतिचित्रांमध्ये लिहिलंय, 'आपण आधार देण्याच्या नावाखाली लुडबूड करून या लोकांना दारुण संकटात लोटलं. त्यांच्या हालअपेष्टांकडे आपण दुर्लक्ष करता कामा नये. पूर्वी मोठ्या हुद्द्याचे मानकरी असलेले धनिक लोक आज इतक्या दुर्भिक्षावस्थेत पोहोचले आहेत, हे पाहून खूप दुःख वाटतं. शहाशुजाशी निकटचा संबंध असलेले पितापुत्र मला भेटायला कधीही एकत्रितपणे आले नाहीत; कारण त्या दोघांत मिळून एकच अंगरखा शिल्लक राहिला होता. आणखी एका वरच्या हुद्द्यावरील माणसाला अन्नासाठी त्याची तलवारसुद्धा विकावी लागली होती. शहाशुजाचा एक जुना नोकर खेदानं म्हणाला, 'मी उपास करूनच जगतोय. ज्या दिवशी माझ्या घरात थोडीशी डाळ शिजते, तो दिवस मला मेजवानीचा वाटतो.'

म्हाताऱ्या, अंध शाह झमाननं विनंती केली होती की, सरहिंद येथील पवित्र सुफी समाधिस्थळी त्याला दरवेश म्हणून निवृत्त होता यावं. त्याची ही विनंती पतियाळाच्या महाराजांनी फेटाळून लावली. १८४४ मध्ये शाह झमान मरण पावल्यानंतर महाराजांचं मन द्रवलं आणि वृद्ध शाहला तिथं त्याच्या भावजयीच्या (शहाशुजाची प्रमुख पत्नी आणि दोस्त महम्मदची बहीण वफा बेगम) समाधीजवळ मूठमाती देण्यात आली.

साडोझाई राजपुत्रांच्या आयुष्याचं शेवटचं दर्शन आपल्याला रॉबर्ट वॉरबर्टन यानं लिहिलेल्या आठवणींमध्ये सापडतं. रॉबर्ट वॉरबर्टन हा एका ब्रिटिश अधिकाऱ्याच्या आणि दोस्त महम्मदची भाची - शाहजहान बेगम - यांच्या सुखी विवाहातून जन्मलेला मुलगा होता. तो लुधियानातील निर्वासित अफगाण समाजातच लहानाचा मोठा झाला. त्यानं स्मरणचित्रांमध्ये लिहिलंय :

> "लौकिकदृष्ट्या त्यांचं जे अपयश होतं, त्याचा निवाडा करण्याइतका मी त्या काळात मोठा नव्हतो; परंतु त्यांच्यापैकी काहीजणांनी माझ्याबद्दल प्रदीर्घकाळ दाखवलेलं प्रेम नेहमी त्याच प्रतीचं राहिलं. त्यांच्या जनानखान्यात प्रवेश करायला त्यांनी मला कधीच मज्जाव केला नाही. मला फारशी भाषा अवगत असल्यामुळे मी सर्व राजपुत्रांच्या पत्नींबरोबर वार्तालाप करू शकत होतो... तिथं दोन भाऊ होते, शाहझादा शाहपूर आणि शाहझादा नादिर. हे दोघेजण दुर्दैवी शहाशुजा उल् मुल्कचे सर्वांत धाकटे मुलगे होते. ते मला विशेष आवडत असत. इतक्या दारुण संकटातही त्यांनी टिकवून धरलेली स्थितप्रज्ञता, त्यांच्या संपर्कात येणाऱ्या प्रत्येकाच्या वाट्याला येणारी त्यांची मृदु वागणूक आणि इतरांच्या भावना आणि इच्छा यांना ते देत असलेला प्रचंड मान या बाबतींत मी या दोन भावांपेक्षा सरस असलेला एकही सद्गृहस्थ अजून पाहिलेला नाही. थोरल्या भावाला हिंदुस्तान सरकारकडून दरमहा ५०० रुपये निवृत्तिवेतन म्हणून दिले जात, तर धाकट्याला अवघे १०० रुपये दिले जात. इतक्या अल्प रकमेत आपलं कुटुंब सांभाळणं आणि काबूलमधून भणंग निर्वासित अवस्थेत, आपल्या जुन्या मालकांपाठोपाठ हिंदुस्तानच्या उन्हाळ्यात आणि सपाट मैदानात जीव जगवण्यासाठी आलेल्या त्यांच्या जुन्या विश्वासू नोकरांना आधार देणं हे खरोखरच मोठं अवघड काम होतं."

अफगाण युद्धात विजय मिळवलेल्यांपैकी फारच थोडे नशीबवान ठरले. नवाब झमान खान बराकझाई याला दोस्त महम्मदनं ताबडतोब बाजूला सारलं. अमीनुल्ला खान लोगारी अतिशय महत्त्वाकांक्षी आणि फूट पाडणारा आहे असं ठरवून, युद्ध संपल्याबरोबर त्याला आजन्म कारावासात टाकण्यात आलं. फैज मोहम्मदच्या मते, शांत लोकांना उचकवून त्यांना बंडखोरीला प्रवृत्त करण्याची त्याची खोड हेच यामागचं कारण होतं. अमीनुल्लाचा भाऊ काही काळानं लुधियानात निर्वासित म्हणून आला. त्यानं मॅकेन्झीला सांगितलं, 'दोस्त महम्मदनं अमीनुल्लाच्या मुलीशी विवाह केला आणि त्यानंतर त्यानं स्वतःच्या हातांनी अमीनुल्लाच्या तोंडावर उशी

दाबून, त्याला गुदमरवून मारलं.'

ब्रिटिश निघून गेल्यावर वझीर अकबरखानला वर्षभर सत्ता उपभोगता आली; परंतु १८४३ मध्ये त्याचे वडील परत आल्यावर त्यांनी त्याला जलालाबाद आणि लाघमनचा गव्हर्नर (शास्ता) म्हणून रवाना केलं. लवकरच त्याचा दरबार दोस्त महम्मदच्या विरोधकांचे केंद्र समजला जाऊ लागला. १८४७ मध्ये अकबरखानवर विषप्रयोग करून त्याला मारण्यात आलं, तेव्हा ते कृत्य त्याच्या बापाच्या आज्ञेनंच केलं गेलं, अशी अफवा पसरली. तो मरण पावला, त्याच्या आधी काही दिवसांपूर्वी अकबरनं मॅकेन्झीला शेवटचं पत्र लिहिलं होतं. त्यात त्यानं मॅकेन्झीला प्रेमानं रागावलं होतं आणि आपण खुशाल असल्याची बातमी मित्राला न देऊन, मैत्रीच्या कर्तव्याला न जागल्याचा प्रेमळ आरोप केला होता. हे पत्र 'सरकारच्या शत्रूकडून आलंय,' या कारणास्तव सरकारनं मॅकेन्झीला या पत्राला उत्तर पाठवण्यास प्रतिबंध केला; परंतु महम्मद शाहखान घिलझाईच्या पत्राला मात्र मॅकेन्झीनं उत्तर दिलं. घिलझाईच्या जावयाच्या मृत्यूनंतर दोस्त महम्मदची वक्रदृष्टी त्याच्याकडे वळली होती आणि तो बरबाद झाला होता. नूरिस्तानच्या काफिर कलाशबरोबर त्याला अज्ञातवासात पळून जावं लागलं होतं. त्यानं लुधियानात आलेल्या मॅकेन्झीला पत्र पाठवून, त्याला त्यांच्या जुन्या मैत्रीची आठवण करून दिली होती आणि ती मैत्री अजूनही अबाधित आहे का, असा प्रश्न विचारला होता.

> 'हे पत्र सयद नामक निरोप्यानं आणलं होतं. त्याला त्यानं मॅकेन्झीचा स्वत:बद्दलचा कल पारखण्यासाठी एक युक्ती सुचवली होती. सयदनं सुरुवात केली : 'महम्मद शाह खान तुम्हाला म्हणतात, "जेव्हा (मॅक्नॅघटेनच्या खुनानंतर) महमूद खानच्या किल्ल्याजवळ तुमच्या जिवावर बेतलं होतं, तेव्हा मी कसा वागलो?" मॅकेन्झीनं उत्तर दिलं, 'मला मारण्यासाठी तलवार उगारली गेली होती, तेव्हा त्यानं त्याच्या दंडाचा माझ्या मानेभोवती वेढा घातला आणि तो वार स्वत:च्या खांद्यावर झेलला.' हे ऐकल्यावर सयदला कळलं की, आता पत्र द्यायला हरकत नाही. मॅकेन्झीनं उत्तर दिलं, 'मी त्याला नेहमीच माझा मित्र समजेन.'

पहिल्या ब्रिटिश-अफगाण युद्धामुळे फक्त एकाच माणसाचा फायदा झाला आणि नेमक्या याच माणसाला पदच्युत करण्यासाठी हे युद्ध केलं गेलं होतं. लाहोरच्या शीख खालसांचा पाहुणा म्हणून राहिल्यावर, १८४३ च्या एप्रिल महिन्यात दोस्त महम्मद पेशावरहून गेला आणि खैबर खिंडीत पाठवलेल्या

घोड्यावर स्वार झाला. अली मस्जिद इथे अकबर त्याच्या स्वागतासाठी आला होता आणि तोच त्याला सुरक्षितपणे काबूलला घेऊन गेला. त्या शहराचे रहिवासी रस्त्याच्या दुतर्फा उभे होते आणि लहान-थोर सर्वांनी त्याचं आगमन झाल्यावर जयजयकार केला. त्याला पाहून त्याच्या समर्थकांचे डोळे चमकले आणि त्यांची छाती अभिमानानं भरून गेली. वाढत्या आनंदात त्यांनी त्याची स्तुतिस्तोत्रं गायली आणि अत्यानंदानं साऱ्यांनी काबूलमध्ये प्रवेश केला. पूर्ण सात दिवस आणि सात रात्री तिथं मोठ्या उत्साहात आनंदोत्सव साजरा होत राहिला. रात्री दिव्यांच्या रोषणाईनं झळाळत होत्या आणि दिवस लोकांच्या गझल गायनानं निनादात होते. सर्वत्र आनंदाचं आणि उल्हासाचं वातावरण होतं आणि विजयोत्सवानं सारं शहर दुमदुमत होतं.

ब्रिटिशांनी १८४३ मध्ये त्यांचे हेर आणि समर्थक यांच्याकडून बातम्या मिळवल्या होत्या, त्या सर्व बातम्यांनुसार : 'अमीर आणि त्याच्या कुटुंबीयांची सत्ता अगदी नाममात्र आहे. कोहिस्तानी लोक, घिलझाई लोक, कुनूर आणि खैबरचे लोक यांच्याकडून त्याला काहीही कर गोळा करता येणार नाही. शिस्तबद्ध सैन्य उभं करण्याच्या वायफळ प्रयत्नात आणि हिंदुस्तानातील राजपुत्रांच्या राहणीचं मूर्ख अंधानुकरण करण्यात दोस्त महम्मद आपला वेळ आणि पैसा वाया घालवतो आहे.'

पूर्वीप्रमाणेच आतासुद्धा ब्रिटिश हेरखात्याला दोस्त महम्मदची योग्यता समजलीच नव्हती. हळूहळू अमीरनं त्याची सत्ता बळकट केली आणि पूर्व अफगाणिस्तानात स्वत:चं वर्चस्व प्रस्थापित केलं. पुढच्या पराक्रमाचा पाया रचून, प्रथम बामियान आणि बडाखशान आणि त्यानंतर संपूर्ण उत्तर अफगाणिस्तान त्याने काबीज केला. १८५० च्या दशकाच्या प्रारंभी त्यानं घझनीजवळच्या घिलझाई टोळ्यांना नमवलं आणि १८५५ मध्ये त्यानं कंदाहारमधली त्याच्या सावत्र भावांच्या हातची सत्ता काबीज करून, त्यांना सत्तेवरून बाजूला केलं! १८६३ मध्ये तो मरण पावला, तोपर्यंत त्यानं ब्रिटिशांशी केलेल्या कराराच्या सर्व अटी प्रामाणिकपणे पाळल्या होत्या; त्यानं करापासून मिळणारं उत्पन्न पंचवीस लाख रुपयांवरून सत्तर लाख रुपयांवर नेलं होतं आणि सध्याचा जो अफगाणिस्तान देश आहे, जवळजवळ तेवढ्या सर्व मुलुखावर त्यानं त्याची सत्ता प्रस्थापित केली होती. दोस्त महम्मदनं जिंकून घेतलेल्या मुलुखाच्या सीमाच आधुनिक अफगाणिस्तानच्या सीमा बनल्या आहेत. त्याला हेरातवर ताबा मिळवता आला; परंतु पेशावर शहरावर मात्र पाणी सोडावं लागलं. या शहरावर ताबा मिळवता न येणं, अफगाणींना विशेषत: पश्तून राष्ट्रीयत्वाच्या समर्थकांना अजूनही प्रचंड डाचतंय! विरोधाभास असा की, मॅक्नॅघटेननं शहाशुजाच्या सत्तेला बळकटी आणण्यासाठी, राज्यकारभारात ज्या सुधारणा लागू

केल्या, त्याचा अंतिम फायदा अमीरलाच झाला. या सुधारक बदलांमुळे दुर्राणी टोळ्यांच्या नेत्यांची सत्ता कमी झाली आणि अधिक व्यावसायिक स्वरूपाचं लष्कर आणि करप्रणाली तयार झाली.

ब्रिटिशांनी अफगाणिस्तानात तळ ठोकण्यापूर्वी, तो देश एकसंध नव्हता. ब्रिटिश राजवटीनं आणलेली शिस्त आणि नव्या व्यवस्थापन प्रणालींमुळे हा नवा अफगाणिस्तान प्रथमच एकसंध राष्ट्र बनला; परंतु दोस्त महम्मदच्या सत्तेखालचा सुसूत्रतेनं एकसंध बनलेला अफगाणिस्तान मात्र आजवरच्या इतिहासात प्रथमच एक दरिद्री आणि एकाकी देश बनला. रेशमाच्या व्यापाराच्या मार्गावरलं संपन्न आणि सुसंस्कृत ठाणं, हे त्याचं पूर्वीचं रूप नाहीसं झालं होतं. उच्च प्रतीच्या टिमुरिड इराणी संस्कृतीचा काळ पुन्हा कधीही आला नाही. अफगाणिस्तानच्या इतिहासात अगदी पहिल्याच वेळेस, बराकझाईंच्या नेतृत्वाखाली आलेला हा देश, काही अंशी विकास खुंटण्याच्या अवस्थेला पोहोचला होता.

अमीरच्या चढाईमुळे पडलेलं शेवटचं शहर होतं हेरात. तो मरण पावला तेव्हा त्यानं हेरातला नुकताच वेढा घातला होता. अफगाणिस्तानमधील त्या सर्वांत सुंदर सुफी पवित्रस्थळी, गाझुर गाह येथे दोस्त महम्मदचं दफन करण्यात आलं. शहाशुजाच्या तुलनेत हा ठळक विरोधाभास होता. शहाशुजाचं थडगं शिलालेखाशिवाय त्याचे पिता टिमूर शाह यांच्या थडग्याच्या इमारतीच्या तळघरात उपेक्षित अवस्थेत पडलं आहे. तर दोस्त महम्मदचं थडगं अत्यंत सुंदर, संगमरवरी, कोरीव काम केलेल्या स्मारकाखाली आणि या भागातील अत्यंत पूज्य मानल्या जाणाऱ्या सुफी संत आणि कवी ख्वाजा अब्द अल्लाह अन्सारी याच्या थडग्याशेजारच्या बहुमानाच्या जागी विसावलं आहे. १९७०च्या दशकात घडलेल्या क्रांतीपर्यंत, दोस्त महम्मदचे वंशज अफगाणिस्तानवर एकत्रितपणे राज्य करत राहिले.

आज हेरात हे अफगाणिस्तानातलं सर्वांत शांत आणि संपन्न गाव आहे. गाझुर गाह हे आजही तीर्थयात्रेसाठी अत्यंत लोकप्रिय स्थळ मानलं जातं. रॉबर्ट बायरनं १९३० मध्ये लिहिलं, 'प्रत्येकजण गाझुर गाहला जातो. बाबर तिथं गेला. हुमायून तिथं गेला. शाह अब्बासनं तिथली पाणीपुरवठ्याची व्यवस्था सुधारून दिली. अजूनही ते हेरातींचं आवडतं विसाव्याचं स्थान आहे.' ऐंशी वर्षांनंतरही त्याची लोकप्रियता तशीच टिकून आहे. शहराला वेढा घालणाऱ्या टेकड्यांच्या काठावर हे पवित्र स्थळ उभं आहे. टिमुरिड धर्तीची उंच कमान तुम्हाला थंडावा असलेल्या शांत अंगणात नेते. या अंगणात सुंदर कोरीव काम केलेली थडगी आणि स्मारकं उभी आहेत. देवदार आणि अन्य सूचिपर्णी वृक्षांमधून पाकोळीच्या जातीचे पक्षी भराऱ्या मारत असतात. आपली पांढरी पागोटी उशाला घेऊन वृद्ध लोक सावलीत विसावा घेत असतात. इतर लोक हळुवारपणे जपमाळेचे मणी फिरवत असतात

आणि त्यांच्या सभोवार पारवे घुमत असतात.

अफगाणिस्तान आणि पाकिस्तान या देशांच्या इतर भागांत, तालिबानचं पुनरागमन झाल्यावर शांत आणि सुधारक पद्धतीच्या सुफी भक्तिमार्गांना मज्जाव करण्यात आला आहे. अनेक पवित्र धर्मस्थळं बंद करण्यात आली आहेत किंवा सुरुंगांनी उडवून टाकण्यात आली आहेत. गायक-वादकांची वाद्यं तोडफोड करून नष्ट करण्यात आली आहेत; परंतु इथं - गाझुर गाहमध्ये - सुफी पंथीय सुरक्षित राहिले आहेत. मी २००९ मध्ये तिथं गेलो होतो तेव्हा काही भक्त, दोस्त महम्मदच्या थडग्यामागेच बसून 'झिकर'चं मंत्रोच्चारण करत होते. ते सारेजण गुडघ्यांवर वर्तुळाकार बसले होते. लांब केस रुळत असलेला मंत्रोच्चारक ख्वाजासाहेबांची कविता उंच स्वरात गाऊ लागला आणि इतर लोक टाळ्या वाजवून त्याच्या मागोमाग 'हक्! हक्! (खरं आहे; खरं आहे!)' असं म्हणू लागले. त्यांचे शब्दोच्चार आणखी जलद लयीत होऊ लागले. स्वराची पट्टी आणखी आणखी उंच चढू लागली आणि अखेरीस त्यांचा मंत्रघोष टिपेला गेला. त्यानंतर ते पाठीमागच्या गालिचावर ठेवलेल्या लोडांवर डोकं टेकवून उताणे पडले आणि आनंदाची परिसीमा गाठल्याप्रमाणे तृप्तीचे हुंकार देऊ लागले. दोस्त महम्मदला अंतिम विश्रामासाठी याहून अधिक बहुमानाची जागा अन्य कुठेही मिळू शकली नसती!

१८४४ मध्ये दोस्त महम्मद आपल्या हक्काच्या राजसिंहासनावर पुन्हा आरूढ होऊन त्याच्या उद्ध्वस्त झालेल्या आणि लुटून नेलेल्या राज्याला एकछत्री अमलाखाली आणून पुन्हा त्याचा नव्यानं विकास घडवू लागला; त्याच वेळी जगाच्या दुसऱ्या टोकाला, रशियाच्या झार निकोलसनं विंडसर कॅसल येथे व्हिक्टोरिया राणी आणि राजपुत्र अल्बर्टसमवेत राहण्याचं आमंत्रण मागून घेतलं.

झारबरोबर त्याचा परराष्ट्रमंत्री काउंट नेसलरोडसुद्धा आला. त्यानंच १८३७ मध्ये वित्केव्हिचला एका कामासाठी दोस्त महम्मदकडे रवाना केलं होतं. अफगाणयुद्धाची भीषण आपत्ती जरी इंग्लंड आणि रशियामधील स्पर्धेमुळे आणि संशयामुळे ओढवली असली, तरी संशयाची ही जुनी भुतं कायमची गाडून टाकण्याची हीच सुसंधी होती.

झार त्याच्या दरबारी लोकांबरोबर गुप्तपणे, काउंट ऑर्लोव्ह हे नाव धारण करून प्रवास करत होता. पोलंडमधील अतिरेक्यांनी त्याला ठार मारायचा प्रयत्न करू नये म्हणून त्यानं ही सारी खबरदारी घेतली होती. तो पूर्वसूचना न देता एका डच स्टीमरमधून १ जून रोजी वूलविच येथील धक्क्यावर पोहोचला. एक रात्र वेस्टमिन्स्टरमधील ॲशबर्नहॅम हाउसमधील रशियन दूतावासात काढून तो आगगाडीनं

विंडसरला गेला.

त्या वेळी पंचवीस वर्षांची व्हिक्टोरिया गर्भभारानं वाकून गेली होती. कुणीतरी जंगली, रासवट माणूस येऊन उभा राहील अशी काहीशी तिची कल्पना झालेली होती; कारण तिथं पोहोचल्याबरोबर त्यानं तिथल्या घोड्याच्या तबेल्यांमधून त्याच्या कातडी पिशवीत भरण्यासाठी थोडासा गवताचा पेंढा मागवला होता. तो ज्या लष्करी पलंगावर झोपत असे तिथे गादी म्हणून तो ही पेंढा भरलेली कातडी पिशवीच वापरत असे. प्रत्यक्षात मात्र राणी या पाहुण्याला पाहून खूपच प्रभावित झाली. तिनं ४ जून रोजी, तिच्या काकांना पाठवलेल्या पत्रात लिहिलं, 'तो खरोखरच अत्यंत चित्तवेधक माणूस आहे.' तिनं पुढे लिहिलं :

> 'तो अजूनही खूपच देखणा दिसतो. बाजूनं त्याचा चेहरा अतिशय सुंदर दिसतो. त्याची वर्तणूक अत्यंत प्रतिष्ठित आणि आकर्षक आहे. तो पराकोटीच्या सौजन्यानं वागतो. तो इतरांकडे पूर्ण लक्ष देतो आणि अदबीनं वागतो; परंतु त्याच्या डोळ्यांतले भाव मात्र भीतिदायक आहेत. तसे भाव मी यापूर्वी कधीच पाहिले नाहीत. त्याच्याकडे पाहिल्यावर, तो सुखी नाही असा माझा आणि अल्बर्टचा ग्रह झाला. त्याच्या प्रचंड मोठ्या सत्तेचा आणि स्थानाचा भार त्याला दु:सह होत असावा, असं आम्हाला वाटलं. तो फार क्वचितच स्मित करतो. तो जेव्हा स्मित करतो, तेव्हा त्याच्या चेहऱ्यावर आनंदी भावनेचा मागमूसही नसतो; परंतु त्याच्याशी अगदी सहजपणे वार्तालाप करता येतो.'

झारच्या मुक्कामाच्या शेवटी, राजपुत्र अल्बर्टनं त्याला चिसविक हाउस येथील टुमदार बंगल्यावर नेलं. हा पॅलॅडियन व्हेनेटो धर्तीचा बंगला एकाकीपणे लंडनच्या पश्चिमेला सुंदर बागा आणि दाट झाडीत थेम्स नदीला लागून उभा होता. इथं ड्यूक ऑफ डेव्हॉनशायर - व्हिग पक्षाचा महत्त्वाचा घटक - यानं त्याच्या सन्मानार्थ प्रचंड मोठी मेजवानी आयोजित केली होती. देशातले सर्व महत्त्वाचे राजकारणी आणि दूतावासांमधले सर्व लोक तिथे उपस्थित राहणार होते. झारच्या भेटीचा खरा हेतू, चिसविक मॉल या नदीकाठच्या सुप्रसिद्ध रस्त्याजवळील या असंभवनीय स्थळीच साध्य होणार होता.

८ जून रोजी लख्ख सूर्यप्रकाश होता. त्या वेळेस दोनला पाच मिनिटं असताना चिसविक हाउसच्या प्रवेशद्वारांमधून शाही स्वाऱ्या आत शिरल्या. त्यांच्या आधी अधिकृत गणवेशातले घोडेस्वार पुढे गेले होते आणि कोल्ड स्ट्रीम गार्ड्स आणि हॉर्स गार्ड्स या लष्करातल्या तुकड्यांचा बँड रशियन राष्ट्रगीत वाजवत होता.

उन्हाळी दिवाणखान्यावर साम्राज्याचा ध्वज फडकत होता; तर कमानीवर राजघराण्याचा ध्वज फडकत होता. त्याच वेळेस प्रासादाच्या प्रांगणात उभ्या केलेल्या तोफखान्यातून एकवीस तोफांची सलामी झडली. ड्यूकच्या चार जिराफांसमोरून झारला उन्हाळी दिवाणखान्याकडे समारंभपूर्वक नेण्यात आलं. हा दिवाणखाना मध्ययुगीन इमारतींच्या धर्तीवर काळजीपूर्वक सजवण्यात आला होता. मुख्यत्वे तो ड्यूक ऑफ वेलिंग्टनबरोबर बोलला. लॉर्ड मेलबर्न आणि पंतप्रधान सर रॉबर्ट पील यांच्याशीसुद्धा त्यानं थोडा वार्तालाप केला. काउंट नेसलरोडनं ताबडतोब इंग्लंडमधील पूर्वी त्याच्या समान पदावर असलेल्या लॉर्ड पामरस्टोनकडे मोर्चा वळवला. तो या पदावर असताना रशियाचा कडवा विरोधक म्हणून प्रसिद्ध होता आणि या दोघांनी बरीचशी दुपार एकमेकांशी बोलण्यात घालवली.

या दोन महासत्तांमधले संबंध सुधारावेत आणि ज्या प्रकारच्या गैरसमजांमुळे आणि शंकांमुळे मध्य आशियात नुकताच एवढा भीषण रक्तपात घडला होता, तसे गैरसमज भविष्यात होऊ नयेत हा या भेटीचा प्रमुख हेतू होता. या भावना व्यक्त करताना झारनं पीलना सांगितलं, 'आपल्या मैत्रीपूर्ण संभाषणाच्या योगाने आपणा दोघांच्या देशांमधले पूर्वग्रह दूर होतील, अशी मी आशा करतो.' उत्कृष्ट जनसंपर्काचा प्रयत्न, या दृष्टीनं झारची ही भेट नक्कीच यशस्वी ठरली. लंडनमधल्या उच्चभ्रू स्त्रिया त्याचं देखणं रूप आणि त्याची उत्कृष्ट वागणूक पाहून विशेष प्रभावित झाल्या. बॅरन स्टॉकमरनं नमूद केलं होतं, 'तो अजूनही स्त्रीसौंदर्याचा परम उपासक आहे आणि पूर्वी त्याला ज्या इंग्लिश स्त्रियांबद्दल तीव्र आकर्षण वाटत असे, त्यांच्याकडे त्याचं विशेष लक्ष एकवटलं होतं.' परंतु इतके चांगले हेतू असूनही, चिसविक मेजवानीच्या वेळच्या संभाषणांमुळे भविष्यातील बेबनावाची बीजं रोवली गेली.

संसद आणि विरोधी पक्ष यांचा सरकारवर किती पगडा असतो, याची झारला काहीही कल्पना नव्हती. त्यानं खासगीत राणीशी आणि तिच्या वरिष्ठ मंत्र्यांशी - विशेषत: सर रॉबर्ट पील आणि त्यांचे परराष्ट्र सचिव लॉर्ड ॲबर्डीन यांच्याशी - जे बोलणं केलं त्यालाच सरकारी धोरण समजून चालावं या समजुतीनं त्यानं इंग्लंड सोडलं. प्रामुख्यानं त्याचा एक समज झालेला होता की, ऑटोमन साम्राज्याची फाळणी करण्याच्या कामात ब्रिटन त्याची साथ करेल; परंतु ब्रिटिशांना ते संभाषण म्हणजे केवळ खासगी स्तरावर केलेली वैचारिक देवघेव आहे असं वाटलं होतं; तर झारला तो उभयपक्षी संमत झालेला करार वाटला होता.

प्रतीकात्मक रूपानं बघितलं तर ही मेजवानी हास्यविनोदात आणि गोंधळातच संपली. सॅक्सोनीचा राजा आणि अन्य काही पाहुणे यांना ड्यूकच्या नावाड्यांनी डेव्हॉनशायर जिराफ दाखवण्यासाठी सरोवराच्या पलीकडच्या काठावर नेलं. त्याच

वेळी जिराफांनी सरोवरातून उलट्या दिशेला कूच केलं आणि चिसविक हाउसपुढच्या हिरवळीवर हैदोस घालून त्या किनाऱ्यावर उभ्या असलेल्या झारच्या गटाला पावलांखाली तुडवायला सुरुवात केली. अखेर क्रीडांगणाची देखभाल करणाऱ्या शाही गणवेशातल्या कर्मचाऱ्यांनी जिराफांना तेथून दूर नेलं; परंतु या टप्प्यानंतर अपघात, बोलण्यातील प्रमाद, राजनैतिक गैरसमजुती यांची एक मालिकाच सुरू झाली आणि त्याची अटळ परिणती नऊ वर्षांनी १८५३ मध्ये या दोन देशांमधील क्रिमियातील युद्धात झाली.

या वेळेस इंग्लंड-रशिया यांच्यामधील स्पर्धेनं आठ लाख लोकांचे बळी घेतले!

'किम्' या ग्रंथाच्या अखेरीस, किंपलिंगचा काल्पनिक नायक म्हणतो, 'जेव्हा सारेजण मरण पावतात, तेव्हाच मोठा खेळ समाप्त होतो; त्यापूर्वी नाही!'

१९८०च्या दशकाच्या अखेरीस, अफगाणिस्तानावर ताबा मिळवण्यात असफल झालेल्या रशियन लोकांनी तेथून काढता पाय घेतल्यानंतर सोव्हिएत युनियनची समाप्ती सुरू झाली. त्यानंतर जेमतेम २० वर्षांत २००१ मध्ये, ब्रिटिश आणि अमेरिकी सैन्य अफगाणिस्तानात आलं आणि ब्रिटनचे त्या देशातले चौथे युद्ध हरण्याकडे त्यांनी मार्गक्रमण सुरू केले. पूर्वीप्रमाणेच या वेळीही लक्षावधी डॉलर्स खर्चून, संपूर्ण अफगाण लष्कराला प्रशिक्षण आणि ब्रिटिश-अमेरिकी लष्कराची अनेकपटींनी उजवी शस्त्रास्त्रं पुरवूनही अफगाण बंडखोरांनी पुन्हा एकदा त्यांच्या तिरस्काराला पात्र असलेल्या काफिरांना वेढा घातला आणि त्यांना अपमानकारक पद्धतीनं काढता पाय घेणं भाग पाडलं. दोन्ही वेळा, अफगाणिस्तानात ठाण मांडू पाहाणाऱ्या लष्कराला, इतका खर्च करूनही फारसा फायदा होत नाही हे पाहून लढत राहणं नकोसं वाटू लागलं.

२००९ आणि २०१० मध्ये, या पुस्तकासाठी संशोधन करतेवेळी मी स्वत:पुढे दोन उद्दिष्टं ठेवली होती. पहिली गोष्ट म्हणजे चटकन हाती न लागणारी संशोधनाची उगमस्थानं, जी अस्तित्वात असलीच पाहिजेत असं मला ठामपणे वाटत होतं ती शोधून काढण्याचा मी निकराचा प्रयत्न करणार होतो. ती उगमस्थानं मी शोधून काढली आणि हे पुस्तक लिहिण्यासाठी उपयोगात आणली. दुसरं उद्दिष्ट होतं : पहिल्या अफगाण युद्धाशी संबंधित असलेली शक्य तेवढी ठिकाणं आणि शक्य तेवढा टापू मला प्रत्यक्ष पाहायचा होता. दिवसागणिक 'आयएसएएफ'ची [(इंटरनॅशनल सिक्युरिटी असिस्टन्स फोर्स) आंतरराष्ट्रीय सुरक्षेसाठी मदत करणारी सेना. २००१ मध्ये 'नाटो'ने अफगाण लष्कराला प्रशिक्षण देण्यासाठी याची स्थापना केली होती.] अफगाणिस्तानावरची पकड स्पष्टपणे

ढिली होत असताना शक्य होईल तेवढा मुलूख मला प्रत्यक्ष पाहायचा होता. २०१० पर्यंत सत्तर टक्के अफगाणिस्तानावर तालिबानची घट्ट पकड होती आणि युद्धासाठी महत्त्वाच्या १२१ मोक्याच्या जिल्ह्यांपैकी अवघ्या २९ जिल्ह्यांवर करझाईच्या सरकारचा दृढ ताबा होता. जानेवारी १८४२ मध्ये ब्रिटिशांनी माघार घेतेवेळी घेतलेला बराचसा रस्ता आता तालिबानच्या ताब्यातल्या ७० टक्के भागात मोडत होता. मी ज्या भूखंडाबद्दल लिहिणार होतो; त्याची स्पष्ट कल्पना येण्यासाठी या मार्गानं प्रत्यक्ष जाणं माझ्या दृष्टीनं अत्यंत महत्त्वाचं होतं. ब्रिटिशांनी शेवटचा अटीतटीचा सामना केला, ती जागा प्रत्यक्ष पाहण्यासाठी गंडामकपर्यंत जायची माझी तीव्र आंतरिक इच्छा होती.

१८४२ मध्ये ब्रिटिश सैन्यानं माघार घेताना जो रस्ता घेतला तो पर्वतरांगांवरून तोराबोरा (इथं ओसामा बिन लादेननं दडी मारली होती.) आणि त्यानंतर पाकिस्तान सीमेकडे जातो. हा सर्व टापू घिलझाईंचं निवासस्थान आहे आणि याच टापूतले लोक तालिबान आपल्या अतिरेकी कारवायांसाठी नियुक्त करत असतं. स्थानिक संरक्षण घेतल्यावाचून या भागात अजिबात पाऊलही टाकू नये, असा सल्ला मला देण्यात आला होता; त्यामुळे मी अखेरीस एका स्थानिक टोळीच्या नेत्यासमवेत तिथं जायला निघालो. हा नेता करझाईच्या मंत्रिमंडळात एक मंत्रीसुद्धा होता. त्याचं नाव होतं अन्वर खान जगदालक आणि तो एखाद्या पहाडासारखा धिप्पाड व मजबूत होता. पूर्वी तो त्याच्या गावचा सर्वोत्तम कुस्तीपटू होता आणि अफगाणिस्ताननं ऑलिम्पिक सामन्यांमध्ये आपलं जे कुस्तीपथक पाठवलं होतं, त्या पथकाचा तो कप्तान होता. १९८० च्या दशकात रशिया विरुद्ध लढा देणाऱ्या जामियत इस्लामी मुजाहिदीनचा तो प्रमुख सेनानी होता.

१८४२ मध्ये ब्रिटिश सेनेला बहुसंख्येनं ठार करण्यात जगदालकच्या घिलझाई पूर्वजांचा फार मोठा वाटा होता आणि तेव्हाच्याच खिंडीमधून आम्ही प्रवास करत असताना, त्यानं ही गोष्ट मला मोठ्या अभिमानानं सांगितली. 'आमच्या स्वाभिमानाचं रक्षण करण्यासाठी त्यांनी आम्हाला बंदुका हाती घेणं भाग पाडलं; त्यामुळे आम्ही त्या नालायकांपैकी प्रत्येकाला टिपून ठार केलं.' अर्थात यापैकी कशामुळेही जगदालकनं आपलं कुटुंब काबूलहून उत्तर लंडनच्या नॉरहोल्टच्या सुरक्षित वातावरणात पाठवणं थोपवलं नव्हतं.

आम्ही ज्या दिवशी गंडामकला जायला निघणार होतो त्या दिवशी वझीर अकबरखान नावाच्या प्रशासन विभागातील जगदालकच्या मंत्रालयात सकाळी सात वाजता मला हजर राहायला सांगण्यात आलं होतं. मंत्रालयाभोवतीचं काटेरी तारांचं कुंपण आणि हजारो तपास ठाणी यांमधून हळूहळू वाट काढत मी तिथं पोहोचलो, तेव्हा सदासर्वदा त्याला रक्षण पुरवणारे त्याचे अंगरक्षक त्याला भरपूर शस्त्रास्त्रं

असलेल्या एस्. यू. व्हींच्या ताफ्याकडे नेत होते. त्यांचा वॉकी-टॉकी सुरू होता आणि रायफल्स सज्ज स्थितीत होत्या.

जगदालक स्वत:च गाडी चालवत होता आणि भरपूर शस्त्रास्त्रं घेतलेले त्याचे अंगरक्षक मागच्या पिकअप् ट्रक्समधून येत होते. आम्ही राजधानीच्या शहरातून जात होतो तेव्हा सध्या काबूलचा ताबा घेणाऱ्यांच्या अपयशाच्या स्पष्ट खुणा आमच्या चहूबाजूंना पसरलेल्या दिसत होत्या. काबूल हे जगातलं सर्वांत दरिद्री आणि गचाळ असं राजधानीचं शहर आहे. अमेरिकेने अफगाणिस्तानात ८० अब्ज डॉलर्स ओतलेले असूनही, त्यापैकी जवळजवळ सारा पैसा लष्कर आणि सुरक्षा यातच खर्च झाला; पाकिस्तानातील दुर्लक्षित ग्रामीण रस्त्यांपेक्षासुद्धा काबूलमधल्या रस्त्यांवर अधिक चाकोऱ्या पडल्या आहेत. रस्त्यांवर अजिबात दिवे नाहीत आणि केरकचरा हलवण्याची कोणतीही यंत्रणा अस्तित्वात असल्याचं दिसत नाही. जगदालकच्या म्हणण्यानुसार हे तर केवळ हिमनगाचं टोक आहे. २००१ पासून डझनावारी देश आणि हजारो मदत संस्थांनी दहा वर्षांहून जास्त काळ प्रयत्न करूनही सारा देश म्हणजे केवळ सावळा गोंधळ आहे. अफगाणिस्तानातले एकचतुर्थांश शिक्षक अडाणी आहेत. अनेक भागांमध्ये सरकारचं अस्तित्व अजिबातच नाही. अर्ध्या शास्त्यांना (गव्हर्नर्सना) कचेऱ्याच दिलेल्या नाहीत. त्याहून कमींना वीजपुरवठा मिळाला आहे. शासकीय अधिकाऱ्यांना प्राथमिक शिक्षणही मिळालेले नाही आणि त्यांच्या अंगी साधीसुधी कौशल्यंसुद्धा नाहीत.

आमची गाडी खड्डे पडलेल्या काबूलच्या रस्त्यांवरून पुढे जात होती. १७० वर्षांपूर्वी जिथं ब्रिटिशांनी लष्करी छावणी उभारली होती, त्याच जागी आता उभ्या असलेल्या अमेरिकी दूतावासाच्या आणि 'नाटो'च्या बराकींच्या उद्ध्वस्त करण्यात आलेल्या भिंतींना वळसा घालून आम्ही पुढे गेलो. बुत्खाक ओलांडल्यावर आम्ही नागमोडी वाटेनं ओसाड पर्वतखिंडीच्या रांगांमधून प्रवास केला. प्रथम खोर्द काबूल आणि त्यानंतर तेझिन या दोन्ही खिंडी काबूलला खैबर खिंडीबरोबर जोडतात.

अत्यंत नाट्यमय आणि हिंसामय असा हा टापू आहे : चिरडलेल्या आणि छळवणूक केलेल्या भूस्तरावरचा भूकंपप्रवण मार्ग उसासे देत होता आणि दोन्ही बाजूच्या, बंदुकीच्या दारूच्या रंगाच्या, उंचच उंच सुळक्यांमधून नागमोडी वळणांनी पुढे जात होता. वर अणकुचीदार टोकं असलेली पर्वतशिखरं अनिष्टसूचक अशा धुक्याच्या दाट ढगात बुडून गेली होती. आम्ही गाडीनं पुढे जात होतो, तेव्हा जगदालक पाश्चिमात्य देशांकडून त्याच्या सरकारला मिळणाऱ्या वागणुकीबद्दल कडवटपणे टीका करत होता. '१९८० मध्ये जेव्हा आम्ही त्यांच्यासाठी रशियन लोकांना ठार मारत होतो, तेव्हा अमेरिकी लोक आम्हाला स्वातंत्र्यसेनानी म्हणून गौरवत होते.' पहिली खिंड उतरून जाताना तो म्हणाला. तो पुढे म्हणाला, 'आता

ते आमची 'भांडकुदळ लष्करी' अशी संभावना करतात!' सरोबी येथे उंचावरच्या गेरूच्या रंगाच्या ओसाड वाळवंटी पठारावर पर्वत ओठंगतात, तिथं भटक्या घिलझाई टोळ्यांच्या छावण्या दिसू लागतात. इथं आम्ही मुख्य रस्ता सोडून तालिबान्यांच्या टापूत जाऊ लागलो. जगदालकच्या पूर्वीच्या मुजाहिदीन लढवय्यांनी भरलेले आणखी पाच पिकअप ट्रक्स बाजूच्या रस्त्यानं आले आणि पुढे जाताना आम्हाला संरक्षण देऊ लागले. या सर्व मुजाहिदीन लढवय्यांनी आपले चेहरे कापडानं गुंडाळून घेतले होते आणि रॉकेटसनी प्रक्षेपित होणारे तोफगोळे त्यांनी सज्ज ठेवले होते.

जगदालक गावात १२ जानेवारी १८४२ रोजी, हिमदंश झालेल्या शेवटच्या २०० ब्रिटिश सैनिकांना, घिलझाई टोळीच्या अनेक हजार लोकांनी वेढा घातला होता. काटेरी फांद्यांच्या कुंपणापलीकडे मूठभरच ब्रिटिश सैनिक जाऊ शकले होते. या एप्रिल महिन्यात आमच्या वाट्याला आलेलं स्वागत नशिबानं त्याहून खूपच अगत्याचं होतं. माझा यजमान, मंत्री झाल्यापासून पहिल्यांदाच त्याच्या मूळ गावी येत होता आणि त्याच्या कर्तृत्वाचा अभिमान बाळगणाऱ्या त्याच्या गावच्या रहिवाशांनी त्यांच्या पूर्वीच्या सेनानीला जुन्या आठवणी जागवत रानओवा आणि कडू दवणा यांच्या सुगंधात घमघमणाऱ्या टेकड्यांवरून, हॉलिहॉक आणि तुतीच्या गालिच्यांनी आच्छादलेल्या आणि पांढऱ्या पॉप्लर झाडांच्या छायेचा थंडावा लाभलेल्या पर्वत उतारांवरून फिरवून आणलं. इथं सभोवतालच्या शिखरांच्या टोकावर ज्या टेहळणी बुरुजात नागड्याउघड्या, थंडीनं गोठून निघालेल्या शिपायांनी १८४२ मध्ये आश्रय घेतला होता, त्या बुरुजाच्या बाजूलाच जगदालकचे जुन्या मुजाहिदीन बंकरचे आणि बचावासाठी खणलेल्या खंदकांचे अवशेष दिसत होते. इथूनच त्यानं सोव्हिएत लष्कराशी दोन हात केले होते आणि त्यांचा प्रतिकार केला होता. हा फेरफटका मारून झाल्यावर, खेड्यातल्या लोकांनी आम्हाला मुघल पद्धतीनं मेजवानी दिली. दरीमधल्या सपाट जागेतल्या जर्दाळूच्या बागेत वेलींना आधार देणाऱ्या जाळीदार ताटीखाली आणि बहरलेल्या डाळिंबांच्या मोहोराखाली आम्ही गालिच्यांवर बसलो आणि विविध प्रकारचे कबाब आणि तुती घालून केलेल्या पुलावाची ताटंच्या ताटं आमच्यासमोर येत राहिली.

जेवताना आमच्या यजमानांनी अगदी सहजगत्या, १८४२ मध्ये ब्रिटिशांची कत्तल झाली त्या जागा आम्हाला दाखवल्या. हॉलीच्या काटेरी फांद्यांनी खिंडीत उभारलेलं कुंपण आणि तशाच अन्य जागा त्यांनी आम्हाला दाखवल्या, तेव्हा आम्ही आपापल्या कुटुंबांच्या त्या युद्धाबद्दलच्या आठवणींची देवाणघेवाण केली. मी माझा खापर-खापर चुलता कॉलिन मॅकेन्झीबद्दल सांगितलं. तो इथंच जवळपास कुठेतरी युद्धकैदी म्हणून पकडला गेला होता. मी त्यांना प्रश्न विचारला की,

सध्याच्या आणि तेव्हाच्या परिस्थितीत त्यांना काही साधर्म्य आढळतंय का? जगदालक म्हणाला, 'परिस्थिती हुबेहूब तश्शीच आहे! दोन्ही वेळेस फिरंगी लोक स्वत:च्या स्वार्थापोटीच इथं आले होते. आम्हाला मदत करण्याचा त्यांचा कोणताही इरादा नव्हता. ते म्हणतात, "आम्ही तुमचे मित्र आहोत. तुम्हाला मदत करायची आमची इच्छा आहे." पण ते खोटं बोलत असतात!'

महम्मदखाननं जगदालकला दुजोरा देत म्हटलं, 'आतासुद्धा जे कोणी अफगाणिस्तानात येतं, त्याच्या वाट्याला बर्नेस, मॅक्नॅघटेन आणि डॉक्टर ब्रायडनसारखंच नशीब येतं.' मोहम्मदखान हा आमचा या खेड्यातला यजमान होता आणि आम्ही जिथं बसलो होतो ती बाग त्याच्याच मालकीची होती. त्याचं बोलणं ऐकून पुढ्यातल्या भाताकडे पाहून प्रत्येकानं मान हलवून दुजोरा दिला. १८४२ मध्ये मारल्या गेलेल्या लोकांची नावं त्यांच्या मायदेशात केव्हाच विस्मृतीत गेली असली, तरी इथं अजूनही ती सर्वांच्या ओठांवर होती.

माझ्या उजवीकडे बसलेला एक वृद्ध माणूस म्हणाला, 'ब्रिटिश गेल्यानंतर रशियन लोक आले. त्यांनाही आम्ही हाकलून लावलं; पण जाण्यापूर्वी त्यांनी आमच्या खेड्यातली अनेक घरं बॉम्बने उडवून दिली.' आमच्या मागच्या बाजूच्या टेकडीवरच्या अनेक नष्ट झालेल्या मातीच्या विटांच्या घरांकडे त्यानं बोटानं निर्देश केला. खान म्हणाला, 'आमचा देश म्हणजे साऱ्या जगाचं छप्पर आहे. इथून तुम्ही सर्वत्र लक्ष ठेवून ताबा ठेवू शकता.'

जगदालक म्हणाला, 'सत्तेवर येणाऱ्या प्रत्येक देशाचा अफगाणिस्तान हा चौक आहे. तिठा आहे; पण आमच्या ठायी प्रारब्धावर नियंत्रण ठेवण्याची शक्तीच नाही. आमचं नशीब आमच्या शेजाऱ्यांच्या मनावर अवलंबून असतं.'

शेवटची नानची चळत संपली, तोवर जवळजवळ पाच वाजत आले होते आणि गंडामकच्या दिशेनं जायला फार उशीर झाला होता. त्याऐवजी, त्या संध्याकाळी आम्ही मुख्य महामार्गानं थेट तुलनेनं अधिक सुरक्षित असलेल्या जलालाबादला गेलो. आम्ही थोडक्यात बचावलो. कारण योगायोगानं त्याच दिवशी सकाळी सरकारी लष्कर आणि तालिबानची मदत मिळवणारे खेड्यातले काही लोक यांच्यात छोटीशी लढाई झाली होती. मेजवानीचा आकार आणि त्यासाठी आम्ही घेतलेला भरपूर वेळ आणि भरीला आमचा खादाडपणा यामुळेच आम्ही थेट दबा धरून बसलेल्या फौजांच्या तावडीत अलगद सापडलो नव्हतो. १८४२ मध्ये ब्रिटिशांनी शेवटचा लढा दिला, त्याच जागेवर आजची ही लढाई झाली होती.

दुसऱ्या दिवशी सकाळी जलालाबादमध्ये आम्ही एका जिर्गासाठी गेलो. जिर्गा ही घिलझाई टोळीतल्या ज्येष्ठ लोकांची बैठक असते. तिथं गंडामकमधले बुजुर्ग

लोक आले होते. तहाचं निशाण घेऊन आलेल्या या बुजुर्गांनी आदल्या दिवशी घडलेल्या घटनांबद्दल चर्चा केली. करझाईच्या सरकारबद्दल मी ज्या अनेक कहाण्या ऐकल्या होत्या, त्यांच्याशी अगदी मिळतीजुळतीच ही कथा होती. ती कहाणी ऐकून स्पष्टपणे जाणवत होतं की, सरकारमधला भ्रष्टाचार, अकार्यक्षमता आणि संवेदनशीलतेचा संपूर्ण अभाव यांमुळे एकेकाळी अत्यंत तिरस्करणीय ठरलेल्या तालिबानला कशा प्रकारे पुन:प्रवेशाची संधी मिळाली.

मांसाचे लचके तोडणारे ड्रोन जवळच्या विमानतळावरून सतत उडवले जात होते तेव्हा घिलझाई बुजुर्गांनी माहिती दिली की, आदल्या वर्षी सरकारी सैन्यानं येऊन अफूच्या पिकाचा कशा प्रकारे विध्वंस केला होता. सैन्यानं खेड्यातल्या लोकांना संपूर्ण नुकसानभरपाई देण्याचं आश्वासन दिलं होतं; त्यामुळे खेड्यातल्या लोकांनी त्यांना उभं पीक नांगरून टाकायची परवानगी दिली; परंतु ते पैसे खेड्यातल्या लोकांना कधीच दिले गेले नाहीत. पेरणीच्या आधी गंडामक खेड्यातले लोक पुन्हा जलालाबादला गेले आणि त्यांनी सरकारला प्रश्न विचारला की, त्यांना इतर पिकं काढण्यासाठी मदत दिली जाईल का? त्यांना आश्वासनं दिली गेली; परंतु त्या आश्वासनांची पूर्तता मात्र कधीच करण्यात आली नाही. त्यांनी नाइलाजानं खसखस पेरली आणि स्थानिक सरकारला सांगितलं की, त्यांनी पुन्हा पीक नष्ट करायचा प्रयत्न केला तर सरकारचा प्रतिकार करण्यावाचून त्यांच्यापुढे अन्य पर्याय उरणार नाही. आम्ही जवळच्या जगदालकला पोहोचलो, त्याच सुमाराला गंडामकमध्ये पुन्हा सरकारी सेना आली. या वेळी खेड्यातले लोक त्यांची वाटच पाहत होते आणि त्यांनी स्थानिक तालिबानला मदतीसाठी बोलावून घेतलं होतं. त्यानंतर जी लढाई झाली त्यात नऊ पोलीस मारले गेले, सहा गाड्या नष्ट करण्यात आल्या आणि दहा पोलिसांना ओलीस म्हणून पकडण्यात आलं.

जिर्गा संपल्यावर गंडामकमधील टोळीतले दोन बुजुर्ग लोक आमच्याजवळ आले आणि आम्ही कोरा हिरवा चहा पीत गप्पा मारल्या.

त्यातला एक म्हणाला, 'गेल्या महिन्यात काही अमेरिकी अधिकाऱ्यांनी आम्हाला जलालाबादमधील हॉटेलात भेटीसाठी आणि बैठकीसाठी बोलावलं. त्यातल्या एकानं आम्हाला विचारलं, "तुम्ही आमचा तिरस्कार का करता?" मी उत्तर दिलं, "कारण तुम्ही आमचे दरवाजे बॉम्बनं उडवून देता, आमच्या घरात घुसता, आमच्या स्त्रियांना केसांना धरून दरदर खेचत नेता आणि आमच्या मुलांना लाथा मारता. आम्ही हे अजिबात सहन करणार नाही! आम्ही प्रत्युत्तरासाठी लढू आणि तुमचे दात पाडू! आणि तुमचे दात पडले की, आधीच्या ब्रिटिशांप्रमाणे तुम्हीसुद्धा निघून जाल. फक्त काही काळाचाच प्रश्न आहे!" '

'यावर त्यानं काय उत्तर दिलं?'

‘त्यानं त्याच्या मित्राकडे तोंड करून म्हटलं, “जर म्हातारी माणसं अशी आहेत, तर तरणी कशी असतील?” थोडक्यात सांगायचं तर सर्व अमेरिकी जाणून आहेत की, त्यांचा खेळ खलास झाला आहे. फक्त त्यांचे राजकारणीच ही गोष्ट मान्य करत नाहीत.’

दुसरा वृद्ध माणूस म्हणाला, ‘अमेरिकी लोकांची घटका भरत आलीय. पुढची वेळ आहे चीनची!’

◆

ग्वांटानामोत डांबलेल्या ब्रिटिश नागरिकांची थरारक सत्यकथा.

शत्रूशी दोन हात

लेखक
मोआइझम बेग

सह लेखिका
व्हिक्टोरिया ब्रिटन

अनुवाद
योगिनी वेंगुर्लेकर

ग्वांटानामो बे मधील छावण्यांमध्ये जे नऊ ब्रिटिश नागरिक डांबले गेले होते, त्यापैकी मोआइझम बेग हे एक होते. जो गुन्हा त्यांनी केलाच नव्हता आणि ज्या गुन्ह्यांचं नेमकं स्वरूप कधीही स्पष्ट झालं नाही,
त्यासाठी त्यांना तिथे डांबून ठेवण्यात आलं. ९/११च्या हल्ल्यानंतर जे एक वातावरण तयार झालं, त्या काळात पाकिस्तानमधे तात्पुरतं बिऱ्हाड करून ते राहात असताना तिथून त्यांचं अपहरण करण्यात आलं.
मोआइझम बेग तीन वर्षं तुरुंगात राहिले. यातला बराच मोठा काळ एकांतवासात गेला.
तिथे डांबलेल्या दोघांचा खून पडताना त्यांनी प्रत्यक्ष पाहिलं.
ते प्रत्यक्षदर्शी साक्षीदार होते. त्या घटनेने आणि त्यामुळे त्यांना मृत्यूच्या धमक्या दिल्या गेल्या तसंच भयंकर छळालाही सामोरं जावं लागलं.
२००५ साली सुरुवातीला त्यांना कुठल्याही प्रकारचं स्पष्टीकरण वगैरे न देता किंवा त्यांची माफी न मागता त्यांची सुटका करण्यात आली.